பரமனின் பட்டுப்பாவாடை உடுத்திய
நான்காவது மகள்

தேவிபாரதி

நற்றிணை பதிப்பகம்

பரமனின் பட்டுப்பாவாடை உடுத்திய நான்காவது மகள் * சிறுகதைகள் * தேவிபாரதி * முதல் பதிப்பு: செப்டம்பர் 2024 * வெளியீடு: நற்றிணை பதிப்பகம் (பி) லிமிடெட் * எண். 136, தரைத்தளம், சோழன் தெரு, ஆழ்வார்திருநகர், சென்னை – 600 087.

* மின்னஞ்சல்   : natrinaipathippagam@gmail.com
* கைபேசி   : 94861 77208
* தொலைபேசி : 044 – 4273 2141
* அச்சாக்கம்   : துர்கா பிரிண்டர்ஸ், சென்னை – 600 005.

முன்னுரை

கடந்த நாற்பதாண்டுகளில் நான் எழுதிய சிறுகதைகளில் இருந்து தேர்ந்தெடுக்கப்பட்ட பதினான்கு கதைகளின் தொகுப்பு இது. அவற்றைச் சிறுகதைகள் என்பதைவிடக் குறுநாவல்கள் எனச் சொல்வது பொருத்தமாக இருக்கும். அடிப்படையில் என்னை நாவலாசிரியன் எனச் சொல்லிக்கொள்ள நான் விரும்புகிறேன். தமிழில் அதிகம் கவனம் பெற்ற சிறுகதையாளர்களின் பட்டியலில் நான் இருக்கிறேன் என உறுதியாகச் சொல்லிக் கொள்ள முடியும். குறைவாக எழுதியிருக்கிறேன். அவற்றில் குறைந்தபட்சம் இருபது சிறுகதைகள் பொருட்படுத்தத்தக்கவை என நினைக்கிறேன்.

எனது இருபதாவது வயதில் சிறுகதைகளை எழுதத் தொடங்கினேன். ஏறத்தாழ ஐம்பது சிறுகதைகள் இப்போது என் கணக்கில் இருக்கின்றன. என் முதல் சிறுகதை 'பூங்கோதை' என்னும் சிற்றிதழில் வெளிவந்தது. ஆயிஷா கணபதி என்னும் பெண் பதிப்பாளர் அந்தச் சிறுகதையைப் பிரசுரித்தார். வேறுசில இதழ்களில் சில சிறுகதைகள் எழுதினேன். அன்று தொடங்கி இன்றுவரை சிறுபத்திரிகைக் கதைகள் சார்ந்த எழுத்தாளனாக இருந்து வருகிறேன். எனது தொடக்ககாலச் சிறுகதைகளில் பல இப்போது இல்லை. அவற்றில் பல என் நினைவிலேயே இல்லை. திட்டவட்டமாக எழுதுவதற்கு நான் அதிகக்காலம் எடுத்துக் கொண்டேன். அப்போதைய சிறுபத்திரிகைச் சூழல் அதற்கு இசைவானதாக இல்லை. இந்தக் கட்டத்தில் நான் எழுதிய கதைகளில் ஒன்று 'கருவி'. ஆனால், அது பிரசுரம் பெறவில்லை. சொந்தமாக ஒரு பதிப்பகம் தொடங்கி எனது கதைகளைப் பதிப்பித்தேன். அதில் இடம்பெற்ற கதைகளில் ஒன்று 'கருவி'. சமீபத்தில் கல்யாணராமன் மொழிபெயர்ப்பில் காப்பர் காலின்ஸ் வெளியீடாக வந்த அந்தக் கதை பிறகு வேறு வேறு மொழிகளில் வந்தது.

எனது சிறுகதைகள் சில இன்றுவரை தொடர்ந்து பேசப்பட்டு வருபவை. ராஜா இல்லாத புத்தகம், கருவி, மீதி, அழிவு, பலி உள்ளிட்ட கதைகள் தொடர்ந்து விவாதிக்கப்பட்டு வருபவை.

கல்யாணராமனின் மொழிபெயர்ப்பில் காப்பர் காலின்ஸ் வெளியிட்ட பத்துச் சிறுகதைகள் கொண்ட தொகுப்பில் இடம் பெற்றுள்ள பத்துச் சிறுகதைகள்... அதில் அதிகம் பேசப்பட்ட பிறகொரு இரவு, வீடென்ப, ஒளிக்கும் பிறகு இருளுக்கும் அப்பால், உயிர்த்தெழுதலின் சாபம், சிகரெட் துண்டுகளும் உள்ளாடைகளும், கழைக்கூத்தாடியின் இசை, பரமனின் பட்டுப் பாவாடை உடுத்திய நான்காவது மகள், கறுப்பு வெள்ளைக் கடவுள் போன்ற கதைகளை முக்கியமானதாகக் கருதுகிறேன்.

2009 மற்றும் 2012, 2016 ஆகிய ஆண்டுகளில் தொடர்ச்சியாகச் சில கதைகளை எழுதினேன்.

அடிப்படையில் நான் ஒரு நாவலாசிரியராகவே இருக்க விரும்பினேன்.

அப்போது அந்தத் தருணத்தில் டால்ஸ்டாயின் எழுத்துக்களில் தீவிரமான ஈடுபாடு ஏற்பட்டது. பிறகு தஸ்தாயெவ்ஸ்கி. பிறகு ஆண்டன் செகாவ், இவான் துர்கனேவ், பிந்தைய காலத்தைச் சேர்ந்த ருஷ்ய இலக்கிய மேதைகள். பிறகு உலக இலக்கியத்தின் சிறப்பான படைப்பாளிகள் ஆகியோருடைய படைப்புகள் மீது ஈர்ப்பு உருவானது. நாவல் இலக்கியத்தின் மீது ஏற்பட்ட ஈடுபாடு காரணமாகச் சிறுகதைகள் எழுதுவதற்குத் தொடர்ந்து முயலவில்லை.

தொடர்ந்து சிறுகதைகள் எழுத வேண்டும் என்னும் வேட்கை இருக்கிறது. கழைக்கூத்தாடியின் இசை போன்ற மற்றொரு கதையை எழுத முடிந்துவிட்டால்?

பார்ப்போம், இன்னும் காலம் இருக்கிறது இல்லையா?

ஒரு தொகுப்பாக இந்தக் கதைகளைப் பதிப்பித்த நற்றிணை பதிப்பகத்தின் யுகனுக்கு என் நன்றிகள்.

உள்ளடக்கம்

1. கறுப்பு வெள்ளைக் கடவுள்	7
2. பிறகொரு இரவு	50
3. ஒளிக்கும் பிறகு இருளுக்கும் அப்பால்	88
4. மீதி	114
5. கருவி	121
6. கழைக் கூத்தாடியின் இசை	131
7. ஊழி	170
8. பலி	193
9. அழிவு	205
10. பரமனின் பட்டுப்பாவாடை உடுத்திய நான்காவது மகள்	218
11. உயிர்த்தெழுதலின் சாபம்	268
12. வீடென்ப...	298
13. சிகரெட் துண்டுகளும் உள்ளாடைகளும்	319
14. தாஸ் என்பவனும் தாஸ் என்பவனும்	355

கறுப்பு வெள்ளைக் கடவுள்

ஒன்று

மலையுச்சியிலுள்ள முருகன் சன்னதியை அடைவதற்கான ஆயிரத்து நூற்று எண்பத்தேழு படிக்கட்டுகளில் ஐநூற்று நாற்பதாவது படிக்கட்டுக்கும் நாற்பத்தொன்றாவது படிக்கட்டுக்கு மிடையே வெள்ளியங்கிரிப் புதூரைச் சேர்ந்த சுப்பிரமணியக் கவுண்டர் என்னும் பக்தரொருவரால் ஆறாண்டுகளுக்கு முன்னால் இளைப்பாறு மண்டபம் ஒன்று உபயமாகக் கட்டிவைக்கப்பட்டிருந்தது. சௌகரியமான மண்டபம். கிரானைட் கற்கள் பதிக்கப்பட்ட அதன் குளிர்ந்த திண்ணையில் ஒரே சமயத்தில் ஆறேழுபேர்வரை கால்நீட்டிப் படுக்கலாம். தேவஸ்தானம் தன் பங்குக்குக் குடிநீர்க் குழாயொன்றை அமைத்துத் தந்திருந்தது. முதிர்ந்த ஊஞ்ச மரங்களாலும் அகன்ற இலைகளையுடைய காத்தாடி மரங்களாலும் சூழப்பட்டிருந்ததால் கடும் கோடையிலும் அங்கே இதமான வெப்பநிலை நிலவிக் கொண்டிருக்கும். குரங்குகளின் தொல்லையைச் சமாளிக்க முடிந்துவிட்டால் இளைப்பாறுவதற்கு அது ஓர் அற்புதமான இடம்.

அம்மலையடிவாரத்தில் நிரந்தரமாகத் தங்கிவிட்ட பரதேசிகளில் சிலர் அவ்வப்போது அதைத் தமது வசிப்பிடமாக்கிக் கொள்வதுண்டு. பிச்சைப் பாத்திரங்களையும் அழுக்கு மூட்டைகளையும் தரித்திரத் தால் பீடிக்கப்பட்ட உடல்களையும் சௌகரியம்போல் பரப்பி அம்மண்டபத்தைக் குரங்குகளாலும் அண்டமுடியாத இடமாக மாற்றும் வித்தை அப்பரதேசிகளுக்குத் தெரிந்திருந்தது. மண்டபத்தைச் சுற்றி இறைந்துகிடக்கும் உடைந்த மதுப்புட்டிகளுக்கும் பயன் படுத்தப்பட்ட ஆணுறைகளுக்கும் பரதேசிகளுக்கும் தொடர்புண்டா என்பது யாருக்கும் தெரிந்திருக்கவில்லை. குருக்கள்களும் மலையுச்சியில் பிரசாதக் கடை வைத்திருப்பவர்களும் பக்தர்களில் பெரும்பாலானோரும் பதின்மூன்று வளைவுகளைக் கொண்ட தார்ச்சாலையைத்தான் பயன்படுத்துகிறார்கள். இருசக்கர வாகனங் கள், கார்கள், வேன்கள் தவிர மேலும் கீழுமாய் தலா ஆறு ட்ரிப்

அடிக்கும் இரண்டு மினிபஸ்களும் அம்மலைப்பாதையை அன்றாடம் பயன்படுத்திக் கொண்டிருந்தன. நடந்தே வருவதாக முருகனுக்கு வாக்குக் கொடுத்துவிட்ட முரட்டு பக்தர்களுக்கும் பருத்த உடல் கொண்ட சர்க்கரை நோயாளிகள் சிலருக்கும் மட்டுமே படிக்கட்டுகள் பயன்பட்டுக் கொண்டிருந்தன. சுப்பிரமணியக் கவுண்டரும் உபயதாரர்கள் சிலரும் கட்டிவைத்த ஒன்பது மண்டபங்களில் அடிவாரத்திலிருந்த இரண்டு மண்டபங்களையும் ஆறாவது தார்ச்சாலை வளைவையொட்டி காடுகாத்த அம்மன் கோவிலுக்குச் செல்லும் வழியிலிருந்த ஒரு பழைய மண்டபத்தையும் தவிர மற்றவை கிட்டத்தட்டக் கைவிடப்பட்ட நிலையில் கிடந்தன. வருடமொன்றுக்குச் சராசரியாக இரண்டு தற்கொலைகளையும் அதே எண்ணிக்கையிலான கொலைகளையும் இயல்பான மரணங்களையும் அவை சந்தித்துக்கொண்டிருந்தன. ஆறு வருடங்களில் ஒரே ஒரு அசாதாரண மரணமும் நிகழ்ந்திருந்தது. தரிசனத்தை முடித்துக் கொண்டு கீழே இறங்கிவந்தபோது ஓய்வெடுப்பதற்காக ஐந்தாவது மண்டபத்தில் கால்நீட்டி உட்கார்ந்த மூதாட்டியொருவரைப் பாம்பு கடித்ததால் ஏற்பட்ட மரணம் அது. பட்டப்பகலில் நடந்த துயரச் சம்பவம். அப்போது அந்த மூதாட்டிக்குத் துணையாகக் கோவிலுக்கு வந்திருந்த சிறுவனொருவன் அதை நேரில் பார்த்திருந்தான். கீழிருந்து படிக்கட்டுகளின் வழியே வேகமாக ஊர்ந்துவந்த பாம்பைப் பார்த்ததும் திகைத்துப் போய்விட்டதாகச் சொன்னான். அச்சத்தின் காரணமாகப் பேச்சு தடைபட்டிருந்திருக்காவிட்டால் அவனால் மூதாட்டியை எச்சரித்திருந்திருக்க முடியும். வேறெந்தச் சிந்தனையும் இல்லாததைப் போலவும் மூதாட்டியின் விதியை முடித்துவைப்பதற்காகவே அனுப்பி வைக்கப்பட்டதைப் போலவும் தென்பட்டது அந்தப் பாம்பு. எங்கிருந்தோ வந்து மூதாட்டி உட்கார்ந்திருந்த மண்டபப் படிக்கட்டில் ஊர்ந்து ஏறி அவளது காலடியில் சுருண்டது. மூதாட்டி அப்போது சற்றுக் கண்ணயர்ந்திருந்தாள். பாம்பின் அரவத்தையோ மூச்சுக்காற்றின் சீறலையோ உணராத அம்மூதாட்டியைக் கொல்வதற்குப் பாம்புக்கு எந்தப் பிரயத்தனமும் தேவைப்பட்டிருக்கவில்லை. அது தன் வாயைப் பிளந்ததையும் பிளவுபட்ட நாக்கைச் சுழற்றியதையும் சிறுவன் ஆச்சரியமாகப் பார்த்துக்கொண்டிருந்தான். தீண்டிவிட்டு உடனடியாகத் தப்பிச்செல்லும் அவசரம்கூட அதனிடம் தென்படவில்லை. சிரசை உயர்த்திச் சுருண்டு நின்று அவளது பலவீனமான தொண்டையிலிருந்து “ஹுக்” என ஒரு கேவல் எழுந்ததையும் கடைவாயில் நுரைதள்ளியதையும் உடல் வெட்டியிழுத்ததையும் பிறகு அடங்கியதையும் பதற்றமில்லாமல் பார்த்துக் கொண்டிருந்தது அது. பிறகு அந்த இளைப்பாறு மண்டபத்தின் மூன்றடி உயரமுள்ள

திண்ணையிலிருந்து நிதானமாக இறங்கி மேல்நோக்கிச் செல்லும் படிக்கட்டுகளில் இரண்டைக் கடந்து வலப்புறமாகத் தாவிக் காட்டின் அடர்ந்த இண்டம் புதர்களுக்குள் மறைந்தது. சிறுவனை அது பொருட்படுத்தவேயில்லை. அவன் சொன்ன அடையாளங்களை வைத்து யோசித்தபோது அந்த மலையடிவாரத்தில் வசிப்பவர்களுக்கு அது நாகம் என்பது புலப்பட்டது.

மூதாட்டியின் மரணம் ஆயிரத்து நூற்று எண்பத்தேழு படிக் கட்டுகளையும் ஒன்பது மண்டபங்களையும் கொண்ட, ஏற்கனவே ஆளரவம் குன்றியிருந்த அந்தப் பாதையைக் கிட்டத்தட்ட கைவிடப்பட்ட நிலைக்குத் தள்ளியிருந்தது. வெள்ளியங்கிரிப்புதூர் சுப்பிரமணியக்கவுண்டர், தன் வேண்டுதலை ஏற்றுத் தன் ஒரே மகள் அவளோடு ஒன்பதாம் வகுப்புவரை படித்த டெம்போ டிரைவருடன் ஓடிப்போயிருந்திருப்பதற்கான சாத்தியத்தைத் தடுத்து நிறுத்தியதற்கு நன்றியறிதலாக முருகனுக்குக் கட்டிவைத்திருந்த அற்புதமான அந்த இளைப்பாறு மண்டபம் பரதேசிகளால் ஆக்கிரமிக்கப்படுவதற்கும் மூதாட்டியின் மரணமே காரணமாயிற்று.

இரண்டு

அந்த மண்டபத்தில்தான் பெருந்தலைவர் காமராஜரின் சடலம் கண்டுபிடிக்கப்பட்டது. அதைக் கண்டு வந்து மலையடிவாரத்தில் வசிப்பவர்களுக்குச் சொன்னவன் எழுபது வயதைக் கடந்த ஒரு பரதேசி. மலை உச்சியில் முருகன் சன்னதிக்குப் பின்புறமுள்ள அன்னதானத் திட்ட மண்டபத்தில் தன் சகப் பரதேசிகளோடும் பக்தர்கள் சிலரோடும் உட்கார்ந்து சாப்பிட்டுவிட்டு அப்போது தான் கீழே இறங்கிக் கொண்டிருந்தான். பரதேசி தன்னந்தனி ஆளாக நடந்துவந்தான். மற்றவர்கள் ஏப்பம் விடுவதற்காகவும் ஐந்து மணிக்கு வரும் தேவஸ்தானப் பேருந்துக்காகவும் மலை உச்சியிலேயே காத்திருந்தார்கள். காமராஜரின் சடலத்தை முதலில் பார்க்க விதிக்கப்பட்டிருந்தவன் அவன்தான்.

மலையடிவாரத்தில் பூஜைப் பொருள்கள் விற்கப்படும் பதினாறு கடைகள் அடங்கிய எதிரும்புதிருமான இரண்டு வரிசைகள் இருந் தன. வரிசைகளின் முடிவில் கரும்பச்சை நிறத்தாலான சுவர்களை யுடைய தேவஸ்தான அலுவலகம் இருந்தது. பக்கத்தில் வனவளத்தின் முக்கியத்துவத்தை உணர்த்தும் அறிவிப்புப் பலகைகள் தொங்க விடப்பட்ட முதிர்ந்த வாகை மரம். பிறகு ஒரு காலியிடம். அப்பால் இருபதடி தள்ளிச் சந்தைத் திடல். அக்காலியிடத்தில் சந்தைத் திடலுக்கும் பூஜைப்பொருள் விற்பனை அங்காடி வரிசைகளுக்கும்

பொதுவான தூரத்தில் ஒரு சாப்பாட்டுக் கடை. பக்தர்கள் கூட்டம் அதிகமாக உள்ள புனித நாள்களில் அதில் தக்காளிசாதமும் தயிர் சாதமும் கிடைக்கும். மற்ற நாள்களில் வெறும் டீதான். பீடியும் சிகரெட்டும் எப்போதும் உண்டு. பரதேசி தனது ஓய்வு நேரங்களை அங்குதான் கழிப்பான்.

பரதேசி ஒரு செயின் ஸ்மோக்கர். அன்றன்றைய வசூலையும் கையிருப்பையும் பொறுத்து இடைவிடாமல் சிகரெட்டோ பீடியோ புகைத்துக் கொண்டிருப்பான்.

முன்பெல்லாம் பரதேசி வாரம் இரண்டு தடவை கஞ்சா அடிப்பான். கஞ்சா விற்பவர்களின் எண்ணிக்கை அருகிப்போய் விட்டபடியால் அந்தத் தேவலாகிரி இப்போது கிடைப்பதில்லை. ஆனால் அவனது ரத்தத்தில் அதன் வீரியம் எப்போதும் குறையாமல் இருந்துகொண்டிருந்தது. அதன் விளைவாகச் சில தருணங்களில் அவனது கற்பனாசக்தி நம்பமுடியாமல் பெருகும். விசித்திரமான கனவுகள் காண்பான். மலையிலிருந்து கீழே இறங்கி வரும்போது குரங்குகளுக்கு அஞ்சித் துணைக்கு எம்பெருமான் முருகனையே அழைப்பதுண்டு. முருகனும் அதை ஒரு கடமையாகக் கருதித் தனது தேவியரைச் சற்றுநேரம் தவிக்க விட்டுவிட்டு வேலாயுதத்தோடு பரதேசிக்குப் பக்கத் துணையாவான். உண்மையில் அது பரதேசியின் குருதியில் கலந்த கஞ்சாவின் துணை. அன்று துணைக்குவர முருகனுக்கு அவகாசம் கூடவில்லை. பரதேசி தன்னந்தனி ஆளாக இறங்க வேண்டியிருந்தது. எங்கும் நில்லாமல் வெள்ளியங்கிரிப்புதூர் சுப்பிரமணியக்கவுண்டரின் உபய மண்டபம்வரை வேகமாக இறங்கி வந்தவன் அங்கே சற்றுக் கண்ணயர நினைத்தான். அப்போதுதான் கிரானைட் பதிக்கப்பட்ட அதன் திண்ணையில் ஏறத்தாழ அதன் முழுப்பரப்பையும் ஆக்கிரமித்துக்கொண்டு காமராஜரின் சடலம் கிடந்ததைப் பார்த்தான்.

முதலில் அது காமராஜர் என்றோ சடலம் என்றோ பரதேசி கற்பனை செய்து கொள்ளவில்லை. முருகனைத் தரிசிக்க வந்த யாரோ ஒரு பக்தன் எனக் கருதியவன் தொந்தரவு செய்யாமல் அவரைக் கடந்துசெல்ல விரும்பினான். ஆனால் அந்த மனிதரின் தோற்றத்தில் தென்பட்ட அசாதாரணம் பரதேசியின் ஆர்வத்தைத் தூண்டியது. கன்னங்கரேலென்ற நெடிய உருவம். குறைந்தது ஆறடி யாவது இருக்கும். மல்லார்ந்து கால்களிரண்டையும் நீட்டியவாக்கில் படுத்திருந்தார். பார்க்க ரங்கநாதரைப் போல் இருந்தது. கண்களைப் பறிக்கும் தூய வெள்ளையில் கதர் வேட்டி, தொளதொளப்பான முக்கால் கைச்சட்டை. துண்டை நான்காக மடித்துப் பின் மண்டைக்குக் கொடுத்திருந்தார். பக்கத்தில் வெளிறிய நிறத்தில்

காந்தியின் படம் அச்சிடப்பட்ட துணிப்பையொன்று கிடந்தது. அதன் உப்பிய கோலத்தைப் பார்த்து உள்ளே ஏதாவது இருக்க வேண்டுமென நினைத்தான் பரதேசி. ஆளரவமற்ற, மொந்தை மொந்தையான உடல்களையுடைய மந்திகள் நடமாடும் இந்த இடத்தில் இப்படி வந்து படுத்துக்கொண்டிருக்கிறாரே இந்த மனிதர் என நினைத்து அவரை நெருங்கி முகத்தைப் பார்த்துத் தாளமுடியாத அதிர்ச்சிக்குள்ளானான் பரதேசி.

அது பெருந்தலைவர் காமராஜர்தான். தோற்ற ஒற்றுமை கொண்ட வேறு யாரோ அல்ல. பல கோணங்களில் நின்று பார்த்து உறுதிப்படுத்திக்கொண்ட உண்மை அது.

பரதேசிக்குக் குப்பென்று உடல் முழுவதும் வியர்த்துவிட்டது. மயிர்க்கால்கள் சில்லிட்டு, வற்றி, ஒடுங்கிப் பூனையைப் போல விறைத்த உடலுடன் நின்று அவரைக் கூர்ந்து பார்த்தான். அது கற்பனை. தன் குருதியில் உள்ளூறைந்து கிடக்கும் போதையின் விளைவான மனப்பிறழ்வு எனக் கற்பிதம் செய்துகொண்டு தன்னை மீட்டுத் திடப்படுத்திக் கொள்ள முயன்றான். பார்க்கப் பார்க்க தனது மனப்பிறழ்வின் தீவிரம் கூடிக்கொண்டே போவதை அறிந்த பரதேசி உடனடியாக அங்கிருந்து தப்பிச் செல்வதைப் பற்றியும் யோசித்தான். சூழ்ந்திருந்த மரக்கிளைகளில் தொற்றி நின்ற வானரப்படை தன்னை அல்ல அவரையே கூர்ந்து பார்த்துக் கொண்டிருந்ததைப் பார்த்தவன் ஏதாவது செய்யத் தீர்மானித்தான். உறக்கத்தின் ஆழாழியில் மூழ்கி பிரக்ஞையற்றுக் கிடக்கும் அந்த மாமனிதனுக்கு வானரங்களால் ஏதாவது தொந்தரவு ஏற்படுவதை அனுமதிப்பதைவிடக் கொடிய பாவம் வேறில்லை எனத் தோன்றியது பரதேசிக்கு. பிறகு அவன் எண்ணிய விடுதலை, கதி மோட்சம் கைகூடுவதற்கு முக்காலத்திலும் வாய்ப்பில்லை. சாதாரணமான ஒரு செயல், “கொரங்கு நெறையா இருக்குது, பாத்து இருங்க” என வெறுமனே எச்சரித்தால்கூடப் போதும். அவன் அவரை அழைக்க நினைத்தான்.

எப்படி அழைப்பது?

தலைவரே என்றா? பெருந்தலைவரே என்றா? பரதேசி யோசித்தான். நாடார் ஐயா என அவருக்குள்ள மற்றொரு பெயர் நினைவுக்கு வந்தது. அந்தரங்கமான நண்பர்கள் அவரை அப்படித் தான் அழைத்தார்கள். அதைப் பற்றி அவன் படித்திருக்கிறான். அதைவிட அதிகமாகக் கேள்விப்பட்டிருக்கிறான். அப்படி அழைப்பதில் இடைவெளிகளைக் குறைக்கும் ஒருவித நெருக்கம் இருக்கிறது. மிகத் தயங்க வேண்டியிருக்கும் என்றாலும் அவனாலும் அவரை அப்படி அழைக்க முடியும். கைக்கெட்டாத் தொலைவில்

எங்கோ கண்காணாமல் இருந்துகொண்டிருந்தவர் இவ்வளவு நெருங்கி வந்திருக்கிறார். பெரும்பேறு இது. பரதேசியின் மனம் பரவசத்தில் மூழ்கத் தொடங்கியது. விடுதலை கைகூடிவிட்டது போல் தோன்றியது. கதிமோட்சம் என்பது இனிக் கற்பனையில்லை. தன்னையும் இவ்வுலகையும் கடைத்தேற்றும் ஓர் அற்புத நிகழ்வுக்கு அவன் சாட்சி. அவனே அதைக் கண்டறிந்து உலகுக்கு அறிவிப்பவனாகவும் இருப்பான். பரதேசி தன்னை மறந்தான். காலத்தையும் மறந்தான்.

"ஐயா"

"ஐயா, நாடார் ஐயா"

"நாடாரய்யா கொஞ்சம் கண்ணெத் தெறங்க"

நாடாரய்யாவிடம் எந்தச் சலனமும் இல்லை.

குரலைச் சற்று உயர்த்தினான். மேலும் உயர்த்தினான். எதற்கும் அசைவில்லை. பிறகு தொண்டையைச் செருமிக்கொண்டு வனம் நடுங்க ஒரு பெரும் கூச்சல்.

"நாடாரய்யா ஆஆஆஆ"

பரதேசி திகைத்துப் போனான். ஒரு கணம் தன் வழியைப் பார்த்துக்கொண்டு போய்விடலாமா என்றுகூட யோசித்தான்.

அது மனசாட்சியற்ற செயல். ஒரு முதியவர், மாமனிதர் எனப் போற்றப்படுபவர், இந்த நட்டநடுக்காட்டில் அவரை நிராதரவாக விட்டுவிட்டுப் போவது கொடுங்குற்றம். பிறகு நரகமே கிட்டும்.

பரதேசி அவரை ஒருமுறை நேரில் பார்த்திருந்தான்.

அப்போது அவன் எட்டாம் வகுப்போ ஒன்பதாம் வகுப்போ படித்துக்கொண்டிருந்தான். திறப்புவிழா ஒன்றில் கலந்து கொள்வதற்காக அவர், அவன் பிறந்த ஊருக்கு வந்திருந்தார். அவர்மீது அவன் மிகுந்த மரியாதை வைத்திருந்தான். கல்விக்கண் கொடுத்த தெய்வம் என அவனுடைய தாய் அவரைப் பற்றிச் சொல்லிக் கொண்டிருந்தார். அந்தத் தெய்வத்தை நேரில் பார்க்கும் ஆவலில் அவன் அந்த விழாவுக்குப் போயிருந்தான். கூட்டம் அதிகம். எனினும் முண்டியடித்துக்கொண்டு மேடைக்கு அருகில் போவதற்கு அவனால் முடிந்திருந்தது. அவன் அவரது பார்வையின் நேர்க் கோட்டில் கீழே தரையில் சம்மணமிட்டு உட்கார்ந்திருந்தான். மேடையில் யார் யாரோ பேசிக்கொண்டிருந்தார்கள். உரக்கக் கத்திக்கொண்டிருந்தார்கள். அறைகூவல்களும் சவால்களும் காற்றைப் பிளந்து கொண்டிருந்தன. அவர் முகத்தைச் சுளித்துக்கொண்டார். பார்வையில் கசப்பு மண்டிக்கொண்டிருந்தது. அவமானத்துக் குள்ளாக்கப்பட்டவரைப் போல் அடிக்கடி கண்களைத் தாழ்த்திக்

கொண்டார். அவன் கண்கொட்டாமல் பார்த்துக் கொண்டிருந்தான். ஒரு தருணத்தில் தற்செயலாக அவரது கண்களை நேருக்கு நேர் சந்திக்க முடிந்தது. அவருங்கூட அவனைக் கவனித்ததுபோல் தோன்றியது. பிறகு என்ன காரணத்தாலோ அவரது பார்வை அவன்மீது கவியத் தொடங்கியது. கண்களின் ஒளி கற்றையாக எழுந்து தன்னைத் துளைப்பதுபோல் அவன் கற்பனை செய்து கொண்டான். இமைகளைச் சிமிட்டக்கூடத் தோன்றவில்லை. அவரது பார்வை தீண்டிய பரவசத்தில் திளைத்துக் கொண்டிருந்த போது அவர் அவனைப் பார்த்துப் புன்னகைத்தார். பிறகு வேறெதையும் பார்ப்பதற்கு அவன் விரும்பவில்லை.

கூட்டம் முடிந்து அவர் புறப்பட்டபோது பின்தொடர்ந்து முண்டியடித்த கூட்டத்தோடு சேர்ந்து அவன் அவரை நெருங்கினான். எல்லோருக்கும் அவரைத் தீண்டிப் பார்த்துவிடும் ஆவல். கதவைத் திறந்துவைத்துக்கொண்டு தனக்காகக் காத்திருந்த தன் சாரதியை அவர் பொருட்படுத்தவில்லை. சிலர் அவரது கைகளைப் பற்றிக் குலுக்கினார்கள். வேறு சிலருக்கு அவரது வைரம்பாய்ந்த தேகத்தின் ஏதாவதொரு அணுவைத் தீண்டும் வாய்ப்புக் கிடைத்தது. அதற்கே அவர்களது முகங்களில் பரவசம். அவரைத் தீண்டும் ஆசையில் அவன் தன்னைச் சூழ்ந்திருந்த கூட்டத்தைப் பிளக்க முயன்றான். கிடைத்த இடைவெளிகளில் தன் நோஞ்சான் உடம்பைப் புகுத்து வதற்கும் முற்பட்டான். பிறகு குனிந்து பரிதவிப்போடு அலைந்து கொண்டிருந்த பல ஜோடிக் கால்களுக்கிடையில் புகுந்து நெருங்கிய போது அவர் காருக்குள் உட்கார்ந்திருந்தார். அறைந்து சாத்தப்பட்ட கதவை எட்டிப் பிடித்து நிறுத்தவும்கூட அவன் துணிந்தான். ஆனால் கார் புறப்பட்டிருந்தது.

உலகின் மகத்தான மனிதர்களுள் ஒருவரைத் தீண்டுவதற்குக் கிடைத்த வாய்ப்பு அவ்விதம் நழுவிப் போயிருந்தது. அவன் அதற்காகப் பலநாள்கள்வரை அழுதுகொண்டிருந்தான். அதைப் பார்த்த அம்மா கோபப்பட்டாள்.

“பைத்தியக்காரா இதுக்குப் போயி ஏன்டா இப்பிடி அழுது கிட்டிருக்கறே? எந்துருச்சு வந்து சோத்தத் தின்னு” சொல்லிவிட்டுக் காணாததைக் கண்ட அதிசயத்துடன் பெருங்குரலெடுத்துச் சிரித்தாள்.

அந்த வாய்ப்பு மட்டும் அப்போது கை நழுவிப்போகாமல் இருந்திருந்தால் அது தான் பெற்ற பேறுகளில் ஒன்றாக இருந்திருக்கும் என நினைத்தான் பரதேசி. பிறகு அவன் பாவங்களால் சூழப் பட்டிருக்க மாட்டான். கொடிய துரோகங்களுக்கு மனம் துணிந்திருக் காது. குற்றங்களின் மூர்க்கமான பிடிகளில் சிக்காமல் தப்பியிருந்திருக்க

முடியும். குற்ற உணர்வின் சுமை தாளாமல் பரதேசிக் கோலம் கொண்டு, சோற்றுக்கு இறைஞ்சிப் படிக்கட்டுகளிலும் உபய மண்டபங்களிலும் அலைந்து திரிந்து கொண்டிருக்கும்படி நேர்ந்திருக் காது. நினைவுகளின் குத்தல்களிலிருந்து தப்புவதற்காகக் கஞ்சாவின் போதைக்குள் புதையுண்டு போக வேண்டிய சாபத்துக்கும் இரையாகியிருந்திருக்க வேண்டியதில்லை.

கைநழுவிப்போன அப்பெரும்பேறு சற்றும் எதிர்பாராத வகையில் இப்போது கைகூடி வந்திருக்கிறது. வெறும் தீண்டல் அல்ல, உடம்பின் ஏதோ ஓர் அணுவும் அல்ல. மகத்தான அந்த மாமனிதர் தன் முழு ஆகிருதியுடன் அவனைத் தேடிக்கொண்டு வெகு அருகில் வந்திருக்கிறார். மீட்சிக்கான சாளரங்கள் திறந்திருக் கின்றன. இப்போது அவரைத் தழுவிக்கொள்ளக்கூட முடியும். வாழ்வின் சாபங்களால் கல்லாகி உறைந்த உயிர் உருகியெழக் கிடைத்திருக்கும் அற்புதமான வாய்ப்பு. புரிந்த பாவங்களிலிருந்து பரதேசிக்கு இப்போது விடுதலை. சாபவிமோசனம்.

இப்படிக்கட்டுகளும் உபய மண்டபங்களும் உடுத்தியுள்ள துறவாடையும் ஏந்தியுள்ள திருவோடும் ஒருபோதும் விடுதலையைத் தரப்போவதில்லை. புகல் எனக் கொண்ட முருகக் கடவுள் மீட்சிக்கான சாளரங்களைத் திறந்துவைப்பவனுமல்ல. வெறும் கல். பாவிகளே மயில்வாகனனைத் தேடிவந்து தொழுபவர்கள். பாலும் தேனும் சந்தனமும் கொண்டு அவனைக் குளிர்விப்பவர்கள். வழிபாடு ஆன்ம விடுதலையல்ல, பேரம். திருடர்களும் கள்ளச் சந்தைக் காரர்களும் மோசடிப் பேர்வழிகளும் தரகர்களும் சூதாடிகளுமே இங்கு வருபவர்கள். மனமுருக வேண்டுவது கொள்ளை லாபம் பார்க்க. வேண்டுதல் பலித்துவிட்டால் வெற்றிவேல் முருகனுக்குக் கொள்ளையில் மனமுவந்து ஓர் அற்பப் பங்கு. உபயமாக ஒரு வெள்ளி வேல் அல்லது இளைப்பாறு மண்டபம். பரதேசி தானே அப்படிப் பேரம் பேசியவன்தான். பெற்ற லாபத்தைக் காத்துக் கிடக்கும் தெய்வங்களுக்குக் கொஞ்சம் கிள்ளிக்கொடுத்தவன். சட்டியில் உள்ளதைத்தானே அகப்பையில் அள்ள முடியும்?

பரதேசி சில நாள்களில் நகர்வலம் போவான். இவ்வாழ்க்கையின் பின்னால் தலைதெறிக்க ஓடிக்கொண்டிருப்பவர்கள் யாரும் நகர்வலம் போகும் பரதேசியைக் கவனிப்பதில்லை. ஆனால் பரதேசி எல்லாவற்றையும் கவனிக்கிறான். நெரிசல் மிகுந்த தெருக்களில் நிராசையோடு அலையும் வறியவர்களை, துர்நாற்றத்தைப் பற்றிய கவலையின்றிப் பெருகிவழியும் சாக்கடைகளின் விளிம்புகளில் மல்லார்ந்து கிடக்கும் பைத்தியக்காரர்களை, சில்லறையைக் குலுக்கிக் கொண்டு தம் பஞ்சடைந்த பார்வையால் எல்லோரையும் பின்

தொடர்ந்துகொண்டிருக்கும் பிச்சைக்காரர்களை, வற்றிய முலை களோடு இருளுக்குள்ளிருந்து அழைக்கும் வேசிகளை, தட்டுத் தடுமாறிக்கொண்டு எங்கிருந்தாவது புறப்பட்டு ஏதாவதொரு இடத்துக்குச் செல்ல முற்படும் முதியவர்களை, வீறிட்டழும் குழந்தை களை, பிட்டங்களால் நகர்ந்து செல்லும் முடவர்களை, எதன் மீதாவது மோதிக்கொண்டு சரியும் குடிகாரர்களை, கண்ணாடி வளையல்கள் குலுங்கக் கைகளைத் தட்டி அச்சுறுத்தும் பாவனையில் தம் மழிக்கப்பட்ட முகங்களைக் காட்டிப் பிச்சை கேட்கும் அரவாணி களை, வேசிகளைப் போல தம் வாடிக்கையாளர்களைக் கூவி யழைத்துக்கொண்டிருக்கும் வியாபாரிகளை, முகத்தைச் சுழித்துக் கொண்டு கடந்து செல்லும் செல்வந்தர்களை, இறுகிய முகங்களுடன் நடமாடும் முகம் கடுத்த அதிகாரிகளை, நம்பிக்கையூட்டும் வாக்கிய மொன்றை உச்சரித்தபடி கள்ளச் சிரிப்புடன் விடைபெறும் தலைவர் களை, கரகோஷமெழுப்பிக் கொண்டிருக்கும் தொண்டர்களின் சாம்பல் பூத்த முகங்களை, பிளாட்பாரங்களை, கடைத்தெருக்களை, பள்ளிக்கூடங்களை, வணிக வளாகங்களை, பூங்காக்களை, பேருந்து நிலையங்களை, திரையரங்குகளை, காவல்நிலையங்களை, யாராவது யார் மீதாவது வசைமாரிப் பொழிவதை, யாராவது யாரையாவது அடித்து நொறுக்குவதை, யாரோ ஒருவருடைய காயங்களிலிருந்து குருதி பெருகுவதை, யாரோ ஒருவன் களவாடப்படுவதை, யாரோ ஒரு சிறுமி புதர்களுக்குள் தூக்கிச் செல்லப்படுவதை, ஏதாவதொரு மறைவிடத்தில் யாராவது கொல்லப்படுவதை, யாராவது யாரை யாவது துரத்திச் செல்வதை, யாரிடமிருந்தாவது யாராவது தப்பிச் செல்ல முற்படுவதை, யாராவது தற்கொலை செய்து கொள்வதை, யாரோ ஒருவருடைய ஓலத்தை, யாராவது யார் மீதாவது கருணை காட்டுவதைப் பரதேசி ஒரு சாட்சியம்போல அமைதியாக நின்று பார்த்துக்கொண்டிருக்கிறான். பெருமூச்சு விடுகிறான். திருவோட்டில் விழும் ஒவ்வொரு பருக்கையும் பாவங்களின் ஒவ்வொரு கவளம் என நினைத்துக்கொள்கிறான். அதுபோன்ற தருணங்களில் கசப்பானதாகவோ வேறு எவ்விதமாகவோ அவனது உதடுகளில் புன்னகை அரும்புகிறது.

வாழ்வதே குற்றம் எனத் தோன்றியது பரதேசிக்கு.

வாழ்வது குற்றமென்றால் வாழ்வு சாபமென்றாகும். கொடிய சாபம்.

கோவணாண்டியானாலும் பெரும் பணக்காரனானாலும் அதிலிருந்து தப்ப வழியில்லை என நினைத்தான் பரதேசி. தனது தகன மேடையில் எஞ்சியிருந்த பிடி சாம்பலிலிருந்து உயிர்த்தெழுந்து தூய்மையின் அடையாளமான கதராடையுடுத்த மேனியனாய் உபய

மண்டபத்தில் கால்களை நீட்டி மல்லார்ந்து கிடக்கும் இம்மாமனிதனின் கரங்கள் ஒருவேளை விமோசனத்திற்கான சாளரங்களைத் திறந்துவைக்கலாம்.

அதற்கு முதலில் அவர் அறிதுயில் நீங்கி எழ வேண்டும். பரதேசி அவரை நெருங்கினான்.

நடுங்கும் விரல்களால் சில்லிட்டு விறைத்துப்போயிருந்த அந்த உடலைத் தீண்டவும் முற்பட்டான்.

மூன்று

மாஸ்டர் தனது வாடிக்கையாளர்களுக்காகக் காத்திருந்தான். அது எந்தப் புனிதமும் அற்ற ஒருநாள். புனிதமற்ற நாள்களில் யாரும் தெய்வத்தை நினைக்க வேண்டியதில்லையென்பதால் மாஸ்டர் பக்தர்களின் வருகையை எதிர்பார்ப்பதுமில்லை. அப்போது சோற்றுக்கு வீங்கிய பரதேசிகளே மலை ஏறுகிறார்கள். வயிறு புடைக்கத் தின்றுவிட்டுக் கீழே இறங்கி வரும்போது ஒரு டீ குடிக்கிறார்கள். சிகரெட்டோ பீடியோ வாங்குகிறார்கள். சில்லறை அதிகமாகச் சேர்ந்திருந்தால், “ரண்டு டீ, ரண்டு வடை, சிசர் பில்டர் ஒரு பாக்கெட்” இல்லாவிட்டால், “ஒரு ரூபாய்க்குப் பத்தாம் நம்பர் பீடி.” சமயங்களில் அதையும் கடனாகக் கொடுக்க வேண்டியிருக்கும். “இன்னைக்குத் தரித்திரம் புடிச்சவனுகளா வாறானுக. தட்டங் காணிக்கைக்கே பழைய எட்டணாவக் கொண்டாந்து போடறானுக. முருகனுக்கே தரித்திரம். பரதேசிக்கு யாரு போடுவா?” எனக் கடன் வாங்குவதற்குக் காரணம் கற்பிக்கிறார்கள். மாஸ்டர் அந்தப் பரதேசிகளுக்காகவே காத்திருந்தான். இன்னும் ஒன்றரை லிட்டர் பால் மிச்சமிருக்கிறது. தட்டில் உலர்ந்து, இறுகிய பத்துப் பன்னிரண்டு வடைகள். பின்புறக் குடிலில் பகல் நேரப் புணர்ச்சி தந்த களைப்பில் மனைவி தூங்கிக்கொண்டிருக்கிறாள். பிள்ளைகளைக் காணோம்.

“தரித்திரம் புடிச்சதுகள்” எனத் தொடர்ந்து முணுமுணுத்துக் கொண்டிருந்தான் மாஸ்டர். ஒரு குளியல் போட்டாலென்ன எனவும் யோசித்தான். யோசனை குளியலைப் பற்றியதல்ல. தண்ணீரைப் பற்றியது. பொடக்காணியில் உள்ள சிமெண்ட் தொட்டியில் இருந்த சிறிதளவு தண்ணீர் இருவருக்கும் புட்டங்களைக் கழுவிக்கொள்வதற்கே போதவில்லை. கவுச்சி வாடையால் உடல் நாறிற்று. “ஒரு ரண்டு கொடம் தண்ணியெடுத்துத் தா” எனக் கேட்டதற்கு, “ஹுக்கும்” எனத் தோள்பட்டையில் முகத்தை இடித்துக்கொண்டு போனாள் மனைவி. மாஸ்டருக்கு ஆத்திரம் பெருகியது.

“மொவறயப் பாரு, கொரங்காட்ட” என அவளைப் புண் படுத்தும் வசையொன்றைச் சுண்டியெறிந்துவிட்டு டீ மேசைக்கு வந்தான்.

“ஏ எம்பட மொவறக்கு என்ன? இப்ப உனக்கு நா கொரங்கு. சித்த நேரத்திற்கு முன்னால எப்பிடித் தெரிஞ்செ?” என உரத்த குரலில் அவள் அவனுக்குப் பதிலடி தந்தாள். பிறகு அங்கிருந்து எந்தச் சத்தமுமில்லை.

புனித நாள்களில் இப்படி இருக்க முடியாது. அதிகாலை இரண்டு மணிக்கெல்லாம் எழுந்துவிட வேண்டும். அந்த நேரத்தில் அடிபம்பில் அவ்வளவு கூட்டம் இருக்காது. மாஸ்டர் ஏழெட்டு பிளாஸ்டிக் குடங்களை எடுத்துக்கொண்டு போவான். பம்ப் அடித்து ஒவ்வொரு குடமாக நிரப்பி வைப்பான். தூக்கக் கலக்கத்திலிருந்து முழுமையாக விடுபட்டிருக்காத பிள்ளைகள் இருவரும் சிணுங்கிக் கொண்டே அவற்றை வீடு கொண்டுவந்து சேர்ப்பார்கள். ஆறேழு குடங்களுக்குப் பிறகு மாஸ்டருக்கு மூச்சிரைக்கும். அந்த நேரத்தில் மனைவி அடுப்பை மூட்டியிருப்பாள். மலையிலிருந்து இறங்கிவரும் பக்தர்களின் பசிக்கு எதையாவது செய்து தயாராக வைத்திருக்க வேண்டும்.

பிள்ளைகளைப் பள்ளிக்கூடத்துக்கு அனுப்பிவைத்துவிட்டுத் தக்காளி சாதத்துக்கும் தயிர்சாதத்துக்கும் ஏற்பாடு செய்ய வேண்டும். தரிசனத்தை முடித்துக்கொண்டு இறங்கிவரும் பக்தர்கள் பதினோரு மணிக்கெல்லாம் கடையை முற்றுகையிடத் தொடங்கியிருப்பார்கள். கூட்டம் தணிய நள்ளிரவாகிவிடும். பால் பாத்திரங்களைக் கழுவி வைத்துவிட்டு சைக்கிளில் குடங்களைக் கட்டித் தொங்கவிட்டுக் கொண்டு நல்ல தண்ணீரைத் தேடி நகரம் முழுவதும் சந்து சந்தாக அலைய வேண்டியிருக்கும். படுக்கையில் விழும்போது நேரம் என்னவாக இருக்கும் என்பதை அவன் ஒருபோதும் கவனித்ததில்லை.

படுத்தவுடன் கரிப்புகை மண்டிய தணிவான கூரையைக் கொண்ட மிகச்சிறிய அந்த வீட்டுக்குள் குறட்டையின் பேரொலி சூழும். சில நாள்களில் மனைவியுடனான சண்டையால் நிரம்பும். அப்போதெல்லாம் அவள் அவனை விட்டுப் போய்விடப் போவதாக அச்சுறுத்துவாள். தற்கொலை செய்துகொள்ளப் போவதாக மிரட்டுவாள். மண்ணெண்ணெயைத் தலையில் சரித்துக்கொண்டு தீக்குச்சியை உரச முயன்றுகொண்டிருப்பாள். அதுபோன்ற தருணங் கள் மாஸ்டருக்குப் பயங்கரமானவை. அவனை மனப் பிறழ்வின் செங்குத்தான படிக்கட்டுகளில் தலைகீழாக இழுத்துச் செல்பவை. சண்டை முடிவுக்கு வர இருவருக்குமே சோர்வு மிக வேண்டும். குரல் வலுவிழந்து, கண்கள் இருள வேண்டும். அல்லது அவளுடைய

இரு பிள்ளைகளில் யாராவதொருவர் விழித்துக்கொண்டு மருளும் கண்களுடன் எழுந்து உட்கார்ந்து கொள்ள வேண்டும். அப்போது அவள் பீதியடைவாள். எவ்வித உடன்படிக்கையுமில்லாமல் திடீரெனப் பின்வாங்கிக்கொண்டு மிகச்சிறிய அவ்வீட்டின் இருள்மண்டிய மூலையொன்றில் பிள்ளைகள் இருவரில் யாரையாவது அணைத்துக் கொண்டு முடங்கிவிடுவாள். மாஸ்டர் எழுந்து வெளியே வந்து விடுவான். வாடிக்கையாளர்களுக்குரிய மரப்பெஞ்சுகளில் ஒன்றில் லுங்கியைக் காலோடு தலையாக இழுத்துப் போர்த்துக்கொண்டு கொசுக்களின் பிடுங்கலைச் சகித்துக்கொண்டு கொஞ்சமேனும் தூங்க முயல்வான். தெருவில் யாராவது குடங்களுடன் நடமாடத் தொடங்கும் அரவம் அவனை விழித்தெழச் செய்யும். வாரிச் சுருட்டிக் கொண்டு எழுந்து குடங்களைச் சேகரிக்கத் தொடங்கிவிடுவான். குடிசையின் படலைத் தள்ளித் தெரு விளக்கின் வெளிச்சத்தைப் படரச் செய்து, “பசங்கள எழுப்பியுடு” என அவளுக்குச் சொல்லிவிட்டு, அடி பம்பை நோக்கிப் பதற்றத்துடன் விரையத் தொடங்குவான். அவள் பிள்ளைகளைத் தட்டி எழுப்பி, குடங்களுடன் அவனைப் பின்தொடர விட்டுவிட்டு அடுப்பைப் பற்ற வைக்க முற்படுவாள். பிறகு ஏதாவதொரு தருணத்தில் மலைமேலிருந்து கந்தர்சஷ்டி ஒலிக்கத் தொடங்கும். அது செவிகளில் விழும் முதல் கணத்தில், “அப்பனே, ஆண்டவா, முருகா” என முணுமுணுப்பதற்கு இருவரில் யாருமே தாமதிப்பதில்லை. அவள் அடுப்படியிலும் அவன் அடிபம்பிலும் என வெவ்வேறு இடங்களில் இருந்தாலும் இருவருடைய முணுமுணுப்பும் காற்றின் ஏதாவதொரு புள்ளியில் சந்தித்து இணையத் தவறியதில்லை.

புனிதமற்ற நாள்கள் மாஸ்டருக்குப் பயனற்றவை. செய்வதற்கு ஒன்றுமே இல்லாமல் வேடிக்கை பார்த்துக் கொண்டு உட்கார்ந்திருக்க வேண்டும். டீயோ பீடியோ கேட்டு வரும் வாடிக்கையாளர்களிடம் பேச்சுக் கொடுத்துக்கொண்டே எஞ்சியிருக்கும் வடை, போண்டாக்களில் ஒன்றிரண்டையாவது தள்ளிவிட்டுவிட வேண்டும். மீந்ததை இரவு ரசத்துக்குக் கடித்துக்கொள்ளலாம். பிற்பகல் மூன்று மணிக்குப் பேச்சே உயிராகக்கொண்ட தறிகாரர்கள் வருவார்கள். டீயில் சர்க்கரை இருக்கிறதா உப்பு இருக்கிறதா என்பதுகூடத் தெரியாமல் பேச்சில் வசமிழக்க அவர்களுக்கு மட்டுமே முடியும். “விஷயந் தெரியுமா நம்ம மோகன் அந்தச் சுருட்டத் தலக்காரியக் கூட்டிக்கிட்டு ஓடிட்டே?”

“எந்தச் சுருட்டத் தலக்காரி?”

“மேக்கால பொரச மேட்டுல இருந்து வருவாளே, ஏயெம்மாரு பட்டறைல நூல் போட்டுக்கிட்டிருந்தாளே, செவந்தாப்பல கொஞ் சொ ஒசரமா இருப்பா”

“அவளா?”

“அவதே”

“அவ ஊரறிஞ்ச தேவுடியாளாச்சே?”

“சும்மா வாய்க்கு வந்தாப்பல தேவுடியா கீவுடியான்னு பேசாத”

“தேவுடியாளத் தேவுடியான்னு சொல்லாம வேற எப்படிச் சொல்றது?”

“நீ கண்டயா? காங்காம ஒரு பழம பேசப்படாது”

“அதெல்லா கண்டுதேம் பேசுது”

“செரி இருந்துட்டுப் போவுட்டு, நம்புளுக்கென்ன? அவவ தேவைக்கு அவவ போறா”

“அதச் சொல்லு”

“மோவனுக்குப் பொண்டாட்டி புள்ளையிருக்குதே, அதிலீமு ஒண்ணு பொட்டப் புள்ள. இன்னார வயுசுக்கே வந்துருக்கு மாப்பறொ?”

“அவ இனி என்ன பண்ணுவாளோ காணா”

“எவொ?”

“மோவம் பொண்டாட்டி”

“இவனாட்ட அவளுமு எவனையாச்சுங் கூட்டிக்கிட்டு ஓட வேண்டீதுதே”

“அல்லாரு அப்பிடியே இருப்பாங்களாக்கு?”

“எந்தப் பொம்பள பொறக்கீல தேவடியாளா பொறக்கறா? சந்தர்ப்பஞ் சூழ்நெல என்னமோ அப்பிடிக் கொண்டுபோயி உட்டுறுது”

“அது செரியே, என்ன பண்ணுவா பாவம்? இந்தத் தெள்ளவாரி உட்டுட்டு வந்தாப்பல அவ உட்டுப்புட்டு வந்தர முடியுமா? பெத்தவ, எதையாவதொண்ணப் பண்ணிக் காப்பாத்தத்தான பாப்பா?”

“எதுக்கப்பா பொளப்பத்த பேச்சுப் பேசிக்கிட்டிருக்கறீங்க? அவனவம் பொளப்பே நாறிக் கெடக்குது. இன்னத்த நாத் தேரு. கைல சல்லிப் பைசாவக் காணா. எவங்கிட்டப் போயித் தலையச் சொறிஞ்சுக்கிட்டு நிக்கறதுன்னு தெரில”

“சொறியறதுக்கு மசுரு வேணுமல்லொ? சட்டியக் கவுத்து வெச்சாப்பல மண்டைய வெச்சுக்கிட்டு எனத்தச் சொறியறது?”

பேச்சுயரச் சிரிப்புயரும்.

மாஸ்டர் அவர்களோடு சேர்ந்து சிரிப்பான். நகரின் ஏதாவ தொரு டீக்கடையில் தன்னைப் பற்றியும் இப்படிப் பேசிச் சிரிப்பதற்கு யாராவது இருந்து கொண்டிருப்பார்களா என யோசிப்பான். மனதில் அதுபற்றிய பயங்கரமான கற்பனைகள் மூளும். கசப்பு விழுங்க முடியாத அளவுக்குத் தீவிரம் கொள்ளும். பிறகு அவன் மௌனமாகி விடுவான். கடையைச் சீக்கிரமே எடுத்து வைத்துவிட்டு மனத்தின் புயலைத் தணிக்கப் பரதேசியைத் தேடிக்கொண்டு போவான். அடிவாரக் காட்டின் தனிமையில் ராட்சத ஆமை யொன்றின் கவிழ்ந்த உடலைப் போலத் தட்டையாகக் கிடக்கும் பாறையொன்றின் மீது எதிரெதிராக மண்டியிட்டு உட்கார்ந்தபடி இருவரும் குடிப்பார்கள். போதை மிகும்போது மாஸ்டர் கண்ணீர் விட்டு அழத் தொடங்கிவிடுவான்.

“தப்புப் பண்ணிப்புட்டெம் பெருசு, பெரிய தப்புப் பண்ணிப் புட்டெ. பொண்டு புள்ளைகள உட்டுப்புட்டு இவளோட வந்துட்டனே, அங்க அதுக செத்துதா பொளச்சுதான்னு தெரீலியே”

“அழுவாத மாஸ்டர், எல்லாஞ் செரியாப் போயிரு”

“என்ன செரியாப் போயிரும் பெருசு?”

ஆறுதலை வேண்டுபவனைப் போலத் தன் வாழ்வின் எல்லா ரகசியங்களையும் வெட்கமோ அவமானமோ இன்றிப் பரதேசியின் கருணையின் ஆழம்கொண்ட திருவோட்டினுள் தலைகீழாகக் கவிழ்த்துத் தன் துக்கத்தின் கலயங்களை வெறுமையாக்கிக் கொள் வான். பரதேசி கேட்டுக்கொண்டு அமைதியாக இருப்பான். அவனுக் குள்ளும் ஒரு விம்மல் எழுந்து தணிவது போல் தோன்றும். பிறகு தொண்டையைச் செருமிக்கொண்டு திடமான குரலில் பேசத் தொடங்குவான். பிறப்பின் அபத்தம் பற்றியும் இருத்தலின் அவஸ்தை கள் பற்றியும் வாழ்வின் அர்த்தம் குறித்தும் அவன் பேசிக்கொண்டு போவதில் ஒரு சொல்லும் மாஸ்டருக்குப் புரியாது. அவனை ஒரு ஞானியெனக் கற்பனை செய்துகொண்டு போதை தலைக்கேறிச் சரியும்வரை கைகட்டி அவன் முன்னால் பவ்யமாக உட்கார்ந் திருப்பான்.

பிறகு அதை நினைத்து வெட்கமடைவான். தன் அந்தரங் கங்களைக் கொட்டிவிட்டதைக் குறித்தும் பரதேசியை ஞானியெனக் கற்பனை செய்துகொண்டதைக் குறித்தும் உருவாகும் வெட்கம்.

நான்கு

பரதேசிக்கு மூச்சிரைத்தது. வியர்த்துக் கொட்டியது. மீதமிருந்த ஐநூற்று நாற்பது படிக்கட்டுகளையும் ஒரே வீச்சில் கடக்க முயன்றிருந்தான். கால்கள் பின்னிக்கொண்டன. ஒரு சமயம் கண்கள் இருளத் தென்பட்ட உபய மண்டபமொன்றின் சுவரில் சாய்ந்து கொண்டான். கண்டது வெறும் தோற்றமோ? குருதியில் கலந்துவிட்ட கஞ்சாவின் போதை தந்த மயக்கமோ? வருடங்களுக்கு முன்பே பற்றிக் கொண்டுவிட்ட மனப்பிறழ்வின் விளைவோ? யோசித்தபடியே அடிவாரத்தை எட்டியபோது கொஞ்சம் திடப்பட்டிருந்தான். பதற்றத்தைத் தணித்துக்கொள்ள ஏதாவது இருக்கிறதா எனத் தன் அழுக்கேறிய காவிப்பைக்குள் கையைவிட்டுத் துளாவியதில் ஒன்றுமே கிடைக்கவில்லை. சிகரெட் வாங்குவதற்காகவே மாஸ்டரின் டீக்கடைக்கு வந்தான். டீக்கடைப் பெஞ்சில் இரண்டு பேர் உட்கார்ந் திருந்தனர். எதிரே ஒருவன் நின்றுகொண்டிருந்தான். நின்று கொண்டிருந்தவன் உட்கார்ந்து கொண்டிருந்தவனிடம் ஏதோ கேட்டுக் கொண்டிருந்தான். மாஸ்டர் டீ ஆற்றிக்கொண்டிருந்தான். அவன் மனைவி துருவேறிய நாற்காலியொன்றில் கால்களை மடக்கி உட்கார்ந்தபடி எதையோ மென்றுகொண்டிருந்தாள். எல்லோருமே சாதாரணமாகத் தென்பட்டார்கள். யாரையாவது பார்த்தவுடன் புன்னகைப்பதற்கு எல்லோருக்குமே முடிந்திருந்தது. உலகின் மகத்தான மனிதர்களில் ஒருவர் அம்மலைப்பாதையின் உபய மண்டபமொன்றில் அரிதுயில் கொண்டிருப்பது பற்றிய தகவல் யாருக்கும் தெரிந்திருக்கவில்லை. பரதேசி தன் கண்களைச் சந்திக்க முயன்றுகொண்டிருந்ததை மாஸ்டர் கவனித்தான். பனித்திருந்த சாம்பல் நிறக் கண்களில் எதையோ கேட்கவோ சொல்லவோ முற்படும் தவிப்பு.

“தீப்பெட்டி வேணுமா பெருசு?”

பரதேசி பதில் சொல்லவில்லை. மாஸ்டர் கொதித்துக் கொண்டிருந்த பால் பாத்திரத்திற்குள் அலுமினியக் கரண்டி ஒன்றை விட்டு மூர்க்கமாகத் துளாவினான். தம்ளர்களை அலசினான். வேறு என்ன செய்வதெனத் தெரியாததால் சும்மா இருக்க முடிவு செய்தான்.

“டீ சாப்பிடறியா பெருசு?”

பரதேசி அதற்கும்கூடப் பதிலளிக்கவில்லை. பார்வை இன்னும் துளைத்துக்கொண்டிருந்தது.

“என்ன பெருசு? ஒரு மாதிரி முளிக்கறே? நல்லா இல்லையோ?”

ஆழ்ந்த பெருமூச்சொன்றின் பிறகு பரதேசி வெள்ளியங்கிரிப் புதூர் சுப்பிரமணியக்கவுண்டரின் உபயமண்டபத்தில் தான் கண்டதைப் பற்றி மிகத் தணிந்த குரலில் சொல்லத் தொடங்கினான். மாஸ்டரிடம் எந்த அதிர்ச்சியும் தென்படவில்லை. அவன் எதையும் கேட்கவில்லை. ஈர்க்குச்சி ஒன்றை உருவிப் பல்லிடுக்குகளைக் குத்திக் கொண்டிருந்தான். ஆனால் சடலம், காமராஜர் போன்ற சொற் களைக் கேட்டபோது பரதேசி முக்கியமான வேறு ஏதோ ஒன்றைப் பற்றிச் சொல்லிக் கொண்டிருக்கிறான் எனத் தோன்றுகிறது.

"இப்ப என்ன பெருசு, இருந்திருந்தாப்பல உனக்குக் காமராஜர் நெனப்பு?"

பரதேசி எல்லாவற்றையும் மற்றொருமுறை சொல்லத் தொடங்கினான். பொறுமையாகக் கேட்டுக்கொண்டிருந்த மாஸ்டர் கடைசியில் ஆத்திரமடைந்து அவனை முட்டாள் என்றான். அதனுடன் கூடவே மோசமான கெட்ட வார்த்தைகளடங்கிய சில வசைச் சொற்களை எறிந்தான். பரதேசி அவற்றைப் பொருட்படுத்த வில்லை. தான் சொன்னவை உண்மையெனத் திடமான குரலில் மீண்டும் அழுத்திச் சொன்னான். வேறெதுவும் கேட்காமல் சற்றுநேரம் மௌனமாக இருந்தான் மாஸ்டர். அங்கிருந்தே பார்க்க முடியும் என நம்பியவனைப் போல அண்ணாந்து மலையைப் பார்த்தான். எழுந்து பொடக்காணிவரை நடந்துவிட்டுத் திரும்பி னான். பிறகு "போய்ப் பாத்தாத்தேங் கெடக்குது" எனத் தனக்குத் தானே சொல்லிக்கொள்வது போல் முனகியவன், "சித்த நேரத்திற்குக் கடயப் பாத்துக்க மதி" என மனைவியை அழைத்துச் சொல்லிவிட்டுப் பரதேசியுடன் புறப்பட்டான். அவனது வாடிக்கையாளர்களில் ஒருவன் ஆர்வம் மேலிட்டவனாகத் தானும் அவர்களுடன் நடந்தான். அடிவாரப் படிக்கட்டில் உட்கார்ந்திருந்த பிச்சைக்காரன் ஒருவனும் அவனிடம் பேச்சுக்கு உட்கார்ந்திருந்த வனக்காவலர்கள் இருவரும் தேவஸ்தான ஊழியரும் போகும் வழியில் அவர்களுடன் சேர்ந்து கொண்டனர். "உம்பேச்சக் கேட்டு இத்தன பேரு பொளப்பக் கெடுத்துக்குட்டுக் கூட வாறொ. நீ சொன்னாப்பல மண்டபத்துல ஒண்ணுமில்லாமப் போச்சுன்னு வெச்சுக்கொ பெருசு, படிக்கட்டுல உருட்டித் தள்ளிப்புடுவெ" எனப் பரதேசியை எச்சரித்தபடியே மற்ற ஐந்து பேரையும் முந்திக்கொண்டு நடந்த மாஸ்டர் மண்டபத்தை அடைந்தபோது பின்வாங்கி அங்கிருந்த குழாயில் கை, கால், முகங்களைச் சுத்தமாகக் கழுவிக்கொண்டு கடைசி ஆளாக உள்ளே நுழைந்தான்.

அப்போது மாஸ்டருக்குக் கண்கள் கலங்கத் தொடங்கியிருந்தன. தன்னையறியாமல் அவனது மேனியில் ஒரு சிலிர்ப்பு.

ஐந்து

அவள் எவ்வித ஆடையுமற்றவளாகத் தன் நிர்வாணத்தைப் போர்த்திக்கொண்டு சுருண்டு கிடந்தாள்.

இன்ஸ்பெக்டர் உள்ளே நுழைந்தபோது துருவேறிய கதவிலிருந்து எழுந்த கிரீச்சிடல் முன்புபோல் அவளைத் திடுக்கிடச் செய்யவில்லை. திடுக்கிடுவதற்கு இனி ஒன்றுமில்லை. முழு உடலும் மீதம் வைக்காமல் ஏற்கனவே குதறப்பட்டுவிட்டது. பெண்மையின் இயல்பான குணமான வெட்கம்கூடக் கொன்றொழிக்கப்பட்டு விட்டது. அவ்வள வுக்குப் பிறகும் குறைந்தபட்சம் முனைகள் உடைந்த தன் முலைகளை யாவது மறைத்துக் கொள்ள அவள் விரும்பியிருப்பாள்தான். ஆனால் ஒரு கந்தல் கூட அருகில் இல்லை. மூன்று நாள்களாக அடைபட்டுக் கிடக்கும் அச்சிறு அறைக்குள் வெளிச்சம் நுழையும் ஒவ்வொரு சிறு தருணத்திலும் ஏதாவதொரு துண்டுத்துணி அல்லது காகிதக் கிழிசல் தென்படுமா என அவள் தன் உயிரற்ற பார்வையால் தேடிப் பார்த்திருந்தாள். காணக் கிடைப்பவை காலியான மதுப் பாட்டில் களும் கரிந்த சிகரெட் துண்டுகளும் பயன்படுத்தி வீசப்பட்ட ஆணுறைகளும் அவளைச் சித்திரவதைக்குள்ளாக்கும் விநோதமான கருவிகளும் இன்னும் ஏராளமான குப்பைகளும்தாம். தரையிலும் சுவர்களிலும் உலர்ந்து உறைந்த ரத்தத்துளிகள். அவளுடையதும் அவளுக்கு முன்பு விசாரணைக்காக அழைத்துவரப்பட்டுக் கிழித்துப் போடப்பட்ட மற்ற உடல்களுடையதும். இன்ஸ்பெக்டரோ கான்ஸ்டபிள்களோ ரைட்டரோ இப்போது அங்கு வரும்போது அவர்களது கண்கள் அவளைப் பொசுக்கும் காமத்தின் கொடிய நெருப்பாகப் பற்றியெரிவதில்லை. கிடைக்கும் ஒவ்வொரு சந்தர்ப் பத்திலும் எவனும் அவளுடைய முலைகளைக் கசக்கி வலியை ஏற்படுத்திவிட்டுப் போவதில்லை. ஒருவன் அவள்மீது கவிந்திருக்கும்போது மற்றவன் குறியைக் கையில் பிடித்துக்கொண்டு தன் முறைக்காகக் காத்திருப்பதில்லை. அவளுடைய யோனி இப்போது உருக்குலைந்துவிட்டது. பயனற்றதாகி விட்டது. உருக்குலைவின் கெட்ட நீர் அதிலிருந்து வழிந்து கொண்டிருக்கிறது. துர்நாற்றத்தைத் தாள முடியாமல் இன்ஸ்பெக்டர் கைக்குட்டையால் நாசியைப் பொத்திக்கொள்கிறான். கான்ஸ்டபிள்களில் ஒருவன் உலகின் மிக நீண்ட குறியைப் போன்ற லத்தி ஒன்றைக் கையில் வைத்துக் கொண்டிருக்கிறான். “அதச் சொருகு” எனக் கட்டளையிடுகிறான் இன்ஸ்பெக்டர். அவளுடைய தந்தையின் வயதொத்த அந்தக் கான்ஸ்டபிள் எந்தத் தயக்கமும் இல்லாமல் ஒரு பொறியாளனின் லாவகத்தோடு அவளுடைய யோனிக்குள் லத்தியைச் செருகுகிறான். எஞ்சியிருக்கும் உயிரின் சக்தியைக்

கொண்டு அவள் தன்னால் முடிந்தவரை ஓலமிடுகிறாள். யாரையாவது உதவிக்கு அழைக்க விரும்புகிறாள். சில முகங்கள் நினைவுக்கு வருகின்றன. மூன்றாண்டுகளுக்கு முன்பு மரணமடைந்த அவளுடைய தந்தை, ஞாபகங்களின் தொலைவிலிருக்கும் தாய், அவளை வீட்டைவிட்டுத் துரத்திய சகோதரன், கைவிட்டுவிட்டுப் போன காதலன், அடைக்கலம் கொடுத்த தோழர்கள் என நினைவின் தூர்ந்த கிணற்றுக்குள் மூழ்கியிருக்கும் சில முகங்கள், "சொல்லு, எங்க கொண்டு போயி வெச்சிருக்கறே? சொல்லு, சொல்லுடி தேவடியா" அவள் ஏதாவது சொல்ல நினைக்கிறாள். பாம்பினுடையதைப் போல் இரண்டாக பிளக்கப்பட்டுவிட்ட நாக்கு சுழல மறுக்கிறது. பேச முற்படும்போது அவ்விரண்டில் ஏதாவதொன்று உடைந்து நொறுங்கிவிட்ட பற்களுக்கிடையே சிக்கிக்கொள்கிறது. "சொல்லுடி தேவுடியா. இல்லாட்டிக் கொன்னு போட்டுருவேன். நா யாருன்னு உனக்குத் தெரியுமாடீ? தெரியுமாடீ திருட்டுத் தேவுடியா முண்டெ." அவள் "கடவுளே" என முனகுவதற்கு விரும்புகிறாள். நகரத்தின் பெருமிதமாக உயர்ந்து நிற்கும் மலைஉச்சியில் தன் காதலிகளோடு வீற்றிருக்கும் அவளுக்குப் பிரியமான முருகக்கடவுளின் கருணை மிகுந்த முகத்தில் மிதந்து கொண்டிருக்கும் குளிர்ந்த கண்களை நினைத்துக்கொள்கிறாள். அப்போதுதான் அவன் தன் ப்ரௌன் நிற ஷூ அணிந்த கால்களி லொன்றை உயர்த்தி அவளது வயிற்றின் மீது வைத்திருந்தான். "சொல்ல மாட்டே, சொல்ல மாட்டே... என்ன கொழுப்புடீ உனக்கு?" மனப்பிறழ்வுக்குள்ளாவதிலிருந்து தப்புவதற்காக அவள் தன் ஞாபகக் குளத்தில் மூழ்குகிறாள். அதன் கலங்கிய ஆழங்களில் புத்தன், இயேசு, காந்தி எனச் சில பெயர்கள் எந்தக் கவலையு மற்றவையாய் நடமாடிக் கொண்டிருப்பது அவளுக்குச் சோர்வூட்டு கிறது. இந்தப் பெயர்கள் எல்லோருக்கும் தெரிந்தவைதான். அவர்களில் யாரையும் அவள் பார்த்ததில்லை. இருபத்தியேழு வயதான ஒரு பள்ளிக்கூட ஆசிரியைக்கு அதற்கான வாய்ப்புகளும் இல்லை. அவள் அவர்களது புகைப்படங்களைப் பார்த்திருக்கிறாள். அவர்களைப் பற்றிப் படித்திருக்கிறாள். தன் மாணவர்களுக்கு அவர்களது வாழ்வின் உன்னதங்களைக் கற்பித்திருக்கிறாள். அந்தப் பெயர்களில் இரண்டு அவதார புருஷர்களுடையவை. ஒருவர் அவளுடைய துன்பத்தைக் காணச் சகியாமல் தன் அரண்மனையை விட்டு வெளியேறியவர். மற்றொருவர் அவளுக்காகச் சிலுவை சுமந்தவர். மூன்றாமவர் அவளது சுதந்திரத்தை நிலைநாட்டியவர். இப்போது எல்லோருமே முகத்தைத் திருப்பிக்கொண்டு விட்டார்கள். அவளிடமிருந்து விலகித் தொலைதூரங்களுக்குச் சென்றுவிட்டார்கள். அவள் அவர்களில் யாரையாவது உதவிக்கு அழைக்க நினைத்தாள்.

ஒரு சிறு உதவிகூடப் போதும். அவளுடைய நிர்வாணத்தின் சிறு பகுதியை மறைத்துக்கொள்வதற்கான கந்தலொன்றைத் தந்தால்கூட இருபத்தியேழு வயதான அந்த இளம் பள்ளிக்கூட ஆசிரியையால் அவர்களுக்கு விசுவாசமாக இருக்க முடியும். ஆனால் அவர்களில் யாருமே தங்களுடன் எதையும் கொண்டு சென்றவர்களில்லை. தம் சொந்த நிர்வாணத்தை மறைத்துக் கொள்வதற்கே எதையும் வைத்துக் கொண்டிருக்க விரும்பியிருக்காதவர்களுக்குக் கொண்டுசெல்ல என்ன இருந்திருக்க முடியும் என நினைத்தாள் அவள். இருபத்தியேழு வருடங்களில் சக்தி வாய்ந்ததாகக் கருதப்படும் எந்தக் கடவுளையும் நான் விசுவாசித்தவளல்ல என்பது அவளது நினைவுக்கு வந்தது. முருகனைக் கடவுளாக அல்ல, குழந்தைமையின் பேதமை தவழும் பேரழகுக்காகவே விரும்பியது. இப்போது திடீரென ஏற்பட்டுவிட்ட கையறுநிலையில் அழைத்தால் மட்டும் வந்து நிற்க கடவுளர்களுக்கு என்ன கட்டாயம்? வீட்டில்கூட எந்தக் கடவுளின் உருவமும் இருந்து அவள் பார்த்ததில்லை. அவளுடைய தந்தை நம்பிக்கை வைத்திருந்த ஒரே கடவுள், சட்டமிடப்பட்ட கறுப்பு வெள்ளைப் புகைப்படமாக அன்று வரையிலும் கூட வீட்டுச் சுவரில் தொங்கிக் கொண்டிருக்கும் காமராஜர் மட்டுமேதான். கல்விக்கண் கொடுத்த கடவுள் என அவரைப் பற்றிச் சொல்லிக்கொண்டிருந்தார் அவளுடைய தந்தை. கறுப்பு வெள்ளைக் கடவுள். மிகச்சிறு வயதிலேயே அவரைப் பற்றி அவள் மனதில் படிந்துவிட்ட சித்திரம் அது, “எனக்கு மட்டும் அல்ல, உனக்கும் உன்னைப் போல மற்ற எல்லோருக்கும் அவர் கடவுள்” என அப்புகைப்படத்தைக் காட்டிக் காட்டிப் படியவைக்கப் பட்ட சித்திரம். தந்தையின் நினைவாகவே அவள் அந்தப் புகைப் படத்தைப் பாதுகாத்து வைத்திருந்தாள். அந்தக் கறுப்பு வெள்ளைக் கடவுள் கொடுத்திருந்த கண்களைத்தான் இப்போது அவளால் திறக்க முடியவில்லை. இருள் அடர்ந்த புகைமூட்டமாக அவளுடைய பிரக்ஞையின் மீது கவிந்திருக்கிறது. யாரோ அவளுடைய நகக்கண்களில் ஊசியேற்றுகிறார்கள். யாரோ ஏற்கனவே கத்தரித்துச் சின்னாபின்னமாக்கப்பட்ட அவளுடைய கூந்தலின் எஞ்சிய கற்றை களை வேரோடு பறித்தெடுக்க முயல்கிறார்கள். அவளுடைய தந்தை யின் வயதையொத்த அந்தக் கான்ஸ்டபிள்தான். அவருக்கு முடிய வில்லை. வியர்வையாலும் அழுக்காலும் எச்சிலாலும் ரத்தத்தாலும் பிசுபிசுத்துக் கிடக்கும் கூதரையான முடிக்கற்றைகள் வயதான அந்தக் கைகளுக்குச் சிக்காமல் வழுக்குகின்றன. அவருக்கு மூச்சிரைக் கிறது. கண்கள் பிதுங்குகின்றன. நாக்கு உலர்கிறது. அவளுக்கு அந்த வயதான கான்ஸ்டபிள்மீது பச்சாதாபம் ஏற்படுகிறது. செருகிக் கொண்டிருக்கும் தன் கண்களில் மீதமிருக்கும் அன்பின் கடைசித் துளிகளை அவருக்குப் பருகத் தர முடியுமா என அவள் யோசிக்

கிறாள், "என்னய்யா, முடீலயா? நாடி தளந்து போச்சா?" எனக் கேட்டு அவளது யோனியின் ரத்தக்கறை படிந்த லத்தியால் அவரது மண்டையில் ஒரு தட்டுத் தட்டுகிறான் அந்த இன்ஸ்பெக்டர். கான்ஸ்டபிள், "ஐயோ" என அலறுகிறார். மண்டையைத் தேய்த்து விட்டுக் கொள்வதற்காக அவளது கூந்தலிலிருந்து பிய்த்தெடுக்கப்பட்ட முடியின் ஒரு கற்றையை உதறிவிட்டுக் கைகளை உயர்த்துகிறார். இன்ஸ்பெக்டர் விளையாட்டுக் காட்டுவது போல் இன்னொரு முறையும் தட்டுகிறான். அது அவளுக்கு வேடிக்கையாக இருக்கிறது. அவள் சிரிக்க முற்படுகிறாள். அதற்கான அற்ப வலிமையுங்கூட அவளிடம் எஞ்சியிருக்கவில்லை. அவளது வீங்கிய உதடுகளின் மீது இறந்துகொண்டிருக்கும் புன்னகையாக மட்டுமே அவளால் அதை வெளிப்படுத்த முடிகிறது.

இன்ஸ்பெக்டர் குழப்பத்துடன் புருவத்தை உயர்த்துகிறான். ஏமாற்றத்துடன் பெருமூச்சு விடுகிறான். ஒரு சைகையின் மூலம் எல்லாவற்றையும் கைவிடச் சொல்லி அங்கிருந்த எல்லோருக்கும் உத்தரவிடுகிறான். ஜிப்பைக் கழற்றித் தளர்ந்துபோன தன் குறியை வெளியே எடுத்து நிரந்தரமாக உறைந்துவிட்ட அந்தப் புன்னகையின் மீது மூத்திரத்தைப் பீய்ச்சியடிக்கிறான். பிறகு நிதானமாக நடந்து அந்த நரகத்தை விட்டு வெளியேறுகிறான்.

ஆறு

ஓய்வேயில்லாமல் குடித்துக்கொண்டிருந்தான் இன்ஸ்பெக்டர். பறவைகளும் அணில்களும் தும்பைச் செடிகளும் இன்னும்கூட எஞ்சியிருக்கும் புறநகரின் ஒரு பகுதியில் இருந்த வீட்டின் இரண்டாம் தளத்திலிருந்த அவனுடைய தனிப்பட்ட அறையின் கதவு உள்புற மாகத் தாளிடப்பட்டிருக்கிறது. கைபேசி அணைத்து வைக்கப் பட்டிருக்கிறது.

கதவைத் தட்டவோ அழைப்பு மணியை அழுத்தவோ யாராவது முயன்றால் அதற்கு எந்தப் பலனும் கிடைப்பதில்லை. பள்ளி ஆசிரியையான அவனது மனைவியோ கல்லூரி மாணவியான மகளோதான் அதற்கு முற்படுபவர்கள். வேறு யாருக்கும் அதற்கான துணிவைத் தர அவன் விரும்புவதில்லை. அதுபோன்ற தருணங்களில் உயர் அதிகாரிகளுங்கூட அவனைத் தொந்தரவு செய்வதில்லை. அவர்கள் புரிந்துகொள்கிறார்கள். அப்போது அவனுக்கு ஓய்வு தேவைப்படும். ஒவ்வொரு வெற்றிகரமான நடவடிக்கைக்குப் பின்னும் அவனுக்கு மனம் இறுகிவிடுகிறது. தளர்த்திக் கொண்டு அன்றாடங்களுக்குத் திரும்ப ஏதாவது செய்தாக வேண்டும். நாள்

முழுவதும் குடிப்பது, யாரையாவது புணர்ந்துகொண்டிருப்பது, குடும்பத்தினருடனும் நண்பர்களுடனும் கோவில்களுக்கோ சுற்றுலாத் தலங்களுக்கோ செல்வது. எது என்பது அவனது தேர்வு. தேவையான ஏற்பாடுகள் துறையின் மூலம் செய்து தரப்பட்டு விடும். புகழ்பெற்ற என்கௌன்டர் ஸ்பெஷலிஸ்டான அவனுக்கு அதுபோன்ற சலுகைகளை அளிப்பது நிர்வாகத்தின் கடமை. அவன் இரையை ஒருபோதும் தப்பிவிடாத புலி. வேட்டை அவனது ரத்தத்தில் ஊறியதல்ல என்றாலும் அதைத் திறம்படக் கற்றுக் கொண்டிருப்பவன். குற்றவாளிகளிடமிருந்து ரகசியங்களை வாங்குவதில் எந்த எல்லையையும் கடக்கத் தயங்காதவன். துறையில் அவனைப் போலச் சித்திரவதையின் நுட்பங்களைப் பயின்று வைத்திருப்பவர்கள் அதிகம் பேர் இல்லை. அது ஒரு கலை என அவனே சொல்வான். அப்படியானால் அதில் செய்நேர்த்தியின் உச்சத்தை அடைந்திருப்பவனும் அவனே என்று துறை அவனைப் புகழ்கிறது. ஒருபோதும் அவன் அவற்றைப் பற்றி வாய்திறப்பதில்லை. ஒன்று முற்றுப்பெற்றதோடு அதைப் பற்றிய நினைவுகளும் அழிக்கப்பட்டுவிட வேண்டும் என்பது அவனுடைய கொள்கை. காவல்நிலைய மரணங்கள், போலி என்கௌன்டர்கள் மற்றும் வன்புணர்ச்சிகளுக்காகவும் கூட்டு வன்புணர்ச்சிகளுக்காகவும் குற்றம் சுமத்தப்பட்டு நீதிமன்றங்களில் நிறுத்தப்படும் போதும் அவன் தன் மௌனத்தைக் கலைத்துக் கொள்வதில்லை. கேட்கப்படும் கேள்வி எதுவாக இருந்தாலும் இல்லை என்றோ தெரியாது என்றோதான் பதில் சொல்கிறான். சாட்சியங்களையும் தடயங்களையும் அழிப்பதில் அவன் ஒருபோதும் அக்கறை காட்டியதில்லை. அவை சில சமயங்களில் அவனுக்கெதிராகச் செயல்பட்டு விடுகின்றன. நீதிமன்றம் தன் சட்டப் பிரிவுகளிலிருந்து ஏதாவதொன்றை மேற்கோள் காட்டி அவனைத் தண்டித்துவிடுகிறது. அதனால் அவனைப் பணியிட மாற்றம் செய்ய வேண்டியிருக்கிறது. அவனுக்கு அளிக்கப்பட வேண்டிய பதவி உயர்வை நிறுத்திவைக்க வேண்டியிருக்கிறது. மாவட்டக் காவல் அதிகாரியின் தனது முந்தைய நிலையிலிருந்து அம்மலை நகரத்தின் பாழடைந்த கட்டடத்தில் இயங்கிக் கொண்டிருக்கும் ஸ்டேஷனில் ஒரு சாதாரண இன்ஸ்பெக்டராகப் பணிபுரிய நேர்ந்திருப்பது அதனால்தான். இவ்வளவையும் கடந்துதான் அந்தக் கட்டடத்திலிருந்து முந்தையநாள் அதிகாலையில் கொண்டு செல்லப்பட்ட இருபத்தியேழு வயதான ஒரு பெண்ணின் குதறப்பட்ட உடல் அவனுக்கு நெருக்கடியை ஏற்படுத்தியிருக்கிறது. கிட்டத்தட்ட எல்லா உண்மைகளும் வெளிக்கொணரப்பட்டு விட்டன. சித்திரவதைக் கூடத்தின் ஏதோ ஒரு சுவர், அல்லது ஒரு கறுப்பு ஆடு அவனைக் கண்காணித்திருக்கிறது.

நகரில் பதற்றம் கூடிக் கொண்டிருக்கிறது. ஆசிரியர், மாணவர் அமைப்புகளும் பெண்கள் அமைப்புகளும் போராடிக் கொண்டிருக்கின்றன. தொலைக்காட்சி அலைவரிசைகளிலும் நாளிதழ்களிலும் காட்டப்படும் சித்திரவதையின் ஒரு காட்சித் துண்டு மனித உரிமை அமைப்புகளைக் கொந்தளிக்க வைத்திருக்கிறது.

அவனுடைய உயரதிகாரிகள் எல்லாவற்றுக்கும் பதிலளித்துக் கொண்டிருக்கிறார்கள். அவளை ஒரு பயங்கரவாதியாகச் சித்திரிப்ப தில் துறை, கிட்டத்தட்ட வெற்றிபெற்றிருக்கிறது. அவளிடமிருந்து கைப்பற்றப்பட்டதாக ஒரு துப்பாக்கியும் சில துண்டறிக்கைகளும் ஊடகங்களுக்குக் காட்சிப்படுத்தப் பட்டிருக்கின்றன. இல்லாவிட்டால் நிலைமை கைமீறிப் போயிருந்திருக்கும். ஆனால் இது வீட்டுக் குள்ளேயே புயலை மூளச்செய்யும் என்பது அவன் சற்றும் எதிர்பாரா தது. கல்லூரி மாணவியான அவனுடைய மகள் ஒரு கெட்ட ஆவியைப் போல் அவ்வீட்டுக்குள் நடமாடிக் கொண்டிருக்கிறாள். வரவேற்பறையிலும் கூடத்திலும் நடைவழிகளிலும் படிக்கட்டுகளிலும் படுக்கையறைகளிலும் போர்டிகோவிலும் தோட்டத்திலும் மற்ற எல்லா இடங்களிலும் வன்மத்துடன் பதிந்துகொண்டிருக்கும் அவளது காலடிகளால் வீடு அதிர்கிறது. பத்தொன்பது வயதேயான அவனுடைய செல்ல மகள் மனப்பிறழ்வுக்குள்ளானவளைப் போலக் கூச்சலிட்டுக் கொண்டிருக்கிறாள். கால்கள் தடதடக்க அவள் மாடிப்படியேறி வரும்போது அவன் பதற்றமடைகிறான். உள்புறமாக இறுகத் தாழிடப்பட்டிருக்கும் கதவு அவள் சோர்வுற்றுத் திரும்பிச் செல்லும்வரை நடுங்கிக்கொண்டிருப்பதையும் அவனது கோப்பையில் நிரம்பியிருக்கும் விஸ்கி தன் வெதுவெதுப்பை இழப்பதையும் இன்ஸ்பெக்டர் தன் வெற்றுக் கண்களால் பார்த்துக் கொண்டிருக் கிறான். அவளுடைய மிருதுவான கரங்களால் எப்படி அவ்வளவு மூர்க்கமாகக் கதவைத் தட்ட முடிகிறது என ஆச்சரியப்படுகிறான். தன் சொந்தத் தகப்பனின்மீது வசைமாரி பொழிவதற்குரிய அவ்வளவு கொடிய, ஆபாசமான சொற்கள் அந்தச் சின்னஞ்சிறு பெண்ணுக்கு எங்கிருந்து கிடைத்திருக்கக் கூடுமென யோசித்துப் பார்க்க முயல்கிறான்.

கூடவே கடந்த பல ஆண்டுகளாகப் பிரயோகித்துக் கொண் டிருக்கும் வசைச்சொற்களைத் தான் எங்கிருந்து கற்றுக்கொண்டோம் என்பதைப் பற்றியும் யோசிக்க முயன்றான் இன்ஸ்பெக்டர்.

ஆனால் அவன் சோர்வுற்றிருக்கிறான். எதையும் ஆழமாக யோசிக்க முடியவில்லை. மூளை மழுங்கிக் கிடக்கிறது. இது இயற்கை யானதுதான். கடந்த முப்பத்தாறு மணி நேரமாகத் தொடர்ந்து

குடித்துக் கொண்டிருந்ததாலும் இருக்கலாம். தோல்வி சகிக்க முடியாததாக இருக்கும் போதுதான் இன்ஸ்பெக்டர் அவ்வளவு மோசமாகக் குடிக்கிறான். தோற்கடிக்கப்படும் போதும் அவமானத் துக்குள்ளாக்கப்படும் போதும், இருபத்தேழு வயதே யான அந்தப் பள்ளி ஆசிரியை தனது பலவீனமான புன்னகை ஒன்றின் மூலம் அவனைத் தோற்கடித்துவிட்டாள். மோசமாக அவமதித்துவிட்டாள். அவன் மூத்திரத்தைப் பீய்ச்சியடித்துக் கொண்டிருந்த போதுதான் அவளது முகத்தில் புன்னகை தோன்றியது. பிறகு உறைந்துவிட்டது. மரணம் புன்னகையைத் தோற்றுவிக்கிற விஷயமா என்ன? அவனுக்கு அப்படித் தோன்றவில்லை. கொடிய குற்றவாளிகளில் பலர் அவனது கண்களைக் கண்டே ஒடுங்கிவிடுவதை அவன் அறிவான். ஒருமுறை அவனது கைதியாக இருந்துவிட்டுப் போன பிறகு எஞ்சியிருக்கும் வாழ்வில் என்றுமே புன்னகைக்க முடிந்திராதவர்கள் பற்றிய கதைகள் கூட உண்டு. ஆனால் மரணத்தைப் புன்னகையோடு எதிர்கொண்ட சிலரைப் பற்றி அவன் கேள்விப்பட்டிருக்கிறான்.

காந்தியோ காமராஜரோ வேறு யாரோ. அவனுக்குச் சரியாக நினைவில்லை. அதுபோன்ற தகவல்களை யாரிடமிருந்தாவது கேள்விப்படும் போதெல்லாம் இன்ஸ்பெக்டர் வெறுமனே தோள்களைக் குலுக்கிக் கொள்வான். அது கட்டுக்கதையாக இருக்கும் எனத் தோன்றும். அவர்கள் மாமனிதர்கள் எனச் சொல்லப்படுகிறார்கள். மரணத்துக்குப் பிறகு அவர்களைப் பற்றி நல்லதாக ஏதாவது சொல்ல வேண்டுமே என்னும் ஆசையால் உருவாக்கப்பட்ட புனைவாகவும் இருக்கக் கூடும். ஆனால் உயிர் துவண்டு விழுந்தபோது அந்த இளம் பள்ளிக்கூட ஆசிரியையின் உதடுகளில் புன்னகை உறைந்திருந்ததே?

"அப்பா, கதவத் தெறங்க அப்பா. எனக்கு உங்ககிட்டப் பேசணும். கதவத் தெறங்க"

"கதவத் தெறங்க அப்பா"

"கதவத் தெறங்க அப்பா, தெறக்க மாட்டீங்களா?"

என்ன பேசுவாள் அந்தச் சிறுமி?

தனக்குத்தான் அவளிடம் பேச இருக்கிறது என நினைத்துக் கொண்டான் இன்ஸ்பெக்டர்.

அவளிடம் சொல்லலாம். அது தன் கடமை என. கடமை மட்டுமேயல்ல, வாழ்க்கை பத்தொன்பதே வயதான இன்னும்கூடத் தன் பேதமையிலிருந்து விடுபட்டிருக்காத அச்சிறு பெண்ணுக்கு அது புரிவதில்லை. புரிந்துகொள்ளும்போது தான் பிரயோகித்த ஆபாசமான வசைச் சொற்களுக்காகத் தகப்பனிடம் அவள்தான்

 நற்றிணை பதிப்பகம் ❖ 29

மன்னிப்புக் கேட்க வேண்டியதாயிருக்கும். அவளைப் பற்றிக் கவலைப்பட வேண்டியதில்லை எனத் தீர்மானித்தான் இன்ஸ்பெக்டர். ஒருவேளை பாழடைந்த அந்தக் கட்டடத்துக்குள் நடைபெற்றிருந்த எல்லாமே படம்பிடிக்கப்பட்டிருந்தால்? ஏதாவதொரு தொலைக் காட்சி அலைவரிசை அதைத் தனது அண்மைச்செய்திப் பக்கத்தில் வெளியிட்டிருந்தால்? அப்படியானால் தகப்பன் தனது புனிதமான சீருடையைக் களைந்துவிட்டு விறைத்த குறியுடன் இருபத்தியேழு வயதுப் பெண்ணொருத்தியின் குதறப்பட்ட நிர்வாணத்தின் மீது மூர்க்கமாகக் கவிவதைக் காண வேண்டிய துரதிருஷ்டம் பேதமையிலிருந்து இன்னும் விடுபட்டிருக்காத தன் மகளைச் சூழ்வதை அவனால் தடுக்க முடியாமல் போகலாம்.

இன்ஸ்பெக்டர் மேலும் ஒரு குவளை விஸ்கியை ஊற்றிக் கொண்டான்.

எல்லாமே பொய்க்கப்படும்வரை அல்லது தன் செல்ல மகளின் மூர்க்கம் தணியும்வரை, அல்லது அது தகப்பனின் தவிர்க்க முடியாத உத்தியோகக் கடமை என அவள் நம்பத் தொடங்கும்வரை இரண்டாம் தளத்திலுள்ள எவ்விதத் தொடர்புகளுமற்ற அந்த அறைக்குள்ளேயே அவன் முடங்கிக் கிடக்க வேண்டியிருக்கும். அதுவரைக்குமான மதுபாட்டில்கள் கையிருப்பில் இருக்கின்றன. அவள் இல்லாத தருணத்தை அறிந்துகொண்டு சாப்பாட்டுத் தட்டுகளுடன் ரகசியமாகத் தன்னிடம் வந்துசேரத் தெரிந்த ஆர்டர்லி இருக்கிறான்.

ஆர்டர்லி பிற்பகலில் வந்து சேர்ந்தான். அவனை உள்ளே அனுமதித்துக் கதவைத் தாளிட்டுக்கொள்ள முயன்றபோது ஆர்டர்லி அது தேவையில்லையென்றான். போராட்டம் இப்போது தணிந்து விட்டது. அந்த இருபத்தியேழு வயதுப் பள்ளிக்கூட ஆசிரியை ஒரு பயங்கரவாதி எனவும் சட்ட விரோதமாக அவள் கொல்லப்பட வில்லையெனவும் தலைமை சொன்னதை அநேகமாக எல்லோருமே ஏற்றுக்கொண்டுவிட்டார்கள். தொலைக்காட்சிகளில் இப்போது ஓடிக்கொண்டிருப்பது முன்பு வெளியிடப்பட்ட அந்தக் காட்சித் துண்டு போலியானது என்பதைச் சொல்லும் தடயவியலாளரின் அறிக்கை. இன்ஸ்பெக்டர் உடனடியாகத் தொலைக்காட்சியை இயக்க உத்தரவிட்டான். எல்லா அலைவரிசைகளிலும் அதுவேதான் செய்தி. எல்லோருமே அவனைப் பற்றிப் பேசிக் கொண்டிருந்தனர். பெரும் தலைவர்கள், அமைச்சர்கள், அதிகாரிகள், மதகுருக்கள், ஆசிரியர்கள், குடும்பப் பெண்கள், கல்லூரி மாணவர்கள், வியாபாரிகள், மூட்டை தூக்குபவர்கள், ரிக்ஷா ஓட்டுநர்கள் எனப் பலரும் திரைகளில் தோன்றி அவனுக்குப் புகழ்மாலை

சூடிக்கொண்டிருந்தார்கள். பள்ளி ஆசிரியையின் போர்வைக்குள் ஒளிந்து கொண்டிருந்த மோசமான பயங்கரவாதி ஒருத்தியிடமிருந்து அவன் நாட்டைக் காப்பாற்றியிருக்கிறான். அவன் நம் காலத்தின் நாயகர்களில் ஒருவன். இளைய தலைமுறை அவனைப் பின்பற்ற வேண்டும். முப்பத்தாறு மணி நேரத்திற்குள் தான் ஒரு நாயகனாக்கப் பட்டிருந்ததைப் பார்த்த இன்ஸ்பெக்டர் புன்னகைத்துக் கொண்டான்.

அவனுடைய செல்ல மகள் இதைப் பார்க்க வேண்டும்.

"இப்போது என்ன?"

"உங்களிடம் அவசரமாகப் பேச வேண்டுமென்று சொல்லச் சொன்னது தலைமை" இன்ஸ்பெக்டர் தனது கைபேசியை இயக்கத்துக்குக் கொண்டுவந்தான்.

துறையின் பெருமையை நிலைநாட்டிய நாயகனுக்கு மறுமுனை யில் காத்திருந்தது புதிய சவாலான ஒரு பணி.

அவன் உடனடியாகப் புறப்பட்டு மலைமேலுள்ள முருகன் கோயில் படிக்கட்டுகளுக்குச் செல்ல வேண்டும். ஐநூற்று நாற்பதாவது படிக்கட்டுக்கும் நாற்பத்தொன்றாவது படிக்கட்டுக்குமிடையே உள்ள உபய மண்டபத்தில் காமராஜரின் சடலம் கிடக்கிறது. அதை உடனடியாக அப்புறப்படுத்த வேண்டும். உடனடியாக என்றால் அது காமராஜருடைய சடலம் என்பது யாருக்கும் தெரிவதற்கு முன்பாக.

ஆர்டர்லியைக் காத்திருக்கச் சொல்லிவிட்டுக் குளியலறைக்குள் நுழைந்தான். குளிப்பதற்கு முன்பாகச் சவரம் செய்துகொள்ளத் தவறவில்லை. கீழே தரைத்தளத்துக்கு வந்து சலவை செய்யப்பட்டுப் பத்திரப்படுத்தப்பட்ட தனது புனித ஆடையை அணிந்துகொண்டான். குண்டுகள் நிரப்பப்பட்டுத் தயாராக வைக்கப்பட்டிருந்த துப்பாக் கியை உறையில் செருகிக்கொண்டு மனைவியிடம் சொல்லிக் கொள்வதற்காகச் சமையலறைக்குள் நுழைந்தான். "சாப்பிடலயா?" என்பதைத்தவிர வேறு எதுவுமே கேட்காத மனைவியிடம் விடை பெற்றுக் கொண்டு வெளியே வந்தபோது கதவருகே வழியை மறித்துக்கொண்டு பத்தொன்பதே வயதான தனது செல்ல மகள் நிற்பதைப் பார்த்துத் திடுக்கிட்டுப் பின்வாங்க நினைத்தான். ஆனால் அவள் அமைதியாகவே நின்றாள். நல்லதாகவோ கெட்டதாகவோ ஒன்றுமே சொல்லவில்லை. அசைவற்றிருந்த அவளுடைய கண்களில் இன்னும் கூடப் பேதமையின் சுவடு மறைந்திருக்கவில்லை. ஒருவேளை அவள் புரிந்துகொண்டிருக்கலாம்.

இன்ஸ்பெக்டர் அவளை நெருங்கினான். சாகசங்களுக்கான ஒவ்வொரு புறப்பாட்டின்போதும் செய்வதைப் போல அவளிட மிருந்து ஒரு முத்தத்தைப் பெற்றுக் கொள்ளும் ஆசையுடன் குனிந்து அவளுக்குத் தன் கன்னத்தைக் காட்டினான்.

அந்தச் சின்னஞ்சிறு பெண் முழு வலுவோடும் தன் தொண்டை யின் ஆழத்திலிருந்து கோழையைக் காறி அவன் முகத்தில் துப்பினாள். எதையோ முனகினாள். பிறகு தடதடக்கும் ஓசையுடன் முதல் தளத்திலிருக்கும் தனது அறையை நோக்கி நடந்தாள். ஆர்டர்லியைத் தவிர வேறு யாரும் அதைப் பார்க்கவில்லை. இன்ஸ்பெக்டர் நிதானமாக நடந்து வந்து நிலைக்கண்ணாடிக்கு முன்னால் நின்றான். அவளுடைய பழியின் திரவம் வழியும் தன் முகத்தை ஒரு கணம் கூர்ந்து பார்த்தான். கைக்குட்டையை எடுத்து முகத்தை அழுந்தத் துடைத்துக் கொண்டான்.

பிறகு கண்ணாடியுள் தெரிந்த தன் பிம்பத்திடமிருந்து ரகசியமான புன்னகை ஒன்றின் மூலம் விடைபெற்றுக் கொண்டான்.

ஏழு

வெள்ளியங்கிரிப்புதூர் சுப்பிரமணியக் கவுண்டரின் உபய மண்டபம் மௌனத்தின் மூர்க்கமான பிடிக்குள் சிக்கியிருந்தது. அதுபோன்ற சூழலொன்றில் எதிர்பார்க்கக் கூடிய எண்ணிக்கையைக் காட்டிலும் மிகக் குறைவான மனிதர்களே அங்கு தென்பட்டனர். எல்லோரது பார்வைகளும் கச்சிதமாக ஒரு திசையை நோக்கிக் குவிந்திருந்தன. நாடகம் ஒன்றை நடத்திக் காட்டுவதற்கான ஆயத்தங்களில் ஈடுபட்டிருப்பவர்களைப் போன்ற ஒரேவிதமான பாவனை எல்லா முகங்களிலும் தென்பட்டது. உபயமண்டபமும் அதன் திண்ணையில் கிடந்த சடலமும் மரங்களின் அடர்ந்த கிளைகளினூடே ஊடுருவியிருந்த பிற்பகல் வெயிலும் அசைவற்ற மரங்களும் மேலே ஆறுமுகக் கடவுளின் சன்னதியிலிருந்து சீரான கால இடைவெளிகளில் ஒலித்துக்கொண்டிருந்த மணிச் சத்தமும் நாடகத்துக்குரியவையாகவே தென்பட்டன.

எனவே ஒவ்வொருவரும் அதை நாடகமாகவே கற்பனை செய்துகொள்ளலாம்.

ரத்தமும் சதையுமாக விரிந்திருக்கும் யதார்த்தத்தை நாடகம் எனக் கற்பனை செய்துகொள்வது சங்கடமூட்டுவதாகத் தோன்றும் என்றாலும் அதில் பல சௌகரியங்கள் இருக்கின்றன. யதார்த்தத்தின் முடிவின்மையும் நிச்சயமின்மையும் உருவாக்கும் இருளுக்குள் திசைகளைப் பற்றிக் குழப்பங்களால் சூழப்பட்டுத் திணறிக்

கொண்டிருப்பதைவிடக் கற்பனையின் சவால்களைக் கடந்து செல்வது எளிது. யாரும் உணர்ச்சிவசப்படத் தேவையில்லை. கண்ணீர் பெருக்க வேண்டியதில்லை. யதார்த்தத்தின் அதிகாரத்தைப் பின் தொடர்ந்து சென்று அது இழுக்கும் இழுப்புக்கெல்லாம் பணிய வேண்டிய கட்டாயம் நிச்சயமாக ஒரு நாடகத்தில் இல்லை. கற்பனையின் விரிவுக்கேற்றபடி நாம் விரும்பிய தருணத்தில் விரும்பியவிதத்தில் எந்த இடத்திலும் முடித்துக்கொள்ள முடியும். எதிர்பாராத முடிவுகளால் பார்வையாளர்களைத் திணறடிக்கக்கூடச் செய்யலாம். தவிர விளைவுகளில் ஒரு நாடகம் ஏற்படுத்தும் தாக்கம் வசீகரமானது. உதாரணமாக மண்டபத்தினுள் சடலமாகக் கிடக்கும் காமராஜர், காமராஜரோ சடலமோ அல்ல காமராஜராக வேடம் பூண்டிருக்கும் நடிகர் தன்னைச் சடலமாகப் பாவித்துக் கொண்டிருக்கிறார் எனக் கற்பனை செய்து கொண்டால்?

அவரது சடலத்தை முதன்முதலில் பார்த்த பரதேசி ஒரு பாத்திரமென்றால் அவன் இவ்வளவு குலைந்துபோக வேண்டிய தில்லை. அவன்மீது இப்போது உருவாகும் பச்சாதாபம் அந்தப் பாத்திரத்தை ஏற்று நடிக்கும் நடிகன்மீது உருவாவதற்கான வாய்ப்பு கள் குறைவு. மாஸ்டரின் அந்தரங்கங்களை அறிந்து கொள்ளும் உரிமையை எவருடைய அனுமதியும் இல்லாமல் ஒருவரால் கைப்பற்றிக் கொள்ள முடியும். அவனது துக்கத்திற்கான காரணங் களை வாழ்க்கைக்கும் அவனுக்கும் உள்ள இடைவெளிகளைப் பற்றிய உரையாடல்களிலிருந்து மீட்டெடுக்க முடியும். வசனங்கள் நேர்த்தியாக அமைந்திருக்க வேண்டியது மட்டும் முக்கிய நிபந்தனை.

பிறகு அந்த இன்ஸ்பெக்டர். அவனுடையது முக்கியமான பாத்திரம். நாடகத்தின் நாயகனாகக்கூட அவனை உருவகித்துக் கொள்ளலாம். ஆனால் தற்போதைய சூழலைக் கொண்டு பார்த்தால் மேடையில் அவனுக்கு அதிக வேலையிருக்கும் எனத் தோன்றவில்லை. யாராலும் நேரடியாக உரிமை கொண்டாட முடியாத ஒரு சடலத்தை அப்புறப்படுத்தும் எளிய காரியமொன்றில் எவ்விதமானச் சாகசங் களுக்கும் வாய்ப்பில்லை. இன்ஸ்பெக்டர் எந்தப் பதற்றமும் அற்றவனாகத் தென்பட்டான். சடலம் மாமனிதர் ஒருவருடையது என்பதோ அவர் ஏற்கனவே ஒருமுறை இறந்துபோய்விட்டவர் என்பதோ அவனுக்கு எந்த ஆர்வத்தையும் ஏற்படுத்தியிருக்கவில்லை. அவன் வந்து பார்த்தபோது சடலம் பரதேசி முதன்முதலாகப் பார்த்தபோது எப்படி இருந்ததோ அப்படியேதான் இருந்தது. பரதேசி, மற்றொரு பரதேசி, மாஸ்டர், அவனது வாடிக்கையாளன் ஒருவன், வனக்காப்பாளர்கள் இருவர், சாலையைப் பயன்படுத்தாமல் படிக்கட்டுகளின் வழியே இறங்கிவந்து கொண்டிருந்த சர்க்கரை

வியாதியால் பீடிக்கப்பட்ட தம்பதி என வெகு சிலர் மட்டுமே அங்கு இருந்தனர். எல்லோருமே குறைந்தபட்சம் இருபதடிகள் தள்ளி நின்று சடலத்தைப் பார்த்துக்கொண்டிருந்தனர். இன்ஸ்பெக்டர் படிக்கட்டுகளைப் பயன்படுத்தவில்லை. தனது ஜீப்பை மலைக் கோயிலுக்குச் செல்லும் தார்ச்சாலையின் ஒன்பதாவது வளைவில் நிறுத்திவிட்டுப் புதர்களினூடாக நடந்து உபய மண்டபத்தை அடைந் திருந்தான். நாயகன், மற்ற நாயகர்களைப் போலவே குளிர்க்கண்ணாடி அணிந்திருந்தான். அப்போதுதான் முகச்சவரம் செய்து கொண்டிருந்த தால், அப்போதுதான் குளித்துவிட்டு வந்திருந்ததால் அழகாக இருந்தான். சுறுசுறுப்பாகத் தென்பட்டான். நாயகனுக்கே உரிய பாவனையில் அலட்சியமாக நடந்து சடலம் கிடத்தப்பட்டிருந்த மண்டபத்தை அடைந்தான். அப்போது சடலம் மூடப்பட்டிருக்க வில்லை. சடலத்தின் முகத்தைப் பார்த்தவுடன் தன் உடலில் அசாதாரணமான ஒரு நடுக்கம் பரவியதாக நாயகன் கற்பனை செய்துகொண்டான். உடனடியாகத் தொப்பியை அகற்றினான். குளிர்க்கண்ணாடியைக் கழற்றிப் பக்கத்திலிருந்த கான்ஸ்டபிளிடம் கொடுத்தான். பூட்சுகளைக் கழற்றிவிட்டு விறைப்பாக நின்று ஒரு சல்யூட் அடித்தான். என்ன காரணத்தாலோ நெற்றியிலிருந்து கையை எடுக்காமலும் விறைப்பைத் தளர்த்திக்கொள்ளாமலும் கொஞ்ச நேரம் அப்படியே நின்றுகொண்டிருந்தான். சப் இன்ஸ்பெக்டர் ஒருவரும் தலைமைக்காவலரும் இரண்டு கான்ஸ்டபிள்களும் அவனுடன் வந்திருந்தனர். தன்னைப் போலவே அம்மாமனிதரைத் தீண்டிப் பார்ப்பதற்கு இன்ஸ்பெக்டர் விரும்பலாம் என இருபதடி தொலைவிலிருந்து அவனைக் கவனித்துக்கொண்டிருந்த பரதேசி நினைத்தான். ஆனால் அப்படி எதுவும் நடக்கவில்லை. எந்தவொரு தருணத்திலும் அவன் அதற்கு முற்படவில்லை. ஒரு சடலம் என்பதை உறுதிப்படுத்திக்கொண்டு விட்ட பிறகு அவனுக்குச் செய்வதற்கு அநேகமாக ஒன்றும் இருக்கவில்லை. அவனுடைய மேலதிகாரிகளின் உத்தரவை எந்தச் சிரமமுமில்லாமல் அவனால் நிறைவேற்றிவிட முடியும். செய்ய வேண்டியவை வெறும் சடங்குகள்தாம். முதல் காரியமாகத் தான் பார்த்ததைப் பற்றி மேலதிகாரிகளுக்குத் தகவல் கொடுக்க வேண்டும். பிறகு மருத்துவரைக்கொண்டு அது சடலம்தான் என்பதை உறுதிப்படுத்திக் கொள்வது, அப்புறப்படுத்தி சவக் கிடங்குக்குக் கொண்டு செல்வது, சவப் பரிசோதனைக்கான ஏற்பாடு களைச் செய்வது, அறிக்கையைப் பெற்று நீதிமன்றத்தில் சமர்ப்பிப்பது என ஒவ்வொன்றும் அவனுக்குப் பழக்கமான நடைமுறைகள்தாம். முன்னதாக அங்கிருப்பவர்களிடம் சிறிய அளவில் ஒரு விசாரணை நடத்த வேண்டும். அவர்களது வாக்குமூலங்களைப் பதிவுசெய்து கொள்ள வேண்டும், அது மிகச் சுலபமான காரியம். பேச வேண்டிய

வசனங்களும் தயாராக இருக்கின்றன. சடலத்தை முதன்முதலில் பார்த்தது யார், எப்போது? சம்பந்தப்பட்ட நபர் அங்கு எதற்காக வந்தார்? சடலமாகக் கிடப்பவரை அங்கிருப்பவர்களில் யாருக்காவது அடையாளம் தெரியுமா? அதிகபட்சம் ஒரு மணி நேரத்திற்குள் எல்லாச் சடங்குகளையும் முடித்துக்கொள்ள முடியும். பொதுவாக இதைப் போன்ற நேர்வுகளில் சடலத்தைக் கிடங்குக்குக் கொண்டு சேர்ப்பது வரை இன்ஸ்பெக்டர் வேறு எதன்மீதும் கவனம் செலுத்துவதில்லை.

தான் பார்த்ததை மேலதிகாரிகளுக்குச் சொல்லிவிட்டு முதல் காரியமாகச் சடலத்தைப் பாதுகாக்கும் பொறுப்பை இரண்டு கான்ஸ்டபிள்களிடம் ஒப்படைத்தான். பிணத்தைப் பிணம் என உறுதிப்படுத்துவதற்கு ஸ்டெதஸ்கோப்புடனும் ரத்த அழுத்தமானியுடனும் மருத்துவர் ஒருவரையும் மருத்துவ உதவியாளரையும் ஆம்புலன்ஸ் ஒன்றையும் அனுப்பிவைக்கும்படி ஏற்கனவே மருத்துவ அதிகாரியைக் கேட்டுக் கொண்டிருந்தான் இன்ஸ்பெக்டர். ஆம்புலன்ஸ் வந்துவிட்டது. மருத்துவர் பின்னால் தனது ஸ்கூட்டரில் வந்துகொண்டிருப்பதாக ஆம்புலன்சில் வந்த மருத்துவ உதவியாளன் சொன்னான். இவர்களைத் தவிர தடயவியல் நிபுணர், புகைப்படக் கலைஞர், வலிமையான தோள்களைக் கொண்ட நான்கு பிணம் தூக்கும் மனிதர்கள் என வேறு சில முக்கியப் பாத்திரங்களுக்கும் நாடகத்தில் இடமிருந்தது. மருத்துவனைத் தவிர மற்ற எல்லோரும் தத்தமக்குரிய ஒப்பனைகளுடன் ஏற்கனவே வந்துவிட்டிருந்தனர். தாமதம் தேவையற்ற நெருக்கடிகளைத் தோற்றுவிக்கக்கூடும் என்பதால் இன்ஸ்பெக்டர் பதற்றமடைந்தான். மருத்துவரின் அலைபேசி அணைத்து வைக்கப்பட்டிருந்தது. அப்போது தான் ஒரு பாத்திரம் என்பதை மறந்து தேவைக்கும் அதிகமாக அவன் கோபப்பட்டான். பொதுவாக நாடகங்களில் இதுபோன்ற எதிர்பாராத நெருக்கடிகளின் குறுக்கீடுகளுக்கு இடமில்லை. இருந்தாலும் அவற்றை எதிர்கொள்வதற்கான வழிமுறைகளைப் பற்றிச் சிந்திக்க வேண்டியது நாயகனின் பொறுப்பாக இருப்பதில்லை. அது சூத்திரதாரிகளின் கவலை. நாயகன் உடனடியாகத் தன்னைச் சூத்திரதாரியாகவும் மாற்றிக்கொள்ள முடிவெடுத்தான். சடலத்தைக் காவல் காத்துக் கொண்டிருந்த கான்ஸ்டபிள்களில் ஒருவனை அழைத்து மருத்துவரைக் கையோடு அழைத்துக்கொண்டு திரும்புமாறு பணித்தான். விறைப்பாக நின்று இன்ஸ்பெக்டருக்கு சல்யூட் ஒன்றை அடித்துவிட்டு அவன் புறப்பட்டான். சடலத்தைப் பாதுகாப்பதும் அதிலிருந்து துர்நாற்றம் வராமலும் பாதுகாக்க வேண்டியதும் எஞ்சியிருந்த கான்ஸ்டபிளின் தனிப்பொறுப்பானது. தன் சகா புறப்பட்டுப்போன அந்தத் தருணத்தில் அவன் அற்புதமான வசனம்

ஒன்றைப் பேசியிருந்தான். "துர்நாற்றம் வராமல் மட்டுமல்ல சடலம் எழுந்து வந்துவிடாமலும்கூட என்னால் பார்த்துக்கொள்ள முடியும். நீங்கள் கவலைப்படாமல் போகலாம்."

ஒரு நாடகத்தில் மட்டுமே இடம்பெற முடிகிற வசனம் இது. பல அர்த்தங்களை உள்ளடக்கியது. யதார்த்தத்தில் சடலங் களைப் பாதுகாக்கிற ஒருவருக்கு இதுபோன்ற கற்பனைகள் சாத்தியமே யில்லை. ஒரு சடலம் உயிர்த்தெழுவது பற்றி சித்திரிப்புகள் புராணங் களிலும் இதிகாசங்களிலும் இடம் பெற்றிருக்கின்றன. அதன் விளைவு கள் மனிதகுல வரலாற்றில் பெரும் தாக்கங்களையும் உருவாக்கியிருக் கின்றன. இந்தக் கதையிலுங்கூட இதற்கு முன்னால் தென்படும் சித்திரிப்புகளில் இதையொத்த ஒரு வசனத்தை யாரும் – பரதேசியோ மாஸ்டரோ இன்ஸ்பெக்டரோ அவனால் சித்திரவதைக்குள்ளாக்கப் பட்டுக் கொல்லப்பட்ட இருபத்தியேழு வயதான பெண்ணோ அவனுடைய பத்தொன்பது வயதுடைய செல்ல மகளோ வேறு யாருமோ கூட – பேசியிருந்திருக்கவில்லை. அவை அறுபது எழுபது களின் கலைப்படங்களில் இடம்பெற்றிருந்த சித்திரிப்புகளை ஒத்தவை. யதார்த்தத்தின் வரம்புகளைச் சற்றும் மீறாதவை.

ஆனால் இது நாடகம். நாடகங்களில் பாத்திரங்கள் தமக்கென சுயேச்சையான சில அதிகாரங்களைக் கைப்பற்றிக் கொண்டு விடுகின்றன. சூழலுக்கு இசைவான, அதன் அர்த்தத்தைக் குலைக்கிற, அதை முற்றாக மாற்றிவிடக் கூடிய ஒரு வசனத்தைச் சூத்திரதாரியின் ஒப்புதலின்றியே அதன் எந்தவொரு பாத்திரத்தாலும் உச்சரித்துவிட முடியும். அந்தக் கான்ஸ்டபிள் அப்படியொரு வசனத்தையே உச்சரித் திருந்தான். அதைக் கேட்டு அந்த மற்றொரு கான்ஸ்டபிள் குழப்ப மடைந்தான். ஆனால் மருத்துவரை அழைத்து வரும்படி பணிக்கப் பட்டிருந்ததால் உடனடியாக மேடையை விட்டு வெளியேறினான். அதே சமயம் சற்றுத் தொலைவிலிருந்த இன்ஸ்பெக்டரால் அந்த வசனத்தைக் கேட்டு வாய்விட்டுச் சிரிக்க முடிந்திருந்தது. ஒரு பாத்திரமாக இருந்ததால்தான் அவனால் அப்படிச் சிரிக்க முடிந் திருந்தது. யதார்த்தத்தில் இப்படிச் சிரிக்கும்படியான சந்தர்ப்பங்கள் அநேகமாக அவனுக்கு வாய்ப்பதில்லை. தனது உத்தியோக ரீதியிலான கடமைகளின் ஒரு பகுதியாக இருபத்தேழு வயதான இளம் பெண்ணொருத்தியின் யோனியில் லத்தியைச் செருக உத்தர விடும்போதோ அவளை வன்புணர்ச்சிக்கு உள்ளாக்கும்போதோ மரணத்தை வரவேற்கும் விதத்தில் புன்னகைக்க முற்படும் அவளது வீங்கிய உதடுகளின் மீது மூத்திரத்தைப் பீய்ச்சியடிக்கும்போதோ ஒருவனால் சிரிக்க முடிவதில்லை. அதே போன்றதுதான் ஒரு வருடைய செல்ல மகள் அவரது முகத்தின் மீது காறித் துப்பும்

போது, கோழையும் எச்சிலும் பரவி வழியும் முகத்தை நிலைக் கண்ணாடி ஒன்றின் முன் நின்று பார்த்துக்கொண்டிருக்கும்போது, பிறகு கைக்குட்டையால் துடைத்துக்கொள்ளும்போது சிரிக்க முடியாமல் போவதும்.

எட்டு

நாடகமாகக் கற்பனை செய்துகொண்டிருந்ததால்தான் மிகத் தாமதமாக வந்து சேர்ந்திருந்த அந்த இளம் மருத்துவர் வெள்ளை நிற கோட், டை சகிதமாக வந்து நின்றதைப் பார்த்துச் சிரிக்காமல் இருக்க எல்லோருக்கும் முடிந்திருக்கிறது. சூத்திரதாரியாக மாறிவிட்டிருந்த இன்ஸ்பெக்டர் புகைப்படக் கலைஞரைத் தவிர மற்ற எல்லோரையும் உடனடியாகப் பணியைத் தொடங்கி முடிக்கும் படி உத்தரவிட்டான். மறு உத்தரவு வரும்வரை காமிராவை வெளியே எடுக்கக் கூடாது என்பது புகைப்படக் கலைஞனுக்கு இடப்பட்டிருந்த கட்டளை. அவனுக்கு அது பெரும் ஏமாற்றமாக இருந்தது. அழத் தயாராகிக்கொண்டிருந்தான். சடலத்தைப் புகைப் படமெடுப்பதற்காக இல்லாவிட்டாலும் மரங்களையும் குரங்கு களையும் படம் பிடிப்பதற்காகவாவது காமிராவை வெளியே எடுப்பதற்கு அனுமதிக்க வேண்டும் என அங்கிருந்த எல்லோரிடமும் மன்றாடிக் கொண்டிருந்தான். யாரும் அதைப் பொருட்படுத்தவில்லை. தடயவியல் நிபுணர் சடலத்தை மையப்புள்ளியாகக் கொண்டு சாக்குக் கட்டியால் ஆறடி ஆரமுடைய வட்டமொன்றை வரைந்தார். பிறகு ஒரு டப்பாவிலிருந்த பவுடரை அதற்குள் தூவினார். காந்தியின் படம் அச்சிடப்பட்ட அழுக்கடைந்த துணிப்பை கைப்பற்றப்பட்டு நாயகனிடம் ஒப்படைக்கப்பட்டது. நாயகன் சப் இன்ஸ்பெக்டரின் உதவியுடன் அதைக் கவனமாகச் சோதனையிட்டான்.

பழைய கதர் வேட்டி ஒன்றும் சட்டையும் துண்டும். அவை தவிர சத்தியசோதனையின் பிரதி ஒன்று இருந்தது. மிகப் பழைய பதிப்பு. தாள்கள் மஞ்சள்பாரித்துப் போயிருந்தன. உடைகளிலிருந்து மட்கிய வியர்வை நெடி வீசிக் கொண்டிருந்தது. சோதனைக்குப் பிறகு அவற்றைப் பாலிதீன் பை ஒன்றில் பொதிந்து எடுத்துக் கொண்டார் தடயவியல் நிபுணர். கைரேகைப் பதிவுகளை அவசர அவசரமாகச் சேகரித்துக்கொண்டு மருத்துவருக்கு வழிவிட்டார். தாமதமாக வந்ததற்காக ஏற்கனவே தனது வருத்தத்தைத் தெரிவித்துக் கொண்டிருந்த மருத்துவர் மிகமிகக் கவனமாகச் சடலத்தைச் சோதித்தார். சடலம் விறைத்துப் போயிருந்ததால் அதைச் சடலம் என முடிவு செய்வதற்கு வேறு சோதனைகள் தேவைப்பட்டிருக்க வில்லை. எச்சரிக்கையோடு அதன் இடப்புற மார்பில் ஸ்டெதஸ்

கோப்பை வைத்து இரண்டு விரல்களால் மெதுவாக அழுத்தினார். தீண்ட வேண்டியிருக்கும் என்பதால் ரத்த அழுத்தத்தைச் சோதிக்கும் கருவியைப் பயன்படுத்தவேயில்லை. பிறகு உடனடியாக அது சடலம்தான் என உத்தரவாதமளிக்கும் சான்றைப் பூர்த்திசெய்து இன்ஸ்பெக்டரிடம் அளித்தார். சடலம் இன்னும் அழுகத் தொடங்கியிருக்கவில்லை. துர்நாற்றம் எதுவும் அதனிடமிருந்து வீசவில்லை என்றாலும் மேலும் கொஞ்சம் யூடிக்கோலன் தெளிக்கச் சொல்லிக் கட்டளையிட்டிருந்தான் இன்ஸ்பெக்டர். சடலத்தைக் கொண்டுசெல்வதற்கான ஆம்புலன்ஸ் தேவைப்படும் எல்லா உபகரணங்களுடனும் தார்ச்சாலையின் ஒன்பதாவது வளைவில் நின்றது.

சில சடங்குகள் எஞ்சியிருந்தன. அது காமராஜருடைய சடலம் அல்ல என யாராவது இரண்டு நபர்களிடம் ஸ்டேட்மென்ட் வாங்க வேண்டும். பிறகு யாராலும் பார்க்க முடியாதபடி அதைப் போர்த்தி மூடிவிட வேண்டும். அதற்காகக் கித்தான் ஒன்றைத் தயாராக வைத்திருக்கும்படி உத்தரவிட்டான் இன்ஸ்பெக்டர். செய்ய வேண்டியவற்றைப் பதற்றமின்றியும் ஒன்றன்பின் ஒன்றாகவும் வரிசைக்கிரமமாகவும் செய்ய முடிவெடுத்தான். படிக்கட்டு ஒன்றில் அருகருகே உட்கார்ந்திருந்த பரதேசியையும் மாஸ்டரையும் விசாரணைக்காக அழைத்துவரச் சொன்னான்.

சடலத்தை முதலில் பார்த்தவன் எனச் சொல்லப்பட்ட பரதேசியை விசாரித்தான். மாஸ்டர் உள்ளிட்ட மற்ற ஆள்களிடமிருந்தும் வாக்குமூலங்களைப் பெற்றுக்கொண்டான். எல்லாமே சீராக நடந்தபோதும் பரதேசியும் மாஸ்டரும் கொஞ்சம் தொந்தரவு கொடுத்துவிட்டனர். சடலமாகக் கிடக்கும் நபர் யாரெனத் தெரியுமா எனக் கேட்டபோது இருவரும் ஒரே குரலில் அது காமராஜர் எனச் சொல்லியிருந்தனர். மேலதிகாரிக்கு விருப்பமான, கட்டாயமாகத் தேவைப்பட்ட பதில் அது காமராஜர் அல்ல. அடையாளம் தெரியாத நபர் என்பது. அதைச் சொல்ல வைப்பதற்குத் திணற வேண்டியிருந்தது. "அது காமராஜர்தானா? நல்லாத் தெரியுமா?"

"நல்லாத் தெரியும் சார், அது காமராஜர்தான். பெருந்தலைவர் காமராஜர்"

"சியெம்மா இருந்தாரே அவரா?"

"அவரேதான் சார். கல்விக்கண் கொடுத்த கடவுள்"

"நீங்க அவரப் பாத்திருக்கீங்களா?"

"பாத்திருக்கோம் சார்

“நாங் கேக்கறது நேர்ல, நேர்ல அவர உயிரோட பாத்திருக்கீங் களான்னுதான்”

மாஸ்டர் பதற்றமில்லாமல் அதற்குப் பதிலளித்தான், “சார் அவர் எனக்குக் கடவுள். கடவுள நேர்ல பாத்துத்தான் நம்போணும்னு இல்லீங்களே சார்” என்றான். குரல் தழுதழுத்தது. இன்ஸ்பெக்டர் அது நாடகம் என்பதையும் தான் அதில் ஒரு பாத்திரத்தை ஏற்று நடிக்கும் நடிகர் என்பதையும் சிரமப்பட்டு நினைவூட்டிக் கொண்டான்.

“ஆனா உன்னோட கடவுள் செத்துக் கிட்டத்தட்ட நாப்பது வருஷமாச்சு. சரியாச் சொல்லணும்னா முப்பத்தொன்பது வருஷம். ஆயிரத்துத் தொள்ளாயிரத்து எழுபத்தஞ்சு இல்ல எழுபத்தாறு அக்டோபர் மாசம் ரண்டாந் தேதி. அன்னைக்குக் காந்தி ஜெயந்திங்கறது ஞாபகமிருக்குது”

“ஆனா அது காமராஜர்தான் சார், பெருந்தலைவர் காமராஜர்”

இன்ஸ்பெக்டர் பொறுமையை இழந்து கொண்டிருந்தான்.

“பாருங்க சாமியார், அந்த ஒடம்பப் பாத்தா டெத் இப்பத் தான் நடந்துருக்குங்கறது தெரியுது. ஆனா முப்பத்தொன்பது வருஷத்துக்கு முன்னாலயே அவர எரிச்சுட்டாங்க. வருஷா வருஷம் அக்டோபர் ரெண்டாந்தேதி அவருக்கு வருஷாந்திரம் கொண்டாடு றாங்க. நீங்க சொல்றதப் பாத்தா அவரு மறுபடியும் பொளச்சு வந்திருக்கணும். இது சயின்டிபிக்காத் தெரியல” என்றான். தனது இந்த விளக்கம் பரதேசியின் பதிலில் நிச்சயமாக மாற்றத்தை ஏற்படுத்தும் என நினைத்தான்.

பரதேசி அமைதியாகப் புன்னகைத்தான்.

“ஆனா இங்க நான் பாத்தது காமராஜரத்தான் சார், வேற யாரையுமில்ல”

இன்ஸ்பெக்டருக்கு இப்போது கட்டுப்படுத்திக் கொள்ள முடியவில்லை.

“முட்டாள்” என்றான்.

தன் வலுவான கரங்களிலொன்றை உயர்த்திப் பரதேசியின் எலும்புகள் துருத்திய கன்னத்தில் பளீரென அறைந்தான். தடுமாறிக் கீழே விழப்போன பரதேசி சுதாரித்துக்கொண்டு மறுகன்னத்தைக் காட்டினான். இன்ஸ்பெக்டர் அதிலும் அறைந்தான். பரதேசி படிகளில் மல்லார்ந்து விழுந்தான். சுயகட்டுப்பாட்டை முற்றாக இழந்திருந்த இன்ஸ்பெக்டர் பூட்ஸ் அணிந்த தன் கால்களில் ஒன்றைத் தூக்கி அவனது மார்பின் மீது வைத்து நசுக்க முற்பட்டான்.

பதற்றத்துடன் எழுந்த மாஸ்டர் இன்ஸ்பெக்டரின் காலைப் பற்றிக்கொண்டான்.

"சார் விட்டுருங்க, பாவம் பெருசு. அதுக்குக் கொஞ்சம் மூளக் கோளாறு. அது காமராஜரில்ல. நா அதுக்கு எடுத்துச் சொல்லிப் புரிய வெக்கறேன்"

பரதேசி விடுவிக்கப்பட்டான்.

"அப்ப அது யாருடைய பிணம்?"

"யாரோ, அடையாளந் தெரியாத யாரோ, ஒருவேள அனாதப் பொணமா இருக்கும்"

இன்ஸ்பெக்டர் சப் இன்ஸ்பெக்டரை அழைத்தான்.

"இவுங்க ரண்டு பேருத்துகிட்டயும் ஒரு ஸ்டேட்மெண்ட் எழுதி வாங்குய்யா"

"அது காமராஜரோட பாடி இல்லேன்னுதானுங்கய்யா? தெளிவா எழுதி வாங்கீடறேன்"

"முட்டாள்" என அந்த சப் இன்ஸ்பெக்டருக்கும் அதே வசை.

"அடையாளந் தெரியாத பொணம்னு ஆனதுக்கப்புறம் காமராஜர எதுக்குய்யா வம்புக்கிழுக்கறே?"

"ஆனா அது காமராஜர்தானேங்கய்யா?" எனப் பணிவாகக் கேட்டான் சப் இன்ஸ்பெக்டர்.

"நம்ம ஜீப்புல அவரோட படங்கூட ஒண்ணு இருக்கு துங்கய்யா? பாக்கறீங்களா?"

ஏதோ நினைவில் தலையசைத்தான் இன்ஸ்பெக்டர். நடுத்தர வயதைக் கடந்துகொண்டிருந்த அந்த சப் இன்ஸ்பெக்டர் குதூகலத்துடன் ஒன்பதாவது வளைவை நோக்கி ஓடினான். திரும்பிவந்தபோது மூச்சிரைத்தது. கையில் சட்டமிடப்பட்டதொரு காமராஜரின் கறுப்பு வெள்ளைப் புகைப்படம். கூர்ந்த மேல் நோக்கி பார்வை, விடைத்த நாசி, தடித்த உதடுகளில் உறைந்த சிறு புன்னகை. இவரைத்தான் கடவுள் என்கிறார்கள். கறுப்பு வெள்ளைக் கடவுள்.

"இவரும் மண்டபத்துல சடலமாக் கெடந்துக்கிட்டிருக்கறவரும் ஒருத்தர்தானேங்கய்யா?"

இன்ஸ்பெக்டர் படத்தைத் தன்னிடமே வைத்துக் கொண்டான்.

"ஏதுய்யா இந்தப் படம்?"

"அந்த டீச்சர் வீட்டுல இருந்து எடுத்துக்கிட்டு வந்ததுங்கய்யா. சீஸ் பண்ணிக் கொண்டாந்த மத்த ஐட்டங்களோட தவறிப் போயி

இதையும் கொண்டாந்துட்டாங்க. நாந்தான் எதுக்கும் இருக்குட்டும்னு எடுத்து வெச்சிருந்தேன்”

“செரி, இருக்கட்டும். அத அப்புறம் பாத்துக்கலாம். மொதல்ல இவங்க ரண்டு பேருத்துகிட்ட இருந்தும் ஸ்டேட்மென்ட் எழுதி வாங்கு, டயமாகிக்கிட்டிருக்கு” எனத் தன் கைக்கடிகாரத்தைப் பார்த்தான்.

சப் இன்ஸ்பெக்டர் பரதேசியையும் மாஸ்டரையும் தனியே அழைத்துக்கொண்டு போனான். இன்ஸ்பெக்டர் கான்ஸ்டபிள் ஒருவனை அழைத்துப் பிணத்தை அப்புறப்படுத்துவதற்கான ஆள்கள் வந்துவிட்டார்களா எனக் கேட்டான். நான்கு பேர் அதற்குத் தயாராக இருந்தார்கள். ஸ்ட்ரெச்சர் இருக்கிறது. ஆம்புலன்ஸ் ஒன்பதாவது வளைவில் நிறுத்தப்பட்டிருக்கிறது. இனி மிஞ்சிப் போனால் அரைமணி நேரம். நாடகம் தனது இறுதிக் கட்டத்தை நோக்கி வேகமாக நகரத் தொடங்கியிருந்தது. பிணத்தை அப்புறப் படுத்துவதற்காக வந்திருந்த நான்கு பேரும் காமராஜரின் சடலம் கிடந்த உபயமண்டபத்தை நோக்கிச் சென்றதைப் பார்த்த பரதேசி, மாஸ்டர், வனக்காவலர்கள், மலையிலிருந்து இறங்கிவந்திருந்த சர்க்கரை வியாதியால் பீடிக்கப்பட்ட தம்பதிகள் உள்ளிட்ட பன்னிரண்டு பேரும் அதை அருகிலிருந்து பார்க்கும் ஆவலில் சற்று நெருங்கி வந்து நின்றுகொண்டனர். சடலத்திலிருந்து துர்நாற்றம் எதுவும் வீசாதபோதும் நான்கு பேரும் முகத்தில் மாஸ்குகளைக் கட்டிக்கொண்டனர். ஒருவன் சிரசை அடைந்தான். மற்றொருவன் இரண்டு கால்களையும் சேர்த்துப் பற்றினான். மற்ற இரண்டு பேரும் வலமும் இடமுமாக நின்று முதுகுக்குக் கீழே கைகளை நுழைக்க முயன்றுகொண்டிருந்தனர். இன்ஸ்பெக்டர் ஐந்தடி தொலைவில் நின்றான், “டயமாச்சு, தூக்குங்க” எனக் கடுமையான குரலில் உத்தர விட்டான். நான்கு பேரும் ஒருவரையொருவர் பார்த்துக் கொண்டார்கள். புன்னகைத்துக் கொண்டார்கள். பெருமூச்சு விட்டார்கள். பிறகு ஆகட்டும் என்பது போல் அவர்களில் ஒருவன் தலையசைத்தான்.

ஒன்பது

நான்கு பேரும் வலுவான தேகக்கட்டுடையவர்களாக இருந் தனர். அசாதாரண மனஉறுதி படைத்தவர்களாகத் தென்பட்டனர். நான்கு பேருமே பிணங்களை அப்புறப்படுத்துவதைச் சாகசம் நிரம்பிய தொழிலாகக் கருதுபவர்கள். பற்றற்றவர்கள். பிணம் என்பது யாருடையதாக இருந்தாலும் பிணம்தான் எனக் கருதுபவர்கள்.

பிணங்களைக் கைப்பற்றுவதில், கிடக்கும் இடத்திலிருந்து அவற்றைத் தூக்குவதில், சவக்கிடங்கு அல்லது இடுகாட்டில் கிடத்துவதில் பல நுட்பங்களைக் கையாளத் தெரிந்தவர்கள். இந்தத் தொழிலில் பலவருட அனுபவம் பெற்றவர்கள். ஒரு பிணத்தைப் பார்த்த உடனேயே அது பிணமா இல்லையா என்பதைச் சொல்லிவிடும் தேர்ந்த அறிவு அவர்கள் நால்வருக்குமே உண்டு. பயங்கரமாகக் குடிப்பவர்கள் என்பதுதான் அவர்களைப் பற்றி நிலவும் பொதுவான குற்றச்சாட்டு. ஆனால் அது தவிர்க்கப்பட முடியாதது. தேவையானது என்பது அவர்களுக்கு ஆதரவான சிலரது வாதம். அவர்கள் போதையில் இருந்ததை இன்ஸ்பெக்டர் ஏற்கனவே கவனித்திருந்தான். அவர்கள் வந்து சேர்ந்த உடனேயே அந்த இடத்தை ஆல்கஹால் நெடி சூழத் தொடங்கியிருந்தது. எந்தக் கவலையுமற்றவர்களாகத் தென்பட்டார்கள். சிரித்துக்கொண்டே இருந்தார்கள். என்னதான் மறைத்துக்கொள்ள முயன்றாலும் தாங்கள் அப்புறப்படுத்த வேண்டியிருந்த சடலம் மகத்தான மனிதர் ஒருவருடையது என்பது பற்றிய பெருமிதம் அவர்கள் ஒவ்வொருவருக்கும் இருந்திருக்க வேண்டும்.

ஆனால் பிணத்தைத் தூக்குவதற்கு அவர்கள் தேவைக்கதிகமாக நேரம் எடுத்துக்கொள்வதாக இன்ஸ்பெக்டர் கருதினான். அங்கே என்ன நடந்துகொண்டிருக்கிறது என்பதே தெரியவில்லை. ஒருவருக்கொருவர் கண்களைச் சிமிட்டிக்கொள்கிறார்கள். மூச்சை ஆழ்ந்து உள்ளிழுக்கிறார்கள். நாக்கைக் கடித்துக் கொள்கிறார்கள். நான்கு உடல்களிலிருந்தும் வியர்வை ஊற்றெடுத்துப் பெருகுகிறது. தணிந்த குரலில் தமக்குள் எதையோ விவாதிக்கிறார்கள். திடீரெனத் தம் நிலைகளை மாற்றிக் கொள்கிறார்கள். கால்மாட்டில் இருந்தவன் தலைமாட்டுக்குப் போகிறான். தலைமாட்டில் இருந்தவன் பக்க வாட்டில் நின்றுகொள்கிறான். சில தருணங்களில் அஞ்சலி செலுத்துபவர்களைப் போல் குனிந்த தலையுடன் மௌனமாக நின்று விடுகிறார்கள். பிறகு மீண்டும் குனிகிறார்கள். அவரவருக்கு முரிய பாகங்களைப் பற்றிக்கொள்கிறார்கள். தலையை, கால்களை, கைகளை, தோள்களை, தாம் அங்கு நடைபெற்றுக் கொண்டிருக்கும் நாடகத்தின் பாத்திரங்கள் என்பது அவர்களுக்கும் கூடப் புரிந்து விட்டது போல் தோன்றுகிறது. அதற்கேற்றார்போல் ஏதாவது சத்த மெழுப்ப முற்படுகிறார்கள்.

“ஏலேலோ”

“ஐலசா”

“ஏலேலோ”

“ஐலசா”

“ஏலேலோ”

“ஐலசா”

இன்ஸ்பெக்டர் அதை ஒழுங்கீனத்தின் அடையாளமாகக் கருதினான். நால்வருக்கும் ஒரேநேரத்தில் பைத்தியம் பிடித்திருக்க வேண்டும். இன்ஸ்பெக்டர் அதைப் பற்றி யோசித்துக் கொண் டிருக்கும்போதே நால்வரும் திடீரென மௌனமாகி விடுகிறார்கள். சடலத்தைச் சுற்றி ஆளுக்கொரு மூலையில் மண்டியிட்டு உட்கார்ந்து கொள்கிறார்கள். கண்களை மூடிக் கொள்கிறார்கள். எதையோ முணுமுணுத்துக் கொண்டிருக்கிறார்கள். உதடுகள் நம்ப முடியாத வேகத்துடன் அசைந்து கொண்டிருக்கின்றன. தொலைவிலிருந்து பார்ப்பதற்கு அது பிரார்த்தனை போல் தென்படுகிறது. இன்ஸ்பெக்டர் அவர்களைப் பார்த்து, “ஹேய்ய்...” என உரத்த குரலில் கத்துகிறான். நால்வரும் மிகச் சோர்வுற்றவர்களாகவும் தோல்வியுற்றவர்களாகவும் அவமானப்படுத்தப்பட்டவர்களாகவும் திரும்பி வருகிறார்கள். இன்ஸ்பெக்டரின் முன் குனிந்த தலையுடன் நிற்கிறார்கள். எல்லோருக்காகவும் அவர்களில் ஒருவன் பேசத் தொடங்குகிறான். எவ்வளவு முயன்றும் அவர்களால் விறைத்துப் போன அந்தச் சடலத்தை அகற்ற முடியவில்லை. ஓர் அங்குலம்கூட நகர்த்த முடியவில்லை. சடலம் ஒரு மரத்தைப் போல அந்த இடத்தில் வேர்கொண்டுவிட்டது. இன்ஸ்பெக்டர் முட்டாள் என மற்றொருமுறையும் கத்துகிறான். பரதேசிக்குக் கொடுத்தது போல அவர்களில் ஒருவனைத் தேர்ந்தெடுத்து அவனுடைய கன்னத்திலும் ஓர் அறை கொடுக்கிறான்.

புகழ்பெற்ற அந்த என்கௌன்டர் ஸ்பெஷலிஸ்டுக்கு உடல் நடுங்குகிறது. வியர்த்துவிடுகிறது. நான்கு பிணந்தூக்கிகளும் தமது பலம் முழுவதையும் இழந்துவிட்டவர்களைப் போல் தட்டுத்தடுமாறி நடந்துசென்று பரதேசியும் மாஸ்டரும் மற்ற பத்து நபர்களும் நின்று கொண்டிருக்கும் இடத்தை அடைகிறார்கள். பிறகு மற்றவர்களுடன் சேர்த்துத் தங்களையும் பார்வையாளர்களாக மாற்றிக்கொண்டு விடுகிறார்கள்.

இன்ஸ்பெக்டர் குழம்பினான். இடிந்துபோனவனாகத் தென்பட்டான். படிக்கட்டொன்றில் உட்கார்ந்தான். யோசித்தான். பெருமூச்செறிந்தான். தன் மேலதிகாரிகளைத் தொடர்பு கொண் டான். நிலைமை மோசமாக இருக்கிறது. மிக மோசம். எல்லாக் கதைகளையும் அவர்களுக்குச் சொன்னான்.

நீண்ட நேரம் மறுமுனையிலிருந்து வந்த உத்தரவுகளைக் கேட்டுக் கொண்டிருந்தான். எரிச்சலடைந்தான். அடிக்கடி தலையைப் பக்கவாட்டில் அசைத்தான். பிறகு சட்டென இணைப்புத்

துண்டிக்கப்பட்டது. இணைப்பை அவர்கள் துண்டித்தார்களா இன்ஸ்பெக்டர் தானே துண்டித்துக் கொண்டானா எனத் தெரிய வில்லை. தனியாக நடந்துசென்று படிக்கட்டு ஒன்றில் உட்கார்ந்தான். சிகரெட் ஒன்றைக் கொளுத்தி உதடுகளிடையே பொருத்திக்கொண்டு மீண்டும் யோசனையிலாழ்ந்தான்.

அவனது முகம் இருள்கிறது. பிறகு மெதுவாக ஒளிரத் தொடங்குகிறது. இன்ஸ்பெக்டர் சீக்கிரத்திலேயே பரவசத்தில் மூழ்கத் தொடங்கியிருந்தான். அசாதாரணமான ஏதோ ஒன்றைக் கண்டுபிடித்து விட்டதைப் போல் எழுந்து நின்றான். மண்டபத்தை அடைந்து தட்டுமுட்டுச் சாமான்களின் ஒரு மூட்டையைப் போல தார்பாலின் ஒன்றிற்குள் பொதிந்து வைக்கப்பட்டிருந்த சடலத்தைப் பார்த்துவிட்டுத் திரும்பி வந்து சப் இன்ஸ்பெக்டரை அழைத்து பொக்லைன் இயந்திரமொன்றை உடனடியாகத் தருவிக்குமாறு உத்தரவிடுகிறான். சப் இன்ஸ்பெக்டர் அதிர்ச்சியால் உறைந்து போகிறான்.

“பொக்லீனாங்கய்யா?”

“ஆமா, பொக்லைன்”

பரதேசி, மாஸ்டர், சர்க்கரை வியாதியஸ்தர்களான தம்பதி உள்ளிட்ட மற்ற எல்லோருடனும் சடலத்தை அகற்றும் முயற்சியில் தோல்வியடைந்து அவர்களோடு சேர்ந்துகொண்டிருந்த நான்கு பிணம் தூக்குபவர்களும்கூடக் கடும் அதிர்ச்சிக்குள்ளானவர்களைப் போல் தென்பட்டனர்.

பத்து

பொக்லைன் எந்திரம் மலைப்பாதையின் ஒன்பதாவது வளைவை வந்தடைவதற்குக் கிட்டத்தட்ட ஒருமணி நேரத்தை எடுத்துக்கொண்டது. இயந்திரத்தை ஓட்டி வந்தவன் பதினெட்டு வயதுகூடப் பூர்த்தியாகியிருக்காத சிறுவன். மிஞ்சிப்போனால் பதினாறு பதினேழு வயதுக்கு மேல் இருக்க வாய்ப்பில்லை. இயந்திரத்தின் உரிமையாளனான தன் தந்தை ஏதோ வேலையாக வெளியூர் போய்விட்டதாகச் சொன்னான். இன்னும் குரல் முதிர்ந்திருக்கவில்லை. தோற்றத்திலும் பெண்மையின் சாயல். அவனுக்குத் தன் மகளின் ஞாபகம் வந்தது. மற்றொரு சாயலில் இருபத்தியேழு வயதான அந்தப் பள்ளி ஆசிரியையையும் நினைவூட்டுபவனாய் இருந்தான். முதன்முதலாக அவள் அவனிடம் கொண்டுவந்து நிறுத்தப்பட்டபோது அவள் ஒரு குழந்தையைப் போல் சிரித்ததை நினைவூட்டிக் கொண்டான் இன்ஸ்பெக்டர்.

காட்டன் சேலை ஒன்றை உடுத்திக்கொண்டிருந்தாள். சரிந்து விடாமலிருப்பதற்காக முந்தானையை இழுத்து விரல் நுனியில் சுற்றிக்கொண்டிருந்த விதம் ஜானி படத்தில் வரும் ஸ்ரீதேவியை நினைவூட்டுவதாயிருந்தது. அவனிடம் பெரும் நம்பிக்கை வைத்திருந்தவளாகத் தென்பட்டாள். கேள்விகளுக்குத் தயக்க மில்லாமல் பதிலளித்தாள். கண்களில் சிறிதுகூடப் பயம் தென்படவில்லை. அவன் அவளது உதட்டுக்கு மேல் லேசாக அரும்பியிருந்த பூனைமுடிகளைப் பார்த்துக் கொண்டிருந்தான்.

சிறுவனிடமும் கூட ஸ்ரீதேவியின் சாயலே அதிகமாக இருந்தது. சிறுமியாக இருந்தபோது ஸ்ரீதேவி இந்தச் சிறுவனைப் போலவே இருந்திருக்கக்கூடும். ஒரு பழைய சினிமாவில் முருகன் வேடத்தில் அந்த வயதுள்ள ஸ்ரீதேவியைப் பார்த்தது நினைவுக்கு வந்தது அவனுக்கு. அது என்ன படம்? கந்தன் கருணையா? திருவிளை யாடலா? அதைப்பற்றி யோசித்துக் கொண்டிருந்தபோது திடீரென அந்தச் சிறுவன் முருகனாக இருக்கக்கூடுமோ என்னும் சந்தேகம் தோன்றியது. காமராஜரைப் பார்ப்பதற்காக மலை மீதிருந்து அவனும் கூட இறங்கி வந்துவிட்டானோ என்னவோ? வந்திறங்கியிருப்பது மயில் வாகனத்திலா? பொக்லைன் இயந்திரத்திலா? அதற்கு மேல் கற்பனை செய்ய அவனுக்கு முடியவில்லை.

அவனால் அந்த இயந்திரத்தைத் திறமையாகக் கையாள முடியுமா எனச் சிறுவனிடம் கறாராக ஒரு கேள்வியைக் கேட்டுத் தன்னை அக்கற்பனைகளிடமிருந்து மீட்டுக்கொள்ள எத்தனித்தான் இன்ஸ்பெக்டர். சிறுவன் தன்னம்பிக்கையோடு அதற்குப் பதிலளித்தான். எப்போதுமே இந்த இயந்திரத்தை இயக்குபவன் தான்தான் என்றான்.

ஆனால் அவனிடம் கனரக வாகனங்களை இயக்குவதற்கான ஓட்டுநர் உரிமம் இருக்கிறதா? சிறுவன் அவனது கேள்வியைப் பொருட்படுத்தாமல் காட்டை ஆராய்ந்து கொண்டிருந்தான்.

வண்டி ஒன்பதாவது வளைவின் விளிம்பில் நின்று கொண் டிருந்தது. அதை உபயமண்டபத்திற்குப் பக்கத்தில் கொண்டு வந்து நிறுத்துவதற்கு வழியில் இருந்த சில மரங்களை அப்புறப்படுத்த வேண்டியிருக்கும் என்றான் சிறுவன். இன்ஸ்பெக்டர் சடலத்தை அப்புறப்படுத்துவதில் தோல்வியுற்றுத் தம்மைப் பார்வையாளர்களாக மாற்றிக் கொண்டிருந்த பிணந்தூக்குபவர்களை அழைத்து அதைச் செய்ய உத்தரவிட்டான். ஏற்கனவே அவமானத்தால் குன்றியிருந்த அவர்கள் திடீரெனத் தாங்கள் குற்றேவலர்களாக மாற்றப்பட்டிருப் பதைக் குறித்த துக்கத்துடன் தாங்கள் வந்த ஆம்புலன்ஸ் வண்டி

யிலிருந்து கடப்பாரைகளையும் அரிவாள்களையும் மரங்களை அறுப்பதற்கான ரம்பங்களையும் எடுத்துக்கொண்டு வந்தனர்.

சிறுவன் நான்கு பேருக்கும் வழிகாட்டினான். சில மரங்களை அடியோடு அப்புறப்படுத்த வேண்டும். அந்தக் காரியத்தைப் பொக்லைன் பார்த்துக் கொள்ளும். வேறு சில மரங்களின் கிளை களை அவர்கள் நறுக்கிவிட்டால் போதும். வழியை அடைத்துக் கொண்டு கிடக்கும் பாறைகளைக்கூடத் தன் இயந்திரத்தைக் கொண்டு அவனே அகற்றிவிடுவான். தேவையான உத்தரவுகளைக் கொடுத்துவிட்டு இன்ஸ்பெக்டரிடம் வந்தவன் தனது இயந்திரத்தைக் கொண்டு செய்ய வேண்டிய வேலை என்ன என்று கேட்டான். இன்ஸ்பெக்டர் குழம்பினான். ஒரு சடலத்தை அப்புறப்படுத்துவதற்காக அதுபோன்ற ராட்சத இயந்திரமொன்றை வரவழைக்க நேர்ந்த அபத்தத்தைப் பற்றி அப்போதுதான் அவனால் யோசிக்க முடிந்திருக் கிறது. உண்மையில் அது முட்டாள்தனமான, கேலிக்கிடமான நடவடிக்கை. நாயகன் ஒரு பிணத்திடம் தோற்றிருப்பதாகவே அவனது இந்த நடவடிக்கை அர்த்தப்படுத்திக் கொள்ளப்படும். அப்போதுதான் சடலத்தை அப்புறப்படுத்துவதில் அந்த நான்கு பேரும் அடைந்த தோல்வி போலியானதாக ஏன் இருந்திருக்கக் கூடாது என யோசிக்கத் தொடங்கினான். சிறுவன் தன் ஒரு கேள்வியில் அவனது கண்களைத் திறந்து விட்டிருக்கிறான். அவர்களுடைய எல்லா முயற்சிகளும் எல்லாப் பெருமூச்சுகளும் அவர்களது உடல்களில் ஊற்றெடுத்துப் பெருகிய வியர்வையும் தோல்வியை ஒப்புக்கொண்டபோது முகங்களில் தென்பட்ட சோர்வும் அவமானமும் வெறும் பாவனை களாக ஏன் இருந்திருக்கக் கூடாது? சடலம் காமராஜருடையது என்பதை அங்கு வந்து சேர்வதற்கு முன்பேகூட அவர்கள் தெரிந்து கொண்டிருக்கலாம். அப்புறப்படுத்தும் விருப்பம் இல்லாமலும் அது ஒரு நினைவுச் சின்னமாக என்றென்றைக்குமாக இருந்துவிடட்டும் எனத் தீர்மானித்துக் கொண்டும் வந்திருக்கக் கூடும். உண்மையில் சடலத்தை அப்புறப்படுத்துவதையே தொழிலாகக் கொண்ட நான்கு அற்பப் பிறவிகளால் அவன் வெகுசுலபமாக ஏமாற்றப்பட்டிருக்கிறான் என்பதுதான் அதற்குப் பொருள். எதையும் வெளியே காட்டிக் கொள்ளாமலிருப்பது என முடிவு செய்தான் இன்ஸ்பெக்டர். அவர் கள் தன்னை முட்டாள் என நினைத்தால் அப்படியே நினைத்துக் கொள்ளட்டும். அந்த நான்கு பேரையும் சடலத்தை முதலில் பார்த்து அது காமராஜருடைய சடலம் எனச் சொன்ன பரதேசியையும் அவனுக்குத் துணையாக வந்து தனது தோல்வியின் பார்வையாளர் களாக இருந்துகொண்டிருக்கும் மற்ற எல்லோரையும் அவமானப் படுத்துவதென முடிவுசெய்தான் அந்த என்கௌன்டர் ஸ்பெஷலிஸ்ட்.

பொக்லைன் இயந்திரத்தின் உலோகத்தாலான கரங்களைக் கொண்டு இழுத்து வந்து அவர்களுடைய காலடியில் அந்தச் சடலத்தைப் போட வேண்டும். இது அவர்கள் எல்லோருடனும் கூடவே தன்னை அவமானத்துக்குள்ளாக்கிய சடலத்தையும் சேர்த்தே தண்டிக்கும் செயலாக இருக்கும். பிறகு அவர்களால் குற்ற உணர்வைச் சகித்துக்கொள்ள முடியாமல் போகலாம்.

சிறுவன் பொறுமையிழந்து கொண்டிருந்ததைக் கவனித்த இன்ஸ்பெக்டர் தானே நேரடியாகச் சடலம் கிடத்தப்பட்டிருந்த இடத்துக்கு அவனை அழைத்துச் சென்றான். சடலம் தார்ப்பாலினால் மறைக்கப்பட்டிருந்தது.

இது சிறுவனுக்குக் கேலியாகத் தென்படக்கூடும். ஆனால் குற்றம் தன்னுடையதல்ல. சடலத்துக்குப் போர்த்த கித்தான் ஒன்றைக் கொண்டுவரச் சொன்னால் அது கிடைக்கவில்லையென்று தார்ப் பாலினைக் கொண்டுவந்திருந்த சுகாதாரத்துறை ஆள்களின் குற்றம். தருணம் வாய்க்கும்போது இதைச் சிறுவனுக்குச் சொல்லிவிட வேண்டும். ஆனால் முதல் பார்வையிலேயே அது சடலம் என்பதைக் கண்டுபிடித்திருந்தான் சிறுவன்.

"இது ஒரு சடலமாக இருக்க வேண்டுமென நினைக்கிறேன்?" எனத் தன் வயதுக்குப் பொருத்தமற்ற தோரணையில் இன்ஸ்பெக்டரின் கண்களை நேருக்கு நேர் பார்த்துக் கொண்டு சொன்னான்.

"ஒரு சடலத்தை அப்புறப்படுத்துவதற்காகப் பொக்லைனைப் பயன்படுத்தும் அதிசயத்தை நான் இப்போதுதான் முதல் முறையாகக் கேள்விப்படுகிறேன்" என்றான்.

இன்ஸ்பெக்டர் கண்களைத் தாழ்த்திக் கொண்டான்.

"உண்மைதான். ஆனால் இது மற்ற சடலங்களைப் போன்ற தல்ல" எனப் பதிலளிப்பதைத் தவிர அப்போது அவனுக்கு வேற வழியிருந்திருக்கவில்லை. சிறுவன் அதற்கு மேல் எதுவும் சொல்ல விரும்பாதவனாக வெளியே வந்தான். கிளைகள் வெட்டப்படுவதை ஒரு பார்வை பார்த்தவன் புகை பிடித்துக்கொண்டிருந்த இன்ஸ்பெக்டரின் அருகில் வந்து தனக்கும் ஒரு சிகரெட் தேவைப்படுவதாகச் சொன்னான்.

"எடுத்துக் கொண்டு வர மறந்துவிட்டேன்" என வருத்தப்படும் தோரணையில் புன்னகைத்தான்.

இன்ஸ்பெக்டர் ஒன்றுமே சொல்லாமல் சிகரெட் பாக்கெட்டை நீட்டினான். சிறுவன் ஒன்றை உருவியெடுத்து உதடுகளுக்கிடையே பொருத்திக்கொண்டு தீப்பெட்டிக்காகக் கை நீட்டினான்.

 நற்றிணை பதிப்பகம் ❖ 47

“நீங்கள் எனக்கொரு உதவி செய்ய வேண்டும்” எனத் தணிந்த குரலில் அவனிடம் கேட்டான் இன்ஸ்பெக்டர்.

சிறுவன் என்ன என்பதுபோல பார்த்தான். அவனது உதடுகளிலிருந்து கசிந்து வெளியேறிக்கொண்டிருந்த புகை, தடிமனான படலமாக இன்ஸ்பெக்டரின் முன்னால் மிதக்கத் தொடங்கியிருந்தது.

“சடலத்தை மீட்டு நீங்கள் அதை அதோ அவர்களுடைய காலடியில் வைக்க வேண்டும்” எனச் சற்றுத்தள்ளி வரிசையாக நின்றுகொண்டிருந்தவர்களைச் சுட்டிக்காட்டிச் சொன்னான். பொக்லைன் அங்கு வருவதற்கான பாதையைச் செப்பனிட்டு விட்டு வந்திருந்த நான்கு பிணந்தூக்குபவர்களையும் தம்முடன் சேர்த்துக் கொண்டு யாரும் கேட்டுக் கொள்ளாமலேயே ஓர் ஒழுங்கு வரிசையை அமைத்துக் கொண்டிருந்தார்கள் மற்றவர்கள். சிறுவன் அவர்களைக் கூர்ந்து பார்த்தான்.

“ஒரு சமர்ப்பணம் போலவா?”

“ஆமாம், சமர்ப்பணம் போல”

இன்ஸ்பெக்டர் அச்சிறுவனை வியந்தான்.

சிறுவன் குதூகலமுற்றவனைப் போல் தென்பட்டான். சிகரெட்டின் கரிந்த துண்டைச் சுண்டியெறிந்துவிட்டுத் தன் இயந் திரத்தை நோக்கி நடந்தான். இன்ஸ்பெக்டர் தான் எந்த இடத்தில் நிற்பது என யோசிக்கத் தொடங்கியிருந்தான். அதற்குள் அந்த பொக்லைன் இயந்திரத்தின் ஓசை மூர்க்கமாகப் பரவத் தொடங்கி யிருந்தது. முதலில் வெட்டப்பட்டுப் பாதையில் சாய்க்கப்பட்டிருந்த மரங்களையும் சில பாறைத் துண்டுகளையும் அகற்ற வேண்டியிருந்தது. அதற்கு அதிகபட்சம் பத்து நிமிடங்களுக்கு மேல் ஆகவில்லை. இயந்திரத்தின் பிரும்மாண்டமான உருக்குக்கரம் எல்லாவற்றையும் அநாயாசமாகப் பற்றி இழுத்துப் புரட்டிச் சரிவுகளில் தள்ளியது. பிறகு சடச்சடவென ஓசையெழுப்பிக்கொண்டு மண்டபத்தை நோக்கி வந்தபோது வழியில் காமராஜரின் சட்டமிடப்பட்ட அந்தக் கறுப்பு வெள்ளைப் புகைப்படம் கிடந்ததைப் பார்த்தான் இன்ஸ்பெக்டர். அதை அங்கே நழுவவிட்டிருந்தது தானாகவே இருக்க வேண்டும் எனக் கருதியவன் அதுகுறித்துச் சிறுவனை எச்சரிக்க விரும்பினான். அதற்கு அவகாசம் தராமல் இயந்திரத்தின் பற்சக்கரங்களிலொன்று அந்தப் புகைப்படத்தை நசுக்கிக்கொண்டு கடந்துசென்றது. அதன் மூர்க்கத்துக்குச் சட்டமிடப்பட்ட ஒரு கறுப்பு வெள்ளைப் புகைப்படம் அற்பம். அது கடவுளுடையதே என்றாலும், இயந்திரம் உறுமியது. சிரித்துக் கொண்டே இயந்திரத்தின்

உருக்குக்கரத்தைச் சடலம் கிடத்தப்பட்டிருந்த மண்டபத்திற்குள் ஒரு பொறியாளனின் துல்லியத்தோடு லாவகமாகச் செலுத்தினான் அந்தச் சிறுவன். சடலத்தை எட்டியதும் மூர்க்கத்தைச் சிறிது தணித்துக்கொண்டது அந்தக் கரம். வழிபடுவதைப் போலச் சடலத்தின் சிரசிலிருந்து தொடங்கி பாதம்வரை வருடிக்கொடுத்துக் கொண்டே மெதுவாக ஊர்ந்தது.

பிறகு இன்ஸ்பெக்டர் உள்ளிட்ட மற்ற எல்லோரும் மூச்சு விடாமல் பார்த்துக் கொண்டிருந்தபோது தனது இரையைப் பற்ற முனையும் ஒரு மிருகம் போல் சரேலென ஒரு பாய்ச்சல்.

குஷ்டரோகியினுடையதைப் போன்ற தன் மழுங்கிய விரல்களால் சடலத்தைப் பற்றி மூர்க்கமாக இழுத்தது. சடக்கெனப் பேரோசையுடன் சடலம் முறிவதைக் கவனித்தான் இன்ஸ்பெக்டர். மேலெழும்பியபோது அதன் பிடியில் தாறுமாறாகப் பிய்த்தெடுக்கப் பட்ட தார்ப்பாலினோடு தொங்கிக்கொண்டிருந்தது சடலத்தின் முறிந்த ஒற்றைக் கால். என்ன நடந்தது என்பதைப் புரிந்துகொள்வதற்கு முயன்றுகொண்டிருந்தபோதே அந்த ஒற்றைக் காலை மற்ற எல்லோரிடமிருந்தும் விலகித் தனியாக நின்றுகொண்டிருந்த இன்ஸ்பெக்டரின் காலடியில் அவன் கேட்டுக் கொண்டதைப் போலவே ஒரு சமர்ப்பணமாக வைத்தது இயந்திரத்தின் அந்த உருக்குக் கரம். தனது வேண்டுகோள் தவறாகப் புரிந்துகொள்ளப் பட்டிருப்பதைப் பற்றிய பிரக்ஞையின்றிப் பரிதவிப்புடன் குனிந்து அதைக் கையிலெடுக்க முயன்றான் இன்ஸ்பெக்டர். நம்ப முடியாத கனம். தன் உரமேறிய கைகளால் கூட அதைப் பற்றவோ தூக்கவோ அவனுக்கு முடிந்திருக்கவில்லை.

அது கல்.

அவனது காலடியில் சமர்ப்பணமாக வைக்கப்பட்டது தசையோ எலும்புகளோ அற்ற, நிணத்தின் பிசுபிசுப்பும் மரணத்தின் நெடியும் படிந்திராத வெறும் பாறை. தேர்ந்த சிற்பி ஒருவனால் நேர்த்தியாக வடிக்கப்பட்டு எதற்காகவோ கிடத்திவைக்கப்பட்டிருந்த கற்சிலை யொன்றின் முறிந்த பகுதி. ஆழ்ந்த பெருமூச்சுடன் நிமிர்ந்து பார்த்த போது சிறிதும் கருணையற்ற அந்த பொக்லைன் இயந்திரத்தின் முரட்டுக் கரம் சடலத்தின் எஞ்சிய பகுதியை மீட்பதற்காக வெள்ளியங்கிரிப்புதூர் சுப்பிரமணியக் கவுண்டரின் உபய மண்டபத்திற்குள் நுழைந்திருந்தது.

பிப்ரவரி 2014

பிறகொரு இரவு

யாரோ தன் அறையின் கதவுகளைத் தள்ளித் திறப்பதை அவற்றின் மெல்லிய கிரீச்சிடலைக் கொண்டு அறிந்துகொண்டார் காந்தி. பிறகு மிகக் கவனமாக அடிவைத்து நெருங்கிவரும் பாதங்களின் அதிர்வுகள். கண்களை மூடிக்கொண்டு தூங்குவதைப் போல் பாவனை செய்தார் மகாத்மா.

தனிக்லால்தான் அவர். பிர்லா மந்திரில் வாழும் ஜீவன் களிலேயே அதிக எச்சரிக்கை உணர்வுகொண்ட கிழவர்; காந்தியின் முதன்மைச் செயலாளர்; செயலாளர் என்பதைவிடச் சீடன் எனச் சொல்லிக் கொள்வதில் அதிகப் பெருமை கொள்பவர்; அவருக்குப் பணிவிடை செய்வதையே தேச சேவையாக நம்பிக்கொண்டிருப்பவர். மகாத்மாவின் அறைக்கு நேரெதிரே உள்ள மிகச் சிறிய அறையொன்றி லிருந்து விடிய விடியத் தூங்காமல் அவரைக் கண்காணித்துக் கொண்டிருப்பது ஒன்றுதான் தனிக்லாலின் பணி. ஓர் இரவில் குறைந்தபட்சம் மூன்றுமுறையாவது காந்தியின் அறைக்குள் வந்து அவர் நன்றாக இருக்கிறாரா என நிச்சயப்படுத்திக்கொள்வார். அவரிடமிருந்து வெளிப்படும் சிறு முனகல்கூட தனிக்லாலைப் பெரும் பதற்றத்திற்குள்ளாக்கிவிடும். ஒருமுறை விளையாட்டாக அவரிடம் சொன்னார் காந்தி, “இந்தக் கண்காணிப்பும் உறக்க மின்மையும் எதற்காக தனிக்லால்ஜி? நெருங்கி வரும் என் மரணத்தை நேரடியாகப் பார்த்துவிடும் ஆசையோ?” பாதி விளையாட்டாகவும் பாதி உண்மையாகவும்.

பதறிவிட்டார் தனிக்லால்.

“தங்களுக்கு என்றுமே மரணமில்லை பாபுஜி. இந்தத் தேசத்தின் எதிர்காலம் கருணை மிகுந்த தங்கள் கரங்களில் பத்திரமாக ஒப்படைக்கப்பட்டிருக்கிறது.”

பெருமூச்செறிந்தார் காந்தி.

“நான் ஒன்றும் அவ்வளவு சீக்கிரம் செத்துப்போய் விட மாட்டேன் தனிக்லால்ஜி, என் கடமைகள் இன்னும் முற்றுப் பெறவில்லை. என் போராட்டங்களும் மிக நீண்டவை. தேவைப்படும்

வரை வாழ்வதற்குச் சபிக்கப்பட்டிருப்பவன் நான். ஒருவேளை கடவுள் என்னை முன்கூட்டியே அழைத்துக் கொள்ளத் தீர்மானிப்பாரெனில் எவராலும் அந்தத் தருணத்தை முன்னுணர முடியாது. உங்களாலும்கூட. இருமலும் முனகலும் என் மரணத்தின் சமிக்ஞைகளாக ஒருபோதும் இருக்கப்போவதில்லை. என் மரணம் சத்தமற்றதாகவே இருக்கும்! அநேகமாக ஒரு வசந்தகாலத்தின் அதிகாலைப் பொழுதில், அப்போது எல்லாத் தாவரங்களும் பூக்கத் தொடங்கியிருக்கும். தில்லியின் மையத்தில் ஆயிரம் வருடங்களாக இருந்துவரும் மிக உயர்ந்த தேவதாரு மரத்தின் உச்சியில் வசிக்கும் சிறு பறவை முதலாவதாக விழித்துக்கொண்டு என் மரணத்தை உலகுக்கு அறிவிக்கும்! தனிக்லால்ஜி, அப்போது நீங்கள் உட்பட எல்லோரும் ஆழ்ந்து உறங்கிக்கொண்டிருப்பீர்கள்! கவலைகளை விட்டு விட்டு இப்போது சற்றுத் தூங்குங்கள்."

ஆனால் தனிக்லாலால் ஒருபோதும் தூங்க முடிந்ததில்லை. அதிகாலையில் எழும்போது தன் கட்டில் விளிம்பில் தலையைச் சாய்த்தவாறு அவர் உறங்கிக்கொண்டிருப்பதைக் காண்பார் காந்தி. அவர் விழித்துவிடக் கூடாதே என்பதற்காகத் துளியும் சத்தம் எழுப் பாமல் குளியலறைக்குள் போய்விடுவார். அன்றைய கடிதங்களை எழுதி முடிக்கும்வரை ஆழ்ந்து தூங்கிக்கொண்டிருப்பார் தனிக்லால். ஆனால் உள்ளுணர்வின் தூண்டுதலாலோ என்னவோ காந்தி நடைப்பயிற்சிக்காகக் கிளம்புவதற்குச் சற்று முன்பாக விழித்துக் கொண்டுவிடுவார். பிரார்த்தனைகளின் போதும் காந்தி தன் அறையில் விவாதங்களில் ஈடுபட்டிருக்கும் தருணங்களிலும் தனிக்லாலுக்குக் கண்கள் சொருகும். அதைக் காணும் மகாத்மாவின் மனம் எல்லையற்ற கருணையாலும் இரக்கத்தாலும் ததும்பும்.

ஆனால் ஓயாத இந்தக் கண்காணிப்புகள் தரும் பதற்றத்தையும் எரிச்சலையும் கட்டுப்படுத்திக் கொள்ளும் ஆற்றலைத் தான் கொஞ் சம்கொஞ்சமாக இழந்து வருவதாகச் சந்தேகித்தார் காந்தி. தனிக்லாலின் மனத்தைப் புண்படுத்தும்படியான சொற்களை உச்சரித்துவிடாதிருப்பதற்குப் பெரும் பிரயத்தனங்களை மேற் கொள்ள வேண்டியிருப்பது குறித்த கவலை அவரை அலைக்கழித்துக் கொண்டிருந்தது. எல்லாவற்றையும்விடத் தனிக்லால் தன் அறைக்குள் பிரவேசிக்கும் தருணங்களில் அவரது கேள்விகளின் குடைச்சல் களிலிருந்து தப்புவதற்காகத் தூங்குவதைப் போல் பாவனை செய்ய நேர்வது குறித்தே அதிகம் வருந்தினார் காந்தி. தனிக்லாலைக் காணும்போது அவரது கண்கள் வெறுப்பை உமிழ்ந்தன. இதைக் குறித்து ஆழ்ந்து பரிசீலிக்கவும் செய்தார். இந்த வெறுப்பு தனிக்லாலின் மீதானது மட்டுமன்று. நேருவின் மீதானது; பட்டேலின்

மீதானது; மனப்பிறழ்வுகளுக்குள்ளானவர்களைப் போல் கலவரங்களில் ஈடுபட்டுக்கொண்டிருக்கும் எல்லோரது மீதானது மாகும். உண்மையில் இது சுய வெறுப்பின் அடையாளமும்கூட.

தனிக்லாலின் காலடியோசை நெருங்கி வந்ததும் விழித்துக் கொண்டார் காந்தி.

“தனிக்லால்ஜி, நீங்கள் இன்னுமா தூங்கவில்லை? இந்த நள்ளிரவு நேரத்தில் எதற்காக இப்படி நடமாடிக் கொண்டிருக்கிறீர்கள்? என் பொருட்டு நீங்கள் இப்படி உங்களைத் துன்புறுத்திக்கொள்ள வேண்டாம் எனப் பலமுறை கேட்டுக் கொண்டிருக்கிறேன். எல்லோரும் என்னைக் குற்ற உணர்வுக்குள்ளாக்கிக் கொண்டிருக் கிறீர்கள்! தீராத துயரத்தில் மூழ்கியிருக்கும் நம் மக்களுக்கு எதாவது செய்வதே நம் இப்போதைய பணி. எனக்குப் பணிவிடை செய்வதைக்காட்டிலும் அது எவ்வளவோ மேலானது தனிக்லால்ஜி!”

“என்னை மன்னியுங்கள் பாபுஜி! பனி மிக அதிகமாக இருந்ததால் இங்கு வந்தேன். நீங்கள் இந்தக் கதரைப் போர்த்திக் கொள்ளலாம் அல்லவா?” எனக் கையோடு கொண்டு வந்திருந்த ஒரு கனத்த போர்வையை அவருக்குப் போர்த்திவிட்டார்.

போர்வையை விலக்கிவிட்டு எழுந்து உட்கார்ந்தார் காந்தி.

“தூக்கமே வரவில்லை. எல்லோரும் வீணாக என்னைத் தடுத்து வைத்திருக்கிறீர்கள். இன்று முழுவதும் பயனுள்ள ஒரு காரியத்தையும் செய்யவில்லை. சந்திப்புகள், உரையாடல்கள், பேட்டிகள் எனச் சலித்துப்போய்விட்டது. தொண்டர்களுடன் இணைந்து முகாம்களில் வசிக்கும் எளிய மனிதர்களுக்காகப் போர்வைகளைச் சேகரிக்கப் போயிருக்கலாம். குழந்தைகள், பெண்கள், முதியவர்கள் எல்லோரும் சொல்ல முடியாத துயரில் மூழ்கிக் கிடக்கும்போது நான் இங்கே ஒரு பாதுஷாவைப் போல் வாழ்ந்து கொண்டிருக்கிறேன்.”

“தொண்டர்கள் தம் கடமைகளை ஒழுங்காகச் செய்து கொண்டிருக்கிறார்கள் பாபுஜி, நீங்கள் வருந்த வேண்டாம். அகதிகளுக்கு இன்று மட்டும் நூற்றுக்கணக்கான போர்வைகளும் கம்பளிகளும் விநியோகிக்கப்பட்டன.”

“ஒரு நல்ல தகவலைச் சொன்னதற்காக உங்களுக்கு நன்றி. எல்லோருக்கும் அவை சமமாக வழங்கப்பட்டிருக்கின்றன அல்லவா?”

“ஆமாம், பாபுஜி எல்லா முகாம்களுக்கும் சமமாகவே வழங்கப்பட்டன.”

காந்தி புன்னகைத்தார். “மக்கள் மனமுவந்து உதவுகிறார்கள் அல்லவா? கேட்பதற்கே நிறைவாக இருக்கிறது. கடவுள் கருணை

மிகுந்தவர் என நான் எப்போதுமே சொல்லி வந்திருக்கிறேன்." ஓயாது அலைக்கழிக்கும் கலவரங்களால் வெதும்பிக் கிடந்த அவர் மனத்தில் நம்பிக்கை படரத் தொடங்கியது. அண்மையில் தான் மேற்கொண்ட உண்ணாநோன்பு வீணாகி விடவில்லையென நினைத்தார் மகாத்மா. சோர்விலிருந்தும் உறக்கமின்மையின் களைப்பிலிருந்தும் விடுபட்டவராக எழுந்தார், "தனிக்லால்ஜி, கொஞ்சம் வெந்நீர் குடிக்கிறீர்களா? நாம் சிறிது நேரம் பேசிக் கொண்டிருக்கலாமே" என்றவாறு சமையலறையை நோக்கி நடந்தார். தனிக்லால் பதற்றத்துடன் பின்தொடர்ந்து போய் அவருக்கு உதவ முற்பட்டார். "சரி, எல்லாவற்றையும் எனக்குச் சொல்லுங்கள். அவற்றைக் கேட்பதற்கு மிகவும் ஆவலாக இருக்கிறேன்."

தனிக்லாலை உற்சாகம் தொற்றிக்கொண்டது. அன்றைய நிகழ்வுகளில் மகாத்மாவுக்குச் சந்தோஷமளிக்கக் கூடியது எனத் தான் கருதியவற்றைப் பற்றி மிக விரிவாக எடுத்துரைக்க முற்பட்டார். துர்க்மான் கேட்டிலும் சாந்தினி சௌக்கிலும் இருந்த முகாம்களில் இருந்த அகதிகள் தொண்டர்களைக் கண்டதும் எவ்வளவு உற்சாகமடைந்தார்கள் என்பதிலிருந்து தொடங்கினார்.

ஓரிரு வாரங்களுக்கு முன்னர் அங்குப் போயிருந்த மகாத்மா அவர்களுடைய வாழ்வின் இழிநிலையை நேரில் பார்த்திருந்தார். துர்க்மான் கேட்டில் ஏராளமான சிறுமிகள் அடைக்கலம் புகுந்திருந்தார்கள். அவரைச் சந்தித்த பன்னிரண்டே வயதான இஸ்லாமியச் சிறுமியை அவரால் மறக்கவே முடியவில்லை. கண் முன்னால் தன் பெற்றோர் வெட்டிச் சாய்க்கப்பட்ட கதையை அவள் அவருக்குச் சொல்லியிருந்தாள். கலவரக்காரர்கள் நள்ளிரவில் அவர்களது குடியிருப்புகளைச் சூழ்ந்து கொண்டார்களாம். சத்யாகிரஹியான அவளுடைய தந்தை குடியிருப்புவாசிகளைக் காப்பாற்றுவதற்காக அவர்களது பாதங்களில் விழுந்து தம் மக்கள்மீது கருணை காட்டுமாறு கெஞ்சினாராம். ஆயுதமேந்திய அக்கொடியவர்களுக்கு முன்னால் தன் இரு கைகளையும் கூப்பிநின்ற தந்தையின் முகத்தைத் தன்னால் மறக்கவே முடியவில்லை என்றாள் அந்தச் சிறுமி. பிறகு அவர்கள் கும்பிட்டு நின்ற அவருடைய கைகளை ஒன்றன்பின் ஒன்றாக வெட்டினார்களாம்.

தாய் அவளை எப்படியாவது காப்பாற்றிவிட முயன்றிருக்கிறாள். அவசர அவசரமாக அவளுடைய நெற்றியில் குங்குமத்தைத் தீற்றியிருக்கிறாள். "ஜெய் ஸ்ரீ ராம்" என முழக்கமிடும்படி யோசனை சொன்னாளாம். அப்படிச் செய்தால் கலவரக்காரர்கள் அவளை விட்டுவிடுவார்கள். அதன் பிறகு தப்பித்து எங்காவது போய்ப் பிழைத்துக் கொள் என்றாள் தாய். ஆனால் அவள் மறுத்துவிட்டாள்.

மாறாக ‘அல்லாஹு அக்பர்’ என்பதே அவர்களிடம் அவள் சொன்னது.

“அவர்கள் உன்னை விட்டுவிட்டார்களா?”

“அவர்களுக்கு என் உடல் தேவையாக இருந்தது. என்னை இழுத்துக்கொண்டு போனார்கள். ஒன்பது நாள்கள்வரை தம் வாகனத்திலேயே அடைத்துவைத்து என் உடலைச் சூறையாடி னார்கள். நான் இறந்துவிட்டதாக நினைத்துத் தெருவோரம் வீசிவிட்டுப் போய்விட்டனர். பிறகு நானாக இந்த முகாமுக்கு வந்தேன். அப்போது எனக்கு எந்த அடையாளமும் இருக்கவில்லை. என்னைப் போன்ற பல சிறுமிகளைச் சந்தித்தேன். எல்லோரும் ஒரே மாதிரிதான் தென்பட்டோம். குருதி கசியும் ஒரேவிதமான மனங்கள். என் பெயர்கூட எனக்கு மறந்து போயிருந்தது.”

“அந்தக் குழந்தையைச் சந்தித்தீர்களா? தனிக்லால்ஜி” எனக் கேட்டதும் அவர் தடுமாறினார். ஞாபகங்களை மீட்டுக் கொள்வதற்கு முயன்றதைப் பார்த்ததும் எங்கே அவர் பொய் சொல்லிவிடுவாரோ என்னும் பதற்றம் ஏற்பட்டது காந்திக்கு. “சரி, நீங்கள் போய்ப் படுத்துக் கொள்ளுங்கள், எனக்கு மிகக் களைப்பாக இருக்கிறது” என அவசர அவசரமாக விடை கொடுத்துவிட்டுப் படுக்கையில் சாய்ந்தார். கிளம்புவதற்குத் தயாரான தனிக்லாலின் முகத்தில் சிரிப்புப் பொங்கிக்கொண்டு வந்தது.

“எதை நினைத்துக் கொண்டீர்கள் தனிக்லால்ஜி?”

“மன்னித்துக்கொள்ளுங்கள் பாபுஜி, என்னால் சிரிப்பைக் கட்டுப்படுத்திக் கொள்ள முடியவில்லை. அடக் கடவுளே, எப்படிப்பட்ட ஆள் இந்தப் பகவதிசரண்! வியந்துபோய் விட்டேன். அப்படியே அச்சு அசலாக அல்லவா இருந்தான்! இப்படியும் நடக்குமா என்ன? நல்ல ஆள் இந்தப் பகவதிசரண்!” என வயிறு குலுங்கச் சிரித்தார் தனிக்லால்.

மௌனமாகப் பார்த்துக்கொண்டிருந்தார் காந்தி. பிறகு இருண்டு அடங்கியது தனிக்லாலின் முகம். சிரசைக் கவிழ்த்து முழங்கால்களுக்குள் புதைத்துக்கொண்டு கதைபோல எல்லா வற்றையும் சொல்லத் தொடங்கினார் அவர்.

“அவரை உங்களுக்குத் தெரியுமல்லவா? அந்த இளம் வங்காளி உங்கள் சீடர். உங்களைப் பார்ப்பதற்காகவே தில்லிக்கு வந்தவர். கல்கத்தாவில் அவர் புரிந்த சேவைகளைப் பலரும் புகழ்ந்து சொல்லி யிருக்கிறார்கள்; இளைஞர். அநேகமாகத் தன் முப்பதுகளின் இறுதியில் இருக்கக்கூடும்; நாள்தோறும் மொட்டையடித்துக் கொள்கிறார் என நினைக்கிறேன். ஆனால் அந்த மீசையும்

புருவங்களும்..." சொல்லச் சொல்லச் சிரிப்புப் பொங்கியது தனிக்லாலுக்கு.

"கேளுங்கள் பாபுஜி. நேற்று நாங்கள் மிகவும் சோர்ந்து போயிருந்தோம். யாருமே எங்களுக்கு உதவ முன்வரவில்லை. மிகவும் வசதிபடைத்த குஜராத்திகளும்கூட. மாளிகைகளின் வாசல்களில் நாங்கள் இசைத்த பாடல்கள் யாருடைய இதயத்தையும் தொட வில்லை. பிற்பகல்வரை சில கந்தல்களை மட்டுமே எங்களால் திரட்ட முடிந்திருந்தது. நாங்கள் மிகச் சோர்ந்துபோனோம். கலவரத்தால் பாதிப்புக்குள்ளாகி முகாம்களில் அவதிப்படும் எளியவர்களிடம் கருணை காட்டுமாறு மன்றாடினோம். யாருமே இரக்கம் காட்டவில்லை, பாபுஜி. பரம ஏழையாகத் தென்பட்ட ஒரு முதியவர் தன் மேலாடையைத் தந்தார். நாங்கள் கேட்காத போதிலும் வலிய முன்வந்து அவர் அந்த உதவியைச் செய்தார். அது ஒரு மகத்தான தருணம். இழந்திருந்த நம்பிக்கையை நாங்கள் மீட்டெடுத்துக் கொண்ட தருணம் பாபுஜி."

"ஆமாம், மகத்தான தருணம்தான் அது! அந்தக் கந்தல்தான் நாம் வெற்றிபெற்றிருக்கிறோம் என்பதற்கான அடையாளம், இல்லையா தனிக்லால்ஜி?" என உவகையோடு குறுக்கிட்டார் மகாத்மா. அதைப் பொருட்படுத்தும் மனநிலை தனிக்லாலுக்கு இல்லை. தன் கதையின் பரபரப்பான ஒரு கட்டத்தை நெருங்கும் பதற்றம் அவர் முகத்தில் தென்பட்டது.

"பிறகு அவர் சிலுவைக் குறியிட்டுக் கொண்டதை நாங்கள் பார்த்தோம். எல்லோரும் ஒருமித்த குரலில் சொன்ன நன்றியைப் பொருட்படுத்தாமல் இயேசுவைக் குறித்த தோத்திரம் ஒன்றை முணுமுணுத்துக் கொண்டே அவர் அங்கிருந்து சென்றுவிட்டார். நாங்கள் எங்கள் பயணத்தைத் தொடர்ந்தோம். பனிக்கால வெயில் எங்கள் முகங்களைச் சுட்டெரித்துக் கொண்டிருந்தது. முந்தையதை விடவும் கொடுமையாக இருந்தது அந்தப் பயணம். யாருமே எங்களைப் பொருட்படுத்தவில்லை. பிறகு நடந்தவைதான் நம்பவே முடியாதவையாக இருந்தன பாபுஜி. கேளுங்கள் இதை! அப்போது நாங்கள் தில்லியின் நடுத்தர வர்க்கத்தினர் வசிக்கும் ஒரு பகுதியில் சென்று கொண்டிருந்தோம். வேடிக்கை பார்ப்பதற்காகப் பலர் எங்களைப் பின்தொடர்ந்து கொண்டிருந்தனர். ரகுபதி ராகவ ராஜாராம் கீதத்தை இசைத்தபடி நாங்கள் போய்க்கொண்டிருந்தோம். அப்போது எங்களுக்குப் பின்னால் ஒலித்த 'மகாத்மா காந்திக்கு ஜே!' என்னும் பெருத்த ஆரவாரத்தைக் கேட்டு ஆச்சரியமுற்றவர் களாகத் திரும்பிப் பார்த்தோம். கடவுளே, இன்னும்கூட அந்தக் காட்சியை என்னால் நம்ப முடியவில்லை. கிறித்துவைப் போல

எங்களை நோக்கி வந்து கொண்டிருந்தார் அவர்! மகாத்மா! எங்களில் யாராலும் அவரை அடையாளம் காண முடியவில்லை. அச்சு அசல் உங்களைப் போலவே தென்பட்டார். தீராத ஆச்சரியத்துடன் 'பாபுஜி' என எல்லோரும் அவரை வணங்கினோம். மிகக் கருணையுடன் எங்களைப் பார்த்துப் புன்னகைத்தவாறே குழுமியிருந்த மக்களுக்குத் தன் வந்தனத்தைத் தெரிவித்துக் கொண்டிருந்தார் அவர். மக்கள் அவரை வேட்கையுடன் நெருங்கினார்கள். அவர் போர்த்தியிருந்த தூய வெண்ணிறக் கதராடையையும் அவரது மெலிந்த கரங்களையும் தீண்டிப்பார்த்துத் தாளாத சந்தோஷமுற்றதை நான் பார்த்தேன். பிறகு எல்லோரும் ஒருவர்பின் ஒருவராக அவருடைய பாதங்களைத் தொட்டு வணங்க முற்பட்டார்கள். வீடுகளினுள்ளிருந்தும் மிகக் குறுகலான சந்துகளிலிருந்தும் ஓடோடி வந்த மக்கள் அவரைச் சூழ்ந்து கொண்டார்கள்."

குழப்பத்தோடும் வியப்போடும் தனிக்லால் சொல்வதைக் கேட்டுக் கொண்டிருந்தார் காந்தி. குறுக்கிட்டு ஏதோ கேட்கவும் முயன்றார். ஆனால் கட்டுக்கடங்காத உற்சாகத்துடன் விவரித்துக் கொண்டிருந்த தனிக்லாலின் கவனத்தை அவரால் தன் பக்கம் திருப்ப முடியவில்லை.

"பிறகு அவர் கூட்டத்தினரிடையே உரையாற்றத் தொடங்கினார். உங்களுடையதைப் போன்றே மிகச் சன்னமான, உறுதியான அந்தக் குரல், கொடுமைகளுக்குள்ளாகித் துரத்தப்பட்டு அடைக்கலம் புகுந்திருப்பவர்களுக்கு உதவுமாறு எல்லோரையும் வற்புறுத்தியது. வாழ்வின் அறம் குறித்து நீங்கள் சொல்லியிருந்த அதே வாக்கியங்களை உங்களுடைய குரலிலேயே திருப்பிச் சொன்னார் அந்த மனிதர்! நாம் ஆற்ற வேண்டிய கடமைகள், நம் பொறுப்புகள், பதற்றமான தருணங்களில் வெளிப்பட வேண்டிய விவேகம், நெருக்கடியான தருணங்களில் மேற்கொள்ள வேண்டிய பொறுமை, நம் ஒவ்வொருவருக்குள்ளும் செயல்பட வேண்டிய குற்ற உணர்வு என உங்களின் உன்னதமான எல்லா வாக்கியங்களையும் அப்படியே திருப்பிச் சொன்னார் அவர் தொனி மாறாமல் அச்சு அசல் அப்படியே! கீதாவுபதேசம் எனவோ கிறித்துவின் மலைப் பிரசங்கம் எனவோ நான் அதைக் கற்பனை செய்து கொண்டேன். நம்பவே முடியாமல் எல்லாவற்றையும் கேட்டுக் கொண்டிருந்தார்கள் மக்கள். எல்லோரும் மந்திரத்திற்குக் கட்டுண்டதுபோல் தம்மிடம் உள்ளவற்றிலேயே சிறந்தவையெனக் கருதத்தக்க போர்வைகளையும் கம்பளிகளையும் கொண்டு வந்து அவரது பாதங்களுக்குக் கீழே குவிக்கத் தொடங்கினர். அவரோ மாறாத புன்னகையுடன் அவர்களை ஆசீர்வதித்துக் கொண்டிருந்தார்!"

மிகச் சோர்ந்துபோயிருந்தார் தனிக்லால். எல்லாவற்றையும் சொல்லி முடித்துவிடும் வேகம் அவரைப் பேசவைத்துக் கொண்டிருந்தது.

"அதற்கு மேல் எனக்குப் பொறுமை இருக்கவில்லை. முண்டியடித்துக் கொண்டிருந்த கூட்டத்தினரை மிகச் சிரமப்பட்டு விலக்கிக்கொண்டு நான் அவரை நெருங்கினேன். சொன்னால் நம்பமாட்டீர்கள் பாபுஜி! நான் அவரை உடனடியாக அடையாளம் கண்டுகொண்டேன். அவருக்கு மிக அருகில் நெருங்கி நின்று, 'நீங்கள் பகவதிசரண் அல்லவா?' எனக் கிசுகிசுத்தேன். பதில் சொல்லாமல் மிகச் சாந்தமாகப் புன்னகைத்தார் அவர். பாபுஜி, அச்சு அசல் தங்களுடையதே போன்ற புன்னகை அது!"

*

பேரமைதியுடன் விளங்கிற்று மாளிகை. நேரம் நள்ளிரவைக் கடந்துவிட்டிருந்தது. பனியின் கடுமையும் தீவிரமடைந்திருந்தது.

மிகக் களைப்பாக இருந்தார் காந்தி; படுத்துக்கொள்ள விரும்பினார். சற்று நேரமாவது உறங்க வேண்டும். இன்னும் நடக்கலாமா எனவும் நினைத்தார். எண்ணற்ற விஷயங்களைக் குறித்து யோசிக்க வேண்டியிருந்தது. முடிவேயில்லாமல் நடைபெற்றிருந்த அன்றைய விவாதங்கள் அவரைச் சோர்வடையச் செய்திருந்தன. எல்லாமே கைமீறிப் போய்க்கொண்டிருப்பதாகத் தோன்றியது காந்திக்கு. சிறிதளவு நம்பிக்கையும் மீந்திருந்தது. எல்லாவற்றுக்கும் எதாவதொரு தீர்வு இருக்கக்கூடும் அல்லவா? அன்றைய முற்பகலில் பட்டேலுடன் விவாதித்துக் கொண்டிருந்த போது அவரால் உணர்ச்சிகளைக் கட்டுப்படுத்திக் கொள்ள முடியவில்லை. "நீங்கள் என்னதான் நினைத்துக் கொண்டிருக்கிறீர்கள் சர்தார்?" என இருக்கையிலிருந்து எழுந்து நின்றுவிட்டார் மகாத்மா. அந்தச் சமயத்தில் தன் உடல் எப்படி நடுங்கிக் கொண்டிருந்தது என்பதையும் முகம் எப்படி வியர்த்துக் கொட்டியது என்பதையும் அருவருப்புடன் நினைவு கூர்ந்தார். பயந்துபோய்விட்டார் அந்த இரும்பு மனிதர். விளக்கமளிக்கவும் மன்னிப்புக் கோரவும் முற்பட்டார்.

"பாபுஜி, நாம் இவற்றைப் பற்றி மறுபடியும் விவாதிக்க முடியும் என நம்புகிறேன். தங்களிடமிருந்து மறைப்பதற்கு உண்மையிலேயே எங்களிடம் எதுவுமில்லை" என்றார் பட்டேல். அவர் குரலில் வருத்தம் தோய்ந்திருந்தது. எழுந்து நின்று தன் கைக்கடிகாரத்தை அப்போதுதான் முதல்முறையாகப் பார்ப்பவரைப் போலத் திரும்பத்

திரும்பப் பார்த்துக் கொண்டிருந்தார். பார்த்தபடியே பேசவும் தொடங்கியிருந்தார். அவருடைய செயலாளர், தான் கையோடு கொண்டுவந்திருந்த ஆதாரங்களைக் கோப்புகளிலிருந்து பிரித்தெடுத்து உடனுக்குடன் அமைச்சரிடம் தந்துகொண்டிருந்தார். அவசரத்தின் காரணமாக ஓரிரு தாள்களைப் பிய்த்தெடுக்கவும் நேரிட்டது. செயலாளரின் அந்தச் செய்கை காந்தியின் மனத்தில் பெரும் துக்கத்தை மூளச்செய்தது. ஒரு குழந்தையின் கரத்தை அதன் உடலிலிருந்து பிய்த்தெடுப்பதைப் போன்ற கற்பனையை அவருக்குத் தூண்டியது. அதைப் பற்றிப் பட்டேலிடம் சொல்லவும் செய்தார். அதைத் தொடராமலிருக்கும்படியும் கேட்டுக் கொண்டார். "தாள்களை மென்மையாகக் கையாள்வதற்கு எவ்வளவோ வழிகள் உள்ளனவே?" என மகாத்மா கூறியதைக் கேட்டு வாய்விட்டுச் சிரித்தார் பட்டேல்.

செயலாளரிடமிருந்து அந்தக் கோப்புகளை வாங்கி மிக மென்மையாகத் தன் கைகளுக்குள் வைத்துக்கொண்டார் பட்டேல். ஆனால் விளக்கமளிக்கத் தொடங்கியபோது அவரால் தன் உணர்ச்சிகளைக் கட்டுப்படுத்திக்கொள்ள முடியவில்லை. சில நிமிடங்களில் செயலாளரைவிடவும் அதிக வேகத்துடன் தாள்களைப் பிய்த்தெடுக்கத் தொடங்கியிருந்தார் அந்த இரும்பு மனிதர்.

"நேரமாகிக் கொண்டிருக்கிறதே...!" எனத் தனக்குத் தானே சொல்லிக்கொள்வது போல முணுமுணுத்தபடி அவற்றை முகத்துக்கெதிராக விரித்துப் பிடித்து முக்கியமான வரிகளின் மீது தன் சதைப்பற்று மிகுந்த ஆட்காட்டி விரலை ஓடவிட்டும் சில சொற்றொடர்களை உரத்த குரலில் வாசித்துக் காண்பித்தும் தன் கூற்றுகளுக்கு வலுவூட்ட முயன்று கொண்டிருந்தார்.

பணிவையும் நிதானத்தையும் கடைப்பிடிப்பதற்கு ஓயாமல் முயன்றார் பட்டேல். எனினும் அவ்வப்போது அவர் குரல் உயர்ந்தது. ஒவ்வொரு முறையும் காந்தியிடம் அதற்காக மன்னிப்புக் கேட்டுக்கொள்வதைத் தவிர அவரால் வேறெதுவும் செய்ய முடியவில்லை.

சற்று நேரத்திற்குள் மேலும் சில செயலாளர்களும் பல உதவியாளர்களும் அங்கு வந்து சேர்ந்தனர். ஒவ்வொருவரும் தம்முடன் எண்ணற்ற கோப்புகளைக் கொண்டு வந்திருந்ததைப் பார்த்தார் மகாத்மா. நம்பவே முடியாத ஒழுங்கோடும் கட்டுப் பாட்டோடும் காட்சியளித்த அவர்கள் யாரும் யாருடனும் ஒருவார்த்தைகூடப் பேசிக்கொள்ளவில்லை; யாரும் யாரையும் பார்த்துக் கொள்ளவுமில்லை. எனினும் அவர்களிடையே மிகத்

துல்லியமான ஒருங்கிணைப்பு நிலவியதைக் கவனித்தார் காந்தி. புதிதாகச் சுதந்திரம் பெற்ற நாட்டின் பணியாளர்களிடம் காணப்படும் பதற்றங்களும் தயக்கங்களும் துளிகூட அவர்கள் யாரிடமும் தென்படவில்லை. பெரும்பாலானோர் தோற்றத்திலும் வயதிலும் பட்டேலை மிகவும் ஒத்திருந்தனர். அவரைத் தவிர மற்றவர்கள் எல்லோருமே ஆங்கிலப் பாணியிலான கோட்டுகளும் கழுத்துப்பட்டிகளும் அணிந்திருந்தனர். "கதராடைகளையே உடுத்துமாறு நம் அரசு ஊழியர்களிடம் நீங்கள் கேட்டுக் கொள்ளவில்லையா?" எனக் கேட்டதற்கு ஒரு பெண்ணைப் போல வெட்கப்பட்டுக் கொண்டார் பட்டேல்.

பிறகு தன் விளக்கங்களைத் தொடர்ந்தார்.

கடைசியில், "நீங்களே இவற்றுக்கொரு தீர்வு சொல்லுங்கள் பாபுஜி. நடைமுறையில் செயல்படுத்தத்தக்க ஒரு தீர்வைச் சொல்லுங்கள். உடனடியாகச் செயலில் இறங்குவதற்கு நாங்கள் தயாராகவே இருக்கிறோம்" எனக் கிட்டத்தட்ட மன்றாடினார் பட்டேல். "எங்களுக்கு வேறு வழியே இல்லை பாபுஜி! இவை தவிர்க்க முடியாதவை. வேண்டுமானால் என் பொறுப்புகளை வேறொருவரிடம் கொடுக்கலாம். ஆனால் அந்த வேறொருவருக்கும் இவை தவிர்க்க முடியாதவையாகவே இருக்கும்!"

"தவிர்க்க முடியாதவை, வேறு வழியற்றவை... நல்ல சொற்றொடர்கள்!" எனத் தன் அறையின் இருளுக்குள் தனித்து விடப்பட்டிருந்த காந்தி முணுமுணுத்துக் கொண்டார். முந்தைய இரவு, விடைபெறும்போது தனிக்லாலும் அதே சொற்றொடர்களைத் தான் சொல்லிவிட்டுப் போயிருந்தார். அந்தச் சொற்றொடர்களும் அந்த 'வேடிக்கை'யான கதையை அவர் விவரித்த விதமும் அவரது நினைவுக்கு வந்தன. தனிக்லாலின் குரலும் முகபாவங்களும் முடிவாக அவரிடமிருந்து பீறிட்டு வந்த சிரிப்பும் குலுங்கும் வயிறும் அப்படியே மனக்கண் முன் தோன்றின. 'மகாத்மா' பகவதிசரணின் அத்தோற்றமும் கூட அவரது கற்பனையில் தோன்றிற்று.

அச்சு அசல் தன்னைப் போலவே தோற்றமளிக்கிற இளம் வங்காளி. எவ்வளவு நுட்பமாகப் பகவதிசரணைப் பற்றி வர்ணித்தார் தனிக்லால்! அவர் வர்ணித்த விதத்தில் இதுவரைப் பார்த்தறியாத அந்த மனிதரை மகாத்மாவால் துல்லியமாகக் கற்பனை செய்ய முடிந்திருந்தது. அவரது மென்மையான குரலையும் கனிவான புன்னகையையும் சாந்தமான பார்வையையும் தவிர அந்த இளைஞனின் வயிற்றில் தென்படும் சுருக்கங்களையும் தன் கற்பனையில் கண்டார் காந்தி.

 நற்றிணை பதிப்பகம் ❖ 59

இதோ மக்கள் பகவதிசரணைச் சூழ்ந்து கொள்கிறார்கள்; வாழ்த்துகிறார்கள்; முழக்கங்கள் எழுப்புகிறார்கள், "மகாத்மா காந்திக்கு ஜே! மகாத்மா காந்திக்கு ஜே!" மகாத்மா பகவதிசரண் அவர்களுக்கு ஆசி வழங்குகிறார். கூட்டம் பரவசமடைகிறது. ஆர்ப்பரிக்கிறது, கத்துகிறது, கண்ணீர் பெருக்குகிறது. மகாத்மா அவர்களிடையே உரையாற்றுகிறார். அவர்களுக்கு வேண்டுகோள் விடுக்கிறார். கட்டளையிடுகிறார். பலரும் அவரை நோக்கி ஓடுகிறார்கள். தொட்டுப் பார்க்கிறார்கள். ஒரு மனிதன் அவருடைய மேலாடையைப் பறித்துக்கொண்டு ஓடுகிறான். அவர் அவனை அழைத்து அவனுக்குத் தன் உள்ளாடையையும் வழங்குகிறார். இப்போது அவர் அனைவரின் முன்பாகவும் முழுநிர்வாணமாக நிற்கிறார். "ஆண்டவரே, அழகிய இத்தோட்டத்தினுள் என்னை ஏன் நிர்வாணமாக அலைய விட்டிருக்கிறீர்?" அவர் வெட்கமடைகிறார். அவர்களிடமிருந்து தப்ப முற்பட்டு ஓடுகிறார். எல்லோரும் அவரைத் துரத்துகிறார்கள். ஒருவன் அவருடைய மீசை ரோமங்களைப் பிய்த்தெடுத்துப் பத்திரப்படுத்திக் கொள்கிறான். மற்றொருவன் அவரது விரல் நகங்களைப் பெயர்த்துக்கொண்டு ஓடுகிறான். இன்னொருவனோ மகாத்மாவின் பற்களைப் பிடுங்க எத்தனிக்கிறான்.

மகாத்மாவுக்கு வலி பொறுக்க முடியவில்லை. அவர் 'ஐயோ!' என ஓலமிடுகிறார். அபயக்குரல் எழுப்புகிறார். தொலைவில் நின்று எல்லாவற்றையும் வேடிக்கை பார்த்துக் கொண்டிருந்த போலீஸ்காரன் வெகு நிதானமாக அவரை நோக்கி நடந்து வருகிறான். "எதற்காக இப்படிக் கத்துகிறாய்?" எனக் கேட்டுக்கொண்டே அவரது இடது கன்னத்தில் ஓங்கி அறைகிறான். மகாத்மா அவனுக்குத் தன் வலது கன்னத்தைக் காட்டுகிறார். அவன் அவருடைய வலது கன்னத்திலும் அறைகிறான். அவர் தன் இரு கன்னங்களையும் மாறிமாறி அவனுக்குக் காண்பிக்கிறார். அவனும் சளைக்காமல் அடிக்கிறான். குருதி தெறிக்கிறது. அவருடைய பொக்கை வாயில் எஞ்சியிருந்த சில பற்களும் விழுந்துவிடுகின்றன. விழிக் கோளங்களிரண்டும் தெறித்து விழுகின்றன. அவற்றைச் சேகரிப்பதற்காக முண்டியடிக்கிறது மக்கள் கூட்டம். அவருக்குப் பார்வை இருண்டது. எங்கும் ஒரே இருள்; காரிருள். "நான் மகாத்மா காந்தி அல்ல. சரண், பகவதிசரண் என்னும் வங்காளி!"

அனிச்சையாகக் கண்களைத் தடவிப் பார்த்துக் கொண்டார் காந்தி. மூச்சிரைத்தது. மிகக் களைத்துப் போனவராகப் படுக்கையில் சாய்ந்து கண்களை மூடிக்கொண்டார்.

பிறகு கண்களைத் திறந்து பார்த்தபோது அறை பிரகாசமாக இருந்தது. சீரற்ற ஒளிக்கற்றைகள் தன் அறையினுள் அலைந்து கொண்டிருப்பதைப் பார்த்தார் காந்தி. விடிந்துவிட்டதோ? வெகு காலத்திய வழக்கத்திற்கு மாறாக இன்று நெடுநேரம் தூங்கி விட்டோமோ? அப்படியானால் மரணம் நெருங்கி விட்டது என்றுதான் சொல்ல வேண்டும். இனி முதுமையை ஒப்புக் கொண்டுவிட வேண்டியதுதான், எழுபத்தெட்டு வயது ஆகிவிட்டதல்லவா! புன்னகைத்துக் கொண்டார் மகாத்மா.

தனிக்லால் எங்கே? மனுவையும் காணவில்லையே? அந்தச் சிறுமி அவருக்கு முன்பாகவே எழுந்துவிடக் கூடியவளாயிற்றே?

படுக்கையைச் சுருட்டி வைத்துவிட்டுக் காலைக் கடன்களைத் தொடங்குவதற்குத் தயாராகிக் கொண்டிருந்த தருணத்தில் எங்கோ பதற்றம் கொண்ட குரல்கள் ஒலிப்பதைக் கேட்டார் காந்தி. என்னவாக இருக்கும் என யோசித்தபடியே ஜன்னலொன்றின் தாழை நீக்கிப் பார்த்தவர் அதிர்ச்சியால் உறைந்துவிட்டார். நெடிதுயர்ந்த அம்மாளிகைக்கு வெளியே, சிறிது தூரத்திற்கப்பால் பற்றியெரிந்து கொண்டிருந்தது தில்லி.

நாலாபுறங்களிலும் சிதறி ஓடிக்கொண்டிருந்தனர் மக்கள். மிகக் கொடிய ஆயுதங்களுடன் தென்பட்ட பத்துப் பதினைந்து பேர் கொண்ட ஒரு கும்பல் தீராத கொலைவெறியோடு அவர்களை விரட்டிச் சென்றுகொண்டிருந்ததைப் பார்த்தார் காந்தி. தாள முடியாத வேதனையுடன் கண்களை இறுக மூடிக்கொண்டார். எல்லா நம்பிக்கைகளையும் இழந்தவராக அங்கிருந்த மர நாற்காலியில் சரிந்து விழுந்தார்.

எங்கே தவறு நிகழ்ந்தது?

யார் பொறுப்பாளி... இந்துக்களா? இஸ்லாமியர்களா? யாருக்கு யார் எதிரி? யாருக்கு யார் பலியாகப் போகிறார்கள்? யார் மிஞ்சுவார்கள்? எந்தக் கணக்கைச் சரிசெய்வதற்காக இந்த வெறித்தனம்? ஆயிரமாண்டுகளின் வரலாறுதான் தவறிழைத்ததா? அதைத் தாண்டி வெகுதூரம் வந்தாகிவிட்டதே! ஆயுதமெடுக்காமல் தம் ஆன்ம பலத்தால் சுதந்திரத்தை வென்றெடுத்தவர்கள் என உலகம் நம்மைக் கொண்டாடிக் கொண்டிருக்கிற தருணத்தில் மூண்டெழுந்துள்ள இவ்வன்முறைகளுக்கு யார் பொறுப்பு? நானேதானா? ஒரு தத்துவவாதியாக நான் உண்மையைப் புறக்கணித்து விட்டேனோ? அவரவர் வழியில் விட்டிருந்தால் தீர்வு எட்டப்பட்டிருக்குமா? கொலைகள் அமைதியைக் கொண்டு வந்திருக்குமா? ஒருவகையில் அது சாத்தியமாகியிருந்திருக்கும் தான்.

மற்றவர்களை முற்றாக அழித்தொழித்துவிட்டால் அமைதிக்கென்ன குறைச்சல்? பிறகு உள்ளூறையும் ரத்தவெறியைச் சொந்தச் சகோதரன் மீதே அல்லவா பிரயோகிக்க வேண்டியிருக்கும்? வன்முறை மனித இயல்போ? இயற்கை நியதிக்கெதிரானதோ சத்யாகிரஹம்? எந்தத் தத்துவத்தை நம்பி இம்மாபெரும் போராட்டத்தில் ஈடுபட்டோமோ அந்தத் தத்துவமே பிழையானதோ? இன்றளவும் அறத்தை நிலைநாட்டும் நோக்கத்துடன் எவ்வளவு வன்முறைகள் நிகழ்த்தப்பட்டு வந்திருக்கின்றன! அவற்றின் மீது தீர்ப்பளிக்கும் அருகதை எனக்கோ என்னையொத்த மற்ற சத்யாகிரஹிகளுக்கோ உள்ளதா? அப்படியானால் நம் அரசாங்கம் தன் சொந்த மக்களின் மீது பிரயோகிக்கிற வன்முறைகளைக் குறித்தும் நான் பேசியாக வேண்டுமே? கலவரங்களை ஒடுக்குவது என்னும் பெயரால், அமைதியை நிலைநாட்டுவது என்னும் பெயரால், சுதந்திரத்தைக் காப்பாற்றிக்கொள்வது என்னும் பெயரால் மேற்கொள்ளப்பட்டுவரும் சட்டபூர்வமான வன்முறைகளைக் குறித்து அமைதியாய் இருப்பவன் தன்னை சத்யாகிரஹி என அழைத்துக்கொள்வதற்கு எவ்விதத்திலும் தகுதியற்றவன்.

கடவுளே, ஒரு சத்யாகிரஹியாக நான் இப்போது என்ன செய்ய வேண்டும்?

“தனிக்லால்ஜி, எங்கே போய்விட்டீர்கள்? மனுவையும் எழுப்புங்கள். பதற்றம் நிறைந்த இத்தருணத்தில் உங்களில் யாரையும் காண முடியவில்லையே?” எனக் கூவிக்கொண்டே எழுந்து கதவைத் திறக்க முற்பட்டார் காந்தி. அவரால் அதைத் திறக்க முடியவில்லை. யாரோ அவரது அறையை வெளிப்புறமாகத் தாளிட்டிருந்தார்கள்.

“எங்கே போய்விட்டீர்கள் தனிக்லால்ஜி? யார் இதைச் செய்தது?”

அறையின் வலப்புற ஜன்னலைத் திறந்து அதன் வழியாக மாளிகையின் பிரதான நுழைவாயிலைப் பார்த்தவருக்குக் குருதி உறைந்துவிட்டது. அதன் மிகப் பெரிய இரும்புக் கதவின் மறுபுறத்தில் எண்ணற்ற மனிதர்கள் குழுமியிருந்தனர். தாக்குதலுக்குள்ளாகிக் குற்றுயிராய்த் தப்பிவந்த நூற்றுக்கணக்கான ஏழைகள்.

“பாபுஜி... பாபுஜி...!”

“எங்களைக் காப்பாற்றுங்கள் பாபுஜி...!”

“ஐயோ...”

“பாபுஜி இங்கிருக்கும்போது நாம் எதற்காகக் கலங்க வேண்டும்? காவலர்களே தயவுசெய்து பாபுஜியை அழையுங்கள்.”

“மூடனே, கதவைத் திற, பிறகு பாபு உங்களை மன்னிக்கவே மாட்டார்!”

மீண்டும் கதவை நோக்கி ஓடினார் காந்தி.

“தனிக்லால்...! யாரங்கே? இந்தக் கதவை எதற்காகப் பூட்டினீர்கள்? தயவுசெய்து இதைத் திறந்துவிடுங்கள். அவர்கள் அனைவரையும் உள்ளே அழையுங்கள்! என்மீது தீராத பழியைச் சுமத்திவிடாதீர்கள்...! தனிக்லால், யாரங்கே?”

மீண்டும் திறந்திருந்த ஜன்னலை நோக்கி ஓடினார்.

வாயிலருகே விறைப்பாக நின்றுகொண்டிருந்த காவலர்கள் இருவரும் அபயம் கோரி வாயிலில் திரண்டிருந்தவர்களைப் பார்த்து அலட்சியமாக எதையோ சொல்வதையும் கைவிடப்பட்ட அந்த மக்கள் பெருங்குரலெடுத்துக் கதறுவதையும் அங்கிருந்தபடியே பார்த்தார் காந்தி.

தீவட்டிகளோடும் கொடிய ஆயுதங்களோடும் துரத்தி வந்திருந்த கலவரக்காரர்கள் நிராயுதபாணிகளான அந்த அப்பாவிகளை இரக்கமே இல்லாமல் வெட்டிக் கொன்றதை ரத்த வெள்ளத் தினூடாகவும் சிதறிக் கிடந்த உடல்களினூடாகவும் சிறுமிகள் பலாத்காரம் செய்யப்படுவதை ஜன்னல் கம்பிகளைப் பற்றி, அவற்றின்மீது தன் முகத்தைத் தாங்கிக்கொண்டும் ஒரு சடலமாக நின்று பார்த்துக் கொண்டிருப்பதற்கு மட்டுமே அவரால் முடிந்திருந்தது.

“பாபுஜி, பாபுஜி, எங்களை ஏன் கைவிட்டீர்கள், பாபுஜி?”

கடைசியில்தான் அந்த அதிசயம் நிகழ்ந்தது. மாளிகை யினுள்ளிருந்து தாளாத துயரத்துடன் அங்கு வந்து சேர்ந்தார் ‘மகாத்மா’ பகவதிசரண்! அம்மாளிகையின் நெடிய கதவுகள் இப்போது அவருக்காக அகலத் திறந்துவைக்கப்பட்டன. காவலர்கள் சூழ மிக மெதுவாக நடந்து சிதறிக் கிடந்த உடல்களை அடைந்தார் மகாத்மா. குற்றுயிராய்க் கிடந்த இரண்டு மூன்று மனித உடல்கள் அவரைக் கண்டு எழ முற்பட்டதையும் அவர் அவர்களுக்குக் கருணை மிகுந்த தன் வாக்கியங்களால் ஆறுதலளிக்க முயன்றதையும் மோகன்தாஸ் கரம்சந்த் காந்தியின் கண்கள் பார்த்துக் கொண்டிருந்தன.

அவருக்குப் பிரக்ஞை தப்பிக்கொண்டிருந்தது.

***

மிகக் குறைந்த பக்கங்களையே உடைய மரணத்தின் கடைசி அத்தியாயம் தன் முன் விரித்து வைக்கப்பட்டிருப்பதை உணர்ந்தார் காந்தி. வாசித்து முடிக்கும்போது மரணம் தேடி வந்துவிடும். தேடி வருமா? தேடியடைய வேண்டுமா? வாழ்வு பற்றிய கற்பனைகள் முற்றுப்பெறும்போது மரணத்தைத் தேடத் தொடங்குகிறான் மனிதன். வாழ்வின் மூலம் உணர்த்த முடியாததை மரணத்தின் மூலம் உணர்த்துவதற்கு ஆசைப்படுகிறான்; தன் மரணத்தைத் தானே தேர்வுசெய்கிறான் என நினைத்தார் காந்தி.

வாழ்தலை ஒரு கடமையாகவே கருதியிருந்தார் அவர். முழு ஆயுட்காலத்தையும் வாழ்ந்து தீர்க்க வேண்டும். அதாவது 125 வருடங்கள்.

எப்போதுமே அவருக்கு அது வெறும் ஆசையாக மட்டும் இருந்ததில்லை. அதற்கேற்றாற் போலவே தன் வாழ்வியல் நடைமுறைகளையும் அமைத்துக் கொண்டிருந்தார். ஆன்மாவைப் போலவே உடல்மீதும் தீராத நம்பிக்கை கொண்டவராக இருந்தார் மகாத்மா. மரணத்தைக் கண்டு ஒருபோதும் அவர் அஞ்சியதில்லை. கடந்த சில நாள்களுக்கு முன்பாகப் பிரார்த்தனைக் கூடத்திற்கருகே குண்டு வெடிக்கும் ஓசை கேட்டபோது மனு பதறிப்போனாள். மிகப் பயந்து போயிருந்த அக்குழந்தைக்கு அப்போது அவர் ஆறுதல் சொன்னார். அது அருகில் உள்ள ராணுவ முகாமில் பயிற்சியின் போது வெடிக்கப்பட்ட குண்டின் ஓசையாயிருக்கலாம் எனச் சொல்லித்தான் அவளைத் தேற்ற வேண்டியிருந்தது. ஆனால் அது தன்னைக் குறிவைத்து நடத்தப்பட்ட தாக்குதல்தான் என்பதில் அவருக்குச் சந்தேகமே இருக்கவில்லை. கொலையாளிகள் மிக அருகில் இருக்கிறார்கள்.

அவரது 'காலடிச்சுவடு'களைப் பற்றிப் பின்தொடர்ந்து கொண்டிருக்கிறது மரணம். அதனிடம் தன்னை ஒப்புவிக்க அவர் தயாராகவே இருந்தார். மரணம் அவருக்கு அனுப்பிக் கொண்டிருந்த ரகசியமான செய்திகளை அவர் புன்னகையுடன் எதிர்கொண்டார். அதைக் கேலிசெய்தார்; சவால் விடுத்தார். இம்முதிய வயதில் அவர் மேற்கொள்ளும் உண்ணாநோன்புகள்கூட மரணத்திற்கெதிரான அவரது அறைகூவல்கள்தாம். எங்கே செத்துப்போய்விடுவாரோ என ஒவ்வொருவரும் பதற்றமடைகிறார்கள். மருத்துவர்கள் அவரைப் பரிசோதிக்கிறார்கள். சிறிதளவு பழச்சாறை அருந்துவதற்கு அவர் என்ன நிபந்தனை விதித்தாலும் ஏற்றுக்கொள்கிறார்கள்; அமைதி ஊர்வலங்களை நடத்துகிறார்கள்; கைகுலுக்கிக் கொள்கிறார்கள்; கட்டித் தழுவிக் கொள்கிறார்கள்; பிரார்த்திக்கிறார்கள். பிறகு எல்லோரும் ஒப்பந்தப் பத்திரங்களில் கையெழுத்திட்டு அவரிடம்

கொடுத்துவிட்டுக் கொஞ்சம் பழச்சாறைக் கொடுத்து அதைக் குடிக்குமாறு வற்புறுத்துகிறார்கள். அவரும் மனநிறைவோடு அதைக் குடித்து மரணத்தோடு சமரசம் செய்து கொள்கிறார். பிறகு மகாத்மா கனவுகளில் மூழ்கிப் போகிறார். ராமராஜ்யம் குறித்த கனவிலும் நூற்றியிருபத்தைந்து வருடங்கள் உயிர் வாழ்வது குறித்த கனவிலும்.

முந்தையவை ஒவ்வொன்றும் மாற்றமின்றித் தொடர்கின்றன. வழக்கம்போலவே அவர் அதிகாலை மூன்று மணிக்கு எழுந்து விடுகிறார்; காலைக் கடன்களை முடிக்கிறார்; கடிதங்கள் எழுதுகிறார்; ஹரிஜனுக்காகவும் வேறுசில பத்திரிகைகளுக்காகவும் கட்டுரைகள் எழுதுகிறார்; நடைப்பயிற்சி செய்கிறார்; ஆட்டுப்பாலும் வேர்க் கடலையும் சாப்பிடுகிறார்; தன்னைத் தேடி வருபவர்கள் அனைவரையும் சந்திக்கிறார்; சிலரை வாழ்த்துகிறார்; சிலரைப் பாராட்டுகிறார்; சிலரைக் கண்டிக்கிறார்; சிலருக்கு அறிவுரை சொல்கிறார்; எல்லோருக்கும் ஆசி வழங்குகிறார். வழக்கம்போலவே அமைச்சர்கள் அவரைச் சந்திக்கிறார்கள்; ஆலோசனை கேட்கிறார்கள்; தம்பட்டமடித்துக் கொள்கிறார்கள். பிரதமர் நேரு அவரைச் சந்திக்கிறார். சர்தார் பட்டேல் சந்திக்கிறார். இருவரும் தோளோடு தோள் சேர்ந்து நிற்பதைப் பார்த்துப் பூரித்துப்போய் விடுகிறார் மகாத்மா. மாலைப் பிரார்த்தனைக் கூட்டங்களில் அனைவரும் கலந்து கொள்கிறார்கள். குரானிலிருந்தும் பைபிளிலிருந்தும் கீதையிலிருந்தும் வசனங்கள் படிக்கப்படுகின்றன. கேட்கப்படுகின்றன. பிறகு அவை ஒருமித்த குரலில் பாடப்படுகின்றன.

ரகுபதி ராகவ ராஜாராம்
பதீதப் பாவன சீதாராம்
ஈஸ்வர அல்லா தேரே நாம்
சப்கோ சன்மதி தே பகவான்...

மரணத்தின் பல்வேறு பாவனைகள், வெவ்வேறு ஒப்பனைகள்.

பிறகு எங்கிருந்தாவது யார் மூலமாவது கலவரம் பற்றிய செய்தி வருகிறது. எரிக்கப்படும் மனித உடல்களிலிருந்து மேலெழும் கரும்புகை தன் அறையின் ஜன்னல்கள்மீது படர்வதை அவர் பார்க்கிறார். வெடியோசைகளையும் கூக்குரல்களையும் அவர் கேட்கிறார். பிறகு தான் வைத்துள்ள குரங்கு பொம்மைகளைப் போலவே மௌனமாகிறார். கண்களை மூடிக்கொள்கிறார். செவிகளையும் பொத்திக் கொள்கிறார். ஆனால் செவிகளைத் துளைத்துக்கொண்டு செய்திகள் மேலும் மேலும் வந்து கொண்டிருக்கின்றன. ஆட்சியதிகாரம் பெற்ற சத்யாகிரஹிகள் லஞ்ச ஊழல்களில் ஈடுபடுவதைப் பற்றிய செய்திகளை, நேருவுக்கும்

பட்டேலுக்குமிடையேயான பூசல்கள் அதிகரித்து வருவதைப் பற்றிய செய்திகளைச் செவிகளைப் பொத்திக் கொண்ட நிலையிலும் அவர் கேட்கத்தான் செய்கிறார். 'ஒன்று நான் அல்லது அவர்...' அறைகூவல்கள், மிரட்டல்கள், புகார்கள், எச்சரிக்கைகள், சவால்கள்...!

சத்யாகிரஹிகள் தாம் செய்த தியாகங்களுக்குக் கூலி கேட்கிறார்கள்.

எல்லாவற்றையும்விடத் தில்லியினதும் சுயராஜ்யத்தினதும் எதிர்காலம் குறித்தே அதிகம் கவலைப்பட்டார் காந்தி. தன் அறையிலுள்ள குரங்கு பொம்மைகள் தன்னையே கேலி செய்வதாகப்பட்டது அவருக்கு. ஆக, விதவிதமான ஒப்பனைகளைப் போட்டுப் பார்த்துச் சலித்துப்போன மரணம் இப்போது 'அச்சு அசல்' அவராகவே வந்து நிற்கிறது.

'மகாத்மா பகவதிசரணுக்கு ஜே! மகாத்மா பகவதிசரணுக்கு ஜே!'

'இது ஒரு மலிவான தந்திரம்' என வாய்விட்டுச் சொன்னார் மகாத்மா.

மலிவானது, கோழைத்தனமானது. இது அவரது சுயமரியாதைக்கு விடப்பட்டிருக்கும் சவாலும்கூட. அவரது வாழ்வை, மரணம் தன்னுடைய செய்தியாக மாற்ற முயல்கிறது! இந்தச் சவாலை எதிர்கொள்வதில்தான் வாழ்வின் உள்ளுறையான அர்த்தம் பொதிந்திருக்கிறது. வாழ்வைப் போன்றதே மரணமும். அதைத் தேர்ந்தெடுக்கும் உரிமையை விட்டுக்கொடுப்பதைப் போல வாழ்வை அவமதிக்கும் வேறொரு காரியம் இருக்கவே முடியாது என நினைத்தார் மகாத்மா.

மரணத்தைப் பற்றி அதுவரை எவ்வளவோ கற்பனைகளில் மூழ்கியிருந்திருக்கிறார் மகாத்மா. அது கவித்துவமும் துணிவும் நிரம்பிய ஒரு நிகழ்வாயிருக்க வேண்டும். தான் மேற்கொண்டு வரும் நெடிய உண்ணா நோன்புகளிலொன்று தன் வாழ்வை முடித்துவைக்க வேண்டுமென்பதுதான் மரணம் பற்றிய அவரது நெடுங்காலக் கற்பனையாய் இருந்தது. ஒரு சத்யாகிரஹிக்கு அதைவிட மேலான ஒரு வாய்ப்பு இருக்க முடியாது என நினைத்தார் காந்தி. தான் கொல்லப்படலாம் என நினைத்தார். பிரார்த்தனை மண்டபத்திற்கருகே கேட்ட குண்டுவெடிப்புச் சத்தத்தை அவர் பொருட்படுத்தவேயில்லை. அந்தத் தருணத்தில் கொல்லப்பட்டிருந்தால் அது மிக உன்னதமான மரணமாகவே இருந்திருக்கும் என நினைத்தார். அவர்களுக்கு முன்னால் வெற்றுடம்புடன் நிற்பதற்கு அவர்

இன்னும்கூடத் தயாராகவே இருந்தார். மரணத்தைத் தேர்ந்தெடுக்கும் துணிவே ஒரு சத்யாகிரஹி கொண்டிருக்க வேண்டிய தகுதிகளில் முக்கியமானது. மகான்கள் மரணத்தைப் புன்னகையுடன் எதிர்கொள்கிறார்கள். மரணம் அவர்களிடம் தோற்றுப்போகிறது. பிறகு அவர்கள் உயிர்த்தெழுகிறார்கள்; சாகாவரம் பெற்றவர்களாகிறார்கள்.

இயேசு கிறிஸ்துவைப் போல, அவரது குரு டால்ஸ்டாயைப் போல. அவர்களது வாழ்வே அவருக்கு ஆதாரம். அவர்களது வாழ்வும் அவர்களது மரணமும்.

இருவருமே மரணத்தை விரும்பி ஏற்றுக் கொண்டவர்கள். தமக்கான கொலையாளிகளைத் தம் வாழ்விலிருந்து உருவாக்கியவர்கள். இயேசு மரணத்தைத் தோளில் சுமந்து கொண்டு கல்வாரி மலைக்கு மேற்கொண்ட பயணத்திற்கு இணையானதே யாஸ்னயா போல்யானாவிலிருந்து அஸ்டபோவாவை நோக்கி டால்ஸ்டாய் மேற்கொண்ட பயணமும். அந்தப் பயணத்தைப் பற்றிப் படித்த முதல் தருணங்களை நினைவுகூர்ந்தார் காந்தி. பெருமூச்சுகளோடும் துக்கத்தோடும்தான் அப்போது அவரால் அந்தப் பக்கங்களைக் கடந்து செல்ல முடிந்திருந்தது.

பிறகு அவை அவருக்கு வேறுவிதமாய்த் தென்பட்டன. திரும்பத் திரும்ப அவற்றைப் படித்தார். அதைவிடச் சிறப்பான முறையில் டால்ஸ்டாயால் தன் மரணத்தைத் தேர்ந்தெடுத்திருக்க முடியாது எனத் தோன்றியது அவருக்கு. உலகின் மற்ற எல்லா மரணங்களையும் விடக் கவித்துவமானது அது. அவர் தன் மாளிகையிலிருந்து வெளியேறிய பனிப்பொழிவு மிகுந்த அந்த அதிகாலையை மகாத்மாவால் ஒருபோதும் மறக்க முடிந்ததில்லை.

அதிகாலையில் துயிலெழும் ஒவ்வொரு தருணத்திலும் டால்ஸ்டாயின் நினைவுவரும் மகாத்மாவுக்கு. அநேகமாக அந்த நேரத்தில்தான் யாஸ்னயா போல்யானாவின் புகழ்பெற்ற அந்த மாளிகையிலிருந்து வெளியேறினார் டால்ஸ்டாய். பிர்லா மாளிகைக்கு அழைத்துவரப்பட்ட பிறகு காந்தியின் மனத்தில் அந்தச் சித்திரம் முன்பிருந்ததைவிட அழுத்தமான கோடுகளுடன் உயிர்த்தெழுந்தது. யாஸ்னயா போல்யானாவின் அந்த மாளிகையைப் போன்றதுதான் பிர்லா மாளிகையும். டால்ஸ்டாயைப் போலவே அவரும் இந்த மாளிகையில் ஒரு கைதியின் நிலையில்தான் இருத்தி வைக்கப்பட்டிருந்தார். டால்ஸ்டாயைப் போலவே அவருக்கும் வெளியேறிவிட வேண்டுமென்ற வேட்கை இருந்தது.

வெளியேறிவிட வேண்டும். முன்பு தான் வசித்துவந்த துப்புரவாளர் குடியிருப்புக்கோ ஆசிரமத்திற்கோ சென்றுவிட வேண்டும். ஆனால் எல்லோரும் தன்னைப் பின்தொடர்ந்து வந்து விடுவார்கள். கைதியைப் போலவோ கடவுளைப் போலவோ அடைத்துவைத்து வாயிலில் ஆயுதமேந்திய காவலர்களை விறைப்பாக நிற்கவைத்து விடுவார்கள். பிறகு பழைய கதைதான். கடிதங்கள், சந்திப்புகள், ஆசிகள், அறிவுரைகள். மாலையானால் பிரார்த்தனைக் கூட்டம். நல்ல ஏற்பாடுதான்!

கடவுள்! கைதியாக்கப்பட்ட கடவுள்! வெளியேறுவதானால் டால்ஸ்டாயை அப்படியே பின்பற்ற வேண்டும். தனக்கான ரயில் நிலையத்தை, புராதனச் சிறப்புடைய இம்மாநகருக்கு வெளியே தன் அஸ்டபோவாவைக் கண்டுபிடிக்க வேண்டும்!

சந்தேகமே இல்லை. வரலாறு தன்னையே பிரதியெடுத்துக் கொள்கிறது! வரிக்குவரி அப்படியே, ஓர் எழுத்தையும் விட்டு விடாமல்!

***

1910ஆம் வருடம் அக்டோபர் மாதம் அதிகாலை ஐந்து மணிக்குத் தன் எண்பத்து மூன்றாம் வயதில் தான் பிறந்ததிலிருந்து வாழ்ந்துவந்த தன் மாளிகையிலிருந்து வெளியேறினார் டால்ஸ்டாய். அப்போது பனிப்புயல் வீசிக்கொண்டிருந்தது. உறவுகளைத் துறந்து தன் நீண்டநாள் பணியாளரான மக்கோவ்ஸ்க்கியின் துணையோடு துலா குபேர்னியாவின் இருப்புப்பாதைகளில் அலைந்து திரிந்துவிட்டு நவம்பர் மூன்றாம் தேதி வோலாவோவிலிருந்து ரஸ்டோவ் – ஆன் – டாணை நோக்கிச் சென்றுகொண்டிருந்த ரயில் வண்டியின் மிக மோசமான நிலையிலிருந்த ஓர் இரண்டாம் வகுப்புப் பெட்டியில் பயணம் செய்துகொண்டிருந்தபோது கண்டுபிடிக்கப்பட்டு, பாதியிலேயே அஸ்டபோவா என்னும் மிகச் சிறிய ரயில் நிலையத்தில் இறக்கப்பட்டார்.

நிமோனியாவின் தாக்குதலுக்குள்ளாகி அவதியுற்றுக் கொண்டிருந்த டால்ஸ்டாயை ஸ்டேஷன் மாஸ்டரின் உதவியோடும் அவரைத் தேடிக்கொண்டு வந்திருந்த மகள் வார்வாரா மிகெய் லேனாவின் உதவியோடும் கீழே இறக்கினான் மக்கோவ்ஸ்க்கி. ஸ்டேஷன் மாஸ்டரின் அறையில் மூன்று நாள்கள் வரை அவரைத் தங்கவைத்திருந்தார்கள். முழு உலகின் கவனமும் அப்போது அந்த மிகச் சிறிய ரயில்வே ஸ்டேஷனின் மீது கவிந்தது. உலகின் மகத்தான மனிதனொருவனின் மரணத்தை முன்னறிவிப்புச் செய்வதற்காக

ஐரோப்பா முழுவதிலுமிருந்து அஸ்டபோவாவுக்கு வந்திருந்த செய்தியாளர்கள் அங்கு மூன்று நாள்கள் வரை காத்திருந்தார்கள். அவர்களுடைய ஆசிரியர்கள் தம் அலுவலகங்களில் அவருக்கான இரங்கல் கட்டுரைகளைத் தயாரித்து வைத்திருந்தார்கள். தந்தி நிலையங்கள் இடையறாது இயங்கிக்கொண்டிருந்தன. நவம்பர் ஏழாம் தேதி அதிகாலை ஆறு மணி ஐந்து நிமிடத்திற்கு "என்னைத் தனியே விட்டுவிடுங்கள். யாருமே என்னைப் பொருட்படுத்தாத ஓர் இடத்தை நோக்கி நான் போகிறேன்...!" என்னும் வாக்கியங் களோடு மகத்தான அந்த மனிதரின் இறுதி மூச்சு அடங்கியது.

காந்தி பிர்லா மாளிகையைவிட்டு வெளியேறியபோது அதிகாலை மூன்று மணி நாற்பத்தைந்து நிமிடம். தன் குருவைப் போலல்லாமல் அவர் தன்னந்தனியே புறப்பட்டார். தனிக்லாலையும் அழைத்துச்செல்வது எனத் தீர்மானித்திருந்தவர் பிறகு தன் முடிவை மாற்றிக் கொண்டார். அன்றிரவு பதினொரு மணிக்கு மேல் காந்தியால் அவரைக் காண முடியவில்லை. தன் அழைப்புகளுக்குப் பதிலில்லாமல் போகவே தனிக்லாலைத் தேடிக்கொண்டு அவரது அறைக்குப் போனார் காந்தி. அப்போது மனுவும் அங்கிருக்கவில்லை. முந்தைய நாளிரவு சுசீலா அவளைத் தன்னுடன் அழைத்துச் சென்றிருந்தார்.

காலையில் அங்கிருந்து திரும்பியவுடன் தன்னைக் காணாமல் குழந்தை தவித்துப்போய் விடுவாளோ என நினைத்தார்.

மற்றவர்கள் ஆழ்ந்த உறக்கத்தில் இருந்தனர். மாளிகை பேரமைதிகொண்டதாயிருந்தது. கீதையின் ஒரு பிரதியை மட்டும் கையில் எடுத்துக்கொண்டார் காந்தி. வாயிலில் காவலர்கள் யாரும் தென்படக் காணோம். கதவும் திறந்திருந்ததால் அவரால் மிகச் சுலபமாக வெளியேற முடிந்தது. அவர் வழக்கமாக உடுத்தும் அரையாடையோடும் ஊன்றுகோலுடனும் விசாலமான தெருவில் இறங்கிக் கண்டுபிடிக்கப்பட்டு விடுவோமோ எனப் பதற்றத்துடன் விரைந்து நடந்தார். ஆள் நடமாட்டமே இல்லாத தெருக்கள் அவருக்கு மிக உதவியாயிருந்தன. மரங்களிலிருந்து பனித்துளிகள் இடையறாது சொட்டிக் கொண்டிருந்தன. அங்கொன்றும் இங்கொன்றுமாகத் தென்பட்ட விளக்குக் கம்பங்களிலிருந்து கசிந்துகொண்டிருந்த ஒளியைப் போர்த்தி மூடியிருந்தது பனிப்படலம். எலும்பைத் துளைக்கும் குளிர், கம்பளியொன்றை எடுத்து வந்திருக்கலாம் எனத் தோன்றியது அவருக்கு.

யாஸ்னயா போல்யானாவில் பனி இன்னும் அடர்த்தியாக இருந்திருக்கும்.

புறப்படும் தருணத்தில் எந்தத் திட்டத்தையும் வகுத்துக் கொள்ளவில்லை. அருகிலுள்ள ரயில் நிலையம் ஒன்றை அடைந்து பிறகு அங்கிருந்து தன் பயணத்தைத் தொடங்கலாம் என நினைத்திருந்தார். அவருக்கு அதிகபட்சம் ஒரு மணி நேரமே அவகாசம். அதற்குள் 'கிளி கூட்டைவிட்டுப் பறந்து விட்ட' செய்தியைக் கண்டுபிடித்துவிடுவார்கள். டால்ஸ்டாய் சோபியா அந்திரேவ்னாவுக்குக் கடிதம் எழுதிவைத்துவிட்டுப் புறப்பட்டது போலத் தானும் தன் வெளியேற்றத்துக்கான காரணங்களை விளக்கி யாருக்காவது ஒரு கடிதம் எழுதிவைத்து விட்டு வந்திருக்கலாம் எனத் தோன்றியது மகாத்மாவுக்கு.

அப்படிச் செய்யாததற்குக் காரணம் வெறுப்போ?

வெறுப்பல்ல, அன்பே இவ்வெளியேற்றத்திற்கும் ஆதாரமாய் இருக்க வேண்டும். அப்படி இருந்தால் மட்டுமே இவ்வெளியேற்றம் பொருளுடையதாக இருக்கும் என நினைத்தார் காந்தி. வெறுப்பின் விளைவானது இவ்வெளியேற்றம் எனில் தான் உண்மையான சத்யாகிரஹி அல்ல, முழுமைபெறாத ஆன்மா என்றே சொல்லிக்கொள்ள வேண்டும் என நினைத்தார் காந்தி.

சாலையின் இருபுறங்களிலுமுள்ள நடைபாதைகளில் எண்ணற்ற மனிதர்கள் உடுத்துக்கொள்வதற்கே போதிய ஆடைகள் இல்லாதவர்களாய் நடுங்கவைக்கும் இக்குளிருக்குள் முடங்கிக் கிடப்பதைப் பார்த்தார் காந்தி. தன் வெளியேற்றம் பரிதாபமான இந்த மனிதர்களின் நிலையில் ஏதாவது மாற்றத்தைக் கொண்டு வருமா என யோசித்தார். அவருக்குக் குழப்பமாக இருந்தது. பகவதிசரண் செய்தது சரியோ? அவர் திரட்டிக் கொண்டு வந்த போர்வைகளும் கம்பளிகளும் இம்மனிதர்களில் சிலரது துன்பத்தைப் போக்கியிருக்கும் என்றால் அவரது செயலை எப்படி விமர்சிக்க முடியும்? அவர் பொய் சொல்லியிருக்கிறார் என்பதையும் தன்னைப் போல் வேடமிட்டுக் கொண்டு எல்லோரையும் ஏமாற்றியிருக்கிறார் என்பதையும் அவற்றின் நல்விளைவுகளைக்கொண்டு மறுமதிப்பீடு செய்ய முடியுமா எனத் தன்னைத் தானே கேட்டுக்கொண்டார் மகாத்மா. அவரிடம் அதற்கு உடனடியான பதில் இல்லை. ஆழ்ந்து பரிசீலிக்க வேண்டிய கேள்வி இது என நினைத்தபடி வேகமாக நடந்தார்.

தில்லியின் புகழ்பெற்ற அந்த நாற்சந்தியில் ஊன்றுகோலுடன் அவர் நடந்து சென்றுகொண்டிருந்தபோது பனிமூட்டத்தை விலக்கி அருகில் வந்து நின்றது ஒரு மோட்டார் கார். நீண்ட கம்பளிக் கோட்டு அணிந்திருந்த போலீஸ் அதிகாரியும் சீருடைக்கு மேல்

இரண்டு மூன்று ஸ்வெட்டர்களைப் போட்டுக்கொண்டிருந்த அந்த மோட்டார் காரின் ஓட்டுநரும் அதிலிருந்து இறங்கினர்.

"பெரியவரே யார் நீங்கள்? இந்த நேரத்தில் இங்கே என்ன செய்துகொண்டிருக்கிறீர்கள்?" என அதிகாரத் தோரணையுடன் காந்தியை விசாரித்தார் போலீஸ் அதிகாரி.

"நானா? காந்தி. மோகன்தாஸ் கரம்சந்த் காந்தி."

"காலையிலேயே தொடங்கிவிட்டது பாருங்கள்!" எனச் சிரிக்கத் தொடங்கினார், அந்த ஓட்டுநர்.

"இந்தக் கதையெல்லாம் வேண்டாம் அப்பனே! வயதான காலத்தில் எதற்காக இங்கே சுற்றிக்கொண்டிருக்கிறீர்? விறைத்துப் போய்விடுவீர்! பேசாமல் வீட்டைப் பார்த்துப் போய்ச் சேரும். உம்மைப் போன்றவர்களால் நாங்கள் படும் அவஸ்தை இருக்கிறதே...! இப்படியெல்லாம் வேடம் போட்டுக்கொண்டு திரிந்தால் அவர்களிட மிருந்து தப்பித்துவிடலாம் என நினைக்கிறீரா? சுட்டுவிடுவார்களய்யா, அவர்களிடம் துப்பாக்கிகள் இருக்கின்றன!"

இவ்வளவு அறியாமையோடு இருக்கிறாரே என நினைத்துக் கொண்டார் காந்தி. இந்திய அரசின் அதிகாரம் பெற்ற அதன் பிரதிநிதி என்னும் முறையில் அவர் கேட்கும் எந்தவொரு கேள்விக்கும் பதிலளிக்க வேண்டியது ஒரு குடிமகனான தன் கடமை என நினைத்தார் காந்தி.

"மரணத்தைக் கண்டு நான் அஞ்சவில்லை ஐயா! அப்படி யொரு மரணம் வாய்க்குமானால் நான் மகிழ்ச்சியடைவேன். மரணத்தைத் தேடியே இப்போது நான் போய்க்கொண்டிருக்கிறேன். அரைமணிநேரத்திற்கு முன்புதான் பிர்லா மாளிகையிலிருந்து யாரிடமும் சொல்லாமல் வெளியேறி வந்தேன். மனத்தில் எந்தத் திட்டமும் இல்லை. மீரட்டுக்குப் போகலாம் என்பது என் எண்ணம். பக்கத்தில் ஏதாவது ரயில் நிலையம் இருக்குமானால்..."

"இது ஒரேயடியாக முற்றிப் போய்விட்ட கேஸ் போலிருக்கிறது!" எனச் சிரிக்கத் தொடங்கினார் அந்த ஓட்டுநர், "திருத்த முடியாத அளவுக்கு முற்றிப்போய்விட்ட கேஸ்."

கடுங்கோபம் கொண்டவரானார் உயரதிகாரி.

"கிழவரே, சும்மா உளறிக்கொண்டிருக்காமல் பேசாமல் வீடு போய்ச்சேர்வதற்கான வழியைப் பாரும்! இல்லை செத்தொழிவதுதான் விருப்பமென்றால் மீரட்டுக்கோ வேறு எங்காவதோ, போய் செத்தொழியும்...! அதோ பாரும், அந்த விளக்குக் கம்பத்திலிருந்து வலது புறம் திரும்பி இடதுபுறம் செல்லும் குறுகிய சந்தின் வழியாகச் சென்றீரானால் ஒரு சிறிய ரயில்வே நிலையத்தை அடையலாம்.

 நற்றிணை பதிப்பகம் ❖ 71

ரயில் எப்போது வரும் என்பதை யாராலும் சொல்ல முடியாது. நீர் சொன்னது போல் மரணத்தைத் தேடிப் போவதாக இருந்தால் அங்கு சென்று காத்திரும். ரயில் வந்தால் உமக்கு அதிர்ஷ்டம்தான்! சும்மா இங்கே நடமாடிக்கொண்டிருக்காதீரும்! இது நாட்டின் மிக முக்கியமான மனிதர்கள் வசிக்கும் பகுதி. யார் எந்த நேரத்தில் வருவார்கள் எனச் சொல்ல முடியாது. மகாத்மாவின் பாதுகாப்புப் பணியில் ஈடுபட்டுள்ள நாங்கள் எல்லாவற்றையும் சமாளிக்க முடியாமல் படாதபாடு பட்டுக்கொண்டிருக்கிறோம். இதில் உங்களைப்போன்ற ஆசாமிகள் வேறு!"

"எனக்காகத் தனிப்பட்ட பாதுகாப்பு ஏற்பாடுகள் எதுவும் செய்ய வேண்டாம் என நேருவிடமும் பட்டேலிடமும் பலமுறை சொல்லிவிட்டேன், அவர்கள் கேட்பதாயில்லை!" எனக் காந்தி வருத்தத்துடன் அளித்த பதிலைக் கேட்டதும் போலீஸ் அதிகாரிக்குக் கண்கள் சிவந்துவிட்டன. தன் உயரதிகாரி கோபம்கொள்வதைப் பார்த்த ஓட்டுநர் உடனே செயலில் இறங்கினார், "கிழவா, இப்போது நீ இடத்தைக் காலிசெய்யப் போகிறாயா இல்லையா?" என லத்தியைச் சுழற்றிக் காந்தியை அங்கிருந்து விரட்ட முற்பட்டார்.

துளியும் அச்சமில்லாமல் ஒரு கைத்த புன்னகையுடன் அதைப் பார்த்துக் கொண்டிருந்த அந்தப் பைத்தியக்காரக் கிழவனை எப்படிச் சமாளிப்பது எனத் தெரியாமல் அவ்விருவரும் திணறினர்.

***

காலையில் தகவல் கிடைத்ததும் தேடத் தொடங்கிவிடுவார்கள். தனிக்லால்தான் அதை உலகுக்கு முன்னறிவிப்பவராய் இருப்பார் என நினைத்தார் மகாத்மா. பிறகு விசாரணைகள் தொடங்கும். எல்லோரும் கேள்விகளால் குடைந்தெடுக்கப்படுவார்கள். தென்படும் எல்லா வாகனங்களும் சோதனைக்குட்படுத்தப்படும். மீரட்டை எளிதாக யூகித்து விடுவார்கள். வழியிலேயே இறங்கிக்கொண்டு விட வேண்டும். தில்லிக்கும் மீரட்டுக்குமிடையே ஏதாவதொரு இடத்தில் கடவுள் தனக்கான அஸ்டபோவாவைக் குறித்து வைத்திருப்பார் என நம்பினார் காந்தி.

குறுகலான பல சந்துகளைக் கடந்து ரயில் நிலையத்தை அடைந்தபோது குளிர் தீவிரமடைந்திருந்தது. புகை மண்டிய பிளாட்பாரத்தில் கந்தல் கூளங்களால் போர்த்தி மூடப்பட்ட உடல்களுடன் நூற்றுக்கணக்கான பயணிகள் மூட்டை முடிச்சுகளைச் சுமந்தபடி அலைந்து திரிந்தனர். மூன்றாம் வகுப்புப் பயணிகளாக இருக்க வேண்டும். தூக்கக் கலக்கம் நிரம்பிய முகங்களிலிருந்தும்

துர்நாற்றம் வீசும் உடல்களிலிருந்தும் அவர்கள் பல நாள்களாகப் பசியோடும் தாகத்தோடும் அங்குக் காத்திருக்கக் கூடுமென நினைத்தார் காந்தி. இந்தி, உருது, வங்கம், குஜராத்தி எனப் பல்வேறு மொழிகளையும் சேர்ந்த சொற்கூட்டங்கள் அந்த ரயில் நிலையத்தின் கரிப்புகை மண்டிய சுவர்களில் மோதி எதிரொலித்துக் கொண் டிருந்தன. அங்குள்ள கிராதிகளில் சாம்பல் வண்ணமுடைய நூற்றுக் கணக்கான புறாக்கள் தென்பட்டன. ஒப்பனையிடப்பட்டவை போல அனைத்துக்கும் ஒரே தோற்றம்.

யாருமே அவரைப் பொருட்படுத்தவில்லை. படிக்கட்டுகளில் ஏறி நடந்தபோது ஒரு சிறுமி ஆச்சரியத்துடன் அவரைப் பார்த்தாள்; யாருடனோ பேசிக்கொண்டிருந்த தன் தாயை அழைத்து அவரைச் சுட்டிக்காட்டி ஏதோ சொன்னாள். அவள் அவரை நிமிர்ந்து பார்த்துவிட்டு வெறுப்புடன் முகத்தைத் திருப்பிக் கொண்டாள். அவர்களுடன் பேச வேண்டும் என்னும் விருப்பம் உண்டானது காந்திக்கு.

முதலில் பயணச் சீட்டு வாங்கிக்கொள்ள வேண்டும்.

மீரட்டுக்குச் செல்வதற்கு இப்போது ஏதாவது வண்டி இருக்கிறதா எனக் கேட்டதற்கு மாடத்துக்குள்ளிருந்து அவரைக் கேலியாகப் பார்த்தார் பயணச் சீட்டு வழங்குபவர். “இப்போது எந்த வண்டியுமே புறப்படப் போவதில்லை” என்று உதட்டைப் பிதுக்கினார். “எந்த வண்டியுமே வந்து சேராததுதான் காரணம். மூன்று நாள்களாக இதுதான் நிலைமை. நீங்களே பார்க்கிறீர் களல்லவா? இவர்கள் எல்லோரும் பல்வேறு வண்டிகளுக்காகக் காத்துக்கொண்டிருக்கிறார்கள். நாங்கள் எங்கள் வசமிருக்கும் பயணச் சீட்டுகளை ஓய்வேயில்லாமல் கொடுத்துக் கொண்டிருக்கிறோம். மக்களும் சலிப்பேயில்லாமல் காத்துக் கொண்டிருக்கிறார்கள். வண்டி வரவேண்டியது மட்டும்தான் பாக்கி. ஆமாம், நீங்கள் எங்கே போக வேண்டும்? மீரட்டுக்கா? ஆமதாபாத்துக்கா? மீரட் என்றுதானே சொன்னீர்கள்?”

“உண்மையில் என்னிடம் எந்தத் திட்டமும் இல்லை. முதலில் எந்த வண்டி வருகிறதோ அதில் ஏறிக்கொள்ளலாமென நினைக்கிறேன்.”

“அது தெரிந்த கதைதான்! உங்கள் ஆட்கள் எல்லோருமே அப்படித்தானே? எந்த வண்டி முதலில் வருகிறதோ அதில் தொற்றிக்கொள்கிறார்கள். ஆனால் ஒருவருமே பயணச் சீட்டு எடுப்பதில்லை. பரிசோதகர்களும்கூட அவர்கள்மேல் நடவடிக்கை எடுப்பதில்லை. எல்லாம் கொஞ்ச நாள்களுக்குத்தான். சர்தாரின்

கைகள் கட்டப்பட்டிருக்கின்றன. அது நடக்கட்டும் என்பதற்காகக் காத்திருக்கிறார்கள். அவர் முகத்துக்காகப் பார்க்க வேண்டியிருக்கிறது. அது நடக்கட்டும். பிறகுதான் இருக்கிறது வேடிக்கை!"

"ஐயா, என்னை மன்னியுங்கள். நீங்கள் சொல்வது எதையும் என்னால் புரிந்துகொள்ள முடியவில்லை. சற்று விளக்கமாகச் சொல்ல முடியுமானால்..."

பயணச் சீட்டு வழங்குபவர் உரக்கச் சிரித்தார்.

"ஐயோ என்னை விட்டுவிடுங்கள் பாபுஜி! எல்லாவற்றையும் விளக்கமாகச் சொல்லிக்கொண்டிருக்க முடியாது. இதோ ஒரு வண்டி வந்துகொண்டிருக்கிறது. அமிர்தசரஸ்வரை செல்லக் கூடியது. ஆடி அசைந்து போகும். வழியில்தானே ஜாலியன் வாலாபாக் இருக்கிறது? நீங்கள் போயிருக்கிறீர்களா? உங்களுக்கெல்லாம் புண்ணிய பூமி ஆயிற்றே? பயணச்சீட்டுக்கூட வேண்டாம். உங்கள் ஆட்கள் யாருமே வாங்குவதில்லையே? எல்லாம் கொஞ்ச நாட்கள்தான். அது நடக்கும் வரை..."

எல்லோரும் இவ்வளவு இயல்பாக இருக்கிறார்களே என ஆச்சரியப்பட்டார் காந்தி.

"அமிர்தசரஸுக்கு ஒரு பயணச்சீட்டுக் கொடுங்கள்" என்று ரூபாய்த்தாள் ஒன்றை நீட்டினார்.

"ஜாலியன் வாலாபாக்குக்கா?"

"ஆமாம்...! அங்குதான். பார்த்து எவ்வளவோ நாள்களாகி விட்டனவே!" என்று பயணச்சீட்டு வழங்குபவரைப் பார்த்துக் கனிவாகப் புன்னகைத்துக்கொண்டே சொன்னார் காந்தி. அப்போது மகாத்மாவின் கண்களை நேராகச் சந்திக்க நேர்ந்த பயணச் சீட்டு வழங்குபவருக்கு மனம் பதறிவிட்டது.

***

அமிர்தசரஸுக்குப் போகும் ரயிலின் நெரிசல் மிகுந்த பெட்டியொன்றினுள் அடித்துப் பிடித்து ஏறிக்கொண்டிருந்த ஐந்நூறு காந்திகளைக் கண்டதும் தீராத வியப்புடன் அவர்களை நோக்கி ஓட்டமும் நடையுமாய் விரைந்தார் மகாத்மா. கூட்டம் மிக அதிகமாக இருந்தது. காத்திருந்த அனைவரும் ஒரே சமயத்தில் பெட்டிக்குள் ஏற முயன்றனர். ஒவ்வொருவரும் மற்றவர்களை இழுத்துக் கீழே தள்ளிவிட்டுத் தாம் நுழைய முற்பட்டனர். சிலர் தாக்குதல்களிலும் ஈடுபட்டனர். வசைகளாலும் கூக்குரல்களாலும் நிரம்பித் தளும்பிக் கொண்டிருந்தது அந்த ரயில் நிலையம்.

கதவருகிலேயே தயங்கி நின்றுகொண்டிருந்தார் காந்தி. ஆனால் கூட்டம் பெருகிக்கொண்டே இருந்தது. தன்னால் ஏற முடியாமல் போய்விடுமோ என நினைத்தார். நல்ல வேளையாக அங்கு வந்து சேர்ந்த பயணிகள் கூட்டம் அவரைத் தள்ளிக் கொண்டுபோய்ப் பெட்டிக்குள் விட்டது. பெட்டியினுள் அதன் கொள்ளளவைக் காட்டிலும் நான்கைந்து மடங்கு கூடுதலான பயணிகள் அடைந்து கிடந்தனர்.

எந்த முயற்சியும் செய்யாமலேயே எல்லோரும் ஏதோ ஓர் இடத்திற்கு நகர்த்திச் செல்லப்பட்டிருந்தனர். சோர்ந்து விட்டார் காந்தி. முழங்கால்களில் தாள முடியாத வலி. பிறகு ரயில் நகரத் தொடங்கியது. "ஐயா காந்தியாரே. இப்படி வாரும்! இங்கே உமக்குக் கொஞ்சம் இடமிருக்கிறது! உண்மையிலேயே வயதானவராகத்தான் தென்படுகிறார். அவருக்குக் கொஞ்சம் இடம் கொடு. பாவம், என்ன இருந்தாலும் நம்முடைய ஆள்!"

பக்கவாட்டு இருக்கையொன்றில் இடம்பிடித்திருந்த காந்திகள் அவரை அழைத்துத் தம்மருகே உட்காரவைத்துக் கொண்டனர்.

"வெகுதொலைவிலிருந்து வருகிறார் போலிருக்கிறது! உமது திருநாமம் எதுவோ?"

தன்னைப் போலவே தோற்றமளித்த அவர்கள் ஒவ்வொருவரையும் ஆச்சரியத்துடன் பார்த்துக்கொண்டே அதற்குப் பதிலளித்தார் மகாத்மா.

"காந்தி, மோகன்தாஸ் கரம்சந்த் காந்தி..."

எல்லோரும் பெருங்குரலெடுத்துச் சிரித்தனர்.

"அதுதான் தெரிந்த கதை ஆயிற்றே! நான் உமது உண்மையான பெயரைக் கேட்டேன். அதாவது பெற்றவர்கள் உமக்குச் சூட்டிய பெயர்..."

"பெற்றவர்கள் எனக்கு அந்தப் பெயரைத்தானே வைத்தனர்?"

"சொந்த ஊரும் போர்பந்தர்தானோ?"

"ஆமாம் நான் அங்குதானே பிறந்தேன்? இப்போது சில மாதங்களாக பிர்லா மாளிகையில் வசிக்கும்படி ஆயிற்று. இன்று அதிகாலையில் அங்கிருந்து வெளியேறிவிட்டேன். வெளியேறும் போது திட்டமெதுவுமில்லை என்றாலும் இப்போது அமிர்த சரஸுக்குப் போய்க்கொண்டிருக்கிறேன். ஜாலியன் வாலாபாக் போக வேண்டுமென்பது என் ஆசை. பார்த்து எவ்வளவோ காலமாகிவிட்டது."

"மரை கழண்ட ஆள் போலிருக்கிறது!"

“நீ தெரிந்துவைத்திருப்பது அவ்வளவுதான். கிழவர் விவரமான ஆள்! இப்போது அந்த மாதிரி இடங்களுக்கு மவுசு கூடியிருக்கிறது. ஏராளமான சுற்றுலாப் பயணிகள் வருகிறார்கள். இப்படியொரு வேடம் புனைந்துகொண்டு அங்கே போய்ச் சும்மா சுற்றிக் கொண்டிருந்தால் போதும்! ஒரே மாதத்திற்குள் போதுமான அளவுக்குக் காசு பார்த்து விடலாம்”

அருவருப்புத் தாளாமல் கண்களை மூடிக் கொண்டார் மகாத்மா. ஆக இப்படி முடிந்திருக்கிறது எல்லாம். பகவதிசரண் தனி மனிதரல்ல. அதிகாலையில் அவர் சந்தித்த காவல் துறை அதிகாரிகளும் பயணச்சீட்டு வழங்குபவரும் ரயில் நிலையத்தில் தென்பட்ட பரிதாபத்திற்குரிய மனிதர்களும் இவர்களைப் போன்ற எண்ணற்ற காந்திகளைப் பார்த்திருக்கக் கூடுமென நினைத்தார் மகாத்மா.

“ஆனால் காந்தியாரே, எங்களையும் உம்மைப் போல் பிச்சை யெடுப்பதற்காக இந்த ஒப்பனையைச் செய்து கொண்டுள்ளதாக நினைத்துவிடாதீர்” என எச்சரிக்கும் தொனியில் சொன்னார் நடுத்தர வயதுடைய ஒரு காந்தி.

“இதோ இருக்கிறாரே. இவர் ஒரு குஜராத்தி. பெரும் நிலச் சுவான்தார், பல வருடங்களாகக் காங்கிரசில் இருந்தவர். ஒருதரம் சிறைக்குக்கூடப் போயிருக்கிறார். சுயராஜ்யம் கிடைத்த பிறகுதான் இந்த ஒப்பனையைப் போட்டுக்கொண்டார். இவர் இன்னும் அசல் காந்தியைப் பார்த்ததில்லை. ஆனால் பேச்சு, நடை, தோரணை எல்லாம் அசல் காந்தியினுடையதைவிட எடுப்பாகவே இருக்கும்!”

“பிச்சையெடுக்கும் நோக்கம் இல்லையென்றால் எதற்காக இந்த ஒப்பனை? எனக்குப் புரியவே இல்லை!” என்றார் மகாத்மா. அவருக்குக் குரல் நடுங்கிற்று.

“நல்ல கேள்வி கேட்டீர், தேர்தலில் நிற்க முடிவுசெய்திருக்கிறார் நம்முடைய ஆள். வெற்றிபெறுவதற்கு இதைவிடச் சுலபமான வழி இல்லை ஐயா! ரோமங்களை மழித்துத் தலையை மொட்டையாக்கிக் கொள்ளுங்கள். தோளிலும் இடுப்பிலும் கதரைச் சுற்றிக்கொள்ளுங்கள். கீதையின் புத்தம் புதிய பிரதியொன்றைக் கையில் பிடித்துக் கொள்ளுங்கள். பிறகு தெருவில் இறங்கி நடந்து செல்லுங்கள். அவரைப் போலவே வேகமாக நடக்க வேண்டும்...!”

கேட்கக் கேட்க ஆச்சரியமாக இருந்தது மகாத்மாவுக்கு... அந்த மனிதர் பெருமிதத்தில் திளைத்துக் கொண்டிருந்தார். நடுத்தர வயதைத் தாண்டாத அவர் வயதான தோற்றத்தை வரவழைத்துக் கொள்வதற்காக மிகவும் சிரமப்பட்டிருக்க வேண்டும். கொஞ்சம்

தொப்பை இருந்ததால் அதை மறைப்பதற்காக எப்போதும் வயிறை எக்கி வைத்துக்கொண்டிருந்தார். ஆனால் அவருக்குப் பற்கள் இல்லை. வேடம் கச்சிதமாகப் பொருந்த வேண்டுமென்பதற்காக அவற்றைப் பிடுங்கி எடுத்து விட்டிருப்பார் போலிருக்கிறது.

"இதன் மூலம் மக்களின் நம்பிக்கையைப் பெற்றுவிட முடியுமா என்ன?" என வியப்பு மேலிட்டவராய் அவரைக் கேட்டார் மகாத்மா.

"இது சும்மா கவனத்தை ஈர்ப்பதற்கு. எதிரிகளை வழிக்குக் கொண்டுவர வேறு வழிகளைத்தான் கையாள வேண்டும்?"

"அஹிம்சை முறையில்தான் இல்லையா?" எனப் பேராசை மிகுந்த கண்களால் அவரைப் பார்த்துக் கேட்டார் மகாத்மா.

"அஹிம்சை வழியா? நல்ல கதை!" எனச் சொல்லிக் குலுங்கிக் குலுங்கிச் சிரித்தார் அவர். பிறகு ஒரு ரகசியம் போலத் தணிந்த குரலில் சொன்னார்.

"இன்னும் சில நாள்கள்தான்! அது மட்டும் நடந்து முடியட்டும். பிறகு நான் மகாராணா பிரதாப்சிங் போலாகி விடுவேன். அவர்கள் எல்லோரையும் இமயமலைக்கப்பால் துரத்தியடிப்பார்கள் என் ஆட்கள்! ஆனால் காந்தியாரே, நீர் போய்ப் பிச்சையெடும்! உமது பிழைப்பைப் பாரும்! இந்தக் கதையையெல்லாம் எதற்காகக் கேட்டுக் கொண்டிருக்கிறீர்?"

தன் அஸ்டபோவா குறித்துச் சிந்திக்கத் தொடங்கினார் மகாத்மா.

தென்பட்ட எல்லா இடங்களிலும் அலுக்காமல் நின்று புறப்பட்டது ரயில். பகல் முழுக்கப் பயணம் செய்தும் அந்த வண்டியால் தன் தூரத்தில் பாதியைக்கூடக் கடந்திருக்க முடியவில்லை. காலையில் அவர் வண்டியில் ஏறும்போதிருந்த நெரிசல் முற்றாகக் குறைந்திருந்தது. காந்திகள் தில்லியைத் தாண்டி நான்கைந்து நிறுத்தங்கள் கடந்து சென்றதும் விடை பெற்றுக்கொண்டார்கள். ஆனால் ஒவ்வொரு நிறுத்தத்திலும் சில புதிய காந்திகள் ஏறினர். கண்ணாடி, கதர், கையில் கீதையின் ஒரு பிரதி. உண்மையிலேயே இந்த ஒப்பனை மிகச் சுலபமானதுதான் என நினைத்தார் மகாத்மா. ஒவ்வொருவரும் ஒவ்வொரு காரணத்திற்காக இந்த ஒப்பனையைப் போட்டுக்கொள்கிறார்கள். பல சாதாரண மனிதர்களும் கூடத் தன்னைப் போல் ஒப்பனை செய்து கொண்டிருப்பதைப் பார்த்தார் மகாத்மா. கலவரக்காரர்களிடமிருந்தும் போலீசாரிடமிருந்தும் தப்புவதற்கு இந்த வேடம் உதவுகிறது எனத் தெரிவித்தான் பழ வியாபாரியான ஒரு இளைஞன்.

“வேடம்தான் எனத் தெரிந்தாலுங்கூட ஒன்றும் பிரச்சினையில்லை. இவ்வேடத்திலிருக்கும் ஒருவரைக் கொல்வது பாவம் என நினைக்கிறார்கள். இந்த வேடத்தைப் போடாமலிருந்திருந்தால் சென்ற மாதம் எங்கள் குடியிருப்புப் பகுதி தீக்கிரையாக்கப்பட்டபோது என் பெற்றோருடன் நானும் கொல்லப்பட்டிருப்பேன்!” என்றான். “பழ வியாபாரத்திற்கும் கூட இந்த வேடம் பயன்படுகிறது. சாதாரண வியாபாரியிடமிருந்து ஒரு ஆரஞ்சுப் பழத்தை வாங்குவதைவிட மகாத்மாவிடமிருந்து வாங்குவது விசேஷமானதல்லவா?” என்று சொல்லிச் சிரித்தான் அவன்.

அவனிடமிருந்து ஓரிரு வாழைப்பழங்களை வாங்கிச் சாப்பிட்டுவிட்டுக் காலியாகிக் கிடந்த ஓர் இருக்கையில் கால்களை நீட்டிப் படுத்துக்கொண்டார் காந்தி. உடல் சுடுவது போலிருந்தது. நிமோனியாவின் அறிகுறியோ? அஸ்டபோவா நெருங்கிக் கொண்டிருக்க வேண்டும்!

**

பிற்பகல் இரண்டு மணிக்குப் பனிப்பொழிவு தொடங்கியது. குளிரிலிருந்து தப்புவதற்காக மகாத்மாவின் எதிரில் உட்கார்ந்திருந்த காந்திகளில் ஒருவர் புகைபிடிக்கத் தொடங்கினார். மற்றொருவர், வேடத்தைத் தற்காலிகமாகத் துறந்து விட்டு நீண்ட கம்பளிக் கோட்டு ஒன்றை அணிந்துகொண்டார்.

ரயில் பானிபட்டை அடுத்துள்ள ஒரு மிகச் சிறிய ஸ்டேஷனை அடைந்து நின்றபோது இருள் சூழத் தொடங்கியிருந்தது. துப்பாக்கி ஏந்திய, சுமார் இருபது போலீஸ்காரர்கள் தான் பயணம் செய்துகொண்டிருந்த மூன்றாம் வகுப்புப் பெட்டியினுள் தாவி ஏறியதைப் பார்த்தார் காந்தி. பிடிபட்டு விட்டோம் எனத் தோன்றியது அவருக்கு. காலையில் தகவல் கிடைக்கப் பெற்றதுமே நடவடிக்கைகளைத் தொடங்கியிருப்பார்கள்.

ஒவ்வொரு பயணியையும் துப்பாக்கி முனையில் நிறுத்தி வைத்துக் கேள்விகளால் துளைத்தெடுத்துக் கொண்டிருந்தனர் போலீசார்.

எந்த வற்புறுத்தலுக்கும் பணிந்துவிடக் கூடாது எனத் தீர்மானித்தார் காந்தி. நேருவோ பட்டேலோ நேரில் வந்து அழைத்தாலும் தன் முடிவை மாற்றிக்கொள்ளக் கூடாது. யாராவது வந்திருக்கிறார்களா எனப் பிளாட்பாரத்தைப் பார்த்தார். ஆள் நடமாட்டமே அற்றுக் கிட்டத்தட்டக் காலியாக இருந்தது. நைந்து போய்விட்ட சீருடையுடன் தென்பட்டார் ஸ்டேஷன் மாஸ்டர்.

கொடிகளைச் சுருட்டிக் கக்கத்தில் இடுக்கியவாறே ஒவ்வொரு பெட்டியையும் ஆராய்ந்து கொண்டிருந்தார்.

"உமது பெயரென்ன?" எனக் கடுப்புடன் தன்னைப் பார்த்துக் கேட்ட காவல்துறை அதிகாரியை எங்கோ பார்த்திருப்பதாகத் தோன்றியது மகாத்மாவுக்கு.

"காந்தி, மோகன்தாஸ் கரம்சந்த் காந்தி"

"எந்த ஊரிலிருந்து வருகிறீர்?"

"தில்லியிலிருந்து..."

"எங்கே போய்க்கொண்டிருக்கிறீர்?"

"அமிர்தசரஸுக்கு, வழியில் ஜாலியன் வாலாபாகில் இறங்கிக் கொள்ளத் திட்டம்."

"அங்கே எதற்காகப் போகிறீர்?"

"பார்த்து நீண்ட காலமாகிவிட்டதே...!"

"எங்கே உமது உடைமைகளைக் காட்டும்"

"நான் எதையும் என்னுடன் எடுத்துவரவில்லையே! கொஞ்சம் பணம் இருக்கிறது. வேட்டியில் முடித்துவைத்திருக்கிறேன். எனது ராட்டை எனக்கு ஈட்டித் தந்த தொகை. தவிர கீதையின் ஒரு பழைய பிரதியும் உள்ளது ஐயா." காவல்துறை அதிகாரி வேட்டி முடிச்சைப் பிரித்துக் காட்டச் சொல்லிப் பார்த்துவிட்டுப் போய்விட்டார்.

மிக ஏமாற்றமாக இருந்தது மகாத்மாவுக்கு. பெட்டியில் பத்துப் பன்னிரெண்டு பயணிகளே இருந்தனர். குப்பைக் கூளங்களால் முற்றாக உருக்குலைந்து போயிருந்தது அந்தப் பெட்டி. இருக்கைகளுக்குக் கீழே பலவிதமான பழத்தோல்களும் உணவுப் பண்டங்களின் எச்சங்களும் நிரம்பிக் கிடந்தன. பெட்டியைச் சுத்தமாக வைத்திருப்பது நம் எல்லோருக்குமான கடமை என அவர் சொன்னபோது பயணிகள் சிரித்தனர். பிற்பகலில் காந்தி தனி ஆளாக அதைச் சுத்தம்செய்யத் தொடங்கினார். குப்பையைப் பெருக்கி வெளியே கொட்டிவிட்டுத் திரும்பியவரின் முன்பாகச் சில்லறைக் காசுகளை வீசியெறிந்தனர். மிக அமைதியாக அவற்றைச் சேகரித்துத் தன் வேட்டி முடிச்சில் வைத்துக்கொண்டார். காந்திகளும் இப்போது அடையாளம் காண முடியாத அளவுக்கு உருக்குலைந்து போயிருந்தனர். அவர்களது ஒப்பனைகள் கலைந்திருந்தன. இளம் காந்திகளின் சவரம் செய்யப்பட்ட முகங்களில் கரிய ரோமங்கள் அரும்பத் தொடங்கியிருந்தன. வழக்கமான அவரது பிரார்த்தனை நேரம் கடந்து சென்று

கொண்டிருந்தது. வண்டி புறப்படுவதற்கு நெடு நேரமாகலாமெனச் சொல்லிவிட்டுப் போனான் ஒரு கடலை வியாபாரி.

அஸ்டபோவாவை வந்தடைந்துவிட்டோமோ?

சற்று நடக்கலாம் எனக் கீழே இறங்கிப் பிளாட்பாரத்தில் தனியாக நடந்தார்.

கூடடையும் தருணத்திற்குரிய ராகங்களை இசைத்துக் கொண்டிருந்தன பறவைகள். படபடக்கும் சிறகுகளுடன் தவித்துக் கொண்டிருந்த பறவைகள் அவரைக் கண்டதும் பதற்றமடைந்தன. அவற்றின் தனிமையைக் குலைத்துவிடக் கூடாது எனக் கருதியவராக அங்கிருந்து விலகி நடந்தார். யாருமே தன்னைப் பொருட்படுத்தாத இடத்துக்கு வந்து சேர்ந்து விட்டோம் எனத் தோன்றியது அவருக்கு. முன்னெப்போதும் அனுபவித்திராத சுதந்திரம் இது! மங்கலான வெளிச்சத்தைக் கசியவிட்டுக் கொண்டிருந்த விளக்குக் கம்பத்திற்குக் கீழ் பறவைகளின் எச்சங்களால் நிரம்பிக்கிடந்த சிமெண்ட் பெஞ்சின் மீது அமர்ந்து பிரார்த்தனையில் ஈடுபடத் தொடங்கினார் காந்தி.

***

“எதற்காக இங்கே உட்கார்ந்திருக்கிறீர்கள் பெரியவரே? நீங்கள் பயணியோ?” எனக் கேட்டபடி தன்னெதிரே வந்து நின்ற ஸ்டேஷன் மாஸ்டரைக் கண்டு எழ முற்பட்டார் மகாத்மா.

“ஆமாம், அமிர்தசரஸ் போக வேண்டும். வண்டி புறப்படுவ தற்குத் தாமதமாகுமெனக் கேள்விப்பட்டதால் பிரார்த்தனைச் செய்வதற்காக வந்தேன். எப்போது புறப்படும் என ஏதாவது தகவல் கிடைத்திருக்கிறதா ஐயா?”

“இல்லையே, எனக்குத் தெரியாது! வேறு யாருக்குமே கூடத் தெரிந்திருக்க வாய்ப்பில்லை. தண்டவாளங்களைப் பெயர்த்துப் போட்டிருக்கிறார்களாம். செய்தி வந்திருக்கிறது” எனச் சொல்லி விட்டு அவரை விநோதமாகப் பார்த்தார். “நீங்கள் அமிர்தசரஸுக்கா போக வேண்டும்? பயணச் சீட்டு வைத்திருக்கிறீர்களா?” புன்னகையைத் தன் இயல்பாகக் கொண்ட அவர், மிகச் சிரமப்பட்டுக் கண்டிப்பாக இருப்பது போன்ற பாவனைகளை உருவாக்கிக் கொண்டிருப்பதாகத் தோன்றியது காந்திக்கு.

“இதோ” என வேட்டி முடிச்சை அவிழ்த்துப் பயணச் சீட்டை எடுத்து அவரிடம் கொடுத்தார் மகாத்மா. பெற்றுக் கொண்டு ஓரிரு அடிகள் தள்ளி நின்று அதைப் பரிசோதித்தார் ஸ்டேஷன் மாஸ்டர்.

அவரைப் பின்தொடர்ந்து வந்து அருகில் நின்ற மகாத்மாவைக் கண்டதும் அவர் கலவரமுற்றார்.

"ஐயா தங்கள் பெயர் என்ன? தயவு செய்து சொல்லுங்கள்" எப்போதும்போல் உண்மையையே பேசினார் அவர்.

"மோகன்தாஸ் கரம்சந்த் காந்தி."

அவரைக் கூர்ந்து பார்த்த ஸ்டேஷன் மாஸ்டரின் முகத்தில் பதற்றம்.

"பாபுஜி, என்னை மன்னியுங்கள். இதோ வந்துவிட்டேன். பரிசீலிக்க வேண்டும்!" எனப் பயணச்சீட்டுடன் அங்கிருந்து வேகமாக நகர்ந்தார் ஸ்டேஷன் மாஸ்டர்.

அநேகமாக உரிய இடத்திற்கு வந்து சேர்ந்துவிட்டோம் போலிருக்கிறது என நினைத்தார் மகாத்மா. திடீரென அவரது உடல் நடுங்கத் தொடங்கியது. முன்னெப்போதும் உணர்ந்திராத களைப்பு, மூட்டுகளில் தாள முடியாத வலி, உரிய இடமும் உரிய நேரமும் இதுதான் போலிருக்கிறது என நினைத்துக் கொண்டார்.

கண்கள் இருட்டிக்கொண்டு வந்தன. அங்கிருந்த சிமெண்ட் பெஞ்சில் தளர்ந்து உட்கார்ந்தார். இன்னுமா பரிசீலித்துத் தீரவில்லை? கொஞ்சம் கண்ணயர்ந்தால் நன்றாக இருக்கும் எனத் தோன்றியது அவருக்கு. மேலாடையை உதறிப் போர்த்திக் கொண்டு கால்களைக் குறுக்கிப் படுத்தார். எதிரே சடலம் போல அசைவற்றுக் கிடந்தது அவரை இங்கே கொண்டுவந்து சேர்த்திருந்த ரயில் வண்டி. நெடிதுயர்ந்த தேவதாரு மரங்களால் சூழப்பட்ட அந்த மிகச் சிறிய ரயில் நிலையம் வனம்போல் காட்சியளித்தது. சற்றுத் தள்ளியிருந்த ஸ்டேஷன் மாஸ்டரின் பழுப்புநிறச் சுவர்களாலான மிகச் சிறிய அறையையும் விளக்குக் கம்பத்தையும் தவிர்த்துவிட்டுப் பார்த்தால் வனம்தான். பறவைகள் ஓயாது கூவிக்கொண்டிருந்தன.

விளக்குக் கம்பத்தின் உச்சியில் தன் கரிய சிறகுகளை விரித்து உட்கார்ந்திருந்த ஒரு பெரிய பறவை அவரைக் கூர்ந்து பார்த்துக் கொண்டிருந்தது. தன் மரணத்தை இவ்வுலகிற்குச் சொல்லவிருக்கும் பறவையாயிருக்கும் இது என நினைத்தார் காந்தி!

தனிக்லால்தான் முதலில் வந்து சேர்பவராய் இருப்பார். மனுவையும் தன்னுடன் அழைத்து வரக்கூடும். தன் கடைசி வாக்கியத்தை அவளிடத்திலேயே விட்டுச் செல்ல வேண்டுமெனத் தீர்மானித்துக் கொண்டார் மகாத்மா.

தன் இறுதி வாக்கியத்தைப் பற்றிய யோசனைகளில் மூழ்கத் தொடங்கினார் அவர். கவித்துவமானதாகவும் தன் வாழ்வின்

செய்தியாகவும் இருக்க வேண்டும் அது. வாழ்வின் செய்தியையும் மரணத்தின் செய்தியையும் ஒரே வாக்கியத்தில் சொல்லிவிடுவதற்குத் தன்னால் முடியுமானால்! நேருவும் பட்டேலும் தன் இறுதிக் கணங்களில் பக்கத்தில் இருப்பார்கள் என நினைத்தார். அவர்களிடமும் ஏதாவது சொல்லலாம்தான். வாழும்போது சொல்லும் வாக்கியங்களுக்கு இருக்கும் மதிப்பை விட மரணத்தின்போது சொல்லும் வாக்கியங்களுக்கு அதிக மதிப்பு உண்டே!

இந்தத் தருணத்தில் பா இருந்திருந்தால் எவ்வளவு நன்றாக இருந்திருக்கும்? அவரது வாக்கியங்களின் அர்த்தத்தைக் கஸ்தூர்பா ஒருபோதும் முழுமையான அளவில் புரிந்து கொண்டதில்லை. ஆனால் அவரது மௌனத்தை பா அளவுக்குப் புரிந்துகொண்டவரும் யாரும் இல்லை. அவர் மௌன விரதம் மேற்கொள்ளும் திங்கட்கிழமைகளே பாவுக்கு மிகப் பிடித்தவை. மகாத்மாவை விட்டு ஒரு கணமும் பிரியாமல் பக்கத்திலேயே இருந்துகொண்டிருப்பதற்கான வாய்ப்புகளை அவருக்கு அளித்தவை திங்கட்கிழமைகள்தாம். அவர் பக்கத்தில் இருந்திருந்தால் கடைசி வாக்கியமாகக்கூட எதையும் சொல்ல வேண்டியிருக்காது என நினைத்தார் மகாத்மா. அவரளவில் ஈடுசெய்யவே முடியாத இழப்பு அது! கண்கள் தளும்பின அவருக்கு.

"பாபுஜி, தயவுசெய்து எழுந்திருங்கள். தங்கள் வண்டி புறப்பட்டுக் கொண்டிருக்கிறது. பாபுஜி... பாபுஜி...! கடவுளே இப்போது நான் என்ன செய்வேன்? உதவிக்குக்கூட இங்கே யாருமில்லையே! பாபுஜி, பாபுஜி, அடக் கடவுளே..."

ஸ்டேஷன் மாஸ்டரின் பதற்றமான குரலையும் ரயில் என்ஜினின் நீண்ட விசில் சத்தங்களையும் கேட்டார் மகாத்மா. அவரால் கண்களைத் திறக்க முடியவில்லை. பிரக்ஞை நூலிழையில் தவித்துக்கொண்டிருந்தது. யாருடைய வண்டி? எங்கிருந்து புறப்படுகிறது? இந்தக் குரல் யாருடையது? இந்தச் சத்தங்கள் எங்கிருந்து வருகின்றன? கஸ்பாருடையதா? தேவதாரு மரத்தின் உச்சியில் வசிக்கும் அச்சிறு பறவையினுடையதா? இல்லை, விளக்குக் கம்பத்தின் மேல் வந்தமர்ந்ததே கரிய சிறகுகளையுடைய ஒரு பறவை, அது எழுப்பும் சத்தங்களோ இவை?

கண்களைத் திறக்க முயன்றார் மகாத்மா. எந்த வாக்கியத்தையும் சொல்லாமல் விடைபெற்றுக்கொண்டு விட முடியாதே!

கம்பளியொன்றைக் கொண்டுவந்து போர்த்திவிட்டு விட்டுப் புறப்படக் காத்திருக்கும் அமிர்தசரஸ் ரயிலுக்கு விடைகொடுப்பதற்காகப் பச்சை விளக்கைத் தூண்டியெடுத்துக் கொண்டு ஓடினார் ஸ்டேஷன் மாஸ்டர். பிறகு அவருக்காகக் கொஞ்சம் வெந்நீர்

தயாரித்துக்கொண்டு திரும்பிவந்து பார்த்த போது எழுந்து உட்கார்ந் திருந்தார் மகாத்மா. அவரைக் கண்டதும் தன் பொக்கைவாய் திறந்து சிரித்தார்.

"உங்களுடைய வண்டி புறப்பட்டுப் போய்விட்டதே பாபுஜி! அமிர்தசரஸுக்கான அடுத்த வண்டிக்காக நீங்கள் இன்னும் பதினெட்டு மணிநேரம் காத்திருக்க வேண்டியிருக்கும்!"

மகாத்மா பெருமூச்செறிந்தார். வெந்நீர் தந்த தெம்பில் இப்போது அவரால் நன்றாக எழுந்து உட்கார முடிந்திருந்தது.

"நன்றி உங்களுக்கு. கடவுளின் சித்தம் இதுதான் போலிருக்கிறது. அவர் என் அஸ்டபோவாவை எங்குத் தயாரித்து வைத்திருக்கிறாரோ அந்த இடத்தைத் தாண்டிச் சென்றுவிட முடியாதல்லவா?"

ஸ்டேஷன் மாஸ்டருக்கு முகம் வெளிறிவிட்டது.

"பாபுஜி, தயவுசெய்து என்னை மன்னியுங்கள். தீராத பழிக்கு ஆளாகிவிடாமலிருப்பதற்கு எனக்கு உதவுங்கள். இங்கே யாருமே இல்லை! உங்களுடைய கடைசி வாக்கியத்தைக் கூட நீங்கள் என்னிடம்தான் சொல்ல வேண்டியிருக்கும் பாபூ. அதைத் தாங்கிக் கொள்வதற்கான வலிமை எனக்கு இருப்பதாக நான் நினைக்கவில்லை. என்னை மன்னியுங்கள்! தில்லி ரயில் இன்னும் ஒரு மணிநேரத்திற்குள் வந்துவிடும். தயவுசெய்து தில்லிக்குத் திரும்பிச் சென்றுவிடுங்கள். அங்குதான் எல்லாம் நடக்க வேண்டும்."

அதற்கும் சிரித்தார் மகாத்மா.

"எல்லாம் முடிவாகிவிட்டதே! ஆனால் தயவுசெய்து எனக்கு ஒரு விஷயத்தைச் சொல்லுங்கள். எடுத்த எடுப்பிலேயே என்னை அடையாளம் கண்டுகொண்டுவிட்டீர்களே, அது எப்படி? நீங்கள் ஏராளமான பாபுஜிக்களைப் பார்த்திருப்பீர்கள் அல்லவா?"

ஸ்டேஷன் மாஸ்டர் சிரித்தார்.

"அது மிகச் சுலபமான காரியம் பாபு. அந்த ஏராளமான பாபுஜிக்களில் ஒருவர்கூடப் பயணச் சீட்டு எடுத்ததில்லை. கேட்டால் சுதந்திரம் வாங்கிக் கொடுத்தேனே, அது போதாதா என மல்லுக்கட்டுவார்கள். தவிர..."

குறுக்கிட்டார் மகாத்மா.

"தவிர, எல்லாவற்றையும் நீங்கள் எதிர்பார்த்துக் கொண் டிருந்தீர்கள், இல்லையா? உங்களுக்கு என் பயணமும் அதன் நோக்கமும் முன்னரே தெரிந்திருக்கிறது!"

அவர் பதற்றமடைந்தார்.

“ஆனால் பாபுஜி. தயவுசெய்து நான் சொல்வதைக் கேளுங்கள்! இவ்விதமாய் முடிந்துவிடக் கூடாது அது. இது உங்கள் செய்தியாய் ஒருபோதும் இருக்கக் கூடாது!”

சுட்டுவிரலை உயர்த்தி அவரைப் பேசாமலிருக்கச் சொல்லி விட்டுத் தொடர்ந்தார் மகாத்மா.

“இல்லை. என் அன்புக்குரிய சகோதரரே, என்னால் பின்வாங்க முடியாது. நான் தேர்ந்தெடுத்துவிட்டேன். இவ்வெளியேற்றத்திற்கும் நான் இங்கு வந்து சேர்ந்ததற்குமான நியாயங்களை இவ்வுலகம் நிச்சயமாகப் புரிந்துகொள்ளும் என நான் உறுதியாக நம்புகிறேன் சகோதரரே! ஆனால் இங்கே டாக்டர்கள் யாருமில்லையா? நிமோனியா முழு வீச்சில் என்னைத் தாக்கத் தொடங்கிவிட்டது!” என மறுபடியும் படுத்துக்கொண்டார்.

“இல்லை பாபுஜி, நிமோனியா என்றால் என்னவென்றே இங்குள்ள யாருக்கும் தெரியாது. தயவுசெய்து என் வேண்டுகோளை ஏற்றுக்கொள்ளுங்கள். எல்லாம் அங்குதான் நடக்க வேண்டும்” எனச் சொல்லிக்கொண்டே தன் கைக்கடிகாரத்தைப் பார்த்துக் கொண்டார், “கடவுளே, இன்னும் பத்தே நிமிடங்கள்தான் எஞ்சியிருக்கின்றன, அதற்குள் என்னால் என்ன செய்ய முடியும்?” எனத் தனக்குத் தானே சொல்லிக்கொள்வது போல் முணுமுணுத்து விட்டு “இது குறித்து வேறு யாரையும் விட நீங்கள்தான் தெளிவாக உணர்ந்திருக்க வேண்டும் பாபுஜி. மரணத்திற்கான விருப்பத்தோடு அல்ல, வாழ்வதற்கான ஆசையுடனேயே நீங்கள் வெளியேறியிருக்க வேண்டும். கவனத்தை ஈர்க்கவும் பணியவைக்கவும் நிகழ்ந்ததே இவ்வெளியேற்றம். நீங்கள் இதற்கு முன்பு மேற்கொண்ட உண்ணா விரதங்களைப் போல்.” இதற்குத் தன்னிடம் பதில் இல்லை என்பதுபோல் மௌனமாக இருந்தார் காந்தி.

“ஆனால் இப்போது அவர்கள் அனைவருமே இதை வேறு விதமாகத்தான் எதிர்கொள்வார்கள் பாபூ. அவர்கள் தீர்மானித்து விட்டார்கள்! நேற்றோ அதற்கு முன்தினமோ அவர்கள் தோற்றுப் போயிருக்கலாம். ஆனால் அவர்கள் உங்களுக்கெதிரான யுத்தத்தைத் தொடங்கிவிட்டார்கள். இன்று அல்லது நாளை. நாளை அல்லது நாளை மறுநாள்... வெறும் நாள் கணக்குதான்.”

“நீங்கள் சொல்வது உண்மைதான். ஆனால் எங்கே தவறு நிகழ்ந்தது? அதைத்தான் கடந்த மூன்று நாள்களாக யோசித்துக் கொண்டிருக்கிறேன்! நான் எல்லோரையும் சகோதரர்களாகவே கருதினேன். வரலாற்று ரீதியில் எனக்கு எதிரிகளாக நேர்ந்துவிட்ட வெள்ளையர்களையும் நான் நேசித்தேன். அதையே நம் மக்களுக்குக்

கற்றுக்கொடுக்கவும் முற்பட்டேன். சத்தியத்தின் செய்தியையும் அஹிம்சையின் செய்தியையும் எல்லோருக்கும் சொல்வதற்கு முயன்றேன். ஒருவகையில்..."

தயங்கினார் மகாத்மா.

"ஒருவகையில் கிறித்துவின் செய்தியைச் சொன்னீர்கள்! அதனால்தான் பிரிட்டிஷ் அரசால் உங்களைக் கொல்ல முடியவில்லை. கிறித்தவராக அல்ல, கிறித்துவாகவே நீங்கள் அவர்களுக்குத் தென்பட்டீர்கள் பாபுஜி!"

"ஆம், நான் ஒரு உண்மையான கிறித்தவன். கிறித்தவர்களைக் காட்டிலும் உண்மையான கிறித்தவன்."

புன்னகைத்தார் மகாத்மா. அவருடன் பேசுவது தன் மனசாட்சியிடம் பேசுவதைப் போல் இருந்தது காந்திக்கு. மனசாட்சி, வெகுதொலைவில் பெயர் தெரியாத ஒரு கிராமத்தின் ஸ்டேஷன் மாஸ்டராக இருப்பதுதான் வேடிக்கை!

"அதனால்தான் தம் ஆயுதங்களை உங்கள் காலடியில் போட்டு விட்டுச் சென்றிருக்கிறார்கள் நம் காலனியாட்சியாளர்கள்! அவர்களால் கிறித்துவை, தம் கடவுளை எதிர்க்க முடியவில்லை"

"நான் இந்து, மெய்யான இந்து, ராமனே என் கடவுள்! கீதையே என் தத்துவம்!"

"அப்படி நீங்கள் ஏமாற்றியிருக்கிறீர்கள் என யாராவது உங்களைக் குற்றம் சுமத்தினால் உங்கள் பதில் என்ன மகாத்மா?"

மௌனமாக இருந்தார் காந்தி.

"சொல்லுங்கள் பாபூ. உங்களுடைய தத்துவங்களை எதிலிருந்து வடிவமைத்துக் கொண்டீர்கள்? நம் மண்ணின் எந்தக் கடவுளிடமிருந்து அஹிம்சையைக் கற்றுக்கொண்டீர்கள்? நம் கடவுளர்களில் ஆயுதமெடுக்காதவர் என யார் இருக்கிறார்கள்? யார் தன் எதிரிகளை மன்னித்திருக்கிறார்கள்? யார் தன் மேலாடையைக் கேட்பவர்களுக்கு உள்ளாடையைக் கொடுத்திருக்கிறார்கள்? தன் கன்னத்தில் அறைபவருக்கு மறு கன்னத்தைத் திருப்பிக் காட்டியவர் யார்? அல்லது நீங்கள் வலியுறுத்திய எளிமையையாவது எந்தக் கடவுளாவது பின்பற்றியிருக்கிறதா? சொல்லுங்கள் பாபுஜி..."

நெடிய பெருமூச்சொன்று மகாத்மாவிடமிருந்து வெளிப்பட்டது.

"ஒரு சத்யாகிரஹியாக நான் என்ன செய்ய வேண்டும்? தயவுசெய்து எனக்குச் சொல்லுங்கள் சகோதரரே!" என்றார் காந்தி. அவரது கண்களில் நீர் துளிர்த்திருந்தது.

“தயவுசெய்து திரும்பிச் செல்லுங்கள் பாபூ…!” மன்றாடினார் அவர்.

“இல்லை, மரணத்திற்கொப்பானது அது!” எனத் தன் குரு டால்ஸ்டாயின் வாக்கியத்தை அவர் திருப்பிச் சொன்னார்.

மனசாட்சிக்குக் கோபம் வந்துவிட்டது.

“நீங்கள் உங்களுடைய சொந்த வாக்கியத்தைப் பேசுங்கள் பாபூ…! எங்களை உங்கள் சொந்த வழியில் எதிர்கொள்ளுங்கள். நாங்கள் உங்களைக் கொலைசெய்வதற்காகக் காத்திருக்கிறோம். ஒருவரையொருவர் பழி தீர்ப்பதற்கான யுத்தத்தைத் தொடங்கியிருக்கிறோம். வரலாற்றோடு எங்களுக்குக் கணக்குத் தீர்த்துக் கொள்ள வேண்டும். தில்லியின் தெருக்களில் இன்னும் உலராமலிருக்கிறது, ஆயிரமாண்டுகளின் குருதி. எங்களுக்கு உங்கள் தத்துவங்களின் மேன்மையைக் கற்றுக்கொடுங்கள் அல்லது எங்களுடைய துப்பாக்கிகளிலிருந்து வெளிவரும் தோட்டாக்களைப் பரிசாக ஏற்றுக் கொள்ளுங்கள்!”

மூச்சு வாங்கியது அந்த ஸ்டேஷன் மாஸ்டருக்கு.

“விரும்பியது போன்ற ஒரு கவித்துவமான மரணத்தைப் பெயர் தெரியாத இந்தக் கிராமத்தின் ரயில்வே ஸ்டேஷனில் நீங்கள் அடைவீர்கள். உங்கள் வழியைப் பின்பற்றும் நாங்கள் ஒன்று உங்கள் மரணத்திற்குப் பிறகு உங்களுக்குத் துரோகம் செய்வோம் அல்லது கொல்லப்படுவோம். உங்களைப் போல் வேடமிட்டுக் கொண்டு உங்கள் தத்துவத்தை அழிப்போம். பகவதிசரண்களால் நிரம்பி வழியப் போகிறது இந்தப் புண்ணிய பூமி. நீங்கள் கடவுளாக்கப்படுவீர்கள்! எதையும் மாற்றச் சக்தியற்ற வெறுங்கடவுள். பிறகு அக்கடவுளின் பெயரால் கணக்குத் தீர்க்கும் யுத்தம் தொடங்கும். அது வெகுகாலம் நீடிக்கும் பாபுஜி! உங்களுடைய அடையாளத்தை முற்றாக அழிக்கும் வரை நீடிக்கும்”

பிறகு இருவரும் மௌனமாயினர்.

விளக்குக் கம்பத்தின் உச்சியிலிருந்து அவரைக் கண்காணித்துக் கொண்டிருந்த கரிய சிறகுகள் கொண்ட அப்பெரிய பறவை பிலாக்கணமெழுப்பியபடி அங்கிருந்து பறந்தது. நெடுந்தொலைவு வரை கேட்டுக் கொண்டிருந்தது அதன் பிலாக்கணம்.

“இது என்ன தீர்க்கதரிசனம்?”

“தீர்க்கதரிசனமென்றோ மூடநம்பிக்கையென்றோ எப்படி வேண்டுமானாலும் சொல்லுங்கள், ஆனால் இவை நடக்கும் பாபூ!”

ஆழ்ந்த யோசனையில் மூழ்கினார் காந்தி. கண்களை மூடிக் கொண்டார்.

“இல்லை, என்னால் தோல்வியை ஏற்க முடியாது. என் எதிர்ப் பாளர்களுக்கு அஹிம்சையின் கவித்துவத்தை உணர வைப்பேன் நான்!”

“பாபூ, நீங்கள் உங்களுடைய முழு வாழ்க்கையையும் வாழ்ந்து தீர்க்க வேண்டும்!”

“அதாவது நூற்றியிருபத்தைந்து வருடங்கள்....”

கண்களை மூடி அமைதியானார் மகாத்மா.

“பாபூ... தில்லி ரயில் வந்து சேர்ந்துவிட்டது.”

மகாத்மா எழுந்தார்.

தில்லிக்குச் செல்லும் ரயிலின் நெரிசல் மிகுந்த மூன்றாம் வகுப்புப் பெட்டியொன்றில் அதில் பயணம் செய்த எண்ணற்ற காந்திகளுடன் தானுமொருவராக உட்கார்ந்து கொண்டார் மகாத்மா. ஒரு குவளை ஆட்டுப் பாலுடனும் கொஞ்சம் வேர்க்கடலையுடனும் மூச்சிரைக்க ஓடிவந்தார் ஸ்டேஷன் மாஸ்டர்.

“நீங்கள் நலமாக இருக்க வேண்டும் பாபுஜி...! தங்கள் மரணம் எங்கள் வாழ்வின் செய்தியாக இருக்க வேண்டும்!” எனத் தீராமல் பெருகிய கண்களைத் துடைத்தபடி மகாத்மாவிடம் சொன்னார் அவர்.

***

இரண்டு நாள்களுக்குப் பிறகு 1948ஆம் வருடம் ஜனவரி 30ஆம் தேதி பிற்பகல் மூன்று மணிக்கு மிகத் தாமதமாகத் தில்லியை வந்தடைந்தது காந்தி பயணம்செய்த ரயில் வண்டி. அங்கிருந்து கால்நடையாக பிர்லா மாளிகையை அடைந்தபோது நேரம் நான்கு மணி ஐம்பது நிமிடம்.

பிரார்த்தனைக்கு நேரமாகிவிட்டதே எனப் பின்புற வாயிலின் வழியே அவசர அவசரமாகப் பிர்லா மாளிகைக்குள் நுழைந்தார் மகாத்மா. அதன் மிகப்பெரிய தோட்டத்தில் பூத்துக் குலுங்கும் ரோஜாச் செடிகளை வேடிக்கை பார்த்துக் கொண்டிருந்த மகாத்மா பகவதிசரண், காந்தி வந்ததைக் கவனித்தாரா எனத் தெரியவில்லை. அவரைக் கடந்து தன் அறைக்குத் திரும்பி, குளியலறையினுள் நுழைந்து முகம் கழுவிக்கொண்டிருந்தபோது வெளியிலிருந்து தனிக்லால் தன்னை அழைப்பது கேட்டது காந்திக்கு.

“பிரார்த்தனைக்கு நேரமாகிவிட்டது பாபுஜி, அவர் வந்து விட்டார்!”

உரத்த குரலில் அவருக்குப் பதிலளித்தார் மகாத்மா.

“இதோ வந்துவிட்டேன் தனிக்லால்ஜி. அவரைக் காத்திருக்கச் சொல்லுங்கள்.”

ஜனவரி 2008

ஒளிக்கும் பிறகு இருளுக்கும் அப்பால்

எதிர்த்திசையில் பின்னோக்கிச் சுழன்று கொண்டிருந்தன கடிகார முட்கள். அவள் ஒரு பௌதீக மாணவி என்பதால் அதைக் காலத்தின் பின்னோக்கிய பயணமாகக் கற்பனை செய்து கொள்ள வேண்டுமென்பதில்லை. கடிகாரத்தின் மின்னணுத் தொழில்நுட்பக் கட்டமைப்பில் ஏற்பட்டுவிட்ட விசித்திரமான கோளாறின் விளைவே அது. ஆனால் இதற்காக அலட்டிக் கொள்ளத் தேவையில்லை. காலத்தைக் கணக்கிடுவதற்குக் கடிகாரத்தை விட்டால் வேறு கதியே இல்லையா என்ன? விஸ்வம் அவளிடம் மன்னிப்புக் கேட்டபோது நேரம் மிகத் துல்லியமாகப் பின்னிரவு பதினொரு மணி ஆறு நிமிடங்கள் முப்பத்திரண்டு நொடிகளாயிருந்தது. அநேகமாக அந்தக் கணத்தில்தான் அவனுடைய சரித்திரமும் முற்றுப்பெற்றிருக்க வேண்டும்.

அது தன் வாழ்க்கையின் மிக மிக முக்கியமான தருணம் எனக் கருதியதால்தான் அப்போது அவள் கடிகாரத்தைப் பார்த்தாள்; மனத்திற்குள் அந்தக் கணத்தைக் குறித்துக் கொண்டாள்; அருணுக்காகவும் தனக்காகவும் தேநீர் தயாரிக்கும் பொருட்டுச் சமையலறைக்குள் போனாள். பிறகு இருவருமாகச் சேர்ந்து தேநீர் பருகினார்கள். அதற்குப் பின்னர் இருவரும், ரத்தத்தால் நனைந்து போயிருந்த தங்கள் உடல்களைக் கழுவிக் கொள்வதற்காகக் குளியலறைக்குப் போனார்கள். அது அவர்களுக்குத் தங்கள் வழக்கமான தருணங்களில் ஒன்றாகவே தென்பட்டது. அன்றைய முன்னிரவின் எல்லாவற்றையும் தற்காலிகமாகவேனும் மறந்து விடுவதற்கு அவர்களுக்கு எந்த முயற்சியும் தேவைப்பட்டிருக்க வில்லை. அவனுடைய நகைச்சுவை உணர்வோ அவளுடைய விளையாட்டுத்தனங்களோ சிறிதளவும் பாதிப்புக்குள்ளாகி யிருக்கவில்லை. காதலாலும் காமத்தாலும் போதையூட்டப்பட்ட சொற்களைப் பரிமாறிக்கொள்வதற்குக் கூட அவர்கள் தயங்கவில்லை. ஆனால் பிறகு, முன்னெப்போதும் நடந்திராதபடி சீக்கிரமாகவே உச்சத்தை எட்டிவிட்டான் அருண். அது இயல்பானதுதான் எனவும் இடமாற்றத்தின் காரணமாக – கட்டிலில் விஸ்வத்தின் சடலம்

கிடந்ததால் அவர்கள் வரவேற்பறையைப் பயன்படுத்திக் கொண்டிருந்தார்கள் – அப்படி நடந்திருக்கலாம் என அப்போது அவள் சொன்னது எவ்விதத்திலும் அவனுக்கு ஆறுதலளிக்கவில்லை.

பிறகு அவசர அவசரமாகப் புறப்பட்டான். துண்டு துண்டான சொற்களால் அவளை எச்சரிக்கையாக இருக்கும்படி கேட்டுக் கொண்டான். எவ்வளவு சீக்கிரம் முடியுமோ அவ்வளவு சீக்கிரம் வந்துவிடுவதாக வாக்களிக்கவும் செய்தான். கதவைத் திறந்து வெளியே காலடி எடுத்துவைத்தவன் எதையோ மறந்து வைத்துவிட்டதைப் போலப் பதற்றத்துடன் திரும்பிக் கதவைத் தாளிட்டான். அவள் தீராத குழப்பத்துடன் அவனைப் பார்த்துக் கொண்டு கதவருகிலேயே நின்றாள். முத்தமிட விரும்புபவனைப் போல அவளை நெருங்கி, “பயப்படாத, நா சீக்கிரமா வந்துருவேன்” எனத் தணிந்த குரலில் சொல்லி விட்டு வெளியேறுவதற்கு மாறாக விஸ்வத்தின் சடலம் கிடந்த அவர்களுடைய படுக்கையறையை நோக்கி வேகமாக நடந்தான். கலவரத்துடன் அவள் பின் தொடர்ந்தாள். கட்டிலை நெருங்கி ஓரடி தள்ளி நின்றபடி அவனது உடலைப் பார்த்து எதையோ முணுமுணுத்தான். பிறகு ஒரு போர் வீரனுக்குரிய அசைவுகளுடன் விறைப்பாக நடந்து வெளியே வந்தான். பின்தொடர்ந்து கிட்டத்தட்ட ஓடிவந்து அவனுக்கு முன்னால் நின்றவளைப் பற்றி இழுத்து அதுவே கடைசியானது என்பதைப் போல் ஆவேசமான முத்தமொன்றைத் தந்துவிட்டு வெளியேறினான்.

காமத்தின் ஈரம் படர்ந்த உடலைக் கழுவிக்கொண்டு வந்தவள் தாறுமாறாகக் குலைந்துகிடந்த கேசத்தை ஒழுங்குபடுத்திக் கொள்வதற்காக நிலைக்கண்ணாடியின் முன்பாக வந்து நின்ற போது கடிகாரத்தில் நேரம் பதினொரு மணி பதினெட்டு நிமிடங்கள் மூன்று நொடிகளாக இருந்ததைக் கவனித்தாள். இவ்வளவுக்கும் பத்துப் பன்னிரெண்டு நிமிடங்கள் கூடத் தேவைப்பட்டிருக்கவில்லை என்பது அவளுக்கு ஆச்சரியமாக இருந்தது. நிச்சயமாகக் கடிகாரம் பழுதடைந்துவிட்டது எனத் தீர்மானித்துக் கொண்டவளாய்க் கூந்தலை ஒழுங்குபடுத்துவதில் கவனத்தைச் செலுத்திக் கொண்டிருந்தபோதுதான் மிகத் தற்செயலாகக் கடிகாரத்தின் நொடிமுள் பின்னோக்கி எதிர்த்திசையில் சுழன்று கொண்டிருந்ததைக் கவனித்தாள்.

முதலில் அவளுக்குக் குழப்பமாக இருந்தது. அது பிரமையோ என நினைத்தாள். மனத்தை ஒருமுகப்படுத்திக் கொண்டு கூர்ந்து கவனித்தபோது, மீண்டுமொரு முறை பின்னோக்கிச் சுழன்று தன் பழைய இடத்திற்கு வந்திருந்தது சிவப்பு நிற முனையுடைய மிக

மெலிந்த நொடி முள். அதன் இயக்கத்திற்கு ஒத்திசைவாக அதைவிடச் சற்றுத் தடித்த நிமிட முள் டக்கென்று ஒரு நிமிடம் பின்னோக்கிச் சரிந்தது. அவளுக்கு ரத்தம் உறைந்துவிட்டது. காலம் தன் கதியைத் தலைகீழாக மாற்றிக் கொண்டுவிட்டதோ என்னும் கற்பனை முதன்முதலாக அவளுக்குள் உருவானதும் அப்போதுதான். அந்தக் கற்பனையின் விளைவான அதிர்ச்சியிலிருந்து மீள முடியாதவளாகக் கடிகாரப் பரப்பை வெறித்துப் பார்த்துக் கொண்டிருந்தாள். ஆனால் சிவப்புநிற முனையுடைய அந்த நொடி முள் ஏழுமுறை தலைகீழாகச் சுற்றி வருவதற்குள்ளாகவே அவள் சுதாரித்துக் கொண்டாள். அதாவது ஏழு நிமிடங்களுக்குள். இது போன்ற தருணங்களில் உருவாகும் திகிலூட்டும் உணர்வு தரும் போதையில் மூழ்குவதற்கு அவகாசமில்லை. செய்து தீர வேண்டியவை நிறைய இருக்கின்றன.

அவள் எதிர்கொள்ள வேண்டியிருந்த முதல் சிக்கல் காலத்தைக் கணக்கிடுவது பற்றியதுதான்.

உண்மையில் காலத்தைக் கணக்கிடுவதற்கு இப்போது எதிர்த்திசையில் சுழன்றுகொண்டிருக்கும் பழுதடைந்த அந்தச் சுவர்க்கடிகாரத்தைத் தவிர அவர்களிடம் மூன்று கைக்கடிகாரங்களும் இரண்டு கைபேசிகளும் இருந்தன. கொடிய சாபமொன்று பலித்ததைப் போல எல்லாவற்றையும் ஒன்றன் பின் ஒன்றாக இழந்திருந்தாள். அவர்களுடைய முதலாவது திருமணநாளின் போது விஸ்வம் அவளுக்கு விலை உயர்ந்த கைக்கடிகாரம் ஒன்றைப் பரிசளித்திருந்தான். அதைத் தவிர ஏழு மாதங்களுக்கு முன்னர் அவளுடைய பிறந்தநாளின்போது அருண் பரிசளித்திருந்த மற்றொரு கைக்கடிகாரமும் அவளிடம் இருந்தது. சிட்டுக்குருவியின் அலகைப் போன்ற முத்து வண்ணத் தோற்றம் கொண்ட மிகச் சிறிய கடிகாரம். விஸ்வத்துக்குத் தெரியாமல் மிக ரகசியமாக அவள் அதைச் சமையலறையில், குழந்தைகளுக்காகத் தயாரிக்கப்பட்ட சாக்லெட் டப்பாவின் ஏழு சிற்றறைகளில் ஒன்றினுள் ஒளித்து வைத்திருந்தாள். விஸ்வம் வீட்டிலிருந்த எந்தத் தருணத்திலும் அவள் அதை வெளியில் எடுத்ததில்லை. அவன் அலுவலகத்துக்குப் புறப்பட்டுச் சென்ற பின் அதைத் தன் மணிக்கட்டில் அணிந்துகொள்வாள். பிறகொரு நாள் விஸ்வம் அதைக் கண்டுபிடித்துவிட்டான்.

அநேகமாக அதுதான் அருணுடனான ரகசியக் காதலை அறிந்துகொள்ள விஸ்வத்துக்குக் கிடைத்த முதல் சந்தர்ப்பமாயிருக்க வேண்டும்.

அப்போதைய சண்டையில் அவள்மீது பிரயோகிக்கப்பட்ட வசைகளின் குரூரம் தாளாமல் அவளே அவளுடைய ரகசியக் காதலின், ரகசியமான அந்தச் சின்னத்தை ஜன்னல் வழியாகத் தூக்கி எறிந்துவிட்டாள். கடிகாரத்தைத் தூக்கி எறிந்தது போல் அருணின் காதலையும் தூக்கியெறிந்திருப்பாள் எனத் தீர்மானித்துக் கொண்டவனைப் போல் பிறகு விஸ்வம் அமைதியானான். செய்தித்தாளை விரித்து மடியில் வைத்துக் கொண்டு அங்கிருந்த சோபாவில் உட்கார்ந்தான். அவள்மீதான தன் வெற்றியை அவனால் அப்படித்தான் வெளிப்படுத்த முடிந்திருந்தது என நினைத்தாள் அவள். ஏதாவதொரு வகையில் அவனுக்குப் பதிலடி கொடுக்க வேண்டும் என்னும் விருப்பம் உண்டாயிற்று அவளுக்கு. தொலைக்காட்சிப் பெட்டியின் மேல் இருந்த, அவர்களது திருமணநாளின்போது விஸ்வம் அவளுக்குப் பரிசளித்திருந்த கைக்கடிகாரத்தை அவள் தன் கையில் எடுத்துக்கொண்டதைப் பார்த்தபோது அவன் பதற்றமடைவதைக் கவனித்தாள். அவள் அதைத் தன் மணிக்கட்டில் அணிந்துகொள்ளப் போகிறாள் என முட்டாள்தனமாக எதிர்பார்த்துக் கொண்டிருந்தான் அவன். ஆனால் திடீரென அவள் அதை அருணின் கைக்கடிகாரத்தைத் தூக்கி எறிந்ததைப் போலவே அதே ஜன்னல் வழியாக வீசி எறிந்தாள். மூன்றாவது மாடியிலிருந்து விஷ்ஷெனக் காற்றைக் கிழித்துக்கொண்டு கீழிறங்கித் தரையில் விழுந்து அது நொறுங்கும் துல்லியமான சப்தத்தைக் கேட்டு அவன் திடுக்கிட்டுப் போனான். ஜன்னலை அடைத்துவிட்டு அவள் திரும்பிப் பார்த்தபோது விஸ்வத்தின் முகம் வெளிறிப் போயிருந்தது.

அவன் அத்தோடு அந்தப் பிரச்சினையை விட்டு விடுவான் என அவள் கொஞ்சங்கூடக் கற்பனை செய்துகொள்ளவில்லை. அவனது எதிர்வினை என்னவாக இருக்கப்போகிறது எனத் தீராத ஆவலுடன் அங்கேயே நின்று பார்த்துக்கொண்டிருந்தாள்.

பிறகு மெல்ல நிமிர்ந்தான் அவன். அவள் அங்கிருப்பதைப் பொருட்படுத்தாத பாவனையுடன் மணிக்கட்டிலிருந்த தன் கைக்கடிகாரத்தைக் கழற்றி அதை மிக நுட்பமாக ஆராய்ந்தான். அவர்களுடைய திருமணத்தின்போது அவளுடைய தந்தை அவனுக்காக வாங்கிக் கொடுத்திருந்த அந்தக் கைக்கடிகாரத்தை அவளை அவமானப்படுத்தும் பொருட்டு, சில நிமிடங்களுக்கு முன்னால் தான் செய்ததைப் போலவே ஜன்னல் வழியாகத் தூக்கி எறியப்போகிறான் எனச் சரியாகவே யூகித்தாள். ஆனால் அதைப் பார்ப்பதற்காக அவள் பத்து நிமிடங்களுக்கு மேலாகக் காத்திருக்க வேண்டியிருந்தது. அவள் எப்படி எதிர்பார்த்தாளோ அப்படியே

அதை, அதே ஜன்னலின் வழியாக வீசிவிட்டுப் பழி நிரம்பிய கண்களால் அவளை நேருக்கு நேர் பார்க்க முயன்றான். அவள், அவனது பார்வையைத் தவிர்க்க முயலவில்லை. அசைவற்ற விழிகளால் அவனது பார்வையை எதிர்த்து நின்றவள் பிறகு அவனது கண்களைப் பார்த்து மிக மெலிதாகப் புன்னகைக்கவும் செய்தாள். அதுவே போதுமானதாக இருந்தது அவனுக்கு. ஆத்திரம் கொண்டவனாக அவள்மீது பாய்ந்து கூந்தலை வளைத்துப் பிடித்து முதுகில் ஓங்கி அறைந்துவிட்டு அங்கிருந்து வேகமாக வெளியேறினான். ஆறு மாதங்களுக்கு முந்தைய ஒரு சாயங்காலத்தில் நடந்த பழி நிரம்பிய ஒரு நாடகத்தின் மிக உணர்ச்சிகரமான காட்சியைப் போல் தென்படும் அந்த நிகழ்வைப் பிறகு அவளால் ஒருபோதும் மறந்துவிட முடிந்ததில்லை.

அதற்குப் பிறகு அவள் காலத்தைக் கணக்கிடுவதற்குத் தன் கைபேசியைத்தான் பயன்படுத்தி வந்தாள். காலத்தைக் கணக்கிடுவதற்கும் அருணோடு தொடர்புகொள்வதற்கும், விதியின் விளையாட்டுப் போல மற்றொரு தருணத்தில் நடைபெற்ற சண்டையில் அதையுங்கூட அவள் இழக்க வேண்டியதாகிவிட்டது. முன்னிரவில் உயிரைக் காத்துக்கொள்ள அவளோடும் அருணோடும் நடத்திய போராட்டத்தில் தன் கைபேசியை விஸ்வம் ஒரு தற்காப்புக் கருவியாகப் பயன்படுத்தியதில் உடைந்து படுக்கைக்குக் கீழே செயலிழந்து கிடந்தது அது. விஸ்வத்தின் உடலோடு சேர்த்து அதையும் அப்புறப்படுத்திவிட வேண்டும் எனச் சொல்லிவிட்டுப் போயிருந்தான் அருண். அவனிடமும் ஒரு கைபேசி இருந்தது. போகும்போது அதைக் கையோடு எடுத்துச்சென்று விட்டிருந்தான். ஆட்களைத் தொடர்புகொள்வதற்கு அது அவசியம் தேவை என்று அவனுக்கு அவள்தான் நினைவூட்டியிருந்தாள்.

ஆகக் காலத்தைக் கணக்கிடுவதற்கென இருந்த கருவிகளில் ஒன்றுகூட இப்போது இல்லை. மீதமிருப்பது பழுதடைந்து தலைகீழான கதியில் பின்னோக்கி நகரும் முட்களைக்கொண்ட ஒரு கடிகாரமும் அப்புறப்படுத்தப்படுவதற்காக வைக்கப்பட்டிருக்கும் ஒரு சடலமும்தாம்.

கட்டிலில் மல்லார்ந்து கிடந்தான் விஸ்வம். முதுகலையில் சரித்திரம் படித்த நகரின் லீடிங் கிரிமினல் லாயர். லாயர் என்பதை விடவும் சரித்திரம் படித்தவன் எனச் சொல்லிக் கொள்வதில் அதிகப் பெருமை கொண்டிருந்தவனின் சரித்திரம் இப்போது முற்றுப்பெற்றுவிட்டது. நாளையோ நாளை மறுநாளோ அவனது வாழ்வின் பெருமைகளைப் பார்கௌன்சில் அலசும். முதுகலையில் சரித்திரம் படித்த நகரின் லீடிங் கிரிமினல் லாயர் அவனுடைய

காதல் மனைவியால் கொல்லப்பட்டு விட்ட சரித்திரம் மட்டும் அவர்களுக்குத் தெரியுமானால்! ஆனால் யாராலும் ஒருபோதும் அறிந்துகொள்ள முடியாதபடி அந்தச் சரித்திரத்தைக் காலத்தின் கருந்துளையினுள் வீசிவிடுவான் அருண். பிறகு என்றாவது ஒரு நாள் கண்டுபிடிக்கப்படும்போது போஸ்ட்மார்ட்டம் நடத்தக்கூட முடியாதபடி சரித்திரம் உருக்குலைந்திருக்கும்.

அலங்கோலமாகக் கிடந்தது வீடு. உடைந்து நொறுங்கிய கண்ணாடிக் குடுவைகளின் சிதறல்களை மிதித்துவிடாதபடி மிக எச்சரிக்கையாக அடிவைத்து அலமாரியை அடைந்தாள். அறை யெங்கும் புத்தம் புதிதான மரணத்தின் வீச்சம். அதில் ஆச்சரியப்படுவதற்கு ஒன்றுமேயில்லை. ஏனென்றால் அந்த அறையில் புத்தம் புதிதாக ஒரு மரணம் நிகழ்ந்திருக்கிறது. நிகழ்ந்து ஓரிரு மணி நேரமாவது கழிந்திருக்குமா என்பது சந்தேகம்தான்.

பழுதடைந்து, பின்னோக்கிச் சுழன்றுகொண்டிருக்கும் முட்களையுடைய ஒரு கடிகாரம் காட்டும் நேரத்தைப் பார்த்து எந்தவொரு தீர்மானத்திற்கும் வந்துவிட முடியாது. ஆனால் நேரத்தைக் கணக்கிடுவதற்குத் தனக்கு வேறுசில வழிகள் இருப்பதைக் கண்டுபிடித்திருந்தாள் அவள். தலைகீழானதே என்றாலும் காலத்தின் பயணம் மிகத் துல்லியமானதாக இருந்தது. நொடிமுள்ளின் பின்னோக்கிய சுழற்சியைக் கூர்ந்து கவனித்தவாறே விரல்களால் சொடக்குப் போட்டுப் பார்த்தாள். காலத்தைக் கணக்கிடுவதற்கு ஆரம்பப் பள்ளியில் சொல்லிக் கொடுத்திருந்த பாடம் அது. சரியாக அறுபதாவது சொடக்கில் நிமிட முள் டக்கென்று பின்வாங்கிக் காலத்தின் கணக்கில் ஒரு நிமிடத்தைக் கழித்துக் காட்டியது. கடிகாரம் தான் காட்டும் காலத்தின் கணக்கை ஒரு நிமிடம் கழித்துக் காட்டும் போது நாம் அசலான காலத்துடன் ஒரு நிமிடத்தைக் கூட்டிக் கொள்ள வேண்டும். அடிப்படை அலகாகக் கொள்வதற்குரிய ஒரு சரியான நேரத்தை மட்டும் கண்டறிந்துவிட்டால் போதுமானது. அவள் கடைசியாகக் கடிகாரத்தைப் பார்த்திருந்த தருணத்திற்குப் பிறகு நிகழ்ந்திருப்பவை ஒவ்வொன்றையும் குறித்த நேரக்கணக்கீடு அதற்கு உதவக் கூடும்.

கொலை செய்த பிறகு அவர்கள் சில காரியங்களில் ஈடு பட்டிருக்கிறார்கள் என்று வைத்துக் கொள்ளுங்கள். உதாரணமாகத் தேநீர் பருகுவதைக் குறிப்பிடலாம். பருகி முடித்தவுடன் ஆசுவாசப்படுத்திக்கொள்ளும் பொருட்டு ஒருவர் தோராயமாக ஐந்து நிமிடங்களைச் செலவிட்டிருக்கலாம். முன்னதாக அதைப் பருகுவதற்கு ஐந்து நிமிடங்கள்; அதற்கும் முன்பாக அதை ஆறவைப்பதற்கு இரண்டு நிமிடங்களும் தயாரிப்பதற்கு ஆறு முதல்

எட்டு நிமிடங்களும் என வைத்துக் கொண்டால் ஒருவர் அல்லது இருவர் சேர்ந்து தேநீர் பருகுவதற்கு அதிகபட்சம் இருபது நிமிடங்களைச் செலவிட்டிருப்பார்கள் என்னும் முடிவுக்கு வரலாம். இப்படி ஒவ்வொரு காரியத்தையும் அதை மேற்கொள்வதற்குத் தேவைப்பட்ட தோராயமான நேரத்தையும் கணக்கிட வேண்டும். அது அவ்வளவு துல்லியமானதாக இருக்காது என்றாலும்கூட வேறு வழியில்லாமல் போகும்போது, குறிப்பாகச் சொல்ல வேண்டுமென்றால் கடிகாரம் பழுதுபட்ட தருணங்களில் அல்லது விநோதமான முறையில் அதன் முட்கள் பின்னோக்கித் தலைகீழாக நகர்வதைப் பார்க்க நேர்கையில் இந்த முறையை உபயோகிக்கலாம்.

ஆனால் அங்கு ஒரு கொலையையும் கொஞ்சம் தேநீர் அருந்தியதையும் தவிரப் பெரிதாக ஒன்றும் நடந்திருப்பதாகச் சொல்ல முடியாது என்று நினைத்துக்கொண்டாள் அவள். கொலைத் திட்டத்தை வெற்றிகரமாக நிறைவேற்றிய பிறகு இருவரும் தேநீர் அருந்தினார்கள். முத்தமிட்டுக் கொண்டதும் நினைவிருக்கிறது. ஆனால் அது தேநீர் அருந்தியதற்கும் கொலை செய்ததற்கும் முன்பாகவா? திட்டம் எதிர்பார்த்ததைப் போலச் சுலபமாக நிறைவேறவில்லை. அதிகமாகப் போராட வேண்டியிருந்தது. கழுத்தில் கயிற்றைச் சுருக்கிடும்வரை விஸ்வத்திடம் எந்த அசைவும் தென்படவில்லைதான். ஆனால் சுருக்கு இறுகத் தொடங்கியதும் விழித்துக் கொண்டான். ஒரு நிமிடத்திற்கும் குறைவான நேரத்தில் முழுப் பிரக்ஞையும் வந்திருந்தது அவனுக்கு. நடந்து கொண்டிருந்தது என்ன என்பதை உடனடியாக யூகித்து விட்டான். உயிரைக் காப்பாற்றிக் கொள்வதற்காகப் போராடினான். மிகவும் ஆபாசமான வசைச் சொற்களால் அவர்கள் இருவரையும் கடுமையாக விமர்சிக்கத் தொடங்கினான். அது அவளை மேலும் மூர்க்கமடையச் செய்தது. பொதுவாகச் சில வசைச் சொற்கள் நம்மீது பிரயோகிக்கப்படும் போது நாம் நம்மை அறியாமலேயேகூட மூர்க்கமடைந்துவிடுவோம் இல்லையா? உதாரணமாக 'தேவடியா' என்பது போன்ற ஒரு சொல். அது உங்களுக்குள் வன்மத்தை மூளச் செய்யும். அதைக் கேட்ட பிறகுதான் அவள் கயிற்றின் மற்றொரு முனையைப் பற்றினாள். கயிறு அறுந்தபோது சமையலறையிலிருந்து கத்தியை எடுத்துவந்ததும் அவள்தான். அப்போது அவளும் அவன்மீது வசைமாரி பொழிந்தாள். குறிப்பாக அவை என்ன மாதிரியான வசைச் சொற்கள் என்பது அவளுக்கு நினைவில்லை. 'பொட்டப் பயலே, யாருடா தேவடியா? என்னப் பாத்தாடா தேவடியாங்கறே? உன் வாயக் கிழிக்கலேன்னா எம் பேரு சசி இல்லடா...' என்பதுபோல எதையாவது சொல்லியிருக்கலாம். இல்லையா? ஏனென்றால்

அவனுடைய கன்னங்களைக் கீறிப் பிளந்தது அவள்தான். அப்போது பீய்ச்சியடித்த ரத்தத்தால் அவளுடைய முலைகள் நனைந்து விட்டிருந்தன. அப்போது அவள் அதைக் குறித்துப் போதிய கவனமில்லாதவளாகவே இருந்திருக்க வேண்டும். பற்றிச் சுவைத்தபோது முலைகளில் ரத்தத்தின்வாடை அடிப்பதாகச் சொன்னான் இல்லையா அருண்? அது நடந்தது குளியலறையிலா? இல்லை, குளியலறையிலிருந்து படுக்கையறைக்குப் போய்க் கொண்டிருந்த தருணத்தில் படுக்கையறையின் கதவுக்குப் பின்னாலிருந்து வந்து பின்புறமாக அவளை அணைத்தான் அருண். தான் திமிறியதும்கூட அவளுக்கு நினைவிருக்கிறது. ஆனால் அப்போது அருண் சொன்ன ஏதோ ஒரு வாக்கியம்தான் அந்த மோசமான தருணத்திலும் அவனுடைய காமத்துக்கு மதிப்பளிக்க அவளைத் தூண்டியிருக்க வேண்டும். ஒருவேளை அருண் அவளிடம், 'சசி ப்ளீஸ் சரி, ஒரு தடவை... ஒருவேள இதுவே கடைசியாகவு மிருக்கலாம். நாம இனி சந்திச்சுக்கவே முடியாமக்கூடப் போயிரலாம்' என்பதைப் போல் ஏதாவது சொல்லியிருக்கலாம். அப்போது அவளுடைய கையில் தேநீர்க் குவளை இருந்தது. அதற்கு முன்னால் குளியலறைக்குப் போய் அவசர அவசரமாக உடலைக் கழுவிக் கொண்டது நினைவிருக்கிறது. ஆனால் அது உடலில் தெறித்திருந்த ரத்தத்தைக் கழுவிக்கொள்வதற்காகவா? அப்போது அருண்கூட அவளுடன் இருந்தான் இல்லையா? அவனது உடலிலும் ரத்தம் தெறித்திருந்தது. அவனது உடைகள் ரத்தத்தால் சொதசொதவென நனைந்து போயிருந்தன. அந்த உடைகளோடுதான் போயிருக்கிறானா என்ன? அது குறித்து எச்சரிப்பதற்குக்கூட இப்போது அவளுக்கு வழியில்லை.

விஸ்வத்தின் சடலம் முன்பு பார்த்த அதே நிலையில்தான் கிடந்தது. கைகளிரண்டும் விரிந்து கிடந்தன. அகன்று கிடந்த கண்களிலிருந்து ரத்தம் வழிந்துகொண்டிருந்தது.

ஒருவேளை அது அவனது கபாலத்திலிருந்து பெருகி வழிந்ததாகவுமிருக்கலாம். ஆணி அறைவதற்காக முன்னெப்போதோ வாங்கிவைத்திருந்த சிறிய சுத்தியலைக் கொண்டு அவள்தான் அவனது கபாலத்தைப் பிளந்தாள். அந்தத் தருணத்தில் அவன் மிக இழிவான முறையில் அருணின் காலடியில் முழந்தாளிட்டிருந்தான். 'அருண், உனக்கு சசிதானே வேணும்? எடுத்துக்கோ, என்ன விட்டுடு அருண்... ப்ளீஸ் என்னக் கொன்னுடாத அருண்' எனவும் அதைவிட வெட்கங்கெட்ட முறையிலும் எதையோ சொல்லி அவன் பிதற்றிக் கொண்டிருந்தது அவளுக்கு ஞாபகமிருந்தது. உயிரை இழக்குமுன் அவன் அவளது கண்களை நேராகச் சந்திக்க முயன்றதாக அவள்

கற்பனை செய்து கொண்டிருந்தாள். அருணின் முத்தங்களை ஏற்றுக் கீழே சரிந்தபோது அவனது கண்கள் தங்களைக் கண்காணிப்பதாக முணுமுணுத்தான் அருண். அவள் அவனிடமிருந்து விலகி இமைகளை இழுத்து அந்தக் கண்களை மூட முயன்றாள். ஆனால் இமைகள் மூட மறுத்தன. பார்த்துக்கொண்டிருந்த அருண் உதவிக்கு வந்தான். இருவருமாகச் சேர்ந்து மாறி மாறி முயன்றும் அவர்களால் வெற்றிபெற முடியவில்லை. அருண் சீக்கிரமே களைத்துப் போனான். பிறகு அவள் ஒரு எளிய யோசனை சொன்னாள். அதைக் கேட்டு ஆச்சரியமுற்றவனாக விஸ்வத்தின் முகத்தை ஒரு டவலால் மூடிவிட்டு எழுந்தான் அருண். பிறகுதான் வரவேற்பறைக்கு வந்தார்கள்.

பௌதிக மாணவியான அவளுக்கு இவையெல்லாவற்றுக்குமான நேரத்தைக் கணக்கிடுவது பெரிய சவால் அல்ல. அநேகமாக ஒன்றரை மணி நேரம். விஸ்வம் அவளிடம் மன்னிப்புக் கேட்டபோது பதினொரு மணி ஆறு நிமிடம் என்றால் ஒன்றரை மணி நேரம் கழித்து இப்போது நேரம் குறைந்தபட்சம் பன்னிரெண்டு மணி முப்பத்தைந்து அல்லது நாற்பது நிமிடங்களாயிருக்க வேண்டும். ஆனால் கடிகாரமோ ஏறத்தாழ ஒரு மணி நேரத்தைக் குறைத்துக் காட்டிக் கொண்டிருக்கிறது. ஒரு மணி நேரத்திற்கு முன்னதாக அது தன் ஓட்டத்தை நிறுத்திக்கொண்டிருக்கும் என்றால்கூடக் குழப்பத்திற்கு இடமில்லாமல் போயிருந்திருக்கும். ஆனால் விநோதமான முறையில் அதன் முட்கள் எதிர்த்திசையில் பின்னோக்கிச் சுழல்வதால்தான் வேறுவிதமான கணக்கீடுகள் தேவைப்படுகின்றன. ஆனால் கடிகாரத்தின் மின்னணுக் கட்டமைப்பில் நேர்ந்துள்ள விநோதமான இக்கோளாறுகூட ஒரு திட்டவட்டமான இயற்பியல் விதிக்குட்பட்டதாயிருக்க வேண்டுமென நினைத்தாள். அநேகமாக நள்ளிரவு பன்னிரெண்டு மணிக்குப் பிறகே கடிகாரம் தன் கதியை மாற்றிக்கொண்டிருக்க வேண்டும். அப்படியானால் பதினொன்று ஆறுக்குப் பிறகு ஐம்பத்து நான்கு நிமிடங்கள் முன்னோக்கித் தம் வழக்கமான கதியில் நகர்ந்துசென்ற கடிகார முட்கள் நள்ளிரவு பன்னிரெண்டு மணிக்குப் பிறகு பூஜ்ஜியத்திலிருந்து தலைகீழான பயணத்தைத் தொடங்கியிருக்க வேண்டும். தலைகீழான ஓட்டத்தில் இருபத்தைந்து நிமிடங்கள் கழிந்திருக்கின்றன. இனி நேரத்தைக் கணக்கு வைத்துக்கொள்வது அவ்வளவு கடினமல்ல. கடிகாரத்தில் ஒரு நிமிடம் குறையும்போது காலத்தில் ஒரு நிமிடத்தைக் கூட்டிக்கொள்ள வேண்டும். கடிகாரத்தில் பதினொன்று முப்பத்து மூன்று என்றால் நிஜத்தில் பன்னிரெண்டு இருபத்தியேழு வெகு சுலபம்.

ஆனால் இப்போது யோசிக்க வேண்டியது அதைப் பற்றி அல்ல. இன்னும் ஒரு மணி நேரத்திற்குள் விஸ்வத்தின் உடலை அப்புறப்படுத்தியாக வேண்டும். அருண் எப்போது திரும்பி வருவான் என்பது நிச்சயமற்ற நிலையில் திட்டவட்டமாக அதைக் குறித்து முடிவெடுத்துவிட முடியாதுதான். விடியற்காலை ஐந்து, ஐந்தரைக்கெல்லாம் குடியிருப்புவாசிகளில் சிலர், குறிப்பாக வாக்கிங் போகிறவர்கள் எழுந்து விடுவார்கள். வேலைக்காரிகளும் நடுத்தர வயதுடைய சில குடும்பத் தலைவிகளும் கீரை, மீன் வியாபாரிகளும் நடமாடத் தொடங்கி விடுவார்கள். அதற்கு முன்னதாக இரண்டிலிருந்து மூன்று மணிக்குள் எல்லாவற்றையும் முடித்துக் கொள்வது நல்லது. அந்த நேரத்தில் செக்யூரிட்டிகள் தேநீர் பருகுவதற்காக இங்கிருந்து அரைக் கிலோமீட்டர் தொலைவிலுள்ள மேம்பாலத்திற்குக் கீழே ஆட்டோ ஓட்டுநர்களுக்காகத் திறந்து வைக்கப்பட்டிருக்கும் பேக்கரிக்குச் சென்றுவிடுவார்கள். அதிக பட்சம் இன்னும் ஒரு மணி நேரத்திற்குள் திரும்பிவந்தாக வேண்டிய நிர்ப்பந்தத்தை அருண் உணர்ந்திருக்கிறானா என்று தெரியவில்லை.

ஆனால் இது போன்ற யூகங்களுக்கும் கணக்கீடுகளுக்கும் தான் அளவுக்கதிகமான முக்கியத்துவம் கொடுப்பதாக நினைத்தாள். தான் இயற்பியல் மாணவி என்பதை அவள் தேவையானபோது மறந்துவிடுகிறாள் அல்லது தேவையில்லாத போது நினைவூட்டிக் கொண்டுவிடுகிறாள். அதுதான் பிரச்சினை. முதலில் எல்லாவற்றை யும் ஒழுங்குபடுத்த வேண்டும் என நினைத்தாள். எல்லாவற்றையும் அவற்றின் பழைய நிலைகளுக்குக் கொண்டு போக வேண்டும். அதிகமாகச் சீர்குலைந்து போயிருந்தவை படுக்கையறையும் கூடமும்தான்.

ஒரு கட்டத்தில் விஸ்வத்தால் தன்னை அவர்களிடமிருந்து விடுவித்துக்கொள்ள முடிந்திருந்தது. ஏதோவொரு கனமான பொருளால் அருணின் செவிட்டில் அறைந்து விட்டுத் தப்பி ஓட முற்பட்டிருந்தான். அவர்கள் சுதாரித்துக்கொள்ளாமலிருந்திருந்தால் கதவைத் திறந்துகொண்டு படிகளில் இறங்கியிருப்பான். பக்கத்து வீட்டுக்காரர்களை உதவிக்கு அழைத்திருக்கவும் அவனால் முடிந் திருக்கும். அப்போது சமயோசிதமாகச் செயல்பட்டது அவள்தான். அவளுடைய கண்களுக்கு அந்தச் சுத்தியல் தென்பட்டதைத் தற்செயலானது என்றுகூடச் சொல்லலாம். ஸ்டோர் ரூமில் கழித்துக் கட்டப்பட்ட தட்டுமுட்டுச் சாமான்களுக்குள் மறைந்து கிடந்த அதை இரண்டு நாட்களுக்கு முன்புதான் தன்னுடைய ஏதோவொரு தேவைக்காகத் தேடியெடுத்திருந்தான் விஸ்வம். உபயோகப்படுத்தி

விட்டு டேபிளின் மேல் போட்டுவிட்டுப் போயிருந்தான். பிறகு அது பேப்பர் வெயிட்டாகப் பயன்பட்டுக் கொண்டிருந்தது.

ஆனால் சமையலறையின் ஒழுங்கைச் சிதைத்த பொறுப்பு அவளுக்கும் அருணுக்குமுரியது.

தேநீர் பருகிக்கொண்டிருந்தபோது அவளுக்கு அருணின் மேல் கட்டுக்கடங்காத கோபம் வந்துவிட்டது. தேநீர்க் கோப்பையை விசிறி அடித்துவிட்டுச் சமையலறைக்குள் நுழைந்து அங்கிருந்த குளிர்சாதனப் பெட்டியின் மீது முதுகைச் சாய்த்தபடி குலுங்கிக் குலுங்கி அழுதுகொண்டிருந்தாள். பின்தொடர்ந்து வந்திருந்த அருண் அவளைச் சமாதானப்படுத்த முயன்றான். அவளது சிகையை வருடி, கன்னத்தைத் தடவி, கழுத்தில் முத்தமிட்டு அவளைத் தேற்ற முயன்றான். அவள் சத்தமிட்டு அழுதாள். அப்போது அருண் அவளது முலைகளைப் பற்றினான். அவள் திமிறி விடுவித்துக் கொண்டாள். மிக மோசமான வசைச் சொல் ஒன்றைச் சொல்லி அவனைச் சபித்துவிட்டுப் பக்கத்திலிருந்த ஒரு எவர்சில்வர் பாத்திரத்தை எடுத்து அவனைத் தாக்க முற்பட்டாள். அவன் தலையைக் குனிந்து கொண்டான். அவள் மற்றொரு பாத்திரத்தை எடுத்து அவன்மீது வீசினாள். இப்படித்தான் சமையல் கூடத்தின் ஒழுங்கு குலைந்தது. பிறகு உடலுறவின்போது அவள் தன் செயலுக்காக அவனிடம் வருத்தம் தெரிவித்தாள்.

பாத்திரங்களை அலசி அவற்றின் பழைய நிலையில் வைக்க அவளுக்கு நீண்ட நேரம் பிடிக்கவில்லை. தரையிலும் சுவரிலும் தெறித்திருந்த ரத்தத் துளிகளை அகற்றுவதற்கே அதிகம் சிரமப்பட வேண்டியிருந்தது. அவற்றை அடையாளம் காண்பது அகற்று வதைவிடவும் சிரமமானதாயிருந்ததாக நினைத்தாள். உதாரணமாக மிக்சியின் ஒரு ஜாருக்குள் ஒரு அவுன்ஸ் ரத்தம் தேங்கியிருந்தது என்று சொன்னால் யாராவது நம்புவார்களா என்ன? ஆனால் அதற்கும் விஸ்வத்துக்கும் நேரடியான தொடர்பு இல்லை.

சாயந்திரம் ஆறு ஆறரை மணிக்கு அவள் கொஞ்சம் சட்னி அரைத்துவிட்டு ஜாரின் ஆழத்தில் பிளேடுக்குக் கீழே சிக்கிக்கிடந்த தேங்காய்த் துண்டொன்றை அகற்ற முற்பட்டுக் கொண்டிருந்தபோது பின்புறமிருந்து அவளைத் தாக்கிவிட்டான் விஸ்வம். கூந்தலைக் கொத்தாக வளைத்துக்கொண்டபோது அவளால் எதுவும் செய்ய முடியவில்லை. காயம் ஏற்படாதவாறு விரல்களை விடுவித்துக் கொள்ளவும் அவளால் முடியவில்லை. இது கண்டுபிடிக்கப்படுமானால் தொலைக்காட்சிகளுக்குக் கொண்டாட்டமாயிருக்கும். அவளைக் 'கணவனின் ரத்தத்தை மிக்சியில் அடித்துக் குடிக்கும் ரத்தக்

காட்டேரியாகச் சித்திரித்திருப்பார்கள். மிக்சியைக் கழுவி அதை அதன் பழைய இடத்தில், பழைய நிலையில் வைத்தபோதுதான், தன் செயல் தொலைக்காட்சி நேயர்களுக்கு ஏற்படுத்தியிருக்கும் இழப்பைக் குறித்தும் ஒருவேளை தான் கைது செய்யப்பட்டால் தன் வழக்கறிஞருக்குத் தன் சார்பில் தற்காப்பு வாதம் புரிவதற்கான ஓர் அரிய தடயத்தைத் தானே அழித்துவிட்டது குறித்தும் அவளால் யோசிக்க முடிந்திருந்தது.

பிறகு விஸ்வத்தின் உடல் கிடந்த அவர்களது படுக்கையறை மிக மோசமாக உருக்குலைந்து கிடந்தது. அதுதான் சிதறிக் கிடந்த பொருட்களில் முதலில் அவளுடையதும் அவனுடையதும் அருணுடையதுமான ரத்தம் தெறித்த உடைகளைப் பொறுக்கித் தனியாக ஒரு பாலிதீன் கவரில் சேகரித்துக் கொண்டாள். அதற்குப் பிறகு அறை ஒழுங்குபடுத்துவதற்கு அவ்வளவு கடினமானதாகத் தென்படவில்லை. இறைந்து கிடந்த புத்தகங்களை அடுக்கிவிட்டால் பிறகு விஸ்வத்தின் உடலை ஒழுங்குபடுத்துவது மட்டும்தான் எஞ்சியுள்ள ஒரே வேலையாயிருக்கும். புத்தகங்களைச் சிதறிவிட்டது முட்டாள்தனம் என்று தோன்றியது.

பல புத்தகங்களில் ரத்தத் திட்டுகள். சில உபயோகிக்க முடியாத அளவுக்கு நனைந்து கிடந்தன. புத்தக அலமாரியைப் படுக்கைக்குப் பக்கத்தில் வைத்திருந்ததுதான் பெரிய தவறு. அவர்களிருவரையும் தாக்குவதற்குப் புத்தகங்களையே ஆயுதமாகப் பயன்படுத்துவதற்கு விஸ்வத்துக்கு வாய்ப்பை உருவாக்கிக் கொடுத்துவிட்ட தவறு அது. அடித்த, பைண்ட் செய்யப்பட்ட புத்தகங்கள் அவனுடைய நோக்கத்துக்கு நன்றாக ஒத்துழைத்தன. அவனுக்கு அந்த அலமாரியின் மீது தீராத வன்மம் இருந்தது. ஒருமுறை அவள் வீட்டிலில்லாதபோது அவற்றில் பெரும்பாலானவற்றைப் பழைய புத்தகக்காரனிடம் எடைக்குப் போட்டு விட்டான். அவற்றைப் படித்துப் படித்து அவள் கெட்டுப்போய் விட்டாள் என்பது அவனுடைய தீர்மானம். அதற்காக நடந்த சண்டையில் அவள், அவனை மிக மோசமாக அவமானப்படுத்தியிருந்தாள். சமாதானத் தூதுவராக வந்திருந்த அவனுடைய மேலாளர் அவன் செய்த காரியத்தை மிகக் கடுமையாக விமர்சித்ததோடு அதற்காக அவளிடம் மன்னிப்புக் கேட்கவும் வைத்தான்.

பிறகு அவள் அந்தப் புத்தகங்களைத் தேடி நகரிலிருந்த பழைய புத்தகக் கடைகளுக்கு அலைந்தாள். சிலவற்றை மறுபடியும் புதிதாக வாங்கிக்கொள்ள முடிந்தது என்றாலும் பல மறுபதிப்புக் காணாதவை. இரண்டு மாதங்களுக்குப் பிறகு மயிலாப்பூர் பிளாட் பாரத்தில் உள்ள பழைய புத்தகக் கடையில் அவை தோன்றியிருந்தன.

புத்தக வியாபாரியிடம் அவை தன்னுடைய புத்தகங்கள் என்பதையும் அவை எப்படி அவனுடைய கடைக்கு வந்து சேர்ந்தன என்பதையும் ஒரு கதைபோல விவரித்தாள். அவன் அவளுக்காகப் பரிதாபப் பட்டாலும் புத்தகங்களைத் தர மறுத்துவிட்டான். அவை பல கைகள் மாறித் தன்னை வந்து சேர்ந்திருப்பதாகவும் ஒவ்வொன்றுக்கும் ஒரு நியாயமான விலை நிர்ணயித்திருப்பதாகவும் சொன்னவன், நிர்ணயிக்கப்பட்ட விலையில் பத்து சதவீதத்தை அவளுக்காகக் குறைத்துக் கொள்ளவும் சம்மதித்தான்.

மறுபேச்சுப் பேசாமல் அவன் கேட்ட தொகையைக் கொடுத்து விட்டு எல்லாவற்றையும் ஒரு ஆட்டோவில் அள்ளிப் போட்டுக் கொண்டு வந்து சேர்ந்தாள். இப்போது அவற்றில் பலவற்றை எரிக்க வேண்டியிருக்கும். அல்லது அவர்களுடைய திட்டப்படி ரத்தம் தோய்ந்த பல பொருட்களோடு அவற்றையும் சேர்த்துக் கூவத்தில் கொட்ட வேண்டியிருக்கும். உடைகளையும் புத்தகங்களையும் அப்புறப்படுத்தித் தனித்தனிப் பாலிதீன் கவர்களில் கட்டி வைத்த பின் அறையைப் பார்த்தபோது கிட்டத்தட்ட ஒழுங்காக இருந்தது. தண்ணீர் பாட்டில்கள், காஸ்மட்டிக் டப்பாக்கள், முகம் பார்க்கும் கண்ணாடி – கீழே விழுந்ததில் அது உடைந்திருந்தது. நல்ல வேளையாகப் பிரேமுக்கு வெளியே சிதறவில்லை – அயர்ன் பாக்ஸ், தொலைக்காட்சிப் பெட்டியின் ரிமோட், அதன் மேல் வைக்கப் பட்டிருந்த குரங்குப் பொம்மை போன்றவை ஆங்காங்கே சிதறிக் கிடந்தன. அவற்றில் எதுவுமே திரும்ப உபயோகப்படுத்தப்படும் நிலையில் இல்லாததால் எல்லாவற்றையும் பாலிதீன் கவருக்குள் போட்டுவிட்டாள். இனிப் படுக்கையும் அதன்மேல் கிடக்கும் விஸ்வத்தின் உடலும் மட்டுமே எஞ்சியிருந்தவை. அவனை அப்புறப்படுத்தியபின் கையோடு படுக்கை விரிப்புகளையும் அப்புறப்படுத்தி விடலாம். ஆனால் அவனது உடலை அப்புறப் படுத்தும்வரை அப்படியே கிடக்கும்படி விட்டுவிடுவதா என அவள் தன்னைத் தானே கேட்டுக் கொண்டாள். அவளுக்குக் குழப்பமாக இருந்தது. அருணுடன் வரும் ஆட்கள் விஸ்வத்தை அங்கிருந்து எப்படி ரகசியமாக அப்புறப்படுத்தி எங்கே கொண்டுபோய் என்ன செய்யப்போகிறார்கள் என்பது பற்றி அவளுக்கு எந்த அனுமானமும் இல்லை.

அருண் எல்லாவற்றையும் திட்டமிட்டிருப்பான் என்பதில் சந்தேகமில்லை. முந்தைய இரவு வந்தபோது சில கோணிப் பைகளையும் பாலிதீன் கவர்களையும் கொண்டு வந்திருந்தான். பல மீட்டர் நீளம்கொண்ட நைலான் கயிற்றுச் சுருள் ஒன்றுடன் கூர்மையான கத்திகள் வைக்கப்பட்டிருந்த ஒரு ப்ரீப் கேஸும்

இருந்தது. முதலில் அதில் மதுபாட்டில்கள் இருக்குமென நினைத்தாள். தங்களுடைய திட்டத்தைத் தடுமாற்றமில்லாமல் செயல்படுத்துவதற்கு மதுவின் துணை அவசியம் என அவன் கருதுவது இயல்பானதுதான் இல்லையா? விஸ்வத்தைக் கொல்வதற்குக் கத்தியைப் பயன்படுத்தப்போகிறோமா என்று கேட்டதற்குத் தலையாட்டி மறுத்தான். பிறகு அவள் ஒன்றும் கேட்கவில்லை.

எது எப்படி நடப்பதாயிருந்தாலும் இந்த அறையை அப்படியே விட்டுவிடுவது அநாகரிகமானது என நினைத்தாள். சற்றுச் சிரமமெடுத்துக் கொண்டு செயல்பட்டால் ரத்தம் தோய்ந்த படுக்கை விரிப்பையும் மாற்றிவிட முடியும். அவகாசமிருந்தால் உடலைக் கூடத் துடைத்துச் சுத்தமாக்கிவிடலாம். வருபவர்கள் பதற்றமில்லாமல் விரைவாகக் காரியங்களை முடித்துக்கொண்டு புறப்படுவதற்குச் சௌகரியமாக இருக்கும். தனியொரு ஆளாக அதைச் செய்வதற்குத் தைரியத்தைவிட ஒரு பொறியாளருக்குரிய நுட்பம் அவசியமென நினைத்தாள். தாகமாக இருந்தது. குளிர்பதனப் பெட்டியிலிருந்து எலுமிச்சைச் சாறுள்ள ஒரு பாட்டிலையும் ஒரு கண்ணாடித் தம்ளரையும் எடுத்துக்கொண்டு வந்து கட்டிலில் உட்கார்ந்து கொண்டாள்.

அவனது உடலிலிருந்து அருவருப்பூட்டும் நெடி வீசத் தொடங்கியிருந்தது. ரத்தத்தின் நெடியல்ல, கிழிந்த குடலிலிருந்து வெளியேறிய மலத்தின் நெடி. பாட்டிலை எடுத்துக்கொண்டு துப்புரவாக்கப்பட்ட சமையல் கூடத்திற்கு வந்து அங்கிருந்த பாலிமர் நாற்காலியில் அமர்ந்தபடி எலுமிச்சைச் சாற்றை இரண்டே மடக்குகளில் குடித்துத் தீர்த்தாள். பிறகு டவல் ஒன்றால் நாசித் துவாரங்களையும் வாயையும் மூடி இறுகக் கட்டிக்கொண்டாள். டாய்லெட்டிலிருந்த டெட்டால் பாட்டிலையும் பினாயில் பாட்டிலையும் எடுத்துக்கொண்டு கட்டிலுக்குத் திரும்பினாள்.

அவனது உடல் விறைத்திருந்தது. நீண்டு கிடந்த கை கால்களை மடக்க முடியவில்லை. எவ்வளவோ முயன்றும் கழுத்தை நேராகத் திருப்ப முடியவில்லை. பிறகு அதைப் பற்றிக் கவலைப்படாமல் ஒரு டவலைக் கொண்டு டெட்டால் கலந்த தண்ணீரால் உடல் முழுவதையும் துடைத்துச் சுத்தம் செய்தாள். வயிற்றிலும் பின் கழுத்திலும் மண்டையிலும் ஏற்பட்டிருந்த காயங்களிலிருந்து இன்னும் ரத்தம் கசிந்து கொண்டிருந்தது. முதலில் அதை நிறுத்த வேண்டுமென நினைத்தாள். ஸ்டோர் ரூமில் நீண்ட நாட்களாகப் பயன்படுத்தப்படாமல் ஒரு முதலுதவிப் பெட்டி இருந்தது நல்ல வேளையாக அப்போது அவளது நினைவுக்கு வந்தது. அதிகச்

சேதாரமடையாத நிலையில் பத்து மீட்டர் நீளமுள்ள காஸ் பீஸும் காட்டனும் டிங்சர் அயோடினும் பாண்ட் எய்டுகளும் அதற்குள் இருந்தன. அவை போதுமானவை அல்ல என்பது நிச்சயமாகத் தெரிந்ததால் அவள் தன் காட்டன் புடவை ஒன்றைத் துண்டுகளாகக் கிழித்துக்கொண்டாள். முன்யோசனையுடன் அருண் வாங்கி வந்திருந்த யூடிகோலன் டின்களை எடுத்துக் கொண்டாள். மருத்துவ உதவிகளுக்கான தொண்டு நிறுவனம் ஒன்றுடன் சில காலம் தொடர்பு வைத்திருந்ததால் அதிலிருந்து பெற்ற அனுபவம் அப்போது அவளுக்குக் கைகொடுத்தது. காயங்களைக் கழுவி அவற்றுக்குள் காட்டன் புடவையின் துண்டுகளை ரத்தக்கசிவு நிற்கும்வரை திணித்துக் காஸ் பீஸையும் பாண்ட் எய்டுகளையும் கொண்டு மிகத் திருத்தமாகக் கட்டினாள். பிறகு ஒவ்வொன்றின் மீதும் யூடிகோலனை அடித்ததும் ரத்தத்தின் வீச்சம் ஓரளவுக்குத் தணிந்தது. கடைசியாக ரூம் பிரஷ்னரைக் கொண்டு அறையை நறுமணம் கமழச் செய்தாள்.

பிறகு அவளுக்கு அற்புதமான ஒரு யோசனை தோன்றியது.

வரவேற்பறையிலிருந்த பிளாஸ்டிக் பூஜாடிகளில் சிலவற்றைக் கொண்டுவந்து அந்த அறையின் மிகப் பொருத்தமான இடங்களில் வைத்தாள். ஷோகேஸிலிருந்த புத்தம் புதிதான இரண்டு நாய் பொம்மைகளைத் தொலைக்காட்சிப் பெட்டியின் உச்சியில் எதிரெதிராக நிற்கச் செய்தவுடன் அவர்களுடைய அந்த வீடு அப்போதைய உருக்குலைவுகளிலிருந்து முற்றிலுமாக மீண்டெழுந்து தன் பழைய பொலிவைப் பெற்றுக்கொண்டு விட்டதாக அவளுக்குத் தோன்றியது. அது குறித்துப் பெருமிதம் கொள்ளவும் அவளால் முடிந்திருந்தது. பிறகு அவள் நன்கு திட்டமிடப்பட்ட ஒரு காரியத்தைச் செய்வதுபோல அவர்களது துணிமணிகள் வைக்கப் பட்டிருந்த கப்போர்டைத் திறந்து, அதிலிருந்து அவனுக்கு மிகப் பொருத்தமானது எனத் தான் கருதியிருந்த ஆடைகளில் ஒரு ஜதையைத் தேர்ந்தெடுத்தாள். அவனுடைய உடலின் விறைப்பு இப்போது தளரத் தொடங்கியிருந்ததால் அவற்றை அணிவிப்பது அவளுக்கு அவ்வளவு சிரமமாக இருக்கவில்லை. தாறுமாறாகக் கலைந்துகிடந்த கேசக் கற்றைகளை ஒழுங்குபடுத்திப் படிய வாரிவிட்டாள். இருளடர்ந்து சுண்டிக்கிடந்த முகத்துக்குக் கிரீம் தடவிப் பவுடரை அடர்த்தியாகப் பூசி, தூங்கும்போது கைகளை அவன் எப்படி மடக்கி வைத்திருப்பானோ அப்படி – இடது கையை வயிற்றின் மீது குறுக்காக வைத்தும் வலது கையை மடக்கித் தலைக்கு அடியில் முட்டுக்கொடுத்தும் – படுக்கச் செய்தாள். இதுபோன்ற தருணங்களில் வழக்கமாக முணுமுணுத்துக் கொள்வதைப் போல "குழந்தைதான்" என முணுமுணுத்துக் கொள்ளவும் அவள்

தவறவில்லை. கட்டிலிலிருந்து இறங்கி அரையடி தள்ளி நின்று பார்த்தபோது அவளுக்குத் தன் செயல் குறித்து மிகுந்த திருப்தி உண்டாயிற்று.

இப்போது, குறைந்தபட்சம் இந்த நொடிகளில் அவனைப் பார்க்க நேரும் எவரும் அவன் ஆழ்ந்து தூங்கிக்கொண்டிருப்பதாகவே கருதுவார்கள் என அவள் கற்பனை செய்துகொண்டாள். அவன் முன்னெப்போதையும் விட அழகாகத் தோற்றமளிப்பதாக அவளுக்குத் தோன்றியது. யூடிகோலனின் வாசனை நிரம்பிய அந்த அறை முதலிரவுக்காகத் தயார் செய்யப்பட்ட ஒன்றின் நேர்த்தியுடன் மிக அழகாகத் தென்பட்டது. ரத்த நெடி வீசும் உடலுடன் தான் மட்டுமே அந்த இடத்தில் பொருத்தமற்று அலங்கோலமாக நின்று கொண்டிருப்பதாக உணர்ந்தாள். பிறகு குளித்து, உடைமாற்றிக் கொள்வதற்கு அவள் கொஞ்சம்கூட யோசிக்கவில்லை. விஸ்வத்துக்கு மிகப் பிடித்தமான, அடர்நீலப் பின்னணியில் சூரியகாந்திப் பூக்கள் மலர்ந்து கிடக்கும் சேலையொன்றைத் தேர்ந்தெடுத்துக் கொண்டாள். குளியலறையிலிருந்து வெறும் டவலைச் சுற்றியபடி திரும்பி யிருந்தவளுக்கு உடை மாற்றிக் கொள்ளும் தருணத்தில் சிறிதளவு வெட்கப்படவும் முடிந்திருந்தது. மிக மிக மென்மையான அசைவுகளுடன் சிற்றடியெடுத்து நடந்து கட்டிலை அடைந்தபோது நம்பமுடியாதபடி அவளது கன்னக் கதுப்புகள் சிவந்து போய்விட்டன. நீண்டு கிடந்த அவனது தொடையொன்றின் மீது முதுகைச் சாய்ந்து உட்கார்ந்து கொண்டு மயிரடர்ந்த மார்பில் விரல்களை அலைய விட்டபடி கண்ணிமைக்காமல் அவனைப் பார்த்துக் கொண்டிருந் தாள். ஆழ்ந்த தூக்கத்திலிருந்து அவன் விழித்தெழும் தருணங்கள் பலவற்றின்போது இதே இடத்தில் இதே விதமாக உட்கார்ந்தபடி இப்படிப் பார்த்துக்கொண்டிருக்கும் தன் வழக்கத்தை அவள் அப்போது நினைவுபடுத்திக் கொண்டாள். அவனது நாசித் துவாரங்களிலிருந்து செம்மஞ்சள் நிறத்தில் ஒரு திரவம் கசிந்து வருவதைக் கண்டு திடுக்கிட்டுப் போகும்வரை அவனது அந்த நிலை நீடித்துக்கொண்டிருந்தது. பிறகு மிகப் பதற்றம் கொண்டவளாக முதலுதவிப் பெட்டியில் எஞ்சியிருந்த சிறிதளவு காட்டனைச் சிறு உருண்டைகளாக உருட்டி அவனது நாசித் துவாரங்களை அடைத்தாள்.

ஆக இந்த உடல் கெட்டுப்போய்க் கொண்டிருக்கிறது; உள்ளுக்குள் அழுகிக் கொண்டிருக்கிறது. என்ன ஆனான் இந்த அருண்? எவ்வளவு சீக்கிரம் முடியுமோ அவ்வளவு சீக்கிரம் திரும்பி விடுவதாக வாக்களித்து விட்டுச் சென்றிருக்கும் அவளுடைய ரகசியக் காதலன் எங்கே? ஒருவேளை அவனால் திரும்பவர

முடியாமல் போய்விட்டால்? விடைபெறும் தருணத்தில் அவன் தந்துசென்ற முத்தம் கடைசியானதாக இருந்துவிட்டால்? உருக்குலைந்த அந்த வீட்டினுள் அழுகிக் கொண்டிருக்கும் இவ்வுடலோடு நிராதரவின் வெம்மைக்குள் அவளைத் தவிக்க விட்டுவிட்டு அவன் மட்டும் தப்பிச் சென்றிருந்தால்? அவள் நிலைகுலைய இது போதுமானதாயிருந்தது. அவள் பதற்றமுற்றாள். தன்னுடல் திடீரெனச் சுயக்கட்டுப்பாட்டை இழந்து நடுங்குவதை உணர்ந்தாள். சரிந்துவிடுவோமோ எனப் பயந்து ஒரு பற்றுக்கோடாக விஸ்வத்தின் கையொன்றைப் பற்றிக் கொண்டாள். கெட்டுப்போய், அப்புறப்படுத்துவதற்கான ஆட்களை எதிர்பார்த்துக் கிடக்கும் ஒரு பிரேதத்தின் கையை, ஆனால் நம்ப முடியாத வகையில் அது அவளுக்கு ஆறுதலளித்தது. அருண் விடைபெற்றுக்கொண்டு போய்ச் சில நிமிடங்களே கழிந்திருக்க வேண்டுமென நினைத்தாள். பார்க்கப் போனால் அவனால் இன்னும் புறநகரைச் சென்றடைந்திருக்க முடியாது. உரிய ஆட்களைத் தொடர்புகொள்வதும் அவனே சொன்னதுபோல் அவ்வளவு சுலபமானதாயிருக்க முடியும் எனத் தோன்றவில்லை. அவளுக்குள் பதற்றத்தை மூளச்செய்தது காலத்தைக் குழப்பும் பழுதுபட்ட இக்கடிகாரமாகவே இருக்க வேண்டும். பசியும் உறக்கமின்மையும் மற்ற காரணங்கள். மிகக் களைத்துப் போயிருப்ப தால்தான் தனக்கு இதுபோன்ற பயங்கரமான கற்பனைகள் தோன்றுவதாக நினைத்தாள்.

கொஞ்சம் பழச்சாறு அல்லது தேநீர் பருகுவதன் மூலம் இத்தகைய பலவீனங்களிலிருந்தும் பதற்றத்திலிருந்தும் விடுபட முடியுமென நினைத்தாள். ஏதாவது இருக்குமா என்பது சந்தேகம் தான் என நினைத்துக் குளிர்சாதனப் பெட்டியைத் திறந்தவளுக்குப் பெரிய ஆச்சரியம் காத்திருந்தது. உருக்குலைவின் சிறு அடையாளமும் இன்றி மிக ஒழுங்காகத் தென்பட்ட அதன் அடுக்குகளுக்குள் இன்னும் திறக்கப்பட்டிருக்காத ஒரு பாட்டிலில் ததும்பத் ததும்ப நிறைந்திருந்தது அவளுக்குப் புத்துணர்வூட்டவல்ல எலுமிச்சைச் சாறு.

எனினும் எச்சரிக்கையாக இருக்க வேண்டியது அவசியம். இறந்த காலத்தின் பயனற்ற கற்பனைகளுக்கு மனத்தைப் பறிகொடுத்து நேரத்தை வீணடித்துக் கொண்டிராமல் சாத்தியமான மாற்று வழிகளைக் குறித்துச் சிந்திக்க வேண்டிய நிர்ப்பந்தம் தன்னைச் சூழத் தொடங்கியிருப்பதாக நினைத்தாள். அழுகத் தொடங்கியிருக்கும் இச்சடலத்தை அவள் தன்னந்தனி ஆளாக அருண் கொண்டுவந்து வைத்திருக்கும் ப்ரீப் கேஸிலுள்ள கத்திகளின் உதவியோடு துண்டுகளாக வெட்டி, பாலிதீன் பைகளிலும் சாக்குகளிலும் அடைத்து ஒரு வாடகைக் காரைப் பிடித்து ஓட்டுநரின் உதவியோடு

அங்கொன்றும் இங்கொன்றுமாய் வீசிவிட்டு வர வேண்டி நேர்ந்தால்? அல்லது ஒரு நோயாளியைக் கொண்டுபோவதுபோல விஸ்வத்தை ஆம்புலன்சில் ஏற்றித் தொலைவிடமொன்றுக்குக் கொண்டு சென்று பெட்ரோல் ஊற்றி எரித்துப்போட்டு விட்டும் திரும்பலாம். இதற்கெல்லாம் சம்மதிக்கிற, ரகசியங்களைக் காப்பாற்றுகிற ஒரு டாக்சி அல்லது ஆம்புலன்ஸ் ஓட்டுநரைக் கண்டுபிடிப்பது அவ்வளவு எளிய காரியமாக இருக்குமென அந்தப் பதற்றமான நிலையிலும் அவளால் நம்ப முடியவில்லை. எல்லாவற்றையும் அவையவற்றின் இடங்களில் அப்படியப்படியே தற்போதைய உருக்குலைவுகளோடும் துர்நாற்றத்தோடும் விட்டுவிட்டுப் பிடிபடுவதற்குச் சாத்தியமான எல்லைகளைக் கடந்து தப்பிவிடலாமா எனவும் யோசித்தாள்.

அல்லது ஒரு கதை சொல்லலாம். எல்லோராலும் நம்பத் தகுந்த, நிகழ்காலத்தின் மிகப் பொதுவான கதை.

தனித்திருக்கும் அவர்களுடைய வீட்டை நள்ளிரவில் சில கொள்ளைக்காரர்கள் முற்றுகையிட்டு விடுகிறார்கள்; நகைகளையும் பணத்தையும் கொள்ளையடிக்க முற்படுகிறார்கள்; தடுக்கவும் கூச்சலிடவும் முயன்ற தம்பதிகளைச் சுத்தியல் முதலான பயங்கரமான ஆயுதங்களால் தாக்குகிறார்கள். கணவனின் கபாலம் பிளந்துவிடுகிறது. எங்கும் ஒரே ரத்த வெள்ளம். அங்குமிங்குமாக ஓடித் தற்காத்துக்கொள்வதற்காக அவள் நடத்திய போராட்டத்தில் அவர்களுடைய படுக்கையறையும் சமையலறையும் உருக்குலைந்து விடுகின்றன. தடிமனான புத்தகங்களையும் கனமான பாத்திரங் களையும் விட்டெறிந்தும் அவளால் அவர்களில் யாருக்கும் எந்தக் காயத்தையும் ஏற்படுத்த முடியவில்லை. அவர்களில் ஒருவன் அல்லது வந்திருந்த எல்லோருமே – மூன்று அல்லது நான்கு பேர் – அவளைப் பாலியல் பலாத்காரத்திற்குள்ளாக்குகிறார்கள் என வைத்துக் கொண்டால்? வேண்டாம், அவர்களில் ஒருவன் மட்டும் அவளைச் சமையலறைக்கு இழுத்துச் சென்று அங்கே வைத்துப் பலாத்காரம் செய்துவிடுகிறான். அல்லது வெறுமனே தாக்கிக் கொள்ளையடித்துக் கொண்டு போய்விடுகிறார்கள் என்பதேகூடப் போதுமானது. பிறகு அவள் மயங்கிச் சரிகிறாள். காலையில்தான் அவளுக்கு நினைவு திரும்புகிறது. தன் கணவனைப் பார்ப்பதற்காகப் படுக்கையறைக்குள் போகிறாள். கட்டிலில் ரத்தத்தால் நனைந்து உருக்குலைந்து கிடக்கிறது விஸ்வத்தின் விறைத்த உடல்.

இந்தக் கதை பொருத்தமானதாகவும் நம்பும்படியானதாகவும் இருக்குமா என்பதை அவளால் தீர்மானிக்க முடியவில்லை. பாட்டிலிலிருந்த பழச்சாறு முழுவதையும் உறிஞ்சித் தீர்த்த பிறகும்

உடலின் வெப்பம் அதிகரித்துக் கொண்டே போவதைக் குறித்து அவள் ஆச்சரியமடைந்தாள். இதுபோன்ற நெருக்கடியான தருணங்களின்போது மற்ற ஒவ்வொருவரும் செய்ய விரும்புவதைப் போலவே ‘குறுக்கும் நெடுக்கு’மாக நடக்க அவள் விரும்பினாள். சமையலறை, வரவேற்பறை பிறகு விசாலமான அவர்களுடைய படுக்கையறை எனப் போதுமான இட வசதி அந்த வீட்டில் இருந்ததால் முற்றாகக் களைத்துப் போகும்வரை அவளால் அப்படி நடந்து கொண்டிருக்க முடியாது.

பிறகு திடீரென ஞாபகம்வந்ததுபோல பழுதுபட்ட அந்தக் கடிகாரத்தைப் பார்த்தாள். நேரம் ஓடிக் கொண்டிருந்தது, தலை கீழாக. சீரான வேகத்தில் பின்னோக்கி நகர்ந்துகொண்டிருக்கிறது காலம். பதின்மூன்றிலிருந்து பன்னிரெண்டுக்கு பன்னிரெண்டிலிருந்து பதினொன்றுக்கு, பிறகு பத்துக்கு, எட்டுக்கு, ஏழுக்கு, ஆறுக்கு, ஐந்துக்கு, நான்குக்கு, மூன்றுக்கு, இரண்டுக்கு, ஒன்றுக்கு, ஒன்றிலிருந்து கடைசியில் ஒன்றுமில்லாததற்கு.

அவள் திடுக்கிட்டுப் போனாள். உடலின் வெப்பம் தாள முடியாத அளவுக்கு அதிகரித்துக்கொண்டே போயிற்று. பழச் சாற்றில் கொஞ்சம் மிச்சம் வைத்திருக்கலாமெனத் தோன்றியது. முன்யோசனையின்றி எல்லாவற்றையும் ஒரேயடியாகக் காலி செய்ததற்காகத் தன்னைக் கடிந்து கொண்டாள். வேறு ஏதாவது இருக்கிறதா எனப் பார்ப்பதற்காகக் குளிர்சாதனப் பெட்டியைத் திறந்தவள் அதனுள் பழச்சாறு நிரம்பிய புத்தம் புதிதான மற்றுமொரு பாட்டிலைக் கண்டு தாள முடியாத அதிர்ச்சிக்குள்ளானாள். ‘கடவுளே’ என வாய்விட்டுக் கத்தியபடி கதவை அறைந்து சாத்தி விட்டுப் பீதியுடன் அதன் மேல் கவிழ்ந்தாள். நான்கடி உயரமேயுடைய அந்தக் குளிர்சாதனப் பெட்டி உள்ளுக்குள் நடுங்கிக்கொண்டிருந்தது. முனகலையொத்த சிறு சிறு சத்தங்கள் அதனுள்ளிருந்து கசிந்து கொண்டிருந்தன. நம்ப முடியாத, அசாதாரணமான, மர்மமான ஒரு சூழலுக்குள் தான் தள்ளப்பட்டுக் கொண்டிருப்பதாக நினைத்தாள். திடீரென அந்த அறையினுள் ஒருவித நறுமணம் பரவிக் கொண்டிருப்பதாகத் தோன்றியது அவளுக்கு. எங்கிருந்து பரவும் எதனின் வாசனை இது?

காற்றை ஆழமாக உள்ளிழுத்து அந்த வாசனையை இனம்காண முயன்றாள்.

அடக் கடவுளே, இது அவர்கள் நீண்ட காலமாகப் பயன்படுத்திவரும் ரூம் பிரஷ்னரின் வாசனை அல்லவா? அதை எப்படித் தன்னால் இனம் கண்டுகொள்ள முடியாமல் போனது என அவள் ஆச்சரியப்பட்டாள். ஆனால் ஒரு வகையில் அது

ஆச்சரியமானதுமல்ல. கொஞ்சம் மிகையாகப் பிரயோகித்து விட்டிருந்ததால் வேறுவிதமாகத் தென்படுகிறது. ஆனால் அந்த வீடு முன்னெப்போதையும்விடப் பரிசுத்தமாக இருந்ததைக் கண்டு அவள் உற்சாகமடைந்தாள். பரிசுத்தமாக, புத்தம்புதிதாக, பாத்திரங்கள் மிக ஒழுங்காகவும் நேர்த்தியாகவும் அடுக்கி வைக்கப்பட்டிருந்தன. தரை, சுவர்கள், ரேக்குகள், திண்டுகள் என அறையின் எல்லா இண்டு இடுக்குகளும் அப்போதுதான் கட்டி முடிக்கப்பட்டு உபயோகத்துக்காகத் திறந்து வைக்கப்பட்டதைப் போல பளபளவென்றிருந்தன. பிறகு அவள் பரிசுத்தமாகக் காட்சியளித்த வரவேற்பறைக்கும் அதைவிடவும் பரிசுத்தமாகக் காட்சியளித்த படுக்கையறைக்கும் வந்தாள்.

புத்தம் புதிதானதாகத் தோன்றினாலும் வரவேற்பறையில் சில நுட்பமான ஒழுங்கீனங்கள் தென்பட்டன. அங்கிருந்த பூ ஜாடிகளைக் காணவில்லை. சோபாவின் மேல் கசங்கிய நிலையில் தாறுமாறாகக் கிடந்தது ஒரு தலையணை. அவளுடைய ஒரு உள்ளாடை மிக ஆபாசமான முறையில் அங்கிருந்த பாலிமர் சேரின் கைப்பிடியில் தொங்கிக்கொண்டிருந்ததைப் பார்த்துத் திடுக்கிட்டுப் போனவள் அதை எடுத்து அழுக்குக் கூடையில் விட்டெறிந்தாள். தலையணையை அதன் கசங்கலைச் சரிசெய்து எடுத்துக்கொண்டு படுக்கையறையினுள் நுழைந்தவுடன் அவளுடைய கண்களுக்கு முதலில் தென்பட்டவை வரவேற்பறையிலிருந்து காணாமல் போயிருந்த பூ ஜாடிகள்தாம். ‘ஆமாம், மறந்தே போய்விட்டது’ என முணுமுணுத்துக் கொண்டாள். படுக்கையறையில் வீசிய யூடிகோலன் நெடி குமட்டிற்று. யூடிகோலனின் நெடியும் டெட்டாலின் நெடியும், இன்னும் சிறிதளவு ரூம் பிரஷ்னரைத் தெளித்தால் சரியாகிவிடுமெனத் தனக்குத் தானே சொல்லிக்கொள்வதுபோல முணுமுணுத்தபடி அதைத் தேடினாள். வழக்கமாகத் தென்படும் கப்போர்டில் இல்லாமல் புத்தக அலமாரியின் ஒரு விளிம்பில் கிடந்தது அது. இந்த ஒழுங்கீனம் பெருமைப்பட்டுக்கொள்ளத் தக்கதல்ல எனச் சொல்லிக் கொண்டாள். அதை எடுப்பதற்காகப் படுக்கையின் மீது மண்டியிட்டபோது குறுக்காகக் கிடந்த விஸ்வத்தைத் தொந்தரவுசெய்ய வேண்டியதாயிற்று. ‘இன்னுமா எழுந்திருக்கவில்லை, மணி என்னாகிறது தெரியுமா விஸ்வம்?’ எனக் கேட்டுக்கொண்டே கடிகாரத்தைப் பார்த்தாள், எதிர்த்திசையில் தலைகீழாகச் சுழன்றுகொண்டிருந்த கடிகாரத்தை!

ஆனால் பழுதுபட்ட அந்தக் கடிகாரம்தான் நிகழ்காலத்தை, அதன் நெருக்கடியான நொடிகளை அவளுக்கு நினைவூட்ட உதவியது எனச் சொல்வது ஒரு அபத்தமான கூற்றாகவே இருக்கும். நாற்றமெடுக்கத் தொடங்கியிருந்த விஸ்வத்தின் உடலையும்

யூடிகோலனின் வாசனை மிதந்துகொண்டிருக்கும் மிக நேர்த்தியான அறையையும் காலத்தை எதிர்த்திசைக்கு நகர்த்திச் சென்று கொண்டிருந்த அந்தக் கடிகாரத்தையும் மாறி மாறிப் பார்த்துக் கொண்டிருந்தவள் தன்னால் இனி ஒருபோதும் கடந்த காலத்துக்குத் திரும்பிச் சென்றுவிட முடியாது என்பதைத் திட்டவட்டமாக உணர்ந்தாள். அருண் தான் வாக்களித்தது போல் ஆட்களை அழைத்துக்கொண்டு திரும்பவும் வந்துவிடுவான் என இனியும் நம்புவது பேதமையைத் தவிர வேறல்ல. அவள் கற்பனைசெய்து வைத்திருக்கும் 'கதை'யைச் சொல்வதற்கு இனி எந்த வாய்ப்புமில்லை. எல்லாவற்றையும் முட்டாள்தனமாக அவளே உருக்குலைத்து வைத்திருக்கிறாள். புதிதாகத் திட்டமிடுவதற்கோ நடைமுறைப் படுத்துவதற்கோ எந்த அவகாசமுமற்ற நிலையில் நாளையின் முன் சரணடைவதைத் தவிர அவளுக்கு வேறு வழியில்லை. காலத்தின் மீதான கட்டுப்பாட்டை முற்றாக இழந்து நிற்கிறாள் அந்தப் பௌதிக மாணவி.

இன்னும் ஓரிரு மணி நேரங்களுக்குள், அதாவது பழுதுபட்ட கடிகாரத்தின் சிவப்பு நிற முனையுடைய மிக மெலிந்த நொடி முள் நூற்றியிருபது முறை தலைகீழாகச் சுற்றி முடிப்பதற்குள் 'நாளை'யின் கணக்கு தொடங்கிவிடும். சடலம் அழுகத் தொடங்கிவிடும்; நாற்றமெடுக்கத் தொடங்கிவிடும். கணவனைக் கொன்று அவனது பிரேதத்தை அலங்கரித்துப் பாதுகாத்துக் கொண்டிருந்த விரோத மனைவிக்குக் காத்திருக்கிறது கைவிலங்கு. தொடர்ந்துவரும் ஏதோ ஒரு 'நாளை' அவளது வாழ்வின் கணக்கை முடித்து வைத்துவிடும். அவளை ஒன்றுமில்லாதவளாக்கிவிடும். அவளுடைய நாளை ஒன்றுமில்லாதது, ஒளியற்றது, நம்பிக்கையற்றது. பார்க்கப்போனால் அவளுக்கு இனி நாளைகளே இல்லை. இருப்பது நேற்றுகள் மட்டுமே. நேற்றும், முன்தினமும் அதற்கு முந்தைய முப்பத்தியொரு வருடங்களும், ஒருவேளை காலமே பின்னோக்கி நேற்றைத் தேடிச் சுழன்று செல்கிறதோ? பழுதுபட்ட கடிகார முட்கள் காலத்தையும் பின்னகர்த்திச் சுழன்றுகொண்டிருக்கின்றனவோ? ஒரு புள்ளியில் பிரபஞ்சத்தின் இயங்குவிதியே தலைகீழாக மாறிவிட்டதோ?

இது மட்டும் ரகசியக் காதலனோடு சேர்ந்து தன் கணவனைக் கொன்று, அவனது பிரேதத்தை அப்புறப்படுத்துவதற்கும் வழி தெரியாமல், வாக்களித்துச் சென்றிருக்கும் காதலனாலும் கைவிடப்பட்ட ஒரு பௌதிக மாணவியின் அதீதக் கற்பனையாக இல்லாதிருக்குமானால்...!

அப்படியானால் வாழ்க்கை நாளையை நோக்கியல்லாமல் நேற்றை நோக்கித் திரும்பிச் செல்லப் போகிறது. நேற்றிலிருந்து

நேற்று முன்தினத்துக்கும் பிறகு அதற்கு முந்தைய நேற்றுகளுக்கும் நாளை என்பது இனி அவளுக்கு இல்லை. எந்த உயிருக்குமில்லை. இருப்பவை நேற்றுகள் மட்டுமே. நேற்றென்ன நடந்ததோ அதுதான் 'நாளை' நடக்கப்போவதுமாயிருக்கும். நாளைய மறுநாளின் வாழ்வென்பது நேற்று முன்தினத்தின் வாழ்வு. இப்படி நாட்களும் மாதங்களும் வருடங்களும் யுகங்களுமாக மனித குலச் சரித்திரம் பின்னோக்கிப் பயணப்படப்போகிறது.

இறந்த காலத்தை நோக்கித் தலைகீழாகப் பயணம் மேற்கொண்டிருக்கும் காலத்தின் பழுதுபட்ட கதியை எப்படி எதிர்கொள்ளப் போகிறான் மனிதன்? கைவிடப்பட்ட பாதைகளின் வழியே திரும்பிச் செல்வதில் என்ன சுவாரஸ்யம் இருந்துவிடப் போகிறது அவனுக்கு? பயணம் என அதை அழைக்க முடியுமா? நிகழ்ந்து முடிந்துவிட்டவை ஒவ்வொன்றும் தலைகீழான வரிசைக்கிரமத்தில் திரும்பவும் நிகழுமென்றால்? அப்படியானால் 'எதிர்கால'த்தில் புதிர்களுக்கோ மர்மங்களுக்கோ துளியும் இடமிருக்கப் போவதில்லை. சவால்களுக்கு, தொடை தட்டல்களுக்கு இனி எந்த அர்த்தமும் இருக்கப் போவதில்லை. கனவுகளுக்கும் இனி இடமில்லை. கனவின் விளைச்சல்களான மனித குலச் சாதனைகளுக்கு எதிர்காலத்தில், சரியான அர்த்தத்தில் இறந்த காலத்தில் எந்த அவசியமும் இல்லை. அறிந்தவரை போதுமென மனிதனுக்குக் கதவைச் சாத்திக் கொண்டுவிட்டது காலம். அறியாதவற்றைத் தேடிக் கொண்டு பல யுகங்களைக் கடந்துவிட்ட மனிதன் இனி அறிந்தவற்றைக் கொண்டு காலத்தின் கிளைகளில் வௌவால்களைப் போலத் தலைகீழாகத் தொங்கிப் பிழைப்பை நடத்திக்கொள்ள வேண்டியதுதான். பயனற்றதெனத் தூக்கியெறிந்து விட்ட வாழ்வை அதன் உருக்குலைவுகளால் ஏற்படும் அருவருப்பைப் பொருட்படுத்தாமல் தேடியெடுத்துப் பத்திரப்படுத்திக் கொள்வது தவிர மனிதனுக்கு வேறு வழியில்லை. மரணம்வரை வேறு வழியில்லை!

மரணம் என்ற வார்த்தையின் ஞாபகம் அவளை அதிர்ச்சியடையச் செய்தது. முன்னைவிடவும் அதிகச் சோர்வுக்குள்ளாகியிருந்தாள் அவள். இன்னும் கொஞ்சமாவது எலுமிச்சைச் சாறு இருக்கக் கூடுமென்றால்?

ஒருவேளை காலத்தின் தலைகீழான இயக்கத்தில் அது தன் முந்தைய நிலைக்குத் திரும்பியிருந்தால்? அதன் மூலக்கூறுகள் வெறும் தண்ணீராகவும் சர்க்கரையாகவும் எலுமிச்சையாகவும் பிரிந்து அவையவற்றின் கதியில் பின்னோக்கிச் செல்லத் தொடங்கியிருந்தால்? இனி ஒருபோதும் அவளால் அந்தக் குறிப்பிட்ட

எலுமிச்சையின் சாற்றைப் பருக முடியாமல் போகலாமென நினைத்தாள். காலம் தன் கணக்கைக் கழித்துக் கொண்டு செல்லும் போது ஏதாவதொரு நொடியில் அந்த எலுமிச்சை தன் மரத்துக்கு, அதன் கிளைக்குத் திரும்பலாம். கனியிலிருந்து காயாகவும் காயிலிருந்து பிஞ்சாகவும் பிறகு பூவாகவும் அதன் பயணம் தலைகீழானதாக இருக்கும். பூ மொட்டாகும். மொட்டு அரும்பாகும். அதற்குப் பிறகு...?

அதற்குப் பிறகு அதற்கு எந்த உருவமும் இருக்கப் போவதில்லை. காலத்தின் கருந்துளைக்குள் ஒன்றுமில்லாததாக அதன் பயணம் முற்றுப்பெறும்.

பார்க்கப்போனால் இனி மரணம் என்பதற்கேகூட வாய்ப் பில்லை. மறு உயிர்ப்பு மட்டும்தான். இருக்கும் எல்லா உயிர்களும் இனிப் பிறப்பை நோக்கிப் பயணப் படப்போகின்றன. இறப்பைத் தழுவிப் புதையுண்டு எதுவுமற்றதாகிப்போய்விட்ட ஒவ்வோர் உயிரும் ஏதோவொரு நொடியில் விழித்தெழப் போகிறது. சவக்குழிகளிலிருந்தும் சாம்பல்களிலிருந்தும் நோயுற்ற, மூப்படைந்த உடல்கள் உயிர்பெற்று எழப்போகின்றன. மூப்பினதும் நோயினதும் கொடிய துன்பங்களை எல்லா உயிர்களும் மீண்டும் ஒருமுறை அனுபவிக்கப் போகின்றன. ஒவ்வோர் உயிரும் கிழப்பருவத்திலிருந்து குழந்தைமையை நோக்கித் தலைகீழான கதியில் மீண்டும் வாழப்போகிறது. முடிவு என்பது சவக்குழிக்குச் செல்வதன்று. கருப்பையை அடைவது என்றாகும். அங்கும் பத்து மாதங்கள்வரை வாழ்க்கை இருக்கிறதே! சில நாட்களோ சில கணங்களோ தாயின் சினைமுட்டையில் ஒரு பாதியாகவும் தகப்பனின் விந்துத் துளியில் மறு பாதியாகவும் நீடித்திருக்க முடியும்.

பிறகு...?

பிறகு ஒன்றுமில்லை. மரணம் ஏற்படுத்தும் அதே விளைவு. ஒன்றுமில்லாததிலிருந்து ஒன்றுமில்லாததை நோக்கி. காலத்தின் கதி எப்படிப்பட்டதாயினும் வாழ்வின் மாறாத கோலத்தை நினைத்து அவள் சலிப்புற்றாள். விஸ்வத்தின் உடலில் ஏதாவது அசைவு தென்படுகிறதா எனக் கூர்ந்து பார்த்தாள். ஏதாவதொரு கணத்தில் அவனால் புரண்டு படுக்க முடிந்தால்? விழித்தெழுந்து கைகளைத் தலைக்கு மேலாக உயர்த்திச் சோம்பல் முறிக்கச் சாத்தியப்பட்டால்? தன்னாலும் குழந்தைப் பருவத்தை நோக்கிச் செல்ல முடியுமே! முதலில் கன்னியாகவும் பிறகு குழந்தையாகவும் இரண்டுமே குதூகலம் நிரம்பிய பருவங்கள். ஓரிரு வருடங்களுக்கு முன்னால்வரை விஸ்வத்துடனான வாழ்வும் குதூகலம் நிரம்பியதாகவே இருந்தது. அவனது காதலின், காமத்தின்

கதகதப்பான தருணங்கள் அவளுக்குத் திரும்பவும் கிடைக்குமானால்? அப்படியானால் காலத்தின் கதியில் ஏற்பட்டுவிட்ட இந்தப் பழுதைக் கொண்டாடலாம்தான்!

குளிர்சாதனப் பெட்டியில் சிறிதளவு பழச்சாறு எஞ்சியிருக்கத்தான் செய்தது. ஒரே மூச்சில் அதைக் குடித்துவிட்டுக் குளியலறைக்குப் போய் முகம் கழுவிக்கொண்டு வந்தாள். விஸ்வத்தின் கட்டிலுக்குப் பக்கத்தில் பாலிமர் நாற்காலியைப் போட்டு அவனைப் பார்த்துக்கொண்டு உட்கார்ந்தாள். இன்னும் நேரம் இருக்கிறதே! சரியாகப் பதினோரு நிமிடங்களும் இருபத்து ஏழு நொடிகளும் எஞ்சியிருக்கின்றன. தன் தலைகீழான பயணத்தில் அந்தச் சின்னஞ்சிறு நொடி முள் விஸ்வம் அவளிடம் மன்னிப்புக் கேட்ட, மரணத்தைத் தழுவிய அந்த நொடியைத் தழுவும் போது அவன் விழித்தெழுவான். பிறகு அவளுக்கு அது பற்றி யோசிக்க ஒன்றுமே இல்லாமல் போனது. விழித்தெழுந்தவுடன் அவனிடம் தன் செயலுக்காக வருத்தம் தெரிவிக்க வேண்டியிருக்குமா எனக் கேட்டுக்கொண்டாள். அவளுக்குக் குழப்பமாக இருந்தது. புத்துயிர்ப்புக்குப் பின்பு மனிதனிடம் பழைய குரோதங்களும் அன்பும் எஞ்சியிருக்க முடியுமா என யோசித்தாள். குரோதமோ அன்போ அற்ற ஒருவனுடனான வாழ்வு எப்படியிருக்கும் என்னும் கற்பனையில் மூழ்கிப் போவதற்கும் கூட விரும்பினாள் சசி.

திடீரென ஒலித்த ஒரு முனகல் அவளைப் பதற்றமடையச் செய்தது. தான் உட்கார்ந்திருந்த பாலிமர் நாற்காலியிலிருந்து அவள் துள்ளியெழுந்தாள். உடல் நடுங்கியது. வியர்த்தது. மிகக் கவனமாக அவனை நெருங்கி, நடுங்கும் கரங்களால் போர்வையை விலக்கி அவனது முகத்தைப் பார்த்தாள். விஸ்வத்தின் நாசித் துவாரங்கள் விடைத்திருப்பதாக அவளுக்குத் தோன்றியது. சிறிது நேரத்திற்கு முன்பு அவற்றுக்குள் அவள் திணித்திருந்த காட்டன் உருண்டை களிலொன்று சிதறி அவனுடைய புறங்கழுத்தின் மீது விழுந்து கிடந்ததை அவளால் பார்க்க முடிந்தது. மார்புக்கூடும் மிக மிக லேசாக எழுந்து தணிந்து கொண்டிருப்பதாய் அவளுக்குத் தோன்றி யது. புறங்கையை அவனது நாசித் துவாரங்களில் வைத்துச் சோதித்தாள்.

ஆனால் காலம் இன்னும் எஞ்சியிருக்கிறதே? துல்லியமாக ஐந்து நிமிடங்களும் பத்தொன்பது நொடிகளும்.

நம்ப முடியாத வேகத்தில் துடிக்கத் தொடங்கியது அவளுடைய இதயம். சட்டென்று அவள் அவனிடமிருந்து விலகினாள். வரவிருக்கும் முடிவான கணத்தை எப்படி எதிர்கொள்வது என யோசிக்க முற்பட்டாள். அந்தக் கணம் எப்படியிருக்கப்போகிறது?

உயிர்ப்புற்று எழுந்தவுடன் என்ன செய்யப் போகிறான் விஸ்வம்? தான் விஸ்வம் என்பது அவனுக்குத் தெரிந்திருக்கப் போகிறதா? அவளை நினைவு படுத்திக்கொள்ள, யாரென்று அறிந்துகொள்ள அவனால் முடியுமா? அருணைக் குறித்தும் அவனுடனான அவளுடைய உறவுகள் குறித்தும் அவனுக்கு என்னவெல்லாம் நினைவிலிருக்கும்? எழுந்த கசப்புகள், உருவான இடைவெளிகள், பரிமாறிக்கொண்ட வசைகள், மூண்ட சண்டைகள் இவற்றில் எவையெல்லாம் அவன் நினைவடுக்குகளில் பதுங்கியிருக்கும்? எவையெல்லாம் மேலெழுந்து தொடரும்? அதற்குள் அருண் வந்துவிட்டால்? விஸ்வத்தின் உடலை அப்புறப்படுத்துவதற்கான ஆட்களோடு வந்து அழைப்பு மணியை அழுத்திவிட்டால்? கடவுளே, தன் கதியை மாற்றிக்கொண்ட காலத்தின் முதல் சாட்சியாய் இருக்க நேர்வது எவ்வளவு கொடியது? அதை எதிர்கொள்வதற்கான பலத்தை அவள் எங்கிருந்து பெறப் போகிறாள்?

இந்த நெருக்கடியிலிருந்து எப்படித் தப்புவது? எங்காவது ஓடிவிட்டால்? யாருமே அற்ற ஓர் இடத்துக்குப் போய் எஞ்சியுள்ள வாழ்வைத் தீர்த்துவிட்டால்? ஆனால் தன் கதியைத் தலைகீழாய் மாற்றிக்கொண்டுவிட்ட காலத்தின் முன்னால் எஞ்சியுள்ள வாழ்வு என்பது என்ன?

பிறகு அவள் எழுந்தாள். அலமாரியைத் திறந்து உடைகளில் ஒன்றிரண்டை எடுத்துத் தோள் பையொன்றில் திணித்துக் கொண்டு அவசர அவசரமாகக் கிளம்பினாள். அவனது மறு உயிர்ப்பின் விளைவுகள் என்னவாக வேண்டுமானாலும் இருந்துவிட்டுப் போகட்டும். எதிர்கொள்ளலின் வலியிலிருந்து தப்பிச் செல்வதே தான் செய்யவேண்டியது என நினைத்தாள். படுக்கையறையிலிருந்து வரவேற்பறைக்கு வந்தவள் செருப்பைத் தேட முற்பட்ட போது மிக மிகத் தற்செயலாக சோபாவின் மீது ஒரு கசங்கிய தலையணையை யும் பாலிமர் நாற்காலியின் மீது மிக ஆபாசமான முறையில் தொங்கிக்கொண்டிருந்த தன் உள்ளாடையையும் பார்த்தாள். ஆனால் சற்று நேரத்திற்கு முன்னால் அவள் அந்த உள்ளாடையைக் கண்டுபிடித்து அழுக்குக்கூடைக்குள் விட்டெறிந்திருந்தாளே? தலையணையைக்கூடப் படுக்கையறைக்குக் கொண்டு சென்றிருந்தது நினைவுக்கு வந்தது.

பிறகுதான் அந்தப் பூ ஜாடிகள் அவளது கண்ணில் பட்டன. அருண் அங்கிருந்து புறப்பட்டுச் சென்றவுடன் அவற்றைப் படுக்கை யறைக்குள் எடுத்துப்போனது அவளுக்கு மிகத் துல்லியமாக நினைவிலிருந்தது. சந்தேகமேயில்லை. காலம் திட்டவட்டமாக எதிர்த்திசையில் நகர்ந்து கொண்டிருக்கிறது. முன்பு நிகழ்ந்திருக்கும்

ஒவ்வொன்றும் தலைகீழான கதியில் திரும்பவும் நிகழ்ந்துகொண்டிருக்கிறது. ஒவ்வொரு பொருளும் அதன் பழைய இருப்பிடத்திற்குத் திரும்பிக் கொண்டிருக்கிறது.

பையை வீசிவிட்டுப் படுக்கையறைக்குள் நுழைந்தவளுக்கு முகம் வெளிறிவிட்டது. அவர்களுடைய அந்தப் படுக்கையறை முன்பு தென்பட்டது போலவே உருக்குலைந்து கிடந்தது. புத்தகங்களும் தண்ணீர் பாட்டில்களும் அறை முழுவதும் சிதறிக் கிடந்தன. சுவர்கள், ஜன்னல்கள், அலமாரிகள், மேசை, நாற்காலி எனத் தென்பட்ட எல்லாவற்றின் மீதும் தெறித்து உறைந்த ரத்தம். அறை முழுவதும் அப்போதுதான் நிகழ்ந்த புத்தம் புதிதான மரணத்தின் நெடி. யூடிகோலனின் வாசனையோ டெட்டாலின் நெடியோ இல்லை. விஸ்வம் அவளிடம் மன்னிப்புக் கேட்ட, அவனது உயிர் அவனிடமிருந்து பறிக்கப்பட்ட நொடிக்குப் பிந்தைய சில நிமிடங்களில் அந்த அறை அப்படித்தான் தென்பட்டிருக்க வேண்டுமெனத் தீர்மானித்துக் கொண்டாள்.

மிகத் துல்லியமாக இரண்டு நிமிடங்களுக்குப் பிறகு முக்கியமான அந்தக் கணம் வந்துவிடும். அவனது மறு உயிர்ப்பை நேரடியாகப் பார்த்துவிடும் பதைபதைப்போடு படுக்கையில் அவனுக்குப் பக்கத்தில் அவனது தோள்மீது சாய்ந்தபடி கிட்டத்தட்ட முத்தமிடுபவளைப் போலக் குனிந்தவாறு குருதிவற்றிக் கறுத்துக் கிடந்த சடலத்தின் முகத்தையும் எதிர்த்திசையில் பின்னோக்கிச் சுழலும் கடிகாரத்தின் மெலிந்த நொடி முள்ளையும் கண்ணிமைக்காமல் பார்த்துக் கொண்டிருந்தாள். எஞ்சியிருந்தவை வெறும் அறுபது நொடிகள். ஒரே ஒரு நிமிடம். ஆனால் சலனமில்லாமல், உயிர்பெற்றெழுவதற்கான எந்தத் தடயமுமில்லாமல் கல்போல் இறுகிக்கிடந்தது விஸ்வத்தின் உடல். அவள் பொறுமையிழந்தவளானாள். நொடிமுள்ளின் பின்னோக்கிய நகர்வுக்கு ஒத்திசைவாகச் சொடக்குப் போட்டபடி காத்திருந்தாள். நாற்பது, முப்பத்தொன்பது, முப்பத்தெட்டு, முப்பத்தேழு... ஒருவேளை எல்லாம் அவளது கற்பனையாக முடிந்துபோனால்?

ஆனால் கடைசி நொடிவரையிலும் நம்பிக்கை இழக்க வேண்டியதில்லை. ஒரு நொடியில் அது நிகழலாம். ஒரு நொடி என்பது எப்போதுமே அற்பமான கால அளவாக இருப்பதில்லை. சில தருணங்களில் ஒரு நொடி எல்லாவற்றையும் தலைகீழாக மாற்றிவிடும். ஓராண்டுக்கு முன்பு அவளைக் காதலிப்பதாக அருண் அவளிடம் சொன்னபோது பதில் சொல்வதற்கு அவள் ஒரே ஒரு நொடியைத்தான் செலவிட்டிருந்தாள்.

மார்ச் 2009

மீதி

எல்லோரும் அவனிடம் பிரியம் செலுத்தினார்கள். அவனைப் பார்க்கும்போது அவரவர்க்குள்ள முகங்களை உடனே பிரியமுள்ள முகங்களாக மாற்றிக்கொண்டார்கள். பிரியஞ் செலுத்துதலொரு கடமையெனக் கொண்டார்கள். தகப்பனை இழந்து வந்திருக் கிறவனின் மேல் பிரியஞ் செலுத்தாமலிருப்பது கூடாது.

பஸ்ஸை விட்டிறங்குகிறபோதே அவனைக் கண்டுகொண்டவர் சுப்பிரமணியம் சார்.

"அட நீங்களா...? வாங்க தம்பி சௌக்கியமா இருக்கீங்களா? திடீர்னு பொறப்புட்டு வந்திருக்கீங்களே. ஒரு லெட்டர் போட்டுட்டு வந்திருக்கலாமில்லையா? ஊர்ல எல்லோரும் சௌக்கியமா? அம்மா தேறீட்டாங்களா? அந்தப் பொடியன்... அவம் பேரென்ன... அவென் பேருலதான் உசுராயிருந்தாரு ஓங்கப்பா!"

எல்லாவற்றுக்கும் ஒருசேரத் தலையாட்டிச் சொன்னான்.

"எல்லாரும் சௌக்கியமாத்தான் சார் இருக்கோம். நீங்கள்லாம் நல்லாயிருக்கீங்களா சார்...?"

"என்னமோ இருக்கோம். சார்தான் இப்படி அகாலமாய்க் காலமாயிட்டாரு. இனியும் அதயே நெனச்சு கவலப்பட்டுட்டு இருக்காம ஆகவேண்டியதெல்லாம் பார்த்துத்தான் ஆகணும்..."

தந்தையின் நினைவுகள் தூண்டப்பட்டவனாய் சுப்பிரமணியம் சாரின் பாதச்சுவடு பற்றி நடந்தான். தந்தையைப் போன்றவரிவர். தந்தையின் திரேகமும் தந்தையின் குரலும், தந்தையின் சுபாவமுமுடையவர்.

"அப்பாவோட சாமானெல்லாம் எடுத்துட்டுப் போலாம்னு வந்தீங்களா தம்பி..."

"ஆமா சார்... அப்பா குடியிருந்த வீட்டைக் காலி பண்ணியா கணுமில்லையா? மற்றபடி சாமானெல்லாம் ஒண்ணும் அதிக மிருக்காது...?"

"ஆமாமாம்... என்னமோ கஞ்சி காச்சிக் குடிக்க ரெண்டு சாமாணும், உடுத்திக்க நாலு துணிமணியும், படுத்துக்க பாய்

பெட்ஷீட்டுன்னும் வெச்சிருந்தாரு... அப்புறம் அவரு ஓட்டிக்கிட்டு இருந்த பழைய சைக்கிள் ஒண்ணிருக்கும். அது டயர், டியூப்பெல்லாம் ஒண்ணும் வேலைக்காகறாப்பல இல்ல. மாத்தி, ஓவராயில் பண்ணுனா கொஞ்ச நாளைக்கு ஓட்டலாம் அப்படியே...”

சுப்பிரமணியம் சாரின் வீட்டுக்குப் போகிற போதே சங்கிலிமுத்து சாரும், துரைராஜ் சாரும் கண்டுகொண்டு உடன் நடந்தார்கள். அப்பாவை எல்லோருமே கடைசிக் காலங்களில் நிறையப் பராமரித்திருக்கிறார்கள்.

அப்பா செத்துப்போன அன்றைக்கு ஹெட்மாஸ்டருக்குத் தந்தி கொடுத்திருந்தான். எல்லாரும் இரவோடிரவாய்ப் புறப்பட்டு வந்துவிட்டார்கள். சுப்பிரமணியம் சாரென்றால் அப்பாவின் பாதந்தொட்டு வணங்கிச் சிறுபிள்ளையாய் அழத் தொடங்கி விட்டார். சங்கிலிமுத்து சாரும், துரைராஜ் சாரும் எல்லோருக்கும் ஆறுதல் சொன்னார்கள்.

“அப்பா போயிட்டா என்ன? நாங்கள்லாம் இருக்கோம்ல...? அப்பாவோட ஸ்தானத்துல நாங்க இருக்கோம்... யாரும் அழக் கூடாது.”

எல்லோரும் சேர்ந்து பெரிய ரோஜா மாலையாய் வாங்கிப் போட்டார்கள். பாடை தூக்குகிறபோது மூன்று பேரும் மாற்றி மாற்றி அப்பாவைச் சுமக்கிறதில் பங்கெடுத்துக் கொண்டார்கள். உறவுக்காரர்களும் ஊர்க்காரர்களும் ரொம்ப ஆச்சரியப்பட்டார்கள். இறந்துபோன அப்பாவைக் குறித்துப் பெருமையாய்ப் பேசிக் கொள்ளலானார்கள்.

சங்கிலிமுத்து சார் சொன்னார்: – “அப்பா சாகறதுக்கு ஒரு ரெண்டு மூணு மாசத்துக்கு முன்னாலேயே அவரால நடக்க முடியாமப் போயிடுச்சு... பேசக்கூட ரொம்பச் சிரமப்பட்டாரு... நான்தான் இருந்த நெலமயப் பாத்துவிட்டு சாருகிட்டச் சொன்னேன்... பேசாம ஸ்கூலுக்கு லீவு போட்டுட்டு ஒடம்பப் பத்தரமாப் பாத்துக்குங்க சாருன்னு எனக்கான வரையிலுஞ் சொன்னேன். கேக்கல, மெல்ல ஊர்ந்து ஊர்ந்துன்னாலும் வந்துருவேன்னு சொன்னார். அப்புறந்தான் நெலமயப் பாத்துட்டுத் தினசரி அவரச் சைக்கிள்ல ஒக்காரவெச்சு கூட்டிக்கிட்டுப் போயிட்டு வர ஆரம்பிச்சோம்.”

துரைராஜ் சார் சொன்னார்: – “அவரென்ன அந்தச் சீக்குக்குப் பயப்பட்டாரா? கையெழுத்துப் போட்டுட்டு பேசாம உக்காந்துக்குங்க சாருன்னு எல்லாருஞ் சொல்லுவோம், கேக்க மாட்டாரு. கொஞ்சம் சுடு தண்ணியெ மேஜைமேல வெச்சுக் குடிச்சிக்கிட்டு அந்தக்

குழந்தைகளுக்கு எதையாவதொன்னச் சொல்லிக் குடுத்துக் கிட்டேயிருப்பாரு..."

நினைவுகள் சேரச்சேர மனத்தின் துயரம் அதிகமாயிற்று. அப்பா ஏன் இப்படியெல்லாம் அவஸ்தைப்பட்டார். லீவும் எடுக்காமல்... வைத்தியமும் பார்த்துக்கொள்ளாமல்... மௌனமாய் நடக்கச் சங்கடமாயிருந்தது.

அப்பாவைக் குறித்துப் போகிறவர்களிடம் ஏதும் பேசாமல் வருகிறது சரியில்லை. ஆனால் என்ன பேசுகிறதென்று தெரியாதவனாய் சுப்பிரமணியம் சாரின் வீட்டுக்குப் போகிற வரையிலும் சங்கடத்துடனேயே நடந்தான்.

சுப்பிரமணியம் சார் வீட்டு வாசலை எட்டுகையிலேயே அவரது சம்சாரம் வீட்டுக்குள்ளேயிருந்து ஓடி வந்து அவர்களை எதிர் கொண்டு நின்றது. சொல்லமுடியாத பிரியத்துடனும், தவிப்புடனும் அவனைப் பார்த்தது. பக்கத்து வீடுகளிலிருந்து கமலத்தம்மாள், போஸ்ட்மேன் சம்சாரம் பேச்சிபாட்டி, கோயமுத்தூர் அத்தை எல்லோரும் வந்து அவனைச் சுற்றித் திரண்டார்கள்.

ஒவ்வொருவரும் அவன் மேல் தனிப்பட்ட பிரியம் செலுத்தினார்கள். அவனால் தாங்க முடியாத அளவுக்கு ரொம்பவும் வெளிப்படையானதாகவும் சம்பிரதாயமானதாகவும் இருந்தது அவர்கள் காட்டின பிரியம். அவனைப் பார்க்கிறபோது இப்படித் தான் நடந்துகொள்ள வேண்டுமென்று முன்கூட்டியே பேசி வைத்துக் கொண்டவர்களைப் போல எல்லோரும் ஒரே மாதிரி நடந்து கொள்ளலானார்கள்.

கோயமுத்தூர் அத்தை மட்டும் எல்லோரையும் விட அதிக உரிமையெடுத்துக் கொண்டு அவனைக் கட்டிப்பிடித்து என்னென்னவோ சொல்லிச் சொல்லியழத் தொடங்கிற்று. அவனுக்கு இன்னும் சங்கடமானது. தவிப்புடன் இதிலிருந்து விடுபடும் வழிதேடி யோசித்தான்.

எல்லோரிடத்திலும் அப்பா ஆஸ்பத்திரியிலிருந்து, கடைசிக் காலங்களில் பேசினது, சாப்பிட்டது, பின் செத்துப்போனது எல்லாவற்றையும் சொல்லத் துவங்கினான். சொல்லி முடிக்கையில் பின்னுமிருவர் வந்தனர். அவர்களுக்கும் அதே விவரங்களைச் சொன்னான், பின்னும் வந்தனர். ஒவ்வொரு முறை வந்தவர்களுக்காகவும் ஒவ்வொரு தடவை சொல்ல வேண்டியதாயிற்று.

திரும்பத்திரும்ப ஒரே மாதிரியான விவரங்களை ஒரே மாதிரி யான வார்த்தைகளால் கோத்துச் சொன்னான். நிறைய பேருக்குத் திரும்பத்திரும்பச் சொன்ன விவரங்களாதலால் எல்லோரிடத்திலும்

ஒரே மாதிரி சொன்னான். வார்த்தைகளோ, பாவனைகளோ எதுவும் மாறவேயில்லை. எழுதி வைத்துப் படிக்கிறது போலிருக்கிறது அவன் சொன்னது.

கடைசியில் இதில் அவனுக்கே ஒரு சலிப்புத்தட்டி எரிச்சலுறலானான். மனத்தில் ஏக்கம் பிடித்தது. முகம் வியர்த்தது; மெலிதாக நடுக்கமுற்றான். பின் சுப்பிரமணியம் சார் சொன்னார்,

"சரி, போதும் விடுங்க. அவர் சாப்பிடட்டும். வந்ததிலிருந்து வெறுங்காபியோட ஒக்காரவச்சுப் பேசிக்கிட்டிருக்கோம். எங்க எப்பச் சாப்புட்டாரோ என்னவோ! வாங்க தம்பி, கையைக் கழுவுங்க சாப்புடலாம்..."

துரைராஜ் சாரும், சங்கிலிமுத்து சாரும் தங்கள் வீடுகளில் சாப்பிடக் கூப்பிட்டார்கள். அவன் யாரிடமும் எதையும் மறுக்கவில்லை. ஒவ்வொருவரிடமும் ரொம்பவும் ஜாக்கிரதையாயும், நிதானமாயும் பேசினான். தன் பேச்சின் காரணமாய் யாருடைய மனமும் புண்பட்டுப் போய்விடக் கூடாதென்கிற பயத்துடனேயே பேசினான். அவர்கள் அவனிடத்தில் பிரியம் செலுத்துதலை அவன் உள்ளூர விரும்பினான். யாரும் அந்த நேரத்திய தங்களது முகங்களை மாற்றிக் கொண்டுவிடாதிருக்க வேண்டும்.

சாப்பாடு பரிமாறுகிறபோது சுப்பிரமணியம் சாரின் சம்சாரம் சொன்னது:

"இப்படித்தான் சாரும்... சூதுவாதறியா மனுஷன். ஒண்ணு வேணும்னா கூச்சப்படாமக் கேட்டு வாங்கிச் சாப்புடுவாரு. சலிச்சு வந்தாருன்னா ஒரு டம்ளர் காபி குடுங்க டீச்சரம்மான்னு கேட்பாரு. டீச்சர், டீச்சர்னு கூப்புடாதீங்க. சார், எனக்குக் கையெழுத்துப் போடக் கூடத் தெரியாதும்பேன். அதனால என்ன டீச்சர்... வாத்தியார் சம்சாரம் டீச்சர் தானேன்னு சொல்லுவார். சொல்லிட்டுச் சிரிசிரின்னு சிரிப்பார். பாவம் எதார்த்தமான மனுஷன்."

உதட்டில் ஒரு புன்னகை அவிழ பெருமூச்சுவிட்டு நின்றது. சாப்பிட்டபடியே சுப்பிரமணியம் சார் சொன்னார்:

"எதார்த்தம்னா எல்லாருகிட்டயுமா...? அந்த மளிகைக் கடைக்காரன் என்னமோ சுருக்குனு ஒரு வார்த்த சொல்லிட்டான்னு கடேசி வரையிலும் மொகங்குடுத்து அவங்கிட்ட ஒரு வார்த்த பேசிலயே... நான்தான் அவருகிட்டச் சொன்னேன். ஒடம்புக்குச் சரியில்லாத சமயத்துல சமைச்சுக்கிட்டுக் கஷ்டப்பட்டுக்கிட்டு இருக்காதீங்க சார். ஒங்களுக்கு என்ன வேணும்னாலும் கேளுங்க சார். கூச்சப்படாம கேட்டு வாங்கிச் சாப்புடுங்க. இது ஒங்க வீடு மாதிரிம்பேன். அதே மாதிரிதான் நடந்துக்கவும் செஞ்சாரு."

சாப்பிட்டு முடித்து எல்லோரும் வேப்பமர நிழலில் கட்டில் போட்டு உட்கார்ந்தார்கள். துரைராஜ் சார் சொன்னார்:

"கடசீல எங்களுக்கெல்லாம் புரிஞ்சு போச்சு... சாரை வண்டியேத்தி ஒங்க ஊருக்கு அனுப்பறப்போ எல்லோரும் பஸ் ஸ்டாப் வரையிலும் வந்தோம். சங்கிலிமுத்து சார்தான் கூடக்கௌம்பினாரு. அப்ப நாங்க எல்லோரும் சார் மொகத்த பார்த்தோம்.

அப்படியென்ன நெனச்சாரோ தெரியல. அவரும் எங்களை யெல்லாம் வெறச்சு வெறச்சுப் பாக்குறாரு. எங்களுக்குன்னா ரொம்ப கவலயாப் போச்சு. எங்க சார மறுபடி உயிரோட பாப்பமான்னு நெனச்சேன். கண்ணுல தண்ணி ஊற ஆரம்பிச்சிட்டுது. அத சாருக்குத் தெரியாம மறைக்கனுமேன்னு துண்டால மொகந் தொடைக்கற மாதிரி தொடச்சிக்கிட்டேன்."

துரைராஜ் சாரின் விழிகளில் இப்போது கூட லேசான மினுமினுப்புத் தென்பட்டது. வேட்டித் தலைப்பால் துடைத்துக் கொண்டு அமைதிப்பட்டார். பின் சங்கிலிமுத்து சாரும், போஸ்ட்மேன் சம்சாரமும் கமலத்தம்மாளும், கோயமுத்தூர் அத்தையும் அவரவர்க்குள்ள நினைவுகளைச் சொல்லத் தொடங்கினர். எல்லோருக்கும் அப்பாவைக் குறித்து எவ்வளவோ விஷயங்கள் நினைவிலிருந்தன.

பிறகு எல்லோரும் அவனைச் சுற்றி உட்கார்ந்தார்கள். துரைராஜ் சார் பேப்பரும் பேனாவுமாகக் கணக்குப் போடத் தொடங்கினார். அப்பா இறந்து போனதனால் கிடைக்கிற பத்தாயிரம் ரூபாய், பிராவிடன்ட் தொகை, கிராஜிவிட்டி, இன்சூரன்ஸ் தொகைகள் எல்லாவற்றையும் கணக்குப் போட்டார்கள். அதோடு அப்பா ஊர்க்காரர்களிடமும், ஆசிரியர்களிடமும் பட்டிருந்த கடன்களையும் கணக்கிட்டார்கள். சங்கிலிமுத்து சார் எல்லாவற்றையும் டைரியில் குறித்து வைத்திருந்தார்.

கடைசியில் எல்லோரிலும் மூத்தவரான சங்கிலிமுத்து சார் சொன்னார்:

"தம்பி, அப்பாவோட பணமெல்லாம் வந்தவொடனே மொதல்ல கடனெல்லாம் அடச்சிடுங்க. வர்ற பணத்தைப் பொறுப்பாய்ப் பாத்துச் செலவு பண்ணுங்க.

தங்கச்சிங்க ரெண்டு பேருக்கும் கல்யாணத்தைப் பண்ணி வையுங்க மொதல்ல... அப்புறம் அம்மாவைப் பத்திரமாப் பாத்துக்குங்க. அவங்க மேலதான் உயிராயிருந்தாரு ஓங்கப்பா... நீங்களும் ஏதோ ஒரு பொண்ணப் பாத்துக் கல்யாணத்தப்

பண்ணிக்கப் பாருங்க... எப்படியோ பொளச்சு அப்பா பேர எடுத்தாக வேண்டியது ஒங்க கடமையில்லையா?"

எல்லோருமாய் அப்பா குடியிருந்த வீட்டைப் பார்க்கப் புறப்பட்டார்கள். அப்பா குடியிருந்த வீடு ரொம்பவும் சின்னது. நாலைந்து மாசமாய்ப் பூட்டிக்கிடந்த வீட்டில் தூசியும், பூச்சிக் கூடுகளும் மண்டிக்கிடந்தன. ஒரு விதமான புளுக்கமான காற்றும் மட்கிய வியர்வை வாடையும் வீசிற்று.

சுப்பிரமணியம் சார் சொன்னது போலதான். சாமான்கள் ஒன்றும் அதிகமில்லை. உடுத்திக் கொள்ள ரெண்டு வேட்டியும் (பழையதாகிப் போனதும் கிழிந்து தையல் போடப்பட்டதுமான எட்டுமுழ வேட்டி ஒன்று, புதியதும் சலவை செய்யப்பட்டதுமான நாலுமுழ வேட்டி இன்னுமொன்று) இரண்டு சட்டைகளும் அண்டர்வேர்களும் துண்டுமிருந்தன. அப்புறம் சில அலுமினியப் பாத்திரங்கள், ஒரு ஸ்டவ் அடுப்பு, ஒரு தகரப்பெட்டி, பாய், தலையணை, போர்வை இவ்வளவுதான் அப்பாவினறையில் இருந்தவை.

தகரப் பெட்டியில் அப்பாவின் சர்ட்டிபிகேட், ஒரு பஞ்சாங்கம், அப்பாவுக்குக் கருங்கல்பாளையம் மச்சான் கொடுத்த டயரி, அப்பாவுக்கு வந்த கடிதங்கள் ஆகியன இருந்தன. டயரியில் நிறைய பக்கங்கள் காலியாகக் கிடந்தன. இந்த வருஷம் டயரி எழுத அப்பாவுக்கு வாய்க்கவேயில்லை. கடிதங்களை எத்தனையோ வருஷங்களாகப் பாதுகாத்து வைத்திருக்கிறார் அப்பா. அப்பா, அம்மா எடுத்துக்கொண்ட பழைய போட்டோ ஒன்றும் தாத்தாவும் அப்பாவும் ரொம்ப வருஷங்களுக்கு முன்பே சேர்ந்தெடுத்துக்கொண்ட போட்டோ ஒன்றுமிருந்தது. அதிலிருக்கிற அப்பா இளமையுடனும் அழகுடனுமிருந்ததைப் பார்த்துச் சந்தோஷப்பட்டான். அந்தப் போட்டோவில் உள்ள அப்பா இவனைப் போலவும் தாத்தா அப்பாவைப் போலுமிருப்பதாய் சுப்பிரமணியம் சார் சொன்னார்.

அப்பாவின் சைக்கிள் காற்றுப்போன நிலையில் கிடந்தது. வீட்டுக்காரருக்கு அப்பா தரவேண்டிய வாடகை பாக்கிக்காக அந்தச் சைக்கிளை அவருக்குக் கொடுத்தான். மீதியிருந்த சாமான்களை ஒரு மூட்டையாகக் கட்டி எடுத்துக் கொண்டான். வேட்டியிலும் சட்டையிலும் அப்பாவின் வியர்வை வாடை இருக்கும். ஒவ்வொருவர் உடம்புக்கும் ஒரு தனி வாடை உண்டே. அப்பாவுக்குரிய உடம்பு வாடை அவரது துணிகளில் இருக்கும். அந்தத் துணிகளைத் துவைக்காமல் அப்பாவின் உடம்பு வாடையைப் பாதுகாத்து வைக்க வேண்டும். பாத்திரங்கள் அப்பாவின்

எச்சில்பட்டவை. அப்பாவுக்கு வந்த கடிதங்கள் அப்பாவின் வாழ்க்கையைப் பற்றி நிறையச் சொல்லும்.

சுப்பிரமணியம் சாரைத் தவிர மற்றவர்கள் அவரவர் வேலையைப் பார்க்க விடைபெற்றுப் போயினர். சுப்பிரமணியம் சார் மட்டும் பஸ் நிறுத்தம் வரையிலும் வந்தார். சுப்பிரமணியம் சாருக்குப் பிற ஆசிரியர்கள் மேல் ரொம்பக் கோபம்.

"பார்த்தீங்களா தம்பி, இப்படி ஒங்களை ஒத்தையில நிக்க வச்சிட்டு அவுங்கவுங்க பாட்டுக்குப் போயிட்டாங்க... நாளைக்கு அவங்களுக்கு ஏதாச்சும் ஒண்ணுன்னா கடசிவரையிலும் இருக்க மனசு வருமா...? எல்லோரும் வாயிலதான் சர்க்கரைய வச்சுக்கிட்டுப் பேசுவாங்க...?"

"அதனால என்னங்க சார், பரவாயில்லை...?"

அவன் எவ்வளவோ சொல்லியும் அவர் பஸ் வருகிற வரையிலும் அவர்களைக் குறை சொல்லிக்கொண்டிருந்தார். பஸ் ரொம்ப நேரத்துக்கப்புறமே வந்தது. அதுவரையிலும் சலிப்பின்றிக் காத்திருந்தார்.

அவர் மட்டும் இல்லாதிருந்தால் பஸ்ஸில் மூட்டையை ஏற்றுவதற்கு ரொம்பச் சிரமப்பட்டிருக்க வேண்டும்.

எல்லாவற்றையும் சொன்னபோது அம்மா ஒரு விஷயத்தைப் பேச்சுப் போக்கில் அவனிடம் சொன்னாள். கடைசிக் காலத்தில் சுப்பிரமணியம் சார் அப்பாவோடு சண்டை போட்டுக் கொண்டாராம். இதனால் அப்பாவும் அவரும் ரொம்ப நாட்கள் பேச்சு வார்த்தையின்றி இருந்தனராம்.

1984

கருவி

தங்கராசு டெய்லர் தனது பழைய தையல் மெஷினை விற்று விட்டான். அதைத்தவிர அவனுக்கு வேறு வழியேதுமில்லாமல் போய்விட்டது.

அதென்ன மெஷினா...?

அதை இவ்வளவு நாளும் வைத்திருந்ததே பெரிய விஷயம் அவனுடைய சகதர்மினி சௌந்திரத்தின் தாய்வீட்டுச் சீதனங்களில் இது ஒண்ணாவது மிச்சமிருக்கட்டுமே என்றுதான் இவ்வளவு நாளும் அதனுடைய இம்சைகளையெல்லாம் தாங்கிக் கொண் டிருந்தது. இனியும் அதைக் கட்டியழ அதென்ன தாலி கட்டின பெண்டாட்டியா?

அவனுக்குத் தன் மெஷினையும் பெண்டாட்டி சௌந்திரத்தையும் ஒப்பிட்டுப் பார்க்கிறதில் எப்போதுமே ஒரு அலாதியான பிரியம் உண்டு. அவள் மேல் உள்ள பிரியத்துக்குச் சமதையான பிரியம் அவனுக்குத் தன் மெஷினின் மேலேயும் உண்டு.

அவளோடு சண்டையிட்டுக்கொண்டு அவளைப் பிறந்தகத்திற்கு அனுப்பியிருக்கிறான். அவளைத் தொலைத்துத் தலைமுழுகக் கூட யோசித்திருக்கிறான். ஆனால் இந்த மெஷினைப் பிரியவோ தலைமுழுகவோ ஒருபோதும் எண்ணியவனல்ல தங்கராசு டெய்லர்.

தாய்க்குத் தன் பிள்ளையைப் போலேயும், விவசாயிக்குத் தன் உழவு மாட்டைப் போலேயும் அவனுக்கு மெஷின்.

மெஷினில் உட்கார்ந்து தைக்க ஆரம்பித்துவிட்டால் அவனது சுபாவமே மாறிப் போய்விடும். தங்கராசு இயல்பிலேயே முரடன் ஆனால் மெஷினில் ஏறி உட்கார்ந்த உடனேயே எங்கே ஓடி ஒளிந்துகொள்ளுமோ அந்த முரட்டுத்தனம், கைகால்களுக்குத் தானாக ஒரு பக்குவம் வந்துவிடும். புதுப் பெண்டாட்டியைத் தொடுகிறபோது உண்டாகிற கூச்சமும் பூரிப்பும் உண்டாகும். அதிலும் சேர்ந்தாற்போல நாலைந்து புதுத்துணிகளுக்கு ஆர்டர் வந்துவிட்டால் போதும் மெஷினுக்குத் தனிப் பூஜையே நடக்கும்.

காலையில் கடையைத் திறந்தவுடனேயே மெஷினைக் கண்ணாடிபோல் துடைக்காவிட்டால் மனசு ஆறாது. அடிக்கடி எண்ணெய் விடுவான். வெள்ளிக்கிழமைகளில் சூடம் காட்டி ஊதுபத்தி கொளுத்திப் பூ வாங்கிப் போடுவான். தன்னைத் தவிர வேறு யாரையும் மெஷினருகே நெருங்க விடாமல் கண்ணுங் கருத்துமாயிருப்பான்.

அதற்கு உயிரும் உணர்வும் இருக்கிறதுபோல அதைத் திட்டுவான். கத்திரிக்கோலால் அடிப்பான், ரொம்ப எரிச்சலான நேரங்களில் இந்தத் தொழிலையுங்கூட வெறுத்துவிடுவான். ஆனால் மெஷினின் மேல் அவனுக்குள்ள வாஞ்சை மட்டும் மாறினதேயில்லை.

ஆனால் அதெல்லாம் ஒரு காலத்தில், பத்துப் பதினைந்து வருஷங்களுக்கு முன்னே.

சௌந்திரத்தைப் புதுப்பெண்ணாக லோகநாதபுரத்திற்குக் கூட்டி வந்த தினம்தான் தங்கராசு டெய்லரின் வாழ்க்கையிலேயே ரொம்பவும் சந்தோஷமான தினம். லோகநாதபுரமே ஆச்சரியமும் சந்தோஷமும் கொண்டது. கிழிந்த சாக்குப் படுதாக்கள் தொங்க விடப்பட்ட லோகநாதபுரத்து வீடுகளும், சாக்கடை நாற்றமும், அழுகிய குப்பைகளும் நிரம்பிய தெருக்களும் அவளை அளவற்ற பிரியத்துடன் வரவேற்றன. இத்தனைச் சௌந்தர்யங்களையுடைய ஒரு பெண் லோகநாதபுரத்திற்கு வசிக்க வருகிறதென்பது லோகநாதபுரத்தின் வீடுகளுக்கும், தெருக்களுக்கும் தகுதிக்கும் மீறி அளிக்கப்பட்ட கௌரவம். லோகநாதபுரத்துப் பெண்கள் எல்லோருமே அவலட்சணமானவர்களல்ல.

கேசவன் நாயர் பெண்டாட்டி உன்னிமேரிக்குப் பல் வரிசைதான் கொஞ்சம் தாறுமாறாக முளைத்துள்ளனவே தவிர, அவளுடைய கண்கள் கெண்டை மீன்களைப் போல அழகானவை. தாமஸ் மெக்கானிக்கின் மூத்தமகள் வசந்த ரூபிக்கு மூக்குக் கொஞ்சம் பெரிதாயிருந்தாலும் அவளுக்கிருக்கிறதைப் போன்ற கருகருவென்று நீளமாக வளர்ந்த அடர்த்தியான கூந்தல் வேறே யாருக்கிருக்கிறது? சுப்பிரமணியக் கவுண்டரின் பெண்டாட்டி சம்பூரணம் கருப்புதான், ஆனால் அவளைப் போல வாளிப்பான உடற்கட்டுள்ள பெண்கள் அபூர்வம். பரிமளாவின் புருவங்களின் அழகையும் எலிசபெத் டீச்சரின் முத்துப்பல் வரிசையும், உஷாராணியின் சிவந்த பாதங்களையும், பூனைமுடி வளர்ந்த கரண்டைக் கால்களையும் எவ்வளவு நேரம் வேண்டுமானாலும் சளைக்காமல் பார்த்துக் கொண்டேயிருக்கலாம்.

இவையெல்லாம் உண்மையெனினும், சௌந்திரம், மேற்சொன்ன அத்தனை அங்க லட்சணங்களையும் பெற்றிருந்தாள் என்பதும் எல்லோரும் ஒப்புக்கொள்கிற விஷயம்தான்.

ஆனால் தங்கராசு டெய்லரின் சந்தோஷத்திற்கும், பெருமிதத்திற்கும் அது மட்டுமின்றி வேறொரு காரணமும் இருந்தது. மாமனார் வீட்டிலிருந்து புத்தம் புதிய தையல் மெஷின் ஒன்றும் சீதனமாகக் குதிரை வண்டியில் வந்திறங்கியது அவனது பூரிப்பை இரட்டிப்பாக்கிவிட்டது.

புதுப்பெண்டாட்டியைப் பார்க்க வருகிறவர்களிடமெல்லாம், மெஷினையும் காட்டி அபிப்பிராயம் கேட்டான். பெரியவர்களின் காலில் விழுந்து ஆசீர்வாதம் வாங்குகிறபோது சொன்னான்,

“மெஷினப் பார்த்தீங்களா? சும்மா... கர்ண மகாராசா தோட்டங் கொண்டாந்து எறக்கிருக்கேன்...”

பெண்டாட்டியோடு டென்ட் கொட்டகைக்கும் கடை வீதிக்கும் உறவுக்காரர்களுடைய வீடுகளுக்கும் போகிறபோதெல்லாம் இந்த மெஷினையும் தூக்கிக்கொண்டு போக முடியாததுதான் அவனுக்கு ரொம்பவும் வருத்தமான விஷயம்.

மூன்றாம் நாளே லோகநாதபுரத்தில் பூவரச மரத்தினடியில் ஒரு கடையை வாடகைக்கு அமர்த்தி அதில் தன் புது மெஷினை வைத்து, ‘சௌந்திரம் டெய்லர்ஸ்’ என்று பெயரும் வைத்து உட்கார்ந்து விட்டான். அன்றைக்கு மெஷினுக்கும் அவனுக்கும் திருஷ்டி சுற்றிப் போட்டாள் சௌந்திரம்.

கடையும் என்னவோ நன்றாகத்தான் ஓடியது. தங்கராசு தன்னுடைய பெண்டாட்டியை மெஷினைப் போலவே எவ்வளவோ பிரியத்துடனும் பாங்குடனும்தான் வைத்து வாழ்ந்து வந்தான். ஆனால் காலம் என்ற ஒன்று இருக்கிறதே, அது அப்படியேவா இருந்துகொண்டிருக்கிறது?

ஒரு உதாரணத்துக்குச் சொல்லப்போனால், இப்போது சுதந்திர நாடாக அறியப்பட்டிருக்கிற நம்முடைய நாடு தங்கராசு பிறக்கிற போது வெள்ளைக்காரனிடம் அடிமை நாடாக இருந்தது. தங்கராசும் அப்போது டெய்லராக இருக்கவில்லை. டெய்லராகத்தான் ஆக வேண்டுமென்ற இலட்சியமும் அவனுக்கிருந்ததில்லை.

என்னவோ அவனைப் பெற்றவன், ‘பள்ளிக்கூடம் போடா’ என்றான். போனான். பின்னர் ஒருநாளில், ‘நீ படிச்சிக் கிழிச்சது போதும் தையல் கடையில போய்த் தொழில் பழகு’ என்று சாயபு

டெய்லரிடம் சேர்த்துவிட்டான். தங்கராசும் தந்தையின் கட்டளையைச் சிரமேற்கொண்டு தையல் பழகப் போனான்.

முதலில் காஜா எடுத்தான், பட்டன் கட்டினான்.

ஆரம்பத்தில் அவனுக்கு இந்தத் தொழிலைப் பிடிக்கவேயில்லை இருமல் நோயாளியான அந்தச் சாயபு டெய்லர் அவன் தலையில் நறுக்நறுக்கென்று குட்டுவதையும் அவனது தொடையைப் பிடித்து நெறுநெறுவென்று கிள்ளுவதையுமே தன்னுடைய குருபீடத்திற்குரிய கடமைகளெனக் கொண்டிருந்தான்.

சின்னப் பையனான தங்கராசு தன்னுடைய குருவின் மேற்படி நடவடிக்கைகளால் மிரண்டுபோய்க் குனிந்த தலை நிமிராமல் பட்டன் கட்டி வரலானான். ‘சும்மா இருக்கறப்ப அப்படியே மெஷின் பக்கம் போய்த் தையல் பழகு’ என்று பெற்றவன் அடிக்கடிச் சொல்லுவான். ஆனால் தங்கராசு மெஷின் பக்கம் போனால் சாயபு கத்திரிக்கோலால் அடிப்பான்.

பாவம் தங்கராசு...

தான் ஒருநாளும் சாயபுவிடம் தையல் தொழிலைக் கற்றுக் கொள்ளப் போவதில்லையென்றும், காலம் பூரா காஜா எடுத்துக் கொண்டு பட்டன் கட்டிக்கொண்டுதான் இருக்க வேண்டுமென்றும், இந்தச் சாயபுவும் தனக்கு மண்டை என்ற ஒன்று இருக்கிற வரையிலும் குட்டிக்கொண்டும் தொடையில் சதையிருக்கிற வரை கிள்ளிக்கொண்டும்தான் இருக்கப்போகிறானென உறுதியாக நம்பிக் கொண்டிருந்தான்.

எத்தனையோ வெயில்காலம், குளிர்காலம், மழைக்காலம், காற்றடிப்புக் காலம் எல்லாம் மாறி மாறி வந்துகொண்டிருக்கின்றன. பிள்ளைகளின் விளையாட்டுக்கூடக் கில்லி, பம்பரம், சடுகுடு, கோலி என்று அடிக்கடி மாறுதலுக்குட்படுகின்றன. இவையெல்லாம் யாருடைய முயற்சியுமின்றி நடக்கிறவைதான்.

ஆனால் தங்கராசு எவ்வளவோ முயன்றும், காஜா எடுக்கிறதிலிருந்தும், பட்டன் கட்டுவதிலிருந்தும் சாயபு டெய்லரிடமிருந்து குட்டுகளும் வசவுகளும் வாங்குகிறதிலிருந்தும் மாற முடியவில்லை.

என்ன ஆனாலும் சரியே, இனி சாயபு டெய்லரிடம் மட்டும் வேலைக்குப் போக மாட்டேன் என்று வீட்டிலிருந்தும் பார்த்தான். அன்றைக்கு அவனுடைய அய்யா சாயபு டெய்லருக்குப் பதில் அடிக்கவும், திட்டவும் செய்தார். இதற்கு சாயபு எவ்வளவோ மேல், சாயந்தரமானால் ஒரு டீயாவது வாங்கித் தருவார்.

எனவே தங்கராசு, தனக்கு விதிக்கப்பட்ட வாழ்க்கை இதுதான், அது ஒருபோதும் மாறவே மாறாது என்று முடிவு கட்டிக்கொண்டு தன்னுடைய அன்றாடக் கடமைகளைச் செய்து வந்தான்.

ஆனால் தங்கராசு நினைத்ததற்கும் மாறாக அவன் தையல் தொழிலைக் கற்று, டெய்லர் என்கிற யோக்கியாம்சத்துடன், சௌந்திரத்தைக் கல்யாணமும் பண்ணி புத்தம் புதிய தையல் மெஷினைச் சீதனமாகப் பெற்று லோகநாதபுரத்தில் கடையும் வைக்கிற அளவுக்கு வாழ்க்கை மாறிப்போய் விட்டது.

தங்கராசு பிறந்தபோது வெள்ளைக்காரனிடம் அடிமை நாடாக இருந்த நம்முடைய நாடு இப்போது சுதந்திர நாடாக மாறிவிட்டது என்பது முன்பே குறிப்பிட்ட விஷயம். ஆனால் அந்த மாற்றம் ரொம்ப நாட்களாகத் தங்கராசு டெய்லருக்குத் தெரியவில்லை. அதற்காக யாராலும் அவனைக் குற்றம் சொல்ல முடியாது.

சுதந்திரம் வந்த நள்ளிரவில் தங்கராசு தூங்கிக் கொண்டிருந் திருக்கிறான். அப்போது ரொம்பச் சின்னப்பையன். அன்றைக்கு நள்ளிரவில் சுதந்திரம் கிடைக்கப் போகிற விஷயம் அவனுக்குத் தெரியாதாகையால் தையல் கடையிலிருந்து வந்ததும் கஞ்சியைக் குடித்துவிட்டுப் படுத்துவிட்டான். படுத்தவுடனேயே சாயபு டெய்லர் கனவில் வந்துவிட்டான். கனவிலும் சாயபு சும்மா இருக்கவில்லை. தங்கராசுவைக் குட்டவும் கிள்ளவும் செய்திருக்கிறான். முதல் குட்டிலேயே தங்கராசுவுக்கு மண்டை உடைந்து ரத்தம் பெருகுகிறது. தொடைச் சதையை அப்படியே பிய்த்தெடுத்துவிட, வெறும் எலும்பு மட்டும் இருந்திருக்கிறது. காதைத் திருகியிருக்கிறான், தலையே காணாமல் போய்விட்டது. முதலில் சாயபு சாதாரணமாகத்தான் மெஷினில் உட்கார்ந்தபடி இருமிக்கொண்டு காட்சியளித்தான். அப்புறம் பார்த்தால் எருமை மாட்டில் உட்கார்ந்து கொண்டிருக் கிறான். கண்கள் ஒவ்வொன்றும் தேங்காய் அளவுக்குப் பெரியதாய் இருந்திருக்கிறது. தாடி மொத்தமும் சேர்ந்து பெரிய மீசையாய் முகத்தில் இருக்க, இஞ்ச் டேப் பாசக்கயிறாகிவிட, இருமலுக்குப் பதில் கர்புர் என்று கர்ஜித்தபடி, தங்கராசுவைத் துரத்தோ துரத்து என்று துரத்த...

பாவம் தங்கராசு 'காஜா, பட்டன், எமன், பாசக்கயிறு, டேப்பு, மண்டை, தொடை, ரத்தம், அய்யோ...' என்று அலறியடித்துக் கொண்டு எழ... அவனுடைய அப்பாவும் அம்மாவும் பையனுக்கு என்னவோ ஏதோவென்று பதறிச் சமாதானப்படுத்திப் படுக்க வைத்திருக்கிறார்கள். இந்தச் சந்தடியில் சுதந்திரம் வந்த விஷயமே தங்கராசு டெய்லருக்குத் தெரியாமல் போய்விட்டது. இப்போதும்

அவனுக்கு அதைப் பற்றியெல்லாம் அதிகமாய் ஒன்றும் தெரியாது. தானுண்டு, தன் வேலையுண்டு என்று வாழ்ந்துவருகிறான். அவன் பெரியவனாகி ஓட்டுப் போடுகிற வயது வந்தவுடன் யாரோ ஓட்டுப் போடக் கூப்பிட தங்கராசு கேட்டானாம்.

"ஓட்டா...? எதுக்கு? எப்படிப் போடறது?"

"நம்பள ஆளுறவுங்கள நாமளே தேர்ந்தெடுக்கணும் தங்கராசு... இது சொதந்திர நாடில்ல..."

இவ்வளவுதான் தங்கராசு டெய்லருக்குச் சுதந்திரத்தைப் பற்றித் தெரியும்.

இப்படி எவ்வளவோ மாற்றங்கள் தங்கராசு டெய்லருக்குத் தெரியாமலேயே வந்தபோதும் அவற்றால் பெரிய லாபங்களோ நஷ்டங்களோ ஏதுமில்லை அவனுக்கு. ஆனால் லோகநாதபுரத்தில் குடித்தனங்களும் பிரஜைகளும் அதிகமாகி இன்னும் சில புதிய தையல் கடைகளும் ஆங்காங்கே முளைத்துவிட்ட போதுதான் தங்கராசு டெய்லருக்கு உலக நடப்புகள் தன்னுடைய வாழ்க்கையையும் பாதிக்க முடியும் என்பதை உணர முடிந்தது.

முதலில் கட்டபொம்மன் வீதியில் பகதூர் டெய்லர் கடை முளைத்தது.

பகதூர் இளவயசுக்காரன். நவீன மோஸ்தரில் துணிமணிகள் தைக்கத் தெரிந்தவன். ஆளும் பார்வைக்கு அழகானவனாயும், நாகரிகமானவனாயும் இருந்தான். விதவிதமான துணிமணிகள் உடுத்திக்கொண்டு டிப்டாப்பாகக் கடையில் உட்கார்ந்திருப்பான். தனது தொழில் திறமைக்குத் தானே ஒரு சான்று என்பது போல இருக்கும் அவனது தோரணை. கடைக்கு அவன் வைத்த பெயர் கூட ரொம்பக் கவர்ச்சியானதாயிருந்தது. அப்போது புகழ் ஏணியின் உச்சியில் நின்று ஆடிக்கொண்டிருந்த ஒரு கவர்ச்சி நடிகையின் பெயர் அது. நூற்றுக்குத் தொண்ணூற்றொம்பது சதம் படங்களில் துணியே இல்லாமல் வெறும் உள்ளாடைகளுடன் நடனமாடி யிருக்கிறாள். பகதூர் தன்னுடைய தையல் கடைக்குத் துணியே போட்டறியாத அந்தக் கவர்ச்சி நடிகையின் பெயரையும் வைத்துக் கடைக்குள்ளே அவளுடைய படத்தையும் மாட்டி வைத்தவுடனேயே லோகநாதபுரத்து பிரஜைகள் சும்மாவேணும் பகதூர் டெய்லர் கடைக்குப் போய்வரத் தொடங்கினார்கள்.

நம்முடைய தங்கராசு டெய்லருக்கு இதெல்லாம் முடிகிற காரியமாய் இல்லை. முதலாவதாக தங்கராசு இனி என்ன பாடுபட்டாலும், எந்தக் காலத்திலும் பகதூர் டெய்லரைப் போல் வாலிபனாய் மாற முடியாது. அது இயற்கையின் சாபம்.

இரண்டாவதாக, பகதூர் டெய்லரைப் போல நவீன மோஸ்தரில் துணிகள் தைக்கத் தெரியாது, தங்கராசு டெய்லருக்கு. இத்தனை வயசுக்கும் மேல் யாராவது ஒரு டெய்லரிடம் போய் குட்டுகளும் வசவுகளும் வாங்கிக்கொண்டு கற்றுக்கொள்ளவா முடியும்? அல்லது அப்படியொரு டெய்லரைச் சம்பளத்திற்கு அமர்த்திக் கொள்ளுவதும் அவனுக்கு முடியாத காரியம்.

நாலு ஜீவன்கள் சாப்பிடுகிறதும், பையனையும் பெண்ணையும் பள்ளிக்கூடத்திற்கு அனுப்புகிறதுமே பெரிய காரியங்களாயிருக்கின்றன. தங்கராசு டெய்லர் தன் பிள்ளைகளைப் பள்ளிக்கூடத்திற்கு அனுப்ப இரண்டு காரணங்கள், ஒன்று தன்னைப் போல் தனது பிள்ளைகளும் ஒன்றும் தெரியாமல் வளர்ந்துவிடக் கூடாது. தனக்குத்தான் நாடு சுதந்திரம் பெற்ற விவகாரம்கூடத் தெரியவில்லை. தன் பிள்ளை களாவது நாட்டு நடப்பைப் பற்றி நாலு விஷயங்கள் தெரிந்தவர்களாக வரட்டுமே என்கிற ஆசை. இன்னொன்று, தன் பிள்ளைகளும் தன்னைப் போலவே டெய்லராகப் போய் வயிற்றுப் பாட்டுக்கே வழியில்லாமல் தாளம் போடுகிற நிலையில் இல்லாமல் படித்து நல்ல உத்தியோகத்துக்குப் போய்விட வேண்டுமென்ற நினைப்பு.

அப்புறம், பகதூர் டெய்லரின் மெஷினைப் போல தங்கராசு டெய்லரின் மெஷின் புதுசாயில்லை. பழசாகிப் பாகங்கள் பழுது பட்டுப் போய்விட்டன. அவன் மெஷினில் உட்கார்ந்து தைக்க ஆரம்பித்தவுடன் வருகிற கடகடவென்ற பெருத்த இரைச்சலின் காரணமாக அவன் கடைக்குப் பக்கத்திலிருக்கிற லோகநாதபுரத்துப் பிரஜைகள் அவனைத் தமது ஜென்ம விரோதியாகவே நினைக்கத் தொடங்கியிருந்தனர். கவர்ச்சி நடிகையின் படத்தை மாட்டுவது ஒன்றுதான் இப்போதைக்கு காரிய சாத்தியமான விஷயம். கடையின் பெயரைப் பொறுத்த அளவில் 'சௌந்திரம்' என்ற பெயரைக் காட்டிலும் வேறெந்தப் பெயரும் கவர்ச்சியாவதில்லை என்பது அவனது உறுதியான அபிப்பிராயம்.

அதனால் தொழில்ரீதியில் பகதூர் டெய்லரோடு போட்டி போடுவது இயலாத காரியம் என்பது தங்கராசு டெய்லருக்குத் தெளிவாயிற்று.

ஆனாலும் என்ன?

மரம் வைத்தவன் தண்ணி ஊற்றாமலா போய்விடுவான்? அல்லது படைத்தவன் தான் படியளக்காமல் போய் விடுவானா? அப்படி ஆளாய்ப் பறந்து சம்பாதித்து ஆகப் போகிறதென்ன? சிட்டுக்குருவி வயிறாட்டம் நாலு வயிறு. அது நிரம்பாமலா போய்விடப் போகிறது! வருகிறது வரட்டும், வாழ்கிறபடி வாழ்வோம்

நற்றிணை பதிப்பகம் ❖ 127

என்றெல்லாம் பலவாறாகத் தத்துவ விசாரங்களில் ஈடுபட்டுத் தன்னைத் தேற்றிக்கொள்ளத் தொடங்கினான்.

ஆனால் அப்படியும் காலம் விட்டுவைக்கவில்லை. கட்ட பொம்மன் வீதியில் பகதூர் கடை வைத்த மாதிரி, அண்ணா வீதியில் பீட்டரும், அம்பேத்கார் வீதியில் ராகவனும் தையல் மெஷினை வைத்துக்கொண்டு உட்கார்ந்துவிட்டார்கள். ஆனால் அவர்களுடைய தொழில் திறமையோ கடைகளின் கவர்ச்சியோ தங்கராசு டெய்லருக்குப் புதிதாய் எந்த நஷ்டத்தையும் விளைவிக்க வில்லை. சௌந்திரத்தின் தாய்வீட்டுச் சீதனமான அந்த மெஷின் இப்போது தைக்கவே லாயக்கற்றுப் போய்விட்டது. எப்போதாவது ஒரு துணி இரண்டு துணிகள் என்று வந்துகொண்டிருந்தன. அதைத் தைக்கத் தேவையான நூலோ மெஷினுக்குவிட எண்ணெய்யோ அவனிடம் இருக்காது. துணியைக் கொடுத்தவர்களிடமே கொஞ்சம் பணம் வாங்கித் தைத்துக் கொடுத்தால் உழைப்புக்கு ஒன்றோ இரண்டோ மிஞ்சும்.

அதையும் வருகிற கடன்காரர்களுக்குத் தகுமானஞ் சொல்லி, பல்லை இளித்துக் கெஞ்சிக் கூத்தாடிக் காப்பாற்றி எடுத்துக் கொண்டு வீட்டுக்கு வந்து பெண்டாட்டி சௌந்திரத்திடம் கொடுத்தால்தான் அவள் வசவுகளில்லாமல் வயிற்றுக்குக் கஞ்சி ஊற்றுவாள். இல்லாவிட்டால்...

"நீயும் ஒரு ஆம்பிளைன்னு இருக்கறயே... உன்னயாட்டவ மத்த ஆம்பிளைக... ஒரு நாளைக்கு ஒரு காப்பிடி அரிசிக்குக் கூட ஒரு குடும்பம் பாக்கற ஆம்பிளை சம்பாதிக்கலீனா... பொம்பள எப்படிக் குடும்பம் தாட்டுவா...? பாவம் அந்தப் பையனும் புள்ளையும் அதுக வயசுக்குப் பட்டறைக்குப் போயினாலும் ரண்டு பணம் கொண்டு வரலீனா அடுப்பும் பொகையாது... அதுகளப் படிக்க வெச்சுப் பாடையில போடறேன்னு சொன்ன, அதுக்கும் கையிலாவுல"

அவளுக்குத் தங்கராசின் பதில் மௌனம்தான். பாவம் அவளும்தான் என்ன செய்வாள்? அவள் சீதனமாகக் கொண்டு வந்த மெஷினைப் போலேதான் அவளும். எத்தனையோ பெண்களைப் போல அவளும் நிறைய கனவுகளுடன்தான் புருஷன் வீட்டுக்கு வந்தாள். ஆனால் வாழ்க்கை அவளுக்குக் கண்ணீரையும் துக்கத்தையுமே தந்தது.

இவ்வளவுக்கும் பின்னர்கூடத் தங்கராசு மெஷினை விற்க வில்லை. கடையில் உட்கார்ந்துகொண்டு, வருகிற துணிகளுக்காகக் காத்திருக்காமல், துணிகள் இருக்குமிடத்திற்கு அவனே போகத்

தொடங்கினான். ஒரு பலகையில் சக்கரங்களை மாட்டி அதன் மேல் மெஷினை வைத்துக்கொண்டு தெருத்தெருவாகப் போய் பழந்துணிகள் தைத்தான்.

எங்கேயானால் என்ன? திருடவில்லை. பொய் சொல்லி யாரையும் ஏமாற்றவில்லை. வயிற்றுப்பாட்டுக்கு நேர்மையான வழியில் உழைக்கிறோம் என்று வாழ்க்கை விடுத்த சவாலைச் சமாளிக்க முயன்றான்.

ஆனால் துரதிருஷ்டவசமாக நமது கதையின் நாயகன் ஓர் அரசியல் தலைவனாகவோ சினிமாக் கதாபாத்திரமாகவோ இல்லையாதலால் சவால் விடுவதும், சவாலை ஏற்றுக்கொள்வதும் அவனுக்குப் பழக்கப்படாத விஷயங்களாகிவிட்டன.

கடன்காரனிடத்தில் சவால்விட முடியுமா?

கடன்காரனுக்குப் பதில் சொல்ல முடியாததால் தங்கராசு டெய்லர் தனது மெஷினை விற்க வேண்டியதாகிப் போயிற்று. தங்கராசு எப்படிக் கடன்பட்டான் என்கிற நதிமூலம், ரிஷிமூலம் எல்லாம் பார்க்க வேண்டியதில்லை.

இதெல்லாம் சகஜந்தான்.

நம்முடைய நாட்டில் டாட்டா, பிர்லா என்று எத்தனையோ கோடீஸ்வரர்கள் இருக்கிறார்களாம். அவர்களுக்கும் கூடக் கோடிக் கணக்கில் கடன் இருக்கிறதாம் எவ்வளவு பெரிய நாடு இந்தியா? இருந்தும் அமெரிக்காவிடம் எத்தனையோ ஆயிரம் கோடி கடன்பட்டுள்ளதாம்.

தங்கராசு எம்மாத்திரம்?

ஒரு சாதாரண தையல்காரன், அவனுக்கும் இருநூற்றைம்பது ரூபாய் கடன் இருந்தது. கடன்காரன் அன்றைக்குத் தங்கராசு டெய்லரை மெஷினும் கையுமாகப் பிடித்துத் தோளில் துண்டைப் போட்டு இழுத்துப் பிடித்துக்கொண்ட போது தங்கராசு டெய்லருக்கு வேறு வழியேதுமில்லாமல் போய்விட்டது.

மெஷினை விற்றான்.

அந்த மெஷினை எத்தனையோ தடவை திட்டியிருக்கிறான், அடித்திருக்கிறான். இதை எப்போதடா தலை முழுகலாம் என்றுகூட யோசித்திருக்கிறான். ஆனால் மெஷின் அவனை விட்டுப்போனபோது மனசுக்குள்ளேயே பொருமிப் பொருமி அழுதது. அவனைத் தவிர வேற யாருமறியாத ரகசியம்.

இனி தங்கராசு என்ன செய்வான்? அது அவனுக்கே புரியாத விஷயம்.

கடன்காரனுக்குப் போக எஞ்சிய சில ரூபாய் நோட்டுகளை எடுத்துக்கொண்டு சாராயக் கடைக்குப் போனான். அந்த மெஷின் மூலம் இவ்வளவு வருவாய் வந்து எவ்வளவோ காலமாகிவிட்டது. சாராயக்கடையிலிருந்து விழிகள் சிவக்கக் கால்கள் தள்ளாட நேரே லோகநாதபுரத்துக்கு வந்தான்.

கட்டபொம்மன் வீதியில் பகதூர் டெய்லர் கடை சுறுசுறுப்பாக இருந்தது. நின்று கடையை வெறித்துப் பார்த்தான். புது மெஷின் இளவயதுக்காரனான பகதூர் டெய்லர் அவனைப் பார்க்கவும் தங்கராசு டெய்லருக்கு, தான் இளைஞனாகி மெஷினில் உட்கார்ந் திருந்த கால்கள் நினைவுக்கு வந்தன. விழிகளில் நீர் பொங்கிற்று.

தள்ளாடித் தள்ளாடிக் கடைக்குள் நுழைந்தான். அண்டர் வேர் பாக்கெட்டிலிருந்து மிச்சமிருந்த ரூபாய் நோட்டுகளை எடுத்துக் கொத்தாகக் கையில் பிடித்துக் கொண்டான்.

“பகதூர் !”

ரூபாய் நோட்டுகளைப் பகதூர் டெய்லரின் முகத்துக்கு நேரே உயர்த்தி விரித்துக் காட்டினான்.

“பாத்தியா, நா மெஷின வித்துட்டேன்... எத்தனை வருஷமாக எங்கிட்டே இருந்த மெஷினு தெரியுமா அது? எம்புள்ளயாட்டம் வச்சிருந்தேன். இன்னைக்கு வித்துட்டேன். இதென்ன மெஷினு... மயிரெப் புடுங்குன மெஷினு. இத வெச்சுக்கிட்டு பழைய துணிகூடத் தெக்க முடியாது. போனாப் போவுது மசுரு... இன்னொரு மெஷினு வாங்குனாப் போவுது... புது மெஷினு உம்பட மெஷினவிடப் புது மெஷினா வாங்கிக் காட்டறேன். என்னடா குடிச்சுட்டு உளர்றான்னு பாக்கறியா? ஆமா குடிச்சேன்... பதனஞ்சு ரூபாய்க்குக் குடிச்சந் தெரியுமா? இதென்ன மசுரு... இன்னங் குடிப்பேன்... இருக்கறதெல்லாத்துக்கும் குடிப்பேன். காசென்ன மசுருக்காக... நீ குடிக்கிறியா ?”

தங்கராசு, பகதூர் டெய்லரிடம் சண்டை போட்டான். தன்னுடைய மெஷினை வாங்கின கதை, விற்ற கதை, அதனுடைய அருமை பெருமைகளை எல்லாம் சொன்னான். சொல்லிச் சொல்லி அழுதான். இதையெல்லாம் அவன் இன்னும் நிறைய பேரிடம் சொல்லுவான்.

அண்ணா வீதியில் உள்ள பீட்டர் டெய்லரிடமும் அம்பேத்கார் வீதியிலுள்ள ராகவன் டெய்லரிடமும் இன்னும் லோகநாதபுரத்தின் எல்லாப் பிரஜைகளிடமும் சொல்லுவான். மனுஷ முகமென்று எந்த முகத்தைப் பார்த்தாலும் சொல்லுவான்.

தன் பெண்டாட்டி சௌந்திரத்திடமும் பிள்ளைகளிடத்திலும் தன் மெஷினைப் பத்திச் சொல்லிச்சொல்லி அழுவான். சண்டையும் போடுவான்.

அதையெல்லாம் சொல்ல என் எழுத்துக்கு வீரியம் போதாது.

1984

கழைக் கூத்தாடியின் இசை

ட்ரிப்ளிக்கேனின் புராதன அடையாளங்களில் ஒன்று வி.கே.என். மேன்ஷன். நான்கு தளங்கள் கொண்ட மேன்ஷனின் இருநூற்றுச் சொச்சம் அறைகளில் எழுநூறுக்கு மேற்பட்ட பல்துறை வல்லுநர்கள் வாசம்புரிகிறார்கள். காலத்தின் பிடியில் சிக்கி விரிசலுற்ற நம்பிக்கைகளைப் பற்றிக்கொண்டு வாழும் எழுத்தாளர்கள், ஜர்னலிஸ்ட்கள், அசிஸ்டென்ட் டைரக்டர்கள், துணை நடிகர்கள், புரோகிதர்கள், எஞ்சினீயர்கள், வெயிட்டர்கள், விற்பனைப் பிரதிநிதிகள், லாப் டெக்னீஷியன்கள், தனியார் இன்ஸ்ட்டியூட்களில் போட்டோஷாப், ஜாவா, அனிமேஷன் டெக்னாலஜி பயிலும் மாணவர்கள், வாரத்தில் இரண்டு நாள்களோ மூன்று நாள்களோ தங்கிச் செல்லும் பெட்ஷிட், பனியன், ஜட்டி, கைலி, உள்பாவாடை, ஜாக்கெட் பிட், ப்ரா வியாபாரிகள், இன்னும் தினமும் நூற்று இருபது ரூபாய்க் கணக்கில் யாருக்கெல்லாம் மாதம் மூன்றாயிரத்து அறுநூறு ரூபாய் கொடுக்க முடிகிறதோ அவர்கள், தனி அறை வேண்டுமென்றால் மாதத்திற்கு ஐயாயிரத்திலிருந்து பன்னிரண்டாயிரம் வரை ஆகும். பன்னிரண்டாயிரத்துக்கு ஏசி அறை. நானூறாண்டுப் பழமை கொண்ட இந்த மெட்ரோ சிட்டியில் வேலைக்குப் பஞ்சமில்லை. கணந்தோறும் பிழைப்பாதாரங்கள் புதிது புதிதாக முளைத்துக் கொண்டிருக்கின்றன.

மேன்ஷனின் நெடுங்கதவைக் கடந்து வெளியேறினால் பெருந்தெரு. முன்னெப்போதோ அப்படி இருந்திருக்கலாம். இப்போது வாகனங்களோ ஆட்களோ எளிதில் கடந்து சென்றுவிட முடியாது. குறுக்குத் தெருவாகச் சுருங்கிவிட்டது. ஞாபகங்களின் சாபத்திலிருந்து விடுபட முடியாத இப்பெருநகரவாசிகள் குறுக்கிலும் நெடுக்கிலும் அதில் முண்டியடித்துக் கொண்டிருக்கிறார்கள். சைக்கிள்களும் பைக்குகளும் ஸ்கூட்டர்களும் ஆட்டோக்களும் கார்களும் வேன்களும் சில சமயங்களில் பெரும் பொதிகளை ஏற்றிக்கொண்டு லாரிகளும்கூடச் சுலபமாக நுழைந்து விடுகின்றன. ஹாரன்களின் இடையறாத ஊளை, செவிகூசும் வசவுகள். எதையும் பொருட்படுத்தாமல் கிடைக்கும் கையகலச் சந்துகளுக்குள் புகுந்து

நசுங்கி வியர்வைப் பிசுபிசுப்புடன் வெளியேறத் தெரிந்திருக்க வேண்டும். அப்படிப்பட்டவர்களுக்கே வசப்படுகிறது இந்த மெட்ரோ வாழ்க்கை. கௌதம நீலாம்பரனைப் போன்ற அசடுகளுக்கல்ல.

தூங்கி எழுந்து வெளியே வந்தால் கடந்தகாலச் சரித்திரத்தின் எச்சமாக இன்னும் அங்கே நின்றுகொண்டிருக்கும் இந்து ஸ்கூலின் பழம்பெருமை வாய்ந்த சிவப்புக் கட்டடத்தின் பீழைவழியும் முகத்தில்தான் விழிக்க வேண்டும். அதைப் பொருட்படுத்தாமல் இடப்பக்கமாகத் திரும்பித் தெற்கு நோக்கி நடந்தால் பைகிராப்ட்ஸ் ரோடு, இப்போது பாரதியார் சாலை, திருப்பத்தில் உள்ள பெட்டிக்கடையில் தினத்தந்தி ஒன்றை வாங்கிக்கொண்டு சபரி காபி ஹவுசுக்குள் நுழைந்தால் ஒரு மணி நேரம் கிடைகொள்ளலாம். செலவு; எடுத்த எடுப்பில் ஒரு காபி, செய்திகளை மென்றுகொண்டே இரண்டு பட்டர் பிஸ்கட்டுகள், முத்தாய்ப்பாக மற்றுமொரு கசப்புத் தேநீர். அங்கிருந்து நேர் கிழக்கே நடந்தால் காற் சிலம்பை உயர்த்திப்பிடித்தபடி ஆகாயத்தை வெறித்துக் கொண்டிருக்கும் கண்ணகியின் பொற்பாதங்களைச் சேரலாம். 'நீர்வார் கண்ணை எம்முன் வந்தோய்?' எனப் பரிவுடன் கேட்க அங்கே அவளுக்கு யாருமில்லை. சாலை நெடுகிலுமுள்ள கோட்டைக் கொத்தளங் களுக்குச் சுழலும் விளக்குகளுடன் விரையும் அமைச்சர் பெருமக்களு டையவும் துறைச் செயலாளர்களுடையவும் இயக்குநர்களுடையவும் காவல் துறை அதிகாரிகளுடையவும் வாகனங்களின் இடையறாத சைரன் ஒலி. அடிக்கொருதரம் விறைப்பாக நின்று சல்யூட் அடிக்கும் போக்குவரத்துக் காவலர்கள், இளைய சமுதாயத்தின் அசுரவேக இருசக்கர வாகனங்கள். எல்லாக் கண்காணிப்புகளையும் மீறிச் சில சமயங்களில் யாருக்காவது மண்டை சிதறுகிறது. முட்டிகள் உடைகின்றன. ஆவின் கடைமணி யுகுநீர் நெஞ்சு சுடத் தன் அரும்பெறற் புதல்வனை யாழியின் மடித்தோனின் பெரும்பெயர்ப் புகாரைப் போல இல்லை அவளுக்குக் காற்சிலம்பை உயர்த்திக் காட்டி நிற்கக் கிடைத்திருக்கும் மேடை அமைந்துள்ள காமராஜர் சாலை. இரவு பகலாக நிகழும் சாலை விபத்துக்களில் சிதறிக் குற்றுயிராய் விழும் மனித உடல்களைப் பரிதவிப்புடன் நின்று பார்த்துக்கொண்டிருக்க வேண்டும். சக வாகன ஓட்டிகள் நாசுக்காக விலகிப் போகிறார்கள். அவள் வடக்காகத் திரும்பி அண்ணா சதுக்கத்தை ஓர் அறப்பார்வை பார்த்தால் சத்தமெழுப்பிக் கொண்டு வந்து நிற்கும் ஆம்புலன்சுகளைப் பார்த்துத் திருப்திப்பட்டுக் கொள்ள வேண்டியதுதான். நாள் முழுக்க அவளுடைய பிருஷ்டத்துக்குக் கீழே, புல்தரையில் வரிசையாகப் படுத்துக்கிடக்கும் போக்கிடமற்ற சோம்பேறிகளையும் இருட்டத் தொடங்கியதும், "உக்காரலாமா?"

எனக் கேட்டுக்கொண்டு வந்து நிற்கும் வேசிகளின் நடமாட்டத்தையும் பார்க்கும் பாக்கியம் மாசாத்து வாணிகனின் மருமகளுக்கு இல்லை.

ஒவ்வோர் இரவிலும் மிஸ்டர் எக்ஸ் அவளைக் கடந்துதான் கடற்கரை மணலில் பிரவேசிக்கிறார். முன்னிரவு சரியாக ஏழு மணிக்கு. உயரமான விளக்குத் தூண்களிலிருந்து வழியும் ஒளிப்பிரவாகத்தின் பாசிபீடித்த படுகையில் முத்தங்களைப் பரிமாறிக்கொண்டிருக்கும் ரகசியக் காதலர்களின் அந்தரங்கங்களை ஊடுருவிக் கொண்டு பீச்சின் மறுகோடியில் தன் கைத்தடியை ஊன்றி நிற்கும் காந்திசிலை வரை நடப்பார். தென்படும் ஒவ்வோர் இணையையும் கூர்ந்து கவனிப்பார். சந்தேகம் வலுக்கும்போது யாரையும் நெருங்கிச் சென்று முத்தங்களால் எச்சில்படுத்தப்பட்ட பெண்ணின் முகத்தைப் பார்ப்பதற்கு மிஸ்டர் எக்ஸ் கூச்சப்படுவதில்லை. மிஸ்டர் எக்ஸுக்கு உலகின் மிக அழகான இந்த பீச்சில் தமக்கான மஞ்சத்தை உருவாக்கிக் கொண்டிருக்கும் அவருடைய காதல் மனையாளையும் அவளுடைய ரகசியக் காதலனையும் கையும் களவுமாகப் பிடிக்க வேண்டும். மிஸ்டர் எக்ஸை எல்லோருக்கும் தெரியும். மிஸ்டர் எக்ஸ் யாரையும் பதற்றமடையச் செய்வதில்லை. யாரையும் அச்சுறுத்துவதில்லை. மிஸ்டர் எக்ஸை அறியாத புதியவர்கள் யாராவது பயந்துபோய் விலக முற்படும்போது மிஸ்டர் எக்ஸ் அவர்களிடம் மன்னிப்புக் கேட்டுக்கொண்டு விலகிப் போய்விடுகிறார். சிலர் அவருக்கு “ஹலோ” சொல்கிறார்கள். மிஸ்டர் எக்ஸ் டிசிப்பிளினின் அடையாளம். சரியாக ஒன்பது மணிக்குத் தனது தேடலை முடித்துக்கொண்டு ட்ரிப்ளிக்கேனின் மற்றோர் அடையாளமான விவேகானந்தர் இல்லத்திற்கெதிரே கடற்கரையின் உள்வட்டச் சாலையில் புதிதாக அமைக்கப்பட்டிருக்கும் கிரானைட் பாவிய படிக்கட்டுகளில் ஒன்றில் உட்கார்கிறார்.

புகைப்பிடிக்கிறார், எழுந்து போய்விடுகிறார்.

காற்சிலம்பேந்திய காரிகையால் மிஸ்டர் எக்ஸையும் பார்க்க முடியாது. அவளுடைய நிலைகுத்திய பார்வை பைகிராப்ட்ஸ் சாலையின் முடிவில், ட்ரிப்ளிக்கேன் ஹை ரோட்டில் ஜாம்பஜார் சந்திப்பில் உள்ள ரத்னா கபேயின் மீதே நிலைகுத்தியிருக்கிறது. சாம்பார் இட்லி சாப்பிடுவதற்காக அங்கு வரும் நவீனத் தமிழ்க் கவிகளுக்கிடையே தன்னைப் படைத்த இளங்கோவடிகளின் முகம் தென்படுகிறதா எனப் பார்த்துக் கொண்டிருக்கிறாள். அகப்பட்டால் ஏந்தியிருக்கும் சிலம்பை அடிகளாரின் காலடியில் போட்டு உடைத்துத் தன் ஆத்திரத்தைத் தீர்த்துக் கொள்வாளாயிருக்கும்.

எண்பது வருடப் பழமை கொண்ட ரத்னா கபேயில் புதுமைப் பித்தன் சாப்பிட்டிருக்கிறான். அழகிரிசாமியும் குபாராவும் மௌனியும் லாசராவும் தர்மோ அரூப் ஜ்வ்வோராம் சுந்தரும் கூடச் சாப்பிட்டிருப்பார்கள். பாரதி சாப்பிட்டிருப்பானா என்பதைச் சொல்லத் தெரியும் அளவுக்குப் பிரபலத் திரைப்பட இயக்குநர்களின் பிரபல அசிஸ்டென்ட் கௌதம நீலாம்பரனுக்கு வரலாற்று ஞானம் இல்லை.

புதுமைப்பித்தன் காலத்தில் சாம்பார் இட்லி காலணாவாக இருந்திருக்கும். அந்தக் காலணாவைக் கொடுக்க வக்கில்லாமல்தான் புதுமைப்பித்தன் அல்லாடியிருக்கிறான். பைகிராப்ட்ஸ் சாலையின் இருபுறங்களிலும் இப்போதும் தென்பட்டுக் கொண்டிருக்கும் ஏராளமான சந்துகளில் ஒன்றில் ஒண்டுக்குடித்தனத்தில் கண்மணி கமலாவுடன் தரித்திரத்தில் உழன்று கிடந்த வாழ்க்கை இப்போது இலக்கியத்தில் விலைபோகும் கள்ளச்சரக்கு. அந்தச் சரித்திரத்தின் நீட்சியாக இந்த இருபத்தோராம் நூற்றாண்டிலும் ரத்னா கபேயில் எழுத்தாளர்களும் கவிகளும் சிந்தனையாளர்களும் யாராவதொரு பப்ளிஷருடன் சேர்ந்து சாம்பார் இட்லி சாப்பிட்டுக் கொண்டிருப் பதைப் பார்க்க முடியும். தமிழ் இலக்கியத்தை வளர்த்தெடுக்கும் குடிசைத் தொழில்களாக ட்ரிப்ளிக்கேனின் எந்தச் சந்தில் நுழைந்தாலும் பப்ளிகேஷன்கள்.

கவி ஞானக்கூத்தனும் எழுத்தாளர் பிரபஞ்சனும் சாம்பார் இட்லி சாப்பிடுவதற்காக அடிக்கடி ரத்னா கபேக்கு விஜயம் செய்வார்கள். உயிரோடிருந்தவரை சுந்தர ராமசாமியும் ராஜமார்த்தாண்டனும் அதன் ருசிக்கு அடிமையாக இருந்தவர்கள். சுந்தர ராமசாமி சென்னையிலிருக்கும் போது நாள் தவறாமல் அங்கு செல்வார். துணைக்கு யாராவதோர் இளம் எழுத்தாளர் அல்லது கவி எதிரே உட்கார்ந்து அவர் சாம்பார் இட்லி சாப்பிடும் அழகை ரசித்துக் கொண்டிருப்பார்கள். பிரபஞ்சன் கடந்த கால் நூற்றாண்டாகத் தன் வசிப்பிடங்களை ட்ரிப்ளிக்கேன், ராயப்பேட்டை என ரத்னா கபேக்கு அருகிலேயே இருக்கும்படி வைத்துக் கொண்டிருப்பவர். ரத்னா கபேயில் அவருக்கென்று தனி இருக்கையே உண்டு. எவரும் தன்னை அறிமுகப்படுத்திக்கொண்டு அவரிடம் இயல்பாகப் பேசலாம்.

“வணக்கம் சார்”

“வணக்கம்”

“என் பேரு நீலாம்பரன்”

“நீலாம்பரன்னா, கௌதம நீலாம்பரன்?”

“ஆமா சார்”

“அக்னிநதியின் பாதிப்பா?”

“ஆமா சார்”

“இயற்பெயர்?”

எவ்வளவு நட்புணர்வு மிகுந்ததாயினும் கௌதம நீலாம்பரனுக்கு அது பொருட்படுத்தத்தக்க கேள்வி அல்ல.

“உங்க கதைகள நெறையாப் படிச்சிருக்கேன் சார். வானம் வசப்படும், மகாநதி, மானுடம் வெல்லும் எல்லாம் எனக்கு ரொம்பப் பிடிச்ச நாவல்கள் சார்”

“நல்லது, உக்காருங்க. இட்லி சாப்பிடறீங்களா? சாம்பார் இட்லி”

உபசரிப்பு தனக்கா? வைறதருக்கா?

“இவங்க பேரு தேவி” எனப் பக்கத்தில் நாணி நின்ற காதலியைக் காட்டினான்.

“சம்பகா தேவியோ?”

“இவங்களும் நெறையா வாசிப்பாங்க”

அவள் மற்றொரு முறையும் நாணினாள்.

“என்ன செய்யறீங்க நீலாம்பரன்?”

“அசிஸ்டென்ட் டைரக்டரா இருக்கேன் சார்”

“யாருகிட்ட?”

“..........................”

“அப்படியா அவன் சரியான திருடனாச்சே, சம்பளமே தரமாட்டானே”

“ஏதோ கொஞ்சம் தர்றார் சார்”

பெருந்தெருவிலிறங்கி பைகிராப்ட்ஸ் சாலையைக் குறுக்காகக் கடந்து சற்று தூரம் தெற்கே நடந்தால் காய்கறி மார்க்கெட். கொஞ்சம் வளைந்து திரும்பினால் நூறு, நூற்றைம்பதடி தொலைவில் இடப்புறம் பார்த்தசாரதி கோயில், வலப்புறம் மகாகவி பாரதியார் இல்லம். பாரதி கண்ட ஏழ்மையின் சுவடுகளை இப்போதும் அங்கே காணலாம். ஆங்காங்கே தென்படும் பிராமணர்களின் பாழடைந்த வீடுகள். அழுக்கும் எண்ணெய்ப் பிசுக்கேறிய திண்ணைகளும் கை ஓடுகள் வேய்ந்த கூரைகளும், சுவர்கள் இற்று வீழ்ந்து கொண்டிருக் கின்றன. திண்ணையில் உட்கார்ந்து கொண்டு வெளிச்சத்தைத் தேடி அலைகளின் ஓசை வரும் திசையை நிராசையுடன் வெறித்துக்

கொண்டிருக்கும் பார்வை மங்கிய கிழடுகளிடம் கேட்டால் ‘கும்மாணம் கும்மாணம்’ என ஊர்ப்பெருமை பேசுவார்கள். பார்த்தசாரதி தன் சேவகர்களைத் தரித்திரத்தில் உழலச் செய்து சோதித்துப் பார்க்கும் பிள்ளை விளையாட்டு இன்னும் முற்றுப்பெறவில்லை.

வேதத்தைக் கைகழுவிவிட்டு கம்ப்யூட்டர்களைக் கைக் கொண்ட அம்பிகள் வேளச்சேரிக்கும் திருவான்மியூருக்கும் போய்விட்டார்கள். ட்ரிப்ளிக்கேனின் இன்னோர் அடையாளம் காசி விஸ்வநாதர் மெஸ். அங்கே அப்படியென்ன ஸ்பெஷலோ, டோக்கன் வாங்க கியூ. அதற்குப் பயந்து ஒருநாளும் அங்கே போகத் தோன்றியதில்லை. எல்லாத் தெருக்களிலும் மேன்ஷன்கள் இருக்கின்றன. மேன்ஷன்களையொட்டியே மெஸ்கள். சாப்பிட்டுவிட்டு ஏப்பம்விடுவதற்கு அறைக்குத் திரும்பிவிடலாம். பிராமணாள் மெஸ், நாடார் மெஸ், நாயர் மெஸ், ஆந்திரா மெஸ். இப்போது கவுண்டர் மெஸ்கள் கூட வந்துவிட்டன. “வாங்கொ, சித்த அப்பிடிக் கோருங்கொ, இதா ரசத்தத் தாளிச்சாச் செரி, எல போட்டரலா” என வாய் நிறைய வரவேற்கக் கொங்கு மண்ணின் நங்கைகளும் கொழுந்திகளும் காத்திருக்கிறார்கள். வந்த புதிதில் தோசை பன்னிரண்டு ரூபாய். இப்போது குறைந்தபட்சம் முப்பது ரூபாய்.

வி.கே.என். மேன்ஷனின் அறை எண் 402, அவனுக்கு நினைவுகளின் குருதிபாயும் நாளம்.

அதிகபட்சம் இன்னும் மூன்று மணி நேரம் மட்டுமே இப்பெருநகர வாசம். அதற்குப் பிறகு அதனோடு உள்ள ஒட்டும் உறவும் நிரந்தரமாக அறுபட்டுவிடப் போகிறது. ஹரிசங்கர் ஒன்பது மணிக்கு வருவதாகச் சொல்லியிருக்கிறான். இருவரும் சேர்ந்து நாயர் மெஸ்ஸில் சாப்பிட்டுவிட்டுப் பிரிவதெனத் திட்டம். நாயர் மெஸ்ஸிலும் அசைவ உணவுப் பிரியனான அந்தப் பிராமண இளைஞனோடும் அது கடைசிச் சாப்பாடு. இப்பெருநகரில் கௌதம நீலாம்பரனுக்கு லாஸ்ட் சப்பர். இன்னோர் அதிசயப் பிறவியான கமால் சுத்த சைவம். அவனைச் சந்தித்து நான்கைந்து மாதங்களுக்கு மேலிருக்கும். தொலைபேசியில் தனது முடிவைச் சொன்னபோது தயக்கமே இல்லாமல் ஆசிர்வதித்தான், “இந்தப் பாழாய்ப் போன நகரத்தின் வாழ்க்கையை விட வேறு எந்த வாழ்க்கையும் உத்தமமானதுதான் நண்பா” என நாடகப் பாணியில் சொன்னான். ராயபுரத்துச் சேரிவாசிகளைச் சுரண்டிப் பிழைக்கும் கந்துவட்டிக் காரனிடம் வேலை பார்க்கும் ஒருவனுக்கு வேறு எப்படியும் தோன்ற முடியாது. அதற்குப் பிறகு ஏற்காடு எக்ஸ்பிரசின் எஸ் 7 கோச்சில்

56ஆம் நெம்பர் படுக்கையில் ஏறிக் கால்களை நீட்டி மல்லார்ந்து படுத்துக் கொண்டு நினைவுகளைக் கழுவிலேற்ற வேண்டியதுதான். நினைவுகள் மனத்தின் நாளங்களில் சிக்கிக்கொண்டிருக்கும் ஆலகாலம். விட்டு வைத்தால் வாழ்க்கை நீலம்பாரித்துவிடும். அதிர்ஷ்டவசமாக இப்போது கிடைத்திருப்பது அப்பர் பெர்த். யாரையும் பார்க்க வேண்டியதில்லை. ஏழு மணி நேரப் பிரயாணம். எஞ்சியிருக்கும் தோல்வியின் கசப்பை விழுங்குவதற்கு அந்த அவகாசம் போதும். முடிந்தால் ஸ்டேஷனுக்கு வருவதாகக் கமால் வாக்களித்திருக்கிறான். பத்து வருட வாழ்க்கையை உதறிவிட்டுப் போகும்போது பிளாட்பார்மில் நின்று கையசைத்து விடைகொடுக்க யாருமே இல்லாமல் போவது மற்றொரு மோசமான தோல்வி.

இப்போதைய பிரச்சினை நேரத்தின் குரல்வளையை எப்படி நெரிப்பது என்பதுதான். குறைந்தபட்சம் மூன்று மணிநேரம். எல்லோரிடமும் விடைபெற்றுக்கொண்டாயிற்று. முரளியோடு சேர்ந்து பானிபூரி சாப்பிட்டாயிற்று, பத்து வருடத்திய ஸ்மோக்கிங் கம்பானியனான திவாகருடன் சேர்ந்து லாஸ்ட் பஃபை ஊதித் தள்ளியாயிற்று. பெஸ்ட் ஆப் லக் சொல்லி, கை குலுக்கிக்கொண்டு பிரிந்தாயிற்று.

உட்காரும்போதும் புரண்டுபடுக்கும் போதும் பிறகு எழும்போதும் தோழமையுடன் கிரீச்சிடும் புராதனமான இரும்புக்கட்டிலின் மீது மல்லார்ந்து படுத்துக்கொண்டு சிகரெட் புகையின் வெண்சாம்பல் நிறப் புகைவளையங்களைத் தனது கசந்த பார்வையால் ஊடுருவிக் கொண்டே நீலாம்பரன் யோசித்தான். எட்டடி நீளமும் ஆறடி அகலமுமுள்ள சிறு கூடு. காலைக் கடன்களை முடிக்கவும் சீவிச் சிங்காரித்துக் கொள்ளவும் பதினாறு சதுரஅடியில் பாத்ரூமும் டாய்லெட்டும். வெப்பமும் பிறர்நாசிக்கு மட்டுமே அறியக் கிடைக்கும் துர்நாற்றமும் கரப்பான்களின் எச்சமும் நிரம்பிய அச்சிறிய கூட்டுக்குள் கிடந்துதான் அவன் கடந்த பத்து வருடங்களாகத் தனது கனவுகளைத் தனது நம்பிக்கையின் வெது வெதுப்பான அடிவயிற்றுக்குள் புதைத்து வைத்து அடைகாத்துக் கொண்டிருந்தான். அவற்றிலிருந்து ஒரு உயிரும் வெளிவரவில்லை. தோல்வியின் வெப்பத்தில் பெரும்பாலானவையும் வெந்து, கருகி விட்டன. ஒன்றிரண்டில் உயிர்கள் துடித்துக் கொண்டிருப்பதை உணர முடியாமலில்லை. கை, கால்களைக் குறுக்கிக் கட்டுண்டும் புழுக்கம் தாளாமல் புரண்டு முனகிக் கொண்டும் காலத்தின் துர்நாற்றம் வீசும் நிணத்தில் மூழ்கிக் கிடக்கும் அவற்றின் வாதை நீலாம்பரனைக் குற்றவுணர்வின் சதுப்புக் குழிக்குள் மூழ்கடித்துக் கொண்டிருந்தது.

அவனைப் பற்றிய பெருமிதங்களை இன்னும் கைவிட்டிராத தாயோ, அவனது நம்பிக்கையின் சூம்பிய விரல்களைப் பற்றி இழுபட்டுக் கொண்டிருக்கும் சகோதரிகளில் யாருமோ அழைக்கும்போது அவன் பதற்றமடைவான். பேசும்போது குரல் உடைந்துவிடாமலிருக்கப் பெரும் பிரயத்தனப்பட வேண்டியிருக்கும். மல்கும் கண்ணீரை மறுமுனையில் உள்ளோருக்குக் காட்டும் தொழில்நுட்பம் அவனுடைய கைபேசிக் கருவிக்கு வாய்க்காதது நல்லதாகப் போயிற்று.

எனினும் அச்சிறு கருவி நிறைய பொய் சொல்லியிருக்கிறது. கூச்சநாச்சமில்லாத பொய்கள். தாயிடமும் சகோதரிகளிடமும் நண்பர்களிடமும்.

"எப்படீப்பா இருக்கறே?"

"நல்லாருக்கறேன்மா"

"சாப்பிட்டியா?"

"அது அப்பவே ஆச்சு"

"இன்னிக்கு ஷூட்டிங் இருந்துதா"

"இல்ல, இன்னிக்கு வெறும் டிஸ்கஷன் மட்டும்தான்"

"டிஸ்கஷன் டைம்ல கம்பெனில சாப்பாடு உண்டில்லையா கௌதம்?"

"அதெல்லாம் உண்டு"

"அங்கதான சாப்பிட்டே?"

"ம்"

"இரு உன் தங்கச்சிக பேசணும்னு சொல்றாங்க"

"அலோ அண்ணா"

தங்கைகளுக்கு அண்ணன் சொல்கிற பொய்களை யூகிக்க முடியும். பேசும்போது ஏதாவதொரு கட்டத்தில் அவர்களுடைய குரல் உடைவதை அவனால் அறிந்துகொள்ள முடியும். அவன் அவர்களுக்கு நம்பிக்கையூட்டுவதற்காக ஏதாவது செய்து கொண்டே இருப்பான். ஷூட்டிங் ஸ்பாட்களில் இருக்கும் போது பிரபலமான யாராவது ஒரு நாயகனையோ நாயகியையோ அலைபேசியில் அவர்களுடன் ஓரிரு வார்த்தைகள் பேச வைக்க அவனுக்கு முடியும். அசிஸ்டென்ட் டைரக்டர்களிடம் பரிவு காட்டும் ஹீரோக்களும் ஹீரோயின்களும் அந்தத் துறையில் நிறைய பேருண்டு. ஷாட்களின் இடைவெளிகளில், மதிய உணவு நேரங்களில், பிரயாணங்

களினிடையில் சட்டென யாருடனாவது நெருக்கம் கொள்ள முடியும்.

“கௌதம், வாங்க, கைல என்ன புக்?”

“நாளை மற்றுமொரு நாளே சார், ஜி. நாகராஜனோட நாவல்.”

“நல்ல நாவலாச்சே? ஒன் ஆப் த பெஸ்ட் இன் டமில். அத ஃபிலிம் பண்ணனும்னு ரொம்ப நாளா ஆசப்பட்டுக்கிட்டு இருக்கேன்”

“பண்ணலாம் சார். எங்கிட்டே ஸ்கிரீன் ப்ளே, டயலாக் எல்லாம் ரெடியா இருக்கு.”

“அதுபோல புளியமரத்தின் கதைக்கும் ஒரு ஸ்கிரீன் ப்ளே ரெடி பண்ணுங்க, முதல்ல அதப் பண்ணலாம்”

“அதுவும் ரெடியாத்தான் சார் இருக்கு”

“அப்பச் சரி, இந்த ஷெட்யூல் முடிஞ்ச ஒடனெ நாகர்கோயில் போயி சுந்தரராமசாமியப் பாத்தரலாம்”

கையில் கொஞ்சம் சில்லறை இருந்தது. எதற்காகவோ அந்த ஹீரோவிடம் சேர்ப்பிக்கச் சொல்லி, கம்பெனியின் தயாரிப்பு நிர்வாகி கொடுத்தனுப்பியிருந்த பணம். ஹீரோ அதைக் கையால் கூடத் தொடவில்லை. வவுச்சரில் கையெழுத்தைப் போட்டு விட்டு, “நாளை மற்றும் ஒரு நாளே ஸ்கிரீன் பிளே ரைட்டருக்கு இது என் அட்வான்ஸா இருக்கட்டும்” எனக் கண்ணடித்தார்.

ரூபாய் ஆயிரத்து ஐநூற்று நாற்பத்தியேழும் அறுபத்தைந்து பைசாவும்.

மனம் தளும்பிவிட்டது.

முதல் தகவல் அம்மாவுக்கு.

“பணத்த அப்பா படத்துக்கு முன்னால வெச்சு ஆசிர்வாதம் வாங்கிக்கிட்டு அப்புறமாச் செலவு பண்ணு. உங்கிட்ட அப்பா படம் இருக்குதில்லையா கௌதம்?”

“சரீம்மா”

“அந்தப் பணத்துல ஞாபகார்த்தமா எதாவது வாங்கு. ஊருக்கு வரும்போது எடுத்துக்கிட்டு வா”

பிறகு தங்கைகளுக்கும் உறவினர்களுக்கும் நண்பர்களுக்கும்.

இரண்டு மூன்று நாள்கள் வரை விடாது பெய்யும் வாழ்த்து மழை.

தனது சூட்கேசில் கிடந்த மெனு ஸ்கிரிப்டைச் சரிபார்த்து அவசரம் என டி.டி.பி. ஆபரேட்டரிடம் கொடுத்தான். இரு நூற்று அறுபது பக்கம். பக்கத்துக்குப் பத்து ரூபாய். கூடுதல் பிரதிகளுக்குப் பக்கத்துக்கு இரண்டு ரூபாய். ஸ்பைரல் பைண்டிங்குக்கு ஒவ்வொரு பிரதிக்கும் தலா எண்பது ரூபாய். கிடைத்த அட்வான்ஸுக்கும் கூடுதலாக ஆயிரத்து முன்னூற்று சொச்சம் செலவாயிற்று. ஒரு பிரதியை எடுத்துக்கொண்டு போய் ஹீரோவிடம் கொடுத்துவிட்டு வந்து அவரது அழைப்புக்காக வருடக்கணக்காகக் காத்திருந்தான்.

ரூபாய் ஆயிரத்து ஐநூற்று நாற்பத்தியேழும் அறுபத்தைந்து பைசாவும்.

அட்வான்சல்ல, பிச்சை.

நீலாம்பரன் தமிழின் கிளாசிக்குகள் பலவற்றுக்குத் திரைக் கதை எழுதித் தயாராக வைத்திருந்தான். சாயாவனம், அம்மா வந்தாள், அபிதா, மகாநதி, புத்தம் வீடு, வெக்கை, பிறகு, காடு, நிழலின் தனிமை. மனதின் அலமாரிகளில் அவற்றை விட அதிகமானவை உண்டு.

"சார் ஒரு சப்ஜெக்ட் இருக்கு. உங்களுக்குப் பொருத்தமா இருக்கும்"

அவனிடமிருந்து இந்த வார்த்தையைக் கேட்காத டைரக்டர் சார்கள் யாருமில்லை.

"ஆக்‌ஷனா லவ்வா?"

"ரெண்டும் கலந்தது சார்"

"நல்ல ரூரல் சப்ஜெக்ட் இருந்தா சொல்லுங்க கௌதம்"

"இருக்கு சார், இன்னைக்கு வரைக்கும் ரூரல் லைப்தான் எனக்கு."

"ஆனா பத்து வருஷமா நீங்க சென்னைலதான் இருக்கீங்க?"

"உண்மைதான் சார், ஆனா மனம் இன்னும் அங்கேயேதான் இருக்கு."

"சரி, டைம் கிடைக்கும்போது சொல்றேன், ஆபீசுக்கு வாங்க."

"சார் உங்க காண்டாக்ட் நெம்பர்?"

"நைன் எய்ட், ஃபோர் டபுள் ஜீரோ. நைன் எய்ட் ஃபோர் டபுள் ஜீரோ"

"அற்புதமான நெம்பர் சார் இது. ஈஸியா ஞாபகத்துல வெச்சுக்கலாம்"

அப்போது மிகத் தந்திரமாகத் தன் அலைபேசிக் கருவியிலிருந்து அம்மாவை அழைப்பான். சம்பிரதாயத்திற்குப் பேசிவிட்டு டைரக்டர் சாரிடம் பல்லிளிப்பான், "என் அம்மாகிட்ட ஒரு வார்த்த பேசிடுங்க சார், ரொம்ப நாளா கேட்டுக்கிட்டிருக்காங்க"

டைரக்டர் சாரின் முகத்தில் சங்கடத்தின் புழு ஒன்று நெளியும். மறுமுனையிலிருந்து ஒலிக்கும் குரல்களில் உற்சாகம் கரைபுரள்வதை அவன் அருகிலிருந்து கேட்பான். அந்த ஒரு வினாடிக்குள் அம்மா பெருந்தன்மையான அந்த டைரக்டர் சாரின் வறண்ட சொற்களின் மீது கற்பனைக் கோட்டைகளை எழுப்பி விடுவாள்.

"எங்க முருகேசனக் கொஞ்சம் கைதூக்கி விடுங்க சார், அவன் திறமசாலி. ஒரு சான்ஸ் கெடச்சா சாதிச்சுக் காட்டுவான்"

இணைப்பைத் துண்டித்துக்கொண்டு டைரக்டர் சார் புன்னகைப்பார்.

"மிஸ்டர் முருகேசன், கௌதம நீலாம்பரன்ங்கறது உங்க புனைபெயரா?"

"ஆமா சார், அந்தப் பெயர்ல கதைகளும் கவிதைகளும் எழுதியிருக்கேன்"

"ரியலீ?"

"ஆமா ரெண்டு கலெக்க்ஷன்ஸ் வந்திருக்கு"

"ரியலீ?"

"உங்களுக்குத் தர்றேன் சார், படிச்சுப் பாருங்க"

"ஷ்யூர்"

அருகிலிருந்த இளம் ஹீரோயின் மேடம் கேட்டாள்.

"அதென்ன நேம், கௌதம நீலாம்பரன்? எங்க இருந்து புடிச்சீங்க இந்தப் பேர?"

"ஒரு உருது நாவல்ல வர்ற ஹீரோவோட பேர் மேடம் இது?"

"ரியலீ? நீங்க உருது படிப்பீங்களா? நாவலோட டைட்டில் என்ன?"

"அக்னிநதின்னு தமிழ்ல வந்திருக்கு மேடம், குர் அதுல்ஐன் ஹைதர்னு ஒரு வுமன் ரைட்டர் எழுதுனது"

"ரியலீ?"

அவன் அந்த நாவலைப் பற்றிக் கொஞ்சம் சொல்லத் தொடங்கினான். டைரக்டர் சார் மிகச் சிரத்தையாக அதைக் கேட்டுக் கொண்டிருந்தார். எத்தனை ரியலீ, ரியலீக்கள்! சொல்லி

முடித்ததும், "ஒரு பிரீயட் பிலிமுக்கான நல்ல சப்ஜெக்ட்" என அந்த ரியலீக்களுக்கு முற்றுப்புள்ளி வைத்தார் இயக்குநர்.

"நீங்க இத வெச்சு ஒரு ஸ்கிரிப்ட் ரெடி பண்ணுங்க நீலாம்பரன். ஒரு மாசம் டைம். இந்தப் படம் முடிஞ்ச ஒடனெ பூஜை போட்டுடலாம். புரட்யூசர் ரெடியா இருக்காரு"

"சார் அதுல எனக்கொரு ரோல் கெடைக்குமில்ல?" எனக் கொஞ்சினாள் ஹீரோயின்.

அந்த நாவலை நெட்டுருப் போட்டான், கௌதம நீலாம்பரன். தன் பெயருள்ள நாயகன். காலத்தின் ஆழாழிக்குள் புதையுண்டு போன சிராவஸ்தி நகரவாசி. சரயூ நதிக்கரையில் சண்டிதேவி ஆலயத்தின் ஈரம் கசியும் தரையில் உத்தரீயத்தை விரித்துப் படுத்துக்கொண்டு கோசல ராஜகுருவின் செல்ல மகள் பேரழி சம்பகாவிடம் உள்ளத்தைப் பறிகொடுத்த மாணவன். பாரதத்தின் தன்னிகரற்ற சித்திரக்காரனாக விளங்கியிருக்க வேண்டியவன் கடைசியில் மொண்ணையான கைகளுடன் ஒரு நடிகனாக மௌரியப் பேரரசில் அலைந்து திரிய வேண்டியதாயிற்று. காதல் அவனுக்குக் கடக்க முடியாத நதி. கைகூடாக் காதலின் பித்தேறிய அந்தப் பிராமண மாணவன் மகதத்தையும் கோசலத்தையும் தில்லியையும் கல்கத்தாவையும் லக்னோவையும் பிரிட்டனையும் பிரான்சையும் தன் நெடும் பாதங்களால் அளந்தவன். இளவரசி நிர்மலாவும் பேரழகி சம்பகாவும் அவனை இடையறாது பின்தொடர்கிறார்கள். முடிவின்றிச் சுழலும் காலத்தில் ஒவ்வொரு பிறப்பிலும் அழிவற்றதும் ஒருபோதும் கைகூடாததுமான காதலின் துயர இசையைக் காலத்திற்கும் அண்டத்திற்குமப்பால் தேடிக்களைத்த ஒரு நாயகனே கௌதம நீலாம்பரன். கரப்பான்களின் எச்சம் படிந்த சிறு மேசையின் முன்னால் கிழடுதட்டிப் போன மர நாற்காலி யொன்றில் உட்கார்ந்தபடி சிந்திக்கவும் கனவுகளில் மூழ்கவும் தொடங்கினான் அசிஸ்டென்ட் டைரக்டர் கௌதம நீலாம்பரன். சிந்திக்க ஒன்றுமேயில்லை. ஹைதர் நாவலை ஒரு திரைக்கதையாகவே படைத்துள்ளார். நாவலின் சத்தும் உயிரும் கெடாமல் சினிமாவுக்காகக் கொஞ்சம் மாற்றங்களைச் செய்ய வேண்டும். அவ்வளவுதான்.

ஆனால் அது அப்படியில்லை. ஹைதரின் நாவலொன்றும் கோடம்பாக்கத்து அரைவேக்காடுகளின் உலக சினிமாப் பசியைத் தீர்த்து வைப்பதற்கான பாஸ்ட் புட் அல்ல. மின்னலைப் போல காலத்தின் பிடியில் சிக்காது நழுவும் படைப்பு சக்தியின் பேருரு. அண்ணார்ந்து முடியைப் பார்க்கவும் அடிதோண்டி பாதத்தைத்

தரிசிக்கவும் ஓர் அவதாரமே வேண்டும். கௌதம நீலாம்பரன் பசியையும் உறக்கத்தையும் மறந்தான்.

பெரும்புகழ் பெற்ற ஹைதரின் அந்த நாவலுக்குள்ளிருந்து மூன்று மணி நேரத் திரைப்படத்திற்கான திரைக்கதையொன்றை உருவாக்குவதற்காக இடையறாது போராடினான். உடல் மெலிந்தும் கன்னங்கள் குழிந்தும் போயின. கருவளையங்களால் சூழப்பட்ட கண்களில் மட்டும் பிரகாசம். கதையை எங்கிருந்து தொடங்குவது? சிராவஸ்தியிலிருந்தா? அயோத்தியிலிருந்தா? கேம்பிரிட்ஜிலிருந்தா? யார் ஹீரோ? சம்பகா, சம்பா, சம்பா பீவி, சம்பா அஹமத் இவர்களில் யார் ஹீரோயின்?

இனி அம்மாவிடம் பொய் சொல்ல வேண்டியதில்லை. அம்மாவிடமோ, தங்கைகளிடமோ, நண்பர்களிடமோ வேற யாரிடமோ. காலம் தொலைவில் இல்லை, ஒரே வருடம்.

இன்னும் ஒரு பாராவை முழுமையாக எழுதி முடிக்கவில்லை. அதற்குள் கனவுகளின் பிடுங்கல்கள்.

“மிஸ்டர் நீலாம்பரன், எனக்கு ஒரு கதை கொடுங்கள். திரைக்கதை, வசனம் எல்லாம் உங்கள் சித்தம். இயக்கம் மட்டுமே என்னுடைய பொறுப்பு. தயவுசெய்து கருணை காட்டுங்கள்”

மிஸ்டர் நீலாம்பரனுக்கு டயம் இல்லை. மற்ற ஸோ கால்டு ஆர்ட் ஃபிலிம் டைரக்டர்களின் அபத்தமான கற்பனைகளுக்கு வசனம் எழுதி வயிற்றைக் கழுவிக்கொள்ள வேண்டிய துர்பாக்கிய நிலையிலும் அவர் இப்போது இல்லை. கௌதம நீலாம்பரன் உலகின் மகத்தான திரைக் கலைஞர்களில் ஒருவர். சத்ய ஜித்ரே, மிருணாள் சென், அகிரா குரோசோவா, அந்த்ராய் தார்க்கோவ்ஸ்கி, டேவிட் லீன், ரோமன் போலன்ஸ்கி, மைக்கேல் ஆஞ்சலோ அன்ட்டோனியானோ, மார்ட்டின் ஸ்கார்சிசி, அபாஸ் கியோரஸ்தமி, கௌதம நீலாம்பரன். இந்தப் பட்டியலில் நம் ஆட்களால் கொண்டாடப்பட்டுக் கொண்டிருக்கும் மக்மல் பஃப்பையும் கிம் கி டுக்கையும் சேர்த்துக்கொள்ளலாமா வேண்டாமா என்பதுதான் பிரச்சினை.

“மிஸ்டர் நீலாம்பரன், ஒவ்வொருவருடைய வெற்றிக்குப் பின்னாலும் ஒரு பெண் இருப்பதாகச் சொல்கிறார்களே, அப்படி உங்கள் வாழ்வில் யாராவது இருக்கிறார்களா?” வெனிஸ் திரைப்படவிழாவில் சிறந்த இயக்குநருக்கான தங்கக் கரடி விருதைப் பெற்று மார்புறத் தழுவிக்கொண்டு நிற்பவனிடம் ஓர் அசட்டுத் தொலைக்காட்சி நிருபர் கேட்கும் கேள்வி இது.

இல்லாமல் என்ன? ஃபிளாஷ்களின் ஒளிவெள்ளத்தில் மூழ்கடிக்கப்பட்ட மிஸ்டர் நீலாம்பரன் தொண்டையைச் செருமிக் கொள்கிறார்.

"ரோலிங்"

யார் பெயர் வரப்போகிறதோ? இந்த போஸ்ட் மார்டன் சினிமா ஆட்களில் நிறைய பேர் பொஹிமியன்கள். எந்தப் புற்றில் எந்தப் பாம்பு உறையுமெனச் சொல்ல முடியாது.

செய்தியாளனின் இதயம் திக்திக்கென அடித்துக்கொள்கிறது.

மிஸ்டர் கௌதம நீலாம்பரன் திருவாய் மலர்ந்தருளுகிறார்.

"சம்பா"

ஊர் பேர் தெரியாத யாரோ ஒரு பெண்.

"அவர் உங்கள் காதலி என ஊகித்துக்கொள்வதற்கு அனுமதிப் பீர்களா, மிஸ்டர் நீலாம்பரன்?"

அவார்டு வின்னிங் இயக்குநர் மிஸ்டர் கௌதம நீலாம்பரன் இடிஇடியெனச் சிரிக்கிறான்.

"இல்லை, அவள் ஒரு கேரக்டர். சம்பகா, சம்பா, சம்பா பீவி, சம்பா அஹமத். அதிருஷ்டத்தாலும் துரதிருஷ்டத்தாலும் பீடிக்கப்பட்ட பேரழகி. திமிர்பிடித்தவள். காதலின் மதிப்பை அறியாதவள், புகழ் பெற்ற கணிகை, பிழைக்கத் தெரியாத அறிவு ஜீவி, பிறகு சம்பா பிழைக்கக் கற்றுக்கொண்டு விட்டாள். இந்த ஜென்மத்தில் சம்பா பிரபலமான தொலைக்காட்சி ஒன்றின் நிகழ்ச்சித் தயாரிப்பாளர். சேனலின் சி.இ.ஓ.வைக் கைக்குள் போட்டுக்கொண்டு அதிவேகமாக முன்னேறிக் கொண்டிருப்பவள். சேனலில் அவள் வைத்ததுதான் சட்டம். காதலர்களை அடிக்கடி மாற்றிக் கொண்டிருப்பவள். கௌதம நீலாம்பரன், ஹரிசங்கர், கமால், அது ஒரு முற்றுப்பெறாத பட்டியல்"

கேள்வி கேட்ட அந்த அசட்டுச் செய்தியாளனுக்கு முகம் வெளிறிவிடுகிறது. அத்துடன் பேட்டியை நிறுத்திவிட்டு, காமிராவை மூட்டை கட்டிக்கொண்டு புறப்பட்டு விடுகிறான். இந்தப் பேட்டியை ஒளிபரப்பினால் ஐரோப்பாவின் பெண்ணியவாதிகள் ஒட்டுமொத்த மாகக் கொதித்தெழுந்து விடுவார்கள்.

சம்பா எங்கே?

அவள் இப்போது ஒரு தனியார் தொலைக்காட்சியில் லைட்டிங் டிசைனராக இருக்கும் மூடனொருவனுக்கு மனைவியாக இருக்கிறாள். ஊர்மேய்வதை நிறுத்திக்கொண்டு விட்டாளா எனத் தெரியவில்லை. அவளுடைய அழகில் சொக்கிய மூடன் அவளுடைய புளுகுகளை

எல்லாம் நம்பிவிட்டதைப் போல நடித்துக் கொண்டிருக்கிறான். தன் முன்னாள் காதலர்களுடன் அவள் கொண்டிருக்கும் ரகசியத் தொடர்புகளைக் கண்டுபிடிப்பதிலும் பின்பு அறுத்தெறிவதிலுமே வாழ்வின் பெரும்பகுதியைச் செலவிட்டுக் கொண்டிருக்கிறான். சம்பா இப்போது அந்த சானலை விட்டுப் போய்விட்டாள். மூடனின் திருவிளையாடல்கள் செய்த புண்ணியம். வேறொரு புகழ்பெற்ற சானலின் நடுத்தர வயது கிரியேட்டிவ் டைரக்டரோடு கே.எப்.சி.யிலும் தலப்பாக்கட்டியிலும் அடிக்கடி தென்படுகிறாள். கோலா பிரியாணியும் வறுத்த கோழி இறைச்சியும் சம்பாவின் பேவரிட் தீனிகள். ஃபிஷ் பிங்கரும் பிடிக்கும். இதை வைத்து சீக்கிரத்திலேயே அந்தச் சானலின் குடுமி அவளது கைக்கு வந்துவிடும் என்பது எளிதாக ஊகித்தறியத்தக்க செய்தி. மூடனின் திருவிளையாடல்கள் அம்பலமாகும் போது சண்டை வருகிறது. சில சமயம் மூடனிடம் அடியும் உதையும் வாங்குகிறாள். நிலைமை அதே போன்று நீடித்தால் சம்பா டைவர்ஸ் கேட்டு கோர்ட் படியேறுவது நிச்சயம். அவளுக்கும் சி.இ.ஓ.வுக்கும் இருந்த தொடர்புகளைப் பற்றி உலவிக் கொண்டிருக்கும் கதைகளை அடிப் படையாக வைத்து அதே சேனலில் ப்ரைம் டைமில் ஒளிபரப்பப்படுவ தற்குத் தகுதியுடைய நெடுந் தொடரொன்று தயாராகிக் கொண்டிருக்கிறது. கதை, வசனம், இயக்கம் சம்பாவுக்கும் மூடனுக்கும் பொதுவான ஒரு நண்பன்.

மூடனின் (மூடனை, மூடன் என்றே அழைக்க விரும்பியதால் கௌதமன் அவனுக்கு வேறு எந்தப் பெயரும் சூட்டவில்லை) சகாவாக அதே சானலில் பணிபுரியும் அவனுடைய இலக்கிய நண்பன் சொன்ன தகவல்கள் இவை. நீலாம்பரன் திகைத்துப் போனான். கிடைத்த தகவல்களுக்காகத் துக்கப்படுவதா சந்தோஷப்படுவதா எனத் தெரியவில்லை.

ஆனால் எதிரியின் வீழ்ச்சியைக் கண்டு அகமகிழ்தலே தோற்கடிக்கப்பட்டவனின் அறம். பொலிட்டிக்கல் கரெக்ட்னெஸ்ஸுக்கும் வாழ்க்கைக்கும் ஒரு தொடர்பும் இல்லை.

கல்யாணப் பத்திரிகையைக் கொடுப்பதற்காக சம்பா மேன்ஷனின் வரவேற்பறைக்கு வந்து காத்திருந்தபோது கௌதமன் ஹைதரின் நாவலிலிருந்து தனது திரைக்கதைக்கான குறிப்புகளைச் சேகரிப்பதில் மும்முரமாக இருந்தான். ஹீரோ யாரென்ற குழப்பம் இன்னும் தீர்ந்தபாடில்லை. ரிஷப்ஷனில் இருந்த பாய் இன்டர்காமில் அழைத்து அவனுக்காக விசிட்டரொருவர் காத்திருப்பதாகச் சொன்னார். விசிட்டரின் பெயரைக் கேட்டதும் ஏதோவொரு திரைப்படத்தின் உருக்கமான ஷாட்டைப் போல அவனது

கையிலிருந்த இன்டர்காமின் ரிசீவர் நழுவியது. கண்களில் நீர் முட்டியது.

"ஒரு அஞ்சு நிமிஷம் வெயிட் பண்ணச் சொல்லுங்க பாய், பாத்ரூமுல இருக்கேன்"

ஏதாவதொரு திரைப்படத்தில் இடம்பெற்ற வசனமாயிருக்கலாம். வாழ்வின் எல்லாவற்றின் மீதும் வெள்ளித்திரையின் கவர்ச்சியான நிழல் கவிந்துவிட்டது. பேசும் ஒவ்வொரு சொல்லும் யாரோ ஒரு வசனகர்த்தா இலவசமாக அருளியது. பாவனைகள் ஹீரோ, ஹீரோயின்களின் உபயம். ஒப்பனைகளையும் உடையலங்காரங் களையும் பற்றிச் சொல்ல வேண்டியதே இல்லை. பாலும் பழமும் சேலை, நதியா கொண்டை, குஷ்பு இட்லி, ரஜினி ஸ்டைல். விழிப்புணர்வுள்ள மனத்தால்கூடத் தப்ப முடியவில்லை. யோசித்துக்கொண்டே கிரீச்சிடும் இரும்புக் கட்டிலின் மீது சாய்ந்துகொண்டு சிகரெட் ஒன்றைப் புகைத்துத் தீர்த்தான் கௌதமன். மனத்தைத் திடப்படுத்திக் கொள்ளவும் அவளிடம் பேச வேண்டிய வசனங்களை ஒழுங்கு படுத்திக் கொள்ளவும் சிறிது அவகாசம் தேவை. முகத்தைக் கழுவி பவுடர் பூசிக்கொண்டு ரிஷப்ஷனை அடைந்தான். சம்பா திடமானவளாகத் தென்பட்டாள். ரொமாண்டிசங்களுக்கு அவளிடம் எப்போதுமே இடமிருந்ததில்லை. தேவைப்படும் போது பாவனையாக அவற்றைக் கைக்கொள்ளவும் தெரியும். காடுகரைகளில் மூக்கை ஒழுக்கிக்கொண்டு திரிந்த ஒரு சிறு பெண்ணுக்கு மூன்றே ஆண்டுகளில் இந்த மெட்ரோ வாழ்க்கை எப்படி வசப்பட்டு விட்டது. அவனைக் கண்டவுடன் ஷோபாவிலிருந்து அவசரமாக எழுந்து நின்றாள்.

"ஹலோ" என்றாள்.

"ஹலோ"

ஒரு நொடிகூட அவகாசமெடுத்துக்கொள்ளாமல் கல்யாணப் பத்திரிகையை நீட்டினாள்.

"கட்டாயம் வரணும்"

"ஷ்யூர்"

கவரைப் பிரித்து அழைப்பிதழில் அச்சாகியிருந்த எழுத்துகளை ஒரு பார்வை பார்த்தான். மணமகளின் பெயர் சம்பா இல்லை. தோல்வியடைந்த ஓர் அஸிஸ்டென்ட் டைரக்டரின் இலக்கியப் பித்துக்கு அவள் ஏன் பலியாக வேண்டும்? மிஸ்டர் அவார்டு வின்னிங் பேராசைக்காரர்தான்.

"சரி நா கௌம்பறேன், நெறைய பேருக்கு இன்விடேஷன் கொடுக்கணும்."

“ஓகே, ஆல் த பெஸ்ட்.”

“தாங்ஸ்”

மெலிதாகப் புன்னகைத்துக் கொண்டு படியிறங்கப் போனவளை அழைத்தான்.

“சம்பா தேவி”

அவனது அழைப்பில் தென்பட்ட மூர்க்கம் சம்பாவை நடுங்கச் செய்தது.

“உன்னோட அந்த சி.இ.ஓ.வுக்கு இன்விடேஷன் கொடுத்தாச்சா?”

“ம்ம்” சம்பாவுக்கு முகம் வெளுத்தது.

“முட்டாள்தனமான கேள்வி, இல்லையா சம்பா? அவன் இல்லாமயா உன் கல்யாணம் நடக்கும்? அவன் உனக்குச் சீஃப் கெஸ்ட்டாக இருக்கலாம்? நல்லது. ஆனா உனக்குத் தாலிகட்டப் போற அந்த மூடன்கிட்ட அவனுக்கும் உனக்கும் என்ன உறவுங்கறதச் சொல்லாம எச்சரிக்கையா இரு”

“யூ ஸ்கௌண்ட்ரல்”

காறித்துப்பிவிட்டு ஆத்திரத்துடன் வெளியேறி வாசலில் காத்திருந்த ஆட்டோவுக்குள் தாவி ஏறிக்கொண்டாள். நீலாம்பரன் மற்றொரு சிகரெட்டை உதடுகளுக்குள் செருகிக்கொண்டு பெருந்தெருவில் இறங்கினான். மனம் ஆற மறுத்தது. இந்த வன்மத்தை ஒரு ஹீரோவால் சினிமாவில் காட்ட முடியாது. வன்மம் வில்லன்களின் தனி அடையாளம். சித்திரை மாதத்தின் வெயில் பளீரென முதுகில் அறைந்தது. வலப்புறமாகத் திரும்பி கானாபாக் தெருவின் வழியே ட்ரிப்ளிக்கேன் ஹைரோட்டிற்குள் நுழைந்தான். எதிரே தென்பட்ட பேக்கரிக்குள் நுழைந்து ஒரு வெஜிடபிள் பப்ஸும் டீயும் சாப்பிட்டான். பிறகு எழுந்து புகைத்துக்கொண்டே இலக்கில்லாமல் நடந்தான். வாலாஜா சாலையை எட்டும்வரை எங்கே போய்க் கொண்டிருக்கிறோம் என்ற பிரக்ஞை இல்லை. வாலாஜா சாலையைக் குறுக்காக வெட்டிக்கொண்டு எதிர்திசைக்குப் போய் கிழக்கு நோக்கி நடந்தான். பெல்ஸ் சாலைத் திருப்பத்தில் ஸ்டேடியம், உள்ளே இந்தியா – தென்னாப்பிரிக்க அணிகள் மோதும் ஒன்டே மாட்ச். அனுமதி மறுக்கப்பட்டவர்கள் கும்பலாக நின்று சுக்குக்காபி குடித்தபடியே ஸ்மார்ட் போன்களில் லைவ் பார்த்துக் கொண்டிருந்தார்கள், “டோனி இந்தத் தடவையும் சொதப்பிட்டாண்டா, டக் அவுட்.” ஆனால் புதிதாக வந்திருக்கிற கோலி பின்னியெடுக் கிறான். சிக்சர்களும் பௌண்டரிகளும் பறக்கின்றன. ஐம்பத்தேழு

பந்துகளில் செஞ்சுரி. இந்த அம்லாதான் கொஞ்சம் மிரட்டிப் பார்க்கிறான். எதிரே விருந்தினர் மாளிகை. வாசலில் உயிருக்கு அச்சுறுத்தலுள்ள யாரோ ஒரு வி.ஐ.பி.யைப் பாதுகாப்பதற்காக ஸ்டன் கண்களை ஏந்தியபடி நிற்கும் இஸட் வகையறாப் படையினரின் கண்களில் படாமல் நடையின் வேகத்தை அதிகரித்துத் துர்நாற்றத்தால் பீடிக்கப்பட்ட பக்கிங்ஹாம் கால்வாயைக் கடந்தான். மேலே தடதடத்துச் செல்லும் பறக்கும் ரயிலிலிருந்து ஒரு குழந்தை டாட்டா காண்பித்துக்கொண்டு சென்றது. யுனிவெர்சிட்டி வாயிலில் கன்னியர் கூட்டத்தின் மருளும் மான் விழிகள். வைத்த விழி வாங்காமல் அவற்றை வெறித்துக் கொண்டிருக்கும் ஐஸ்கிரீம், நெல்லிக்காய், அன்னாசிப்பழம், ஸ்டிக்கர்பொட்டு வியாபாரிகளின் வரிசையைக் கடந்து சுரங்கப்பாதையிலிறங்கி ஏறி, உழைப்பாளர் சிலையை ஒரு வெற்றுப் பார்வை பார்த்துவிட்டு எம்.ஜி.ஆர். சமாதிக்குள் நுழைந்தான் நீலாம்பரன். சுற்றுலாப் பயணிகளின் கூட்டமொன்று நெருக்கியடித்தபடி அரிதுயிலில் மூழ்கியிருக்கும் புரட்சித்தலைவரைத் தரிசித்துவிட்டுத் திரும்பிக்கொண்டிருந்தது. வியர்வை பெருகும் உடல்கள். அன்னாசிப்பழக் கீற்றுகளை மென்றபடி சமாதியினுள் கால் நூற்றாண்டாக ஓய்வின்றித் துடித்துக் கொண்டிருக்கும் எம்.ஜி.ஆரின் கைக்கடிகாரத்தைப் பற்றி அதிசயமாகப் பேசிக்கொண்டே கடந்து சென்ற கூட்டத்தை ஒதுங்கி நின்று வேடிக்கை பார்த்துக் கொண்டிருந்துவிட்டு சமாதியை நோக்கி நடந்தான். அங்கே இன்னொரு கூட்டம். ஏழெட்டுப் பேராக முறை வைத்துக் கொண்டு வரிசையாகப் போய் சமாதியின் பளிங்குமேடை மீது கவிந்து காதைப் பொருத்தி இன்னும் தன் இயக்கத்தை நிறுத்தாத கைக்கடிகாரத்தின் டிக்டிக் ஒலியைக் கேட்டுக் கொண்டிருந்தார்கள். கண்களில் வியப்பு. தெரிந்தவர்கள் யாராவது தென்படுகிறார்களா எனப் பார்த்துவிட்டு மற்றவர்களைப் போலவே கௌதமனும் சமாதியின் மீது தனது செவிகளிலொன்றைப் பொருத்திக் கொண்டான்.

"இது என்ன? எல்லோரும் என்ன செய்துகொண்டிருக்கிறார்கள்?"

சுத்தமான பிரிட்டிஷ் உச்சரிப்புடன் எழுந்த கேள்வியைச் செவிமடுத்து நிமிர்ந்தான் கௌதமன். ஓர் அந்நியச் சுற்றுலாப் பயணி. இளைஞன். முகத்தில் களங்கமின்மையும் ஆச்சரியமும். கையில் குந்தர் கிராசின் ஒரு நாவல். இலக்கிய வாசகனின் உள்ளத்தை உருக்க அது போதாதா?

"ஹலோ"

"ஹலோ"

கைகள் தயக்கமின்றி நீண்டன.

"உங்களுக்கு விருப்பமென்றால் நாம் அப்படி அந்த மரத்தடியில் உட்காரலாமே?"

"இல்லை, நான் சும்மா தெரிந்துகொள்ள விரும்பினேன்."

"தயங்காதீர்கள், நான் ஒன்றும் சுற்றுலா வழிகாட்டி அல்ல. நிச்சயமாக உங்களிடம் காசு கேட்க மாட்டேன்."

இளைஞன் புன்னகைத்தான். எம்.ஜி.ஆரைப் பற்றியும் இயக்கத்தை நிறுத்திக்கொள்ளாத கைக்கடிகாரத்தைப் பற்றியும் சொல்லிவிட்டு அந்த இளைஞனின் கையிலுள்ள புத்தகத்தைச் சுட்டிக்காட்டி, "நீங்கள் ஜெர்மானியரா?" என்றான்.

"இல்லை, ஆங்கிலேயன். ஆங்கிலேயர்கள் ஜெர்மானிய நாவல்களைப் படிப்பதில் ஆச்சரியப்படுவதற்கு ஒன்றுமில்லை"

கௌதமன் சிரித்தான்.

"நீங்கள் சுற்றுலாப் பயணியா?"

"இல்லை, நான் ஒரு மாணவன். கேம்பிரிட்ஜில் கிரியேட்டிவ் லிட்ரேச்சர் படித்துக் கொண்டிருக்கிறேன். என் தந்தை தொழிலதிபர். மத்திய இந்தியாவில் அவருக்குச் சுரங்கங்கள் இருக்கின்றன. அவருடைய பெயரைச் சொல்லிக்கொண்டு இங்கே வந்து விட்டேற்றியாகச் சுற்றிக்கொண்டிருப்பேன். எனக்கும் இந்த நாட்டுக்குமுள்ள தொடர்பு அவ்வளவுதான்"

"நான் உங்கள் பெயரைத் தெரிந்துகொள்ளலாமா?"

நீலாம்பரனின் குரல் நடுங்கியது.

அந்த ஆங்கிலேய இளைஞன் பல்வரிசை தெரியாமல் புன்னகைத்தான்.

"அதிலென்ன பிரச்சினை? என் பெயர் ஐஷ்லே, சிரில் ஹெர்பர்ட் ஐஷ்லே. நீங்கள் என்னை சிரில் என்றோ ஐஷ்லே என்றோ அழைக்கலாம்"

ஹெர்பர்ட் வேண்டாமோ?

காலத்தின் மற்றொரு சித்து விளையாட்டு. கௌதம நீலாம்பரனுக்கு முகம் வெளிறிவிட்டது. ஒரு வார்த்தையும் பேசாமல் எழுந்து யாராலோ துரத்தப்பட்டவனைப் போல வேகமாக நடந்து வெளியில் வந்தான். இலக்கின்றி நடந்து கண்ணகி சிலை சிக்னலில் சாலையைக் கடந்தான். எதிரே ஆளரவமற்ற திருவல்லிக்கேணி ரயில்வே ஸ்டேஷன். வேளச்சேரிக்கு ஒரு டிக்கெட் எடுத்துக்கொண்டு அடுத்து வந்த வண்டியிலேறிக் கொண்டான். பெட்டியில் திசைக்கொருவராக வெறும் நாலைந்து பயணிகள்.

இந்தச் சிரில் வெறுமனே இந்தியாவைச் சுற்றிப் பார்த்துக் கொண்டிருப்பதற்காக வந்திருக்கும் விட்டேற்றி இல்லை. இவனுடைய பாட்டன் முப்பாட்டன்களைப் போல இந்தியாவைக் கொள்ளையிட வந்திருக்கும் நவகாலனியவாதி. மத்திய இந்தியாவின் பழங்குடிகளை விரட்டியடிக்கும்வரை சிரில் ஹெர்பர்ட் ஐஷ்லே குந்தர் கிராஸையும் மிலன் குந்தேராவையும் படித்துக்கொண்டிருப்பான். பிறகு தந்தையின் அடிச்சுவட்டில் ஈவிரக்கமற்ற சுரண்டல், வனக்கொள்ளை, பச்சைவேட்டைக் காடுகளை எரித்துக் கரிக்கட்டையாக்கியதற்குக் கழுவாய்த் தேட மரக்கன்றுகளை நடுதல், அனாதை இல்லங்களுக்கு நன்கொடைகள் அளித்தல், சிரில் தண்டேவாடாவின் பழங்குடிப் பெண்களிலிருந்து உனக்கொரு சுஜாதா கிடைப்பாள். லக்னோவில் – லக்னோ உனக்கு நெடுந்தொலைவு இல்லையே சிரில்? – உனக்காகக் காத்திருப்பாள் கணிகை சம்பாபீவி. அவளுடைய சபையில் முன்பு கதக் நடனக் கலைஞர்கள் இருந்தார்கள். சம்பாபீவிக்கு கீதங்களைப் பாடித் தன் வாடிக்கையாளர்களை மகிழ்விக்கத் தெரியும். எங்களின் கணிகைகளிடமிருந்து உனக்குக் கிடைப்பது காமம் மட்டுமேயல்ல சிரில். அவர்களுக்குச் சங்கீதமும் நாட்டியமும் தெரியும், அவர்களைச் சந்தித்த பின்பே சிரில் ஹெர்பர்ட் ஐஷ்லேவுக்கு எங்கள் நாட்டில் காமமும் ஒரு கலையே என்பது தெரிந்தது. பாவம், அவள் பிறகு கோஹெயினுக்கு அடிமையாகி விட்டாள். நீ வேண்டுமானால் அவளிடம் உன்னுடைய வெள்ளிப் பணம் ஒன்றைக் கொடுத்துப் பார். உடனடியாக ஏதாவதொரு பாலத்திற்குக் கீழே கஞ்சாப் பொட்டலம் விற்கும் யாராவதொரு பொறுக்கியைத் தேடி ஓடுவாள். எல்லாம் உன்னுடைய குமாஸ்தா, கௌதம் நீலாம்பர் தத் கொடுத்த வெள்ளிப்பணத்தால் வந்த வினை.

சிரில் ஹெர்பர்ட் ஐஷ்லே உன் பயணத்தினிடையே அஜந்தாவுக்கோ எல்லோராவுக்கோ ஒரு தரம் போ. காமத்துப்பாலில் ஒன்றிரண்டு அதிகாரங்களைப் படி. அப்படியே அகநானூற்றிலிருந்தும் சில கவிதைகள். இப்போது சில நல்ல மொழிபெயர்ப்புகள் கிடைக்கின்றன. பென்குவினிலோ, ஆக்ஸ்போர்டு யூனிவெர்சிட்டி பிரஸ்ஸிலோ போட்டிருப்பார்கள். இப்போதெல்லாம் உங்கள் ஆட்களுக்கு எங்கள் தமிழிலக்கியத்தின் மீது கொள்ளை ஆர்வம் ஏற்பட்டிருக்கிறது. கம்பனிலும்கூடக் காமரசமுண்டு. காதலும் காமமும் எங்களுக்குக் கலை, தத்துவம். உடல் ஆத்ம பரிசோதனைக்கான வெறும் கூடு. சிரில், நீ காந்தியின் பிரம்மச்சரிய சோதனைகளைப் பற்றிப் படித்திருப்பாய் அல்லவா? குந்தர் கிராஸ் படித்தவனுக்கு காந்தியைப் பற்றித் தெரியாமல் இருக்க முடியாது.

உங்கள் ஆட்களில் எத்தனை பேர் அவரால் கவர்ந்திழுக்கப்பட்டவர்கள் தெரியுமா? லூயி ஃபிஷருக்கும் ரிச்சர்ட் அட்டன்பரோவுக்குமிடையே நூற்றுக்கணக்கான ஆங்கிலேயர், ஐரோப்பியர். நீங்கள் உங்களுடைய காலத்திலிருந்து போர்னோகிராபியைக் கண்டுபிடித்தீர்கள். பட்டிதொட்டியெங்கும் அவற்றைக் கொண்டு சேர்ப்பதற்கான கருவிகளும் உங்களுடைய கண்டுபிடிப்புகள்தாம் சிரில். டி.வி, வி.சி.டி, டி.வி.டி, இப்போது இணையம். டெஸ்க் டாப், லேப்டாப், டேப்லட், இன்னும் கையடக்கமாய் ஸ்மார்ட் போன்கள். உடல் இச்சையின் மூர்க்கமான அசைவுகளையும் வன்முறையின் நுட்பங்களையும் கலை என முன்வைக்க உங்களிடம் ஆயிரம் இசங்கள் உண்டு. போர்களால் சிதறிப்போன மூளைகளிலிருந்து பிதுங்கி வழியும் தத்துவங்கள். சர்ரியலிசம், போஸ்ட் மாடர்னிசம், மாஜிக்கல் ரியலிசம், புடலங்காயிசம். சூது, துரோகம், பொய்மை, சதி எல்லாம்தான் உங்கள் தத்துவத்தின் சரடுகளில் கோக்கப் பட்டிருக்கும் மணிகள். அவற்றைக் கற்றுக்கொள்வதற்காகத்தான் எங்கள் கௌதம நீலாம்பரன்கள் டி.வி.டிக்களைத் தேடி, பாரிஸ் கார்னரில் அலைந்து திரிகிறார்கள். எங்களுடைய த்ரில்லர், ஹாரர், க்ரைம் எல்லாம் உங்கள் இறக்குமதி சிரில். உனக்குக் குந்தர் கிராசும் மிலென் குந்தேராவும் விமானப் பயணங்களைப் போரடிக்காமல் பார்த்துக் கொள்ள. வான்கோவின் சூர்யகாந்திப் பூக்கள் நீ டாய்லெட்டில் உட்கார்ந்திருக்கும் போது ரசிக்க. சிரில் ஹெர்பர்ட் ஐஷ்லே தனது இலக்கிய ஆர்வத்தைத் துறந்துவிட்டல்லவா பணத்தைத் தேடி சூரத் துறைமுகத்தில் தன் காலடிகளைப் பதித்தான்? நாளை சுரங்க முதலாளியான உன் தந்தை இந்தப் பஸ்தார் பழங்குடிகளை ஒரு கை பார் என அழைத்தால் போதும் நீ குந்தர் கிராஸைத் தூக்கி டஸ்ட்பின்னுக்குள் எறிந்துவிட்டுப் போய்விடுவாய். சிரில் ஐஷ்லே கலை உனக்கு வாலிபப் பித்து. அது தன்னைப் படைத்தவனின் ஊனையும் உயிரையும் பலி கேட்கும் ஒரு தொல்பூதம் என்பது உனக்குத் தெரியாது.

இந்திரா நகருக்கு வந்து சேர்ந்தபோது கௌதமன் பயணம் செய்த பெட்டியில் அவனைத் தவிர வேறு யாரும் இல்லை. தன்னை இறக்கி விட்டுவிட்டு நிராதரவாகப் புறப்பட்டுப் போகும் ரயிலைக் கொஞ்ச நேரம் பார்த்துக் கொண்டிருந்து விட்டு இறங்கி வெளியில் வந்தான். அங்கிருந்த பஸ் நிறுத்தத்தில் நின்று ஜனத்திரளை வேடிக்கை பார்த்துக் கொண்டிருந்தவன் வெப்பம் தாளாமல் பேக்கரியொன்றுக்குள் நுழைந்தான். தட்டில் கொண்டுவந்து வைத்த பட்டர் பிஸ்கட்டுகளில் ஒன்றை எடுத்துக் கொறித்துக் கொண்டே சிகரெட் ஒன்றைக் கொளுத்திக் கொண்டான். கொளுத்திக்கொள்ள

பேக்கரியின் மூலையில் தொங்கும் கயிற்றின் நுனியில் ஒரு கங்கு, தீப்பெட்டியைப் போட்டு வைத்தால் லவட்டிக் கொண்டு போய்விடுகிறார்கள். ஒரு தீப்பெட்டி ஒரு ரூபாய் ஆகிறது. பத்துப் பேர் பத்துத் தீப்பெட்டிகளைக் கொண்டு போனால் பத்து ரூபாய் நஷ்டம். பிறகு டீ ஆற்றிப் பிழைப்பதில் என்ன புண்ணியம் தம்பீ?

காசு, பணம், துட்டு, மணி, மணீ...!

வாழ்க்கையில் பாதியைப் பேக்கரிகளுக்குத் தாரை வார்த்தாயிற்று.

ஆனால் இந்தப் பேக்கரிகள்தாம் பெரும்பாலான எழுத்தாளர்கள், கலைஞர்கள், லிரிக் ரைட்டர்களின் தலைவிதியை நிர்ணயிப்பவை.

வெறும் ஏழு ரூபாய் விலையுள்ள ஒரேயொரு கோல்ட் பிளாக் கருகிச் சாம்பலாக உதிர்வதற்குள்ளாகவே தனது திரைக்கதைக்கான ஹீரோ யார் என்பதைக் கண்டுபிடித்து விட்டார் அவார்ட் வின்னிங் இயக்குநர் மிஸ்டர் கௌதம நீலாம்பரன்.

ஹீரோ: சிரில் ஹெர்பர்ட் ஐஷ்லே. கதை தொடங்கும் காலம்: பதினாறாம் நூற்றாண்டின் பிற்பகுதி. இடம் : லண்டன் துறைமுகம்.

காட்சி ஒன்று

பகல் / இரவு

அவுட்டோர் / இன்டோர்

கப்பலொன்றின் மேல் தளம்

இருபது வயதுடைய அழகான இளைஞன் சிரில் ஹெர்பர்ட் ஐஷ்லே கப்பலின் மேல்தளத்திலுள்ள கிரிதியைப் பற்றிக் கொண்டு நிற்கிறான். கடற்காற்றில் அவனது சிகை அலைபாய்கிறது. சூரியக் கதிர்களின் ஒளியேற்று மின்னும் கடல் நீரில் டால்பின்கள் துள்ளுகின்றன.

விரலிடுக்கில் புகைந்து கொண்டிருந்த சிகரெட்டைக் காலடியில் போட்டு மிதித்து நசுக்கிவிட்டுப் பரபரப்புடன் எழுந்து பேக்கரியை விட்டு வெளியே வந்தான் கௌதம நீலாம்பரன். முகம் வியர்த்திருந்தது. வேறெங்கும் நிற்காமல் மேன்ஷனை அடைந்தான். கொசுக்களும் கரப்பான்களும் நிரம்பிய அறுபத்து நான்கு சதுரஅடி கொண்ட 402ஆம் அறையின் கிரீச்சிடும் கட்டில், புராதன உலகைச் சேர்ந்த மேசை, ஆட்டங்கண்டுவிட்ட கால்களையுடைய மர நாற்காலி.

அந்த ஒரே இரவில் மூன்று அற்புதமான காட்சிகளை எழுதி முடித்தான் கௌதம நீலாம்பரன்.

இதற்குப் பிறகு மேன்ஷனிலிருந்து கோடம்பாக்கத்துக்குப் போய்வர மாநகரப் பேருந்துகளின் நெரிசலில் சிக்கித் திணற வேண்டியிருக்காது. 25ஜியைப் பிடிப்பதற்காக ஐஸ்ஹவுஸ் போலீஸ் ஸ்டேஷன் ஸ்டாப்பை நோக்கி வியர்க்க விறுவிறுக்க ஓடும் துர்பாக்கியம் கௌதம நீலாம்பரன் என்ற உலகப்புகழ் பெற்ற திரைக்கலைஞனுக்கு இனி இல்லை. பங்களாக்கள், சொகுசுக்கார்கள், கூப்பிட்ட குரலுக்கு ஆட்கள். இது இயக்குநர்களின் யுகம். ஹீரோக்களின் யுகத்தை கௌதம நீலாம்பரன் தனது ஒரே திரைப்படத்தின் மூலம் முடிவுக்குக் கொண்டு வந்துவிட்டானே. நல்ல யுகம்தான்! ஆனால் எவ்வளவு தொந்தரவு. முன்பு ஹீரோக்களை மொய்த்துக்கொண்டிருந்த ரசிகர் பட்டாளம் இப்போது இயக்குநர்களை மொய்க்கத் தொடங்கிவிட்டது. கொண்டாட்டங்களிலும் கேளிக்கைகளிலும் கலந்துகொள்வதற்கே நேரம் போதவில்லை. அடுத்த படத்தைப் பற்றிச் சிந்திக்கவும் எதையாவது படிக்கவும் வேண்டாமா? சொன்னால் புரிந்து கொண்டால்தானே? ஆட்டோகிராப் வாங்கவும் சேர்ந்து புகைப்படமெடுத்துக் கொள்ளவும் முண்டியடிக்கிறார்கள். சம்பா அப்போது நீ ஏதாவதொரு தியேட்டரில் அந்த மூடனின் குழந்தையை மடியில் ஏந்திக்கொண்டு உட்கார்ந்திருப்பாய். தோல்வி தந்த அவமானத்தையும் இழப்பின் துயரத்தையும் பகிர்ந்து கொள்ளக் கூட ஆளில்லாமல் உன் வெற்றுக்கண்களால் எனது கொண்டாட்டங் களின் மேடையை வெறித்துக் கொண்டிருப்பாய். உன் பக்கத்தில் உட்கார்ந்து திரைப்படத்தை ரசித்துக் கொண்டிருக்கும் அண்டை வீட்டுக்காரியிடம் கௌதம நீலாம்பரன் ஒரு பிறப்பில் என் காலடியில் கிடந்தவன் எனப் பெருமை பேசுவாயாக்கும்!

காலத்தின் எல்லையைக் கடந்து வரும் மூர்க்கமான கனவுகள்.

அப்போதைய குஷியான மனநிலையில் நண்பர்கள் சிலரோடு சம்பாவின் கல்யாண வரவேற்பில் கலந்து கொண்டான். பரிசுப் பொருள் ஒன்றையும் மறக்காமல் எடுத்துச் சென்றான். ஒரு புத்தகம், அக்னிநதி, உருது மூலம்: குர் அதுல்ஐன் ஹைதர், தமிழில்: சௌரி, வெளியீடு: நேஷனல் புக் ட்ரஸ்ட், விலை: ரூபாய் 93, பக்கங்கள்: 396.

திருமணக் கூடத்தில் அவனைக் கண்டதும் சம்பா எச்சிலைக்கூட்டி விழுங்கிக் கொண்டாள்.

புத்தகம் எங்குமே கிடைக்கவில்லை. கடைசியில் இலக்கிய நண்பன் ஒருவன் தனது அலமாரியிலிருந்து எடுத்துத் தந்தான்.

சென்ற புத்தகச் சந்தையில் 50 சதவீதச் சிறப்புத் தள்ளுபடியில் வாங்கியது. பிரித்துப் பார்க்க நேரமில்லாததால் அப்படியே கிடக்கிறது. ஜெயமோகன் சொன்னதால் வாங்கினேன். உண்மை யிலேயே நல்ல நாவல் என்கிறாயா?

புத்தகம் இலவசமாகவே கிடைத்தது.

எடுத்துக்கொண்டு போய் மேன்ஷனுக்குப் பக்கத்திலிருந்த ஒரு ஸ்டேஷனரி ஷாப்பிலிருந்து மரகதப் பச்சை நிறத்தில் கிப்ட் ராப்பர் ஒன்றை வாங்கிக்கொண்டு போய் அறை எண் 402இல் வைத்து அழகாக பேக் செய்தான். முகப்பில் என் சம்பாவுக்கு என எழுதிக் கையெழுத்திடலாமா எனத் துடுக்குத்தனமாக எழுந்த யோசனையைச் செயல்படுத்தவில்லை. கிப்ட் ராப்பரின் விலை பன்னிரண்டு ரூபாய், ரிப்பனுக்குப் பத்து ரூபாய். வெறும் இருபத்திரண்டு ரூபாயில் உன்னைக் கலவரப்படுத்த முடிகிறதே சம்பா!

உன்னால் அவளுடைய கல்யாணத்திற்குப் போக முடியும் என நான் கற்பனைகூடச் செய்யவில்லை நண்பா, ரியலீ யூ ஆர் கிரேட்.

கலைஞனுக்கு பொலிட்டிக்கல் கரெக்ட்னஸ் இன்றியமையாத ஒன்று கமால்.

சரியாக நாற்பது நாளில் கௌதம நீலாம்பரன் திரைக்கதையை எழுதி முடித்தான். மொத்தம் தொண்ணூற்றேழு காட்சிகள். நானூற்று சொச்சம் பக்கங்கள். தட்டச்சு செய்து, ஸ்பைரல் பைண்டிங் செய்யக் கிட்டத்தட்ட இரண்டாயிரம் ரூபாய் செலவு. பிறகு டைரக்டரின் வீட்டுக்கும் அலுவலகத்துக்கும் நடையாய் நடக்கவும் பலி கிடக்கவும் ஆன செலவு தனி. கமாலிடமும் ஹரிசங்கரிடமும் எவ்வளவு கறக்க முடியுமோ அவ்வளவையும் கறந்தாயிற்று.

“டைரக்டரானதுக்கப்புறம் என் படத்துக்கு நீ ஹீரோ கமால்”

இது அப்பட்டமான மோசடி இல்லையா மிஸ்டர் கௌதம நீலாம்பரன்?

“ப்ரீயட் பிலிம்களுக்கு இப்போ மார்கெட் இல்லை கௌதமா, ஹாரர்களுக்கே இப்போ மவுசு. மாடர்னா ஒரு ஹாரர் சப்ஜெக்ட் ரெடி பண்ணு. இல்ல க்ரைம். கேங்ஸ்டர் சப்ஜெக்ட் கூட எடுபடும். எதுனாலும் சரி, மனசத் தளரவிட்ராத, நானெல்லாம் சோத்துக்கே இல்லாம கெடந்துதான் இந்த எடத்துக்கு வந்திருக்கேன்.”

கண்களில் நீர் மல்க சென்டாப் சாலை முனையில் நின்று கொண்டிருந்தபோது சம்பா அவனைக் கடந்து போனாள். யாரோ

ஓர் இளைஞனுடன் பைக் சவாரி. ஊர் மேய்வதை இன்னும் விட்டுவிடவில்லை போலிருக்கிறது. அறைக்குத் திரும்புவதற்கு முன்னால் மறுபடியும் ஒரு பேக்கரி, இரண்டு பட்டர் பிஸ்கட்டுகள், ஒரு கோல்ட் பில்டர். ஆயுளின் ஒருநாளில் இன்னொரு பாதி.

ஹாரர், க்ரைம், கேங்ஸ்டர். இன்னும் வேறென்னவற்றுக் கெல்லாம் மவுசு?

பெட்டிப் பெட்டியாகச் சிகரெட்டுகளைப் புகைத்துத் தீர்த்தான் கௌதம நீலாம்பரன். ஒன்றுக்கு இரண்டு ஹாரர்களைத் தயார் செய்தான்.

"இப்ப யாருக்கிட்ட வொர்க் பண்றீங்க நீலாம்பரன்?"

"தனியா பண்ண ட்ரைப் பண்ணிக்கிட்டிருக்கேன் சார்"

"அப்படியா? பெஸ்ட் ஆப் லக். யாரு புரட்யுசர்?"

"பேசிக்கிட்டிருக்கேன் சார், இன்னும் முடிவாகலை"

"எதுனாச்சும் ஸ்கிரிப்ட் வெச்சிருக்கீங்களா? நல்ல லவ் சப்ஜெக்டா இருந்தா சொல்லுங்க, லவ் அண்ட் ஹியூமர். எங்கிட்ட விஜய் சேதுபதி கால்ஷிட் இருக்கு. உடனே ஆரம்பிச்சுரலாம்"

லவ் அண்ட் ஹியூமர்.

காதலும் நகைச்சுவையும்.

இரண்டும் இணைபிரியாதவை போலிருக்கிறது.

"என்ன நீங்க இன்னும் கௌம்பலையா நீலாம்பரன்? நாலரைக்கே கை குலுக்கிட்டுப் போனீங்களே?"

எதிரே நின்றவர்கள் திவாகரும் முரளியும். இடம் கோஷா ஹாஸ்பிடல் பஸ் ஸ்டாப். கை குலுக்கி விடைபெற்றுக் கொண்டு வந்தபிறகு சந்திக்க நேர்ந்தால் இப்படித்தான் கழுத்தைப் பிடித்துத் தள்ளுவார்கள் போலிருக்கிறது. பாரத மாநில வங்கியின் ஏ.டி.எம். மையம் இருந்ததால் பொருத்தமாகப் பொய் சொல்ல முடிந்தது.

"கொஞ்சம் கேஷ் டிராப் பண்ண வேண்டியிருந்துது, எனக்கு டென் போர்ட்டிக்குத்தான் ட்ரெயின்"

"இன்னொரு தம் அடிக்கலாமா?"

அதற்குக் கசக்கிறதா?

ஏ.டி.எம்.மில் கொஞ்சம் பணம் எடுத்துக்கொண்டு பெல்ஸ் சாலை திருப்பத்தில் இருந்த பெட்டிக்கடையொன்றின் முன்னால் திவாகருடன் மற்றொரு கோல்ட் பிளாக் கிங்ஸ். எதிர் சுவரில் தென்பட்ட போஸ்டர்களைப் பார்த்து ஓடும் படம் ஓடாத படம் பற்றி ரத்தினச் சுருக்கமாக ஒரு விவாதம்.

“ஆனா நீங்க இப்படியொரு முடிவுக்கு வந்திருக்க வேண்டாம் நீலாம்பரன்”

நீலாம்பரனுக்குச் சொல்ல எதுவுமில்லாததால் மௌனமாக இருந்தான்.

“ஊர்ல போய் என்ன செய்யப் போறீங்க?”

ஏதாவது வியாபாரம்? இல்லை ஒரு ஸ்பின்னிங் மில்லிலோ பனியன் கம்பெனியிலோ குமாஸ்தா உத்தியோகம்?

குர் அதுல்ஐன் ஹைதர் படித்தவனுக்கு வியாபாரம் பார்க்கவும் கணக்கு எழுதவும் தெரியாதா?

இல்லை ஒருவேலையும் இல்லாமல் சும்மா இருக்கலாம்.

முழுநேர எழுத்தாளன். பேப்பருக்கும் பேனாவுக்குமாவது கையில் காசு வேண்டாமா? எழுதியதை ஏதாவது ஒரு டி.டி.பி சென்டருக்கு எடுத்துக் கொண்டுபோய் டைப் செய்ய வேண்டும். இப்போதெல்லாம் சிற்றிதழ்களில்கூடக் கைப்பிரதிகளை ஏற்றுக் கொள்வதற்குத் தயக்கம் காட்டுகிறார்கள். அசோகமித்திரனும் பிரபஞ்சனும்தான் கையால் எழுதிக் கொண்டிருக்கிற கடைசித் தலைமுறை எழுத்தாளர்களாயிருக்கும். பிரபஞ்சனும் முகநூல் கணக்குத் தொடங்கிவிட்டார். ஒருநாள் விட்டு ஒருநாள் ஸ்டேட்டஸ் போடுகிறார். இந்தப் பட்டியலில் வாமு கோமுவும் சேருவார் போலிருக்கிறது. பேனாவைப் பிடித்துப் பிடித்து வாமு கோமுவுக்கு வலது கைப் பெருவிரலும் ஆள்காட்டி விரலும் கொப்பளித்துப் போய்விட்டன. சாந்தாமணியும் இன்னபிற காதல்கதைகளையும் வெறும் பன்னிரண்டே நாள்களில் எழுதி முடித்துவிட்டாராம். சென்னிமலை பஸ் ஸ்டாண்டில் நின்றுகொண்டிருந்தவர் காப்புக் காய்த்துப்போன விரல்களைக் காட்டினார்.

“நாவல் எத்தனை பக்கம்?” – கௌதம நீலாம்பரன்.

“முன்னூறு பக்கம் வரும்” – வாமு கோமு.

300 பக்கம் வெறும் பன்னிரெண்டே நாள்களில். விரலிடுக்கில் உள்ள கொப்புளங்கள் சாட்சி. இதுவல்லவா பிழைக்கிற பிள்ளை! கௌதம நீலாம்பரனின் கணக்கில் இருப்பவை வருடத்திற்குக் காலே அரைக்கால் சிறுகதைதான்.

பெருமூச்சுடன் நிமிர்ந்து பார்த்தபோது உழைப்பாளர் சிலை.

ட்ரிப்ளிக்கேன் வாசிகளுக்குக் கால்கள் சுற்றிச் சுற்றி இங்குதான் வருகின்றன. கரைமோதும் அலைகளின் பேரோசை. மாலைச் சூரியனின் செம்மஞ்சள் ஒளி. கூட்டம் கூட்டமாய் நகரும் பெரு நகரவாசிகளின் காலடிகள் புதைந்த மணல் பரப்பில் இறங்கி

அலைகளை நோக்கி நடந்தான். அங்கே எதற்கு? கடலைப் பார்க்கும் போது அங்கே ஒரு ஷாட் வைக்கலாமா என்றுதான் தோன்றுகிறது. கொந்தளிக்கும் கடல் – டைட் குளோஸ் அப்.

ஜூம் அவுட்.

கரையில் உட்கார்ந்துகொண்டு நகம் கடிக்கும் நாயகி –

மிட் ஷாட்.

கடல் ஆறு, மலை, ஓடை, சாக்கடை, சுடுகாடு, ரயில், பஸ், ஆட்டோ, டாஸ்மாக், என எதைப் பார்த்தாலும் இப்படிக் கற்பனை செய்யும் இந்த மனப்புற்றுக்குச் சிகிச்சை பெறாமல் ஊரில் போய் நிம்மதியாக வாழ முடியாது.

நாலைந்து வெள்ளைக்கார டூரிஸ்ட்கள் கடந்து போனார்கள். பேசியது ஆங்கிலம் போன்ற ஒரு மொழி. யாருடைய கையிலும் மிலன் குந்தேராவோ குந்தர் கிராஸோ இல்லை. சிலைகளையும் கட்டடங்களையும்விட இந்த ஐரோப்பிய டூரிஸ்ட்களுக்கு இங்குள்ள மனிதர்களே ஆச்சரியமூட்டும் வஸ்துக்கள். நடை, உடை, பாவனைகளில் அவர்களது கண்களுக்கு மட்டும் வித்தியாசமாக ஏதோ புலப்படுகிறது.

எத்தனைவிதமான உடல்கள், முகங்கள், நிறங்கள், பாவனைகள்! எல்லோருக்கும் ஏதோவொரு வேலை இருக்கிறது. அவரவருக்குமான ஒரு வாழ்க்கை இருக்கிறது. கனவுகள், லட்சியங்கள், ஆசைகள், வன்மம், பகை, பழி, காதல், காமம் இதெல்லாம் இல்லாத மனிதன் யார்? இந்த நகரத்தைச் சும்மா ஒரு சுற்றுச் சுற்றிவந்தால் போதும், மனதில் பேராசையும் குரோதமும் குடிகொண்டுவிடும். சில சமயங்களில் இந்தச் சினிமாவைத் தலைமுழுகிவிட்டு இங்கேயே வேறு ஏதாவது வேலையைத் தேடிக்கொண்டு செட்டில் ஆகிவிடலாமா என்றுகூடத் தோன்றும். ஏதாவதொரு ஹோட்டலில் வெயிட்டராகச் சேர்ந்தால் மூன்று வேளைச் சோறு, முடங்கிக் கொள்ள ஓரிடம் உத்தரவாதமாக உண்டு. இந்தக் கடற்கரை மணலிலேயே கூட வாழ முடியும்தான். சங்குக் கடை, வளையல்கடை, ஸ்டிக்கர் பொட்டுக் கடைகளில் லட்சக்கணக்கான ரூபாய்கள் புரள்கின்றன. ஒரு நோஞ்சான் குதிரை இருந்தால் போதும் அதை வைத்துக்கொண்டு ஒரு மணி நேரத்தில் ஐநூறு, அறுநூறு ரூபாய் பார்த்துவிடலாம். எம்.ஜி.ஆர் நினைவிடத்திலிருந்து காந்தி சிலை வரை வரிசையாக பஜ்ஜி, மீன் கடைகள், பிளேட் முப்பது ரூபாய். ஒரு பிளேட்டில் ஐந்து பஜ்ஜிகள். தொட்டுக்கொள்ள மிளகாய்ச் சட்னி, எத்தனைவிதமான பிழைப்பாதாரங்கள், பெரிதாக ரிஸ்க் எடுக்க வேண்டியதில்லை. தேங்காய், மாங்காய், பட்டாணி சுண்டல்,

சார் சுண்டல் வேணுமா சுண்டல்? கடற்கரை மணலில் கிறங்கிக் கிடக்கும் ரகசியக் காதலர்களின் முன்னால் போய் நின்றுகொள்ள வேண்டும். விற்பனையாளர்களில் பலர் சிறுவர்கள். அழுக்கேறிய முரட்டுக்காக்கி அரைடிராயர், சிவப்பு அல்லது பச்சை நிற முண்டா பனியன், ஒழுகும் மூக்கு, அண்ணே அண்ணே எனக் கேட்டுக்கொண்டு வந்து நிற்பதில் மதுரை மண்ணின் மணம் கமழும். இவர்களை வைத்து அரைமணி நேரம் ஓடக்கூடிய நல்ல டாகுமென்டரி பண்ணலாம். இந்த அழுக்கைக் கொஞ்சம் கலைத்தரத்தோடு காட்ட முடிந்து விட்டால் ஏதாவதொரு இன்டர்நேஷனல் பிலிம் பெஸ்டிவலில் அவார்டுகளை அள்ளிவிட முடியும். வெகு தைரியமாக ஃபீச்சர் பிலிம்கூட எடுத்து விடுகிறார்கள். சமீபத்தில் வெளியான திரைப்படமொன்றில் சுண்டல் விற்கும் சிறுவர்களே பிரதானக் கதைமாந்தர்கள். சுண்டல் விற்பனையோடு காதல், வீரம், கருணை, அன்பு, மனிதநேயம், சாதியம், பெண்ணியம், புனுகு, புண்ணாக்கு என ஒவ்வொன்றுக்கும் தலா ஒரு சீன். ஏதோவொரு பெஸ்டிவலிலிருந்து நான்கு அவார்டுகளைத் தட்டிக்கொண்டு வந்துவிட்டது. சிறந்த கலை, சிறந்த ஒப்பனை, சிறந்த நடிப்பு, சிறந்த திரைக்கதை. விகடனில் நூற்றுக்கு ஐம்பத்தாறு மார்க். அம்மாடியோவ்! ஆனால் சும்மா இல்லை, வருடம் ஒரு லட்ச ரூபாய் பீஸ் கட்டி டி.ஏ.வி.யில் பர்ஸ்ட் ஸ்டாண்டர்டோ செகண்ட் ஸ்டாண்டர்டோ படிக்கும் குழந்தைகளைச் சேரிக் குழந்தைகளாக மாற்றுவதற்கு ஒப்பனைக் கலைஞர் என்னபாடு பட வேண்டியிருந்திருக்கும்? இரண்டு வாரங்களுக்குப் பின்னர் எல்லா வார, மாத இதழ்களிலும் இயக்குநரின் பேட்டி.

எங்கிருந்து இப்படியொரு கருவைப் பிடித்தீர்கள்?

எங்கிருந்தும் இல்லை, அது என் வாழ்க்கை. சின்ன வயதில் நானே கடற்கரையில் சுண்டல் விற்றிருக்கிறேன். அப்போது சுண்டல் வெறும் நாலணா.

நாலணாவுக்குச் சுண்டல் விற்றவர் இப்போது அவார்டு பட இயக்குநர். தாளாத பெருமை. எப்பாடுபட்டாவது இந்தக் கனவு மாளிகையில் ஒரு சிம்மாசனத்தைப் பிடித்துவிட வேண்டுமென்பதற்காக இங்கே வந்து வெயிட்டர்களாகவும் சுண்டல் வியாபாரிகளாகவும் உழல்கிறார்கள். யாராவது ஒரு டைரக்டரிடம் ஆறாவது, ஏழாவது அசிஸ்டென்ட் போஸ்ட் கிடைக்கிறது. அடி, உதை, வசவுகள் எல்லாவற்றையும் வாங்கிக் கட்டிக்கொண்டு ஏதாவதொரு மேன்ஷனின் கையலகக் கட்டிலில் வறுமையோடு உழன்று திரிகிறார்கள். என்ன செய்தாலும் மனதில் ஒரு ஸ்கிரீன் ப்ளே ஓடிக்கொண்டிருக்கிறது. கிடைத்த நேரத்தில் கிடைத்த

தாள்களில் மேன்ஷன் அறையின் கரப்பான்களின் எச்சம் தெறித்த டேபிளின் மீது கவிழ்ந்து படுத்துக்கொண்டு ஸ்கிரிப்ட் ரெடி பண்ணுகிறார்கள். பிறகு அவர்களில் ஆயிரத்தில் ஒருவருக்குக் கதவு திறக்கிறது. கதை, திரைக்கதை வசனம் இயக்கம் என ஸ்கிரீனில் பெயரைப் பார்ப்பதற்காகத்தான் இந்தப் பாடு. பிறகு எல்லாம் தானாக வரும். கார், பங்களா, காதலி, மனைவி, கூத்தியாள்கள், அதற்குப் பிறகு என்ன? நோட்டுக்கை எடுத்துக்கொண்டு சார் சார் எனப் பின்னால் அலையும் வார இதழ்களின் சினிமாப் பகுதி நிருபர்களிடம் காலரை நிமிர்த்திவிட்டுக்கொண்டு தமிங்கிலீசில் சுண்டல் விற்றுப் பிழைத்த பெருமை.

“வென் ஐ வாஸ் ட்வள்வ், சித்திகூடச் சண்ட போட்டுக்கிட்டு வீட்ட விட்டு வந்துட்டேன். சாப்பிடறதுக்கும் தூங்கறதுக்கும் ஒரு பிளேஸத் தேடி இந்த சிட்டி பூரா அலைஞ்சேன். ரொம்ப நாள் பட்டினி. இன்பாக்ட், அப்ப சுண்டல் வியாபாரம்தான் என்னக் காப்பாத்துச்சு. ஆக்சுவலாப் பாத்தீங்கன்னா அப்பவே எங்கிட்ட ட்டு, த்ரீ ஸ்கிரீன் ப்ளேஸ் ரெடியா இருந்துச்சு.”

“ரியலீ?”

“யெஸ் யெஸ், அதையெல்லாம் இன்னும்கூட சேஃபா கீப் பண்ணி வெச்சிருக்கேன்.”

“ரியலீ?”

“மேடம், நீங்க கலர் ஆப் பாரடைஸ் பாத்திருக்கீங்களா?”

“இன்னும் இல்லை.”

“நா அதப் பத்து வயசிலியே பாத்தவன்.”

“இந்தப் பெருமிதமும் புகழும் சாசுவதமல்ல.”

ஒரு சிறு இடறலில் சரிந்து அதலபாதாளத்துக்குப் போய் விடுகிறார்கள்.

எண்பதுகளின் புகழ் பெற்ற இயக்குநர் ஒருவர் இப்போது ஏ.வி.எம் ஸ்டுடியோவுக்கெதிரில் பீடாக் கடை வைத்துப் பிழைப்பை ஓட்டுகிறார். அவரது கணக்கில் பத்து சூப்பர் ஹிட் படங்கள் உண்டு. அவ்வளவும் ஹாரர், ஓமன், எக்ஸார்ஸிஸ்ட் வகையறா. மனிதர் இப்போதும் தாழ்ந்து போய்விடவில்லை. பீடா விற்பனையிலேயே லட்சங்களைப் பார்த்துக் கொண்டிருக்கிறார். ஸ்டுடியோவுக்கு வேண்டிய பீடா, வெற்றிலை, பாக்குப் புகையிலை எல்லாம் அங்கிருந்துதான் போகின்றன. எந்தெந்த நாயகன் அல்லது நாயகிக்கு என்னென்ன கலவை என்பது அவருக்கு அத்துப்படி. ஒன் ட்வன்ட்டியா? ஃபோர் ட்வென்ட்டியா? தானே நேரடியாகக்

கலக்கி எடுத்துக்கொண்டு போவார். நாயகன் ஒவ்வொரு பீடாவுக்கும் ஆயிரம் ரூபாய் நோட்டு ஒன்றை எடுத்து வீசுவார். நாயகனுக்குத் தான் நாயகனாக இருக்கும் வரை ஆயிரம் ரூபாய் பிச்சைக் காசு. பீடா விற்றுப் பிழைக்கத் தெரியாமல் தரித்திரம் தொண்டையை இறுக்க வாழ வைக்கும் தெய்வங்களிடம் சரணடைந்த திரையுலகின் காவியப்பட இயக்குநரின் கதையும் இருக்கிறது. வாழவைக்கும் தெய்வம் ஐந்து லட்சத்தையோ பத்துலட்சத்தையோ பிச்சையாகப் போட்டது.

இது ஒரு சதுரங்க ஆட்டம் என நினைத்தான் கௌதம நீலாம்பரன். அல்லது கழைக்கூத்து, கம்பி மேல் நடக்கும் வித்தை.

பொதுக் கழிவறையை ஒட்டியிருந்த மணல் பரப்பில் ஒலித்துக் கொண்டிருந்த கழைக்கூத்தாடியின் இசையைக் கேட்டே அப்படி நினைத்தது.

இருபதடி நீளக்கம்பியின் மீது மூங்கில் கழியொன்றைக் கையில் பிடித்து நடந்துகொண்டிருந்தாள் ஒரு சிறுமி. மிஞ்சிப் போனால் ஐந்தாறு வயதுதான் இருக்கும். பாலன்ஸ் தவறி மணலில் விழுந்தால் மரணம் நிச்சயமல்ல என்றாலும் கை, கால்கள் முறியும். தலையில் நீர் நிரம்பிய கலசம். முதிர்ந்த முகம். விரிந்த கண்கள், சிரங்கு பீடித்த கைகளையுடைய தகப்பன் அவளுக்கு இணையாக மணலில் நடந்து வழிகாட்டிக் கொண்டிருந்தான். தாய் மத்தளம் போன்ற கருவியொன்றை இசைத்துக் கொண்டிருந்தாள். மடியில் பால்குடி மறக்காமல் இன்னொரு குழந்தை. ஏழெட்டுப் பேர் வேடிக்கை பார்த்துக்கொண்டிருந்தார்கள். ஒரு காதல் ஜோடி. இரண்டு கிழவிகள், நடுத்தர வயதுடைய ஒரு தம்பதி, அவர்களுடைய இரண்டு குழந்தைகள். கம்பியின் மீது நடக்கும் குழந்தைக்கும் அவற்றுக்கும் பெரிய வயது வித்தியாசம் இருக்க வாய்ப்பில்லை. வியப்பும் மிரட்சியும் கலந்த முகங்களுடன் தங்கள் தாயின் கால்களைக் கட்டிக்கொண்டு நின்றார்கள்.

தத்ரீம் தத்ரீம் தத் தத் தத் தத்ரீம் ரீம் ரீம்.

காற்று வாங்க வந்தவர்களை இறைஞ்சுகிறது கழைக் கூத்தாடியின் இசை.

வேடிக்கை பார்த்துக்கொண்டிருந்தவர்களில் பலர் அங்கிருந்த அலுமினியத் தட்டில் ஓரிரு நாணயங்களை வீசிவிட்டு நகர்ந்தனர். உலகின் மிக அழகான இந்த பீச்சில் வேடிக்கை பார்ப்பதற்கு இன்னும் எவ்வளவோ உண்டு. பார்க்க முடிந்தவற்றைப் பார்த்து விட்டு, சுண்டல் சாப்பிட்டுக் கிளம்பி பஸ் பிடித்து நேரங்காலத்தோடு தி.நகருக்கோ வடபழனிக்கோ பல்லாவரத்துக்கோ போய்ச் சேர வேண்டும்.

பாலன்ஸை இழக்காமல் மறுமுனையை அடைந்த கழைக் கூத்தாடியின் ஐந்து வயதுப் பெண்குழந்தை செருக்கோடும் களைப்போடும் கீழே இறங்கியது. மறுகணமே தாயிடமிருந்த அலுமினியத் தட்டை எடுத்துக்கொண்டு எஞ்சியிருந்த பார்வை யாளர்களை நெருங்கியது. தட்டில் கிடந்த சில்லறைகளைக் குலுக்கிக் கொண்டு அது எதிரே வந்து நின்றபோது கௌதம நீலாம்பரன் அந்தக் குழந்தை தனது எந்த வயதில் இந்தக் கலையைக் கற்றுக் கொண்டிருக்கும் என யோசித்துக்கொண்டிருந்தான். மூன்று வயதில்? இரண்டு வயதில்? அல்லது கருவோடு உதித்த திருவோ?

இதென்ன குரூரமான சிந்தனை?

பாக்கெட்டில் சில்லறைகளைத் தேடியபடியே அந்தக் குழந்தையின் முகத்தை ஏறிட்டான்.

இந்தக் குழந்தையின் முகத்துக்கு ஒரு டைட் குளோசப்.

கண்களுக்கும் ஒன்று வைக்க வேண்டும்.

பின்னணியில் தத்ரீம் தத்ரீம் தத் தத் தத் தத்ரீம் என்னும் கழைக்கூத்தாடியின் இசை.

மீண்டும் முருங்கைமரத்தை நோக்கித் தாவும் வேதாளம்.

பாக்கெட்டில் சில்லறை எதுவும் தட்டுப்படாததால் கைக்குக் கிடைத்த ரூபாய்த் தாள்களில் ஒன்றை உருவித் தட்டில் எறிந்தான். பிறகே அது நூறுரூபாய்த் தாளெனத் தெரிந்தது. பதறிப்போய்த் திரும்ப எடுத்துக்கொள்ள கை நீண்டது. மூண்டெழுந்த சுய அருவருப்பின் நெடி தாளாமல் கைகளைப் பின்னுக்கிழுத்துக் கொண்டு நடந்தான். குழந்தை ஏதோ முனகியது.

ஒரு கழைக்கூத்தாட்டத்தைச் சில நிமிடங்கள் வேடிக்கை பார்த்ததற்கு நூறு ரூபாய் அதிகம். ஆனால் கழைக்கூத்தாட்டமும் ஒரு கலை. இந்தக் குழந்தையின் வாழ்க்கைக்கு அந்தக் கலையே ஆதாரம். ஒரு நூறுரூபாய்த் தாள் அதன் வாழ்க்கையில் என்ன மாற்றத்தை ஏற்படுத்திவிடும்? எனினும் அதற்குக் கண்கள் விரிந்ததைக் கௌதமன் கவனித்தான். மற்றவர்களைப் போலவே குழந்தையின் வதங்கிய அலுமினியத் தட்டில் அவன் போட்டதும் பிச்சைதான். நூறு ரூபாயைப் பிச்சையாக ஏற்குமளவுக்கு அதன் மனம் பக்குவப்பட்டிருக்காததும் காரணமாக இருக்கலாம்.

ஒரு சுக்குக் காபி சாப்பிடலாமா எனத் தோன்றியது. நடந்து நடந்து களைத்த கால்களுக்குக் கொஞ்சம் ஓய்வு தேவை.

மணலில் கால்களைக் கட்டிக்கொண்டு உட்கார்ந்து சுக்குக் காபி விற்பவர்கள் யாராவது தென்படுகிறார்களா எனப் பார்த்தான்.

நீச்சல்குளத்தின் பின்புற மதிலையொட்டிய அந்த இடத்தில் துளி வெளிச்சமில்லை. நட்சத்திரங்களின் மங்கலான ஒளியில் அலையும் நிழல்கள்.

அரவாணிகளாயிருக்கும்.

அந்த இடம் அரவாணிகளுக்கும் ஹோமோ செக்சுவல்களுக்குமுரியது. முகத்தைச் சுளித்துக் கொள்ள விரும்புபவர்கள் தாராளமாகச் சுளித்துக்கொள்ளலாம். அடுத்த ஐம்பது மீட்டரில் வேசிகளின் உலகம் தொடங்குகிறது. கண்ணகி சிலை முதல் காந்தி சிலை வரை நீண்டும் விரிந்தும் பரந்தும் கிடக்கும் அவ்வுலகமே இப்பெருநகரவாசிகளுக்கு அந்தப்புரம். உயரமான விளக்குத் தூண்களிலிருந்து கசியும் பாலொளிக்குக் கீழே படர்ந்திருக்கும் புகையிருளுக்குள் தம் மஞ்சங்களை உருவாக்கிக் கொண்டிருக்கும் இம்மாநகர ராஜாக்களும் ராணிகளும் கூத்திகளும் சேடிகளும் இப்பெருநகரில் காதலையும் காமத்தையும் பரிமாறிக்கொள்ள வேறு உருப்படியான இடமெதுவும் இல்லை. காற்று வாங்க வந்தவர்களுக்கு அருவருப்புத் தாளவில்லை. தலையைக் கவிழ்த்துக் கொண்டு உறுமும் கடலை நோக்கி வேகமாக நடக்கிறார்கள். சிலர் கள்ளப் பார்வை பார்க்கிறார்கள். குழந்தைகளுக்கு அந்த விளையாட்டு ஆச்சரியமளிக்கிறது.

"அம்மா, அம்மா"

"என்ன?"

"அந்த அங்கிளும் ஆண்ட்டியும் என்ன செய்றாங்க?"

"வெளையாடறாங்க"

சங்கடத்துடன் பதிலளித்தபடி தாய் அவர்களை இழுத்துச் செல்கிறாள்.

"அது என்ன வெளையாட்டு அம்மா?"

"கண்றாவி, இதுகளுக்குக் கொஞ்சமாச்சும் வெக்கமிருக்குதா? பப்ளிக் பிளேஸ்ல இதென்ன நியூசென்ஸ்?"

"நீங்க பேசாம நடங்க"

மணலில் சரிந்திருக்கும் பித்தேறிய மனங்களுக்கு இந்த விமர்சனங்களைப் பொருட்படுத்திக் கொண்டிருப்பதற்கு அவகாச மில்லை. நேரம் கடந்துபோய்க் கொண்டிருக்கிறது. அதற்குள் காரியத்தை முடிக்க வேண்டும். வீட்டில் தாயோ, தகப்பனோ, மனைவியோ, குழந்தைகளோ காத்திருப்பார்கள். அவர்களது கேள்விகளைச் சமாளிக்கத் தெரிந்திருக்க வேண்டும். அதுவுமொரு

கலை, கம்பி மீது நடக்கும் வித்தை. பேலன்ஸ் செய்யக் கைவசம் நிறையப் பொய்கள் இருக்கின்றன.

“இவ்வளவு நேரமாக ஆபீஸ்ல இருந்தீங்க?”

“என்ன பண்ணச் சொல்றே? ஹெவி ட்ராபிக். ஜெமினியத் தாண்டி நகரவே முடியல”

“இந்த ப்ராஜக்ட முடிச்சுக் குடுக்காம நகரக்கூடாதுன்னு டீம் லீடர் சொல்லிட்டார்?”

“கோவிச்சுக்காத செல்லம், கொஞ்சம் லேட்டாயிடுச்சு”

“க்ரூப் ஸ்டடீம்மா”

ஒவ்வொரு ஜோடியையும் பல கண்கள் வேடிக்கை பார்க்கின்றன. எதிரிலும் பக்கவாட்டிலும் முதுகுக்குப் பின்னாலும் காற்று வாங்கும் பாவனையுடன் தனியாகவோ குழுவாகவோ உட்கார்ந்து இக்களியாட்டங்களை ரசித்துக் கொண்டிருக்கும் இளைஞர்கள், நடுத்தர வயதினர், முதியவர்கள், போர்னோ கிராபியை விட அதிகப் போதை தரும் விளையாட்டு இது. பார்த்துக் கொள்ளட்டுமே, வாழ்வின் சந்தோஷங்களை யாருக்காகவும் இழக்க முடியாது. வாழ்வு அற்பம். பார்த்துக் கொண்டிருக்கும் போதே கரைந்து, உருகி, ஆவியாகி மறைந்துவிடும் பனித்துகள். அற்பம் என்பதால்தான் இந்த வாழ்வைக் கலை என்ற அந்தஸ்துடன் பீடத்தில் ஏற்றிவைக்க முடியாமல் போகிறது. கலை உன்னதங்களைக் கற்றுக்கொடுப்பது, அறத்தைப் போதிப்பது, மனிதாபிமானத்தைச் சொரிவது. (சொரிவதா? சொறிவதா?) அதற்குக் கற்பனை வளம் வேண்டும். அதனால்தான் ஓர் இரண்டரை மணிநேரத் திரைப்படத்துக்கான கதையை உருவாக்குவதற்கு வருடக் கணக்காக மண்டையைப் பிய்த்துக் கொள்ள வேண்டியிருக்கிறது. ஸ்டார் ஹோட்டல்களில் ஆடம்பரமான சூட் எடுத்து உட்கார்ந்துகொண்டு தின்று தீர்க்க வேண்டியிருக்கிறது. பாட்டில் பாட்டிலாகக் குடித்து வாந்தியெடுக்க வேண்டியிருக்கிறது. உன்னதமான காதல், உன்னதமான காமம், உன்னதமான நட்பு, உன்னதமான தியாகம், உன்னதமான வீரம், உன்னதமான லட்சியம், உன்னதமான வாழ்க்கை, இத்தனை உன்னதங்களுக்கு எங்கே போக? மிகச் சிக்கலான விஷயம் இது. அவற்றை உருவாக்குவதற்காகத்தான் வசனங்களும் பாடல்களும் தேவைப்படுகின்றன. இசை தேவைப்படுகிறது. நாட்டியங்களும் சண்டைகளும் தேவைப்படு கின்றன. கண்ணீர் தேவைப்படுகிறது.

“யாரப்பா அங்கே, அவுங்க கண்ணுக்குள்ள இன்னொரு சொட்டு க்ளிஸரீன் விடு”

கருத்தாழமுள்ள வசனங்கள், தீப்பொறி பறக்கும் சண்டைக் காட்சிகள், உள்ளத்தை உருகவைக்கும் சென்டிமெண்ட். எல்லாவற்றையும் பாலன்ஸ் செய்யும் திரைக்கதை. கடைசியில் எப்படியோ பெரும் பொருட்செலவில் உன்னதம் கைகூடிவிடுகிறது. கண்கட்டு வித்தைதான்.

தனக்கு முன்னால் நான்கடித் தொலைவில் மிஸ்டர் எக்ஸ் நடந்துபோய்க் கொண்டிருந்ததைப் பார்த்தான் கௌதம நீலாம்பரன்.

"மிஸ்டர் எக்ஸ்"

மிஸ்டர் எக்ஸ் அதைப் பொருட்படுத்தவில்லை. தான் மிஸ்டர் எக்ஸ் என்பது மிஸ்டர் எக்ஸுக்குத் தெரிந்தால்தானே?

மணி எட்டு முப்பத்தைந்து. இதற்கு அர்த்தம் மிஸ்டர் எக்ஸ் துல்லியமாக ஒரு மணி நேரம் முப்பத்தைந்து நிமிடங்களாக இந்தக் கடற்கரையில் அலைந்து கொண்டிருக்கிறார் என்பதுதான். உலகின் மிக நீளமான இந்தக் கடற்கரையின் ஏதாவதொரு மூலையில் முத்தங்களைப் பரிமாறிக்கொண்டிருக்கும் தன் மனைவியையும் அவளுடைய ரகசியக் காதலனையும் தேடி அலையும் மிஸ்டர் எக்ஸின் இந்தப் பயணம் எப்போது முடிவுறும்? அதன் விளைவுகள் என்ன?

கையும் களவுமாகச் சிக்கிய பிறகு மிஸ்டர் எக்ஸ் அவர்களை என்ன செய்வார்?

இருவரையும் கொலை செய்துவிடுவாரா?

விட்டு விலகிப் போய்விடுவாரா?

தற்கொலை செய்து கொள்வாரா?

சேர்த்து வைத்துவிட்டுக் கண்ணீர் மல்க விடைபெற்றுக் கொண்டு போய்விடுவாரா?

சினிமா மூளைகள் தம் கற்பனைக் குதிரைகளைத் தட்டி விடுகின்றன.

"மிஸ்டர் எக்ஸ் ஒன்றும் செய்யப்போவதில்லை" என ஒரு நாள் கடற்கரை விவாதத்தில் சொன்னான் கமால்.

"ஏன்?" – கௌதம நீலாம்பரன்.

"மிஸ்டர் எக்ஸ் உண்மையைத் தேடுகிறார். அதைக் கண்டடைவது மட்டுமே அவரது நோக்கம்" – ஹரிசங்கர்.

"மிஸ்டர் எக்ஸுக்கு வேட்டைதான் முக்கியம். அதிலிருந்து கிடைக்கும் இரை அல்ல" – கமால்.

"பாஷை சவரக்கத்தி" என்றான் கௌதம நீலாம்பரன்.

பெருஞ்சிரிப்பெழுந்தடங்கியது.

விளைவு என்னவாக இருந்தாலும் கௌதம நீலாம்பரனால் இனி ஒருபோதும் அதை அறிந்துகொள்ள முடியாது. அரை மணி நேரத்தில் ஹரிசங்கரோடு நாயர் மெஸ்ஸில் தனது லாஸ்ட் ஸப்பரை முடித்துக்கொண்டு ரயிலேறியாக வேண்டும். ஏற்காடு எக்ஸ்பிரசின் எஸ் 7 கோச்சில் பெர்த் நம்பர் 56இல் ஏறிக் கால்களை நீட்டிக்கொண்ட பிறகு மிஸ்டர் எக்ஸை நினைக்க வேண்டிய தேவை கௌதம நீலாம்பரன் என்ற புனைபெயரையுடைய அந்த முன்னாள் அசிஸ்டென்ட் டைரக்டருக்கு ஏற்படப் போவதில்லை. மிஸ்டர் எக்ஸ் தனது தேடலில் இன்று வெற்றிபெறக் கூடுமானால் க்ளைமாக்ஸைப் பார்த்துவிட்டுப் போகும் பாக்கியமாவது கிடைக்கும்.

"உக்காரலாமா?"

எதிரே நின்றாள் பருத்த உடல் கொண்ட ஒரு கணிகை.

"நூறு ரூவாதான்"

இந்த நகரத்தில் இதை மட்டும் எதற்காக மிச்சம் வைத்து விட்டுப் போக வேண்டும்? ஹரிசங்கருடனான லாஸ்ட் சப்பருக்கு இன்னும் நேரமிருக்கிறது.

கௌதமன் பாக்கெட்டைத் துளாவினான்.

"எவ்வளவு?"

"நூறு ரூவாங்கறேன், உனக்குக் காது செரியா கேக்காதா?"

இரண்டடி முன்னால் நகர்ந்து அவள் உட்கார்ந்தாள். சூழ்ந்திருந்த இருளைத் துளைத்து ஒரு பார்வை பார்த்துவிட்டு அவளருகே உட்கார்ந்தான் கௌதமன். தொலைவில் மிஸ்டர் எக்ஸ் தென்பட்டார். முடிந்தால் நகர்நீங்கிப் போகும் இக்கடைசித் தருணத்திலாவது அவரிடம் கொஞ்சம் பேசலாம்.

கணிகை அவனது கைகளைப் பற்றித் தன் பருத்த முலைகளின் மீது வைத்தாள். ஜாக்கெட்டின் ஊக்குகள் ஏற்கனவே கழன்று கிடந்தன. வியர்வைப் பிசுபிசுப்பு. ஒருவிதமான புளிப்பு நெடி. முத்தமிட்டுக்கொண்டே அவனது ஜிப்பை உருவினாள்.

"என்னாச்சு? மூடு வரலையா?"

தளர்ந்த குறியை மூர்க்கமாகப் பற்றி இழுத்தாள். கௌதம நீலாம்பரன் அவளது முலைகளைச் சுவைக்க முயன்றான்.

"வாய் வெக்கறன்னா அதுக்கு இன்னொரு நூறு ரூவா தரணும்"

கௌதமன் மறுபடியும் பாக்கெட்டைத் தேடினான்.

முலைகளுக்குள் புதையுண்டு போயிருந்த சிதைந்த காம்புகள் அகப்படாமல் நழுவின.

“என்ன பயமா இருக்குதா?”

“இல்ல”

“பின்ன, செத்த எலி கணக்கா அப்படியே கெடக்குது?”

அவள் அவசரப்பட்டாள்.

சாவகாசமாக இருக்க முடியாது. தம் முறையை எதிர் பார்த்து அவளுக்காக நாலைந்து பேர் காத்திருக்கிறார்கள். நேரம் அதிக மில்லை. ஒன்பது ஒன்பதரைக்குள் இடத்தைக் காலிப்பண்ணியாக வேண்டும்.

“வாய் வெக்கட்டுமா?”

“வேண்டாம்”

“இல்ல சில பேருக்கு அப்படிச் செஞ்சா மூடு வரும். இன்னொரு முன்னூறு குடுங்க”

“முன்னூறா?”

“ஆமா சும்மா ஒருத்தனுத அப்படி வெச்சுக்க முடியுமா?”

அலைபேசி ஒலித்தது.

ஹரிசங்கர்.

“எங்க இருக்கற கௌதம்?”

“ஒரு வேலையா வெளிய வந்தேன்”

“எப்ப வருவே”

“ஒரு பத்து நிமிஷம்”

“ஒண்ணு செய்யி, நேரா நாயர் மெஸ்ஸுக்கு வந்துரு, நா ஷார்ப்பா எய்ட் ஃபார்டி ஃபைவ்க்கு அங்க இருப்பேன்”

“சரி”

ஓயாமல் குமுறிக்கொண்டிருக்கும் மகாசமுத்திரத்தின் பேரோசை. காலகாலமாக சரயூநதியின் வெள்ளம் இச் சமுத்திரத் தையே சென்றடைகிறது. அந்த நதியின் வெள்ளப் பெருக்கோடு போட்டியிட்ட சிராவஸ்தி நகரின் பிராமண இளைஞன் கௌதம நீலாம்பரன் காமக்கடலை நீந்திக் கடக்கக் கணிகையொருத்தியின் உருக்குலைந்த முலைகளைச் சுவைத்துக் கொண்டிருக்கிறான்.

கௌதம நீலாம்பரன்!

யட்சினியின் சிற்பத்தை வடித்ததன் மூலம் பாரதத்தின் சிற்பக்கலையில் பெரும்புரட்சியை ஏற்படுத்திய சித்திரக்காரன்,

மகதப் பேரரசின் புகழ்பெற்ற நாடக நடிகன், கிழக்கிந்தியக் கம்பெனியின் குமாஸ்தா, சுதந்திர இந்தியாவில் பூடா ஜெயன்டியைக் காண வந்த வெள்ளைக்கார துரைகளுக்குக் கைடாக அவதாரமெடுத்தவன். பிறகு பிரபல இயக்குநர்களின் பிரபல அசிஸ்டென்ட் டைரக்டர்.

"உன் பேரென்ன?"

சம்பகா எனச் சொல்வாளோ?

சம்பகா தேவி, சம்பா ராணி, சம்பா பீவி, சம்பா அஹமத்.

"எதுக்குக் கேக்கற?"

"சும்மாதான்"

"எதுனா பேட்டி கீட்டி எடுக்கறயா? நீ ப்ரஸ் ஆளாக்கும்?"

அவள் எழுந்துகொண்டாள். ஜாக்கெட்டின் ஊக்குகளை மாட்டிக்கொண்டு எதிரே நான்கடித் தள்ளி நின்று தனது முறைக்காகக் காத்துக்கொண்டிருந்த இளைஞர்களில் ஒருவனை நெருங்கினாள்.

"உக்காரலாமா?"

"எவ்வளவு?" இளைஞனின் குரலில் மெலிதான நடுக்கம்.

"நூறு ரூவாதான்"

இளைஞன் சட்டைப் பாக்கெட்டைத் துளாவினான்.

குமட்டலைக் காட்டிலும் தாகம் அதிகமானோருக்கான சாக்கடை நீரைப் போன்றவள் இவள் – புத்துயிர்ப்பில் இடம் பெற்றிருக்கும் டால்ஸ்டாயின் ஒரு வரி. இந்த யுகத்தில் இப்படியெல்லாம் முகத்திலறைந்தாற்போல் எழுதிவிட முடியாது. போராளிகள் செருப்பைக் கழற்றிக்கொண்டு வந்துவிடுவார்கள். கலைஞனுக்கு பாலன்ஸ் முக்கியம், பொலிட்டிக்கல் கரெக்ட்னஸ் முக்கியம். உண்மைக்கும் பொய்க்குமிடையே, இலட்சியத்துக்கும் போலித்தனத்துக்குமிடையே கலைக்கும் வியாபாரத்துக்குமிடையே பேலன்ஸ் செய்யத் தெரிந்திருக்க வேண்டும். இல்லாவிட்டால் கரணம் தப்பிவிடும்.

தத்ரீம் தத்ரீம் தத் தத் தத் தத்ரீம்.

ஆட்டத்தை முடித்துக்கொள்ள விழையும் கழைக்கூத்தாடியின் இசை. கிளம்பத் தயாராகியிருப்பான்.

ஜிப்பை இழுத்துவிட்டுக்கொண்டு எழுந்துவந்து விவேகானந்தர் இல்லத்துக்கெதிரே உள்வட்டச் சாலையில் கிரானைட் பாவப்பட்ட படிக்கட்டுகளில் ஒன்றில் உட்கார்ந்தான். அந்த இடம் மிஸ்டர்

எக்ஸுக்கானது. தன் தேடலை முடித்துக் கொண்டு மிஸ்டர் எக்ஸ் அங்குதான் வருவார். மிஸ்டர் எக்ஸ் இன்று நீங்கள் வகையாக மாட்டிக்கொண்டு விட்டீர்கள்.

மெரீனாவின் அந்தப்புரம் தன் உயிர்த்துடிப்பை இழக்கத் தொடங்கியிருந்தது. பெருநகரின் ராஜாக்கள் தங்கள் ராணிகளுக்குக் கடைசி முத்தங்களைத் தந்து வழியனுப்பத் தொடங்கியிருந்தார்கள். மீதமிருக்கும் ஜோடிகளுக்கிடையே தேடி அலுத்துவிட்டுத் துல்லியமாக ஒன்பது மணிக்கு மிஸ்டர் எக்ஸ் வந்தார். களைத்திருந்தார். தனக்குரிய இடத்தை யாரோ ஆக்கிரமித்திருப்பதைக் கண்டு கொஞ்சம் எரிச்சல். கௌதம நீலாம்பரன் நகர்ந்து உட்கார்ந்து கொண்டான். மிஸ்டர் எக்ஸ் புன்னகைத்தார்.

"தாங்க்ஸ்"

பாக்கெட்டைத் துளாவி சிகரெட் பெட்டியை வெளியே எடுத்தார். பெட்டி காலி. கவனமில்லாமல் எல்லாவற்றையும் புகைத்துத் தீர்த்துவிட்டார் போலிருக்கிறது. நீலாம்பரன் தன்னுடையதிலிருந்து ஒன்றை உருவி அவரிடம் நீட்டினான். மிஸ்டர் எக்ஸ் புன்னகைத்தார். பெற்றுக்கொண்டு மற்றொரு தாங்க்ஸ்.

மிஸ்டர் எக்ஸ் ஒன்றும் அந்நியரல்லவே. வெகு காலமாக அருகிலேயே இருந்து கொண்டிருக்கும் ஓர் ஆன்மா.

"மிஸ்டர் எக்ஸ்"

மிஸ்டர் எக்ஸின் கண்களில் வியப்பு.

"நான் உங்களை மிஸ்டர் எக்ஸ் என்று அழைக்கலாமில்லையா?"

"அதனாலென்ன?"

மிஸ்டர் எக்ஸ் தீப்பெட்டிக்காகக் கை நீட்டினார்.

இருவரும் புகைக்கத் தொடங்கினார்கள்.

"மிஸ்டர் எக்ஸ், அவருடைய பெயரென்ன?"

"யாருடைய பெயர்?"

"நீங்கள் தேடிக்கொண்டிருக்கிறீர்களே, உங்கள் மனைவியின் ரகசியக் காதலர்"

மிஸ்டர் எக்ஸ் புகையை ஆழ்ந்து உள்ளிழுத்தார்.

"விருப்பமில்லையென்றால் சொல்ல வேண்டாம்"

"அப்படியொன்றுமில்லை"

கைபேசி அழைத்தது. இந்த முறை கமால். ரயில்வே ஸ்டேஷனுக்கு வந்திருக்க வாய்ப்புண்டு.

"அவரது பெயர், மிஸ்டர் சிரில்"

நீலாம்பரன் கமாலின் அழைப்பைத் துண்டித்தான்.

"சிரில், சிரில் அலெக்சாண்டர். என் அண்டை வீட்டுக்காரர்"
எத்தனைச் சிரில்கள்!

மனிதனுக்குப் பெயர்ப் பஞ்சம் வந்துவிட்டது.

எத்தனை நூற்றாண்டுகள், எத்தனை தேசங்கள், இனங்கள், மொழிகள், கலாச்சாரங்கள், எத்தனை கோடி மனிதர்கள்! ஒவ்வொருவருக்கும் தனி அடையாளம் வேண்டியிருக்கிறது, பெயர் வேண்டியிருக்கிறது. அத்தனை பெயர்களுக்கு எங்கே போக? கௌதம நீலாம்பரன்கள், ஹரிசங்கர்கள், கமால்கள், சம்பாக்கள், நிர்மலாக்கள், சாந்தாக்கள், சுஜாதாக்கள், தலயத்துக்கள், தஹ்பீனாக்கள் காலத்தின் முடிவின்மையில் அழியாது நிலைபெற்று விட்ட பெயர்கள்!

நீலாம்பரன் பெருமூச்செறிந்தான்.

மிஸ்டர் எக்ஸ் கரிந்துபோன சிகரெட் துண்டைச் சுண்டி யெறிந்தார்.

"மிஸ்டர் எக்ஸ், கொஞ்சம் என்னோடு வாருங்கள்"

"எதற்கு?"

"உங்கள் சிரில் அலெக்சாண்டரையும் அவருடைய ரகசியக் காதலியையும் கண்டுபிடிக்க"

"உங்களுக்கு அவர்களைத் தெரியுமா?"

"தெரியாமலென்ன?"

கௌதம நீலாம்பரனின் இதழ்களிலிருந்து சத்தமில்லாமல் உதிர்ந்து தன் காலடியில் விழுந்து நசுங்கிய பழுப்பு நிறப் புன்னகையை மிஸ்டர் எக்ஸ் கவனிக்கவில்லை.

மே 2016

ஊழி

“சற்று விரைந்து நட மேகலா, வேடிக்கை பார்ப்பதற்கு உகந்த தருணமல்ல இது. வழிபாட்டிற்குரிய மலர்களுக்காகவும் நமக்காகவும் தவச்சாலையில் கவலையுடன் காத்திருப்பாள் தாயார் மாதவி” எனத் தணிந்த குரலில் முணுமுணுத்தபடி மேகலையின் நடுங்கும் தளிர்விரல்களை இறுகப் பற்றிக் கொண்டாள் சுதமதி. நம்ப முடியாத துரோகங்களுக்கும் முடிவேயில்லாத துன்பங்களுக்கும் சதா இரையாகித் தீரவே தீராத பிறவியின் பெருங்கடலை வெகுதூரம் கடந்துவந்துவிட்டவள் சுதமதி. அவளுக்கே இப்பெரும் கூட்டத்தைக் கண்டு கலக்கம் என்றால் அணிபூண்ட இச்சம்பாபதியின் தெருக்களிடையே வரம்பற்ற குதூகலத்துடன் சுற்றித்திரிய வேண்டிய வயதில் துறவுநிலை பூண்டு, துறவின் தர்மத்தையும் அறியாத சின்னஞ் சிறு கன்னிகையான மணிமேகலையின் நிலை பற்றிச் சொல்லவா வேண்டும்?

துறவி என்றாலும் அவள் பேரழகி. மரவுரி தரித்தும் மங்காத பேரழகு. போக்கிரிகளாய்த் தென்படும் ஆடவர்களில் சிலர் ஓயாமல் அவர்களைப் பின்தொடர்ந்து கொண்டிருந்தார்கள். போக்கிரிகளோ தொன்மை நாகரிகம் கொண்ட இச்செந்தமிழ் நாட்டின் மாண்புடை மைந்தர்களோ யாரானாலும் இப்போது ஒன்றுதான். எல்லா மனங்களிலும் களிப்பின் விதை முளைத்திருக்கிறது. ஒருவரிடத்திலும் கட்டுப்பாடில்லை.

மாதவிக்கு இன்னும்கூட இந்நகரைப் புரிந்துகொள்ள முடியவில்லை. குற்ற உணர்வுக்கும் அவமானத்துக்கும் உள்ளான மனம் பேதலித்துப் போய்விட்டது. இல்லையென்றால் தவிப்பை மூட்டுவதும் அலைக்கழிப்புகளை உருவாக்குவதுமான களியாட்டங் களைக் கொண்ட இத்தெருக்களில் தனியே இறங்கிச் செல்லுமாறு இப்பேதைப் பெண்ணைத் தூண்டுவாளா? துறவுபூண்டிருக்கும் இச்சிறுபெண்ணின் மனதைச் சிதறடித்து விடாதா, களியாட்டங்களின் நாண்களிலிருந்து சீறிவரும் காமன் கணைகள்? தாய் சித்ராபதியின் தந்திரங்களினதும் பேராசைகளினதும் துணையோடு ஓய்வில்லாமல் இக்கணிகையர் தெருவைச் சுற்றிக் கொண்டிருக்கும் உதயகுமாரனைப்

பற்றியும்கூடவா அவளுக்குப் பயமில்லை? மாமன்னனேகூட அரசக் கடமைகளை மறந்து இந்திர விழாவின் கொண்டாட்டங்களில் மூழ்கிக்கிடக்கும் பொழுது பிறரைப் பற்றி என்ன சொல்வது?

இந்திர விழாவன்று காமன் திருவிழா.

இந்திரனே ஒரு காமுகனல்லவா? பத்தினியைப் பரத்தை யாக்கிய காமுகன். கொண்ட காமத்திற்குத் தண்டனையாய்ப் புண்களைப் பெற்றவன். தேவர்க்கரசன் என்பதாலல்லவா அவனுக்குப் புண்கள் கண்களாயின? ஒவ்வொரு கண்ணிலும் காமம் குமிழியிடத் தன் முப்பத்து மூன்று தேவகணங்களோடும் பிரபஞ் சத்தை நிர்க்கதியாய் விட்டுவிட்டுக் களியாட்டங்களின் இத்தொன்னகரைத் தேடி வந்திருக்கிறான் தேவேந்திரன். இனி ஈரேழு நாட்களும் இங்கிருந்துதான் பிரபஞ்ச பரிபாலனம். கோவலனினதும் கண்ணகியினதும் மரணங்களும் மூதூரின் பேரழிவும் உருவாக்கியிருந்த கொடிய துயரங்களையும் அறவியல் விசாரங்களையும் அழிக்கத் தொடங்கிவிட்டது. வள்ளுவன் அறைந்த விழா முரசத்தின் பெருமுழக்கம். எரியூட்டப்பட்ட நகரின் சாம்பல்கூட இன்னும் அடங்கியிருக்கவில்லை. அதற்குள் களியாட்டங்களுக்காகப் பொற்காசுகளுடன் கணிகையர் கோட்டத்தில் குழுமத் தொடங்கிவிட்டார்கள் முத்துடைத்த பாண்டிய நாட்டின் மீன்கொடி மறவர்கள். பல்வேறு நாடுகளின் அரசிளங் குமரர்களும் செல்வச்செருக்குடைய பெருநிலக்கிழார்களும் வணிகர்களும் அந்தணர்களும் பிச்சைக்காரர்களும் பேதம் பாராட்டாமல் ஒன்றாகக் குழுமி இச்சீர்மிகு பெருநகரைக் கலங்கடித்துக் கொண்டிருக்கிறார்கள். மிரட்டிக் காரியத்தைச் சாதித்துக் கொண்டிருக்கிறது சதுக்கபூதம். காவலுறும் பணிக்குக் கைமாறாக அதற்குக் கிடைத்திருக்கிறது கணிகைக் கூத்து.

அறத்தைப் போதிக்கக் கைகளில் திருவோடு ஏந்தியவராய் இக்காவிரிப்பூம்பட்டினத்தின் நலங்கெழு வீதிகளில் திரிந்து கொண்டிருக்கும் புத்த பிக்குகளுக்கே இது தோல்வி.

போதை தலைக்கேறிய களிமகனொருவன் நிர்வாணியான துறவியை மறித்துப் பலர் முன்னிலையிலும் அவமதித்தானே? கள் நிறைந்த கலயத்தை அத்துறவியின் நாசியருகே பிடித்துக் கொண்டு உண்ணச் சொல்லி வற்புறுத்தினானே.

“குளிக்காமலும் உடையுடுத்தாமலும் ஏன் இப்படிப் பைத்தியம் பிடித்ததுபோல் அலைகிறீர் அடிகளாரே? இந்தாரும், இதைக் குடித்து உமது புத்தியைத் தெளிவித்துக் கொள்ளும். இதில் பாவமில்லை. உயிர்க்கொலையும் ஏதுமில்லையாக்கும் அடிகளாரே! வெறும் கள்;

தென்னையின் பாளையிலிருந்து ஊறிவருவது. வேண்டுமானால் அப்படிக் கண் மறைவாய்ப் போய் அமர்ந்துகொண்டு உமது திருவோட்டில் ஊற்றிக் குடியும். பிறகு வாரும். நான் உன்னைக் கணிகையர் கோட்டத்திற்கு அழைத்துச் செல்வேன்! கொழுத்த முலைகளையுடைய கணிகையரின் உடல்களே பிறவிப் பெருங்கடலைக் கடப்பதற்கான நாவாய்கள். சாத்திரங்களைப் படித்ததில்லையா நீர்? இதிகாசங்களினதும் புராணங்களினதும் உட்கருத்தென்ன? எதற்காக இந்த வெட்டிப்பேச்சு? காலத்தைக் கடத்தாமல் இதைக் குடியும், களித்திரும். பிறகு நான் பொல்லாதவனாவேன் அடிகளாரே."

கைதட்டிச் சிரித்தது கூட்டம். அது கொண்டாட்டங்களின் ஒரு பகுதியாயிருக்கும். துயருற்றுச் சூம்பியது துறவி மேகலையின் முகம்.

"சீக்கிரம் இவ்விடத்தைத் தாண்டிப் போய்விட வேண்டும் சுதமதி" எனத் தவிப்புடன் தோழியை அவசரப்படுத்தினாள்.

ஆனால் கடந்துசெல்வதற்குச் சிறிதளவே வழி கிடைத்தது. கணிகையர் கோட்டத்தைத் தாண்டியும் கொண்டாட்டங்களின் ஆரவாரம் குறையவில்லை. கடந்த சில திங்கள்களாகத் துயரத்தில் மூழ்கிக்கிடந்த இச்சம்பாபதி தனது பழைய பொலிவை மீண்டும் பெற்றுக்கொண்டிருக்கிறது. புதுமணல் பரப்பிச் செப்பனிடப்பட்ட தெருக்கள், வாசல்கள் தோறும் கணிகையர் வரைந்த வண்ணக் கோலங்கள், மாளிகைகளின் நுழைவாயில்களில் ஒளி சுடரும் அணிமாலைகள், மாடங்களில் கதலிகைக் கொடிகளின் படபடப்பு, எல்லாத் தெருக்களிலும் தோரணங்கள். பூரண கும்பங்களும் பொற்பாலிகைகளும் பாவை விளக்குகளும் ஏற்றப்பட்ட எண்ணற்ற சிறு கோயில்கள், அம்பலங்கள் தோறும் புண்ணிய நல்லுரைகள், தமிழாய்ந்த அறிஞர்களின் பட்டிமண்டபங்கள், சதுக்கங்கள் ஒவ்வொன்றிலும் களியாட்டங்கள். வனமுலைகளையும் அகன்ற அல்குலையும் கொண்ட கணிகையர் ஆடும் பேடிக்கூத்து.

"உவவனம் நெடுந்தொலைவு கொண்டதோ சுதமதி?"

"இல்லை மேகலா, ஆனால் கட்டுடைத்துப் பெருகிக் கொண்டிருக்கும் இம்மனித வெள்ளத்தைக் கடந்து நாம் அங்கும் போய்ச்சேருவதற்கு வெகுநேரம் ஆகிவிடுமோ என அஞ்சுகிறேன். வழிகளில் பலவும் மூடப்பட்டு விட்டன. இன்னும் ஒரு காததூரம் கடந்துசெல்ல வேண்டியிருக்கிறதே?"

மேகலை பெருமூச்செறிந்தாள், "வேறு சுருக்கு வழிகள் ஏதுமில்லையா சுதமதி?"

"இலவந்திகைச் சோலையின் வழியாகவும் உய்யான வனத்தின் வழியாகவும் செல்லக்கூடிய இரண்டு மிகக் குறுகலான பாதைகளை எனக்குத் தெரியும் மேகலா. இலவந்திகைச் சோலை மாமன்னரின் உரிமை மகளிர் உறையும் இடம். மன்னனும் அம்மகளிரும் அங்கு கூடிக்களித்திருப்பர். உய்யான வனமோ தற்பொழுது விழாக்காண வந்த தேவர்கள் உறையும் இடமாயிருக்கிறது. கேளிக்கைகளில் மூழ்கியிருக்கும் இந்திரனையும் அவனுடைய தேவகணங்களையும் குறித்து நாம் எச்சரிக்கையாயிருக்க வேண்டும் மேகலா. தேவகணங் களுக்குத் துறவுநிலை ஒரு பொருட்டல்ல. அகலிகையின் கதை தெரியுமல்லவா உனக்கு?"

மேகலை சோர்ந்தாள், "எனக்குக் கால்கள் கடுக்கின்றன!"

"நாளங்காடிச் சதுக்கத்திலிருந்து பிரியும் ஒற்றையடிப் பாதை உவவனத்துக்குச் செல்வதாகும் மேகலா. வேடர்களுக்குரிய பாதை அது. அதன் வழியே செல்வோமானால் நமக்குக் கொஞ்சம் தூரம் குறையும்."

மெல்ல நகர்ந்து கரிகாற்பெருவளத்தானின் பெயர் கொண்ட நாளங்காடிச் சதுக்கத்தை அடைந்தார்கள். அங்கும் தாள முடியாத நெரிசல். இன்னும் பெருத்த ஆரவாரம். சதுக்கத்தின் ஒரு முனையில் முழங்காலளவு வட்டுடையணிந்த அழகிய தோற்றம் கொண்ட கணிகையொருத்தி, தன் பாவாடை காற்றில் குடைவிரித்துச் சுழலக் காமன்கூத்துப் பயின்றுகொண்டிருந்தாள். குழுமியிருந்தோர் அனைவரையும் தனது கணைகளால் வீழ்த்தியிருந்தான் காமன். செந்தமிழ் நாட்டு மாந்தர்களின் கிறங்கிய விழிகள் கணிகையின் நிர்வாணத்தைக் காண அலைபாய்ந்து கொண்டிருந்தன.

"அருவருப்பு மேலிடுகிறது சுதமதி, கைகட்டி வேடிக்கை பார்த்துக் கொண்டிருக்கிறாளா சம்பாபதி? இல்லை காமன் கணைகளுக்குத் தானும் இரையாகி இக்கூத்தை ரசித்துக் கொண்டிருக்கிறாளா? சொல் சுதமதி. எனக்கு உவவனம் போக வேண்டாம். தவச்சாலைக்கே திரும்பிவிடுவோம். வழிபாட்டுக்கு மலர்களை எதிர்பார்ப்பவனல்ல புத்தன்" என்று ஆத்திரத்துடன் இரைந்தாள் மணிமேகலை. சுதமதி ஆச்சரியம் கொண்டாள். ஒருபோதும் அவள் அவ்வளவு கோபம் கொண்டு பார்த்ததில்லை. அருகிலிருந்தோரில் சிலர் துணுக்குற்று அவளைப் பார்த்தனர்.

"இச்சதுக்கத்தில் எங்காவது அம்பலம் காணக்கிடைக்கிறதா பார் சுதமதி. அறவியலாளர்களின் நல்லுரைகளைக் கேட்டாலாவது மனம் சற்று ஆற்றுப்படுகிறதா பார்ப்போம்" என்றாள் சினம் சற்றுத் தணிந்தவளாய்.

“கீழைவீதியில் நதிக்கரையையொட்டிச் சில தப்படிகளுக்குள் இருக்கிறது ஒரு சிற்றம்பலம் மேகலா. அங்கே போய் மனத்தை ஆற்றுப்படுத்திக் கொண்டு பிறகு உவவனம் போகலாம். மிக இயல்பானவையாய் மலிந்துபோய்விட்ட இந்நிகழ்வுகளைக் கண்டு இவ்வளவு பதற்றம் கொள்ளலாமோ? விழிகள் சிவந்து விட்டன உனக்கு?”

அவள் கரங்களை இறுகப் பற்றியிழுத்துக்கொண்டு கூட்டத்தைப் பிளந்து வழியுண்டாக்கியபடி ஈசன் சன்னதியை அடைய முற்பட்டாள் சுதமதி.

கண்ணுக்கெட்டிய தூரத்தில் ஈசன் சன்னதி. அதன் நெடிதுயர்ந்த ராஜகோபுரத்தை அலங்கரிக்கும் பொற்கலசங்கள் சூரியக் கதிரேற்று மின்னின. அணியிழைக் களிறொன்று ஏறியமர்ந்த பொற்றேர் ஒன்றைத் தன் தளிர்க்கரம் பற்றித் தள்ளி நடைபழகியபடி எதிரே வந்தது ஒரு சிறுகுழந்தை. சிசுவைத் தழுவியவளாய்ப் பின்நடந்துவந்த தாய்க்குச் சொல்ல முடியாத பூரிப்பு. “தங்கத் தேரேறி வீதியுலா வந்துகொண்டிருக்கிறான் ஆலமர்ச்செல்வன். அவன் அருள் பெற விரும்புவோர் வாரீர்!” என எல்லோரையும் கூவியழைத்தபடி நடந்துகொண்டிருந்தாள் அவள். “கொள்ளை அழகு இக்குழந்தை. இல்லையா சுதமதி?” என்று அக்குழந்தையின் கன்னக் கதுப்புகளைக் கிள்ளிக் குதூகலமுற்றாள் மேகலை.

“குழந்தையில் இதைவிடவும் நீ அழகு மேகலா. வணிகர் இல்லங்களின் பத்தினிப் பெண்டிரில் பலர் உன்னைக் காண்பதற்காகக் கணிகையர் வீதிக்கு ரகசியமாய் வருவார்களாம்!”

“இப்பொழுதோ போக்கிரிகளின் காமப்பார்வைக்கு இலக்கானவளாய்த் துரத்தப்பட்டுக் கொண்டிருக்கிறேன். அதே அழகு இப்பொழுது எனக்குச் சாபமாகியிருக்கிறது. இல்லையா சுதமதி?” அவளிடமிருந்து கையை உதறி விடுவித்துக்கொண்டு விரைந்து முன்னால் நடந்தாள் மேகலை.

சுதமதிக்கு அவள் உள்ளக்கிடக்கை புரிந்தது. உதயகுமாரன் மேல் அவளுமல்லவா தீராக் காதல் கொண்டிருக்கிறாள்? அவளைக் குறித்து என்னவெல்லாம் பழித்துச் சொல்லியிருக்கிறான் சோழ இளவல்! கணிகை, கற்புநெறி சிறிதும் அற்றவள், பொன்னுக்கும் பொருளுக்கும் உடலை விற்று வாழும் பரத்தையர் குலத்தவள், மரவுரி தரிக்கவும் தவச்சாலைக்குள் புகவும் அருகதையற்ற இழிந்த பிறவியினள் என அவன் கூறிய கொடிய சொற்களைப் பாட்டி சித்ராபதி சொல்லக் கேட்டும் தீராத காதல்.

காதலா? காமமா? அவளுள்ளத்திலும் தைத்திருக்குமோ காமன் கணைகள்?

துறவு அவள் மனமொப்பி ஏற்ற தவமல்லவே? தாயும் தந்தையும் உற்ற துயரத்தைப் பார்த்து மருண்டதன் விளைவு. ஒரு சாபமாய்த் தன்னைப் பற்றி அலைக்கழித்த இத்தொன்னகர் மீது மாதவிக்குக் கோபம். தான் கொண்ட கோபத்துக்குப் பெற்ற மகளைப் பலியாக்கிவிட்டாள் சாபத்தால் இக்கணிகையர் குலத்தில் வந்துதித்த இந்திரன் சபையின் ஆடலரசி. பழிகொள்ள ஒரு கருவியாய்ப் பயன்படுவாள் தன் மகள் என்று நம்பியிருக்கிறாள். வெம்மை தீராத அரசிளங்குமரன் கவர்ந்து செல்வதற்கு வந்துநின்றால் தவத்தை உதறிவிட்டுத் தேரேறிப் போய்விடுவாளோ மேகலை? தாயின் சாபம் பிள்ளையைத் தொடருமோ?

அம்பலத்துள் மிடுக்குடன் நுழையும் மேகலையின் எழிற் கோலத்தைக் கண்ணுற்ற சுதமதிக்கு ஆற்றாமை பெருகிற்று. அம்பலத்துள் தமிழாய்ந்த அறிஞர்களின் உக்கிரமான சொற்போர்.

பேடிக்கூத்தைக் காணத் திரண்டிருக்கும் கூட்டத்தில் ஒரு தசமம்கூடத் தேறாது. இந்திரவிழாவுக்குப் பொருந்தாத நிகழ்வா யிருக்கலாம் இப்பட்டிமண்டபங்கள். பேடிக்கூத்தை ரசித்த கண்கள் வேறெதன்மீது நாட்டம் கொள்ளும்? தத்துவத் தேடலும் சத்திய வேட்கையும் தமிழருக்கு இனிப் பழங்கதைகளாகுமோ? கண்ணகி எரித்திருக்க வேண்டியது காமன் கோலோச்சும் இப்புகாரினையே அல்லாமல் மதுரையை அன்று. அவள் உற்ற கொடிய துயரங்களுக்குத் தூண்டுதலாய் இருந்ததல்லவா இச்சம்பாபதி? அரசியல் பிழைத்த பாண்டியன் பாவம், முட்டாள். தன் நா உரைத்த சொற்பிழையின் விளைவான கொடிய மரணங்களை அறிந்ததும் அரியணை துறந்து வீழ்ந்தானே, கண்ணகி எடுத்துரைத்த புகாரின் பெருமைகளெல்லாம் பழங்கதைகள் என்பதை அறியாத பேதை அவன்! அம்பலத்தில் கடைவாயில் நுரை ததும்ப அதே பழம்பெருமைகளைப் பேசித் திளைக்கிறார்கள் பண்டிதர்கள். ஆவின் கடைமணி நீர் நெஞ்சு சுடத் தன் அரும்பெறற்புதல்வனை யாழியின் மடித்தோனின் நீதிவழுவா நெறிமுறைகளை எடுத்துரைக்கும் தோடுடை அடிகளாருக்குக் கண்ணீர் பெருகுகிறது. முன்வரிசையில் அசைவற்றவர்களாய் அமர்ந்திருக்கும் பார்வையாளர்கள் தவிக்கிறார்கள். பெருமூச்சு விடுகிறார்கள். அவர்களுக்கும் கண்ணீர் பெருகுகிறது. பிறகு சப்தமின்றி எழுந்து தாழக்குனிந்தவர்களாய் ஒவ்வொருவரும் வெளியேறிப் போகிறார்கள். உணர்வுகளின் தாள முடியாத கொந்தளிப்புகளாலன்று. கூத்தாடும் கணிகையரின் யாக்கைகளைக் காணும் துடிப்பாயிருக்கும். நாடக மகளிரின் திறந்த முலைகளையும் கொழுத்த தொடைகளையும் கொண்டு சதுக்கபூதத்திற்கு விருந்து படைக்கிறான் மாமன்னன் சோழன். மூன்றாம் தமிழுக்குத் தீராத அவமானத்தைத் தேடித் தந்திருக்கிறது இக்காவிரிப்பூம்பட்டினம்.

சொற்போரைத் தொடங்கிவைத்துவிட்டு எழுந்துபோய் விட்டானாம் மன்னன். அரச சபைக்கன்று; அந்தப்புரத்திற்கு, இலவந்திகைச் சோலையில் தனது கூத்திமார்களுடன் கூடிப் பொழில் விளையாடிக் கொண்டிருப்பான். இளைய குமாரனோ துறவி ஒருத்தியின் மரவுரி களைத்து, அவளது இளமுலை காணப் புகாரின் நலங்கெழு வீதிகளில் மதம் கொண்ட வேழமாய் அலைந்து திரிகிறான். கடுகிவிரையும் அவனது புரவிகளின் குளம்படிக் கேட்டதும் கலைந்தோடுகிறது கன்னியர் கூட்டம். சவுக்கைச் சொடுக்கித் தேர் செல்ல வழியமைத்துக் கொண்டு முன்னால் போகிறது. அரசிளங்குமரனின் மெய்க் காவற்படை காண்போர் ஒவ்வொருவரையும் வாள்முனைகளில் நிறுத்திக் கேள்விகளால் துளைத்தெடுக்கிறார்கள் பேரரசின் புரவிப் படையினர்.

“கணிகை மேகலை எங்கே? எவ்வழி போனாள் அப்பேரழகி?”

தட்டிக்கேட்பார் எவருமே இல்லை. துச்சாதனன் சபையாயிற்று இச்சம்பாபதி.

“மரவுரி தரித்திருக்கும் இத்துறவி யார்? இந்திரனோடு இக்களியாட்டங்களைக் காணவந்திருக்கும் வித்யாதரப் பெண்ணோ?”

“துறவியல்ல, கணிகை மாதவியின் புதல்வி. தோளிலும் மார்பிலும் தொய்யல்வரிக்கோலம் பூண்டு, வட்டுடையணிந்து சதுக்கங்களில் பேடிக்கூத்துப் பயில வேண்டிய இப்பேரழகியை மரவுரி துறவியாக்கி உவவனம் போகச்சொல்லிக் கட்டளை யிட்டிருக்கிறாள் அப்பரத்தை.”

“அப்படியானால் எனக்கு இப்போது கள்ளுண்ண வேண்டாம். இவள் திருவடி பற்றி நானும் உவவனத்திற்குப் போவதாயிருக்கிறேன்!”

“நீ என்ன சொல்கிறாய்?”

அம்பலத்துள்ளும் துச்சாதனர்கள். ஈசனின் தோடுடைய செவிகள் இன்புறக் களிப்பின் சில சொற்றொடர்கள்.

“அரச கடமைகளைத் துறந்துவிட்டு இப்பேரழகிக்காக உவவனத்தைத் தேடிச் சென்றுகொண்டிருக்கிறான் இளவரசன். அவன் கண்ணில்பட்டுவிட்டால் தொலைந்தாய்! பிறகு சிரசு கழுத்திலிருக்காது!”

“இவளுடைய ஒரு முத்தத்திற்காக உயிரை இழக்கவும் நான் தயார்!”

“கதிர் மேற்கில் விழுவதற்குள் இவளைக் கவர்ந்துசெல்லச் சபதம் செய்திருக்கிறானாம் அரசிளங்குமரன்!”

“அப்படி நடக்குமானால் புகாரின் நாளைய பேரரசி இவள்தான் அல்லவா?”

"சில நாட்களுக்குப் பிறகு கணிகையர் கோட்டத்தின் எழிலரசியாவாள். உன் ஆசையும் ஒருநாள் நிறைவேறும் அப்பனே, மனந்தளராதிரு!"

பிடரிக்குப் பின்னே எக்காளச் சிரிப்பு. புண்ணிய நல்லுரையையும் பொருட்படுத்தாத எக்காளம். அடைக்கலம் கோர ஓரிடமும் இல்லை. அம்பலத்துள்ளும் நுழையுமாக்கும் அரசிளங்குமரனின் பொற்றேர்.

"புறப்படு மேகலா, போய்விடலாம்."

"எங்கே? உவவனத்திற்கோ?"

"நமக்கு வேறு புகல் ஏது?"

"அங்கு வரமாட்டானோ உதயகுமாரன்?" அவள் குரலில் நடுக்கம். செவ்வரி படர்ந்த விழிகளில் ததும்பிநின்றது கண்ணீர். சுதமதி பெருமூச்செறிந்தாள். அவளிடத்தும் பதிலில்லை. புகலின்மையின் துயரத்தினுள் அவளை மூழ்கடிக்கவும் விருப்பமில்லை சுதமதிக்கு,

"சம்பாபதி நம்மைக் கைவிடமாட்டாள் மேகலா."

"தவறினாலோ?" அச்சம் தீரவில்லை அவளுக்கு. சுதமதி மௌனம் கொண்டாள். அம்பலத்திலும் அமைதி. சொற்போருக் கிடையே சிறிது ஓய்வு. தாம்பூலம் தரித்துக்கொண்டிருந்த தமிழறிஞர் களுக்குள்ளும் களியாட்டத்தின் கள்ளப்பார்வை. சுதமதி எழுந்தாள், "அப்பொழுது நடக்கும் மேகலா, ஒரு காமனெரிப்பு."

சதுக்கங்களைத் தவிர்த்துப் புலையர்களும் சாக்காட்டுப் பறையர்களும் வசிக்கும் ஒற்றையடிப் பாதையில் நடந்தார்கள். தாழப்பறந்து சிரசைக் கோதிச்சென்றன வல்லூறுகள். தொலை விலெங்கோ சாப்பறை கேட்டது. பேராந்தைகளினதும் கோட்டான் களினதும் தசைவெறி கொண்ட கூக்குரல்கள்.

"பயந்துவிட்டாயா மேகலா?"

"புகாரின் அணிபூண்ட தெருக்களைவிடவும் அச்சம் தருவதா யில்லை சுதமதி, சாக்கோட்டம் செல்லும் இக்குறுகிய வழி."

சுதமதி புன்னகைத்தாள்.

"இம்மதிலையடுத்துள்ள சாக்கோட்டத்தில்தான் என்னை நிராதரவாக விட்டுவிட்டுப் போனான், வஞ்ச விஞ்சையன். அப்பொழுது நடுநிசியாயிருந்தது மேகலா."

முன்நடந்த மேகலை நின்று திரும்பினாள்.

"உனக்குத் தெரியுமல்லவா என் வாழ்வின் கதை? பெரிய வேறுபாடுகள் ஏதுமில்லை மேகலா. உன்னைப் போல்தான் நானும்,

என்னுடைய தந்தையாரின் வழிபாட்டுக்காக மலர் கொய்துவர வனமொன்றில் புகுந்திருந்தேன். அதுவுமொரு பெருவிழாக் காலம். எங்கள் தொன்னகர் மாந்தர்களுக்கும் களியாட்டங்களின் திளைப்பு, மாருதவேகனின் கொடிய பார்வைக்கு உன்னைப் போலவே நானும் இலக்கானேன். சொன்னால் நம்பமாட்டாய் நீ, காமனின் பார்வை தீண்டப்பட்டுப் பிரக்ஞையிழந்தவளாய் நொடிக்குள் நான் அவன் வசமானேன். பிறகு கொஞ்சமும் கருணையில்லாதவனாக சாக்கோட்டத்தில் என்னைக் கைவிட்டுவிட்டு விண்ணேகினான் வஞ்ச விஞ்சையன். நான் கேவி அழுதேன். பிணங்களின் கருகல் நெடியைச் சுவாசித்தபடி ஒரு முழு இரவையும் அச்சாக்காட்டில் கழித்தேன். பின்னர் அடைக்கலம் தேடி இப்பெரும்பதி புகுந்ததும் கணிகையானதும் இறுதியில் துறவுபூண்டதும் உனக்குத் தெரிந்த கதைகளாயிருக்கும் மேகலா."

"ஆச்சரியமாயிருக்கிறது சுதமதி! உதயகுமாரனின் பொருட்டு என்னை எச்சரிப்பதற்காக எதையும் புனைந்து கூறவில்லையே நீ?"

பெருமூச்செறிந்தாள் சுதமதி.

"வாழ்வு எல்லோருக்கும் ஒரே மாதிரிதான். சிதைக்கப்படுகிறது மேகலா! எனக்கானாலும் மாதவிக்கானாலும் சித்ராபதிக்கானாலும். பேராசை, துரோகம், நம்பிக்கை மோசடி. கடைசியில் மீள முடியாத துயரம். இவ்வரிசை அநேகமாக மாறுவதேயில்லை!"

பிறகு உவவனம்வரை மௌனமாக நடந்தார்கள்.

தும்பிகளின் குழலிசையும் வண்டினங்களின் யாழிசையும் சூழ்ந்த மருள்படுபூம்பொழில். வெயில் நுழையாக் குயில் நுழை பொதும்பர். மயில்கள் ஆட மந்திகள் ரசித்திருக்க அங்கு நடந்து கொண்டிருந்தது ஒரு பொதுவியல் கூத்து. தெளிந்த மணிநீர்ப் பரப்பில் இரைந்த மலர்களிடை ஒரு விரைமலர் தாமரை, அருகே வீற்றிருந்தது ஓர் அரச அன்னம்.

"இனிப் பயப்படுவதற்கு ஒன்றுமில்லை மேகலா! மலர் கொய்துகொண்டு விரைந்து திரும்ப வேண்டும் நாம். ஏதேதோ கற்பனையில் துவண்டுபோயிருப்பாள் மாதவித்தாய்."

"துறவுபூண்டோருக்குத் துயரங்கள் ஏதுமில்லையே சுதமதி? ஊழ்வினையெனச் சொல்லி எக்கொடிய துயரத்தையும் ஏற்றுக் கொண்டுவிடும் பக்குவம் கொண்டவர் தாயார்."

"உன் தாய் துறவியல்ல மேகலா. உன் மேல் கொண்ட பற்றின் காரணமாகவே அவள் மரவுரி தரித்தது; உன்னையும் தவச் சாலைக்குள் ஒளித்துகொள்ளச் செய்தது. இல்லையென்றால் அரசனின் உரிமை மகளிரில் ஒருத்தியாய் இலவந்திகைச் சோலையில்

பொழில் விளையாடிக் கொண்டிருந்திருக்க வேண்டும் நீ. அப்போது உன்னைக் கவர்ந்துசெல்வதில் அரசகுமாரனுக்கு இவ்வளவு தயக்கங்களும் ஏற்பட்டிருக்கப் போவதில்லை!"

"அப்படியானால் களியாட்டங்களின் இந்நாளில் என்னை இத்தெருக்களில் இறங்கிச் செல்லுமாறு தூண்டியது ஏன்? சொல் சுதமதி, சம்பாபதிக்குள் புகலற்றவளாய் அலைந்து திரியும்படியான இப்பதைபதைப்புக்கு அவளல்லவா காரணம்?"

சுதமதியிடம் ஓர் ஆழ்ந்த பெருமூச்சு, "உன் மனஉறுதியைச் சோதிக்க நினைத்திருக்கலாம் உன் தாய். காதலின் வெம்மைக்கு ஈடுகொடுக்கிறதா உன் தவம் என்று பார்க்க முற்பட்டிருக்கலாம்!"

மேகலைக்கு ஆத்திரம் பொங்கிற்று, "பசித்திருப்பவனிடம் உணவைக் காட்டி ஆசைக்கனல் சுடர்விடுகையில் தட்டிப்பறித்து விடுவதற்கொப்பானது இது. அரசிளங்குமரனைச் சித்தம் கலங்கியவனாய்ப் புகாரின் தெருக்களில் அலையவிட்டுப் பார்க்கும் ஆசை கொண்டுவிட்டவளாய்த் தோன்றுகிறாள் மாதவித் தாயார்!" அவள் விழிகளில் நீர் ததும்பிற்று; குரலில் நடுக்கம். "இது ஒரு வெஞ்சினம்; பழி சுதமதி. சிதைந்த மனத்தின் விபரீத விளையாட்டு."

"அது ஒரு காமனெரிப்புமாகும் மேகலா! பழியென்றாலும் அது காமன் கோலோச்சும் இந்நகரின் மீதாயிருக்கும். உன் மனம் படும் துயருக்கு நியாயமே இல்லை, மாதவியினுடையதையும் சித்ராபதியினுடையதையும் விடக் கொடிதல்ல உன் துயர். ஓயாமல் துரத்தப்பட்டும் மீளவே முடியாத வகையில் சிறைப்படுத்தப்பட்டும் துன்பங்களை ஏற்றிருக்கும் உடல்கள் அவர்களுடையவை." அவள் குரலும் உயர்ந்திருந்தது.

துறவியர் இருவரும் சிந்தனையில் ஆழ்ந்தோராய் மலர் கொய்திருந்தனர். மலரிதழ்களில் திளைத்துக்கிடந்த வண்டுகளில் சில மேகலையின் விரல்களை மொய்க்கத் தொடங்கின. அன்னங்களுக்கு அவள் நடைகண்டு நாணம். ஆண் மயிலொன்று தொலைவிலிருந்துகொண்டு அவளுடைய சாயலோடு தனது பேடையின் சாயலை ஒப்பிட முயன்று தவித்துக்கொண்டிருந்தது. களைப்பு மேலிட்டவர்களாய் வாகை நிழலில் மண்டியிட்டனர் மாந்தர்கள் இருவரும்.

புரவிகளின் குளம்படிச் சப்தம் கேட்டது.

"அரசகுமாரனோ?"

துணுக்குற்றெழுந்தாள் மேகலை. தானும் எழுந்து அவள் தோள்களைப் பற்றி நின்றாள் சுதமதி. அவள் விழிகள் கூர்ந்தன. "புரவிப் படைகள் சூழ அரசகுமாரனின் தேர் வந்துகொண்டிருக்கிறது மேகலா."

மேகலையின் விழிக்கயல்களில் பதற்றத்தின் துடிப்பு. "புறமுதுகறியாப் பெரும்படைக்குப் புதுப்பெருமை சேர்க்க முற்பட்டிருக்கிறான் சோழ இளவல், இல்லையா சுதமதி?"

அவள் கடை இதழ்களில் அரும்பி மலர்ந்தது ஒரு வறண்ட புன்னகை. சுதமதி தவித்தாள். அவளது கைகளிலிருந்து நழுவிக் கீழே உருண்டது கௌதமனுக்காகக் கொய்துவைக்கப்பட்டிருந்த மலர்களின் திருக்கூடை.

"மானுட தர்மத்திற்கு இனிச் சம்பாபதியில் இடமில்லை என்பதற்கான சாட்சியங்களாய் அமையப் போகின்றனவோ உவவனத்தின் இன்றைய நிகழ்வுகள்?"

மேகலை நடுங்கினாள்.

"என் பொருட்டு நேரப்போகிறதோ சாக்கிய தர்மத்திற்கு ஒரு பெருத்த அவமானம்?"

"புத்தனைப் பற்றியதல்ல மேகலா என் கவலை, கடையர்களுக்காகத் திறந்துவைக்கப்பட்டிருக்கும் ஒற்றைப் புதுவழியும் உன்னோடு அழியுமோ என்றே அஞ்சுகிறேன்?"

பேரிரைச்சலுடன் உவவனத்தின் நுழைபுலத்தில் வந்து நின்றது உதயகுமாரனின் பொற்றேர். புரவிப் படையும் பின்தொடர்ந்து வந்த புழுதிப்படலமும் வனத்தின் மதில்களைச் சூழ்ந்தன. சொடுக்கிய சவுக்குடன் கீழே குதித்தான் இளங்கோமகன். நிலம் நடுங்கியது. பூம்பொழிலின் நெடிய மரங்களும் அதிர்ந்து குலுங்கின. வழிநெடுகவும் உதிர்ந்த மலர்களின் குருதிக் கோலம். மிதித்து நடந்த உதயகுமாரனின் கண்களுக்குள் பூத்திருந்தன செவ்வலரிமலர்கள்.

"காப்பாற்று சுதமதி!" என்று தோழியைச் சரண்புகுந்தாள் மேகலை.

"அச்சம் அடைக்கலமாவதில்லை மேகலா, அப்பளிக்கறைக்குள் புகுந்துகொள். உள்ளிருக்கும் பௌத்த பீடிகை அரசிளங் குமரனின் சவாலை ஏற்கிறதா பார்க்கலாம். நான் இவ்விடத்திலேயே இருப்பேன். அரசகுமாரன் முதலில் எனக்குப் பதிலளிக்கட்டும்!"

பதற்றம் மேலிட்டவளாய்ப் பளிக்கறைக்குள் நுழைந்து தாளிட்டுக்கொண்டாள் மேகலை. பிறவியின் செருக்கோடும் வேட்கை கொண்ட கண்களோடும் தன் காலடிகளில் நசுங்கும் மலர்களையும் பொருட்படுத்தாது வந்தான் உதயகுமாரன். களைத்த முகம், புழுதி மூடிய மணியாடை, கலைந்து புரளும் கேசக்கற்றைகள், தணியாத காமத்துடன் புகாரின் தெருக்களில் அலைந்து திரிந்திருக்கிறான் சோழ இளவல்.

மாருதவேகனோ? அவள் உள்ளத்தைத் தூண்டி நிறை கெடுத்த வஞ்ச விஞ்சையனோ? சுதமதி நிமிர்ந்தாள்; எதிர் கொண்டு அவன் வழிவந்து மறித்தாள், "அறவோர் உறையும் இடமாகும் இளவரசே இவ்வுவவனம். இது செங்கோண்மையாகாது, தயவுசெய்து இங்கிருந்து வெளியேறிவிடுங்கள்!"

அவனுக்கோ சினம் பொங்கியது.

"அறவோர் யாருக்கும் துன்பம் தரும் பொருட்டல்ல நான் இங்கு வந்திருப்பது. காதலின் தீராத துக்கத்தால் பீடிக்கப்பட்டவனாய் என் காதற்கிழத்தி மணிமேலையைத் தேடிவந்திருக்கிறேன். எங்கே அவள்?" நிற்க முடியாமல் அவன் கால்கள் தவித்தன, சிவந்த விழிகள் வனத்தின் திசைகளைத் துளைத்தன.

"காதலன்று, காமம் இளவரசே! அரசர்களுக்குக் காதலின் தர்மத்தை ஒருபோதும் புரிந்துகொள்ள முடிந்ததில்லை. உமது அரண்மனைக்குள் இருக்கிறது கணிகையர் சோலை."

"காதலும் காமமும் வெவ்வேறானவைகளோ சுதமதி?" அவள் பொருட்டுச் சோழப் பேரரசின் ஆயிரமாண்டுப் பெருமையைச் சீர்குலைத்திருப்பவன் என்ற அவப்பெயரை ஏற்றுள்ளவன் நான்! எனது உள்ளக்கிடக்கையைப் புரிந்துகொள்ள வல்லவள் மேகலை, எங்கே அவள்?"

சுதமதி வியந்தாள்; பெருமூச்செறிந்தாள், "தவநெறியேற்ற துறவி அவள்; பற்றுதல்களை உதிர்த்து மரவுரி தரித்திருப்பவள். அவளை அடைய நினைப்பது அறமாகாது இளவரசே!"

அரசிளங்குமரன் சிரித்தான், "துறவியல்ல அவள், பரத்தை. நாடகமாடும் கணிகை மாதவியின் புதல்விக்கு அரசனது காதலின் வெம்மையைத் தீர்ப்பதல்லாமல் வேறு அறமொன்றும் இல்லை. உன்னிடமிருந்து அறநெறிகளைக் கற்றுக்கொள்வதற்கல்ல நான் இங்கு வந்திருப்பது!"

அவளைப் பொருட்படுத்தாதவனாய் நடந்தான் உதயகுமாரன். பளிக்கறையின் ஒளிரும் சுவர்களில் ஓர் எழிற் சித்திரம். செவி மருங்கோடிய செங்கயல் நெடுங்கண். மருள்படு பூங்குழல் கருங்குவளைப் புருவத்து மருங்குவளைப் பிறைநுதல், காந்தளஞ் செங்கை, வளரிள வனமுலைகளும் தளிரிடையும் கொண்ட பெண்ணொருத்தியின் பொற்றெழில் வார்ப்பு. பார்க்கப் பார்க்கத் திகட்டாத பேரழகு. தாளாத தவிப்புடன் தான் தேடிவந்த மணிமேகலையையும் மறந்தான் அரசிளங்குமரன். எவரின் வட்டிகைச் செய்தி இது? சித்திரமோ இல்லை சிற்பமோ? தூரிகையின்

கோடுகளுமில்லை, உளியின் சுவடுகளுமில்லை. வண்ணங்கள் குலையாத இவ்வெழிலோவியத்தைத் தீட்டியவன் மயனோ?

உன்மத்தம் கொண்டவனாய்ப் பளிங்கின் ஒளிரும் சுவர்களைத் தழுவினான் இளங்கோ. தழுவி இதழ் பதித்து முத்தமிட்டான். அவனுக்குக் கண்கள் செருகின. தழுவிய கோலத்தில் பளிக்கறைச் சுவரில் சாய்ந்தான். மனம் உறைந்தது, பிரக்ஞை தப்பியது. வெகுநேரம் கழித்துக் கண்விழித்துப் பார்த்தபொழுதும் அப்படியே நின்றது அச்சித்திரம்.

சுடரும் அதன் விழிகளில் தளும்பி நின்றது கண்ணீர். தாள முடியாதவனானான் உதயகுமாரன். சித்திரமுமன்று, சிற்பமுமன்று. வெம்மை தீராமல் துரத்திவந்த அவன் உள்ளக்கிழத்தி மணிமேகலையே அவள். அச்சமும் நாணமும் கொண்டு சிவந்த கண்கள். அவமானத்தால் குறுகிய மேனி. பளிக்கறைச் சுவரைப் பற்றிய கைகளில் தீராத நடுக்கம். துடிக்கும் செம்பவள இதழ்களில் துடிப்பை மீறியதொரு குறுநகை. சித்தம் கலங்கியவனாய் அப்பளிக்கறையைச் சுற்றிச் சுற்றி வந்தான் சோழ இளவல். பதற்றம் கொண்ட கண்களுக்கு அதன் கதவுகள் தெரியவில்லை. அந்தகனைப் போலத் தவிப்புடன் அதன் ஒளிரும் சுவர்களைத் தடவினான்; சிரசு கொண்டு மோதினான். கோமகனுக்கு வியர்த்தது; மூச்சிரைத்தது. செவிகளைத் துளைத்தது மெல்லிய நகையொலி.

"இப்பளிக்கறைக்குள் நுழையும் வழியெது, சொல் சுதமதி!" குரல் நடுங்கியது. குறுகிய மேனியும் நடுங்கியது.

"அதனுட்புக முற்படின் சாம்பலாவீர் இளவரசே!" அவளுக்கு இன்னும் சிரிப்புத் தீரவில்லை. அவன் தலைகுனிந்தவனானான். மனம் கொந்தளித்தது. அறம் கூறும் அவள் சொற்களில் ஒன்றுகூட அவன் செவிகளில் விழவில்லை.

"தனது வற்றிய முலைகளுடன் கணிகையர் கோட்டத்தில் பேராசையுடன் காத்திருக்கிறாள் முதிய கணிகை சித்ராபதி! அவள் உதவியோடு காமன் கூத்து அரங்கேறும் இந்நள்ளிரவுக்குள் இவளை அடைவேன்." சூளுரைத்துச் சிவந்த முகத்துடன் அங்கிருந்து வெளியேறினான் சோழ இளவல்.

திகைப்புற்றவளாய் அவன் சென்று மறைந்த திசையை வெறித்துக் கொண்டிருந்தாள் சுதமதி. மதிலுக்கப்பால் திரும்பிச் செல்லும் புரவிப்படையின் வன்மமான குளம்படி.

பளிக்கறையிலிருந்து வெளிவந்தவளுக்கோ தன் மனநிறையிழந்த துக்கம். விழிகளினின்றும் பெருக்கெடுத்த கண்ணீர் அவள் மரவுரி

நனைத்தது. நடை பிறழ்ந்தவளாய்ப் பளிக்கறை வாயிலில் குறுகி நின்றாள் மேகலை.

"அழாதே மேகலா, உன் மனம்படும் துயர் எனக்குத் தெரியாததல்ல. இது பிறவியின் துயர். நிலைபெறா யாக்கையுடன் கூடிப்பிறந்த தவிப்பு. உன்னை ஆற்றுப்படுத்திக்கொள் தோழி!" தன் இருகரம் கொண்டும் அவளை ஆரத் தழுவிக்கொண்டாள் சுதமதி.

"தோழியல்ல, நீ எனக்குத் தாய். மாதவியோடும் கண்ணகி யோடும் மற்றொரு தாயாய் ஆகுக நீ எனக்கு!" தாயானவள் தன் மரவுரி கொண்டு அவள் கண்ணீர் துடைத்தாள்.

"நேரம் கடந்துகொண்டிருக்கிறது மேகலா. உவவனத்தின் நெடி துயர்ந்த புன்னை மரங்களின் உச்சியில் படரத்தொடங்கி விட்டது இருள்." அவள் கூற்றின் குறிப்புணர்ந்தாள் மேகலை. அவளது மனத்துள்ளும் ஊடுருவியிருந்தன கவலையின் கதிர்கள்.

"எங்கே செல்வது சுதமதி? தவச்சாலைக்கா? நிறையிழந்த இம்மனதுடனா? சூளுரைத்துப் போயிருக்கும் இளைய குமாரனிடமிருந்து மீள்வது இனி எளிதாகுமா? எனது யாக்கையின் உறைவிடம் இனிக் கணிகையர் கோட்டமாகி விடக்கூடுமோ என அஞ்சுகிறேன்." சுதமதி பெருமூச்செறிந்தாள்.

"கணிகையர் கோட்டத்திற்கன்று, தவச்சாலைக்குமன்று. இவ்வுவவன மதிலின் புறத்தேயிருக்கிறது யாக்கையின் ஒரு யாகசாலை. பிறவியின் பெருவழியைக் கடக்கத் துணைபுரியும் ஒரு புழுவழி!" திரும்பிப்பாராது முன் நடந்தாள் சுதமதி. தானும் அவளைப் பின்தொடர்ந்தாள், தாயென அவளை வரித்துக் கொண்ட மேகலை. கொன்றையும் குருந்தும் செங்கால் வெட்சியும் நெடிதுயர்ந்தோங்கிய உவவனத்தின் மேற்றிசை வானம் இருளத் தொடங்கியிருந்தது. புன்னையும் பிடவமும் தாழையும் செண்பகமும் பூத்துச் செழித்த கிழக்கில் தோன்றியெழுந்திருந்த முழுநிலவின் பாலொளியில் தீரா மௌனத்துடன் விரைந்து நடந்தனர் துறவியர் இருவரும்.

மதிலின் பரந்த மேற்பரப்பில் கூர்ந்த கண்களுடன் ஒரு கழுகுக் கூட்டம். மதிலுக்கப்பால் நிலவொளியில் மினுங்கும் கொற்றவை திருக்கோயிலின் கருத்த கோபுர நுனி. புழுவழி திறந்து ஈமப் பெருங்காட்டின் காரையும் சூரையும் கள்ளியும் மண்டிய ஒற்றையடிப் பாதையில் காலடி வைத்ததும் மேகலை கேட்டாள், "இங்கு வரமாட்டானோ அரசிளங்குமரன்?"

சுதமதி சிரித்தாள். "களிப்பைப் போற்றுகிறவர்கள் எவரும் உயிர் பொதிந்த யாக்கையுடன் இக்கோட்டத்திற்கு வரத் துணிய மாட்டார்கள் மேகலா!"

காடமர்செல்வி கொற்றவை உறையும் திருக்கோயிலின் முற்றத்தில் ஓங்கி வளர்ந்த ஒடுவை மரங்களின் கிளைகள் ஒவ்வொன்றிலும் உயிர்க்கடனிறுத்த மறவர்களின் மட்கிய தலைகள்; கிளைகளில் சிகையை முடிச்சிட்டுக்கொண்டு, தாமே தமது கழுத்தை அறுத்துக் கொற்றவைக்குத் தம் இன்னுயிரை ஈந்த அவிப்பலியினர். சிதைந்து தொங்கிய கபாலங்களைக் கழுகுக் கூட்டமொன்று கொத்திப் பசி தீர்த்துக் கொண்டிருந்தது. விழிப்புண்ணேற்ற அம்மறவர்களின் யாக்கைகளின் எச்சங்கள் திருக்கோயில் வாசலில் குவிந்து கிடந்தன. எங்கும் வீசிக்கொண்டிருந்தது யாராலும் சகித்துக்கொள்ள முடியாத கொடிய துர்நாற்றம்.

"இப்பெருவழி நடந்திருப்பானோ புத்தன்?"

சுதமதி அவளுக்குப் பதில் சொல்லவில்லை. ஓங்கியெரியும் எண்ணற்ற சிதைகளின் செந்தனலொளியில் விரிந்துகிடந்தது ஈமப்பெருங்காடு. மண்ணாலியன்ற மண்டையில் உலைநீர் பெய்து, சிதை நெருப்பிலிட்டு சோறு சமைத்துண்ணும் சுடலை நோன்பிகளையும் சிதைந்த கபாலங்களையும் உடைந்த எலும்பு களையும் மாலைகளாகத் தொடுத்தணிவித்துக் கொண்டு பத்மாசனத்திலிருக்கும் விரத யாக்கையர்களையும் கண்ணிமைக் காது பார்த்தபடி மெல்ல நடந்துகொண்டிருந்தாள் அவள்.

சாக்காடெனினும் இங்கும் தொடர்கிறது கொண்டாட்டங்களின் பேரிரைச்சல். பெருங்காட்டின் வெள்ளிடை மன்றத்தில் பிணவூண் மாந்தர்களின் வெறிக்கூத்து. இறந்த உடல்களின் நிணமும் தசையும் கலந்து பிசைந்த ஊணினையுண்டு களிப்பெய்தியவர்களாய்க் கூத்தாடும் பெருவயிற்றுப் பிறவிகள். இதனோடிசைந்து துறவோர் இறந்த தொழுவிளிப் பூசலும் பிறவோர் இறந்த அழுவிளிப் பூசலும் நெஞ்சு நடுக்குறும் நெய்தல் ஓசையும் அலையென எழுந்து அவர்களை நடுக்கமுறச் செய்தது.

காமனின் கோட்டத்திலிருந்து காலனின் கோட்டத்திற்கு, தவச்சாலையிலிருந்து யாகசாலைக்கு.

நல்ல பயணம்தான். ஆனால் தலைகீழாகவல்லவா இருந்திருக்க வேண்டும்? அப்படியானால் புகாரின் தெருக்களில் கொண்டாட்டங்கள் வேறு விதமாயிருந்திருக்கும். சதுக்கங்களில் கணிகையரின் பேடிக்கூத்துக்களன்று. காமன் கணையெரிக்கும் பேய்க்கூத்துகளே அரங்கேறுவதாயிருந்திருக்கும். களிப்பின்

திருவிழாக்களுக்குப் பதில் காலனையஞ்சும் வழிபாடுகள் புரிவதாயிருந்திருக்கும் இச்சம்பாபதி!

காவலுறும் பணிக்குக் கைமாறாகக் கணிகைக் கூத்தைக் கேட்டு மிரட்டுவதாயிருந்திருக்காது சதுக்கபூதம். இந்திர விழாவே இல்லாமல் போயிருந்திருக்கும். இந்திரனும் இந்நகருக்கு வந்திருக்க மாட்டான். உன்மத்தம் கொண்டு சொடுக்கிய சவுக்கோடு கணிகையர் கோட்டத்தில் அலைந்து திரிபவனாய் இருந்திருக்க மாட்டான் இளையகுமாரன். கணிகையர் கோட்டமன்று அறக்கோட்டங்கள் நிரம்பியதாயிருந்திருக்கும் இச்சம்பாபதி. பெற்ற செல்வமனைத்தையும் கணிகையின் காலடிக்குச் சமர்ப்பித்துவிட்டு, வறியவனாய்ப் பிழைக்கும் வழிதேடி மூதூரினையடைந்து கொலைக்களமேகிய வாழ்வாய் இருந்திருக்காது கோவலனின் வரலாறு. இழிசொற்களுக்கு அஞ்சித் தவச்சாலையெனும் கூட்டில் ஒளிந்துகொண்டு தன் அருந்தவப் புதல்வியை மலர்கொய்து வரச்சொல்லிப் போக்கிரிகள் நிரம்பிய தெருக்களில் இறக்கிவிட்டிருக்கமாட்டாள் மாதவி. மரவுரி தரித்தவளாய்த் துர்நாற்றத்தைச் சகித்துக்கொண்டு இவ்வீமப் பெருங்காட்டை அடைக்கலம் கொள்ளும் நிலை வந்திருக்காது இச்சின்னஞ்சிறிய கன்னிகைக்கு.

வஞ்ச விஞ்சையனும் கூட வந்திருக்கமாட்டான். நிறையிழந்தவளாய், மீண்டு செல்லும் வழியறியாது இச்சாக்காட்டின் புகைமண்டிய வெளியில் நிராதரவாய்த் தவித்துக்கொண்டிருக்க வேண்டிய நிலைக்குத் தானும் தள்ளப்பட்டிருக்கமாட்டோமென நினைத்தாள் சுதமதி. ஆனால் துரதிருஷ்டவசமாக வாழ்வின் பயணம் மாற்றியமைக்கப்பட்டுவிட்டது. தாளமுடியாததாய் மனிதனின் மேல் சுமத்தப்பட்டுவிட்டது வாழ்க்கை. கடவுளர்களுக்கு மனிதனின் மேல் என்ன பழியோ?

"என்ன யோசனை மேகலா?" ஈமப்பெருங்காட்டின் காவலர் முற்றத்தில் தன்னை அடுத்துப்படுத்திருந்த மேகலையின் நெடுமூச்செறிந்து கேட்டாள் சுதமதி.

"புலவூண் உயிர்களால் சூழப்பட்டிருக்கும் இப்பெண்ணுடன் யாருடையதாயிருக்கும் என்று யோசிக்கிறேன் சுதமதி!" நிலவின் குளிரொளியிலும் சிதையின் ஓங்கிய தணலொளியிலும் சுடரும் அவள் விழிகளில் கண்ணீரின் பளபளப்பு. ஊண் தசையீந்திடும் அறவோர் சிலர் அப்பொழுதுதான் ஒரு பெண்ணுடலைக் கொண்டுவந்து வெள்ளிடை மன்றத்தில் கிடத்திவிட்டுப் போயிருந்தனர்.

“தவச்சாலையிலோ கணிகையர் கோட்டத்திலோ பெரு வணிகர் உறையும் நலங்கெழு வீதிகளில் ஒன்றிலோ அவளைப் பார்த்த நினைவு. சரியாகச் சொல்ல முடியவில்லை சுதமதி.”

“யாரானாலும் ஒன்றுதான்!” என்றாள் சுதமதி. படுத்திருந்தவள் எழுந்து அவள் முகம் நோக்கினாள். கூர்ந்த விழிகளில் சிதையின் செவ்வொளி. “கணிகையோ கன்னிகையோ செல்வரோ வறியரோ அந்தணரோ சண்டாளரோ யாரானாலும், உயிர் நீங்கிச் சென்றபின் யாக்கைக்கு எந்த அடையாளமுமில்லை மேகலா.”

ஏற்கனவே அப்பெண்ணின் யாக்கையைப் பிளந்துண்ணத் தொடங்கியிருந்தன அவ்வீமப் பெருங்காட்டின் புலவூண் உயிர்கள். செம்பஞ்சுக் குழம்பால் சித்திரம் தீட்டப்பட்ட அவளுடைய பொற்பாதங்களில் ஒன்றைக் கவ்விச் சென்ற நீள்முக நரியொன்று காஞ்சிரை மண்டிய புதரில் ஒளிந்து கொண்டு களிதாளாமல் ஊளையிட்டது. மேகலை அணிசெய்த அவளது அல்குலைக் குடைந்துண்டு பசி தீர்த்துப் பறந்தது மூப்பற்ற ஒரு பருந்து. கபால விரிசலில் கசிந்துவழிந்த மூளைச் சதையை நக்கிச் சுவைத்துக் கொண்டிருந்தது பிறந்து சில நாட்களேயான ஒரு பூனைக்குட்டி. அவள் முலையொன்றைப் பிய்த்துண்ணும் தீநாயின் உறுமல் கேட்டு அச்சம் தாளாததாய் அங்கிருந்து ஓடித் தன் தாயின் காலடியில் பதுங்கிக்கொண்டு வேடிக்கை பார்த்தது அச்சிறுகுட்டி. வெள்ளிடை மன்றத்தில் வந்து விழுந்த இன்னோர் உடலைத் தேடி எல்லா உயிர்களும் அவ்விடம் விட்டகன்ற பின்பு அப்பெண்ணின் யாக்கையில் எஞ்சியிருந்தது விழிகள் தோண்டப்பட்டுச் சிதைந்த கபாலமும் நிணம் பூசிய கார்குழல் சிகையும் முனையுடைந்த ஒற்றை முலையும் மட்டுமே.

“போய்விடலாம் சுதமதி” என நடுங்கினாள் மேகலை. அவளுக்கு நாக்குழறிற்று.

“ஆனால் எங்கே? நமக்கு வேறு புகலெது மேகலா?”

பதிலற்றவளாய்த் தவித்தாள் மேகலை.

“கொடியவையாய்த் தோற்றமளிக்கும் இவ்வுயிர்களுக்குப் பேராசையொன்றுமில்லை மேகலா. உயிருடனிருப்போரை அவை தீண்டுவதுமில்லை.”

மேகலையிடம் உரத்த தேம்பல், “அப்படியானால் இனித் திரும்புதல் இல்லையோ? சொல் சுதமதி!”

நெடுநேரம் மௌனம் கொண்டாள் சுதமதி. தொலைவில் சாப்பறை முழங்கிற்று. கொற்றவை கோயிலில் ஓநாய்க் கூட்டங்களின்

தீராத ஊளை. முடிவேயில்லாதவையாய் வந்துறும், தசைக்கூட்டம் தின்றும் தணியாத பசியுடன் அலையும் பெரு வயிற்றுப் பிறவிகள். சுழன்றெரியும் ஒரு சிதை நெருப்பின் களிக்கூத்தை ரசித்துக் கொண்டிருந்தாள் சுதமதி.

"உண்டென்றாலும் அது வேறு கோலத்தில், வேறொரு தோற்றம் கொண்டே இருக்க முடியும் மேகலா!"

எனினும் அவள் விம்மல்கள் தணியவில்லை.

"நீ சற்று ஓய்வெடுத்துக்கொள் மேகலா. சிறிதளவேனும் உறங்கு. இரவு கழியட்டும்."

ஒரு சிசுவாய் அவளைப் பாவித்து மடியிலிட்டுத் தாலாட்டினாள் சுதமதித் தாய். மேகலை கண்ணயர்ந்தாள். அவளுக்கும் களைப்பு. எனினும் மனம் தவித்தது. மேகலையின் சந்தேகம் பொருளற்ற தல்லவோ? திரும்புதல் இனி இல்லையென்றால் எஞ்சிய வாழ்வு இவ்வீமப் பெருங்காட்டில் கழிதலாகுமோ? சுடலை நோன்பிகளாய் மண்டையோட்டில் சமைத்துண்டபடியோ? யாக்கைகளின் நிணமும் சதையும் புசித்து வாழும் பிணவூண் மாந்தர்களாகத்தானோ? இக்கொற்றவைத் திருக்கோயிலின் முற்றத்து ஒடுவை மரங்களின் கிளைகளில் அவிப்பலியினராய்க் கபாலங்களைத் தொங்கவிட்டுவிட்டு வாழ்தலிலிருந்து விடுபடுதலே முடிவாகுமோ?

சம்பாபதியின் நலங்கெழு வீதிகளில் காமன் கூத்து தொடங்கியிருக்க வேண்டும். பேடிக்கூத்தாடும் கணிகையர்களின் பாதச் சலங்கைகளின் ஓசை ஈமப் பெருங்காட்டுக்கும் கேட்டது. எவருக்கும் இனி உறக்கமில்லை. இந்திரனேகூடத் தூங்கியிருக்க மாட்டான். அவனும் அவனுடைய தேவகணங்களும் போக்கிரிகளைப் போல் வேடம் புனைந்தவர்களாய்க் கணிகையர் கோட்டத்தில் சுற்றித்திரிவார்கள். கணிகைகள் அகலிகைகளல்ல. சாபம் பற்றிய அச்சமில்லாமல் அவர்களோடு களித்திருக்கலாம். தனது சூளுரையை நிறைவேற்றச் சித்ராபதியைச் சரணடைந்தவனாய் மணிமே கலைக்காகக் காத்திருப்பான் சோழ இளவல். மாமன்னனுக்கு இருக்கவே இருக்கிறது இலவந்திகைச் சோலை. மலர் கொய்ய வரும் கன்னிகைகளுக்காகக் காவிரிப்பூம்பட்டினத்தின் பூம்பொழில்களில் காத்திருப்பார்கள் வஞ்ச விஞ்சையர்கள்.

சுதமதி புரண்டாள். அவள் மன அரங்கில் ஓர் ஊழிக்கூத்து.

வெள்ளிடை மன்றத்தில் கேட்டது வன்மமான பறையொலி. சலங்கைகளின் உக்கிரம் செவிகளைத் துளைத்தது. களியாட்டங்களைத் துறந்துவிட்டு இச்சாக்காட்டுக்கு வந்து சேர்ந்திருக்கிறது போலும் சம்பாபதியினது ஒரு யாக்கை.

அவள் விழிகள் திறந்தன.

எரியும் சிதையருகே கொற்றவைக் கூத்து. காற்றில் அலையும் நிணம் தடவிய கூந்தல்; சாம்பல் தீற்றிய உடலில் சிதைந்த எலும்புகளைச் சேர்த்துக் கட்டிய வட்டுடை; கழுத்தில் புரண்டது மண்டையோடுகளாலான ஒரு மாலை. உடைந்த கபாலங்களுக்குள் திணறிக்கிடந்தன அவளுடைய கூர்ந்த இளமுலைகள். கருத்த நிறம்; சிவந்து தொங்கும் நாக்கு; குருதி தோய்ந்த வாய்க்குள்ளிருந்து துருத்தி நீண்ட தசை கிழிக்கும் கொடிய பற்கள். தன் கால்களில் கட்டிய சலங்கைகள் துள்ளப் பேய்க் கூத்துப் பயின்றாள் கொற்றவை. கண்கள் குடையப்பட்ட சிரசொன்றை இடக்கையில் உயர்த்திப்பிடித்திருந்தாள். வலக்கையில் சுடர்விடும் ஒற்றை முலை.

அவள் பார்வை பட்டதும் கொற்றவை சிரித்தாள்.

"ஒப்பனை எப்படி? எனக்குப் பொருந்தியிருக்கிறதா சுதமதி?"

கொற்றவையன்று, நாடகமாடும் கணிகை மாதவியின் அருந்தவப் புதல்வி. சிரித்தபடி அருகில் வந்தாள் சுதமதி.

"வேறொரு கோலமோ? சம்பாபதிக்குத் திரும்பிச்செல்ல இது ஒரு தோற்றமோ?"

"புரவிப் படையுடன் சம்பாபதித் திருக்கோயிலருகே காத்திருக்கும் சோழ இளவலைப் பார்க்கும் ஆசை வந்து விட்டது சுதமதி எனக்கு."

சிரித்தாள் மேகலை. சாக்காடும் அஞ்சும் உரத்த சிரிப்பு.

"களியாட்டங்களின் பெரும்பதிக்கு, காமன் கூத்துகள் அரங்கேறிக் கொண்டிருக்கும் இந்நள்ளிரவில், இல்லையா மேகலா?" அவளுக்கும் சிரிப்பு.

"மரவுரி தரித்த துறவிக்குக் கூத்தும் தெரியுமோ?"

"துறவியன்று, கணிகை. பரத்தை மாதவியின் உதிரமாக்கும் நான்! எனக்குத் தெரியாதா ஊழியின் கூத்து?"

தன் மேனியிலும் சிதைச்சாம்பலைத் தீற்றிக்கொண்டாள் சுதமதி. கொற்றவை திருக்கோயிலிலிருந்து சண்டாளர்களின் பறையொன்றையும் எடுத்துக்கொண்டாள்.

"அந்தணன் மகளுக்குத் தெரியுமோ புலையர்களின் பறைத்தொழில்?" வியப்புத் தாங்கவில்லை மணிமேகலைக்கு.

"அந்தணன் மகளென்றாலும் எனக்குள் எரிந்துகொண்டிருக்கிறது மேகலா இன்னும் தணியாமல் ஒரு சிதை!" சிதைந்த எலும்புகளின் ஒரு குன்றில் ஏறி நின்று அப்பறையினை அடித்தாள். அவள் மனத்தின் வன்மம் தாளத்தில் தெரிந்தது. மேகலை ஆடினாள்.

சிதையின் வெம்மை தாளாமல் அவள் மேனி குலுங்கியது. தாயின் உதிரம் சிசுவின் பாதத்தில் சுழன்றது.

“போதும் சுதமதி. நம் கூத்தைக் காணச் சதுக்கங்களில் காத்திருக்கிறது சம்பாபதி!”

“தீராத காதலுடன் நுழைபுலத்தில் காத்திருக்கிறான் சோழ இளவல், இல்லையா மேகலா?” சுதமதியின் சிவந்த இதழ்களில் ஒரு குறுநகைக் கூத்து.

தலைகீழான பயணம் பிறகு தொடங்கியது.

உயிர்களின் யாகசாலையிலிருந்து யாக்கைகளின் தவச்சாலைக்கு. சாக்கூத்தாடும் காலனின் கோட்டத்திலிருந்து களிக் கூத்தாடும் காமனின் கோட்டத்திற்கு.

பந்தங்களின் ஒளியில் சுடர்விட்டது காவிரிப்பூம்பட்டினம். நுழைபுலத்தில் காத்திருந்த உதயகுமாரனுக்கு அவர்களை அடையாளம் காண முடியவில்லை. காமம் கொண்ட அவன் விழிகளில் அவர்களைக் கண்டதும் ஒரு நடுக்கம். பேய்களோ? பேய்க்கூத்துப் பயில ஈமப்பெருங்காடேகி ஒப்பனை தீட்டிக் கொண்டு திரும்பும் நாடக மகளிரோ?

சிரித்தபடி அவனைக் கடந்துசென்றனர் இருவரும்.

சதுக்கங்களில் காமன் கூத்துப் பயிலும் கணிகையரின் ஒப்பனை கலைந்த மேனிகளில் வியர்வை ஊற்றெடுத்துப் பெருகிக் கொண்டிருந்தது. கூத்தின் உச்ச அடவுகளில் காண்போரது மனங்களிலும் கூத்து. அவர்களை எதிரிடும் முகங்களில் கேலிப் புன்னகை.

“ஒருவருமே நமதிந்தக் கோலத்தைப் பொருட்படுத்தவில்லை மேகலா!” மேகலை புன்னகைத்தாள்.

“இன்னும் கூத்தைத் தொடங்கவில்லையே சுதமதி? அதற்குள் ஏன் பதற்றம்?”

நாளங்காடி பூதம் நின்று காவல்புரியும் சதுக்கம்வரை மௌனமாய் நடந்தார்கள். பூதத்தோடு தனிமையில் உரையாடிக் கொண்டிருந்த களி மகனொருவனையும் உலக அறவியிலிருந்து வந்திருந்த இரவோர் சிலரையும் தவிர அச்சதுக்கத்தில் வேறு யாரும் தென்படவில்லை.

“இச்சதுக்கத்திலிருந்தே தொடங்குவோம் மேகலா, பிறகு வந்து சேர்ந்துகொள்ளட்டும் நமது பார்வையாளர்கள்!”

சதுக்கபூதம் காலூன்றி நிற்கும் உயர்ந்த பீடத்தின் மீது தனது பறையுடன் தாவி ஏறினாள் சுதமதி. மரவுரியை மடித்துத் தார்பாய்ச்சு

கட்டிக்கொண்டாள். கொங்கைச் சேலையை அவிழ்த்துத் தலைக்குப் பாகை சுற்றினாள். பேடிக்கூத்தாடும் சம்பாபதியின் நாடக மகளிரைப் போலத் தானும் திறந்த முலைகளுடன் பறையை ஏந்திநின்றாள் அவ்வேதியர் குலத்தினள். பறையின் முழக்கம் சலங்கைகளைச் சுழற்ற மேகலை ஆடினாள். ஈமப் பெருங்காட்டின் வெள்ளிடை மன்றத்தில் பயின்றதைவிடவும் உக்கிரமான கூத்து.

பறையொலி கேட்டுத் திரண்டுவந்த பார்வையாளர்களுக்குக் குழப்பம்.

"யாராயிருக்கும் இம்மகளிர்? கணிகையரோ?"

"பூண்டுள்ள வேடமும் புரியவில்லை!"

"புகாரின் இன்றைய கொண்டாட்டங்களுக்குப் பொருந்தாத ஒப்பனை!"

"கண்ணகியோ?"

"புகாரை அழிக்க மற்றொரு முலையைத் திருகியெடுத்துக் கொண்டு வந்திருக்கிறாளோ?"

களிமகனொருவன் பதிலளித்தான், "முலையன்று, மண்ணில் செய்து சுண்ணம் தீட்டியதாயிருக்கும். சாம்பல் தீற்றிய மேனியில் இன்னும் அப்படியே இருக்கின்றன இரு முலைகளும்! மூன்றாம் முலை உலகில் ஒருவருக்குமில்லை!"

"உன் கணிதப் புலமையைக் கண்டு என் மெய்சிலிர்க்கிறது."

பேரோசையுடன் சிரிப்பெழுந்தது. பறையின் முழக்கத்தை மீறிய ஓசை. அந்தணன் மகளுக்கு இன்னும் வன்மம் பெருகிற்று. மேகலை சுழன்றாள். தரையில் கால்பாவாமல் விசும்பில் உயர்ந்தெழுந்து தன் கூத்தைப் பயின்றாள்.

பின்தொடர்ந்து வந்து தானுமொருவனாய்க் கூட்டத்தோடு நின்று பார்த்துக்கொண்டிருந்த உதயகுமாரன் தவித்தான். அவனுக்கு மனம் கலங்கியது. பளிக்கறையின் ஒளிரும் சுவருக்குள் பதுங்கி நின்று அவனை உன்மத்தம் கொள்ளச்செய்த எழிற் சித்திரம் இதுவோ? உருக்குலைந்த இக்கோலம் ஏன்? எதற்காக இப்பேய்க் கூத்து? மூச்சுவிட முடியாமல் திணறினான் சோழ இளவல். விசும்பில் எழும்பி நின்ற மேகலை அவன் நிலைகண்டு களிதாளாதவளாய்ச் சிரித்தாள். சிரிப்பல்ல அது. புலவூண்புசிக்கும் நீள்முக நரியின் தீவிளிக்கூவல். கேட்டவன் நடுங்கினான்.

சிரித்தபடி தன் கைகளில் தொங்கிய சிதைந்த கபாலத்தை நெடிதுயர்ந்து நின்றுகொண்டிருந்த நாளங்காடிப் பூதத்தின் தலையில் வைத்தாள் கணிகை மேகலை. தாங்க முடியாத துர்நாற்றம். பூதத்தின்

மடித்த செவ்வாய் துடித்தது. தொடுத்த பாசம் நழுவிக் கீழே விழுந்தது. நூற்றாண்டுகளாய் வெறும் கல்லாய் நின்றபடி களியாட்டங்களை ரசித்துக்கொண்டிருந்த அப்பூதத்தின் உடலில் உயிரின் துடிப்பு. கல்லால் செதுக்கப்பட்ட கைகளை உயர்த்தித் தன் தலையில் வைக்கப்பட்ட அழுகிய கபாலத்தைப் பற்றியெடுத்தது அப்பூதம். பிறகு தன்னைச் சூழ்ந்து நின்று கூத்தை ரசித்துக் கொண்டிருந்த கூட்டத்திற்குள் வீசியெறிந்தது.

விழுந்த கபாலம் பற்றியெறிந்தது. நழுவி விழுந்த உயிர் குடிக்கும் பாசத்தைத் தான் எடுத்துக்கொண்டாள் சுதமதி. பறையை முதுகில் சாற்றிக்கொண்டு சிதறும் கூட்டத்தில் பாசத்தைச் சுழற்றி வீசினாள், சண்டாளனின் வேடம் பூண்ட அவ்வேதியர் குலமகள். களியாட்டங்களின் தெருக்கள் எங்கும் மரண ஓலம்.

இளைய குமாரனுக்குச் சித்தம் கலங்கியது. திகுதிகுவெனப் பற்றியெரியும் புகாரின் நலங்கெழு வீதியையும் கருகி விழும் உயிர்களையும் இமைகொட்டாமல் பார்த்தபடி வெகுநேரம் உறைந்து நின்றான் இளங்கோமகன். பின்பு சுழலும் நெருப்பின் அலையும் செந்தணலொளியில் சுழன்று தானுமொரு கூத்தாடினான். சவுக்கைச் சுழற்றி எரியும் நெருப்போடும் தன் நிழலோடும் பொருதி நின்றான். அவனுக்கும் சிரிப்புப் பொங்கிற்று. அழுகையும் முட்டிக்கொண்டு வந்தது.

சுடரும் ஒற்றை முலையோடு அவனைக் கடந்துசென்ற மேகலையின் வெளிறிய உதடுகளில் ஒரு வறண்ட புன்னகை. அவள் கண்களுக்குள் நீர் தளும்புவதைக் கவனித்த சுதமதி நெடுமூச்செறிந்தவளாய் அவளைப் பின்தொடர்ந்தாள்.

தவத்தில் மூழ்கியிருந்த துறவி மாதவியின் மனத்தில் பேரமைதி. நெடுங்காலமாய் அவளை அலைக்கழித்த ஊழி தணிந்த பரவசம்.

பிறவியின் தீராத இழிவுகளிலிருந்தும் வாழ்வின் நிராசைகளி லிருந்தும் விடுபட முடியாதவளாய்க் கணிகையர் கோட்டத்தில் உழன்றுகொண்டிருந்த முதிய கணிகை சித்ராபதிக்கு அது ஒரு சாபவிமோசன நாள்.

நோயுற்றுத் தளர்ந்த அவள் தேகத்தில் களிப்பின் துள்ளல்.

தனது வற்றிய முலைகளில் முகம் புதைத்தவனாய்க் கணிகை மாதவியின் பெயர்சொல்லிப் பிதற்றும் ஆயிரங்கண்ணோனை இறுமாப்புடன் தழுவிக்கொண்டாள் அவள். அவனுக்கு அவள் பூண்டிருந்த ஒப்பனை புரியவில்லை. கள்ளின் போதையும் மீதூறிய காமமும் அவனது ஆயிரம் கண்களையும் குருடாக்கியிருந்தன.

அவனுக்கும் அது ஒரு சாபத்தின் விளைவோ? காமன் கணைகள் சித்ராபதியையும் விட்டு வைக்கவில்லையோ?

ஒரு வேடிக்கைக்காகவே அவள் அப்பொய்வேடத்தைப் புனைந்து கொண்டிருந்தாள். குங்குமக் குழைவினால் தோலின் சுருக்கங்களை மறைத்து, நரைத்த சிகைக்குச் சாயம்பூசி, பொய் முலைகளும் பொய்ப் பற்களும் தரித்தவளாய்க் கணிகையர் கோட்டத்தில் சுற்றிக்கொண்டிருந்தவள் போக்கிரி வேடம் பூண்டவளாய் மாதவியைத் தேடிக்கொண்டு அங்கு வந்திருந்த தேவேந்திரனின் கண்களில்பட்டது விதியின் விளையாட்டுகளில் ஒன்றோ?

அவள் அவனது எல்லாக் கண்களுக்கும் கணிகை மாதவியாகவே தென்பட்டாள். பார்த்த மாத்திரத்தில் அவளைக் கவர்ந்து, தனது யானையின் மேல் ஏற்றி உய்யான வனத்தின் மலர்ப்படுக்கையில் கொண்டுவந்து கிடத்திய அப்போக்கிரியின் செயல்கண்டு முதலில் அவள் பயந்தாள். இந்திரனுக்கு உண்மை புரிந்துவிட்டால்? பூண்டுள்ள பொய் வேடம் தெரிந்துவிட்டால்? அதனால் என்ன? வேடங்கள் புனைந்து ஏமாற்றுவதில் யாருக்குச் சளைத்தவன் ஆயிரங்கண்ணினன்? புகாரினது இக்களியாட்டங்கள் அவனது கொடையல்லவா? ஆபுத்திரனின் அறம் முடிக்க அவன் தொடுத்த பாசம்!

தீராத வன்மத்துடன் அவனைத் தழுவினாள் சித்ராபதி. கொண்ட காமம் தணிந்தபோது அவனுக்குத் தேகம் தகித்தது. ஆயிரம் கண்களிலும் தாள முடியாத எரிச்சல். யாரிவள்? கணிகை மாதவியா? தன்னால் வஞ்சிக்கப்பட்ட கோதமன் மனைவியா? ஒப்பனை குலைந்தவளாய்த் தன் முன்பு நின்று கொண்டிருந்த சித்ராபதியையும் அவனால் பார்க்க முடியவில்லை. கண்கள் மறுபடியும் புண்களாயின அவனுக்கு. அந்தகனாய்த் தன் பட்டத்து யானை நின்ற திசையைத் தடவிச் சென்றான் தேவர்க்கரசன்.

புண்களின் துர்நாற்றம் தாள முடியாமல் ஐராவதம் பிளிறிற்று ஆயிரங்கண்ணோனை அதனால் அடையாளம் காண முடியவில்லை. தன்னைப் பற்றிக்கொள்ள வந்த நோய் முற்றிய மேனியனைச் சுழற்றி வீசிவிட்டு விசும்பில் எழும்பி மறைந்தது ஐராவதம். புண்களின் வெம்மை தாளாதவனாய்க் கதறினான் இந்திரன். இனி அவனுக்கு அடைக்கலமாவது கமலத்தண்டோ நாபிக்கொடியோ? இச்சம்பாபதியின் நலங்கெழு வீதிகளில் மனம் பேதலித்தவர்களாய் அலைந்து திரிவோரில் அவனும் ஒருவனாவானோ? பூரித்த முலைகளுடன் உய்யான வனத்திலிருந்து வெளியேறிய சித்ராபதியின் இதழ்களில் ஒரு கள்ளச் சிரிப்பு.

ஏப்ரல் 2003.

பலி

அவள் மிகவும் பயந்து போனவளைப் போலத் தென்பட்டாள். முகம் கலங்கியிருந்தது. ஒரு பூனைக்குட்டியைப் போல் சுவரோடு பதுங்கி, மட்கிய வியர்வை நெடிவீசும் அந்த அறையை மிரட்சியுடன் பார்த்துக் கொண்டிருந்தாள்.

கதவைத் தாளிட்டதும், அவளை இழுத்து இதழ்களைக் கவ்வி முரட்டுத்தனமாகச் சுவைத்தான். அவளது திரட்சியான மார்பகங்களைக் கசக்கினான்.

அவள் பெருமூச்செறிந்தாள்.

அவனது செயல்களுக்குத் தன் இசைவின்மையைத் தெரிவிப்பது போல நடுங்கினாள். எதிர்பார்த்தபடி ஒத்துழைக்காததாலோ என்னவோ அவன் அவளை விடுவித்தான். பேண்ட்டையும் சட்டையையும் கழற்றிவிட்டுக் கைலியைச் சுற்றிக்கொண்டான். இதுபோன்ற சந்தர்ப்பங்களில் இயல்பாக ஏற்படும் எரிச்சலும் கோபமும் அவன் முகத்தில் அப்பட்டமாகத் தென்பட்டன.

கட்டிலில் ஒருக்களித்துச் சாய்ந்து அவளைப் பார்த்தபடி சிகரெட் பற்றவைத்தான். அவள் இன்னும் அதே இடத்தில்தான் நின்று கொண்டிருந்தாள். அவனது நேர்ப்பார்வையைத் தவிர்க்கும் பொருட்டுத் தலை குனிந்தது.

அவளைக் கூப்பிட முடியும்.

இதுபோன்ற சந்தர்ப்பங்களில் பயன்படுத்த வேண்டிய வார்த்தைகளையும், வார்த்தைகள் பயனளிக்காவிட்டால், என்ன செய்ய வேண்டுமென்பதையும் அவன் அறிவான்.

எண்ணங்களுக்கும் செயல்களுக்குமிடையேயான தவிர்க்க முடியாத இடைவெளியைக் கடப்பதற்கான அவகாசத்தை, புகைப்பிடிப்பதில் செலவிட முற்பட்டவனைப் போல ஒன்றன் பின் ஒன்றாகச் சிகரெட்டுகளைப் புகைத்துத் தீர்த்தான். இது தன்னுடைய யூகம்தான் என்கிறார். இந்தக் கதையைச் சொல்லிக் கொண்டிருப்பவர்.

பார்வை அசைவின்றி அவள் மேல் கவிந்திருந்தது. அந்த அறையினுள்ளேயும், அறைக்கு வெளியே தூக்கத்தில் ஆழ்ந்திருக்கும் நகர தெருக்களிலும் நிலவும் பீதியூட்டும் மௌனத்தை நினைவூட்டுவது போல டியூப்லைட் ரீங்காரமிட்டுக் கொண்டிருந்தது.

அந்த மௌனம் உடைக்கப்படும் பயங்கரமான தருணத்தைப் பதற்றத்துடன் எதிர்பார்த்துக் காத்திருந்தாள். அவன் இதை அவமதிப்பாகவும் எடுத்துக்கொண்டிருக்கக் கூடும். 'ஒரு பயங்கரமான ஊமை நாடகத்தின் பரிதாபகரமான பாத்திரப் படைப்புகளைப் போல', என்று வர்ணிக்கிறார் கதை சொல்பவர்.

விடுதித் தலைவி பொய் சொல்லவில்லை. அவள் இந்தத் தொழிலுக்குப் புதியவள். அங்குக் கொண்டு வரப்பட்டு ஓரிரு நாட்களே ஆகியிருந்தனவெனச் சொன்னாள் விடுதித் தலைவி. தான் ஏமாற்றப்படவில்லையென்பது குறித்து அவனுக்குச் சந்தோஷமாகவே இருந்தது.

அனுபவப்பட்டவர்களாயிருந்தால், இதுபோன்ற சந்தர்ப்பங்களில் எப்படி நடந்துகொள்ள வேண்டுமென்பதைத் தெரிந்து வைத்திருப்பார்கள். வாடிக்கையாளர்களைத் தக்க வைத்துக் கொள்ளும் பொருட்டும், பேசியதைவிட அதிகமாக டிப்ஸ் பெறவும் வேண்டி, சில சமயங்களில் குமட்டலெடுக்கும் அளவுக்கும்கூட நடந்து கொள்வார்கள். அறைக்குள் நுழைந்தவுடனேயே உடைகளைக் களைந்துவிடுவார்கள். அநேகமாக அந்த அறைக்குள் கழிக்கும் சிலமணி நேரங்களும் அம்மணமாகவே இருப்பார்கள். சிலர் அவனோடு சேர்ந்து குடிப்பார்கள். அனுபவப்பட்ட வாசகர்கள், தான் பொய் சொல்லவில்லையென்பதை உணர்ந்திருப்பார்கள் என்கிறார் கதை சொல்பவர்.

அவர்களில் எவருமே இவற்றிலெதையும் ஈடுபாட்டுடன் செய்யவில்லையென்பதை, இதுபோன்ற நடவடிக்கைகளைத் தொடங்கிய கொஞ்ச காலத்திற்குள்ளாகவே அவன் புரிந்து கொண்டான். ஆனால் தனது நடவடிக்கைகளை நிறுத்திக் கொள்வதற்குப் போதிய காரணம் எதையும் அவனால் கண்டறிய முடியவில்லை.

இப்போதுகூட அவனுக்கு அவள்மீது பச்சாதாபமெதுவும் ஏற்பட்டுவிடவில்லை. பலவந்தப்படுத்தாமல் அவளை இணங்கச் செய்வதைக் குறித்து யோசிக்க முற்பட்டான். குறைந்தபட்சம், கதை சொல்பவர் இப்படிக் கருதினார் என்று சொல்லலாம்.

அவள் நல்ல அழகி, சிவந்த நிறம். இந்தத் தொழிலுக்குப் பொருத்தமற்ற குழந்தை முகம். இன்னும்கூடக் கன்னிமையின் எழில்

சிதைக்கப்பட்டு விடவில்லை. நீண்ட கால வாடிக்கையாளனான தனக்கு விடுதித் தலைவியின் ஊக்கப்பரிசு என்று நினைத்தான் அவன்.

அப்படியானால் அவன் அவளிடம் மிகவும் போராட வேண்டியிருக்கும். பலவந்தம் செய்ய நேரலாம். இது அவனுக்குப் பழக்கமில்லாதது. அப்படியே அவன் அதற்கெல்லாம் துணிந்தாலும் அவள் கத்திக் கூச்சலிடவோ, கதறி அழவோ எல்லாவற்றுக்கும் வாய்ப்பிருக்கிறது.

அவள் நின்றுகொண்டுள்ள நிலையைப் பார்த்தால் எந்தக் கணத்திலும் உடைந்து அழத் தயாராயிருப்பவளென்று உறுதியாகச் சொல்லமுடியும். அப்படி அழுதால் அது ஒரு நிராதரவான குழந்தையின் அழுகையைப் போல – கடவுளே, இதை எப்படி அவனால் சகித்துக்கொள்ள முடியும்?

திடீரெனத் தான் மிக மோசமானதொரு நெருக்கடியில் சிக்கிக் கொண்டுவிட்டதாக நினைத்தான். இதுபோன்ற நெருக்கடிகளுக்கு அவன் பழக்கப்பட்டவனுமல்ல. உடனடியாக அவளை அங்கிருந்து வெளியேற்றி, பேசியபடி விடுதித் தலைவியிடம் திரும்பக் கொண்டுபோய்ச் சேர்த்து விடுவதன்மூலம், இதிலிருந்து தன்னை விடுவித்துக் கொள்ள முடியுமாவென யோசிக்க முற்பட்டான்.

ஆனால் அது அபத்தமான யோசனையென்பது எடுத்த எடுப்பிலேயே அவனுக்குப் புரிந்து போயிற்று. தான் இங்கு செய்யத் தவறியதை, செய்ய விரும்பாததை, வேறொரு வாடிக்கையாளன், தான் செய்திருக்கக் கூடியதைவிடவும் குரூரமாகச் செய்யத் துணியலாம், சந்தேகமின்றி அதுதான் நடக்கும். உடனடியாக, இந்த இரவின் எஞ்சிய நேரத்திற்குள்...

இதுபோன்ற ஒரு சந்தர்ப்பத்தில், அவனைப் போன்ற ஒரு நபர் இப்படியெல்லாம் யோசிப்பது நடைமுறையில் சாத்தியப்படக் கூடியதாவென வாசகர்கள் கேட்கக்கூடும் என்று அனுமானிக்கிறார் கதை சொல்பவர். இதற்குத் திட்டவட்டமான விளக்கம் எதுவும் இல்லையென்றும், மனித மனங்களின் புதிரான உள்ளறைகளுக்குள் இதற்கு விடை கிடைக்கலாமென்றும் கிட்டத்தட்ட மழுப்பலாகப் பதில் சொல்கிறார், கதை சொல்பவர்.

தான் அனுமதித்தால், உதவினால், தப்பி ஓடிவிட அவள் தயாராகவே இருப்பாளெனக் கருதினான் அவன். இதனால் அவனுக்குச் சில சங்கடங்கள் ஏற்படக்கூடும். விடுதித் தலைவி கோபம் கொள்வாள், இழப்பீடாக ஒரு பெருந்தொகையைக் கேட்பாள். முன்பின் அறிமுகமில்லாத ஒருத்தியை முன்னிட்டு

தன்னைச் சங்கடத்திற்குள்ளாக்கிக்கொள்ள வேண்டியது அவசியம் தானாவென யோசித்தான்.

விவரிக்க முடியாத துயரத்துடன், பொலிவிழந்த ஒரு புராதனச் சிற்பம்போலக் குன்றி நிற்கும் அவளைக் கண்டதும் அவன் பதற்றமுற்றான். எப்படிப்பட்ட சங்கடங்களைச் சந்திக்க நேர்ந்தாலும் சரி, அவளுக்கு உதவ வேண்டுமெனத் தீர்மானித்தான். அவளுக்கு இதை எப்படித் தெரிவிப்பதென அவனுக்குப் புரியவில்லை. அவளிடம் இதைப் பேசுவதற்குரிய பொருத்தமான வார்த்தைகள் இல்லாததுபோல, ஒருவகையில் அவமானமாக இருந்தது அவனுக்கு.

அவளைக் கூப்பிட்டுக் கொஞ்சம் பணத்தைக் கொடுத்து, "இதோ பார் பெண்ணே, நீ ஒரு வேசியாய் வாழ்க்கை நடத்துவதை என்னால் சகித்துக்கொள்ள முடியாது. இங்கிருந்து தப்பி, எங்காவது போய்விடு" என்று கேட்டுக்கொள்ளலாமா?

ஒரு நல்ல வாழ்க்கையை அமைத்துக்கொள்ளச் சொல்லி அறிவுறுத்தலாமா? அதற்கென்ன பதில் சொல்வாள் அவள்? சரி என்று அவனுக்கு நன்றி சொல்லிவிட்டுப் போய்விடுவாளா? முற்றிலும் எதிர்பாராத இந்த உதவியால், திக்கு முக்காடி, உணர்வுகள் தழுதழுக்க அழத்தொடங்கிவிடுவாளா? அல்லது... சட்டென வெடித்துச் சிரித்துவிட்டால்?

கடவுளே... இதற்கு வாய்ப்பே இல்லையென்று சொல்லிவிட முடியாது.

எப்படியும் அவளிடம் ஒரு கதை இருக்கக்கூடும். காதலனை நம்பி, அல்லது சினிமா ஆசையால் வீட்டை விட்டு ஓடி வந்து என்பது போன்ற தற்காலத்துக்குரிய ஏதாவதொரு கதை.

அவன் அவளை அழைத்தான்.

அவள் ஆச்சரியத்துடன் நிமிர்ந்து அவனைப் பார்த்தாள். அவனது குரலில் தென்பட்ட பச்சாதாபம் நம்ப முடியாததாயிருந்தது. அந்தக் குரல் தனது கற்பனையோவெனச் சந்தேகித்து நின்றாள். ஆனால், அவன் மறுபடியும் அழைத்தான். அவனருகில் கிடந்த ஒரு நாற்காலியைச் சுட்டிக்காட்டி, அதில் வந்து உட்காரும்படி, ஒரு விருந்தாளியை உபசரிக்கும் தொனியில் சொன்னான். ஒரு குழந்தையைப் போல, மகிழ்ச்சி ததும்ப அவள் புன்னகைத்தாள். அந்த ஒரே அழைப்பில் அவனது மனத்தின் எல்லாப் பக்கங்களையும் படித்து அறிந்து கொண்டு விட்டவளைப் போல துள்ளலுடன், அவன் சுட்டிக்காட்டிய நாற்காலியினருகே வந்து நின்றாள்.

உன்னதமான பண்புடைய கதாபாத்திரங்களைப் படைப்பதற்கு, விரும்புகிறாரா என்று கேட்டதற்கு இல்லையென்று மறுக்கிறார் கதை சொல்பவர். நீங்களும் நானும் அந்தக் கதாபாத்திரங்களின் இடத்தில் இருந்தால், இப்படித்தான் அல்லது கிட்டத்தட்ட இப்படித்தான் நடந்துகொள்ள வேண்டி வரும். அது தவிர்க்க முடியாதது என்றும் சொல்கிறார்.

"உட்கார்..."

அவள் தயக்கத்துடன் அவனைப் பார்த்தாள்.

"உட்கார்..." என்று மன்றாடுவது போல மீண்டும் சொன்னான் அவன். அவளுக்கு ஏதாவது சாப்பிடக் கொடுக்கலாமாவென யோசித்தான். அவனிடம் கொஞ்சம் பிஸ்கட்டுகளும், சிப்ஸ் பாக்கெட்டும், பிளாஸ்க்கில் சிறிதளவு காபியும் இருப்பது நினைவுக்கு வந்தது. எழுந்து அலமாரியிலிருந்து அவற்றை எடுத்து அவளுக்குப் பரிமாறினான்.

"சாப்பிடு..."

அவள் மிரட்சியுடன் அவனைப் பார்த்தாள்.

"பரவாயில்லை... சாப்பிடு..."

இன்னொரு நாற்காலியை இழுத்துப்போட்டு ஒரு நண்பனைப் போல அவளெதிரில் உட்கார்ந்தான். அவளுடைய சங்கோஜத்தைப் போக்குவதற்காகத் தானும் ஒரு பிஸ்கட்டை எடுத்துக் கடித்தான்.

அவள் பயம் நீங்கி, கூச்சத்துடன் சாப்பிடத் தொடங்கினாள்.

அவனுக்குச் சந்தோஷமாக இருந்தது. இனி அவனது உதவியை அவள் மறுக்கவே போவதில்லையெனக் கருதினான். தன்னால் இப்படிக்கூட நடந்துகொள்ள முடியுமாவென ஆச்சரியமடைந்தான். இப்போது அவள் மிகவும் வேகமாகச் சாப்பிடத் தொடங்கியிருந்தாள். மிகவும் பசியுடனிருக்கிறாளென்பது புரிந்தது.

அவன் அவள் பெயரைக் கேட்டான்.

அவள் சாப்பிட்டபடியே சொன்னாள்.

"நல்ல பெயர்"

இதுபோன்ற சந்தர்ப்பங்களில் வழக்கமாகச் சொல்லப்படுவதை அவன் சொன்னான். பிறகு அவன் அவளுடைய ஊரைக் கேட்டான். அவள் சாப்பிடுவதை நிறுத்திவிட்டு, கலக்கமாக அவனைப் பார்த்தாள். அவன் பதற்றமுற்றான். தங்கள் உரையாடல் இதற்குமேல் தொடராமல் போய் விடுமோவெனப் பயந்தான். தான் வெறுமனே அதைத் தெரிந்துகொள்ள விரும்பியதாகவும், அவளுக்கு

விருப்பமில்லையென்றால் சொல்ல வேண்டாமென்றும், கிட்டத்தட்ட மன்னிப்புக்கோரும் குரலில் சொன்னான். ஆனால் கொஞ்சம் தண்ணீர் குடித்துவிட்டு அவள் சொல்லத்தான் செய்தாள். அவள் கண்களில் அவன் மீதான நம்பிக்கை ஒரு வண்ணத்துப்பூச்சியைப்போல் படபடத்தது. பழுத்து உதிரும் ஓர் இலைபோல வார்த்தைகள் பதற்றமின்றி வந்தன.

"......"

அவன் பயங்கரமாக அதிர்ச்சியடைந்தான். நம்பமுடியவில்லை. பொய் சொல்கிறாளோவென்று நினைத்தான். ஆனால் அது பொய் சொல்கிற முகமில்லையென்று திட்டவட்டமாகச் சொல்ல முடியும்.

அது அவனுடைய பூர்வீகக் கிராமம்.

அவனைச் சேர்ந்தவர்கள் இன்னும் அங்கே இருந்தார்கள். அந்த ஊரையும், அங்கே விட்டுவிட்டு வந்த இழிவான கடந்த காலத்தையும் அவன் மறக்க முயன்றுகொண்டிருந்தான். ஒரு பயங்கரக் கனவைப் போல அவளுடைய உருவம் கொண்டு திரும்பி வந்திருக்கிறது அது. முற்றிலும் எதிர்பாராத ஒரு குரூரமான தற்செயல் நிகழ்வு. நிலைகுலைந்து தடுமாறினான். அவளுக்குக் கொஞ்சம் அல்லது வேண்டிய மட்டும் பணம் கொடுத்து அனுப்பி விடலாமாவென யோசித்தான்.

ஆனால் தன்னை மீறியதொரு பேராவலால் உந்தப்பட்டுப் பேசத் தொடங்கினான்.

"அங்கே..." தடுமாறினான், மூச்சுத் திணறிற்று.

"யாருடைய குடும்பத்தைச் சேர்ந்தவள் நீ?"

அவள் குழப்பத்துடன் அவனைப் பார்த்தாள்.

"சொல்... யாருடைய மகள் நீ?"

மிரட்டலைப் போலவும், வலியுறுத்தலைப் போலவும் தோன்றும் படியான குரலில் கேட்டான். ஒரு நீண்ட மௌனத்திற்கும் கசப்பான பெருமூச்சுக்கும் பின்னர் அவள் சொன்னாள்.

"... என்று ஒருவர். அவர் என் பாட்டனார்."

"அவரா?" என்று கிட்டத்தட்டக் கத்திவிட்டான் அவன். அவன் மறந்துவிட முயன்றுகொண்டிருந்த அவனது இழிவான கடந்த காலத்தின் சவக்குழியைத் தாக்கி உடைத்தது அந்தப் பெயர். "அவரா – அவரா?" என்று ஒரு நோயாளியைப் போலவும், பைத்தியக்காரனைப் போலவும் புலம்பத் தொடங்கினான். இது நம்பவே முடியாத விஷயம். வாழ்வின் வக்கரித்த விளையாட்டு என்று இதைப் பற்றிச் சொல்கிறார், கதை சொல்பவர்.

ஒரு காலத்தில் செல்வத்தில் புரண்ட ஆசாரப் பிராமணக் குடும்பம் அது. கடவுளின் தூதரைப் போல கிராமத்தின் இருண்ட தெருக்களில் உலா வந்தவர் அவர். அவன் தந்தையும் பாட்டனாரும் அந்த வீட்டின் மலத்தொட்டியைச் சுத்தம் செய்தவர்கள். தாயின் கருப்பையிலேயே மலத்தைச் சுவாசித்தவன் அவன். குடலைப் புரட்டும் மலநெடி அவர்களது தணிவான குடிசைகளுக்குள், அவர்களுக்கு முன்பாகவே பிறந்து, அவர்களைத் தாண்டியும் நீடித்திருக்கப் போவதைப் போல அவர்களது கனவுகளைக் கண்காணிக்கவும், அவற்றைக் கருவிலேயே நசுக்கி அழித்துவிடவும் அதிகாரம் பெற்ற சர்வ வல்லமை படைத்த ஒற்றனைப் போல அகங்காரத்துடன் வீற்றிருந்தது. நினைவின் சவக்குழியிலிருந்து உயிர்ப்பிக்கப்பட்ட பிணமாய், அவனெதிரே உட்கார்ந்திருந்தாள் அவள்.

“.... குடும்பம் பற்றிக் கேள்விப்பட்டிருக்கிறாயா?”

என்று தன் பாட்டனின் பெயரைச் சொல்லிக் கேட்டான் அவன். குரலில் வன்மம் தெறித்தது. கைகள் நடுங்கின. நெற்றியிலும் பிடரியிலும் வியர்வைத் துளிகள் பொடித்தன.

“இல்லை” என்றாள் தணிந்த குரலில். அவளுடைய குழந்தைத்தன்மை கொண்ட பார்வை திடீரெனக் கூர்மைப்பட்டது. அவனது முன்னோர்களின் சாயலை அறிய முற்பட்டவளைப் போல, அவன் முகத்தைத் தீவிரமாய் ஆராய்ந்தாள்.

“உன் முன்னோர்களின் மலத்தொட்டியைச் சுத்தம் செய்தார் அவர்.” என்று ஆத்திரத்துடன் சொன்னான் அவன்.

“எனக்கு நினைவிருக்கிறது” என்று பீதியுடன் முணுமுணுத்தாள் அவள். அவளது நினைவின் திரைச்சீலையில் காலத்தின் புகை படிந்த ஒரு மங்கலான முகம் தென்பட்டது.

“அவர் என் பாட்டனார்...!” என்று மகிழ்ச்சியுடன் கத்தினான் அவன்.

“உங்கள் மலத்தொட்டியைச் சுத்தம் செய்துகொண்டிருந்தார் அவர். அவரும் என் தகப்பனாரும் ஏன் எங்களுடைய எல்லா மூதாதையர்களுமே அதைத்தான் செய்துகொண்டிருந்தனர்.”

சவமாக வெளுத்திருந்தாள் அவள். பேசும் சக்தியை இழந்து விட்டது போல பேசுவதற்கு எதுவுமே இல்லாதது போல, சலனமற்ற விழிகளால் அவனைப் பார்த்தாள். ஆத்திரத்துடன் சிகரெட்டின் வெண்புகையை அவள் மேல் ஊதினான். ஒரு விசுவாசமான வேட்டை நாயைப் போல, அவளை முற்றுகையிட்டது சிகரெட் புகை. அவர்களின் நடவடிக்கைகளைக் கண்காணிக்க வந்ததுபோல மௌனம் அவர்களுக்கு நடுவில் சம்மணமிட்டு உட்கார்ந்துகொண்டது.

ஆனால் அந்த மௌனம் எந்தக் கணத்தில் உடைந்ததோ அந்தக் கணத்தை விளக்குவது கடினம். அங்கே நிலவிய சகிக்க முடியாத மௌனத்தில் விரிசலை ஏற்படுத்தியது அவர்களிருவரில் யாரென்பதைக் கதை சொல்பவரும் அறிந்திருக்கவில்லை. இந்தக் கதையைச் சொல்ல நேர்ந்தது குறித்துக் கதை சொல்பவர் வருத்தம் தெரிவிக்கிறார். துல்லியமாகக் கவனிக்கத் தவறியதற்காக மன்னிப்புக் கேட்டுக் கொள்வதுடன், ஒரு கதைபோல இதைச் சொல்லிக்கொண்டு போக முடியாததற்காகத் தன்னை எப்படிக் குறை சொல்ல முடியும் என்று பகைமையோடு கேட்கவும் செய்கிறார். ஆத்திரமான முகபாவமும் நடுங்கும் குரலுமாகக் கதையை அவர் தொடரும்போது, ஒரே சமயத்தில் அவர்மீது இரக்கமும், வெறுப்பும் ஏற்படுகிறது. ஆனால் சொல்ல வேண்டியவற்றில் மிகவும் அவசியமானவை யெனக் கருதத்தக்க எல்லாவற்றையும் அவர் சொல்லத்தான் செய்கிறார்.

"வேசியே, ஏன் இன்னும் உடைகளைக் களைந்து அம்மணமாகாமலிருக்கிறாய்?"

என்று அவளைப் பார்த்து, அவன் ஆத்திரத்துடன் கூச்சலிட்டதையும், அவள் அவனது ஆத்திரத்துக்குப் பணிந்து அல்லது வாடிக்கையாளனின் விருப்பம் எதுவானாலும் அதை நிறைவேற்றுவது ஒரு வேசியான தன் கடமையெனத் தீர்மானித்துத் தானே முன்வந்து, அல்லது விவரிக்க முடியாத வேறு காரணங்களால் உந்தப்பட்டு தனது எல்லா ஆடைகளையும் களைந்து நிர்வாணப் படுத்திக் கொண்டதையும் வாசகர்களுக்குச் சொல்லத் தவறவில்லை அவர்.

"நான் உன்னைப் புணர்வேன்..." என்று குரல் நடுங்க அவன் சொன்னான்.

"நான் வேசி!"

என்று அழுத்தந்திருத்தமான குரலில் கூறிவிட்டு, பதற்றமின்றி நடந்து, கட்டிலில் மல்லாந்து படுத்தாள் அவள். ஒரு சவம் போல அவள் மேல் கவிழ்ந்தான் அவன். அவனது சுவாசத்தில் காமமில்லை. ஒரு இரைபோல பற்றியிழுத்து முரட்டுத்தனமாகத் தழுவினான்.

"நான் தீண்டத்தகாதவன்" என்று அவள் செவிகளில் வன்மமாகக் கிசுகிசுத்தான்.

"நான் வேசி..."

"என் தந்தை உன் மலத்தை அள்ளினார்."

"நான் வேசி..."

அவன் அவளுடைய வாய்க்குள் தன் உமிழ்நீரைத் துப்பிவிட்டுச் சொன்னான்.

"நாங்கள் செத்த மாடுகளின் மாமிசத்தைப் புசிப்பவர்கள்."

அவளை உதறி எழுந்து ஆத்திரத்துடன் கத்தினான் அவன்.

"நீ பிரம்மனின் தலையில் பிறந்தவள்..."

"நான் வேசி..." என்றாள் துவண்ட குரலில்.

தன்னைத் தற்காத்துக் கொள்வதற்கான கேடயமாகவும் அவனைத் திருப்பித் தாக்குவதற்கான ஆயுதமாகவும் அவள், அந்த வார்த்தைகளைப் பிரயோகித்ததாகச் சொல்கிறார் கதை சொல்பவர்.

"நீ வேசி..." என்று வெறுப்புடன் தரையில் காறித்துப்பினான் அவன். இந்த முறை அவள் பதிலளிக்கவில்லை. இதுவரையிலும் அவன் கேட்ட, இனி கேட்கப் போகிறதான எல்லாக் கேள்விகளுக்குமான பதில் – நான் வேசி.

அது ஏற்கனவே சொல்லப்பட்டு விட்டது என்று சொல்ல விரும்புவது போல உயிரற்ற பார்வையால் அவனை வெறித்து நோக்கினாள்.

"பேசியது போல பத்து மடங்கு பணம் தருவேன் உனக்கு"

அவள் விழிகள் ஆச்சரியத்தால் விரிந்தன.

"ஒருவேளை நூறு மடங்கு... ஆமாம் நூறு மடங்கு பணம் தருவேன்..."

திட்டவட்டமாக அறிவித்துவிட்டு, பீரோவைத் திறந்து, அதிலிருந்த பணம் முழுவதையும் வாரியெடுத்துக் கொண்டுவந்து அவள் மேல் வீசினான். பைத்தியக்காரனைப் போல, அறை முழுக்கத் தேடி, ஜன்னல் விளிம்புகளில் புத்தக அலமாரியின் இடுக்குகளில், சட்டைப் பைகளில் இறைந்து கிடந்த, சில்லறைக் காசுகளையும் விடாமல்...

உண்மையில், இத்துடன் கதையை நிறுத்திவிட விரும்பியதாகச் சொல்கிறார் கதை சொல்கிறவர். திடீரென நிறுத்தி விட்டதாக விமர்சிக்கப்பட நேர்ந்தாலும், தொடர்ந்து சொல்வதன் மூலம், தனக்கு ஏற்படக்கூடிய ஆன்மீகப் பதற்றத்தைத் தவிர்க்க முடியுமென்று சொல்கிறார். ஆனால் அவர் வேறு விதமாகவும் யோசித்திருக்கக் கூடும். ஒருவேளை போதிய மனத்துணிவு அவருக்கு இல்லாதிருக்கலாம். ஆபாசமான, மிருகத்தனமான, வக்கரித்த கற்பனை என்றோ, நமது மரபான பண்பாட்டிற்கும் மனிதநேயச் சிந்தனைகளுக்கும் எதிரானதென்றோ, விமர்சகர்களால் ஈவிரக்கமின்றித் தாக்கப்படலாமென அவர் அஞ்சக்கூடும். அல்லது அவருக்கேகூட கதையில் எஞ்சிய பகுதி ஏற்றுக்கொள்ள முடியாததா யிருந்திருக்கலாம். குற்றச்சாட்டுகளுக்கும் அவமதிப்புக்கும் உள்ளான ஒரு கைதியின் வாக்குமூலம் போல, தணிந்த குரலில் சொல்ல முயன்றார் கதை சொல்பவர்.

எதார்த்தத்திலோ, கதைகளிலோ, உலகின் எங்கேனும் ஒரு பகுதியில், அல்லது ஏறத்தாழ எல்லாப் பகுதிகளிலும், இதையொத்த அல்லது இதைவிடவும் மோசமான நடப்புகளும் கற்பனைகளும் எப்போதுமே இருந்து வந்திருக்கின்றன என்று தனது வாசகருக்குக் காட்ட விரும்பியவரைப் போல, சில பத்திரிகைச் செய்திகளையும் போருக்குப் பிந்தைய ஜெர்மானிய, பிரெஞ்சு நாவல்களையும், லத்தின் அமெரிக்கச் சிறுகதைகளையும், ஆப்பிரிக்கக் கவிதைகளையும், சோவியத் யூனியனிலிருந்து வெளியேற்றப்பட்ட புகழ்பெற்ற இயக்குநர்களின் சில திரைப்படங்களையும் ஏன் ரோமானிய நாடகங்களையும் இந்தியப் புராணங்களையும் கூட, மேற்கோள்களாகக் காட்டி, இவற்றினூடாகவே, கதையின் எஞ்சிய பகுதியைச் சொல்கிறார், கதை சொல்பவர். உண்மையில் வியக்கத்தக்க சமயோசிதம் இது. அவர் குறிப்பிட்ட ஆன்மீகப் பதற்றத்திலிருந்து கதை சொல்பவர் மட்டுமல்ல வாசகர்களுமே தப்பித்துக் கொள்வதற்கு இது உதவக்கூடும்.

கதைகளிலும், திரைப்படங்களிலும் சித்திரிக்கப்பட்டிருப்பது போல்தான். எல்லாமே அசுர வேகத்தில் நடைபெற்றன. அவளுடைய கைகால்களைக் கட்டிலோடு பிணைத்துக் கட்டி, வாயில் துணிப்பந்தை அடைத்து, அவளெதிரே நாற்காலியில் நிர்வாணமாக உட்கார்ந்தபடி சிகரெட்டைக் கொளுத்தி, சிகரெட்டின் நுனியில் கனல் திரண்டு, ஒரு மிருகத்தின் பழி நிறைந்த கண்களின் சாயலைப் பெறும்வரை புகையை ஆழ்ந்து உள்ளிழுத்து, நிதானமாக அவளுடைய நிர்வாணத்தின் சாத்தியப்பட்ட எல்லா இடங்களிலும், அழுத்தி எடுத்ததுமான அவனுடைய எல்லாச் செயல்களும், தாங்க முடியாத சித்திரவதையின் விளைவாக அவள் துடித்ததும், நெஞ்சுக் கூட்டுக்குள் நசுங்கி உயிரிழந்துபோன அவளுடைய கதறல்களும் – அவர் மேற்கோள்களாகக் குறிப்பிட்ட கதைகளையும் திரைப்படக் காட்சிகளையும் துல்லியமாக ஒத்திருந்தன.

கதை சொல்பவர் விரும்பியிருந்தால், இந்தக் கட்டத்தில் கதையை முடித்திருக்க முடியும். ஆனால் சொல்ல வேண்டியவை இன்னும் நிறைய இருக்கின்றன என்கிறார். இது தனது சித்தத்திற்குட்பட்ட விஷயமல்ல. முற்றிலும் சுயேச்சையான முடிவை நோக்கிக் கதை தயக்கத்துடன் நடந்து செல்கிறது. எனவே வாசகர்கள் குறுக்கிடாதிருக்குமாறு கேட்டுக்கொள்கிறார்.

“உனக்குத் தெரிந்திருக்க நியாயமில்லை. ஊருக்கு வெளியே மலச் சகதியில், நரகத்தின் முன்மாதிரி போலிருக்கும் அந்த இடம்...?”

பீதியூட்டும் ஒரு கனவை நினைவுபடுத்திக் கொள்வது போல பதற்றம் நிறைந்த குரலில் சொல்லத் தொடங்கினான். அவன் கண்கள் எதையோ சொல்ல விரும்பின.

"அங்குதான் நாங்கள் வாழ்ந்தோம்…"

ஆத்திரத்துடன் புகையைத் துப்பிவிட்டுச் சொன்னான்.

"பன்றிகளைப் போல… எங்கள் மூச்சுக் காற்றுக்கூடத் தீண்டத் தகாததாய்க் கருதப்பட்டது. காட்டுமிராண்டித்தனமான காலங்களைப் பற்றி என் தாத்தா சொல்லியிருக்கிறார். கழுத்தில் மண் கலயங்களைத் தொங்கவிட்டுக் கொண்டு நடந்தோம். செத்தமாடுகளின் இறைச்சியை உண்ணும் எங்கள் உமிழ்நீரால் இந்தப் பூமி தீட்டுப்பட்டு விடுமென்று உங்கள் சாஸ்திரங்கள் சொன்னதால், அந்த அடிமைச் சின்னங்களைப் பிச்சைப் பாத்திரங்களைப் போலச் சுமந்து திரிந்தோம்…"

அவள் விழிகளில் நெருப்பின் சித்திரவதையைத் தாண்டி ஒரு கழிவிரக்கம் தென்பட்டது.

"சாஸ்திரங்கள் உங்கள் மூதாதையர்களால் எழுதப்பட்டவை…" என்று வன்மத்துடன், அவள் காதுகளில் கிசுகிசுத்தான்.

"நாங்கள் உங்கள் வயல்களில் மாடுகளைப் போல உழைக்கவும், உங்கள் மலத்தொட்டிகளைச் சுத்தம் செய்யவும் படைக்கப் பட்டவர்கள்… ஹா… உங்களால் எச்சில்படுத்தப்பட்ட பழைய சோற்றைக் கொண்டு எங்கள் பசியைப் போக்கிக் கொள்ள வேண்டுமாம்… உங்களது பழைய கந்தல்களால் எங்கள் நிர்வாணத்தை மறைத்துக்கொள்ள வேண்டுமாம்… தாசிகளைப் போல எங்கள் பெண்கள் அரை நிர்வாணத்துடன் அலைகிறார்கள் இன்னும்கூட…"

அவன் நடுங்கினான். அவன் மனத்தின் அடியாழத்தில் கண்ணீர் தத்தளித்தது. கண்ணீரில் நனைந்த அந்த வார்த்தைகளால் அவள் துயரமடைந்தாள்.

"வேசியின் புத்திரர்களென்று எங்களுக்குப் பெயர் சூட்டினார்கள்… உங்கள் ஆடவர்களின் முன்னே திறந்த மார்பகங்களுடன் எங்கள் பெண்கள் நின்றார்கள்…"

அவள் அதிர்ச்சியுற்றவளைப் போலக் கத்த விரும்பினாள். அவளது விழிகளிலிருந்து கண்ணீர் தெறித்துச் சிதறிற்று.

"இதையெல்லாம் ஏற்க மறுக்கும் ஒவ்வொரு முறையும் நாங்கள் தாக்கப்படுகிறோம்…"

அறையின் சுவர்கள் அவனோடு சேர்ந்து கூச்சலிட்டன. அவன் சொல்பவற்றை ஆமோதிப்பது போல எதிரொலி எழுப்பின.

"உயர்ந்த ஆன்மாக்களென்று உங்களைச் சொல்லிக் கொள்கிறீர்களே… பசுவுக்கும், புறாவுக்கும் நீதி வழங்கியதாகத் தம்பட்டமடித்துக் கொள்கிறீர்களே… எங்கள் குழந்தைகள் கிணற்றில் குதித்தபோது மின்சாரம் பாய்ச்சிக் கொன்றீர்களே…? கால்படி

நெல்மணி அதிகம் கேட்டதற்காக, எங்கள் பெண்களையும், குழந்தை களையும், இளைஞர்களையும் நெருப்பிலிட்டுப் பொசுக்கினீர்களே...? எங்கள் மக்களின் கண்களைக் குருடாக்கினீர்களே...? இதற்கெல்லாம் என்ன பிராயசித்தம்? எங்கே நீதி?"

ஆனால் கைமாறு செய்வது போல்தான் அவள் அழுதாள். அவனுக்கும் அவனது மூதாதையர்களுக்கும், தனது பாட்டனாரும், மூதாதையர்களும் இழைத்த கொடுமைகளுக்காக அழுதாள். எல்லாவற்றுக்குமான பிராயச்சித்தம் போல அவள் மேனி முழுவதும் கருகிப் போயிருந்தது, அவனுக்குத் தன்னைப் பலியிட்டுக் கொண்டவளைப் போல எதிர்ப்பின்றி...

ஆனால் இதற்குமேல் சொல்ல மறுத்துவிடுகிறார் கதை சொல்பவர். வேடிக்கையான கதையொன்றைச் சொல்லி முடித்து விட்டது போல் புன்னகைத்தார். கதை கேட்ட குழந்தைகளிடம் புதிர் போடுவது போல தனது வாசகரிடம் சில கேள்விகளைக் கேட்க விரும்புகிறார்... வேடிக்கையான ஆள்!

அதாவது கதையின் முடிவு எப்படியிருக்குமென யூகிக்கச் சொல்கிறார். அல்லது எந்த மாதிரியான முடிவை நீங்கள் விரும்புகிறீர்கள், என்று கேட்கிறார்.

சில சாத்தியப்பாடுகளை முன்வைக்கிறார்.

அவன், இறுதியாக, அவளைக் கொன்றுவிடுகிறான். அல்லது சித்திரவதையின் உச்சத்தாலோ மிதமிஞ்சிய மனஅழுத்தத்தாலோ அவள் இயல்பாகவே செத்துப்போய்விடுதல். இந்த இரண்டையுமே விரும்பாதபட்சத்தில் அவன் ஏதாவது ஒரு கட்டத்தில் அவளது கண்ணீரின் அர்த்தத்தைப் புரிந்து கொண்டு தன் குற்றத்தை உணர்ந்து அவளை விடுவித்தல் திரைப்படங்களிலும் நாவல்களிலும் வருவதுபோல அவனது செயலுக்குப் பிராயச்சித்தமாக அவளைத் தானே மணம் புரிந்துகொள்ளப் போவதாய் அறிவித்து வாசகரை நெகிழச் செய்தல். மர்ம நாவல்களில் வருவது போல போலீஸ் அல்லது ஏதாவது சமூக சேவை உறுப்பினர்கள் கதவை உடைத்து உள்ளே நுழைந்து, ஆபத்தான நிலையிலிருந்த அவளைக் கண்டுபிடித்து... சிரிக்கிறீர்களே...! கதைச் சொல்பவருக்குக் கூட இதெல்லாம் நகைப்பூட்டக்கூடிய சிறுபிள்ளைத்தனமான வாதங்களாகத்தான் தோன்றுகின்றனவாம். இருந்தபோதிலும் இந்த மாதிரியான சந்தர்ப்பத்தில் அதுபோலவெல்லாம் தவிர்க்கவியலாமல்... ஆக கதை சொல்பவரைப் பொறுத்தவரை எல்லாக் கதைகளையும் போல இதுவும் ஒரு கதை, இல்லையா?

அழிவு

சுவரோடு சாய்ந்து, தலைவிரிகோலமாக உட்கார்ந்தபடி விம்மிக் கொண்டிருந்தாள் அகலிகை. எப்படியும் அவள் என்னைக் கொன்று விடுவாளென்றுதான் தோன்றியது. காரணங்கள்... சில பொதுவானவை, சில சிறப்பானவை. அவ்வளவுதான். அவற்றைப் பற்றி உங்களிடம் விளக்க வேண்டிய அவசியமில்லை என்று கருதுகிறேன். அப்படியும் அவற்றைத் தெரிந்து கொள்வதில் அக்கறை காட்டினால், நாகரிகமற்றவர், அடுத்தவர் உடலுறவுகொள்ளும் போது கூச்சமின்றித் திருட்டுத்தனமாகப் பார்த்து ரசிக்கும் ஆவல்கொண்டவர் என்று உங்களை என்னால் சொல்ல முடியும். தயவுசெய்து மன்னியுங்கள் உங்களிடம் விவாதித்துக் கொண்டிருக்க எனக்கு நேரமில்லை.

கடவுளே, என் மனைவி என்னைக் கொலை செய்யப் போகிறாள் சந்தேகமில்லை. கத்தியால் என் கழுத்தை அறுத்துக் கொல்லப் போகிறாள். அல்லது துல்லியமாக இதயத்தைப் பிளக்குமாறு எனது மார்பில் கத்தியைச் செருகப் போகிறாள். இந்த இரண்டில் முதலாவது வழியைத்தான் அவள் அதிகம் விரும்புவாள். ஏனெனில், அறுபட்ட கழுத்திலிருந்து பீய்ச்சியடிக்கும் ரத்தம் உடலுறவின் உச்ச சுகம் போல அவளைப் பரவசமடையச் செய்யும். ஏதாவது காரணத்தால் இந்த வழியில் முடியாமல் போனால்தான் இரண்டாவது வழியைத் தேர்வு செய்வாள். ஆனால் நிச்சயம் வேறு வழியைப் பின்பற்றமாட்டாள். தூங்கும் போது முகத்தில் தலையணையை வைத்து அழுத்தி அல்லது உணவில் விஷம் வைத்து என்னைக் கொலைசெய்வது அவளுக்குச் சாத்தியம், சுலபம் எனினும் அவள் இந்த வழிகளைத் தேர்ந்தெடுக்கப் போவதில்லை. துண்டிக்கப்பட்ட கழுத்திலிருந்து பீறிட்டுத் தெறிக்கும் குருதி, ரத்தச் சகதியில் புரண்டு துடிக்கும் முண்டம், ஒரு புராதனச் சிற்பம் போல, இமைக்காத விழிகளுடன் உருண்டு கிடக்கிற தலை வேடிக்கை பார்க்கத் திரண்டிருக்கிற மனிதக் கூட்டம், காற்றில் அலையும் வசைச் சொற்கள், விலங்கு பிணைக்கப்பட்ட குருதி தோய்ந்த

கைகளுடன் நிமிர்ந்து நோக்கும் அகலிகையின் ஒளி, சுடரும் விழிகள்... அற்புதம்... அற்புதம்.

என்னைச் சாப்பிட வருமாறு அழைத்தாள் அகலிகை. அமைதியாக எழுந்து அவளைத் தொடர்ந்தேன் நான். சாப்பிடும் போது இருவரும் ஒன்றும் பேசிக் கொள்ளவில்லை. ஆனால் சாப்பிட்டு முடிக்கும் தறுவாயில் என் குழம்பிய முகமும், அதில் பொடித்திருந்த வியர்வைத் துளிகளும் அவளுடைய கவனத்திற்கு வந்திருக்க வேண்டும்.

"என்னாச்சு?"

நான் பதில் பேசவில்லை, அவளுடைய கொலைத் திட்டத்தை நான் புரிந்துகொண்டதை யூகித்து விடுவாளோ என்று அச்சமேற்பட்டது எனக்கு.

"உடம்பு சரியில்லையா?"

"அ... அஅ... ஆமாம்."

"என்ன?"

"லேசாக் காய்ச்சல், தலைவலி."

என்னருகே வந்து நெற்றியில் கை வைத்தாள். பின்னர் ரொம்ப இயல்பாகச் செய்வது போல கையைக் கழுத்திற்குக் கொண்டு வந்தாள். புறங்கையால் உடம்பின் உஷ்ணத்தை அளவிடுபவள் போல பாவனை செய்தாள். இடது மார்பருகே விரல்களை வைத்துப் பார்த்தாள்.

எனக்கு ரத்த ஓட்டம் அதிகரித்தது. வெளியில் குதித்து விடுவதுபோல் இதயம் அதீத வேகத்துடன் துடித்தது. சுவாசம் சிரமமானது...

சாப்பாட்டு மேஜையின் வலது கோடியில் பழம் நறுக்கும் கத்தி. அகலிகை இப்போது நின்றுகொண்டிருக்கிற இடத்தில் நின்றபடியே எனது கழுத்தின் மேல் இருக்கிற இடக்கையை எடுக்காமலேயே, வலக்கையை நீட்டி அந்தக் கத்தியை எடுத்துச் சரேலென்று கண் இமைக்கும் நேரத்திற்குள் எனது குரல்வளையில் வீசிவிட முடியும் அல்லது நான் அமர்ந்திருக்கிற இந்த நாற்காலியில், திமிர முடியாதவாறு அழுத்திப் பிடித்துக் கொண்டு மிக லாவகமாக என் மார்புக்குள் கத்தியைச் செருகிவிட முடியும்.

"இருங்க, கொஞ்சம் சுடுதண்ணி வைக்கறேன். ஒரு ஆஸ்பிரின் போட்டுக்கிட்டாச் சரியாப் போகும்."

ஆசுவாசமாய்ப் பெருமூச்சு விட்டேன் நான்.

இரவில் உறக்கமின்றிக் கொட்டக்கொட்ட விழித்துக் கிடந்தேன். அருகில் அகலிகை ஆழ்ந்த உறக்கத்தில் கிடந்தாள். மெய்யாகவே ஆழ்ந்த உறக்கம். பாவனையில்லை, புணர்ச்சியின் களைப்பு.

பூனைபோல் மெதுவாக எழுந்தேன். தலைமாட்டில் இருந்த டார்ச் விளக்கை எடுத்துக்கொண்டேன். அறையில் மெல்லிய நீலவொளி பாய்ச்சிய பெட்ரூம் விளக்கையும் அணைத்தேன். பாதம் தரையில் தேய்ந்து ஒலியெழுப்பி விடாதபடி, பெருவிரலால் நடந்து சமையலறைக்கு வந்தேன்.

அந்தக் கத்தி சாப்பாட்டு மேஜையின் மேல் நான் முன்பு பார்த்த அதே இடத்தில்தான் இருந்தது. டார்ச் விளக்கின் ஒளியில் சோதித்துப் பார்த்தேன். ஆனால் நான் நினைத்திருந்தது போல் அந்தக் கத்தி கூர்மையானதன்று. அதன் மரக்கைப்பிடி தேய்ந்து கிடந்தது. பிளேடு கறுத்து முனையின் கூர்மை மழுங்கிப் போயிருந்தது.

டார்ச்சைப் பின்போட்டு மேஜை விளிம்பில் படுக்கைக் கிடையாய் வைத்துவிட்டு, இடதுகைப் பெருவிரலை மலர்த்தி நீட்டி, வலது கையால் கத்தியை வாகாகப் பிடித்துக் கொண்டு, விரல் மேல் கத்தியின் விளிம்பை வைத்துப் போதிய வலுவுடன் அழுத்தி இழுத்தேன். கத்தி பதிந்த இடத்தில் வலி இருந்தது. ஆனால் காயம் படவில்லை. கத்தி பதிந்ததன் அடையாளமாய் ஒரு கோடு பதிந்திருந்தது. ஒரு வாழைப் பழத்தை எடுத்து வந்து படுக்கைக் கிடையாய் மேசையின் மேல் வைத்து, பழத்தின் நடு உடலில் கத்தியை வைத்து அழுத்தினேன். அழுத்தம் தாங்காமல் கனிப் பகுதி தோலைப் பிளந்து கொண்டு வெளியில் பிதுங்கிற்று. பின்னர் ஒரு முட்டைக்கோஸ், ஒரு பீட்ரூட், ஒரு உருளைக்கிழங்கு ஆகியவற்றை எடுத்து வெட்டிப் பார்த்தேன். அவற்றை நறுக்குவதற்கு மிகுந்த சிரமப்பட வேண்டியிருந்தது. இதைச் செய்யும் போது கத்தியின் பிளேடு மேசைப் பரப்பில் பட்டுச் சிறுசிறு சத்தங்களை உண்டாக்கியது. அப்போதெல்லாம் என் மனம் ஒரேடியாய்ப் பீதியுறத் தொடங்கியது. உடனே டார்ச்சை அணைத்துவிட்டு, இருளில் அசைவற்று நின்றுகொண்டு, எங்கள் படுக்கையறையிலிருந்து, அகலிகை எழுந்து கொண்டதற்கான சத்தம் ஏதும் வருகிறதாவெனக் கண்காணித்துவிட்டு பின்னரே மறுபடி செயல்பட வேண்டியிருந்தது. நறுக்கப்பட்ட காய்கறிகளையும், பழத்தையும் ஜன்னலைத் திறந்து, வெளியே சாக்கடையில் விட்டெறிந்துவிட்டு, கவனமாக அறை முழுவதிலும் சோதனையிட்டேன். கொலை செய்வதற்கேற்ற வேறு புதிய பளபளப்பான கத்தியை, எங்கேனும் மறைத்து வைத்திருக்கக் கூடுமில்லையா? பாத்திரங்கள் அடுக்கியுள்ள மர அலமாரி,

பாத்திரங்களுக்குள், மளிகை சாமான்கள் உள்ள டின்கள் என்று எல்லா இடங்களையும் முடிந்தவரை கவனமாகச் சோதனையிட்டேன். ஆனால் அவசரம், அச்சம், பதற்றம்... என்னால் சரிவரச் சோதனையிட முடியவில்லை.

மனத்தின் கொந்தளிப்பை அடக்கிக்கொண்டு வந்து பழையபடி படுக்கையில் சத்தமின்றிப் படுத்துக்கொண்டேன்.

காலையில் அகலிகை என்னை எழுப்பி, காபி சாப்பிட அழைத்தபோதுதான் நான் தூங்கியிருந்ததை என்னால் உணர முடிந்தது.

"இன்னும் தலைவலியிருக்குதா?"

"இல்லை"யென்றேன் அவசரமாக.

பல் விளக்கி, முகம் கழுவிக்கொண்டு, கண்ணாடி முன்வந்து நின்றபோது என் முகம் எனக்கே அச்சமூட்டியது. கண் ரெப்பைகள் வீங்கிக் கிடந்தன. விழிக்கோளத்தின் வெண் பரப்புகளில் ரத்தவேர்கள் கிளை பரப்பியிருந்தன. விழிகளைச் சுற்றி மெலிதான கருவளையம். எனது முகமாறுதலை அகலிகை கவனித்துவிடக் கூடாதென்ற முன்னெச்சரிக்கை உணர்வுடன், எனது எல்லா நடவடிக்கைகளையும் கவனப்படுத்திக் கொண்டேன். சாப்பிடும்போதுகூட அவளது பார்வையின் நேர்கோடு என் முகத்தின் மீது விழாதபடி பார்த்துக் கொண்டேன். நல்லவேளை, இருவருக்குமே அலுவலகத்திற்குப் புறப்படுகிற அவசரம். அகலிகையை அவளுடைய அலுவலகத்தில் விட்டுவிட்டு எனது அலுவலகம் வந்தேன். அலுவலகத்தில் இருக்கவே பிடிக்கவில்லை. இடுகாட்டில் பிணம் தேடியலையும் ஓநாய்களின் ஓலம் மூளையின் சுவர்களில் மோதி, மோதி எதிரொலி எழுப்பிற்று. விடுப்பு எழுதிக்கொடுத்து விட்டு நேராக வீட்டிற்கு வந்தேன். கதவை உள்புறம் தாளிட்டுக் கொண்டு படுக்கையறைக்குள் வந்து, சாய்வு நாற்காலியில் விழுந்து, புகைபிடித்தவாறே யோசிக்கத் தொடங்கினேன்:

அகலிகையின் முகத்தை மனத்திரையில் வைத்து ஆராய முயன்று கண்களை மூடினேன். அகலிகை போன்ற உருவம் வந்தது. ஆனால் முகம் இல்லை, முகத்துக்குப் பதில் ஒரு முக்கோணக் கண்ணாடிப் பட்டகம் ஒளிர்ந்துகொண்டிருந்தது. அந்தக் கண்ணாடிப் பட்டகம் என்னைப் பார்த்துச் சிரித்தது. பேய்ச் சிரிப்பு. சிரித்துக்கொண்டிருக்கும்போதே புகையாய்க் கரைந்து மறைந்தாள். எங்கும் புகைவெள்ளம், சிகரெட்டின் புகை போன்ற வெண்புகை பந்து பந்தாய்ச் சுழன்றது. புகைப்படலத்தினூடே தோன்றிற்று அகலிகையின் நிர்வாண உருவம். கட்டுக்குலையாத கன்னிமையின்

அழகு சொரூபம். பெண்மையின் பேரழகு. விழிகளைத் திறக்க முடியவில்லை என்னால். மனக்கண்களின் இமைகள் அசையாது நின்றன. அகலிகை என்னைப் பார்த்துச் சிரித்தாள். மனத்தைச் சாம்பலாக்கும் மாயச் சிரிப்பு. அவள் முன் முழந்தாளிட்டேன் நான்.

காற்றில் கைகளை நீட்டினாள் அகலிகை.

எங்கிருந்தோ வந்தது சூரியத்துண்டு போன்ற பளபளக்கும் கத்தி. குரூரமாய்ச் சிரித்துக்கொண்டே, அந்தக் கத்தியின் தனது செழிப்பான இளமைத் துடிப்பு மிகுந்த மார்புகளில் ஒன்றை அறுத்தெறிந்தாள். ஓயாத சிரிப்புடன் இன்னொரு மார்பையும் அறுத்து வீசினாள். அறுபட்ட இடங்களிலிருந்து பீறிட்டுப் பாய்ந்தது பச்சை ரத்தம். அவளுடைய நடனத்தின் வேகம் அதிகரித்தது. செவிகளுக்குப் புலனாகாதவொரு மாய இசைக்கேற்றாற்போல தாளம் பிசகாது நடனமாடுகிறாள் போலும். நடன பாவனையுடனேயே குனிந்து தொடைச் சதைகளைப் பிளந்து வெட்டியெடுத்தாள். பின்னர் புட்டச் சதைகள், புஜங்கள், முதுகு, வயிறு, கரண்டைக் கால்கள், பெண் குறியெனத் தசை முழுவதையும் வெகு லாவகமாகச் சீவி எறிந்தாள். அவளுடைய உடல் முழுவதும் நெளிந்தாடின, ரத்த நாளங்கள். அவளுடைய நடனம் உச்சத்தை அடைந்திருந்தது. இடிபோல் அதிர்ந்தது சிரிப்பு...

சிகரெட் நெருப்பு விரலைச்சுட உணர்வு பெற்று விழிகளைத் திறந்தேன். முகத்துக்கெதிரே கோடாய் உணர்ந்து மறைந்தது சிகரெட் புகை.

எழுந்து பாத்ரூமுக்குப் போய் முகம் கழுவிக்கொண்டு வந்து குளிர்பதனப் பெட்டியிலிருந்து குளிர்ந்த எலுமிச்சைச் சாற்றைப் பருகிவிட்டு வந்து கடிகாரத்தைப் பார்த்தேன். அகலிகை அலுவலகத்திலிருந்து திரும்ப குறைந்தபட்சம் ஐந்து மணி நேரங்கள் இருக்கின்றன. அதற்குள் வீடு முழுவதையும் சோதனையிட்டு, அவள் மறைத்து வைத்துள்ள கத்தியைக் கண்டுபிடித்துவிட வேண்டும்.

பரபரப்பின்றி நிதானமாக, கவனமாக எனது சோதனையைத் தொடங்கினேன். முதலில் எங்கள் இருவருக்கும் பொதுவான எங்கள் படுக்கையறையில்தான் தேடினேன். மெத்தைக்குள்ளோ தலையணைக்குள்ளோ சந்தேகத்துக்கிடமான முறையில் ஏதாவது அழுந்துகிறதா என்று தடவிப் பார்த்தேன். பீரோவின் உள்ளறைகள், மடித்து வைக்கப்பட்ட அவளுடைய உடைகள், சூட்கேஸ்கள், பலவிதமான தோல் பைகள் என்று எல்லா இடங்களிலும் சோதனையிட்டேன். அதேபோல் கூடத்திலும் என்னால் அந்தக்

கத்தியைக் கண்டுபிடிக்க முடியவில்லை. சமையல்கட்டு முன்பே சோதனையிடப்பட்டதுதான் எனினும் மீண்டும் ஒருமுறை நிதானமாகச் சோதனை செய்து ஏமாற்றமடைந்தேன். இரண்டரை மணிநேரத்திற்குள் இரண்டுமுறை சோதனை செய்தும் அந்தக் கத்தி கிடைக்காததால் நான் மிகவும் களைப்படைந்தேன். என் மீதே எனக்கு எரிச்சலேற்பட்டது.

மாலையில் அகலிகை திரும்பி வரும் வரையிலும் மனத்தின் இரைச்சலையும் ஓலத்தையும் அடக்கும் பொருட்டு குறுக்கும் நெடுக்குமாக நடந்துகொண்டிருந்தேன். உள்ளங்கால்கள் கன்றி, வலியால் கால்கள் சோர்ந்து மடியத் தொடங்கின. அழைப்பு மணி ஒலித்தவுடன், அப்போதுதான் அலுவலகத்திலிருந்து திரும்பியவன் போன்ற பாவனையுடன் கதவைத் திறந்துவிட்டுத் திரும்பி அறைக்கு வந்தேன்.

“என்ன இன்னிக்கு ஆபீஸிலிருந்து சீக்கிரம் வந்துட்டீங்க போலிருக்கு?”

என்னைப் பின்தொடர்ந்த அகலிகையின் மெல்லிய காலடி என்னைப் பீதியுறச் செய்தது. ஒருவேளை கத்தியைத் தன்னுடைய தோள் பையிலேயே வைத்திருக்கலாமில்லையா? அவளிடமிருந்து தப்பும் முனைப்புடன்தான் நடந்தேனாவென என்னால் நிச்சயமாகச் சொல்ல முடியவில்லை. ஆனால் என்னைத் தடுத்து நிறுத்தியது சுவர். சட்டென்று அரைவட்ட மடித்து, அவளை நோக்கித் திரும்பிச் சுவரோடு சாய்ந்து நின்றேன்.

முதிர்ந்த தேக்குமரம் போல் நின்றிருந்தாள் அகலிகை. சில கணங்கள் என்னை ஊடுருவிப் பாய்ந்தது அவள் பார்வை. நான் பீதியுடன் பின்பக்கமாக அடியெடுத்து வைக்க முற்பட்டு வலக்காலைத் தூக்கினேன். சுவரில் உரசிற்று குதிகால், ஓரக் கண்ணால் என் இட, வலப் புறங்களை கண்காணித்தேன். அகலிகை என்னை நோக்கி அடியெடுத்து வைத்தாள். அவள் கத்தியை எடுத்து என்னை நோக்கி வீசும்போது, சட்டென்று கீழே சரிந்து, அவள் கால்களுக்கு இடையே புகுந்து, அவளைத் தாக்கிவிட்டுத் தப்பிவிட வேண்டும்.

அகலிகை என்னை நெருங்கிவந்து, சட்டென்று தன் புறங்கையை என் கழுத்திலும் மார்பிலும் பதித்தாள்.

“காய்ச்சல் எப்படியிருக்கு?”

“பர... பரவாயில்லை.”

நாக்கு மேலண்ணத்தில் ஒட்டிக்கொண்டு, வார்த்தைகள் திணறின.

"காய்ச்சலடிக்கக் காணாம், ஆனா கண்ணு ரெண்டும் ஏன் இப்படிச் செவந்து கெடக்கு?"

"..........."

"சரி இருங்க, கொஞ்சம் வெந்நீர் போடறேன், இன்னொரு ஆஸ்பிரின் சாப்பிட்டா சரியாயிடும்..."

பையை ஹாங்கரில் மாட்டிவிட்டு, சமையல் கட்டுக்குப் போனாள் அகலிகை. நான் உடனே சுறுசுறுப்பானேன். அவசர அவசரமாக அவளுடைய பையைச் சோதனையிட்டேன். ஆனால் என்ன துரதிருஷ்டம்! பையினுள்ளும் கத்தி ஒன்றும் இல்லை. எனது மூளைக்குள் குழப்பத்தின் தந்திகள் அதிர்ந்தன. பீதியூட்டும் நாராச ஓசை என்னைச் சுற்றிலும் படர்ந்தது. தொப்பென்று கட்டிலில் தலை குப்புற விழுந்தேன். மனத்தில் புயல் மூண்டது.

ஒவ்வொரு நாளும் வேகம் கொண்டு சுழன்று வீசிற்றென் மனப்புயல். அலுவலகத்தில் என்னுடன் பணிபுரியும் சக பணியாளர்கள், எனது மேல் அலுவலர்கள், எனக்குக் கீழே பணியாற்றுவோர், பேருந்துகளில் பயணம் செய்யும்போது எனக்கு அறிமுகமற்ற எனது சக பயணிகள், நடத்துநர்கள், ஓட்டுநர்கள், இன்னும் என்னைத் தவிர்த்த மொத்த மனிதக் கூட்டமும் என்னைக் கொலை செய்வதற்கெனக் கத்தியை ஒளித்துவைத்துக் கொண்டுள்ளனரென்பதும் எனக்குப் புரியத் தொடங்கியது. இவ்வளவு காலமும் இவர்களைப் புரிந்து கொள்ளாமல், இவர்களோடு நட்பு பாராட்ட முடிந்ததெப்படி? ஆனால், வாழ்வில் ஏதோவொரு கட்டத்திலாவது இந்தப் பேருண்மையைப் புரிந்துகொள்ளும் அதிர்ஷ்டம் வந்ததே எனக்கு...

அடிக்கடி நேரம் கிடைக்கும் போதெல்லாம் வீட்டுக்கு முன்னதாகவே வந்து (சில சமயம் விடுப்பு எடுத்துக் கொண்டும் வந்தேன்) வீட்டில் கத்தி உள்ளதா எனச் சோதனை போடத் தொடங்கினேன். கத்தி கிடைக்காவிடிலும் நான் மிகவும் விழிப்புடன் இருப்பது எனக்குத் திருப்தியளித்தது. இந்த நாட்களில், குறிப்பிட்டுச் சொல்லும்படியான ஒரு சம்பவம் நடந்தது.

எனது அலுவலக நண்பனொருவனின் அழைப்பிற்கிணங்கி அவனோடு ஒரு மாலையில் கடைத் தெருவுக்குச் செல்ல நேர்ந்தது. நகம் வெட்டி ஒன்று வாங்க வேண்டுமென்றான். அவனுடைய நகங்களைப் பார்த்து வியந்துபோனேன் நான். ஒரு கத்தியின்

முனையைப் போல கூர்மையாக, பளபளப்பாக இருந்தன அவனுடைய நகங்கள்.

பிளாட்பாரத்தில் ஒரு சிறு பெட்டிக்கடைக்கு வந்தோம். நான் அயர்ந்துபோனேன். கூர்மையும் சூரியனின் பளபளப்பும் கொண்ட கவர்ச்சியான கத்திகள் மிக அழகாக அடுக்கி வைக்கப்பட்டிருந்தன. அந்தக் கத்திகள் விற்பனைக்காக உள்ளனவா என்று நான் கடைக்காரனைக் கேட்டேன். கடைக்காரன் சிரித்தபடியே ஆமாம் என்றான். அவனுடைய சிரிப்பு என்னை அவமானப்படுத்துவது போலிருக்கவே, கோபத்துடன் அவனது சிரிப்புக்கான காரணத்தைக் கேட்டேன்.

"கோபப்பட வேண்டாம் நீங்கள், கடையில் உள்ள பொருட்கள் எல்லாம் விற்பனைக்குத்தான் என்பதை நீங்கள் அறியாமலிருக்கக் கூடாது" என்றான் சாந்தமாக.

"சரி, இந்தக் கத்தியை யார் வாங்குவார்கள்?"

"யார்? எல்லோரும்தான்..."

"எல்லோரும் என்றால், பெண்கள், குழந்தைகள் உட்படவா?" கடைக்காரன் யோசனையோடு சொன்னான்,

"குழந்தைகள் வாங்கியதில்லை, பெண்கள்? இதுவரையிலும் ஒரே ஒரு பெண் மட்டுமே என்னிடம் ஒரு கத்தி வாங்கி யிருக்கிறாள்..."

ஒரேயொரு பெண்ணா? மிதமிஞ்சிய பரபரப்புக்கும் கிளர்ச்சிக்குமுள்ளானேன் நான்.

"ஒரேயொரு பெண்ணா?"

"ஆமாம், ஒரேயொரு பெண்..." என்றான் அழுத்தமான குரலில்.

"அவள் யார்? தெரியுமா உங்களுக்கு?"

என் நண்பனின் பார்வையில் குழப்பத்தின் பின்னல்கள். கடைக்காரன் உதட்டைப் பிதுக்கினான்.

"தெரியாதே, என்னுடைய வாடிக்கையாளர்களிடம் தேவையற்ற கேள்விகளைக் கேட்பதில்லையே நான். என்னை மன்னியுங்கள்..."

"சரி, அந்தப் பெண்ணுக்கு என்ன வயதிருக்கும்?"

"முப்பதுக்குக் கிட்டத்தட்ட இருக்கும்..."

அடக் கடவுளே! அகலிகைக்கும் முப்பதுதானே ஆகப் போகிறது!

"அவள் சிகப்பு நிறமுடையவளா?"

"ஆமாம்..."

எனது ரத்த ஓட்டம் அதிகரித்து எனது முகம் வியர்க்கத் தொடங்கியது.

"அவள் நெற்றியில் மிளகு போன்ற பரு ஒன்று இருப்பதைக் கவனித்தீர்களா?"

"இல்லை. நீங்கள் யார்? எதற்காக இதையெல்லாம் கேட்கிறீர்கள்?"

"தயவுசெய்து சொல்லுங்கள். அந்தப் பெண்ணைப் பற்றிய முழு விவரங்களும் எனக்குத் தேவை."

"மன்னியுங்கள்... மேற்கொண்டு எதையும் சொல்வது எனது வியாபார நேர்மைக்கு எதிரானது."

ஒரு கணம் பேசாதிருந்தேன்.

"சரி, அந்தப் பெண் வாங்கிச் சென்ற கத்தி எப்படிப்பட்டது? அதையாவது மறுக்காமல் சொல்லுங்கள்..."

கிட்டத்தட்ட மன்றாடினேன் நான். கடைக்காரன் மேலும் குழம்பிய பார்வையால் என்னை ஊடுருவினான்.

"எப்படிப்பட்டதென்றால்...? தயவுசெய்து விளக்குங்கள்..."

"அந்தக் கத்தியால் ஒரு ஆணை, அதாவது அவள் கணவனைக் கொலைசெய்துவிட முடியுமா அவளால்...?"

"முடியும்" என்றான் அழுத்தந்திருத்தமாக.

"சரி போகலாம் வா..." என்று என் தோளை அழுத்தினான் என் நண்பன். நான் அந்தக் கடை, கடைக்காரன், அந்தக் கடை அமைந்துள்ள தெரு, எல்லாவற்றையும் கவனமாக மனத்தில் இருத்திக் கொண்டு அவனைத் தொடர்ந்தேன்.

இருவருமாக ஓர் உணவு விடுதிக்கு வந்து யாருமற்ற ஒரு மேசையின் முன் அமர்ந்தோம்.

"சொல்லு..." என்றான் நண்பன்.

"என்ன?"

"ஏன் அப்படி நடந்து கொண்டாய்? நீ மனநோயாளி அல்ல என்று நான் நினைக்கிறேன்..."

நான் பதில் பேசாமல் எழுந்து வாஷ்பேசினுக்குப் போய் முகம் கழுவிக்கொண்டு வந்தேன். கைக்குட்டையால் முகத்தை அழுத்தமாகத் துடைத்துக் கொண்டேன்.

"சொல்லு..." என்றான் நண்பன்.

"என்ன?"

"சொல்லு..." என்றான் மறுபடியும்.

"என்ன?"

"கடைக்காரனிடம் ஏன் இப்படி நடந்து கொண்டாய்?" அவனுடைய பார்வை எதையோ பரிசீலிக்க முயல்வது போல என்மீது படர்ந்தது. மேலிருந்து கீழ்வரை என்னை ஆராய்ந்துவிட்டு, என் விழிகளுக்குள் ஊடுருவி நின்றது. நான் எனது பார்வையை விலக்கிக்கொள்ள முனையாமல் அவனுடைய பார்வையின் நேர்க்கோட்டில் என் பார்வையை நிறுத்தினேன். நண்பனின் முகம் பீதியுற்று வெளுத்திருந்தது. அவனுடைய கேள்விக்குப் பதில் சொல்லாமல் கேட்டேன்.

"உனக்கு யாரையாவது கொலை செய்யும் விருப்பமுண்டா?"

"இல்லை"யென்றான் திகிலுடன், அவன் பார்வை மருண்டு என்னிடமிருந்து விலகியது.

"ஏன் இப்படிக் கேட்கிறாய்?"

நான் அவனுடைய கேள்வியை அலட்சியப்படுத்தினேன்.

"சரி, உன்னை யாராவது கொலை செய்வார்களென்று எதிர்பார்க்கிறாயா?"

"இல்லை, ஏன்...? என்னை யார் கொலைசெய்ய வேண்டும்?"

அவனுடைய உடல் நடுங்குவதைப் பார்த்தேன். ஒரு பூனையைப் போல அச்சத்துடன் சுற்றிலும் நோக்கினான்.

"யார் கொலைசெய்யப் போகிறார்களா?" எனக்கு அடக்க முடியாதவாறு சிரிப்பு வெடித்தது. அது பொது இடம் என்பதையும் மறந்து மேசையைப் படபடவென்று தட்டிக்கொண்டே விழுந்து விழுந்து சிரித்தேன். சிரிப்பின் எல்லை மீறலால் எனது விழிகளில் நீர் கட்டியதை உணர்ந்தேன்.

"தயவுசெய்து சிரிப்பதை நிறுத்து..."

உடைந்து கரகரத்த குரலில் மன்றாடினான் நண்பன். சட்டென்று சிரிப்பதை நிறுத்திவிட்டு, கடுமையான குரலில் கேட்டேன்.

"ஏன் அப்பாவிபோல் வேடம் போடுகிறாய்? பொய்யனே, நீ ஒரு போலி..."

"....."

"சொல்லு, உன் மனைவி உன்னைக் கொலை செய்ய மாட்டா ளென்று நம்புகிறாயா நீ?"

அவன் அதிர்ச்சியுற்று, தடதடவென்று நாற்காலியைப் பின்னால் நகர்த்திவிட்டுவிட்டு எழுந்து நின்றான்.

"என்ன சொல்கிறாய் நீ?" என்றான் தணிந்த குரலில் என்னை நோக்கி ஆத்திரமாகவே கத்த விரும்பினான். எனினும் அது ஒரு பொது இடமென்பதும், பலரின் கவனமும் எங்கள் மேல் உள்ளதென்பதும் அவனது கவனத்திலிருந்து தப்பவில்லை போலும்.

"என்ன சொல்கிறாய் நீ... என் மனைவி என்னைக் கொல்வதற்குக் காரணங்கள் எதுவுமில்லை..."

ஒரு சவக்களித்த புன்னகை அவனிடமிருந்து வந்தது. எங்களுக்கிடையே ஒரு சகஜமான 'விவாதம்' நடப்பதாகக் காட்டிக் கொள்ள முயன்றது தெரிந்தது. நான் நிதானமாகச் சொன்னேன்.

"ஒரு மனைவிக்கு, கணவனைக் கொல்லாமலிருப்பதற்கு எவ்வளவு காரணங்கள் உள்ளனவோ. அவ்வளவு காரணங்கள் கணவனைக் கொலைசெய்வதற்கும் உள்ளன..."

எங்களுடைய இந்த உரையாடலுக்கப்புறம் அவன் என்னிடம் பழகுவதை அடியோடு விட்டுவிட்டான். நான் அதைப் பற்றிக் கவலைப்படவில்லை. எனக்கு அதற்கெல்லாம் நேரமுமிருக்க வில்லை. மறுநாளும் அலுவலகத்திற்கு விடுப்பு போட்டுவிட்டு வீடு முழுவதும் அங்குலம் அங்குலமாகச் சோதனையிட்டேன். ஆனால் இம்முறையும் ஏமாற்றம்தான் எனக்காகக் காத்திருந்தது. அன்று இரவு நாங்கள் புணர்ந்து கொண்டிருக்கும்போது, அகலிகை கிசுகிசுத்த குரலில் கேட்டாள்.

"நாளைக்கு என்ன விசேஷம்னு ஞாபகமிருக்கா உங்களுக்கு...?"

எனது அறிவின் இருட்குகையில் திடீரென ஒரு மின்னல் வெட்டு.

"என்ன விசேஷம்?"

"நிஜம்மா ஒங்களுக்குத் தெரியலியா?"

"ஓ, நான் காத்திருந்த நாள் நாளைதானா?" அவளை இறுக அணைத்து வெறியோடு முத்தமிட்டேன்.

"சொல்லு, என்ன விசேஷம்?"

"நாளைக்கு நம்ம கல்யாண நாள், இதக்கூட மறந்துட்டீங்களா என்ன?"

"ஓ...!"

அகலிகையே, என்ன அற்புதமான கலையுணர்வு உனக்கு! திருமண நாளில் கணவன் கொலை... ஹ... ஹ... ஹா! மனம்

பரவசத்தால் துள்ளிற்று. பச்சை ரத்தம் கொப்பளித்துப் பெருக்கெடுக்கும் காட்சி... நீண்ட நாட்களுக்குப் பிறகு அன்று அமைதியாகத் தூங்கினேன்.

ஆனால் விடியற்காலையில் எனக்கு ஒரு சந்தேகம் வந்தது. அவளிடம் கத்தி இல்லாத நிலையில் எப்படி என்னைக் கொலை செய்ய முடியும்? இந்தக் கேள்வி என்னுள் எழுந்ததும் மீண்டும் குழப்பத்தின் காலடிகளால் அதிர்ந்ததென் மனம். கூண்டில் சிறைபட்ட மிருகத்தின் உறுமல். சட்டென மனத்தின் திரையில் ஒளிர்ந்தது. நாங்கள் கடைத்தெருவில் பார்த்த வியாபாரியின் முகம்.

ஹா...!

ஓடு, ஓடு, உடனே ஓடிப்போய் வாங்கி வா, கொலை இச்சையைத் தூண்டும் ஒரு கத்தி மட்டும் அகலிகைக்குக் கிடைத்துவிட்டால்...! கௌதமனே மரணம் உன்னை ஆசையோடு அழைக்கிறது ஓடு...!

இந்த முறை கடைக்காரனும் நானும் மட்டுமே, எப்படியும் நான் அங்கு வரப்போவது தனக்குத் தெரியுமென்றும், எனக்காகவே ஒரு கத்தியைத் தேர்வு செய்து வைத்திருப்பதாகவும் சொல்லி மின்னலின் துண்டு போன்ற ஒரு கத்தியை எடுத்து நீட்டினான். அவன் கேட்டதைப் போல இரண்டு மடங்கு தொகையை அவனுக்குக் கொடுத்தேன். பின்னர் அவனுக்கு நன்றி சொல்லிவிட்டு விடைபெறும் போது, தயக்கத்துடன் கேட்டான்.

“இந்தக் கத்தியைக் கொண்டு என்ன செய்யப் போகிறீர்களென்று நான் தெரிந்து கொள்ளலாமா?”

“தாராளமாக, என்னைக் கொலைசெய்ய என் மனைவிக்கு ஒரு கத்தி தேவை”

கடைக்காரன் எனக்கு தனது வாழ்த்துகளைத் தெரிவித்துக் கொண்டான். மிகுந்த கவனத்துடன் வீட்டிற்குள் நுழைந்தேன். மறுபடியும் மனத்திற்குள் பீதியின் தூறல்கள், ஆனால் முன்பு போலன்றி மனம் மிகவும் அமைதியாக இருந்தது. அகலிகை பாத்ரூமில் இருந்தாள். ஆஹா எவ்வளவு அருமையான சந்தர்ப்பம்! எப்படியும் குளித்துவிட்டு உடை மாற்றுவதற்காக வந்துதானே தீரவேண்டும்! சத்தமின்றி எங்களுடைய படுக்கையறைக்குள் நுழைந்தேன். அவளுடைய உடைகள் உள்ள பீரோவைத் திறந்து அந்தக் கத்தியை எடுத்து, அதன் முனையை முத்தமிட்டு விட்டு, பீரோவின் நடுத்தட்டில், பீரோவைத் திறந்தவுடன் கண்ணில் படுமாறு வைத்துவிட்டு, பழையபடி பீரோவைச் சாத்திவிட்டு,

பக்கத்திலேயே இருந்த எங்கள் கட்டிலுக்கு வந்து கண்களை மூடி, மல்லாந்து படுத்துக் கொண்டேன். வாழ்வின் இறுதி நிமிடங்கள்.

குளித்து முடித்து உடை மாற்றுவதற்காக வந்து பீரோவைத் திறந்ததும் அகலிகையின் பார்வையில் படப்போகிறது. கொலை வெறியைத் தூண்டும் கத்தி.

மனத்தின் சிந்தனைகளை அழித்து வெறுமையாக்க முயன்றேன்.

ஆனால் மனத்தின் அடியாழத்தில் சிந்தனையின் குமிழிகள் தடுமாறின. பேராசையின் ஊற்றுக்கண்கள் பொத்துக் கொண்டாற்போல உணர்வின் பீறிடல், தட்டுத் தடுமாறி எழுந்து, கடிவாளம் அறுத்து, குளம்புகள் தடதடக்க ஓடத் தொடங்கியது சிந்தனைப்புரவி. என்ன அது?

எனது மூளையின் செல் சுவர்கள் அதிர்ந்தன. காலைச் சூரியனின் தகதகப்பு, இதழவிழும் ரோஜா மொக்கு, முதல் காதலியின் இழந்துபோன முகம், ஒரு கவிதை இவற்றில் எதுவோ ஒன்று...

ஓ, உயிரின் கடைசி ஆசை!

நான் பிரார்த்தனை செய்ய விரும்புகிறேனா? பிரார்த்தனையா? பிரார்த்தனையென்றால் எதன் பொருட்டு! என்பொருட்டா? கடவுளின் பொருட்டா? கடவுள்... கடவுளை நம்புகிறவனா நான்? இதுவரையிலும் கடவுளை நிந்தித்ததுமில்லை, வழிபட்டதுமில்லை! என்ன துரதிருஷ்டம்! இப்படியொரு கேள்வியை எதிர்கொள்ளாததும், அதற்குத் தெளிவுகாண முடியாததுமான வாழ்க்கைக்கு என்னதான் பொருள்...?

இப்போதுகூட ஒரே துள்ளலில் எழுந்து, அந்தக் கத்தியை அப்புறப்படுத்திவிடலாம். என் ஆழ் மனத்தில் முகிழ்த்திருக்கும் ரோஜாவை அவளுக்குச் சூட்டலாம், அந்தக் கவிதையை அவளோடு பகிர்ந்துகொள்ளலாம், என் முதல் காதலியைப் பற்றிக்கூட அவளிடம் பேச முடியும் என்றுதான் நினைக்கிறேன்.

ஆனால் காலம் கடந்துவிட்டது,

அகலிகையின் காலடி ஓசையும் தொடர்ந்து கத்தி வைக்கப்பட்டுள்ள பீரோ திறக்கப்படும் கிறீச்சென்ற ஒலியும் வந்தன...

பரமனின் பட்டுப்பாவாடை உடுத்திய நான்காவது மகள்

ஒன்று

ஊர் நாவிதன் பரமனுக்கு நான்கு மகள்கள். நான்காவது மகள் மஞ்சு. பட்டுப் பாவாடைகளை உடுத்திக் கொள்வதில் விருப்பம் கொண்டவளாக இருந்தவள் அவனுடைய அந்த நான்காவது மகள்தான். மஞ்சு பரமனின் மற்ற மூன்று மகள்களைவிட அழகாக இருந்தாள். சிவப்பாக இருந்தாள். சூட்டிகையான பெண்ணாக இருந்தாள். படிப்பில் கெட்டிக்காரியாக இருந்தாள். தன் மற்ற மூன்று மகள்களைவிட அவளிடமே அதிகப் பிரியம் கொண்டவனாக இருந்தான் பரமன். அவளைக் குறித்தே அதிகம் கவலைப்பட்டான். அவளைப் பற்றிய குடிநாவிதனொருவனுக்குச் சாத்தியமே இல்லாத பல கனவுகளைக் கண்டான். அவளைக் குறித்த நல்லதும் கெட்டதுமான பல கற்பனைகள் அவனுக்குத் தோன்றின. பரமனை ஓயாது அலைக்கழித்துக் கொண்டிருந்தவை அந்தக் கற்பனைகள்தாம்.

இரண்டு

பரமனின் மற்ற மூன்று மகள்களும் குடிநாவிதனொருவனுடைய மகள்கள் எப்படி வளர வேண்டுமோ அப்படி வளர்ந்தார்கள். மூன்று பேரும் பரமனின் சாயலையே கொண்டிருந்தார்கள். மூவருக்கும் அவனைப் போன்றே கரிய நிறம். அவனைப் போலவே அடக்க ஒடுக்கமாக இருந்தார்கள். மட்டுமரியாதை தெரிந்தவர்களாக இருந்தார்கள். தகப்பன் அவர்களுக்காக உள்ளூர்ச் சந்தையிலிருந்து மலிவான விலையில் எடுத்துக் கொண்டு வந்த துணிகளை உடுத்திக்கொண்டார்கள். பண்ணையக்காரர்களின் வீட்டுப் பெண்களிடமிருந்து அவர்களால் கழித்துக்கட்டப்பட்ட பழைய துணிமணிகளைத் தன் மகள்களுக்காகக் கேட்டுப் பெற்றுக்கொண்டு வந்தாள் பரமனின் மனைவி. பண்ணையக்காரர் வீட்டுப் பெண்கள் இடும் குற்றேவல்களைப் பரமனின் மூன்று மகள்களும்

முகங்கோணாமல் செய்யப் பழகிக்கொண்டிருந்தார்கள். அவர்களுக்கு மாவரைத்துக் கொடுத்தார்கள். கம்பும் சோளமும் குத்திக் கொடுத்தார்கள். ஈரும் பேனும் பார்த்தார்கள். முதுகு தேய்த்து விட்டார்கள். கை, கால்களைப் பிடித்துவிட்டார்கள். வாய்ப்புக் கிடைத்த எல்லா நாள்களிலும் காடுகரைகளுக்கு வேலைக்குப் போனார்கள். கிடைக்கும் காசிலிருந்து தங்களுக்கென்று ஒரு பைசாவைக்கூட எடுத்துக் கொள்ளாமல் பரமனிடம் தந்தார்கள். பரமன் அதை அவர்களுடைய கல்யாணத்திற்காகச் சேர்த்து வைத்தான். அதைக்கொண்டு அவர்கள் ஒவ்வொருவர் பெயரிலும் ஒரு சீட்டுக் கட்டி அது முதிரும்போது எடுத்துக் கால் பவுனில் தோடு, மூக்குத்தி, கொலுசு என ஏதாவது வாங்கித் தந்தான். கோடைக்காலங்களில் மூன்று பேரும் வேப்பம்பழம் பொறுக்கப்போனார்கள். வேப்பமுத்துகளை விற்று அதிலிருந்து கிடைக்கும் காசில் கண்ணாடி வளையல்களும் ஸ்டிக்கர் பொட்டுகளும் வாங்கிக்கொண்டார்கள். ஞாயிற்றுக்கிழமைகளில் பக்கத்து டென்ட் கொட்டகையில் பகல் காட்சி பார்ப்பதற்கும் அந்தக் காசைத்தான் பயன்படுத்திக் கொண்டார்கள். பண்ணையக்காரர்களின் வாசல்களில் எடுப்புச் சோறு வாங்குவதற்காகக் காத்திருக்கும்போது அவர்கள் யாரும் அதை அவமானமாகக் கருதியதில்லை. நாளில் இருவேளை பழைய சோறு சாப்பிட்டார்கள். தங்களை யாராவது குற்றம் சொல்லும் போது வெறுமனே உதட்டைக் கடித்துக்கொண்டு நிற்பதற்கு மூவரும் மிகச் சிறுவயதிலேயே கற்றுக்கொண்டிருந்தார்கள். தங்கள் தாய் தகப்பனைப் போல் பண்ணையக்காரர்களிடம் பணிவாக இருக்கப் பழகிக்கொண்டிருந்தார்கள். குடிநாவிதனொருவனின் பிள்ளைகளுக்கு எவ்வளவு பணிவு வேண்டுமோ அவ்வளவு பணிவு.

ஆனால் மஞ்சு அவற்றில் எதையும் கற்றுக்கொள்ளாதவளாக இருந்தாள். பரமனின் மற்ற மூன்று மகள்களைப் போலல்லாமல் மஞ்சு படிப்பின் மீது ஆர்வம் கொண்டவளாக இருந்தாள். பள்ளிக்கூடத்திற்கு ஒழுங்காகப் போனாள். வீட்டை விட்டால் பள்ளிக்கூடம் பள்ளிக்கூடத்தை விட்டால் வீடு என்றிருந்தாள். தன் மற்ற மூன்று சகோதரிகளையும் போலல்லாமல் பண்ணையக்காரர்களின் தன் வயதொத்த பிள்ளைகளைப் பெயர் சொல்லி அழைத்தாள். வகுப்பில் முதல் மாணவியாக விளங்கினாள். விளையாட்டுப் போட்டிகளிலும் பேச்சுப் போட்டிகளிலும் கலந்துகொண்டு பரிசு வாங்கினாள். மற்ற மகள்களுக்கு உள்ளூர்ச் சந்தையிலிருந்து மலிவான விலையில் துணியெடுத்துக் கொடுத்த பரமன் அவளுக்காகப் பக்கத்து நகரத்திலிருந்த பெரிய

துணிக்கடையொன்றிலிருந்து கொஞ்சம் அதிக விலையில் கௌன்களும் பாவாடை சட்டைகளும் எடுத்து வந்தான். தன் நான்காவது மகளை ஊரிலிருந்து ஆறு கிலோ மீட்டர் தொலைவிலிருந்த ஆங்கிலப் பள்ளியொன்றில் சேர்த்தான். மற்ற பண்ணையக்காரர்களின் பிள்ளைகளுடன் வேனில் போய் வந்தாள் மஞ்சு.

தன்னோடு படிக்கும் பண்ணையக்காரர்களின் பிள்ளைகளை அவள் பெயர் சொல்லி அழைப்பதைக் கேட்க நேர்ந்தபோது ஒரு குடிநாவிதனுடைய மகளுக்கு அதற்கான உரிமை இல்லாததால் பரமன் பதற்றமடைந்தான். மகளைத் தனியே அழைத்து அதனால் ஏற்படக் கூடிய விளைவுகளைப் பற்றி எச்சரித்தான், "அப்பறொ கவண்டைகொ நம்பள ஊருக்குள்ள குடியிருக்கறதுக்கு உடமாண்டாங்கொ" என்றான். பரமனின் மனைவியும் அது குறித்து மிகக் கவலைப்பட்டாள், "மொதல்ல படிமானத்தக் கத்துக்கோ" எனத் தன் நான்காவது மகளுக்குச் சொன்னாள் அவள்.

மஞ்சு எல்லாவற்றையும் மௌனமாகக் கேட்டுக் கொண்டாள்.

மூன்று

ஐந்து வயது முடிந்து ஆறு வயது தொடங்கியபோது மஞ்சுவின் பிறந்தநாளைக் கொண்டாடினான் பரமன். அவ்வகையான கொண்டாட்டங்களுக்கு ஊர் அப்போதுதான் பழகிக் கொண்டிருந்தது. புத்தாடை உடுத்துவது, கேக் வெட்டுவது, அண்டை வீட்டாருக்குச் சாக்லேட்டுக்கள் தருவது எனப் பண்ணையக்காரர்கள் சிலரது வீடுகளில் நடைபெற்ற பிறந்தநாள் கொண்டாட்டங்களைப் பார்த்திருந்த பரமனின் மற்ற மகள்கள் தங்கள் வீட்டிலும் அப்படியொரு கொண்டாட்டத்தை நடத்திப் பார்க்க ஆசைப்பட்டார்கள். மஞ்சு கடைக்குட்டி என்பதால், அவள் குழந்தையாக இருந்ததால், அவளுடைய பிறந்தநாள் நெருங்கி வந்திருந்ததால் முதலில் அவளுடைய பிறந்த நாளைக் கொண்டாடுவது எனத் தீர்மானித்தார்கள். தங்களிடமிருந்த சேமிப்பைக் கொண்டு கேக்கும் சாக்லேட்டுகளும் புத்தாடையும் வாங்குவதற்காகப் பெற்றவர்களை அழைத்துக்கொண்டு புறப்பட்டபோது பரமனின் வயதான தாயும் கிளம்பி நின்றாள்.

எல்லோரையும் அழைத்துக்கொண்டு அருகிலிருந்த சிறு நகர மொன்றுக்குப் போன பரமனின் மூன்று மகள்களும் முதலில் கேக் வாங்க முடிவெடுத்தார்கள். பேக்கரியொன்றின் ஷோகேஸில் அரைக் கிலோ எடை கொண்ட இரண்டு கேக்குகள் காட்சிக்கு

வைக்கப்பட்டிருந்தன. ஒன்று இளஞ்சிவப்பு நிற க்ரீம் பூசப்பட்டது. மற்றொன்றுக்குப் பச்சைநிற க்ரீம். இரண்டின் நெற்றியிலும் அந்தந்த நிறத்தில் சூட்டப்பட்டிருந்த ரோஜாக்களைப் பார்த்த பரமனின் வயதான தாய் ரோஜா பச்சை நிறத்தில் இருக்குமா எனப் பேக்கரியில் இருந்த இளைஞனிடம் கேட்டாள். அவன் சொல்லித்தான் அது மிட்டாய் என்பது மற்ற எல்லோருக்கும் தெரிந்தது. ரோஜா மிட்டாய் அல்லது மிட்டாய் ரோஜா. பரமனின் மூன்று மகள்களும் தங்களுக்குள் பேசி பச்சைநிறக் கேக்கைத் தேர்ந்தெடுத்தார்கள். பச்சை ரோஜாவைச் சூடிக்கொண்டிருக்கும் பச்சைநிறக் கேக். நாற்பது ரூபாய் விலை. பணத்தைக் கொடுத்ததும் Happy Birth Day to Manju என்னும் ஆங்கில வாக்கியத்தைச் சாக்லேட் பென்சிலால் பொறித்து அட்டைப்பெட்டியில் பொதிந்து கொடுத்தான் பேக்கரியில் இருந்த இளைஞன். பிறகு சாக்லேட்டுகளும் மெழுகுவர்த்திகளும் கண்ணாடி வளையல்களும் ஸ்டிக்கர் பொட்டுகளும் புத்தம்புதிதாக ஒரு ஜோடி காலணியும் வாங்கிக்கொண்டார்கள். பிறந்தநாளுக்காகத் தங்களுடைய கடைக்குட்டிக்கு நடுத்தர விலையில் பாவாடை, சட்டை எடுப்பதுதான் அவர்களுடைய திட்டம். அதற்கு மட்டுமே அவர்களிடம் பணம் இருந்தது. அதற்காக நகரின் பெரிய துணிக்கடையொன்றுக்குள் நுழைந்தார்கள். அப்போதுதான் பரமன் தன் நான்காவது மகளுக்குப் பட்டுப் பாவாடையொன்றை உடுத்திப்பார்க்க வேண்டுமென்னும் தன் நீண்டநாள் ஆசையைப் பற்றிச் சொன்னான். பணத்தைக் கட்டாகக் கட்டி மடியில் வைத்து எடுத்துக்கொண்டு அதற்குத் தயாராக வந்திருந்தான், “பாத்தையா அப்பாவுக்கு அவ மேல இருக்கற பாசத்த, பட்டுப் பாவாடையெடுக்கறெ, பணங்கொண்டாந்திருக்கறென்னு மூச்சுடோணுமே, இப்பவே இப்பிடி, நாளைக்கு நாம மூணு பேரும் போயிட்டா அவ்வளவுதே, தலைல தூக்கி வெச்சுக்குவாங்க” என அப்போது தன்னுடைய மூன்றாவது மகள் சொன்னதைப் பரமன் விளையாட்டாக எடுத்துக்கொண்டிருந்தான். பாவாடையின் நிறத்தைத் தேர்ந்தெடுப்பதில் நிலவிய நீண்ட நேரக் குழப்பத்தைப் பரமனின் வயதான தாய் தீர்த்து வைத்தாள். கேக்கின் நிறத்துக்குப் பொருத்தமான பச்சை நிறம். கேக்கின் பச்சையைவிடப் பாவாடையின் பச்சை சற்று அடர்த்தி. மஞ்சுவுக்கு அது பிடித்துப்போனது குறித்துப் பரமனின் தாய் பல நாள்களுக்குப் பெருமைபேசித் திரிந்தாள்.

சிறிய உணவகமொன்றில் அன்றைய பகல் உணவை முடித்துக் கொண்டு வீட்டுக்குத் திரும்பிய பிறகு உதட்டுச் சாயமும் நகப்பூச்சும் வாங்க மறந்துவிட்டது தெரிந்தது. “அதெல்லா எதுக்கு? வேணும்னா

மருதாணி அரச்சு வெச்சுட்டாப் போவுது” எனப் பரமனின் மனைவி சொன்னதை யாரும் ஏற்கவில்லை. பிறந்தநாள் கொண்டாடும் ஒரு பெண்ணுக்கு அவையெல்லாம் அவசியம் என அப்போது ஆறாம்வகுப்பில் படித்துக்கொண்டிருந்த அவனுடைய இரண்டாவது மகள் சொன்னதை மற்ற இரண்டு சகோதரிகளும் ஆமோதித்ததால் பரமனுக்குத் தன் மகள்களில் ஒருத்தியை அழைத்துக்கொண்டு மற்றொருமுறையும் அந்த நகரத்திற்குப் போய்வர வேண்டியிருந்தது. பரமன் அதற்காகச் சந்தோஷப்பட்டான். பண்ணையக்காரர்களுக்கு இணையாகத் தானும் ஒரு கொண்டாட்டத்தை நடத்திக்காட்டுவதற்குத் தயாராகிக்கொண்டிருந்ததால் அவன் திளைத்துக் கிடந்தான்.

தங்கையின் பிறந்தநாள் கொண்டாட்டங்களைப் பற்றிய அற்புதமான அந்தச் செய்தியைப் பரமனின் மற்ற மூன்று மகள்களும் காடுகரையெங்கும் பரப்பிவிட்டிருந்தார்கள். பரமன் ஏழு கிலோமீட்டர் தொலைவிலிருக்கும் தன் தங்கையின் குடும்பத்தை அழைத்தான். கொண்டாட்டங்கள் தொடங்குவதற்கு அரைமணி நேரத்திற்கு முன்பாகப் பரமனின் மனைவி தன் அண்டை வீட்டுக்காரர்களுக்குச் சொன்னாள். மூன்று பெண்களும் அதிகாலை மூன்று மணிக்கே, எழுந்து வேலைகளைக் கவனிக்கத் தொடங்கியிருந்தார்கள். குறைந்தபட்சம் இருபது பேராவது கலந்து கொள்வார்கள் என்னும் எதிர்பார்ப்பு இருந்ததால் அவர்களுக்காக ஏதாவது பலகாரம் செய்ய வேண்டியிருந்தது. முந்தைய நாளே இட்லிக்கு மாவரைத்து வைத்திருந்தார்கள். அது தவிர பால்பாயசமும் குளோப்ஜாமூனும் செய்வதெனத் திட்டம். பரமனின் தங்கை ஒரு பித்தளைப்போசி நிறைய கச்சாயமும் முறுக்கும் சுட்டு எடுத்துக்கொண்டு வந்திருந்தாள்.

அரக்கப் பரக்க வேலைகளை முடித்துக்கொண்டு அதிகாலையில் மஞ்சுவை எழுப்பினார்கள். தலைக்கு ஷாம்பு தேய்த்துக் குளிக்க வைத்து இரட்டை ஜடை பின்னி, உதடுகளுக்குச் சாயமிட்டு, நகச்சாயம் பூசித் தலைநிறைய மல்லிகைப் பூவைச் சூடிக்கொண்டு பச்சைப் பட்டுப் பாவாடையுடனும் அரக்குநிறப் பட்டுச் சட்டையுடனும் திண்ணையில் வந்து நின்றபோது எல்லோரும் வைத்த கண் வாங்காமல் மஞ்சுவைப் பார்த்தார்கள். கேக் வெட்டும்போது கைகளைத் தட்டிக்கொண்டு, “ஹேப்பீ பர்த் டே டூ யூ” என ராகமிழுத்துச் சொல்ல அங்கிருந்த எல்லோரும் எப்படியோ தெரிந்துகொண்டிருந்தார்கள். மஞ்சு வெட்கப்பட்டாள். பெருமிதத்துடன் சிரித்தாள். கேக்கின் மீது செருகி வைக்கப்பட்டிருந்த மெழுகுவர்த்திகளின் மிக மெலிந்த சுடரைத் தன் சிறிய, அழகிய உதடுகளைக் குவித்து ஊதி அணைத்தபோது எல்லோருக்கும்

பின்னால் நின்று அதைப் பார்த்துக்கொண்டிருந்த பரமனின் கண்களில் நீர் துளிர்த்திருந்தது.

புத்தம் புதிய எவர்சில்வர் தட்டொன்றில் சாக்லேட்டுகளை நிரப்பி மற்றவர்களுக்குக் கொடுப்பதற்காக ஊரின் குறுகலான தெருக்களின் வழியே அவள் நடந்தபோதுதான் பிரச்சினை தொடங்கியது.

"என்னுலே விசுவேசொ? இப்படிச் சோடிச்சுக் கூட்டி யாறீங்கொ?" எனத் தெருமுனையில் அவர்களை எதிர்கொண்ட பண்ணையக்காரிச்சியொருத்தி துணைக்கு வந்திருந்த பரமனின் மற்ற மூன்று மகள்களைக் கேட்டாள்.

"எனக்கு ஹேப்பீ பர்த் டே" எனத் தன் பிஞ்சு மொழியில் மஞ்சுவே அதற்குப் பதிலளித்தாள்.

"கேப்பி பர்த்டேயா? அப்படீன்னா என்னொ?"

"ஹேப்பி பர்த் டேன்னா எனக்கு ஹேப்பி பர்த்டேன்னு அர்த்தம்" என்றாள் மஞ்சு.

"நாசுவப் புள்ளையா இருந்தாலு எப்பிடிப் பேசறான்னு பாரு. நம்ப புள்ளைகளுக்கு இந்தக்கூறு இருக்குதா?" எனச் சலித்துக்கொண்டு போனாள் அவள். மூவரும் அவளைத் தலைவாசலுக்கு நடத்திக் கொண்டு போனார்கள். பரமனின் மனைவியும் அப்போது அவர்களுடன் சேர்ந்துகொண்டாள். கல்கட்டில் கால்களைத் தொங்கவிட்டுக்கொண்டு உட்கார்ந்திருந்த பரமனின் பண்ணையக்காரர்கள் இருவர் வெறுமனே அவர்களை ஒரு பார்வை பார்த்துவிட்டு முகத்தைத் திருப்பிக் கொண்டனர். மஞ்சு மட்டும் அவர்களைப் பார்த்துச் சிரித்தாள். "எனக்கு ஹேப்பீ பர்த் டே" எனச் சொல்லிவிட்டு அவர்களிடமிருந்து வாழ்த்துகளை எதிர்பார்த்துக்கொண்டு அங்கேயே நின்றாள். சைக்கிள்களுடன் நின்றுகொண்டிருந்த பள்ளி மாணவர்கள் சிலர் தட்டிலிருந்து சாக்லேட்டுகளை எடுத்துக்கொண்டு அவளுக்கு வாழ்த்துச் சொல்லிவிட்டுப் போனார்கள். ஒருவன் அவளது கையைப் பற்றிக் குலுக்கினான். சிறுமியொருத்திப் பூவரச இலையிலான பீப்பி ஒன்றை ஊதிக்கொண்டிருந்தாள். அவள்தான் மஞ்சுவின் வருகையை அதிசயமாகப் பார்த்தவள். மஞ்சு அவளுக்குக் கூடுதலாக இரண்டு சாக்லேட்டுகளைக் கொடுத்தபோது பூரித்துப் போனாள். எதற்காகவோ தலைவாசலுக்கு வந்திருந்த மூப்பனொருவனின் மனைவி மஞ்சுவின் கன்னத்தைக் கிள்ளிப் பார்த்துவிட்டு, "புதுசா எடுத்துதாக்கு? என்ன வெலயாவுது?" எனக் கேட்டாள். அங்கிருந்து நகர்ந்தபோது, "பரமனுக்குக் கை மீறிக்கிச்சாட்ட இருக்குது, நம்பத்

துள்றே" என யாரோ உரத்த குரலில் சொன்னதைக்கேட்டுப் பரமனின் மனைவி பதற்றமடைந்தாள். பிறகு வேறெங்கும் போக விரும்பாமல் மகளை இழுத்துக்கொண்டு கிட்டத்தட்ட ஓடினாள். தட்டில் இன்னும் சாக்லேட்டுகள் மீதமிருந்தன. படலை இழுத்துச் சாத்திக்கொண்டு கொண்டாட்டங்களைத் தொடர முற்பட்டபோது சவரம் செய்ய வேண்டுமென்று மரக்கடைக்காரனின் வீட்டிலிருந்து ஆள் வந்தது. எதையும் சாப்பிடாமல் அடப்பத்தை எடுத்துக்கொண்டு ஓடினான் பரமன். அவனது மனைவியுங்கூட யாரோ ஒரு பண்ணையக்காரிச்சியின் ஏவலை ஏற்று இரண்டு இட்லிகளைப் பிட்டு அவசர அவசரமாக விழுங்கிக்கொண்டு ஓட வேண்டியிருந்தது.

மஞ்சு அந்த உடையில் ஒரு பொன்வண்டைப் போலிருந்தாள். பச்சை நிறமுடைய அந்தப் பட்டுப் பாவாடையை முழங்காலுக்கு மேலே உயர்த்திப் பிடித்துக்கொண்டு வாசலுக்கும் வீட்டுக்குமாக மிதந்து திரிந்தபோது குட்டித் தேவதை போல் தெரிந்தாள். அன்றைய முழுப் பகலும் இரவில் பாதியும்வரை கொண்டாட்டத்தின் சத்தங்களால் சூழப்பட்ட தங்களுடைய நாவிதனின் வீட்டை எல்லோரும் அதிசயமாகப் பார்த்துக்கொண்டு போனார்கள், "அற்பனுக்கு வாழ்வு வந்தா அர்த்த ராத்தீரில கொட புடிப்பான்னு தெரியாமையா சொன்னாங்கொ?" என வெகுநாட்கள்வரை குத்தலும் கேலியும் பேசித் திரிந்த ஊராரின் முகத்தை நிமிர்ந்து பார்ப்பதற்குப் பரமன் வெட்கப்பட்டான். அதைத் தனக்குத் தகுதியில்லாத கொண்டாட்டமாக நினைத்தான். பிறகு அதுபோன்ற ஒன்றைப் பற்றிப் பரமன் யோசிக்க விரும்பியதில்லை.

தந்தை எடுத்துத் தந்திருந்த பச்சைப் பட்டுப் பாவாடையை மஞ்சு விரும்பி உடுத்தினாள். பள்ளிக்கூடத்திலிருந்து வீட்டுக்கு வந்தவுடன் ஆசையுடன் அதை எடுத்து உடுத்திக் கொண்டாள். அதனுடனேயே புழுதியில் இறங்கி விளையாடினாள். அதனுடனேயே தூங்கினாள். தாய் அவளைக் கண்டித்தபோது பரமன் மகளுக்காகப் பரிந்து பேசினான். "அத்தன வெல போட்டு எடுத்து, இப்பிடிப் போட்டுக்கிட்டுத் திரிஞ்சா அது எத்தனை நாளைக்கு வரு? தொவண்டு சாணித் துணியாட்டப் போயறாதாக்கு?" என மனைவி தன்னைக் கேட்ட ஒவ்வொரு தருணத்திலும் "போட்டாப் போட்டுட்டுப் போறா, உடு. தெவண்டா மறுக்கா ஒண்ணு எடுத்துக்கறது" எனச் சிரித்துக்கொண்டே பதிலளித்தான் பரமன். அவள் சொன்னது போல பச்சை நிறமுடைய அந்தப் பட்டுப் பாவாடை சீக்கிரத்திலேயே நைந்து போனது. வர்ணங்கள் வெளிறியும் சரிகைகள் சுருண்டும் பூச்சிக்கூட்டைப் போல் மாறியிருந்தது. பட்டுப் பாவாடைகளின் மீது தன் நான்காவது

மகளுக்கு இருந்த ஆசையைப் பார்த்த பரமன் மூன்றாண்டுகளுக்குப் பிறகு எந்தக் கொண்டாட்டமும் இல்லாத ஒருநாளில் அவளை அழைத்துக் கொண்டு துணிக்கடைக்குப் போனான். மிக ரகசியமான பயணம் அது. யாரிடமும் அதைப்பற்றி மூச்சுவிடவில்லை. மஞ்சு அடம் பிடித்ததால் இரண்டாவதாகவும் பச்சை நிறத்தையே தேர்ந்தெடுக்க வேண்டியிருந்தது. அப்போது அவள் தனக்கான நிறத்தைத் தேர்ந்தெடுக்கும் முதிர்ச்சியைப் பெற்றிருந்தாள். வெவ்வேறு நிறங்களில் தன் முன் பிரித்து வைக்கப்பட்ட பட்டுப்பாவாடைகளைத் தொட்டுக்கூடப் பார்க்காமல் பச்சை நிறமுள்ள பட்டுப்பாவாடையொன்றை எடுத்துக் கொண்டாள். "அதெதுக்கு மறுக்கா மறுக்காப் பச்சக் கலரு?" எனக் கேட்டான் பரமன். அவள் அதில் பிடிவாதமாக இருந்தாள். தங்கையின் மீதான தகப்பனின் ரகசியமான அந்தப் பிரியத்தைக் கண்டு அவனுடைய மற்ற மூன்று மகள்களில் ஒருத்தி கோபம்கொண்டாள், "அதென்ன அவுளுக்கு மட்டு பட்டுல பாவாட? எங்குளுக்கில்லையா?" என விசும்பத் தொடங்கினாள். மற்ற இரு மகள்களும் முகத்தைத் தூக்கி வைத்துக்கொண்டார்கள். பரமன் தவித்துப் போனான், "அவகொளந்த" என அவர்களைச் சமாதானப்படுத்த முயன்றான்.

"கொளந்தைன்னா அல்லாருங் கொளந்தைங்கதான். பெத்தவிய இப்பிடி ஓர வஞ்சன காட்டக் கூடாது" என ஆத்திரப்பட்ட இரண்டாவது மகள் உறவையே முறித்துக் கொள்வது போலப் பேசினாள். "அவமட்டுந்தே உங்குளுக்குப் புள்ள, எங்களயெல்லா தவுட்டுக்கு வாங்கியாந்திருப்பீங்களாட்ட இருக்குது" எனச் சொல்லிவிட்டுக் கண்ணீருடன் எழுந்து போனாள். "ஏல்லே அல்லாரு இப்பிடி எசுலி போட்டுக்கிட்டிருக்கறீங்கொ? உங்குளுக்கு எடுக்காமயா போயிருவெ? கைல கொஞ்ச காசச் சேத்திக்கிட்டு மூணு பேருத்துக்கு என்ன கலர்ல வேணுமோ அந்த கலர்ல எடுத்துத் தரச் சொல்றெ பொறுங்கொ" எனத் தாய் அவர்களது கோபத்தைத் தணிக்க முயன்றாள். எனினும் தனது மற்ற மூன்று மகள்களும் இரண்டு மூன்று நாள்கள்வரை தன்னிடம் முகங்கொடுத்துப் பேச விரும்பாததைக் கண்ட பரமன் தவித்துப் போனான். அந்தக் கோபம் பிறகு என்றென்றைக்குமாக நீடித்திருக்குமென்றோ அவள் மீதான குரோதமாக மாறும் என்றோ கற்பனை செய்துகொள்ள விரும்பாமல் ஒவ்வொருவருக்கும் ஒவ்வொரு தருணத்தில் அவரவருக்குப் பிடித்த நிறங்களில் பட்டுப் பாவாடையும் ரவிக்கையும் எடுத்துக் கொடுத்தான்.

அவன் தன் நான்காவது மகளை மற்ற மூன்று மகள்களைவிட முக்கியமானவளெனக் கற்பனை செய்து கொள்ளவில்லை.

அவள் குழந்தையாக இருந்தாள்.

அவனுடைய கடைக்குட்டியாக இருந்தாள். செல்லமாக இருந்தாள். எனினும் தன் மற்ற மூன்று மகள்களும் கல்யாணமாகி அந்த வீட்டை விட்டுப் போகும்வரை தன் நான்காவது மகளுக்கு அவளுடைய பழைய, நைந்துபோன இரண்டு பட்டுப் பாவாடைகளுக்குப் பதிலாக மூன்றாவதாக ஒரு பட்டுப் பாவாடையை எடுத்துக்கொடுப்பதைப் பற்றிப் பரமன் யோசிக்கவில்லை.

நான்கு

மூன்றாம் வகுப்புவரை படித்திருந்த தன் முதல் மகள் தெய்வானையை அவளுக்குப் பதினைந்து வயது தொடங்கியிருந்த போது சலூன்கடை வைத்திருக்கும் தன் தங்கை மகன் நடையனுக்குக் கல்யாணம் செய்து கொடுத்தான் பரமன்.

அதற்கு ஓராண்டுக்கு முன்பு கணவனையும் பதினேழு வயதான தன் மகன் நடையனையும் நிராதரவாக விட்டுவிட்டு இளைப்பு நோய்க்காரியான அவனுடைய தங்கை செத்துப் போயிருந்தாள். தந்தையும் மகனும் கஞ்சி காய்ச்சிக் குடிக்கக்கூட வழியில்லாமல் கஷ்டப்பட்டுக் கொண்டிருந்தார்கள். பரமனின் வயதான தாய் வாரத்தில் இரண்டு மூன்று நாள்கள் அங்கு போய் மருமகனுக்கும் பேரனுக்கும் வாய்க்கு ருசியாகச் சோறாக்கி வைத்துவிட்டுத் துணிமணி துவைத்துப் போட்டுவிட்டு வந்துகொண்டிருந்தாள். ஊர்க்காரர்கள் கொடுக்கும் பண்டம் பலகாரங்களை அவர்களுக்கென்று எடுத்து வைத்திருந்து ஏழு கிலோமீட்டர் தொலைவு கொண்ட அச்சிறு நகரத்திற்கு எடுத்துப் போனாள், அந்தக் கிழவி. பஸ் வசதி எதுவும் இல்லாததால் போக வரப் பதினான்கு கிலோமீட்டர் நடக்க வேண்டியிருந்தது. ஆனால் அவள் அதற்காகப் பின்வாங்கவில்லை. பேரனின் நிராதரவான நிலையை நினைத்தும் தாயில்லாப் பிள்ளையென்னும் குறையைப் போக்கவும் சோறு தண்ணி ஆக்கி வைக்கவும் மருமகனுக்கு இரண்டாம் தாரம் ஒன்றைக் கட்டி வைத்துவிடலாமா என அவள் பரமனைக் கேட்டாள்.

பரமன் தாயின் யோசனையைப் புறக்கணிக்கவில்லை. அது சரியான தீர்வாக இருக்க முடியும் எனக் கருதினான்.

ஆனால் அவனுடைய மைத்துனன் அதை விரும்பவில்லை. வருபவள் நடையனைக் கவனிக்காமல் போய்விட்டால் என்ன செய்வதென ஒரு தகப்பனாக அவன் யோசித்தான். அதற்குப் பதில் மூத்த மகள் தெய்வானையை நடையனுக்குக் கட்டி வைக்கச்

சொல்லிப் பரமனைக் கேட்டான். தங்கையின் மகன் என்பதாலும் தெய்வானைக்கு நேர்முறையுள்ள மாப்பிள்ளை என்பதாலும் மறுப்புச் சொல்வதற்குப் பெரிய காரணங்கள் எதுவும் பரமனிடம் இல்லை. எனவே அவன் அதற்குச் சம்மதித்தான்.

சிறுபிள்ளை என்றாலும் தெய்வானை சூட்டிகையான பெண். ஓடியாடி உழைக்கத் தெரிந்தவள். அவனுடைய நான்கு பெண்களில் அவளைப் போலக் குடிமுறைமைகளைப் பழகிக்கொண்டிருந்தவர்கள் யாருமில்லை. ஒரு நாவிதனுக்கு மனைவியாக இருப்பது என்றால் என்னவெனத் தெய்வானைக்கு நன்றாகவே தெரியும். இருப்பதைக் கொண்டு குடும்பம் தாட்ட அவள் நாற்பது வருடங்களாகக் குடிநாசுவத்தியாக இருந்த தன் தாயிடமிருந்து நிறையவே கற்றுக்கொண்டிருந்தாள்.

தாயின் யோசனையை ஏற்றுப் பரமன் பதினேழே வயதான நடையனுக்குப் பதினைந்து வயதான மகள் தெய்வானையைக் கட்டி வைத்தான்.

கல்யாணம் முடிந்து அவள் நடையனின் வீட்டுக்குப் போன பிறகு என்னதான் சூட்டிகையான பெண்ணாக இருந்தாலும் அந்தச் சிறுமியால் குடும்பம் நடத்த முடியுமா எனக் கவலைப்பட்டான் பரமன். அவனுக்குத் தன் மகளின் வாழ்வைப் பற்றிய பல மோசமான கற்பனைகள் தோன்றின. பதினேழு வயதான அந்தச் சிறுவன் குடித்துவிட்டு வந்து தன் மகளை அடித்து உதைப்பதாகவும் சிறிய அந்த ஓட்டு வீட்டின் ஓர் இருண்ட மூலையில் கால்களைக் கட்டிக்கொண்டு உட்கார்ந்தபடி அவள் கண்ணீர் வடித்துக் கொண்டிருப்பதாகவும் திரும்பத் திரும்ப வந்துகொண்டிருந்த கனவு ஒன்று பரமனைத் தொந்தரவு செய்துகொண்டிருந்தது. அதுபோன்ற தருணங்களில் பரமன் உளறத் தொடங்கி விடுவான். தேம்பியழவும் முற்படுவான். சத்தம் கேட்டு விழித்தெழும் மனைவியிடம் தான் கண்ட கொடிய கனவைப் பற்றிச் சொல்வான். அதற்குப் பிறகு இருவராலும் தூங்க முடியாது. திண்ணையில் வந்து உட்கார்ந்து கொள்வார்கள். குசுகுசுவென வெகுநேரம் பேசிக்கொண்டிருப்பார்கள், "புள்ள அங்க எப்பபடியிருக்கறாளோ என்னமோ?" என ஒருவர் மாற்றி ஒருவராக முனகிக் கொண்டிருப்பார்கள். தீரத்தீர வரக்காப்பியைப் போட்டுக் குடித்தபடி அந்தத் திண்ணையிலேயே ஆளுக்கொரு திசையைப் பார்த்து உட்கார்ந்துகொண்டிருப்பார்கள். கொஞ்ச நேரம் தூங்குவார்கள். கோழி கூப்பிடுவதற்கு முன்பாக எழுந்து இருக்கிற பண்டம் பலகாரங்களை மூட்டையாகக் கட்டி எடுத்துக்கொண்டு அந்த ஏழு கிலோ மீட்டர் தொலைவையும்

கால்நடையாகவே கடந்து விடிவதற்கு முன்பாக நடையனின் வீட்டை அடைவார்கள்.

மகளும் மருமகனும் தூக்கக் கலக்கம் நிரம்பிய விழிகளால் அவர்களை வரவேற்பார்கள். பரிதவித்துப்போன இதயத்துடன் வாசலில் வந்து நிற்பவர்களைக் கண்டவுடன் வாரிச் சுருட்டியெழுந்து பீழை வழியும் கண்களுடனும் கோட்டுவாயில் உறைந்த எச்சிலுடனும் பொடக்காணிக்குள் ஓடுவாள் தெய்வானை. வெளியிலிருக்கும் தாழ்வான திண்ணையில் காலோடு தலையாக வேட்டியை இழுத்துப் போர்த்துக்கொண்டு படுத்திருக்கும் நடையனின் தகப்பன் கொட்டாவி விட்டபடியே எழுந்து பீடியொன்றைப் பற்றிக்கொண்டு சுவரில் சாய்ந்து உட்கார்ந்தபடி, "வாங்க மாப்பள, இப்பத்தே வாறீங்களா?" எனக் கேட்பான். நடையன் தூக்குப் போகாணி ஒன்றை எடுத்துக்கொண்டு பால் வாங்குவதற்காக அருகிலுள்ள தொண்டுப்பட்டிக்கு ஓடுவான். துயரத்தின் சுவடுகள் தென்படுகின்றனவா எனப் பரமன் மகளின் முகத்தைக் கூர்ந்து பார்ப்பான். நடையனும் அவனுடைய தகப்பனும் தெய்வானை போட்டுக் கொடுக்கும் காப்பியைக் குடித்துவிட்டு சலூன்கடைக்குப் புறப்பட்டுப் போன பிறகு மகளிடம் அந்தரங்கமாகப் பேச முடியும். "மாமெ நல்லா வெச்சிருக்கறாங்களா?" என மகளை அணைத்துக்கொண்டு கேட்பாள் பரமனின் மனைவி. தெய்வானை தான் அங்கே மிகத் திருப்தியாக வாழ்வதாகச் சொல்வாள்.

சில சமயங்களில் அவள் கண்ணீர் சிந்துவாள். எந்தச் சத்தமுமில்லாமல் மகளின் கண்களிலிருந்து பெருகிவரும் கண்ணீராலான அருவியைக் காண நேரும்போது இருவருக்கும் மனம் பொடிந்துபோகும்.

அச்சிறு நகரின் ஒதுக்குப்புறத்தில் மேட்டுப்பாங்கான பகுதியொன்றில் தாழ்வான கூரையைக் கொண்ட மிகச் சிறிய ஓட்டு வீட்டின் ஒற்றை அறையில் குடியிருந்த நடையன், பெண்டாட்டி வந்தவுடன் அவள் குளிப்பதற்காகத் தென்னங் கீற்றுக்களாலான தடுக்குகளைக் கொண்டு பொடக்காணி ஒன்றைக் கட்டியிருந்தான். வாசலிலிருந்த பூவரச மர நிழலில் அடுப்புக் கூட்டி அதில்தான் சோறாக்கிக் கொண்டிருந்தாள் தெய்வானை. ஈர விறகை ஊதி எரியச்செய்வதற்கு மகள் பட்ட பாட்டைக் கண்ட பரமன் ஆறு மாதங்களுக்குள் அவளுக்கு மண்ணெண்ணெய் ஸ்டவ் அடுப்பு ஒன்றை வாங்கிக்கொடுத்தான். சீக்கிரத்திலேயே அதைப் பயன்படுத்தக் கற்றுக்கொண்ட தெய்வானைக்கு ஊரிலிருந்த ரேஷன்

கடையிலிருந்து மாதா மாதம் நான்கைந்து லிட்டர் மண்ணெண்ணெய் வாங்கிக் கொண்டுவந்து கொடுத்தான் தகப்பன். கூலியாகக் கிடைத்த தவச தானியங்களிலிருந்தும் காடுகரைகளிலிருந்து கொண்டுவரும் காய்கசம்புகளிலிருந்தும் பண்ணையக்காரர்களின் வீடுகளிலிருந்து கிடைக்கும் பலகாரங்களிலிருந்தும் ஒரு பங்கை எடுத்து வைத்திருந்து மகளுக்குக் கொண்டுபோய்ச் சேர்த்தாள் தாய். பேத்திக்குத் துணையாக நடையனின் வீட்டில் பாதி நாள்களைச் செலவிடத் தொடங்கியிருந்தாள் பரமனின் தாய். மற்ற எல்லாத் தகப்பன்களையும் போலவே நோன்பு நொடிகளுக்குத் துணிமணி எடுத்துக் கொடுத்தான் பரமன். தெய்வானைக்கு முதல் குழந்தை பிறந்த போது அதன் இடுப்புக்கு வெள்ளியாலான அரைஞாண் கயிறும் கால்களுக்குக் கொலுசும் தலைநாளில் ஆண்பிள்ளையைப் பெற்றெடுத்திருந்த தன் மருமகனுக்குக் காலே அரைக்கால் பவுனில் மோதிரமும் மகளுக்கு மூக்குத்தியும் போட்டு அனுப்பிவைக்கப் பரமனுக்கு முடிந்திருந்தது.

பரமனின் வீட்டில் தவச தானியங்கள் எப்போதும் குறைவின்றி இருக்கும். அவன் தனக்கென முப்பத்தாறு குடிகளை வைத்திருந்தான். அவற்றில் இரண்டு, மூன்று குடிகள் பெரும் பண்ணையக்காரர் களினுடையவை. குடிகளிடத்தில் பரமனுக்கு நல்ல பெயர் இருந்தது. ஒவ்வொரு குடியிடமிருந்தும் வருஷமொன்றுக்கு இரண்டு நெல் மூட்டைகளும் கம்பு, சோளம், ராகி எனக் கொஞ்சம் சிறுதானியங் களும் பரமனுக்குக் கிடைத்தன.

ஓர் ஊழியக்காரனாகப் பரமன் ஓய்வின்றி உழைத்தான். கிடைத்ததை முகம் சுளிக்காமல் பெற்றுக்கொண்டான். கொண்டாட்ட நாள்களின்போது எல்லா வீடுகளிலிருந்தும் பலகாரங்களைப் பெற்றுக்கொண்டு வருவாள் அவன் மனைவி. அப்போது பரமனின் வீடு சுற்றங்களால் நிறைந்திருக்கும். சோறும் கறியும் கச்சாயமும் முறுக்கும் தின்னத் தின்னத் தீராமல் நிறைந்து கிடக்கும்.

தன் பிள்ளைகள் யாரையும் அடப்பம் தூக்குபவர்களுக்குக் கட்டிக்கொடுக்கக் கூடாதென நிச்சயித்திருந்தான் பரமன். ஆனால் தெய்வானையைச் சலூன் வைத்திருப்பவன் ஒருவனுக்குக் கொடுக்க நேர்ந்திருந்தது. நடையன் தங்கையின் மகனாக இல்லாமலிருந் திருந்தால், தங்கை இளைப்பு நோயால் பீடிக்கப்பட்டு அவர்களை நிராதரவாக்கிவிட்டுச் செத்துப் போகாமலிருந்திருந்தால் நிச்சயமாக வெறும் பதினைந்து வயதுச் சிறுமியான தன் மூத்த மகளை அவனுக்குக் கட்டிக் கொடுத்திருக்கும்படி நேர்ந்திருக்காது என நினைத்துக்கொண்டான் பரமன்.

ஆனால் அதற்குப் பிறகு தன் மற்ற மூன்று பெண் பிள்ளைகளை யும் நன்றாகப் படிக்க வைத்துக் கௌரவமான தொழில் பார்க்கும் ஆள்களுக்குக் கட்டிக் கொடுக்க வேண்டுமென நினைத்தான் பரமன். அவர்களைப் பற்றிய நல்லவிதமான கற்பனைகளில் மூழ்கவும் விரும்பினான். தனது கற்பனைகள் சிதையும்போது பரமன் தயக்கமில்லாமல் வாழ்க்கையிடம் சமரசம் செய்து கொண்டான்.

கௌசலைக்கு ஏழாம் வகுப்புக்கு மேல் படிப்பு ஒட்டவில்லை. தன் இரண்டாவது மகள் படிப்பை உதறிவிட்டுக் காடுகரைகளுக்கு வேலைக்குப் போக நேர்ந்ததைப் பார்த்தபோது பரமன் அவளைப் பற்றிய கற்பனைகளைக் கைவிட வேண்டியிருந்தது. கொஞ்ச காலம் களையெடுப்புக்கும் அறுப்புக்கும் போனாள் கௌசலை. சமைந்த பிறகு ஊரிலிருந்த பவர்லூம் பாக்டரி ஒன்றுக்கு நூல்போடப் போனாள். அவளது கல்யாணத்திற்குப் பரமன் அவசரப்படவில்லை. ஆனால் அவளுடைய உடலில் ஏற்படத் தொடங்கியிருந்த அசாதாரணமான சில மாற்றங்களைக் கவனித்த தாய் சீக்கிரத்திலேயே அவளை ஒருவன் கையில் பிடித்துக்கொடுத்து விடும்படி பரமனை வற்புறுத்தினாள். பவுன் விலை குறைந்த ஒவ்வொரு தருணத்திலும் அரைப் பவுனும் கால் பவுனுமாக வாங்கி அவளுக்காகச் சேர்த்து வைத்திருந்த ஒன்றரைப் பவுன் நகையோடு கொஞ்சம் கடனைப் பெற்றுக் கூடுதலாக இரண்டு பவுன் வாங்கினான் பரமன். அவளுக்குத் தறிகாரன் ஒருவன் புருஷனாக வாய்த்தான். ஊரிலிருந்து முப்பது மைல் தொலைவிலிருந்த மலைநகரம் ஒன்றுக்கு வாழ்க்கைப் பட்டுப் போனாள் கௌசலை. பரமனின் தூரத்து உறவினனான அவன் கொஞ்சம் சௌகரியமான வாடகை வீட்டில் இருந்தான்.

அவனுடைய தாயும் தகப்பனும் தம்பி ஒருவனும் உடனிருந்தார்கள். தம்பி ஐ.டி.ஐ. படித்துக் கொண்டிருந்தான். வீட்டில் தகப்பனுக்கொன்றும் மகனுக்கொன்றுமெனச் சொந்தமாக இரண்டு கைத்தறிகளைப் போட்டிருந்தார்கள். மாப்பிள்ளை வீடு பார்க்கப் போனபோது பரமனும் அவனுடைய மனைவியும் திருப்தியாக உணர்ந்தார்கள். கல்யாணம் மாப்பிள்ளையின் ஊரிலிருந்த மலிவான வாடகையுள்ள சிறிய மண்டபமொன்றில் நடந்தது.

பத்தாம் வகுப்புவரை படித்திருந்த பரமனின் இரண்டாவது மருமகன் நாகரிகமான நடத்தை உள்ளவனாகத் தென்பட்டான்.

கல்யாணத்திற்குப் பிறகு பரமனும் அவனுடைய மனைவியும் இரண்டு மாதங்களுக்கொரு முறை மகளைப் பார்ப்பதற்காக அந்த மலை நகரத்திற்குப் போய்விட்டு வந்தார்கள். ஒவ்வொரு முறையும்

மகளையும் மருமகனையும் அழைத்துக்கொண்டு கடைத் தெருக்களுக்கோ கோயில்களுக்கோ சினிமாக் கொட்டகைகளுக்கோ போனார்கள். பரமன் மருமகனுக்குக் கைக்கடிகாரம் வாங்கிக் கொடுத்தான். தலைதீபாவளிக்கு அரைப் பவுனில் மோதிரமொன்று போடுவதாக வாக்களித்தான். கௌசலைக்கு குக்கரும் மிக்சியும் வாங்கிக்கொடுத்தான். அவளைப் பார்ப்பதற்காகப் போன எல்லாத் தருணங்களிலும் இருவரும் வெகு அந்நியோன்னியமாக இருந்ததைப் பரமன் கவனித்தான். கௌசலை என்ன சொன்னாலும் அதைத் தட்டாதவனாக இருந்தான் மருமகன். மாமியார், “கௌசு, கௌசு” எனத் தங்கள் மகளோடு இழைந்திருந்ததைப் பார்த்துப் பரமனும் அவனுடைய மனைவியும் பூரித்துப் போனார்கள். நிம்மதியாக ஊர் திரும்பிய பரமன் அவளைப் பற்றிய நல்லவிதமான கற்பனைகளில் மூழ்கத் தொடங்கினான்.

கௌசலைக்குப் போட்டது போலத் தனக்கும் மூன்று பவுன் நகை போடச்சொல்லி மூத்த மகள் தெய்வானையும் நடையனும் கேட்கத் தொடங்கியதால் பரமன் பிறகு அதைப் பற்றி யோசிக்க வேண்டியதாயிற்று. அதற்காக மனைவி வளர்த்து வந்த இரண்டு ஜோடி வெள்ளாடுகளை விற்றுக் கணிசமான தொகையொன்றைத் திரட்டிக்கொண்டான் பரமன். நகை எடுப்பதற்காக நடையனையும் தெய்வானையையும் அழைத்துக்கொண்டு போனபோது மற்ற இரண்டு மகள்களுக்கும் ஆளுக்கொரு ஜோடிக் கம்மல்களும் கொலுசும் எடுத்துக்கொடுக்க வேண்டியிருந்தது. பிறகு பரமனிடம் எதுவுமே மிஞ்சியிருக்கவில்லை. எனினும் பரமன் சோர்வடையாமல் இருக்கக் கற்றுக்கொண்டான். அவர்களுக்குச் செய்ய வேண்டியிருந்த சீர் செனத்திகளைக் குறைவின்றிச் செய்தான். மூன்றாண்டுகளுக்குள் தெய்வானை முதலிலும் கௌசலை இரண்டாவதாகவும் ஆளுக்கொரு ஆண் குழந்தைகளைப் பெற்றுக் கொண்டிருந்தார்கள்.

மூன்றாவது மகள் வசந்தி எட்டாம் வகுப்புப் படித்துக் கொண்டிருந்தாள். கௌசலை தன் கணவனின் தம்பிக்கு வசந்தியைக் கல்யாணம் செய்துவைக்கச் சொல்லிக் கேட்டாள். அப்போது அவன் ஐ.டி.ஐ முடித்துவிட்டு ரயில்வேயில் பிட்டராக வேலைக்குச் சேர்ந்திருந்தான். தற்காலிகப் பணி. ஆனால் சீக்கிரத்திலேயே நிரந்தரப்படுத்தி விடுவார்கள் எனக் கொழுந்தனுக்காகப் பரிந்து பேசினாள் கௌசலை. எப்பாடுபட்டாவது வசந்தியை ஆசிரியையாக ஆக்கிப் பார்த்துவிட வேண்டும் எனக் கற்பனை செய்து கொண்டிருந்த பரமன் தடுமாறினான். கொஞ்ச காலம் பொறுத்திருக்கும்படி தன் சம்பந்தியைக் கேட்டுக் கொண்டான். தன் மூன்றாவது மகளுக்கு அதைவிடச் சிறந்ததாக ஒரு வாழ்க்கை

கிடைக்கும் எனக் கற்பனை செய்து கொள்ள விரும்பாத பரமனின் மனைவி அதை ஏற்கவில்லை. வசந்தி அழுதுகொண்டே இருந்தாள். இரண்டு நாள்கள்வரை பச்சைத் தண்ணிகூடக் குடிக்காமல் சுருண்டு கிடந்தாள். கடைசியில் வேறு வழியில்லாமல் புத்தகங்களை மூட்டை கட்டி வைத்துவிட்டு கிரீஸ் வாடை வீசும் உடலையுடைய ஒரு ரயில்வே பிட்டரின் மனைவியாக வாழச் சம்மதித்தாள், பதினைந்து வயதான அந்தச் சிறுமி. கல்யாணத்திற்கப்புறம் இரண்டு மூன்று வாரங்கள் கழித்து வசந்தியைப் பார்க்கப் போன போது அக்கா தங்கை இருவரும் போட்டி போட்டுக்கொண்டு உபசரித்தனர். பிறகு பரமன் அவர்களைப் பற்றி எந்தக் கவலையும் பட வேண்டியிருக்கவில்லை.

பரமன் தன் நான்காவது மகளைப் பற்றிய கற்பனைகளில் மூழ்கினான்.

ஐந்து

பரமனின் மற்ற மூன்று மகள்களையும் போல் அல்லாமல் மஞ்சு சிவப்பாக இருந்தாள். அகன்ற கண்களையும் வளைந்த புருவங்களையும் அடர்ந்த கூந்தலையும் கொண்டவளாக இருந்தாள். மற்ற மூன்று பெண்களும் தம் கணவன்மார்களின் வீடுகளுக்குப் போய்விட்ட பிறகு பன்னிரெண்டு வயதுச் சிறுமியாக அவள் மட்டும் பரமனோடு இருந்தாள். கடைக்குட்டியாகவும் தகப்பனின் செல்லமாகவும் இருந்தாள். பரமன் அவளுக்குப் புத்தம் புதிய நிறங்களில் துணிமணிகள் எடுத்துக்கொடுத்தான். குதி உயர்ந்த செருப்பு வாங்கிக்கொடுத்தான். வெள்ளிக் கொலுசு வாங்கிப் போட்டான். விசித்திரமான தின்பண்டங்கள் வாங்கிக் கொடுத்தான். தகப்பனைவிட்டுப் பிரிய முடியாதவளாக இருந்தாள் மஞ்சு. தகப்பன் வரும்வரை சாப்பிடாமல் காத்திருந்தாள். தகப்பனைக் கட்டிக்கொண்டு அவனது மார்பின் மீது தலைசாய்த்தே தூங்கினாள்.

பச்சைப் பட்டுப் பாவாடைகளை உடுத்திக் கொள்வதில் அவளுக்கு இருந்த பால்யத்தின் ஆசை வளர்ந்து பெரியவளானபோது பெருகிற்று. ஏற்கனவே தன்னிடமிருந்த நைந்து, சிலந்திக்கூடுகளைப் போலாகிவிட்ட இரண்டு பட்டுப் பாவாடைகளையும் அவை தனது அளவுக்கு மிகவும் போதாதவையாகி விட்டபோதும் உடுத்திக்கொள்ள முயன்றாள் மஞ்சு. மகள் கேலிக்குள்ளாகிக் கொண்டிருப்பதைக் கண்ட பரமன் அவளுக்குப் புதிதாக ஒரு பட்டுப்பாவாடையை எடுத்துக்கொடுக்க முடிவெடுத்தான். தன் பண்ணையக்காரர் ஒருவரிடமிருந்து கொஞ்சம்

கடனைப் பெற்றுக்கொண்டு மகளிடமோ மனைவியிடமோ வேறு யாரிடமுமோ சொல்லாமல் நகரத்திற்குக் கிளம்பினான். பகல் முழுவதும் அலைந்து திரிந்து ஒவ்வொரு கடையாய் ஏறி இறங்கித் தன் நான்காவது மகளுக்குப் பிடித்தமான பச்சைப் பட்டுப் பாவாடை ஒன்றையும் இலந்தைப்பழ நிற மேல்சட்டையையும் எடுத்துக்கொண்டு வியர்வை நெடி வீசும் உடலுடன் வீடு திரும்பினான்.

தகப்பனின் பிரியத்தைக் கண்ட மகள், “ஐய்ய்...” எனத் துள்ளிக் குதித்தாள். குழந்தையைப் போலத் தாவி, தகப்பனின் இடுப்பில் தொற்றிக்கொண்டு அவனது சொரசொரப்பான கன்னத்துக்கு முத்தமொன்றைத் தந்தாள். அதைக் கண்ட தாய் உண்மையாகவே கோபித்துக்கொண்டாள். “இதென்னுலே இது சின்னப் புள்ளயாட்ட இடுப்புல ஏறிக் கோந்துக்கிட்டு? நாளானைக்குச் சமையப் போறே, ஆராச்சும் பார்த்தா என்ன நெனப்பாங்க?” என்றாள். பச்சை நிறமுடைய புத்தம் புதிதான அந்தப் பட்டுப் பாவாடையை எடுத்துக்கொண்டு வீட்டுக்குள் ஓடிக் கதவைத் தாளிட்டுக் கொண்டாள் மஞ்சு. தகப்பன் அவளுக்காகக் கதவின் மீது கண்களை வைத்துக் காத்திருந்தான். உடுத்திக்கொண்டு திரும்பிவந்து நின்றபோது மகளின் பேரழகை எதிர்கொள்ள முடியாமல் திணறினான். வெட்கம் தாளாதவளாகவும் பூரித்துப் போனவளாகவும் வெகுநேரம் வரை தகப்பனின் மடியில் தலை சாய்ந்து கிடந்தவள் பிறகு அண்டை வீடுகளிலுள்ள தன் தோழிகளைப் பார்ப்பதற்காகப் புறப்பட்டுப் போனாள்.

பரமன் தன் செல்ல மகளை வெளியே அனுப்புவதற்குப் பயப்பட்ட முதல் தருணம் அது.

“கூடப் போயிட்டு வந்துரு” எனத் தன் பயந்த கண்களால் மனைவிக்குச் சொன்னவன் அப்படியும் பதற்றம் தீராதவனாகக் கொஞ்சம் இடைவெளிவிட்டு இருவரையும் பின்தொடர்ந்தான். மகள் முதலில் அவர்களது வீட்டை அடுத்திருந்த சலவைத் தொழிலாளி ஒருவரது வீட்டுக்குப் போனாள். மஞ்சுவைவிட இரண்டு வயது மூத்தவளான அந்தச் சலவைத் தொழிலாளியின் மகள் பச்சை நிறமுள்ள புத்தம் புதிய பட்டுப் பாவாடையில் தோழியைப் பார்த்தவுடன் கண்களை அகல விரித்துக்கொண்டு வந்தாள். வெள்ளாவி வைத்துக்கொண்டிருந்த சலவைத் தொழிலாளியும் அவனுடைய மனைவியும், “தாரது மஞ்சுக்குட்டியாக்கு?” என முறுக்கிக்கொண்டிருந்த அழுக்குத் துணிகளை அப்படியே விட்டுவிட்டு அருகில் வந்தனர்.

“நல்லாருக்குதான்னு பாத்துச் சொல்லுங்க பெரீம்மா” என நெளிந்து நின்ற மஞ்சுவின் உடம்பிலிருந்து அப்போது பட்டுப் பூச்சிகளின் வாசனை வீசிக்கொண்டிருந்ததைப் பரமன் கவனித்தான். பச்சை நிறத்தாலான அந்தப் பட்டுப் பாவாடையிலும் இலந்தைப் பழ நிற மேல் சட்டையிலும் இடுப்புவரை அடர்ந்து கிடந்த கூந்தலிலும் படபடக்கும் இமைகளுக்குள் சந்தோஷத்தின் கடலில் தத்தளித்துக் கொண்டிருந்த கண்களிலும் ததும்பிக் கொண்டிருந்த வெட்கத்தின் சிறகடிப்புக்களிலும் தென்பட்ட பேரழகைக் கண்ட பரமன் நடுங்கினான். அப்போதுதான் படலைத் தள்ளிக்கொண்டு வீட்டுக்குள் நுழைந்திருந்த சலவைத் தொழிலாளியின் பதினாறு வயது மகன், “மஞ்சூ என்ன இது? மறுக்காலும் பச்செப் பாவாடயாக்கு?” எனக் கேட்டுக்கொண்டே வந்து மிக உரிமையோடு அவளது கைகளைப் பற்றிக்கொண்டான்.

அதைப் பார்த்துத் திகைத்துப் போன பரமன் மனைவியையும் தன் செல்ல மகளையும் அழைத்துக்கொண்டு அவசரஅவசரமாக வீட்டுக்குத் திரும்பினான்.

ஆறு

மஞ்சு வளர்ந்துகொண்டிருந்தாள். அவளது மேனி செழித்துக் கொண்டிருந்தது. சருமம் மிருதுவானதாகவும் பொன்னிறம் கொண்டதாகவும் மாறிக்கொண்டிருந்தது. இரட்டைப் பின்னல் போட்டுக்கொண்டு அரக்கு நிறச் சீருடையில் அவள் பள்ளிக் கூடத்திற்குப் போகும்போது தலைவாசலில் இருக்கும் ஆண்மக்களின் பார்வைகள் விறைப்பதைப் பரமன் கவனித்தான். “என்ன மஞ்சு, பள்ளிக்கோடத்துக்குப் பொறப்பட்டாச்சாக்கு?” என அவர்களில் யாராவது வேண்டுமென்றே அவளிடம் பேச்சுக் கொடுப்பதையும் அவள் வெட்கிச் சிரித்துக்கொண்டும் தலையைத் தொங்கவிட்டுக் கொண்டும் அவர்களைக் கடந்து செல்ல முயல்வதையும் கவனிக்க நேர்ந்தபோதெல்லாம் பரமனின் பதற்றம் கூடியது. அதே வருடத்தின் ஐப்பசி மாதத்தில் மஞ்சு பூப்பெய்திய பிறகு பரமனின் வீதியில் நடமாட்டங்கள் பெருகத் தொடங்கின. யாராவதொரு ஆண் எதற்காகவாவது வீட்டுக்கு வரும்போது தன் நான்காவது மகளிடம் ஒப்புக்கு ஒரு கேள்வியைக் கேட்டுவிட்டுக் கள்ளக் கண்களால் அவளை ஊடுருவிப் பார்ப்பதைப் பரமன் கவனித்தான். பேசிக்கொண்டிருப்பதற்காகவும் சேர்ந்து படிப்பதற்காகவும் வீட்டுப் பாடங்களை எழுதுவதற்காகவும் அவள் தன் தோழிகளின் வீடுகளுக்குப் போக வேண்டியிருந்தபோது பரமன் அவளது நடமாட்டங்களைத் தீவிரமாகக் கண்காணித்தான். வீட்டுக்கு வரும்

உறவினர்களில் யாராவது அவளைச் செல்லமாக இழுத்து மடியில் உட்கார்த்தி வைத்துக்கொள்ளும்போது ஒன்றுமே சொல்ல முடியாமல் பரமன் தவித்துப் போனான். அவர்கள் அவளுடைய கன்னத்தைக் கிள்ளினார்கள். சிகையை வருடினார்கள். சிலரது கைகள் அவளது பிஞ்சு உடலின் மீது ரகசியமாக ஊர்வதையும் மகள் கூச்சம் தாளாமல் நெளிவதையும் பார்த்தான் பரமன். அவளைப் பாதுகாப்பதற்காகப் பண்ணையக்காரர்களின் வீடுகளிலிருந்து சீக்கிரத்திலேயே வீட்டுக்குத் திரும்பவும் வீட்டிலிருக்கும் நேரங்களை அதிகரிக்கவும் முயன்றான் பரமன். கட்டாயமாக வெளியே செல்ல வேண்டியிருந்தபோது, "அவ மேல ஒரு கண்ணு வெச்சுரு. காலங் கெட்டுக்கெடக்குது" என மனைவியை எச்சரித்துவிட்டுப் போனான்.

இதற்கெல்லாம் பிறகுதான் பரமனுக்குத் தன் நான்காவது மகளைப் பற்றிய மோசமான கற்பனைகள் தோன்றின.

அவள் யாராலாவது சிதைக்கப்பட்டு விடுவாளோ எனப் பயந்தான். அவள் மந்தைக்குப் போகும்போது மனைவியைத் துணைக்கு அனுப்பி வைத்தான். ஆனால் குடிமுறைமை செய்து பிழைக்கும் ஒரு நாவிதனின் மனைவியால் எல்லாத் தருணங்களிலும் மகளைப் பாதுகாக்க முடியாது என்னும் யதார்த்தம் பரமனைச் சலிப்படையச் செய்தது. மறைவிடம் எதுவுமற்றவளாய்த் தென்னங்கீற்றுகளாலான அடைப்புக்குள் சேலைக் கிழிசல் ஒன்றைச் சுற்றிக்கொண்டு மகள் குளிப்பதைக் கண்ட பரமன் கருங்கற்களாலான குளியலறை ஒன்றைக் கட்டினான். அப்படியிருந்தும் நேரங்கெட்ட நேரங்களில் மஞ்சு மந்தைக்குப் போய்வர நேர்ந்ததைப் பார்த்த பரமன் சீக்கிரத்திலேயே வீட்டில் ஒரு கழிப்பறை கட்ட வேண்டுமென முடிவெடுத்தான்.

அதற்கான பணத்தைத் திரட்டுவதற்குக் கணவன் மனைவி இருவரும் ஓய்வேயில்லாமல் உழைத்தார்கள். செலவில்லாமல் வயிற்றுப்பாட்டைக் கவனித்துக்கொள்வதற்காக நாள்தோறும் ஏதாவதொரு பண்ணையக்காரரின் வீட்டிலிருந்து எடுப்புச்சோறு வாங்கிக்கொண்டு வந்தாள் அவனுடைய மனைவி. தான் பார்க்கும் குற்றேவல்களுக்காக அவர்கள் தரும் சில்லறைகளைக் கூடச் செலவு செய்யாமல் சேமித்துவைத்த பரமன் கூடக் கொஞ்சம் கடனையும் உடனையும் பெற்று ஒரே வருடத்தில் தேவையான பணத்தைத் திரட்டிக்கொண்டான். அந்த வருடத்தில் அவர்களுடைய இரண்டு பண்ணையக்காரர்களின் வீடுகளில் கல்யாணங்கள் நடந்தன. பரமனுக்கு ஒவ்வொரு வீட்டிலிருந்தும் தலா ஒரு மூட்டை அரிசி கிடைத்தது. கல்யாண அழைப்பிதழ்களை எடுத்துக்கொண்டு

ஊர்ஊராக அலைய வேண்டியிருந்ததைப் பற்றிப் பரமன் கவலைப்படவில்லை. இரவல் பெற்ற பழைய மொபெட் ஒன்றில் போய் அழைப்புச் சொல்லிவிட்டுத் திரும்பிய பரமன் ஒவ்வொரு முறையும் நிறைய காய் கசம்புகளையும் தவசதானியங்களையும் கொண்டுவந்து சேர்த்தான். அழைப்புச் சொல்லிவிட்டுப் புறப்படும்போது கூச்சமில்லாமல் கேட்டு ஒவ்வொருவரிடமிருந்தும் ஐந்து ரூபாயோ பத்து ரூபாயோ பெற்றுக்கொண்டான். சிறுகச் சிறுகச் சேர்த்த தொகையைக்கொண்டு தனது மிகப் பழைய அந்த வீட்டின் வடமேற்கு மூலையில் சிறியதாக ஒரு கழிப்பறையைக் கட்டிக் கொண்டான்.

தங்களுடைய மற்ற மூன்று மகன்களுக்குச் செய்து வைத்ததைப் போலவே நான்காவது மகளுக்கும் சீக்கிரத்திலேயே கல்யாணம் செய்து வைத்துவிடலாமா என யோசித்தாள் பரமனின் மனைவி. உண்மையில் அவர்கள் அதற்கு அதிகம் சிரமப்பட வேண்டிய அவசியமிருக்கவில்லை. குச்சுக்கட்டுவதற்காக வந்தபோதே பரமனின் கொஞ்சம் வசதியான ஒன்றுவிட்ட சகோதரிகளில் ஒருத்தி அவளை அணைத்துக்கொண்டு, “சீக்கிரமா எம்பட ஊட்டுக்கு வந்துரு சாமி, நீ வந்தா வெளக்குப் பத்த வேண்டீதில்ல” எனக் கன்னத்தைக் கிள்ளி நெற்றி வகிடில் முத்தமொன்றைத் தந்துவிட்டுச் சென்றதைப் பரமன் பார்த்தான். அவள் வயதுக்கு வந்த நாளிலிருந்தே நான், நீ எனப் போட்டி போட்டுக்கொண்டு தானாவதிக்காரர்கள் வந்தார்கள். ஆனால் மஞ்சு படிக்க விரும்பினாள். வகுப்பில் முதல் மாணவியாக இருந்தாள். விளையாட்டுப் போட்டிகளில்கூடப் பரிசுகளைக் குவித்தாள். ஆசிரியர்களிடம் அவளுக்குச் செல்லம் அதிகம். பரமனையோ அவனுடைய மனைவியையோ சந்திக்க நேர்ந்த தருணங்களில், “மஞ்சு உங்க புள்ளையா? நல்லாப் படிக்கறா. பள்ளிக்கூடத்த விட்டு நிறுத்தாதீங்க” என அவளுடைய எல்லா ஆசிரியர்களும் சொன்னார்கள்.

ஆகவே பரமன் அவளைப் பற்றிய நல்லவிதமான கற்பனைகளில் மூழ்க விரும்பினான். பத்தாம் வகுப்பை முடித்தவுடன் அவளை அதே பள்ளியில் பதினொன்றாம் வகுப்பில் சேர்த்தான். சிம்னி விளக்கின் மங்கலான ஒளியில் மகள் படிப்பதற்குச் சிரமப்படுவதைக் கண்ட பரமன் கஷ்டத்தோடு கஷ்டமாக மின் இணைப்புப் பெற்றான். படிப்பதற்காக அவள் விழித்திருக்கும் இரவுகளில் பரமனும் விழித்திருந்தான். மகளுக்குத் தேநீரோ வரக்காபியோ போட்டுக்கொடுப்பதற்காக அடிக்கடி மனைவியை எழுப்பினான். மஞ்சுவைப் பற்றி யாரிடமாவது ஏதாவது பேச வேண்டியிருந்த ஒவ்வொரு தருணத்திலும், “நாளைக்குச் சோறு போடற புள்ள”

எனக் குறிப்பிட்டான். மஞ்சு தனது மற்ற மூன்று மகள்களைப் போல சட்டி கழுவப் பிறந்தவள் அல்ல என நினைத்தான் பரமன்.

அவளை ஒரு மருத்துவராகவோ பொறியாளராகவோ கற்பனை செய்ய முயன்றான் அவன்.

ஊர் சிரைக்கும் நாவிதன் பரமனின் மகள் எதிர்காலத்தில் புகழ்பெற்ற கைராசிக்கார மருத்துவர். தன் தகப்பன் அடப்பத்தைத் தூக்கிக்கொண்டு திரிந்த ஊரில், தன் சொந்த மருத்துவமனையில் சுழல் நாற்காலியொன்றில் கம்பீரமாக உட்கார்ந்திருக்கிறாள் அவனுடைய நான்காவது மகள். கழுத்தில் ஸ்டெதஸ்கோப் தொங்கிக்கொண்டிருக்கிறது. வெளியே அவளுக்காக நோயாளிகள் காத்துக் கிடக்கிறார்கள். தனக்கெதிரே போடப்பட்டிருக்கும் மர ஸ்டூலில் நோயாளிகளாக ஒடுக்கி உட்கார்ந்திருக்கும் பரமனின் பண்ணையக்காரர்களிடம் நாக்கை நீட்டச் சொல்கிறாள். அவர்களுடைய கண்ரெப்பைகளைப் பிதுக்கிப் பார்க்கிறாள். வாயைத் திறக்கச் சொல்லி நாக்குக்குக் கீழே சுரமாணியைச் செருகிவிட்டு மணிக்கட்டைத் திருப்பி நேரத்தைக் கணக்கிட்டுக் கொண்டிருக்கிறாள். ஸ்டெதஸ்கோப்பை மார்பிலும் முதுகிலும் வைத்து அழுத்தி அவர்களுடைய கருணையற்ற இதயம் எப்படித் துடிக்கிறது என அறிந்துகொள்ள முயல்கிறாள்.

“மூச்ச நல்லா ஆழமா இழுத்து விடுங்க”

பரமன் கற்பனைகளில் மூழ்குகிறான். சிரைக்கும்போதுகூடக் கற்பனைகளிலிருந்து விடுபட முடியாத தன் நாவிதனிடம் அவனுடைய பண்ணையக்காரர் ஒருவர் கேட்கிறார்.

“புள்ள நல்லா படிக்கறாளாடா பரமா?”

“சாமி, அதெல்லா அருமையாப் படிக்கறாளுங்கொ, மொதல் மார்க் வாங்கறா”

“ஒம்பதாவது படிக்கறாளாக்கு?”

“சாமி, பதனொண்ணாவது படிக்கறாளுங்கொ”

“பதனொண்ணாவதா?” என ஆச்சரியப்படுகிறார் அவனுடைய பண்ணையக்காரர். எதனாலோ அது அவருக்கு நம்பமுடியாததாக இருக்கிறது.

“என்ன குரூப்பு?”

“சாமி” என இழுக்கிறான் பரமன். பதில் சொல்லத் திணறுகிறான். அவனுக்குச் சொல்லத் தெரியவில்லை.

அதைக் கண்டு பண்ணையக்காரர் புன்னகைத்துக் கொள்கிறார்.

“சயின்ஸ் குரூப்பா?”

“சாமி அதுதானாட்ட இருக்குதுங்கொ. நம்பு தெக்கு வளவுச் சின்னக்கவுண்ச்சி படிக்கறாங்களே, அந்தக் குரூப்புங்கொ”

“நல்லா படிக்கச் சொல்லு, ப்ளஸ் டூ முடிச்சதுக்கப்பறொ நர்சுக்குப் படிக்க வையி. நம்பு சின்னக் கவண்டங்கிட்டச் சொல்லி எதாவதொரு ஆஸ்பத்திரீல அவளச் சேத்தியுடச் சொல்றெ. சம்பளங் கொறவாத்தே இருக்கு. ஆனா டிப்ஸ் கெடைக்கு. வாற பேஷண்ட மனங்கோணாம நல்லாக் கெவுனிச்சுக்கிட்டா போறப்ப அஞ்சு, பத்துக் குடுத்துட்டுப் போவாங்கொ. எப்பிடியு வவுத்தக் கழுவிக்கலா”

எச்சிலைக்கூட்டி விழுங்கிக்கொண்டே மிகத் தயக்கத்துடன் பரமன் தன் பண்ணையக்காரரிடம் சொல்கிறான். “சாமி நா அவள டாக்டருக்குப் படிக்க வெக்கலாமுன்னு இருக்கறனுங்க”

அதற்குப் பிறகு பேச்சு நின்றுவிடுகிறது. சீக்கிரம் வேலையை முடிக்கச் சொல்லி உத்தரவு.

ஏழு

ஒருநாள் மஞ்சுவின் புத்தகப் பையிலிருந்து கடிதமொன்றைக் கண்டுபிடித்தாள் எட்டாம் வகுப்புவரை படித்திருந்த பரமனின் மூன்றாவது மகள். ரயில்வேயில் பிட்டர் வேலை பார்க்கும் தன் கணவனோடும் முதல் வகுப்புப் படிக்கும் ஆண் குழந்தையோடும் தகப்பனின் வீட்டுக்கு வந்திருந்தவள் அப்போது பன்னிரெண்டாம் வகுப்பில் படித்துக்கொண்டிருந்த மஞ்சுவின் புத்தகப் பையைக் குடைந்தாள். ஏதோ ஒரு குறிப்பை எழுதுவதற்கு அவளுக்குத் தேவைப்பட்ட துண்டுத்தாளுக்காகக் கண்ணில்பட்ட அவளுடைய குறிப்பேடு ஒன்றை எடுத்தபோது அதிலிருந்து நழுவியது. நான்காக மடிக்கப்பட்டுப் பத்திரப்படுத்தப்பட்ட அந்தக் கடிதம்.

அது ஒரு காதல் கடிதம் என்பதை எடுத்த எடுப்பிலேயே அவளால் கண்டுபிடிக்க முடிந்திருந்தது. அவள் கடுங்கோபம் கொண்டாள். “மஞ்சு...” எனப் பெருங்குரலெடுத்துக் கத்தினாள். மஞ்சு அப்போது வீட்டிலில்லை. நான்கு வீடுகளுக்கப்பாலிருந்த அவளுடைய தோழியின் வீட்டுக்குப் போயிருப்பதாகத் தாய் சொன்னாள். தன் தங்கையைத் தேடிக்கொண்டு முதலில் அந்தத் தோழியின் வீட்டுக்கும் பிறகு வேறு சில வீடுகளுக்கும் போனவள் எங்குமே அவளைக் கண்டுபிடிக்க முடியாததால் இருமடங்காகப் பெருகியிருந்த கோபத்துடன் வீட்டுக்குத் திரும்பி வந்தாள். மஞ்சு வாசலில் கிடந்த நாற்காலியில் புத்தகமொன்றை விரித்துப் பிடித்த

வாக்கில் கால்மேல் கால் போட்டு உட்கார்ந்திருப்பதைப் பார்த்தாள். பூப்பெய்தியபோது மாமன் முறையுள்ள ஒருவர் எடுத்துக்கொடுத்திருந்த பச்சை நிறமுள்ள பட்டுப் பாவாடையை உடுத்தியிருந்தாள். அவளுடைய முகம் வியர்த்திருந்தது. தாவணியால் காற்றை விசிறிக் கொண்டிருந்தாள். தங்கையின் தோரணையைப் பார்த்ததும் அவளால் ஆத்திரத்தைக் கட்டுப்படுத்திக்கொள்ள முடியவில்லை. வேறெந்தக் கேள்வியும் கேட்காமல் அந்தக் கடிதத்தைக் காட்டி, "எந்த நாயிலே இத உனக்கு எழுதுனது?" எனக் கேட்டாள். அடிக்க முற்பட்டு மஞ்சுவை நோக்கித் தன் வலது கையையும் ஓங்கியிருந்தாள் அந்த ரயில்வே பிட்டரின் மனைவி.

மஞ்சு முதலில் திடுக்கிட்டுப் போனாள். தன் ரகசியமொன்று வெளிப்படுத்தப்பட்டுவிட்டதைக் கண்டு அவள் பதற்றமடைந்தாள். சுதாரித்துக்கொள்ளவும் பின்வாங்கவும் விரும்பினாள். ஆனால் தன்னை மீறிய வேகத்தில், "இத பாரு மரியாதயாப் பேசு, சும்மா அவுங்கள அவன் இவன்னு பேசாத ஆமா" எனச் சொல்லிக் கொண்டே எழுந்து சகோதரியிடமிருந்து அந்தக் கடிதத்தைப் பறிக்க முயன்றாள்.

"ஓ அந்த அளவுக்குப் போயிருச்சா? இரு" எனப் பின்வாங்கி அந்தக் கடிதத்தைக் காப்பாற்றி எடுத்துக்கொண்டு தகப்பனைத் தேடி ஓடினாள். எப்படியாவது அவளிடமிருந்து அந்தக் கடிதத்தைக் கைப்பற்றிவிட நினைத்த மஞ்சு அவளைத் துரத்தினாள். பிறகு நிலைமை மோசமடைந்தது. சகோதரிகள் இருவரும் அக்கம்பக்கத்தினருக்குக் கேட்டுவிடக் கூடாதே என்னும் எச்சரிக்கையுடன் முதலில் தணிந்த குரலில்தான் பேசிக் கொண்டார்கள். பிறகு அனிச்சையாக இருவரின் குரல்களும் உயர்ந்தன. மஞ்சுவைப் புண்படுத்துவதற்காக வசந்தி அவள் மீது கடுமையான வசையொன்றைப் பிரயோகித்தாள். மிக மோசமான அந்த வசையைத் தன் சொந்தச் சகோதரியிடமிருந்து எதிர்பார்த்திருக்காத மஞ்சு உடைந்தாள். அழ முற்பட்டாள். பதிலுக்குத் தானுமொரு வசையை அவள் மீது பிரயோகித்தாள். அவர்களுடைய சண்டை உச்சத்தை எட்டியிருந்தபோது உள்ளே நுழைந்திருந்த ரயில்வே பிட்டர் குழம்பினான். அது சண்டை என்பது புரிந்தவுடன், "உங்கு ரண்டு பேருந்துக்குமு என்னுலே பிரச்சன?" எனப் பலவீனமான குரலில் தன் மனைவியைக் கேட்டான். அவனுடைய மனைவி அதைப் பொருட்படுத்தவில்லை. சத்தம் கேட்டு எங்கிருந்தோ ஓடிவந்த பரமனின் மனைவி திகைத்துப் போனாள். இருவரையும் அமைதிப்படுத்துவதற்கு முயன்றாள். ஆனால் இருவரும் மூர்க்கமாக இருந்தார்கள். பரமன் வந்த பிறகு

நிலைமை மேலும் மோசமாயிற்று. தன் மூன்றாவது மகளிடமிருந்து தன்னையும் தன் நான்காவது மகளையும் அடியோடு நாசமாக்கப்போகும் அந்தக் கடிதத்தைப் பெற்றுக்கொண்டான் பரமன். அவள் சொன்னவற்றைப் பொறுமையாகக் கேட்டான். பிறகு பச்சைப் பட்டுப்பாவாடை உடுத்திய தன் நான்காவது மகளைப் பார்த்தான். மஞ்சுவின் அந்த முகத்தில் வேறெப்போதும் சரிசெய்ய முடியாத உடைவைக் கண்டு தாளமுடியாதவனானான் பரமன்.

மஞ்சு அழுதுகொண்டிருந்தாள்.

விரிந்த கூந்தலுடன் அந்த வீட்டின் திண்ணையில் உள்ள ஒரு தூணுக்குக் கீழே சுருண்டு கிடந்தாள். மஞ்சுவின் புத்தகப் பையிலிருந்து மிக எதேச்சையாக அந்தக் கடிதத்தைக் கண்டுபிடிக்க முடிந்ததைப் பற்றிப் பெருமிதத்துடன் மற்றவர்களுக்குச் சொல்லிக் கொண்டிருந்தாள் பரமனின் மூன்றாவது மகள். அவளையும் ரயில்வே பிட்டரான அவளுடைய கணவனையும் தவிர அங்கு நடந்த எதையுமே புரிந்துகொள்ள முடியாத பரமனின் வயதான தாய், பரிதவித்து நிற்கும் மனைவி, சத்தம் கேட்டு அண்டை வீடுகளிலிருந்து வந்திருந்த இரண்டு பெண்களைத் தவிர, உள்ளூரில் வசிக்கும் பரமனுக்குச் சகோதர முறையுள்ள உறவினன் ஒருவனும் அப்போதுதான் பனையிலிருந்து இறங்கித் தன் சாளைக்குத் திரும்பிக்கொண்டிருந்த ஏதோ காரணத்தால் பரமனின் குடும்ப விவகாரங்களில் தலையிடுவதற்கான உரிமையைப் பெற்றிருந்த பனையேறி ஒருவனும் வாசலில் நின்றுகொண்டிருந்தார்கள். பனையேறி தனது ஏணியைச் சுவரில் சாய்த்து வைத்திருந்தான். இடைக்கயிற்றையும் பெட்டியையும் அவிழ்த்து வைத்துவிட்டுத் தன்னால் ஏதாவது செய்ய முடியுமா எனப் பார்த்துக் கொண்டிருந்தான். மஞ்சுவின் உடலைக் கன்றிப்போகச் செய்திருந்த ரயில்வே பிட்டரின் இடுப்பு பெல்ட் மிகக் களைத்துப் போனதாக நடு வாசலில் குலைந்து கிடந்தது.

“செரி உடு பரமு” என்றான் நடுத்தர வயதையுடைய அந்தப் பனையேறி. அவன்தான் பரமனின் பிடியிலிருந்து மஞ்சுவை மீட்டவன்.

“என்னமோ தெரியாம ஒண்ணப் பண்ணிப்புடுச்சு. பாவொ வலுசொ” என அவனுடன் சேர்ந்துகொண்டிருந்தாள் அண்டை வீட்டுக்காரி.

“என்ன வலுசொ?” என ஆத்திரத்துடன் குரலை உயர்த்தினான் பரமனின் சகோதரன். “பாக்கறதுக்கு ஒண்ணுந் தெரியாதவளாட்ட இருந்துக்கிட்டு எத்தனயப் பண்ணீருக்கறா, வலுசலா வலுசொ”

“எனத்தப் பண்ணிப்படுச்சு அது? அல்லாரு இந்தக் கோவப் படறதுக்கு?” எனத் தணிந்த குரலில் அவனைக் கேட்டாள் பரமனின் வயதான தாய்.

“ஏனுங் பெரீமா, அந்தக் காயிதத்துல என்ன எழுதியிருக்குதுன்னு உங்களுக்குத் தெரியாதாக்கு? அதெல்லா என்னென்ன பண்ணிப் பாக்க முடியுமோ அல்லாத்தையும் பண்ணிப்புட்டா பேத்தி. உங்களுக்குப் புளிப்போட்டு வெளக்கோணுமாக்கு?”

“எதுக்கு இந்தக் குதி குதிக்கிறீங்க அல்லாரு? இந்த வயசுக்கு இதெல்லா சகசொ” என்றாள் பரமனின் அண்டை வீட்டுக்காரி. அதைக் கேட்ட பரமனின் மூன்றாவது மகளுக்கு ஆத்திரம் பெருகிற்று. அவள் கிளம்பத் தயாராகிக் கொண்டிருந்தாள், “மரியாதையில்லாத இந்த ஊட்டுல இனி நம்புளுக்கென்ன வேல? வண்டியெடுங்க” எனத் தன் கணவனைப் பார்த்து இரைந்தவள் தங்கைக்குப் பரிந்து பேசிய அண்டை வீட்டுக்காரியை ஆத்திரத்துடன் பார்த்தாள், “என்ன சகசொ? வயித்துல கியித்துல வாங்கிக்கிட்டு வந்து நின்னா அப்பறந் தெரியு பூளவாக்கு” எனக் கேட்டுக்கொண்டு எழுந்து நின்றாள். அதற்குள் தன் மொபெட்டை வெளியே தள்ளியிருந்தான் அந்த ரயில்வே பிட்டர், “அதுக்குள்ள போவாட்டியென்ன கண்ணு?” எனத் தன்னைத் தீண்ட வந்த தாயின் கைகளைத் தட்டிவிட்டுவிட்டு, “வாடா போலா” எனக் குழந்தையைப் பற்றித் தரதரவென இழுத்துக்கொண்டு வெளியேறினாள்.

“அதையுந்தே வாங்கிக்கிட்டாளோ என்னமோ இன்ன ரண்டு மூணு மாசஞ் சென்னாத்தான உம்ம வெளீல வரு” எனச் சொல்லிவிட்டு அங்கிருந்து நகர்ந்தான் பரமனின் சகோதரன்.

மஞ்சு ஏதாவது சொல்ல நினைத்தாள். ஆனால் வீங்கியிருந்த உதடுகளை அவளால் அசைக்க முடியவில்லை. திடீரெனத் தன்னைச் சூழத் தொடங்கியிருந்த குரோதத்தை நம்ப முடியாதவளாகவும் தனக்கேற்பட்ட அவமானத்துக்கான காரணங்களைப் புரிந்துகொள்ள முடியாதவளாகவும் காயங்களிலிருந்து பெருகிய வலியைத் தாங்க முடியாதவளாகவும் மௌனமாக அழுதுகொண்டிருப்பதைத் தவிர அப்போது அவளுக்கு வேறெதுவுமே முடிந்திருக்கவில்லை.

எட்டு

எல்லாக் கண்காணிப்புகளையும் மீறி மஞ்சு மரக்கடைக்காரனின் இருபத்தி மூன்று வயதுள்ள ஒரே மகனோடு ஓடிப் போயிருந்தாள்.

மேல்நிலை வகுப்புகளுக்கான கடைசித் தேர்வை எழுதி முடித்தவுடன் தகிக்கும் பங்குனி மாத வெயிலில் பள்ளியிலிருந்து காணாமல் போயிருந்தாள் மஞ்சு. அவளுக்காகப் பள்ளி வளாகத்துக்கு வெளியே சாலையோரப் புளியமரமொன்றின் அடர்ந்த நிழலுக்குக் கீழே காத்திருந்த பரமன் மிகத் தாமதமாகவே அதை உணர்ந்தான், அது கடைசிநாள் என்பதால் அதைக் கொண்டாடுவதற்கும் வகுப்புத் தோழர்களிடம் பிரிவு சொல்லிக் கொள்வதற்கும் கொஞ்சம் கூடுதலான அவகாசம் வேண்டியிருக்கும் எனக் கருதிய பரமன் பள்ளியின் நுழைவாயிலுக்கெதிரே இருந்த டீக்கடை ஒன்றுக்குள் நுழைந்திருந்தான். ஒரு தேநீர் சாப்பிட்டுவிட்டு அங்கே கிடந்த அழுக்கேறிய மரப்பெஞ்சில் கொஞ்ச நேரம் உட்கார்ந்திருந்தான். மாணவ மாணவிகளில் பெரும்பாலோர் தேர்வு முடிந்ததும் தாம் உடுத்தியிருந்த அரக்குநிறச் சீருடைகளைக் களைந்துவிட்டு கையோடு கொண்டு வந்திருந்த வண்ண ஆடைகளை உடுத்திக்கொண்டிருந்தார்கள். சிலர் கும்பலாகச் சேர்ந்து சற்றுத் தொலைவிலிருந்த ஐஸ்கிரீம் கடையொன்றுக்குப் போனார்கள். வேறு சிலர் சாலையில் எதிர்ப்படுபவர்களை அச்சுறுத்தி ஒதுங்கச் செய்யும் அளவுக்கு மோட்டார் சைக்கிள்களை அசுர வேகத்தில் ஓட்டிக்கொண்டு போனார்கள். தலைதெறிக்கும் வேகத்தில் ஓடிக் கொண்டிருந்த மோட்டார் சைக்கிள் ஒன்றின் பின்புறத்தில் உட்கார்ந்திருந்த மாணவனொருவன் நடந்து சென்றுகொண்டிருந்த மாணவிகளைப் பார்த்ததும் சீட்டிலிருந்து எழுந்து நின்று உற்சாகமாகக் கூச்சலிட்டுக் கொண்டே நடனமாடினான். கண்ணில் பட்டவர்களுக்கெல்லாம் பறக்கும் முத்தங்களை வீசியெறிந்தார்கள் மாணவர்கள். மாணவிகள் ஒருவர் மீதொருவர் வண்ணப் பொடிகளை வீசியடித்துக்கொண்டு கெக்கலித்தார்கள்.

பரமன் ஆச்சரியத்துடன் எல்லாவற்றையும் வேடிக்கை பார்க்கத் தொடங்கியிருந்தான். மஞ்சு அந்த மாணவிகளுக்குள் ஒருத்தியாக அந்தக் கடைசி நாளைக் கொண்டாடிக் கொண்டிருப்பாளென நினைத்தான். தன் வகுப்புத் தோழிகளோடு குழுவாகச் சேர்ந்து புகைப்படமெடுத்துக்கொள்ளப் போவதாகச் சொல்லியிருந்தாள். அதற்காக இரண்டு பட்டுப் புடவைகளை எடுத்து வந்திருந்தாள். அவள் மரக்கடைக்காரரின் மகனோடு ஓடிப்போனதைப் பற்றி நிச்சயமான போது பட்டுப்பாவாடை உடுத்திய தன் நான்காவது

மகள் திட்டமிட்டே தன்னை ஏமாற்றியிருந்ததாக நினைத்தான். பரமன் எச்சரிக்கையற்றவனாக இருந்தான் எனச் சொல்ல முடியாது. கடிதம் கைப்பற்றப்பட்ட அந்த நாளிலிருந்தே அவள் மீதான கண்காணிப்பின் பிடியை இறுக்கியிருந்தான். மஞ்சு எந்த இடத்துக்குப் போனாலும் அவனோ அவனுடைய மனைவியோ வயதான தாயோ அவளைப் பின்தொடர்ந்தார்கள். அவளிடமிருந்த சைக்கிளைப் பறித்துக்கொண்டு பழைய மொபெட்டில் அவளைப் பள்ளிக்கூடத்திற்கு அழைத்துச் சென்றான். மாலையில் பள்ளிநேரம் முடிவடைவதற்கு முன்னதாகவே பள்ளியின் பிரதான வாயிலுக்கெதிரே அவளுக்காகக் காத்திருந்தான். மஞ்சு நம்பிக்கையூட்டும் விதத்தில் நடந்து கொண்டாள். யாரையும் நிமிர்ந்து பார்க்காமல் நடந்து செல்வதைப் பழக்கமாக்கிக் கொண்டிருந்தாள். தகப்பனும் சண்டையைப் பொருட்படுத்தாமல் அவ்வப்போது வந்து செல்லும் ரயில்வே பிட்டரின் மனைவியான அவளுடைய சகோதரியும் தகப்பனுக்குச் சகோதரன் முறையுள்ள அவளுடைய சித்தப்பாவும் அவர்களது குடும்ப விவகாரங்களில் தலையிட உரிமை பெற்றிருந்த மரமேறியும் அடிக்கடி தனது புத்தகப் பையைச் சோதனையிடுவதைப் பற்றி அவள் அலட்டிக் கொள்ளவே இல்லை.

இரவையும் பகலின் பெரும்பகுதியையும் படிப்பதற்கும் வீட்டுப் பாடங்களை எழுதுவதற்கும் செலவிட்டாள். நன்றாகச் சாப்பிட்டாள். ஆழ்ந்து தூங்கினாள். கடிதம் கண்டுபிடிக்கப்பட்ட பிறகு கடந்த ஆறு மாதங்களில் மரக்கடைக்காரனின் மகனோடு அவள் ஏதாவதொருவகையில் தொடர்பு வைத்திருப்பாள் எனச் சந்தேகப்படுவதற்கான எந்த வாய்ப்பையும் அவள் யாருக்கும் தரவில்லை. எனினும் பரமன் விழிப்புடன் இருந்தான். தேர்வு முடிந்த கையோடு அவளுக்குத் திருமணம் செய்துவைப்பதைப் பற்றித் தன் வயதான தாயோடும் மனைவியோடும் மற்ற மூன்று மகள்களோடும் இடையறாத ஆலோசனைகளில் ஈடுபட்டிருந்தான். தான் வசிக்கும் தெருவிலோ பள்ளிக்குச் செல்லும் சாலைகளிலோ அருகிலுள்ள பேக்கரிகளிலோ பலசரக்குக் கடைகளிலோ மரக்கடைக்காரனின் அந்த இருபத்து மூன்று வயது மகனின் உருவம் தட்டுப்படுகிறதா என மிகக் கவனமாகப் பார்த்துக் கொண்டிருந்தான். அப்படி எதுவுமே நடக்காதபோது பரமன் மகளின் மீதான தனது பழைய நம்பிக்கைகளை மீட்டெடுத்துக்கொள்ள விரும்பினான். மஞ்சுவைக் குறித்த பழைய நல்லவிதமான கனவுகள் தனக்குத் திரும்பவும் வரத் தொடங்கியிருந்ததைக் குறித்துப் பரமன் மகிழ்ச்சியடைந்தான்.

அவனுடைய பண்ணையக்காரர்களில் ஒருவரது இதயத்தில் ஸ்டெதஸ்கோப்பை வைத்து அழுத்தி அதன் டிக்டிக் ஒலியைக் கேட்டுக்கொண்டிருக்கிறாள் அவனுடைய நான்காவது மகள். மூச்சை இழுத்துவிடச் சொல்கிறாள். நாக்கை நீட்டச் சொல்கிறாள். கண் ரெப்பைகளைப் பிதுக்கிப் பார்க்கிறாள்.

"ஒரு ஊசி போடச் சொல்றேனே"

ஆனால் ஒரு குடி நாவிதனை எவராலும் சுலபமாக ஏமாற்றி விட முடியும் என்பதைப் பரமனுக்கு உணர்த்திவிட்டுப் போயிருந்தாள் அவனுடைய அந்தக் கடைக்குட்டி. நேரம் கடந்த பின்னும் அவளைக் காணோமே என நினைத்தபடி மஞ்சுவைத் தேடிக்கொண்டு நுழைவாயிலைக் கடந்து உள்ளே நுழைந்தபோது பள்ளி வளாகம் வெறிச்சோடியிருந்ததைப் பார்த்தான் பரமன். வகுப்பறைகள் பூட்டப்பட்டிருந்தன. அலுவலகம் திறந்திருந்தாலும் தலைமையாசிரியரோ ஆசிரியர்களில் வேறு யாருமோ அங்கு இல்லை. துப்புரவுப் பணியாள் ஒருவரும் இரவுக் காவலருமே அங்கு இருந்தவர்கள். காவலர் ஒரு வகுப்பறையின் கதவை இழுத்துச் சாத்தி வெளிப்புறமாகத் தாளிட்டுக் கொண்டிருந்த போதுதான் பரமன் அங்கு போய் நின்றான்.

மஞ்சு ஓடிப்போனது ஒரு கதைபோல் ஊரில் உலவிக் கொண்டிருந்தது. காடுகரைகளிலும் களத்து மேடுகளிலும் கிணற்றடிகளிலும் சாவடிகளிலும் பூவரச மரங்களினதும் வேப்பமரங்களினதும் ஆலமரங்களினதும் நிழல்களுக்குக் கீழேயும் சாகசங்கள் நிரம்பிய அந்தக் கதை சொல்லப்பட்டுக் கொண்டிருந்தது. அவர்களுக்கிடையே பல வருடங்களாகவே தொடர்பு இருந்திருக்கிறது. இருவரும் பல இடங்களில் ஒன்றாகச் சுற்றித்திரிந்ததைச் சிலர் பார்த்திருக்கிறார்கள். ஒருவன் சில நாள்களுக்கு முன்னால் அவர்களிருவரையும் மலை அடிவாரத்தில் இருந்த புதர்மறைவொன்றில் பார்த்ததாகச் சொன்னான். அப்போது இருவரும் ஒருவரையொருவர் தழுவிக்கொண்டிருந்தார்கள். முத்தமிட்டுக் கொண்டிருந்தார்கள். மிக நெருக்கத்திலிருந்து அவனால் அதைப் பார்க்க முடிந்திருந்தது. அவன் அவளுடைய மாம்பழ நிறமுடைய ஜாக்கெட்டுக்கு வெளியே துருத்திக்கொண்டிருந்த முலைகளைக் கூடப் பார்த்ததாகச் சொன்னான்.

"மாம்பழத்துக்குள்ற ஒரு மாம்பழம்" எனச் சிரித்தான். அதைக் கேட்டுக்கொண்டிருந்த ஒருவன்.

"மாம்பழமல்ல, மாம்பிஞ்சு" என்றான் மற்றொருவன்.

அவள் அந்த மரக்கடைக்காரனின் மகனை இழுத்துக்கொண்டு ஓடிப்போன அன்று என்ன நடந்தது? நிழல்போலத் தன்னைப் பின்தொடர்ந்து வந்துகொண்டிருந்த தகப்பனின் கண்களில் எப்படி மண்ணைத் தூவினாள்?

“அந்த முண்ட நாசுவனுக்கு என்ன தெரியு? வெடியாள அடப்பத்தத் தூக்கிக்கிட்டுப் போனாப் பொழுதோட வாறே. சும்மா காத்தால கொண்டுபோயி உட்டுட்டுப் பொழுதோடப் போயிக்கூட்டிக்கிட்டு வந்துட்டா அவ இவுனுக்குக் கட்டுப்பட்டு இருந்துருவாளாக்கு? அவ வெளஞ்சவ” என ஒருவன் முழுக் கதையையும் சொல்ல முற்பட்டான். அந்த அப்பாவி நாவிதன், சாகசக்காரியான தன் பதினேழு வயதுப் பெண்ணின் முட்டாள் தகப்பன் பேரழகியான தன் அருமை மகள் கடைசித் தேர்வை எழுதி முடித்துவிட்டுத் தன்னிடம் வந்து சேர்வாள் என நம்பிக்கொண்டு வாயிலுக்கு வெளியே நீண்டநேரமாகக் காத்திருக்கிறான். எல்லாவற்றையும் முன்கூட்டியே திட்டமிட்டிருந்த அந்தச் சாகசக்காரி அவனுடைய பெட்டைக் கண்களில் மண்ணைத் தூவிவிட்டுப் பின்பக்க மதிலைத் தாண்டிக் குதித்துக்கொண்டு வெளியேறுகிறாள். அவளுக்காகக் காரொன்றில் தயாராகக் காத்திருக்கிறான் வில்லாதிவில்லனும் சூராதிசூரனுமான மரக்கடைக்காரனின் மகன். அவளை ஏற்றிக்கொண்டு கார் மின்னல் வேகத்தில் பறக்கிறது.

“எங்க கூட்டிக்கிட்டுப் போயி வெச்சுருக்கறானோ?”

“அவனுக்கென்ன எடமா இல்ல?”

“கவண்டனாப் பொறந்துபுட்டுப் போயிம் போயி ஒரு நாசுவத்திய இழுத்துக்கிட்டுப் போயிருக்கிறேம் பாரு. இவனையெல்லா எனத்தான்னு சொல்லிக்கறதுக்கே வெக்கமா இருக்குது.”

“அவனென்ன அவளக் கூட்டிக்கிட்டுப் போயி தாலியக் கட்டிக் குடும்பமா நடத்தப் போறே? சப்பியெறிஞ்சுப்புட்டு வந்துருவே”

“அப்ப திரும்பி வாறப்பொ நாசுவத்திகிட்ட பழமிருக்காது, வெறும் கொட்டதே மிஞ்சும்னு சொல்லு.”

பெருஞ்சிரிப்பெழுந்து அடங்கியது.

“பிஞ்சக் கொண்டுக்கிட்டுப் போயி பழுக்க வெச்சுக் கொண்டாந்து பரமங்கிட்ட உடுவேம் பாரே”

“அந்தப் பழத்த வெச்சுக்கிட்டு பரமெ என்ன பண்ணுவே?”

“தே நீதே எதாச்சும் பண்ணு”

“நாந்தேம் பண்ணுவனாக்கு? நீ பண்ணமாட்டையா?”

“எனக்கெதுக்கு அந்தக் கெரவெ”

“பிஞ்சோ, பழமோ மரக்கடக்கார அவளக் கொண்டாந்து உடுட்டு, அப்பறம் பாரு எத்தன பேரு நாக்கத் தொங்கப் போட்டுக்கிட்டு நாசுவனூரட்டச் சுத்தி வாரானுகன்னு”

“நாசுவெ அப்பிடி உட்டுருவானா?”

“ஏ இப்ப உட்டுட்டுத்தான இருக்கறே”

சூழ்ந்திருக்கும் சிரிப்புச் சத்தங்களைத் தன் தளர்ந்த நடையால் கடந்து செல்ல முயன்றுகொண்டிருந்தான் பரமன். அவன் அவற்றைப் பொருட்படுத்தாமலிருக்க விரும்பினான். தன் நான்காவது மகளைக் கண்டுபிடிப்பதற்கும் மரக்கடைக்காரனின் மகனிடமிருந்து அவளை மீட்பதற்கும் ஏதாவது செய்ய முடியுமா என யோசித்தான். யாரிடமாவது நியாயம் கேட்க நினைத்தான். போலீசில் புகார் கொடுப்பதைப் பற்றிக்கூட யோசித்தான். தனக்குத் தெரிந்த ஒருவர் மூலம் சில அரசியல் கட்சிப் பிரமுகர்களைச் சந்தித்துத் தன் மகளை மீட்டுக்கொண்டுவருவதற்கு உதவும்படிக் கெஞ்சினான்.

“செல்லங் குடுத்துச் செல்லங் குடுத்து நீ அவளக் கெடுத்து வெச்சிருக்கறே” என ஒருநாள் ஆத்திரத்துடன் அவனிடம் சொன்னாள் பரமனின் வயதான தாய். மிகச் சிறிய அந்த வாக்கியத்தைச் சொல்லி முடிப்பதற்குள் அவளுக்கு மூச்சிரைத்தது. கவனிக்காமல் விடப்பட்டதால் தூர்ந்துகொண்டிருந்த வாசலில் குத்தவைத்து உட்கார்ந்துகொண்டு கோழையைக் காறித் துப்பினாள். “கூதி கொழுத்த முண்டெ, எம்பயன எப்பிடி நாசம்பண்ணி வெச்சுருக்கறான்னு பாரு” எனக் குரோதத்துடன் முனகினாள். தாயின் குரோதத்தைக் கண்ட பரமன் பீதியுற்றான். எதிர்த்து ஒன்றுமே சொல்ல முடியாத கையறுநிலை அவனைத் தளரச் செய்தது. எல்லோருக்குள்ளிருந்தும் வன்மத்தின் பிளம்புகள் பீறிட்டுத் தெறித்துக்கொண்டிருந்ததைக் கவனித்த பரமன் தாளமுடியாத அதிர்ச்சிக்குள்ளானான். சவரம் செய்ய உட்காரும் போது அவனுடைய பண்ணையக்காரர்கள் அவளைப் பற்றிக் கேட்கிறார்கள்.

“மஞ்சாளப் பத்தி எதாவது தகவல் உண்டுமாடா பரமா?”

பரமன் அவர்களுக்குப் பதிலளிக்கத் தயங்குகிறான். மறுபடியும் அதே கேள்வியைக் கேட்கும்போது, “சாமி ஒரு தகவலுமில்லீங்கொ. இருந்தா நம்புகிட்டச் சொல்ல மாட்டனுங்களா?” எனப் பரிதாபமாகக் கேட்கிறான். அவர்களில் சிலர் அதற்கு மேல் எதையும் கேட்டு அவனைத் தொந்தரவு செய்வதற்கு மனமில்லாதவர்களாக மௌனமாகி விடுகிறார்கள். யாராவதொருவர், “செரியான தொண்டப் பெத்து வளத்தி வெச்சுருக்கறயேடா” என உரிமையுடன்

அவனைக் கடிந்து கொள்கிறார்கள். "அவள டாக்டருக்குப் படிக்க வெக்கலாம்னு கெனாக்கண்டுக்கிட்டிருந்தே, இப்ப அது போச்சு" எனக் குத்திக் காட்டுகிறார் அவனுடைய பண்ணையக்காரர்களில் ஒருவர். சிலர் ஏதாவதொரு பழமொழியின் மூலம் அவனுக்குள் ஆழமான காயத்தை உண்டுபண்ணுகிறார்கள். "ஔசரஔசரப் பறந்தாலு ஊக்குருவி பெறாந்தாகாதுன்னு சும்மாவா சொல்றாங்க" என எடுப்புச் சோற்றுக்காக நிற்கும் பரமனின் மனைவியிடம் சொல்லிவிட்டுப் போகிறாள் பண்ணையக்காரிச்சி ஒருத்தி. தளர்ந்த நடையுடன் அவன் தெருவைக் கடந்து செல்லும் போது பரமனின் அண்டை வீட்டுக்காரனான அவனுடைய சகோதரன் முறையுள்ள நாவிதன் கோழையைக் காறித் துப்புகிறான். தன் மற்ற மூன்று மகள்களுக்குள்ளும்கூடத் தம் தங்கையின் மீது அவ்வளவு குரோதம் இருக்க முடியும் என்பதைப் பரமன் நம்ப மறுக்கிறான்.

"தலைல தூக்கி வெச்சுக்கிட்டு ஆடுனீங்கொ, இப்ப நடு மண்டைல பேண்டு வெச்சுப்புட்டுப் போயிட்டா. ஊருக்குள்ள இதுதேம் பேச்சு. வெளீல தல காட்ட முடியுதா?" என அவர்களில் யாராவது ஒருத்தி தகப்பனின் முகத்தை நேருக்கு நேர் பார்த்துக்கொண்டு சொல்கிறாள். "அவ அந்தப் பிலுக்குப் பிலுக்கிக்கிட்டுத் திரிஞ்சப்பவே நெனச்செ, இப்பிடி எதாவது செஞ்சு மானத்தக் கெடுத்து மந்தைல நம்பள நிறுத்தப் போறான்னு" என மற்றொருத்தி முனகுகிறாள். பரமன் கயிற்றுக் கட்டிலொன்றில் மல்லார்ந்து கிடக்கிறான். எல்லோரும் எதற்காகவோ பெருங்குரலெடுத்துச் சிரிக்கிறார்கள். பிறகு தணிந்த குரலில் தங்களுக்குள் எதையோ பேசிக்கொள்கிறார்கள். மஞ்சு ஓடிப்போன பிறகு கொஞ்ச காலம் ஓய்ந்திருந்த கொண்டாட்டங்கள் ஒரு சிறு இடைவெளிக்குப் பிறகு பழையபடி தொடர்கின்றன. எதற்காகவோ விருந்து தயாராகிக் கொண்டிருக்கிறது. அடுப்பிலிருந்து கோழிக் குழம்பின் வாசனை புரண்டு வருகிறது.

மஞ்சுவின் உடல் கேளிக்கைக்கானதாகவும் ஒவ்வொரு வருக்குள்ளும் அவள் மீதிருந்த குரோதத்தை வெளிக் கொணருவதற்கு மானதாக மாறியிருப்பதைக் கவனித்தான் பரமன்.

"தெய்வான, இந்த வருஷம் பொங்கலுக்கு நம்பு பாப்புக்கு ஒரு பட்டுப் பாவாடை எடுத்துத் தரச் சொல்லி உங்கப்பங்கிட்டக் கேளு"

"பட்டுப் பாவாடையா?"

"ஆமா பச்சநெறத்துல"

“அப்ப அரக்கு நெறத்துல ஒரு பட்டுச் சட்டையும் எடுத்துத் தரச் சொல்லிக் கேக்குட்டாக்கு?”

“ஆமாமா கேளு. அப்பிடிப் போட்டுக்கிட்டுப் போனாத்தான பெரிய எடமாப் பாத்து மயக்கலா”

“நம்புளுக்கெல்லா மயங்குவானுகளா? அததுக்கு ஒரு அம்சம் வேணு”

“என்ன அம்சம்? கழுத மேய்க்கற அம்சமா?” எனக் கேட்கிறான் கயிற்றுக் கட்டிலொன்றில் ஒருக்களித்துப் படுத்தவாக்கில் எதையோ மென்றுகொண்டிருந்த தறிகாரன்.

“இல்ல குதர மேய்க்கற அம்சம்” எனச் சொல்லிச் சிரிக்கிறான் ரயில்வே பிட்டரான அவனுடைய சகோதரன்.

எவர்சில்வர் தட்டு ஒன்றில் தனக்கு வழங்கப்பட்ட சாப்பாட்டையும் கறியையும் தொடாமல் எழுந்து பரமன் வெளியேறிக் கொண்டிருந்தபோது, “புள்ளையச் சொல்லீட் டாங்கன்னு ரோஷத்தப் பாரு” என யாரோ சொல்லிச் சிரித்ததைப் பொருட்படுத்தாமலிருக்க விரும்பினான் பரமன். குத்தல்களிலிருந்து விலகித் தன் கற்பனைகளில் மூழ்க விரும்பினான் அவன். உலர்ந்து கிடந்த நதியின் படுகையிலிருந்த முள்வேலிக் கொம்பொன்றின் கையகல நிழலில் மல்லார்ந்து படுத்துக்கொண்டான். மஞ்சுவை அழைத்துச் சென்ற அந்த மரக்கடைக்காரனின் மகன் ஏதாவதொரு கோயிலில் வைத்து அவளைக் கல்யாணம் செய்து கொண்டிருந்திருப்பான் எனக் கற்பனை செய்து கொள்ள விரும்பினான் பரமன். கண்காணாத ஊரொன்றில் வாடகைக்கு ஒரு வீட்டைப் பார்த்துக் குடியிருப்பார்கள். ஊரைவிட்டு ஓடிவந்துவிட்ட தங்களைப் போன்ற பலரையும் போல ஏதாவதொரு பனியன் கம்பெனியிலோ சாயப்பட்டறையிலோ வேலைக்குச் சேர்ந்திருப்பார்கள். மரக்கடைக்காரனின் மகன் மனைவியைச் சிரமப்படுத்த விரும்பாமல் தான் மட்டும் வேலைக்குப் போவானாயிருக்கும். மஞ்சு அவனது பிரியத்துக்குரிய மனைவியாக வீட்டில் இருப்பாள். அதிகாலையில் எழுந்து குளித்துவிட்டுவந்து ஈரத்தலையுடன் தாங்கள் வாடகைக்குக் குடியிருக்கும் அந்தச் சிறிய வீட்டின் மிகச் சிறிய வாசலில் கோலம் போடுவாள் மஞ்சு. அவனுக்குக் காபி தயாரித்துக் கொடுப்பாள். காலை உணவாக இட்லியோ தோசையோ செய்து கொடுப்பாள். இந்த ஆறேழு மாதங்களில் நன்றாகச் சமைக்கக்கூடக் கற்றுக் கொண்டிருப்பாள். வேலைக்குப் போகும் கணவனுக்கு மதியச் சாப்பாட்டைத் தயாரித்து டிபன் பாக்சில் போட்டுக் கொடுத்து வாசலில் நின்று வழியனுப்பி

வைப்பாள். அவன் போன பிறகு அவள் பாத்திரங்களைக் கழுவி வைக்கிறாள். துணி துவைக்கிறாள். வேலைகளையெல்லாம் முடித்துக் கொண்டு வந்து புதிதாக வாங்கியிருக்கும் சிறிய தொலைக்காட்சிப் பெட்டிக்கு எதிரே குளிர்ச்சியான சிமெண்ட் தரையில் வயிறு புதைய ஒருக்களித்துப் படுத்துக்கொண்டு ஏதாவது பார்க்கிறாள். தனியாக உட்கார்ந்து மதியச் சாப்பாடு சாப்பிடுகிறாள். சாப்பிடும் போது தனக்குப் பிடித்தமான பச்சைப் பட்டுப்பாவாடை எடுத்துக்கொடுக்கும் தகப்பனின் நினைவு வருகிறது அவளுக்கு. கண்களில் நீர் துளிர்க்கிறது. அதற்கு மேல் சாப்பிட முடியாமல் தட்டை ஒதுக்கி வைத்துவிட்டு எழுந்துகொள்கிறாள். கைகளைக் கழுவிக்கொண்டு வெளியே வந்து தகிக்கும் வெயிலில் தெருவின் இருமுனைகளையும் மாறி மாறி வெறித்துக் கொண்டு நிற்கிறாள்.

பரமன் பெருமூச்சு விட்டான். கொஞ்சம் கொஞ்சமாகத் தன்னைவிட்டு விலகிப் போயிருந்த முள்வேலி நிழலை எட்டும் முனைப்புடன் புரண்டு படுத்தான்.

ஒன்பது

சரியாக நான்கு வருடங்களுக்குப் பிறகு தன் இருபத்தேழாவது வயதில் மரக்கடைக்காரனின் மகன் திரும்பி வந்தான். கொஞ்சம் இளைத்திருந்தான். நிறம் மங்கியிருந்தாலும் பொலிவை இழக்காமல் இருந்தான். இரண்டு மூன்று வாரங்கள்வரை வெளியில் எங்கும் தட்டுப்படாமல் சாப்பிடுவதும் தூங்குவதும் தொலைக்காட்சி நிகழ்ச்சிகளைப் பார்ப்பதுமாக இருந்தவன் பிறகு தந்தையின் மரக்கடைக்கு வந்து கல்லாவில் உட்கார்ந்தான். தன்னைக் காண வந்திருந்த உறவினர்கள் சிலருடன் சிரித்துப் பேசிக் கொண்டிருந்த வனைப் பார்த்துவிட்டு வந்திருந்த பரமனின் உறவினனொருவன் பரமனுக்கு அதைப் பற்றிச் சொன்னான். பரமன் தாளமுடியாத அதிர்ச்சிக்குள்ளானான். தன் கற்பனைகளிலிருந்து மீள முடியாமல் திணறியவன் பிறகு, "புள்ளயக் கூட்டிக்கிட்டு வந்துருக்கறானாக்கு?" எனப் பேராசையுடன் தனக்குத் தகவல் சொன்ன அந்த நாவிதனைக் கேட்டான். அவன் சிரித்தான், "அது தெரீல. ஊட்டுக்குப் போய்ப் பாத்தாவல்ல தெரியு. நீங்க வேணும்னா ஒரெட்டுப் போய்ப் பாத்துப்புட்டு வந்துருங்க மச்சே" எனச் சொல்லிவிட்டு எந்த உணர்ச்சியையும் காட்டிக் கொள்ளாமல் விடைபெற்றான். பரமன் வெகுநேரம்வரை கொண்ட கிடையை விட்டு அசையாமல் கிடந்தான். அப்போது வீட்டில் யாருமே இல்லை. அவன் மனைவி ஏதோவொரு காட்டுக்குக் களையெடுக்கப் போயிருந்தாள். அந்த

நான்காண்டுகளில் பரமன் மிகத் தளர்ந்து போயிருந்தான். நிச்சயமற்ற கற்பனைகளால் ஓயாமல் வதைபட்டுக் கொண்டிருந்தவனுக்குச் சீக்கிரத்திலேயே நடை தளர்ந்து போயிருந்தது. குடிகளில் பெரும்பான்மையும் அவனது கையை விட்டுப் போயிருந்தன. அவனுக்கு முடியாமல் போனபோது மூத்த மருமகன் நடையன் வந்து ஏழெட்டு மாதங்கள் வரை குடிகளைப் பார்த்துக்கொண்டான். பிறகு தாக்குப்பிடிக்க முடியாமல் பெண்டாட்டி பிள்ளைகளை அழைத்துக் கொண்டு பழையபடி தன்னுடைய சலூனுக்குத் திரும்பினான். வேறு வழியில்லாமல் போனபோது பரமன் தனது குடிகளைச் சகோதரன் முறையுள்ள தன் உறவினனுக்கு விட்டுக்கொடுத்தான்.

அவனுக்கென எஞ்சியிருந்தவை வெறும் ஏழே குடிகள். அவற்றில் எதுவும் பெரும் பண்ணையமல்ல. ஏழு குடிகளிலும் மொத்தமாகப் பதின்மூன்று ஆண்களே இருந்தார்கள். பரமன் அவர்களில் வயதானவர்களாக இருந்த சிலருக்கு மட்டும் சவரம் செய்தான். முடி வெட்டினான். இளைஞர்கள் சலூன்களைத் தேடிப் போயிருந்ததால் பரமனுக்குச் சுமை குறைவு. நாளில் பெரும்பகுதியைத் தளர்ந்துபோன தனது கயிற்றுக்கட்டிலில் கழித்தான். குடிகள் கையைவிட்டுப் போன ஒவ்வொரு தருணத்திலும் அவன் மனைவி கண்ணீர் விட்டு அழுதாள், “தலக்கட்டுத் தலக்கட்டா இருந்த உரிமைய இப்பிடி உட்டுக் குடுத்துப்புட்டு வெறுங்கையோட நிக்கறமே” என அவள் பரிதவித்தபோதெல்லாம் எந்தச் சலனமும் இல்லாமல் மனைவியின் முகத்தைப் பார்த்துக் கொண்டிருந்தான் பரமன்.

தன் நான்காவது மகளைப் பற்றிய கற்பனைகளில் மூழ்குவதற்கு நிறைய அவகாசம் கிடைத்தது அவனுக்கு.

அந்த நான்காண்டுகளில் மஞ்சு ஆணொன்றும் பெண்ணொன்றுமாக இரண்டு குழந்தைகளைப் பெற்றுக் கொண்டிருந்தாள். ஆண் குழந்தைக்கு அதன் தகப்பனின் சாயல். அவனைப் போலவே திடகாத்திரமான தோற்றம். அவனைப் போலவே துடி. கொஞ்சம் அடாவடித்தனமும் உண்டு. மஞ்சு அவனைக் கட்டுப்படுத்துவதற்குத் திணறுகிறாள், “இவன எப்பிடி வளத்தி என்ன பண்ணப்போறனோ தெரீலையே” எனத் தன் கணவனிடம் அலுத்துக்கொள்கிறாள். கணவன் சிரிக்கிறான். “சும்மா இல்லடீ அவன் என்னோட ரத்தம்” எனப் பெருமிதம் பொங்கச் சொல்கிறான். “அப்ப இது ஆரோட ரத்தம்?” எனத் தன் பெண் குழந்தையைச் சுட்டிக்காட்டிக் கேட்கிறாள் மஞ்சு. “அது உன்னோட ரத்தம்” எனச் சொல்லிவிட்டு அதற்கும் சிரிக்கிறான் அவளுடைய கணவன். பிறகு வேலைக்கு

நேரமாகிவிட்டது எனச் சொல்லிவிட்டு அவசர அவசரமாக விடைபெறுகிறான். அவன் ஒரு மோட்டார் சைக்கிளோ காரோ வைத்திருப்பவனாக இருக்கலாம் என நினைத்தான் பரமன். கௌரவமானதும் அதிகச் சம்பளம் தரக்கூடியதுமான உத்தியோகத்தில் இருப்பான். மரக்கடைக்காரனின் அந்த இருபத்து மூன்று வயது மகன். அவனுக்கு விடைகொடுத்துவிட்டு மஞ்சு அடாவடியான அந்தக் குழந்தையை வெகு சிரமப்பட்டுத் தூங்க வைக்கிறாள். அவளுடைய ரத்தமான அந்தப் பெண் குழந்தை எந்தத் தொந்தரவும் செய்யாமல் தன் பொம்மைகளுடன் விளையாடிக் கொண்டிருக்கும் எனக் கற்பனை செய்து கொண்டான் பரமன்.

மஞ்சு அந்தக் குழந்தைகளுக்கு ஒரு குடிநாவிதனாக வாழ்ந்து கொண்டிருக்கும் தன் தகப்பனைப் பற்றிச் சொல்லியிருக்கக்கூடுமென நினைத்தான் பரமன். தான் எடுத்துக் கொடுத்ததைப் போலவே மகள் தன் சாயலிலுள்ள அந்தப் பெண் குழந்தைக்குப் பட்டுப்பாவாடை எடுத்துக் கொடுத்திருப்பாள். பச்சைப்பட்டுப் பாவாடையும் அரக்கு நிறச் சட்டையும். ஒருவேளை குழந்தை அவளைவிடவும் சிவப்பானவளாக இருக்கலாம். அவளைவிடவும் அழகானவளாக இருக்கலாம். பரமனுக்கு அந்தக் குழந்தையைப் பார்க்க வேண்டுமென்னும் ஏக்கம் வளர்ந்துகொண்டே போயிற்று. சாயந்திரம் வெள்ளாட்டுக் குட்டிகளுடன் திரும்பி வந்து படலைத் தள்ளிக்கொண்டு உள்ளே நுழையும் மனைவியின் உடலிலிருந்து வீசிக்கொண்டிருக்கும் புற்களின் வாசனையை உணரும்போது பரமன் வேதனை நிரம்பிய தனது யதார்த்தத்துக்குத் திரும்புவான்.

உடனடியாக மரக்கடைக்காரனின் வீட்டுக்குப் போக வேண்டுமெனத் தீர்மானித்தான் பரமன். அவன் தன் நான்காவது மகளைப் பார்க்க விரும்பினான். பட்டுப் பாவாடை உடுத்திய அவளுடைய சாயலையேயுடைய பேத்தியைக் காண ஆசைப்பட்டான். அவளை வாரியெடுத்துக் கொள்ள வேண்டும். நரை சூழ்ந்த தன் கிழட்டு மார்பில் ஏந்திக்கொள்ள வேண்டும். மஞ்சுவை அவள் சிறுகுழந்தையாக இருந்தபோது கொஞ்சியதைப் போலவே "பாப்பூ..." என அழைத்துக் கொஞ்ச வேண்டும். பரமன் அதைப் பற்றி யாரிடமும் சொல்ல விரும்பவில்லை. கேட்பதற்கு யாருமில்லாததுதான் காரணம்.

அதிகாலையில் எழுந்து நெடுநாள்களுக்குப் பிறகு முகச் சவரம் செய்துகொண்டான் பரமன். தலைக்கு அரப்புத் தேய்த்துக் குளித்தான். பெட்டியிலிருந்து வெள்ளை வேட்டியொன்றை எடுத்து உடுத்திக் கொண்டான். பரமன் பொதுவாக ஊரிலிருக்கும் போது

சட்டை அணிவதில்லை. பழுப்பேறிய ஒரு நாலு முழ வேட்டி, உருமாலையாகச் சுற்றிக்கொள்ளவும் வியர்வையைத் துடைத்துக் கொள்ளவும் பயன்படும் ஒரு துண்டு. வேலை செய்யச் சௌகரியமாக இருக்குமென்பதால் வேட்டியை முழங்காலுக்கு மேலே இழுத்துத் தார்பாய்ச்சு கட்டிக்கொள்வான். எங்காவது போனால் உடுத்திக்கொள்வதற்கெனச் சலவை செய்யப்பட்ட இரண்டு மூன்று வேட்டி சட்டைகளும் ஆறேழு துண்டுகளும் எப்போதும் பெட்டிக்குள் கிடக்கும். வேட்டிக்கு மேல் சலவை செய்யப்பட்ட முழுக்கைச் சட்டையொன்றை அணிந்துகொண்ட பரமன் சற்றுக் கௌரவமாக இருக்கட்டுமே எனத் துண்டை மடித்துத் தோளில் போட்டுக்கொண்டு நடந்தான். தலைவாசலைக் கடந்தபோது முதுகுக்குப் பின்னாலிருந்து, “பாத்தையா பரமனுக்கு வந்த வாழ்வெ” என யாரோ ஒருவன் கேட்டதையும், “ஏ, அவுனுக்கென்ன? இப்ப அவெ கவண்டனுக்குச் சம்மந்தி. ஒரு கவண்டனோட சம்மந்தி வேற எப்பிடியிருப்பே?” என்று மற்றொருவன் அவனுக்குப் பதிலளித்ததையும் கேட்டுக்கொண்டே நடந்தான். தான் ஒரு குடிநாவிதன் என்பதை நினைவூட்டிக் கொள்வதற்கு அப்போது அவன் விரும்பவில்லை. தனக்காகக் காத்திருக்கும் அவமானத்தையும் துயரத்தையும் பற்றிய கற்பனைகள் எதுவுமின்றி மரக்கடையை நோக்கிப் போனான் பரமன்.

பத்து

பரமனால் அந்த அளவுக்கு ஆத்திரப்பட முடியும் என்பதையும் மரக்கடைக்காரனால் தம் ஊரை அண்டி வாழும் ஒரு வயதான மனிதனைக் கைநீட்டி அடிக்க முடியும் என்பதையும் நம்புவதற்கு ஊர் திணறியது.

மரக்கடைக்காரன் பயன்படுத்திய வசைகள்தாம் பரமனை அதிகம் பாதித்தவை. அவன் எடுத்த எடுப்பிலேயே கொஞ்சம் பணத்தை எடுத்துநீட்டியதுதான் பரமனுக்கு அவ்வளவு ஆத்திரத்தை ஏற்படுத்தியிருக்க வேண்டும். எனினும் வெகு சிரமப்பட்டு அவன் தன்னைக் கட்டுப்படுத்திக் கொண்டான். மஞ்சு அங்கே இல்லை என்பதைத் தெரிந்துகொண்ட பின்பு பரமன் அவள் எந்த நிலையில் இருந்தாலும் தன்னிடம் ஒப்படைக்கும்படியும் தனக்கு வேறெதுவும் வேண்டாம் எனவும் மரக்கடைக்காரனைக் கெஞ்சினான். ஒரு கட்டத்தில் அவனது கால்களுக்குக் கீழே நெடுஞ்சாண்கிடையாக விழுந்து கதறியழுததாக அந்தச் சம்பவத்தை நேரில் பார்த்திருந்த மரக்கடையின் பணியாள் ஒருவன் சொன்னான். பரமனை அடிக்க

வேண்டுமென்பது மரக்கடைக்காரனின் நோக்கமாக இருந்திருக்கவில்லை. ஆனால் மஞ்சுவைப் பற்றித் தனக்கோ தன் மகனுக்கோ எதுவும் தெரியாது என மரக்கடைக்காரன் சொன்னதைக் கேட்டு ஆத்திரமடைந்த பரமன் தான் போலீசுக்குப் போகப் போவதாகச் சொன்னான். அதுவரை கல்லாவில் உட்கார்ந்து எந்தப் பதற்றமும் இல்லாமல் பரமனின் கேள்விகளுக்குப் பதிலளித்துக்கொண்டிருந்த மரக்கடைக்காரன் அதைக் கேட்டதும் கடுங்கோபம் கொண்டான். "மெரட்டிப் பாத்தரலாம்னு நெனச்சுக்கிட்டு வந்தயாடா நாசுவா? அவனுக வந்து மசரப் புடுங்கிப்புடுவானுகளாடா?" எனக் கேட்டுக் கொண்டே கல்லாவிலிருந்து இறங்கி வந்து தனது பருத்த கரமொன்றை வீசி அவனது கன்னத்தில் அறைந்தான். அந்த ஒரே அடியில் பரமன் மல்லார்ந்து தரையில் விழுந்தான். ஆத்திரம் தீராத மரக்கடைக்காரன் செருப்பணிந்த தன் கால்களில் ஒன்றை உயர்த்தி அவனது மார்பின் மீது வைத்து நசுக்கினான். பரமனைக் காப்பாற்றுவதற்கோ அவனுக்கு ஆதரவாகப் பேசுவதற்கோ அங்கே யாருமே இருந்திருக்கவில்லை. மரம் வாங்க வந்திருந்த வாடிக்கையாளர் ஒருவர்தான் குறுக்கே வந்து, "போதுமப்பா, உடு. செத்துக்கித்துப் போயறப் போறே" என அவனை விலக்கிவிட்டார். இல்லாவிட்டால் பரமனின் நிலை இன்னும் மோசமாகியிருந்திருக்கும். அப்படியும் பரமனுக்கு நிறைய உள்காயங்கள் ஏற்பட்டிருந்தன. தகவலைக் கேள்விப்பட்டு வாயிலும் வயிற்றிலும் அடித்துக்கொண்டு ஓடிவந்த பரமனின் மனைவி அவனது உயிர்நிலையிலிருந்து ரத்தம் கசிந்து கொண்டிருந்ததைப் பார்த்தாள்.

முன்யோசனையற்ற ஒரு காரியத்தைச் செய்ததால் பரமன் அருகிலிருந்த சிறுநகரமொன்றின் அரசு மருத்துவமனையின் மூத்திரநெடி வீசும் ஒரு வார்டில் இரண்டு மூன்று வாரங்கள்வரை தங்கியிருந்து சிகிச்சை பெற வேண்டியிருந்தது. மனைவியிடமும் தன் மற்ற மூன்று மகள்களிடமும் வசைகளை வாங்கிக்கட்டிக் கொள்ள வேண்டியிருந்தது. "அந்த முண்டைய உட்டுத் தொலைங்கன்னு சொன்னாக் கேக்கறீங்களா?" என மருத்துவ மனைக்கு வந்திருந்த தெய்வானை தன்னைக் கேட்டபோது பரமன் கண்ணீர் விட்டு அழுதான். மஞ்சுவைச் சபித்தபடியே வெகுநேரம்வரை அருகிலிருந்தவள் போகும்போது, "மறுக்கா மறுக்கா அவள நெனச்சு அழுதுக்கிட்டிருக்காதீங்க" என அறிவுறுத்தினாள். எந்த வாக்குறுதியையும் அளிக்காமலேயே அவன் தன் மூத்த மகளுக்கு விடைகொடுத்தான்.

அவ்வளவு பட்டும் பரமனால் அந்த மரக்கடைக்காரனிடமிருந்து மஞ்சுவைப் பற்றிய எந்தத் தகவலையும் பெற முடியவில்லை. கருணையே இல்லாமல் அவளைக் கைவிட்டு விட்டு வந்திருந்த அவனுடைய மகன் பரமனைப் பார்த்தவுடன் ஓடி ஒளிந்துகொண்டான். "புள்ளையப் பெத்து ஊர் மேயறதுக்கு உட்டுப்புட்டு இங்க வந்து நாயம் பேச வந்துட்டே" என அங்கிருந்தவர்களிடம் திரும்பத் திரும்பச் சொல்லிக்கொண்டிருந்த மரக்கடைக்காரன் பரமனின் உயிர் நிலையிலிருந்து ரத்தம் கசிவதையும் அவனுடைய நினைவு தடுமாறத் தொடங்கியிருந்ததையும் பார்த்து அவசர அவசரமாகக் கடையைப் பூட்டிக் கொண்டு அங்கிருந்து மறைந்தான். மரக்கடையின் இரண்டு பணியாளர்கள் வாடிக்கையாளன் ஒருவனின் உதவியுடன் அவனை வெளியே கொண்டுவந்து வேப்பமர நிழலொன்றில் கிடத்திவிட்டுப் போனார்கள்.

காயங்களிலிருந்து கசிந்துகொண்டிருந்த குருதியைத் துடைத்து விட்டுக்கொண்டும் அவை தந்த வலியைப் பொறுத்துக் கொண்டும் நல்லதாக ஏதாவது நடக்கும் எனக் கற்பனை செய்து கொண்டும் பரமன் வெகுநேரம்வரை அந்த மர நிழலில் கிடந்தான். மருத்துவமனையிலிருக்கும் போது ரகசியமாக வந்து அவனைப் பார்த்துவிட்டுச் சென்ற மரக்கடைக்காரனின் வீட்டில் சமையலாளாக இருந்த பண்டாரம் ஒருவனே பரமனுக்கு மஞ்சுவைப் பற்றிய சில தகவல்களைச் சொன்னவன். அந்த வீட்டில் நடைபெற்ற உரையாடல்களிலிருந்து மூன்றாண்டுகளுக்கும் மேலான இடையறாத முயற்சியின் பயனாக மகன் இருக்குமிடத்தைத் தெரிந்துகொண்ட மரக்கடைக்காரன் தன் உறவினர்கள் சிலருடன் மஞ்சுவுடன் அவன் வசித்து வந்த அந்தப் பின்னலாடை நகரத்திற்குப் போனான். திரைப்படங்களில் வருவதுபோல மஞ்சுவை விரட்டியடித்துவிட்டு வலுக்கட்டாயமாக மகனை இழுத்து வந்திருக்க வேண்டுமென அந்த உரையாடல்களை அருகிலிருந்து கேட்டுக்கொண்டிருந்த தன்னால் ஊகிக்க முடிவதாகச் சொன்னான் அந்தப் பண்டாரம். அதற்குப் பிறகு மஞ்சுவின் நிலை என்ன ஆயிற்றென்றோ அவள் எங்கிருக்கிறாள் என்றோ அவனால் அறிந்துகொள்ள முடியவில்லை. அவர்கள் பேசிக்கொண்டவற்றை வைத்துப் பார்த்தால் அவளுக்கு மூன்று வயதில் பெண் குழந்தையொன்று இருப்பதற்கு வாய்ப்பிருக்கிறது என்றான். "அவளக் கொன்னு கின்னு போட்டுருப்பாங்களோ?" எனப் பரமன் அவனிடம் கேட்டதற்கு அப்படியெதுவும் நடந்ததாகத் தெரியவில்லை என்றான். அவர்கள் அவளை அப்படியே நடுத்தெருவில் விட்டுவிட்டு வந்திருக்கலாமெனச்

சொன்ன பரமனின் மீது பரிவுகொண்ட அந்தச் சமையல்காரன் விடைபெறும் தருணத்தில் காயங்களுடன் மருத்துவமனையில் சிகிச்சை பெற்றுக்கொண்டிருக்கும் அந்த மனிதனுக்கு நம்பிக்கையூட்டும் விதத்தில் ஏதாவது சொல்ல வேண்டுமே என விரும்பிவனைப் போல அவனுடைய நான்காவது மகள் அந்த நகரத்தின் ஏதாவதொரு மூலையில் பாதுகாப்பாக வசித்துக் கொண்டிருக்கலாமெனத் தான் நம்புவதாகச் சொல்லிவிட்டுப் போனான்.

கோடையின் தகிப்பையும் கொசுக்களின் பிடுங்கலையும் சகித்துக்கொண்டு தனது கட்டிலில் மல்லார்ந்து கிடந்த பரமன் கைவிடப்பட்ட தன் நான்காவது மகளைப் பற்றிய கற்பனைகளில் மூழ்குவதைத் தவிர வேறு வழியற்றவனாக இருந்தான்.

அப்போது அவன் தனியாக வேறு யாருடைய துணையுமற்றவனாக இருந்ததால் தன்னைப் பீதியுறச் செய்யும் பயங்கரமான கற்பனைகளின் பிடியிலிருந்து அவனால் தப்ப முடியவில்லை. கருணையற்ற அந்த நகரத்தில் அவளால் ஒரு பிச்சைக்காரியாகவோ வேசியாகவோதான் வாழ்ந்துகொண்டிருக்க முடியும் என நினைத்தான் பரமன். யாருடைய ஆதரவுமற்ற குடிநாவிதனொருவனுக்கு நிராதரவாக விடப்பட்ட தன் மகளைப் பற்றி வேறெப்படியும் கற்பனை செய்ய முடியாததால்தான் பரமன் அதுபோன்ற கற்பனைகளில் மூழ்கினான். கந்தலொன்றை உடுத்தி, தன் குழந்தையைச் சுமந்துகொண்டு ஏதாவதொரு பேருந்து நிலையத்திலோ தியேட்டர் வாசலிலோ பிச்சையெடுத்துக் கொண்டிருக்கிறாள். பச்சைப் பட்டுப் பாவாடைகளின் மீது பைத்தியம் கொண்ட அவனுடைய நான்காவது மகள்.

பரமன் சற்றுத் தூங்க முயன்றான். தன்னைச் சூழும் கற்பனைகளின் குதறல்களிலிருந்து தப்ப விரும்பினான். காயங்களை ஆற்றுவதற்காகவும் வலியைப் பொறுத்துக் கொள்வதற்காகவும் தனக்குக் கொடுக்கப்பட்டிருக்கும் மாத்திரைகளில் சிலவற்றை எடுத்துத் தேவைக்கு அதிகமாக விழுங்கினான். அவனுக்குக் கண்கள் செருகின.

அப்போதுதான் அவன் தனக்குப் பரிச்சயமற்ற அவ்வுலகைப் பற்றிய கொடுங்கனவுகளின் பிடியில் சிக்கிக் கொள்ள நேர்ந்தது. பட்டுப் பாவாடை உடுத்திய அவனுடைய அந்த நான்காவது மகளை யாரோ துன்புறுத்திக் கொண்டிருக்கிறார்கள். மனப்பிறழ்வுக்குள்ளான யாரோ ஒருவனுடைய இச்சைகளுக்கு அடிபணியச் சொல்லி அடித்து நொறுக்குகிறார்கள். பன்னிரண்டு

வயதுடைய சிறுமியாக இருந்தபோது தகப்பன் தனக்கு எடுத்துக்கொடுத்திருந்த பச்சைப் பட்டுப் பாவாடையைத்தான் அப்போது அவள் உடுத்திக்கொண்டிருக்கிறாள். நைந்துபோய் வெறும் பூச்சிக்கூடாகக் காட்சியளிக்கும் ஒரு கந்தல். சிலர் அந்தக் கந்தலைப் பிய்த்தெறிகிறார்கள். குருதி கசியும் அவளது நிர்வாண உடலின் மீது யாரோ சிலர் மூர்க்கமாகக் கவிவதைப் பரமன் தன் கனவுகளில் கண்டான். அவள் கதறுகிறாள். யாரையோ உதவிக்கு அழைக்கிறாள். தெய்வம் போல் அங்கு வந்த யாரோ அவளைக் காப்பாற்ற முயன்றதைப் பரமனால் காண முடிந்தது. அந்த தெய்வம் பிரும்மாண்டமானதொரு பன்றியாகத் தோற்றமளித்தது. உறுமிக்கொண்டு அவளை நெருங்கியது. அவள் மீது கவிந்து கொண்டிருந்தவர்கள் அதன் உறுமலைக் கேட்டுச் சிதறியோடுவதைக் கண்ட பரமன் அதற்குத் தன் நன்றியறிதல்களைச் சமர்ப்பிக்க விரும்பினான். ஆனால் அவனுடைய அந்த நான்காவது மகள் அதைக் கண்டு பயந்து போனாள். பிய்த்தெறியப்பட்ட அக்கந்தலை வாரிச் சுருட்டியெடுத்துத் தன் நிர்வாணத்தை மறைத்துக் கொண்டு அவள் தப்பியோடுவதையும் பன்றி அவளைத் துரத்திச் செல்வதையும் காண நேர்ந்த பரமன் அவளைப் பின்தொடர விரும்பினான்.

இடையறாமல் உறுமிக்கொண்டு தன்னைத் துரத்திவரும் அந்தப் பன்றியிடமிருந்து தப்பி ஒளிந்துகொள்வதற்கான ஓர் இடத்தைத் தேடி, தன் நான்காவது மகள் அலைந்து திரிவதைக் கண்டான் பரமன். அப்போது அவளுடன் யாருமே இல்லை.

அந்தக் குழந்தை எங்கே? பட்டுப் பாவாடை உடுத்திய தன் ரத்தமான அவளுடைய குழந்தை. மிகப் பதற்றம் கொண்டவனாக அந்தக் குழந்தையைத் தேடி அக்கொடுங்கனவின் இருள் சூழ்ந்த வெளிகளில் அலையத் தொடங்கினான் பரமன். அவன் அந்தக் குழந்தையைத் தேடிக்கொண்டிருந்ததால், சற்றுக் கவனக்குறைவாக இருந்ததால் தன் நான்காவது மகளைக் காப்பாற்ற அவனால் முடியவில்லை. அவள் அந்தப் பன்றியிடம் சிக்கிக்கொள்கிறாள். அவளைப் பிடிப்பதற்காக அதன் வயிற்றிலிருந்து குதித்து வெளியேறியிருந்த சிலரைப் பார்த்தபோதுதான் பரமன் அது ஒரு போலீஸ் வாகனம் என்பதைக் கண்டான்.

பிறகு சைரன் ஒலிக்க அது அவளைக் கொண்டு செல்கிறது.

எங்கே எனப் பார்ப்பதற்காகப் பரமன் பின்தொடர்கிறான். சிவப்பான, உயரமான கோபுரங்களையுடைய கட்டடம் ஒன்றினுள் தன் உறுமல்களுடன் நுழைந்து நின்றபோதுதான் பரமன் அது ஒரு நீதிமன்றம் என்பதைப் புரிந்துகொள்கிறான். பரமனுக்கு அது

ஆறுதலாக இருக்கிறது. நீதியின் பாரபட்சமற்ற கைகளால் தன் நான்காவது மகள் காப்பாற்றப்படுவாள் என நம்பிக்கொண்டு அவர்களைப் பின்தொடர்ந்து அந்தக் கட்டடத்திற்குள் நுழைகிறான். தன் நான்காவது மகள் கூண்டு ஒன்றில், நடுங்கும் கரங்களால் அதன் கைப்பிடியை இறுகப் பற்றி நின்றுகொண்டிருப்பதைப் பரமன் கண்டான். அவள் தலை குனிந்திருக்கிறாள். கண்ணீர் சிந்திக்கொண்டிருக்கிறாள். கருணையை வேண்டி நீதியின் கண்களை வெறித்துப் பார்க்க முயல்கிறாள். ஆனால் கறுப்புத் துணி ஒன்றினால் நீதி தன் கண்களைக் கட்டிக்கொண்டிருக்கிறது. அதன் கையிலுள்ள தராசின் தட்டுகள் ஊசலாடிக் கொண்டிருக்கின்றன.

நீதி ஒரு பெண்ணாக இருந்ததால் அதன் பிரதிநிதியாக உயரமான மேடையொன்றிலிருந்து தன் மகளைக் கேள்விகளால் துளைத்தெடுத்துக் கொண்டிருக்கும் நீதிபதியையும் ஒரு பெண்ணாகவே கற்பனை செய்துகொண்டான் பரமன். அவனுடைய நான்காவது மகளுக்குச் சமவயதுடைய பெண். தன் கற்பனைகள் பலித்திருந்தால் மஞ்சு அவளுடைய இடத்தில் உட்கார்ந்திருப்பாள் என நினைத்துக் கொள்கிறான் பரமன்.

"உன்னோட பேர் என்னம்மா?" நீதியின் குரலில் பரிவு. நீதி தன்னைப் போன்ற ஒரு பெண் என்பதால் மஞ்சு நம்பிக்கையோடு நிமிர்கிறாள், "மஞ்சு" எனத் தணிந்த குரலில் தகப்பன் தனக்கு வைத்த பெயரைச் சொல்கிறாள்.

"உனக்குப் புருஷன் இருக்கானா?"

இல்லையென அவள் தலையசைக்கிறாள்.

"அப்பா? அப்பான்னு உனக்கு யாராவது இருக்காங்களா?"

நீதியின் குரலில் பரிகாசம்.

"இருக்காங்க"

"அவர் பேர் என்ன?"

"பரமன்"

நீதி புன்னகைக்க முயல்கிறது,

"பரமன் என்ன வேல செய்யறாரு?"

அவனுடைய நான்காவது மகளுக்கு முகம் சிவந்து விடுகிறது.

"என்னோட அப்பா ஒரு நாவிதன். முப்பத்தாறு பண்ணையக் காரர்களையுடைய ஒரு குடிநாவிதன்" எனத் திடமான குரலில் பதிலளிக்கிறாள்.

நீதி கண்களை மூடிக் கொள்கிறது.

"அப்புறம் ஏன் நீ இந்தத் தொழிலுக்கு வந்தே?"

பதில் சொல்வதற்குத் தன் நான்காவது மகள் திணறுவதைக் கண்டான் பரமன்.

உயரமான அந்த மேடையில் கம்பீரமாக உட்கார்ந்து கொண்டிருக்கும் நீதி பெருமூச்சொன்றை வெளியேற்றுகிறது.

"பரமன், அதாவது உன்னோட அப்பா உனக்கு எதுவுமே செய்யலையா?"

"செஞ்சுருக்காரு"

"என்ன செஞ்சுருக்காரு?"

"நெறையாப் பாவாடை எடுத்துக் குடுத்துருக்காரு."

விசாரணையை வேடிக்கை பார்த்துக்கொண்டிருந்த வழக்கறிஞர்கள் அவளுடைய பதிலைக் கேட்டுத் திடீரென வெடித்துச் சிரிக்கிறார்கள். நீதி சுத்தியலால் மேசையைத் தட்டி அவர்களை அமைதிப்படுத்த முயல்கிறது. நீதியின் முன் எல்லோரும் அமைதியாக இருக்க வேண்டும் எனக் கண்டிப்பான குரலில் அறிவுறுத்திவிட்டுத் தன் கேள்வியைத் தொடர்கிறது. நீதி உணர்ச்சிவசப்படக் கூடாது என்பதால், நீதி சிரிக்கக்கூடாது என்பதால் பொங்கிவரும் சிரிப்பைக் கட்டுப்படுத்திக் கொண்டு அவளைப் பரிதாபமாகப் பார்க்க முயல்கிறது.

"பாவாடையா?"

யாரையும் பொருட்படுத்தாமல் நீதியின் கண்களை நேருக்கு நேர் பார்த்துக்கொண்டு மஞ்சு பதிலளிக்கிறாள்.

"ஆமா பாவாட, பச்ச நெறமுடைய பட்டுப் பாவாட."

பரமன் புன்னகைத்துக் கொண்டான்.

திடீரெனச் சூழத் தொடங்கியிருந்த மரணத்தின் நெடி தாளாமல் விழித்தெழுந்தவன் உடனடியாக அந்த மருத்துவமனையிலிருந்து வெளியேற முடிவெடுத்தான். கருணையற்ற அந்த நகரத்திலிருந்து தன் நான்காவது மகளை மீட்டுக்கொண்டு வருவது பற்றிய கற்பனைகளில் மூழ்கி அந்த இரவின் மீதத்தைக் கழிக்க முற்பட்டான்.

பதினொன்று

சுட்டெரிக்கும் வெயிலைப் பொருட்படுத்தாமல் அந்த நகரத்தின் நெரிசல் மிகுந்த தெருக்களில் அலைந்து திரிந்தான் பரமன். கற்பனைகளில் தவிர தனக்கு வேறு எந்தவிதத்திலும்

அறிமுகமாகியிராத அந்த நகரத்தில் அவன் அதுவரை நான்கு இரவுகளைக் கழித்திருந்தான். நான்கு இரவுகளையும் ஐந்து பகல்களையும், அன்றைய இரவைக் கழிப்பதற்கு ஏதாவதொரு இடம் கிடைத்துவிட்டால் அது அந்த நகரத்தில் தன்னுடைய ஐந்தாவது இரவாக இருக்கும் என நினைத்தான் அவன். ஆனால் அது பற்றிய கற்பனைகள் எதுவும் அப்போது பரமனிடம் இல்லை. அவன் மிகக் களைத்திருந்தான். பசியுடன் இருந்தான். அவனது உடைகள் கந்தலாகியிருந்தன. கேசம் உலர்ந்திருந்தது. கண்கள் பஞ் சடைத்துப் போயிருந்தன.

அவனிடம் சிறிதளவு எஞ்சியிருக்கும் நம்பிக்கையைக் கொண்டு அந்த நகரத்தில் இருக்கும் சிறியதும் பெரியதுமான பூங்காக்களில் ஏதாவதொன்றில் தனக்கு ஒரு சிமெண்ட் பெஞ்ச் கிடைக்கும் என எதிர்பார்த்தான் பரமன். முந்தைய இரவை அவன் அப்படியொரு பூங்காவில்தான் கழித்திருந்தான். அதற்காகப் பூங்காவின் காவலாளிக்கு ஐந்து ரூபாய் தர வேண்டியிருந்தது. முதல் இரண்டு இரவுகளைப் பரமன் நடைமேடைகளில்தான் கழித்தான். வீடற்ற வேறு சில மனிதர்களும் தன்னுடன் இருந்ததால் பரமன் அதிகமாகப் பதற்றமடையவில்லை. மருத்துவமனைகளிலிருந்த நாள்களில் கொசுக்கடிக்குப் பழகிக் கொண்டிருந்ததால் அவற்றின் பிடுங்கலை மீறி அவனால் அங்கே கொஞ்சம் கண்ணயரவும் முடிந்திருந்தது. ஆனால் இரவு முழுவதும் போலீசாரின் தொந்தரவு. சரியாக அரைமணி நேரத்திற்கொருமுறை யாராவதொரு போலீஸ்காரன் தனது லத்தியால் அவனது பிட்டத்தில் ஒரு தட்டுத் தட்டிவிட்டுப் போனான்.

எனவே மூன்றாம் இரவைக் கழிப்பதற்குப் பரமன் வேறு பாதுகாப்பான இடத்தைத் தேடினான். நகராட்சிக்குச் சொந்தமான கழிப்பிடமொன்றின் பின்புறத்தில் யாராலோ கைவிடப்பட்ட குடிசையொன்று அவனுக்கு அடைக்கலம் தந்திருந்தது. குடலைப் பிடுங்கும் மலநெடி அவனைத் தூங்குவதற்கு அனுமதிக்கவில்லை. பரமன் அதைப் பொருட்படுத்தவில்லை. ஒருவகையில் அது நல்லதுதான் என்றும் நினைத்தான். அது வேசிகளின் நடமாட்டமுள்ள பகுதியென்பதை அங்கிருந்த குப்பைத்தொட்டி யொன்றுக்கு வெளியே சிதறிக் கிடந்த பயன்படுத்தப்பட்ட ஆணுறைகளைப் பார்த்துத் தெரிந்துகொண்டிருந்த பரமன் பட்டுப் பாவாடை உடுத்துவதில் விருப்பம் கொண்ட தன் நான்காவது மகளை அங்கு கண்டுபிடித்துவிட முடியுமெனக் கற்பனை செய்துகொண்டான். ஆனால் அப்போது அவன் மிகக் களைத்திருந்ததால், மிகச் சோர்வாக இருந்ததால், அதிகப்

பசியுடனிருந்ததால் அவர்களது நடமாட்டம் தொடங்குவதற்கு முன்பாகவே தூங்கியிருந்தான். காலையில் எழுந்து பார்த்தபோது அங்கே புதிதாகச் சில ஆணுறைகள் சிதறிக் கிடந்ததைப் பார்த்து ஏமாற்றத்துடன் நகரின் மற்றொரு பகுதிக்குச் சென்றான். நான்காம் நாள் மாலையில் கொஞ்ச நேரம் இளைப்பாற விரும்பி நகராட்சிக்குச் சொந்தமான பூங்கா ஒன்றினுள் நுழைந்து ஒதுக்குப்புறமாகத் தென்பட்ட சிமெண்ட் பெஞ்ச் ஒன்றில் கால்களை நீட்டிப் படுத்தவன் மிகச் சோர்ந்து போயிருந்ததால் உடனடியாகத் தூங்கி விட்டான். பூட்டுவதற்கு முன்பாக யாராவது இருக்கிறார்களா எனச் சோதனையிட வந்த காவலாளியால் என்ன முயன்றும் அவனை எழுப்ப முடியவில்லை. வேறு வழியில்லாமல் அவனை அங்கேயே விட்டுவிட்டுப் போன காவலாளி அதிகாலையில் வந்து பார்த்தபோது பரமன் எழுந்து உட்கார்ந்திருந்தான். நான்கு நாட்களுக்குப் பிறகு நன்றாகத் தூங்கியிருந்ததால் ஓரளவு தெளிந்திருந்தான். அவனைத் தூங்க அனுமதித்ததற்காகவும் அதிகாரிகளிடம் புகார் சொல்லாமல் இருந்ததற்காகவும் பரமனிடமிருந்து இரண்டு ரூபாயைக் கட்டாயப்படுத்தி வாங்கிக் கொண்டான். பரமன் தன்னிடம் எல்லாவற்றையும் சொல்லி யிருந்ததால் மஞ்சுவைக் கண்டுபிடிப்பதற்கு உதவும் என நகரில் வேசிகளும் பிச்சைக்காரர்களும் அதிகமாக உலவக்கூடிய இடமொன்றைப் பற்றி அவனுக்குச் சொல்லியிருந்தான் அந்தக் காவலாளி.

அங்கே பழைய சினிமா தியேட்டர் ஒன்று இருக்கிறது. பூங்கா இருக்கிறது. பொதுப்பணித் துறையால் கைவிடப்பட்ட, பாழடைந்த கட்டடங்கள் இருக்கின்றன. மலிவான வாடகையுள்ள விடுதிகள் இருக்கின்றன. அங்கே ஒரு பெரிய கோயில் இருப்பதால், சுற்றுலாப் பயணிகளின் வருகை அதிகமாக உள்ள இடங்களில் ஒன்று என்பதால் பட்டப்பகலில் வேசிகள் நடமாடும் அத்தெருக்களில் வேறு எங்குமே காண முடியாத அளவுக்கு ஏராளமான பிச்சைக்காரிகளும் இருக்கிறார்கள். அநேகமாக அவர்கள் ஒவ்வொருவரிடமும் மூன்று வயதுள்ள பெண் குழந்தை இருக்கிறது என்றான் அந்தக் காவலாளி.

வழிகேட்டுக்கொண்டு உடனடியாகப் புறப்பட்டுப் போனான் பரமன். காவலாளி சொன்னது போல அங்கே சில வேசிகள் நடமாடிக் கொண்டிருந்தார்கள். அவர்களில் யாருமே மஞ்சுவின் சாயலில் இல்லை. ஒருத்திக்குக்கூட மூன்று வயதில் பெண் குழந்தை இல்லை. மஞ்சுவை அடையாளம் காண்பதற்கு உதவும் என்பதால் மூன்று, நான்கு வருட இடைவெளி அவளது தோற்றத்தில்

என்னென்ன மாற்றங்களை ஏற்படுத்தியிருக்கக் கூடும் எனக் கற்பனை செய்து பார்க்கக் கூட முயன்றான் பரமன். பிச்சைக்காரிகள் எல்லா இடங்களிலும் கூட்டம்கூட்டமாகத் தென்பட்டார்கள். அவர்களைப் பார்ப்பதற்கு வசதியாகச் சாலையோரமிருந்த நீண்ட மதில் சுவரொன்றை ஒட்டி அதன் கரிந்த நிழலில் நின்றுகொண்டிருந்தான் பரமன். சற்று உயரமான தோற்றமும் சிவந்த நிறமும் கொண்ட ஓர் இளம் பிச்சைக்காரி மூன்று வயதுள்ள பெண் குழந்தையுடன் தன்னைக் கடந்து செல்வதைக் கண்டபோது பரமன் பதற்றமடைந்தான். அவள் தன் நான்காவது மகள்தானா எனத் தெரிந்துகொள்வதற்காக அவளைப் பின்தொடர்ந்து சென்றான். ஒரு திருப்பத்தில் அவளுடைய முகத்தைப் பார்த்து அவள் மஞ்சு அல்ல என்பதைத் திட்டவட்டமாக உறுதிப்படுத்திக்கொண்ட போது தன் கையிலிருந்த இரண்டு ரூபாய்த் தாளொன்றை அவளிடம் கொடுத்துவிட்டுத் திரும்பவும் அதே இடத்திற்கு வந்து நின்று கொண்டான். சற்று நேரத்தில் சிவந்த நிறமுள்ள உயரமான தோற்றமுடைய மற்றொரு பிச்சைக்காரி தன்னைக் கடந்து செல்வதைப் பரமன் பார்த்தான். அவளும் மூன்று வயதுடைய பெண் குழந்தையொன்றை இடுப்பில் வைத்திருந்தாள். பரமன் சற்று தூரம் வரை அவளையும் பின்தொடர்ந்தான். அவள் மஞ்சு அல்ல எனத் தெரிந்துகொண்டு அவளுக்கும் ஓர் இரண்டு ரூபாய்த் தாளைக் கொடுத்துவிட்டுத் திரும்பி வந்தான். பிறகு அதேபோன்ற மற்றொரு பிச்சைக்காரி அவனைக் கடந்து சென்றாள். பரமன் அவளையும் பின்தொடர்ந்தான். திடீரெனப் பிச்சைக்காரிகளின் சிறு கூட்டமொன்று தன்னைச் சூழ்ந்துகொண்டதைப் பரமன் பார்த்தான். எல்லோருமே உயரமாக இருந்தார்கள். சிவப்பாக இருந்தார்கள். ஒவ்வொருவரும் மூன்று வயதுடைய பெண் குழந்தையொன்றை வைத்திருந்தார்கள். பரமன் சளைக்காமல் ஆளுக்கொரு இரண்டு ரூபாய்த் தாளைக் கொடுத்தான். அது தீர்ந்தபோது ஒரு ரூபாய்த் தாள்களைக் கொடுத்தான். கடைசியில் கொஞ்சம் சில்லறைக் காசுகளைத் தவிர தன்னிடம் எதுவுமே இல்லையென்பதைத் தெரிந்துகொண்ட பரமன் பதற்றமடையத் தொடங்கினான். அவன் அதை அவர்களுக்குச் சொல்ல முயன்றான். ஆனால் யாருமே அவன் சொன்னதைக் கேட்கவில்லை. எல்லோருடைய கைகளும் அவனை நோக்கி நீண்டிருந்தன.

கடைசியில் அங்கிருந்து தப்பி ஓடுவதைத் தவிர அவனுக்கு வேறு வழியில்லாமல் போயிருந்தது.

பரமன் தன்னை ஓயாது அலைக்கழித்துக் கொண்டிருந்த கற்பனைகளைக் கைவிடுவதைப் பற்றி யோசித்தான். அப்போது

அவன் பேருந்து நிறுத்தமொன்றில் நின்றுகொண்டிருந்ததால் தனது கிராமத்தின் வழியாகச் செல்லும் பேருந்து ஒன்றைப் பார்த்ததால், அந்த வெப்பம் தாங்கிக்கொள்ள முடியாததாக இருந்ததால், ஏதாவது சாப்பிட விரும்பியதால், கொஞ்சம் ஓய்வெடுத்துக்கொள்ள விரும்பியதால், தன் நான்காவது மகளைப் பற்றிய எந்தக் கற்பனையும் மீதமில்லாததால் பரமன் அந்தப் பேருந்தில் ஏறிக்கொண்டான்.

பன்னிரெண்டு

பரமன் ஊருக்குத் திரும்பிக்கொண்டிருந்தான். தன் கிராமத்தின் வழியாகச் செல்லும் பகல் நேரப் பேருந்தின் ஜன்னலோர இருக்கையொன்றில் அவன் உட்கார்ந்திருந்தான். பேருந்து இன்னும் கிளம்பியிருக்கவில்லை. ஜன்னலுக்கு வெளியே தலையை நீட்டி உருக்குக் குழம்புபோல் கலங்கலாகத் தென்பட்ட அந்த நகரத்தைப் பார்த்துக் கொண்டிருந்தான் பரமன்.

ஐந்து நாள்களுக்கு முன்னால் முதன் முதலாக அந்த நகரத்தைப் பார்த்தபோது பரமன் அதன் மீது நம்பிக்கை வைக்க விரும்பினான். தன்னை இறக்கிவிட்டுப் போன பேருந்தை வழியனுப்பி வைத்துவிட்டுத் தன் நான்காவது மகளைத் தேடி நெரிசல் மிகுந்த அந்த நகரத்திற்குள் பிரவேசித்தான். வாகனங்களின் இடையறாத ஓசைகளுக்கிடையே அவன் அதன் விசாலமான சாலையொன்றில் நடக்கத் தொடங்கினான். நகரம் உயிர்ப்போடு இருந்தது. அதன் உயரமான கட்டடங்கள் ஆச்சரியமூட்டுபவையாகவும் திகைப்பூட்டக் கூடியவையாகவும் தென்பட்டன. எந்த இடத்தைப் பார்த்தாலும் நெருக்கியடிக்கும் ஜனத்திரள். பரமன் அவர்களுக்குள் மஞ்சு தென்படுகிறாளா எனத் தேட முறபட்டான். எல்லாத் தெருக்களிலும் அவனுடைய நான்காவது மகளின் வயதொத்த பல பெண்கள் எதிராகவும் பக்கவாட்டிலும் அவனைக் கடந்து சென்று கொண்டிருந்தார்கள். பேருந்து நிறுத்தங்களிலும் நாற்சந்திகளிலும் விசாலமான சாலைகளிலும் குறுகலான தெருக்களிலும் கடைத் தெருக்களிலும் தன் மகளையொத்த இளம் பெண்கள் பலர் மிகச் சுதந்திரமானவர்களாகவும் பாதுகாப்பானவர்களாகவும் நடமாடிக் கொண்டிருந்ததைப் பார்த்தான். அப்போதுதான் தன் நான்காவது மகளை எடுத்த எடுப்பிலேயே வேசியாகவும் பிச்சைக்காரியாகவும் கற்பனை செய்து கொண்டதற்காகப் பரமன் வருத்தப்பட்டான். நகரமெங்குமிருந்த நூற்றுக்கணக்கான தொழிற்சாலைகளில், துணிக்கடைகளில், பலசரக்குக்கடைகளில், பேக்கரிகளில், சாயப்பட்டறைகளில், குடோன்களில், மார்க்கெட்டுகளில்,

வணிகவளாகங்களில், மருத்துவமனைகளில், பள்ளிக்கூடங்களில் ஒரு தையல்காரியாகவோ, விற்பனையாளராகவோ, வரவேற்பாளராகவோ தன் நான்காவது மகள் பாதுகாப்பாக வாழ்ந்து கொண்டிருப்பாள் எனப் பரமன் கற்பனை செய்துகொள்ள முயன்றான். அதெல்லாம் இல்லாமல் தெருவோரங்களில் ஏதாவது பழங்களையோ காய்கறிகளையோ விற்றுப் பிழைப்பு நடத்திக் கொண்டிருப்பவளாக அவளைப் பார்க்க முடிந்தால் கூடப் போதுமென நினைத்தான் பரமன். தென்பட்ட எல்லாத் தொழிற்சாலைகளுக்கும், வர்த்தக நிறுவனங்களுக்கும், மருத்துவமனைகளுக்கும் வெளியே அவளுக்காக மணிக்கணக்கில் காத்திருந்தான். குடியிருப்புகள் நிரம்பிய தெருக்களில் தன்னந்தனி ஆளாகச் சுற்றி வந்தான். நகரின் ஏதாவதொரு சாலையில், ஏதாவதொரு பேருந்து நிறுத்தத்தில், காய்கறிக்கடையில், உணவு விடுதியில் திடீரென அவளைச் சந்தித்துவிட முடியும் என நம்ப முயன்றான் பரமன். ஆனால் அந்த நகரம் அவனைக் கைவிட்டுவிட்டது. வேசிகளுக்கிடையேயும் பிச்சைக்காரிகளுக் கிடையேயும் அவனுடைய செல்ல மகளைத் தேடியலையச் செய்துவிட்டது.

பரமன் தன் கற்பனைகளிலிருந்து இறுதியாகத் தப்பிச் செல்ல விரும்பினான். கருணையற்ற அந்த நகரத்திலிருந்து வெளியேறுவதற்கு முன்பாகத் தன் நான்காவது மகளைப் பற்றிய நினைவுகளை முறித்துப்போட்டுவிட வேண்டுமென நினைத்தான். அவன் தன் மனைவியைப் பற்றி யோசிக்க முயன்றான்.

ஐந்து நாள்களுக்கு முந்தைய நள்ளிரவில் மூத்திரநெடி வீசும் அந்த மருத்துவமனையிலிருந்து யாரிடமும் சொல்லாமல் தான் வெளியேறியதற்கான காரணத்தை நிச்சயமாகத் தன் மனைவியால் ஊகித்திருக்க முடியும் என நினைத்தான் பரமன். ஒருவேளை அவள் தன் கணவனையும் வருடங்களுக்கு முன்னால் காணாமல் போன தங்களுடைய செல்ல மகளையும் எதிர்பார்த்துக் காத்திருக்கக் கூடும். தன்னைப் பார்க்கும் போது பரிதவித்துக்கொண்டிருக்கும் அவளுடைய குழிந்த கண்கள் ஆவலுடன் மேலெழும்புவதையும் தனியானவனாகவும் முறிந்து போனவனாகவும் அவன் திரும்பி வந்திருப்பதை அறிந்தபின் ஏமாற்றத்தால் அவளுடைய திடமற்ற இதயம் சிறு சத்தங்களுடன் சடக்கென முறிவதையும் கற்பனை செய்து பார்ப்பதற்கு அவன் பயந்தான்.

அவன் தன் மற்ற மூன்று மகள்களைப் பற்றி யோசிக்க விரும்பினான்.

மஞ்சு அவர்களில் ஒருத்தியாக இருந்திருந்தால் மரக் கடைக்காரனின் காதலுக்கு இரையாகியிருந்திருக்க மாட்டாள். அவர்களைப் போல் அவளும் ஒரு சலூன் கடைக்காரனுக்கோ ஒரு தறியோட்டிக்கோ ஒரு பிட்டருக்கோ அவர்களைப் போன்ற வேறு யாராவது ஒருவனுக்கோ வாழ்க்கைப் பட்டிருந்திருப்பாள். ஊரிலிருந்து ஏழு கிலோமீட்டர் தொலைவில் உள்ள ஏதாவதொரு சிறு நகரத்தின் ஒதுக்குப்புறமான பகுதியில் சிறிய வீட்டில் குறைந்தபட்சப் பாதுகாப்புடன் வாழ்ந்து கொண்டிருந்திருப்பாள். அதிகாலையிலேயே எழுந்து சலூனுக்குப் புறப்படும் தன் கணவனுக்கும் வேட்டியை இழுத்துப் போர்த்துக்கொண்டு திண்ணையில் படுத்திருக்கும் அவனுடைய தகப்பனுக்கும் காபி போட்டுக்கொடுத்துவிட்டுத் தன் அன்றாடங்களைத் தொடங்கி யிருப்பாள்.

மஞ்சு அவ்வளவு அழகாகப் பிறந்திருக்க வேண்டாம் என நினைத்தான் பரமன். அவ்வளவு அழகாக, அவ்வளவு சிவப்பாக, அவ்வளவு துறுதுறுப்பாக அவனுடைய அந்த நான்காவது மகள் இருந்திருக்க வேண்டாம். அவன் அந்தக் குழந்தைக்குப் பட்டுப்பாவாடை உடுத்திப் பார்க்க ஆசைப்பட்டிருக்கவும் வேண்டியதில்லை. முக்கியமாக எந்தப் பாதுகாப்பும் கௌரவமுமற்ற, யாருடைய ஆதரவுமற்ற, கருணை காட்டுவதற்கு யாருமே இல்லாத குடிநாவிதனொருவனின் மகளாகப் பிறந்திருக்க வேண்டிய துரதிருஷ்டமாவது அவளைப் பீடிக்காமலிருந்திருக்கலாம்.

“டிக்கெட், டிக்கெட்” எனத் தன்னை நோக்கி நகர்ந்துவந்த நடத்துநரைப் பார்த்ததும் உள்ளங்கைக்குள் வைத்துப் பத்திரப்படுத்தி வைத்திருந்த சில்லறையை மீண்டுமொருமுறை எண்ணிக் கணக்கிட்டான் பரமன். தேவையானதற்கு ஒரு ரூபாய் குறைவாக இருந்தது. நடத்துநரிடம் எதையாவது சொல்லிச் சமாளிக்க முடியுமா என யோசித்தான்.

“எங்கீங்கய்யா போவோணு?” எனப் பரிவுடன் அவனைப் பார்த்துக் கேட்டான் அந்த நடத்துநர். பொதுவாக நடத்துநர்களிடம் எதிர்பார்க்க முடியாத பரிவு. கூட்டம் இல்லாததுகூடக் காரணமாக இருக்கலாம். பரமன் கொடுத்த சில்லறையை வாங்கி அப்படியே பைக்குள் போட்டுக் கொள்ள முற்பட்ட நடத்துநர் ஏதோ சந்தேகத்தால் எண்ணிப் பார்த்தான். “இன்னொ ஒரு ரூபா வேணுமுங்கய்யா” எனச் சொல்லிக்கொண்டே பயணச் சீட்டைக் கிழித்தான். பரமன் புன்னகைக்க முயன்றான். தன்னிடம் வேறு எதுவுமே இல்லை எனச் சொல்ல முயன்றான். பேருந்து அப்போதுதான் நகரத் தொடங்கியிருந்தது. நடத்துநர் விசிலை ஊதிக் கொண்டே படிக்கட்டை நோக்கி வேகமாக நகர்ந்திருந்தான்.

பேருந்து நிலையத்தை விட்டு வெளியே வந்து ஜனத்திரள்களினூடாக ஊர்ந்து செல்லத் தொடங்கியதும், “டிக்கெட் டிக்கெட்” எனக் கேட்டுக் கொண்டே திரும்பி வந்தார். நடத்துநர் தன் பக்கம் வரும்போது அந்த ஒரு ரூபாயைக் கேட்கலாம். அவனிடம் என்ன சொல்லிச் சமாளிக்கலாம் எனப் பரமன் யோசிக்கத் தொடங்கியிருந்தான். தன்னைச் சேர்ந்த ஆட்களிடம் சொல்வது போல அடுத்த முறை பார்க்கும் போது தருவதாகச் சொல்லிவிடலாமா என நினைத்தான். நடத்துநர் அதை ஏற்றுக்கொள்ளாவிட்டால், “ஏப்பா, ஒத்த ரூவாய்க்கு ஒரு மனசன நம்ப மாட்டியா?” என மூர்க்கமாகக் கேட்கலாம்.

அவன் எப்படிப்பட்ட ஆள் எனத் தெரிந்துகொள்வதற்காகப் பரமன் நடத்துநரைப் பார்த்தான். நான்கைந்து நாள்களாகச் சவரம் செய்யப்படாத, சோர்வு மண்டிய முகம். ஆள் ஒல்லியாக இருந்தான். கறுப்பாக இருந்தான். கண்கள் குழிந்திருந்தன. துருத்திக் கொண்டிருந்த கன்ன எலும்புகளைப் பார்த்தபோது பரமனுக்கு அவன்மீது பரிதாபமே ஏற்பட்டது. எனினும் அவன் திரும்பிவந்தபோது தான் ஏற்கனவே யோசித்து வைத்திருந்த மூர்க்கமான அந்தப் பதிலைச் சொல்வதற்குப் பரமன் தயங்கவில்லை. பெரிதாக எதுவும் சொல்லாமல் ஒரு வெற்றுப் பார்வை பார்த்துவிட்டு நகர்ந்தான் அந்த நடத்துநர். கருணையாக இருக்கலாம். அல்லது பயமோ? அவனது பணிவையும் தயக்கத்தையும் பார்த்த பரமன் அவன் குடிநாவிதன் ஒருவனுடைய மகனாக இருப்பானோ என நினைத்தான். அடப்பம் தூக்கி வாழப் பிடிக்காமல் அதிலிருந்து தப்பிவந்து இந்த நகரத்தின் கருணையற்ற கரங்களில் சிக்கிக்கொண்டிருக்கலாம்.

தாளமுடியாதவனாகப் பார்வையைத் திருப்பிக்கொண்டு ஜன்னலுக்கு வெளியே பின்னகர்ந்துகொண்டிருந்த நகரத்தைப் பார்த்தான். அப்போதுதான் பக்கவாட்டிலிருந்த நடைபாதையொன்றில் நின்றுகொண்டிருந்த அந்தக் குழந்தை அவன் கண்களில் பட்டது. பச்சைப் பட்டுப்பாவாடை உடுத்திய மூன்று வயதுக் குழந்தை, பரமனின் நான்காவது மகள்.

“பாப்பூ...” எனப் பெருங்குரலெடுத்துக் கத்தினான் பரமன்.

பதிமூன்று

குழந்தை மஞ்சுவை உரித்தெடுத்ததைப் போல் இருந்தது. அவளைப் போலவே சிவப்பாக இருந்தது, அழகாக இருந்தது. அவளுடையதைப் போன்றே விரிந்தகன்ற கண்கள், மஞ்சு உடுத்திய அதே பச்சை நிறத்தில் அதே போன்ற பட்டுப் பாவாடை ஒன்றை உடுத்தியிருந்தாள். அதே அரக்கு நிறப் பட்டுச் சட்டை. கரடி

பொம்மையொன்றை மார்போடு சேர்த்து அணைத்துப் பிடித்திருந்தது மட்டும்தான் தென்பட்ட ஒரே வித்தியாசம். பேராசை மின்னும் கண்களால் அவளைப் பார்த்துக் கொண்டிருந்தான் பரமன். அவனுக்கு மூச்சிரைத்தது. வியர்த்துக் கொட்டிக்கொண்டிருந்தது. நான்கைந்து நாள்களாகக் குளிக்காததால் உடம்பிலிருந்து துர்நாற்றம் வீசியது.

ஓட்டுநர் பேருந்தை அந்த இடத்தில் நிறுத்தியிருந்திருக்காவிட்டால் பரமன் குழந்தையைத் தவறவிட்டிருப்பான். பரமனின் கூச்சலைக் கேட்டு நடத்துநர் பயந்துபோயிருக்க வேண்டும். உடனடியாக விசிலை ஊதிப் பேருந்தை நிறுத்த விரும்பினான். அதற்குப் பிறகும் ஓட்டுநர் பேருந்தை நிறுத்தாததால் அதற்குள்ளாகவே படிக்கட்டுக்கு வந்திருந்த பரமன் ஓடும் பேருந்திலிருந்து குதிக்க முற்பட்டிருந்தான். நடத்துநரும் ஓரிரு பயணிகளும் பதற்றத்துடன் அவனை நெருங்கியிருந்தனர். கிரீச்சிட்டு நின்ற பேருந்திலிருந்து கிட்டத்தட்டக் குதித்து வெளியேறினான் பரமன். அப்போது தனது முழங்காலில் ஏற்பட்ட சிறு காயத்தைப் பற்றியோ அதிலிருந்து கசியத் தொடங்கியிருந்த குருதியைப் பற்றியோ கவலைப்பட்டுக் கொண்டிருக்காமல் எதிர்த்திசையில் ஓட்டமும் நடையுமாக விரைந்து அந்தக் குழந்தையை எட்டிப் பிடிக்க முயன்றான். குழந்தை நடைபாதையிலிருந்து விலகி வலதுபுறமாகத் திரும்பிக் குறுகலான சாலையொன்றில் வேகமாக நடந்துசென்றதை அவ்வளவு தொலைவிலிருந்தும்கூட அவனால் பார்க்க முடிந்திருந்தது. இல்லாவிட்டால் குழந்தையைப் பின்தொடர்ந்திருக்க அவனுக்கு முடியாமல் போயிருந்திருக்கலாம். மிகவும் களைத்திருந்ததால், மிகவும் பசியுடன் இருந்ததால் அதன் வேகத்துக்கு ஈடுகொடுக்க முடியாதபோதும் பரமன் அந்தக் குழந்தையைப் பின்தொடர்ந்தான். ஒரு திருப்பத்தில் குழந்தை தன் பார்வையிலிருந்து மறைந்தபோது பரமன் பதற்றமடைந்தான். உயிரைக் கையில் பிடித்துக்கொண்டு நடையின் வேகத்தை அதிகரித்து அவன் அந்தத் திருப்பத்தை அடைந்தபோது குழந்தை அவனுக்காகக் குறுகலானதும் குடியிருப்புகள் நிரம்பியதுமான அந்தத் தெருவில் காத்திருந்தது. குழந்தை தன்னை வழிநடத்தி அழைத்துக்கொண்டு போவதாகக் கற்பனை செய்துகொண்டான் பரமன். மூன்று நான்கு வருடங்களாகத் தன்னிடமிருந்து மறைந்து திரியும் அவனுடைய நான்காவது மகளைக் காட்டுவதற்காக அழைத்துச் செல்கிறது. அதற்காகவே அந்த நடைபாதைக்கு வந்திருக்கிறது. வேண்டுமென்றே அவனது கண்களில் பட்டிருக்கிறது. அவனைக் கூச்சலிடச் செய்திருக்கிறது. பேருந்திலிருந்து அவனை இறங்கச் செய்ததும்கூட அந்தக் குழந்தையின் திட்டமிட்ட காரியமாகவே இருக்க வேண்டுமெனக் கற்பனை செய்து கொண்டான் பரமன். நடைமேடையில் தன்

கண்ணில்பட்ட முதல் கணத்திலேயே அது அந்த நகரத்தில் தான் ஐந்து நாட்களாகத் தேடிக்கொண்டிருந்த பச்சைப் பட்டுப்பாவாடை, உடுத்துவதில் விருப்பம்கொண்ட தனது நான்காவது மகளின் மூன்று வயதுடைய குழந்தைதான் என்பதைப் பரமன் கண்டுபிடித்திருந்தான்.

பரமன் தன்னை நெருங்கியதும் அவனைப் பார்த்துச் சிரித்து விட்டு நடந்த அந்தக் குழந்தை நேர்த்தியான, விசாலமான குடியிருப்புகளைக் கொண்ட தெருவொன்றினுள் அவனை அழைத்துச் சென்றது. தெரு அதன் இருமருங்குகளிலும் தென்பட்ட பெயர் தெரியாத மரங்களின் அடர்த்தியான நிழல்களால் சூழப்பட்டிருந்தது. பரமன் சற்று நேரமாவது அந்த நிழலில் நிற்க விரும்பினான். மஞ்சு அந்தத் தெருவில்தான் வசித்துக் கொண்டிருக்க வேண்டுமென நினைத்தான். தன் நான்காவது மகளின் சுவாசம் இழையோடும் அதன் குளிர்ச்சியான காற்றைச் சுவாசிக்க விரும்பினான் பரமன். தன் முறிந்த இதயத்தினுள் ஆறுதலின் வெதுவெதுப்பை உணர்ந்த வயதான அந்தக் குடிநாவிதன் எந்தத் தயக்கமுமில்லாமல் அந்த நகரத்தை மன்னிக்கத் தயாரானான். குழந்தை நடையின் வேகத்தைக் குறைத்து ஒரு வீட்டின் முன் நின்று தன்னைத் திரும்பிப் பார்த்ததைக் கண்ட பரமன், "பாப்பூ..." என உரத்த குரலில் அழைத்தான். குழந்தை எந்தக் கள்ளமுமற்றதாய் அவனைப் பார்த்துச் சிரித்தது. அதற்குள் அதை நெருங்கியிருந்த பரமன் மிக உரிமையோடு குழந்தையை வாரியெடுத்துக்கொண்டான். மார்போடு தழுவி மிருதுவான அதன் கன்னத்தில் முத்தமிட முயன்றான்.

குழந்தை மிரண்டது. சிணுங்கியது. பிறகு திமிறி, பெருங் குரலெடுத்துக் கத்திக்கொண்டே அவனிடமிருந்து தன்னை விடுவித்துக்கொண்டு அந்த வீட்டின் படிக்கட்டுக்களில் தாவி ஏறியது. அங்கிருந்து மிரட்சியுடன் அவனைப் பார்த்துக் கொண்டிருந்த, பச்சைப் பட்டுப்பாவாடை உடுத்திய அந்தக் குழந்தை, "அம்மா இங்க வந்து பாரு ஒரு பைத்தியம்" எனத் திறந்திருந்த கதவின் வழியாகத் தன் தாயை அழைத்துச் சொன்னதைப் பரமன் கேட்டான்.

பரமன் ஒரு பைத்தியம் என்பதை முதலில் கண்டுகொண்டதும் அதை இந்த உலகுக்கு அறிவித்ததும் பச்சைப் பட்டுப் பாவாடை உடுத்திய அந்தக் குழந்தைதான்.

ஜூலை 2015

உயிர்த்தெழுதலின் சாபம்

ஒன்று

முனியின் தீர்த்தம் சுமந்த கலசத்தோடு அவன் சொல்லிக் கொடுத்திருந்த மந்திரத்தின் புதிரான வாக்கியங்களை முணுமுணுத்தபடி குன்றிமணிகள் சிதறிக் கிடக்கும் வனத்தின் புதர் மண்டிய ஒற்றையடிப் பாதைகளின் வழியே மூச்சிரைக்க நடந்தான் நல்லான். நல்லவேளையாக மழை பெய்திருக்கவில்லை. பெய்திருந்தால் வெள்ளம் குன்றிமணிகளை அடித்துக்கொண்டு போயிருந்திருக்கும், வழியைத் தவறவிட்டிருப்பான் நல்லான். தன் ஏழு பிள்ளைகளோடு கானகத்துக்குள் சென்றிருந்த தங்கை நல்லாள் வழி நெடுகவும் குன்றிமணிகளைத் தூவிப் போயிருந்தாள். அண்ணனுக்கும் தங்கைக்கும் அது பால்யத்தின் ஒரு விளையாட்டு.

எண்ணற்ற நாவல் மரங்களும் பட்டாம்பூச்சிகளும் வாழும் காடு. பட்டாம்பூச்சி பிடிப்பதற்காகவும் நாவல் பழம் பறிப்பதற்காகவும் வனத்தின் அடர்ந்த பகுதிகளுக்குள் பொழுதெல்லாம் சுற்றித் திரிவார்கள் இருவரும். பல தருணங்களில் தன்னந்தனியளாகக் காட்டுக்குள் போய்விடுவாள் நல்லாள். வழியெங்கும் அடிக்கொரு குன்றிமணியைத் தூவிச் சென்றிருப்பாள். கருத்த தலையும் சிவந்த உடலும் கொண்ட குன்றிமணிகள். அவற்றைக்கொண்டு காட்டின் எந்த மூலையில் இருந்தாலும் அவளைக் கண்டுபிடித்துவிடுவான் நல்லான். அவள் தூவிச் சென்ற குன்றிமணிகளை ஒவ்வொன்றாகப் பொறுக்கி மடியில் சேர்த்துக்கொண்டே அவை அழைத்துச் செல்லும் பாதையைப் பற்றி நடப்பான். குன்றிமணிகள் முடிவுறும் இடத்தில் நாவல் பழத்தின் ஊதா நிறச் சிரிப்புடன் தென்படுவாள் நல்லதங்காள். சில தருணங்களில் ஏதாவதொரு புதருக்குள் பதுங்கி நின்று பறவைகளை வேடிக்கை பார்த்துக் கொண்டிருப்பாள். இல்லாவிட்டால் நெருஞ்சிக் காட்டுக்குள் தும்பைச்செடிகளை அரிசேர்த்துப் பட்டாம்பூச்சி பிடித்துக்கொண்டிருப்பாள். சமயங்களில் நல்லானுக்குக் கோபம் வந்துவிடும். தேடித் திரிந்த அலைச்சலின்

விளைவாயிருக்கலாம். அவள் உருவம் தென்பட்டதும் பதுங்கிப்பதுங்கிப் பின்னால் போய் ஊஞ்சவிளாறால் அவள் முதுகில் ஒரு வீசு வீசிவிடுவான். தப்பியோடுபவளின் மடியிலிருந்து கனிந்த நாவல் பழங்களும் குன்றிமணிகளும் சிதறும். வானவில்லின் நிறங்களோடு பட்டாம்பூச்சிகள் பறந்து செல்லும்.

அழுதபடி வீட்டுக்கு வந்து வெகுநேரம் சிணுங்கிக் கொண்டிருப்பாள். பிறகு அவள் சிதற விட்டுவிட்டு வந்த நாவல் பழங்களையும் பட்டாம்பூச்சிகளையும் அவளுக்குத் தருவான் நல்லான். காட்டிலிருந்து அவற்றைத் திரும்பச் சேகரித்துத் தன் மடியில் கட்டிக்கொண்டு வீடு திரும்பியிருப்பான் அவன். பார்த்ததும் அழுகை பறந்தோடிவிடும் அவளுக்கு. "நல்ல அண்ணன்" எனக் கழுத்தைக் கட்டிக்கொள்வாள். தான் சேகரித்த குன்றிமணிகளை மண்கலயமொன்றிலிட்டு வேடுகட்டி யாராலும் கண்டுபிடிக்க முடியாத ரகசிய இடங்களில் பத்திரப்படுத்தி வைத்திருப்பாள்; மறைவிடங்களை அடிக்கடி மாற்றியும் விடுவாள். அவளுக்குக் கல்யாணமாகிப் புகுந்த வீட்டுக்குப் போனபின்பு தன் வீட்டிலிருந்த அப்படியொரு மண் கலயத்தைக் கண்டெடுத்திருந்தான் நல்லான். பிறகு அம்மண்கலயத்தையும் அவற்றிலிருந்த குன்றிமணிகளையும் பத்திரப்படுத்தி அவள் நினைவாக வைத்துக்கொண்டான்.

வருடங்களுக்குப் பிறகு தன் ஏழு பிள்ளைகளோடு தங்கை நல்லாள் பிறந்தகம் வந்திருந்ததையும் அலங்காரி அவளை உள்ளேவிட மறுத்துக் கதவைத் தாளிட்டுக் கொண்டதையும் கொடிய வார்த்தைகளால் அவளையும் பிள்ளைகள் எழுவரையும் நிந்தித்துத் துரத்தியதையும் அண்ணன் வந்துவிடுவான் என்ற நம்பிக்கையில் கொசுக்களின் தீராத பிடுங்கலைச் சகித்துக் கொண்டு தன் பிள்ளைகளை அணைத்துப் போர்த்தியவளாய்த் தொழுவத்தில் இரவைக் கழித்ததையும் சூரியோதயத்தில் கண்ணீரும் கம்பலையுமாய் ஊரைவிட்டு நீங்கி மிக நிராதரவானவளாகக் கானகத்திற்குள் போனதையும் வேலையாட்கள் சொல்லக் கேட்டிருந்தான் பயணம் முடிந்து ஊர் திரும்பியிருந்த நல்லான். வாசலில் உடைந்த பச்சை மண் பானையும் அவள் அடுப்பெரிக்கப் பயன்படுத்திய பச்சை வாழைத் தண்டின் கரிந்த துண்டுகளும் கிடந்தன. வெந்தும் வேகாமலும் இரைந்து கிடந்த சோற்றுப் பருக்கைகளைக் கொத்திப் பசி தீர்த்துக்கொண்டிருந்தன சில காகங்கள்.

தங்கையின் குன்றிமணிகளுள்ள மண்கலயத்தைத் தேடினான் நல்லான். தலைகீழாகக் கவிழ்ந்துகிடந்த கலயத்தினருகே சில குன்றிமணிகள் சிதறிக்கிடந்தன. பிறகு தான் கானகத்துக்குச் செல்லும் ஒற்றையடிப் பாதைக்கு வந்தான். பால்யத்தின் நினைவுகளோடு

குன்றிமணிகள் காட்டிய திசையில் ஒற்றையாக நடந்தான். கடைசியில் வந்து நின்ற இடம் ஒரு பாழுங்கிணறாயிருந்தது. பாழுங்கிணற்றையும் சிதைந்த அதன் கற்களாலான மதிலையும் மதிலைச் சுற்றிப் பதிந்திருந்த எண்ணிரண்டு கால்களின் பதற்றமான தடங்களையும் கண்டான் நல்லான். அடி வயிறு குலுங்கக் கிணற்றை எட்டிப் பார்த்தான். கிணற்றின் தெளிந்த அடிப்பரப்பில் பளீரென மின்னிற்றுத் தங்கை நல்லாளின் தாலிக்கொடி. அலையடிப்புக்கூட இன்னும் ஓய்ந்திருக்கவில்லை. கொஞ்சம் நம்பிக்கை உருவாயிற்று அவனுக்கு. காலம் கடந்திருக்க வாய்ப்பில்லை. மறுயோசனை யில்லாமல் கிணற்றுக்குள் குதித்தான். தன் வலிய புஜங்களால் பற்றியிழுத்து எட்டு உடல்களையும் வெளியில் கொண்டுவந்து கிடத்தினான். உடல்களில் இன்னும் வெதுவெதுப்பு எஞ்சியிருந்தது. வெகு பிரயாசையுடன் உள்ளங்கால்களைத் தேய்த்துச் சூடாக்கவும் குடித்திருந்த நீரை அழுத்தி வெளியேற்றவும் காற்றை ஊதிச் சுவாசத்தை மீட்கவும் அவன் மேற்கொண்ட முயற்சிகளுக்கு எந்தப் பலனும் கிட்டவில்லை. துக்கம் மேலிட அப்பாழுங்கிணற்றின் சிதைந்த மதிலின் மேல் சாய்ந்து குலுங்கிக் குலுங்கி அழுதான்.

அழுது தீர்த்தவன் பிறகு சிதறிக்கிடந்த உடல்களை மலர்த்தி வரிசையாக அடுக்க முற்பட்டான். தங்கை நல்லாளைப் புரட்டிய போது அவளுடைய வீங்கிய கை தென்பட்டது. தாளிடப்பட்ட கதவைத் தட்டித் தட்டி வீக்கம் கண்ட கைகள். அவனுக்குத் தன்னைக் கட்டுப்படுத்திக்கொள்ள முடியவில்லை. "நல்லா, எந்தங்கமே..." எனத் திசைகளதிரக் கதறினான். பிறகுதான் அவனுக்கு முனியின் நினைவு வந்தது. உயிரியக்கத்தின் ரகசியங்களை அறியும் முனைப்போடு வனங்களுக்குள் அலைந்து திரியும் முனியோடு அவனுக்கு வெகு காலமாகவே தொடர்பு இருந்தது. அவனைச் சந்தித்துவிட்டால் இக்கொடிய துக்கத்திலிருந்து விடுபட்டுவிட முடியும் எனத் தோன்றியது அவனுக்கு. எட்டு உடல்களையும் தாழை மடல்களால் போர்த்தி மூடிவிட்டு முனியைத் தேடிப் புறப்பட்டான். குன்றிமணிகளைத் தூவியபடி கானகத்தின் ஒற்றையடிப் பாதைகளில் அலைந்து திரிந்தான். நிலா வெளிச்சமுள்ள இரண்டு இரவுகளுக்கும் ஒரு பகல் பொழுதுக்கும் பிறகு அவன் முனியைக் கண்டுபிடித்தான். மூப்புற்று, நரைதட்டிச் சுருங்கிய தேகத்துடன் ஒரு பாறையிடுக்கில் சம்மணமிட்டிருந்தான் முனி. கண்களில் நீர் தளும்பத் தன் முன் வந்து மண்டியிட்டவனிடம் எதுவுமே கேட்காமல் கணப்பொழுதுக்குள் அவனுடைய செவிகளில் உயிர்ப்பிக்கும் மந்திரத்தை உபதேசித்தான் முனி. புனித நீர் அடங்கிய கலசத்தைக் கொடுத்து உடனடியாகத் திரும்பச் சொல்லி

உத்தரவிட்டவனை வணங்கி விடைபெறக்கூடத் தோன்றாமல் திரும்பினான் நல்லான். முன்னிலும் வேகம் கொண்ட நடை. தேகமெங்கும் முட்கள் கீறிய ரணம். உடல்கள் சிதைந்திருக்குமோ என்னும் கவலை அவனை அரித்தது. தீராத அச்சத்தோடு விரைந்தோடிக் கிணற்றை அடைந்தபோது உச்சிப் பொழுதாகி யிருந்தது. உடல்களைச் சுற்றி லேசான துர்நாற்றம் பரவத் தொடங்கியிருந்தது. தங்கை நல்லாளின் வலப்புற நாசியினுள்ளிருந்து வெகு சிரமப்பட்டு வெளியேறி றெக்கைகளை உதறிப் பறந்தது ஒரு கருவண்டு.

உயிர்ப்பறவையோ?

பதற்றம் மேலிட எல்லா உடல்களின் மீதும் புனித நீரைத் தெளித்தான். பிறகு எட்டு உடல்களையும் வலம் வந்து முனி சொல்லிக்கொடுத்திருந்த மந்திரங்களை ஓயாமல் உச்சரித்துக் கொண்டிருந்தான். வெகு நேரமாயிற்று. உடல்களில் அசைவில்லை. பூமி சுழன்றுகொண்டிருந்தது. தன் இயல்பான வேகத்தைக் காட்டிலும் பன் மடங்கு அதிக வேகமாய்த் தட்டாமாலை சுற்றிற்று. நொடிக்குள் பகல் மறைந்து இரவாயிற்று. இரவும் ஒரு நொடியே. மற்றொரு நொடி மறுநாளின் சாயங்காலமாயிருந்தது. மனத்திற்குள் மூர்க்கமாகப் புரண்டன அவனது பால்யத்தின் நினைவுகள். தங்கையுடன் வனத்தில் அலைந்து திரிந்த நாட்களை நோக்கிச் சுழன்று சென்ற நினைவுகளுக்குள் மூழ்கியவன் முனியின் மந்திரங்களையும் மறந்தான். பிறகுதான் அவனுக்குத் தங்கையின் அழைப்புக் குரல் கேட்டது.

"அண்ணா!"

"அண்ணா... அண்ணா!"

கண் திறந்து பார்த்தபோது தங்கை நல்லாளும் அவளுடைய ஏழு பிள்ளைகளும் தன்னைச் சூழ்ந்து நின்றுகொண்டிருப்பதைப் பார்த்தான். பால்யத்தின் பேதமையும் குதூகலமும் நிரம்பிய முகத்துடன் அவனைப் பார்த்துச் சிரித்தாள் அவள். "நல்லா, என் தங்கமே, உனக்கும் பிள்ளைகளுக்கும் ஒண்ணும் ஆகலியே?" கண்களில் நீர் பெருக அவர்களை ஒரு சேர அணைத்தான்.

"கொஞ்சம் இரு அண்ணா வர்றேன்?" என அவன் கைகளை விலக்கித் தன்னை விடுவித்துக் கொண்டு ஓடைக்கரையை நோக்கிக் குதூகலத்துடன் ஓடினாள் தங்கை. குழந்தைகள் ஆரவாரக் கூச்சலிட்டு அவளைப் பின்தொடர்ந்தனர். தானும் அவர்களைப் பின்பற்றி ஓடைக்கரைக்கு வந்தான் நல்லான். ஓடையின் தெளிந்த நீரைக் குடித்துத் தாகம் தீர்த்துக் கொண்டார்கள் எல்லோரும்.

அதன் கரையோரப் புதர்களெங்கும் விதவிதமான நிறங்களில் பறந்து திரிந்துகொண்டிருந்தன சின்னஞ்சிறிய வண்ணத்துப்பூச்சிகள். "அம்மா எங்களுக்குப் பட்டாம்பூச்சி புடுச்சுத் தா!" எனத் தாயின் கால்களைக் கட்டிக்கொண்டனர் பிள்ளைகள்.

தும்பைச் செடி பிடுங்கி அரிசேர்த்துப் பட்டாம்பூச்சி பிடிக்கும் சிறுமியானாள் தங்கை நல்லாள். பாறையொன்றின் மேலமர்ந்து அவர்களை வேடிக்கை பார்க்கும் சிறுவனானான் நல்லான்.

மடி நிறைந்த பட்டாம்பூச்சிகளுடன் அவனருகே வந்தாள் தங்கை. பிள்ளைகளுக்குச் சந்தோஷம் தாளவில்லை. ஒவ்வொருவரும் கைக்கிரண்டு பட்டாம்பூச்சிகளைப் பிடித்துக்கொண்டனர். பட்டாம்பூச்சிகளைப் பிணைத்து விளையாடுவதற்காகத் தன் சேலைத் தலைப்பிலிருந்து நூல்களைப் பிரித்துப் பிள்ளைகளுக்குக் கொடுத்தாள் நல்லதங்காள். மீதமிருந்த வண்ணத்துப்பூச்சிகள் பூவென நினைத்து அவளது உடலை மொய்த்தன. நீண்ட கூந்தலில் ஒரு பூச்சரம் போல் ஒட்டிக்கொண்டன. நாசிகளின் மீதும் காது மடல்களிலும் ஊர்ந்து திரிந்தன. கூச்சம் தாளாமல் சிரித்தாள் நல்லாள். நல்லானுக்கோ பதற்றம்.

"நேரமாச்சு! புறப்படு நல்லா போகலாம்."

"எங்க அண்ணா?" என ஏதுமறியாதவளாய்க் கேட்டாள் தங்கை.

"வீட்டுக்குத்தான் நல்லா, வேறெங்க?"

"யாரோட வீட்டுக்கு அண்ணா?" "இதென்ன கேள்வி நல்லா? நம்மோட வீட்டுக்கு" என்றான் குழப்பத்துடன். அவளுடைய கேள்வியின் அர்த்தம் புரியவில்லை அண்ணனுக்கு. தங்கையோ மௌனமாக நின்றாள். அவளுக்கு முகம் இருண்டது. நெடிய பெருமூச்சொன்றும் வந்தது. பிறகு சொன்னாள்:

"என்னுடையதும் உன்னுடையதுமெனப் பொதுவான அடையாளமுள்ள வீடு இப்போது எதுவுமில்லை அண்ணா" சொல்லி முடித்தபோது அவளுக்குக் கண்கள் பனித்திருப்பதைப் பார்த்தான் அவன். அதற்குள் அவளுடைய ஏழு பிள்ளைகளும் வந்திருந்தனர். அவர்களுக்குத் தெரியாமல் மிக ரகசியமாகக் கண்களைத் துடைத்துக்கொண்டு சிரித்தாள்.

"விளையாட்டெல்லாம் முடிஞ்சுதா?"

"அம்மா எங்களுக்குப் பசிக்குது" என்றனர் பிள்ளைகள்.

"நா உங்களுக்கு நவாப்பழம் பறிச்சுத் தாறேன்" என எல்லோரையும் அப்பாழுங்கிணற்றை ஒட்டியிருந்த முதிர்ந்த நாவல்

மரத்துக்கு அழைத்துச் சென்றாள். பிள்ளைகளுக்குத் தாளாத உற்சாகம். ஒருவன் மரத்தின் மீதேற முயன்றான். "பொறுங்க" எனத் தடுத்துச் சேலையைச் சுருட்டித் தார்பாய்ச்சு கட்டிக்கொண்டு தானே மரத்தில் ஏறினாள் நல்லதங்காள். நல்லான் பயந்தான். "தங்கா இரு. நான் பறிச்சுத் தாறேன்" என ஓடி வந்தான். "கீழ விழுந்துருவே சாமீ..."

தங்கை நல்லாள் சிரித்தாள். அதற்குள் மரத்தின் மீதேறிக் கனிகள் அடர்ந்து தொங்கும் கிளைகளை எட்டியிருந்தாள்.

"இது என்னோட மரமாக்கும் அண்ணா. இதனோட முதல் பழங்கள நான் பறிச்சுத் தின்னிருக்கேன்" பிறகு அவள் அடிமரத்தைச் சூழ்ந்து நிற்கும் தன் பிள்ளைகளைப் பார்த்துக் கேட்டாள். "உங்களுக்கெல்லா சுட்ட பழம் வேணுமா? சுடாத பழம் வேணுமா? சொல்லுங்க கண்ணுகளே!"

"சுட்ட பழமே வேணும்!" எனக் கத்தினார்கள் பிள்ளைகள்.

கிளைகளை மிதித்து உலுக்கினாள். பொலபொலவென்று உதிர்ந்தன கரிய நிறம் கொண்ட நாவற்பழங்கள். "எனக்குச் சுடாத பழம் வேணும் நல்லா!" எனத் தானுமொரு பிள்ளையாய் மாறிக் கத்தினான் நல்லான். துவர்ச் சுவைகொண்ட சிவந்த பழங்களைப் பறித்து மடியில் கட்டிக்கொண்டு கீழே குதித்தாள் நல்லாள். பிறகு அண்ணனும் தங்கையும் பாறையின் மேல் கால் நீட்டி உட்கார்ந்தபடி நாவல் பழம் சாப்பிட்டார்கள்.

"உனக்கு ஞாபகமிருக்கா அண்ணா நம்மோட பால்யம்?"

"நம் பால்யம் சம்பந்தப்பட்ட எதையுமே எனக்கு மறக்க முடியாது நல்லா!"

"அதிகாலை நேரங்கள்ல ரண்டு பேரும் நம் தகப்பனாரோடு வயலுக்குப் போவோமே அண்ணா"

"தகப்பனார் காளைகளைப் புடுச்சுக்கிட்டு முன்னால் போவார். அவரோட காலடிச் சுவடுகளப் பிடிச்சுக்கிட்டு நாம பின்னால நடப்போம். எனக்கு ஞாபகமிருக்கு நல்லா..." என்றான் நல்லான். அவனும் பால்யத்தின் நினைவுகளில் மூழ்கிப் போனான்.

"அவரோட தோள்கள்ல கலப்பை இருக்குமே அண்ணா!"

"விதைக்கூடயச் சொமந்துக்கிட்டு பின்னால வருவா நம் அம்மா. அதுல நம் எல்லோருக்குமான உணவு இருக்கும். பிரிய மனமில்லாம கூடவே நடந்துவரும் நம்மோட நாய்க்குட்டி. ஞாபகமிருக்கா உனக்கு அந்த நாய்க்குட்டியெ?"

"வயல்ல நம்ம ரண்டு பேருக்கும் சண்டை வரும்."

“ஒவ்வொண்ணுலயும் உனக்கு என்கூடப் போட்டி. கலப்ப பிடிக்கறதுலகூட உனக்கு விருப்பம் நல்லா. அம்மா தடுப்பாள். அதெல்லாம் பெண் பிள்ளைகளோட வேலையில்லையென்பாள். நீ கேக்க மாட்டே. கழனி அடிக்கறதுலயிருந்து கதிரறுக்கறது வரைக்கும் எல்லாத்திலேயும் உன்னோட பங்கிருக்கணும்னு நெனைப்பே. இந்த மண்ணோட ஒவ்வொரு துகள்லயும் உன் வேர்வை இருக்கு நல்லா”

“நம் இருவருடையதுமான வேர்வை அண்ணா!”

“உன்னோட ரத்தமும் கலந்த பூமி இது நல்லா. பல சமயங்கள்ல உனக்குக் காயம்பட்டிருக்கே?”

“நம் இருவருடையதுமான ரத்தம் அண்ணா. உனக்கும் காயம் பட்டிருக்கு”

“இது நம்மோட நிலம்!” என்றான் அண்ணன். அவனுக்குக் குரல் தளும்பிற்று.

“ஆனா அப்படியில்லையே அண்ணா! இப்போ இது உனக்கு மட்டுமேயான நிலம். அதைத்தான் நேத்து எனக்குச் சொன்னா உன் மனைவி. இந்த நிலத்தோட ஒரு தானிய மணிகூட எனக்கு உரிமையில்லாததாப் போச்சே அண்ணா. நான் பொறந்து, தவழ்ந்து, நடைபழகி வளர்ந்த வீடு அது. அதுக்கு ஏழு கதவுகள். ஏழுல ஒண்ணுகூட எனக்காகவும் என் கொளந்தைகளுக்காகவும் தெறக்கலியே. பசித்த வயிறுகளோட நா என் கொளந்தைகளக் கூட்டிக்கிட்டு இந்தப் பாழுங்கெணத்தத் தேடி வரும்படி ஆயிடுச்சே அண்ணா!”

தாள முடியாமல் குலுங்கியழுதாள் தங்கை. நல்லான் தவித்தான். அவனுக்கும் கண்ணீர் தளும்பிற்று. ரத்தம் கொதித்தது. “நா அவளப் பழி தீர்ப்பேன்!” என எழுந்து நின்றான்.

“யார, யார அண்ணா நீ பழி தீர்க்கப் போறே? தொட்டுத் தாலி கட்டுன உன்னோட பெண்டாட்டியையா?”

“அவ காரணம், இந்தக் கொடுமைகளுக்கெல்லாம்!”

“அவ செஞ்ச தப்பென்ன அண்ணா?” எனக் கேட்டுச் சிரித்தாள் தங்கை.

“அவளுக்கு அது அவளோட வீடு. பாவம், பேதை அவ, உலக நியதி அதுதானே? பெண்ணுக்குப் பிறந்த வீடு சாசுவத மில்லைங்கறதுக்கு நான் சாட்சி. புகுந்த வீடும் சாசுவத மில்லைங்கறதுக்குச் சாட்சியா அவள உருவாக்கிடாத அண்ணா! தன் கற்பனைகளோட வாழ்ந்துட்டுப் போக அவள விட்டுடு.”

குரலில் சொல்ல முடியாத தெளிவு, நம்ப முடியாத தீர்மானம். உயிர்த்தெழுந்ததன் விளைவோ?

"சரி புறப்படு நல்லா, வீட்டுக்குப் போகலாம். நீ வந்தா எனக்குப் பால்யம் திரும்பும். எனக்குமொரு உயிர்த்தெழுதலாயிருக்கும் நல்லா அது. வீட்டுக்கு வா, உன் பிள்ளைகள் விளையாடப் புள்ளிமான் பிடிச்சுத் தாறேன். பேசி மகிழப் பைங்கிளிகள் கொண்டு வாறேன்" எனத் தன் துக்கம் மறந்து பால்யத்திற்குத் திரும்பினான் அண்ணன்.

"ஆச காட்டிப் பாக்கறயா?" எனச் சிரித்தாள் தங்கை.

"எந்த உரிமையோட நா அங்க வருவேன்? எத நெலநாட்டறதுக்காக நா அங்க திரும்பட்டும்? கேக்கறவங்களுக்கு நானோ நீயோ என்ன பதிலச் சொல்ல முடியும்? அவமானம் எனக்கு மட்டுமா இருக்கப் போறதில்ல. தீராத குற்ற உணர்வுக்கு நானும்கூட இரையாகும்படி நேரலாம் அண்ணா. என்ன மன்னிச்சுடு!"

துக்கம் தொண்டையை அடைத்தது தமையனுக்கு.

"இந்த வனத்துல உன்னையும் கொளந்தைகளையும் நிராதரவா விட்டுட்டுப் போகச் சொல்றயா நல்லா? அது எனக்கு எப்படி முடியும்?"

தங்கை புன்னகைத்தாள்.

"நா நிராதரவா இல்ல அண்ணா! எனக்கு என்னோட ஏழு பிள்ளைகள் இருக்காங்களே! எங்களுக்கு இனிச் சாவும் இல்ல. முனி, உனக்குச் சொன்ன மந்திரத்தின் ரகசியம் எனக்கும் தெரியும். பொளச்சு வந்தா மறுபடிச் சாவு கெடையாது. அது தெரிஞ்சும் நீ எங்கள உயிர்ப்பிச்சே. இது எங்களுக்குத் தீராத சாபம். இந்தச் சாபத்தச் சொமந்துக்கிட்டு எங்களத் தனியே அலைய விடு அண்ணா."

பிறகு தன் ஏழு பிள்ளைகளோடும் வனத்தின் அடரிருளுக்குள் சென்று மறைந்தாள் நல்லதங்காள். அவன் மன்றாடினான்; கதறினான். எதற்கும் இரங்காத மனம் கொண்டவளாயிருந்தாள் அவள். போகும்போது அவள் தன் அண்ணனிடம் தானும் குழந்தைகளும் உயிர்த்தெழுந்ததைக் குறித்து உலகுக்குச் சொல்லிவிடாதிருக்க ஒரு வரம் பெற்றாள்.

"இந்த மரணங்கள் வீணாயிரக் கூடாது அண்ணா. உலகம் இத நெனச்சுக்கிட்டே இருக்கக்கூடும். அவமானப்படட்டும்! குற்ற உணர்வால் தவிக்கட்டும்! எங்களோட இந்த வாழ்வையும் மரணத்தையும் வெச்சுப் பல கேள்விகள் உருவாகட்டும் அண்ணா!

பிறகு கொடிய துன்பங்களுக்கு ஒரு முடிவு கிட்டும். அப்பக் கூப்பிடு, வாறேன். யாருக்கும் சொல்லீடாத அண்ணா!"

வரமோ, சாபமோ!

சித்தம் கலங்கியவனாய் ஊர் வந்து சேர்ந்தான் நல்லான். அவள் கேட்டுக்கொண்டபடி யாருக்கும் எதையும் சொல்லவில்லை. ஆனால் தன் சபதப்படி மனைவியைக் கண்டதுண்டமாக வெட்டிக் கொன்றான். அலங்காரிக்கும் அது ஒரு விடுதலை. நல்லதங்காளும் அவளுடைய ஏழு பிள்ளைகளும் பாழுங் கிணற்றுக்குள் விழுந்து உயிரை மாய்த்துக் கொண்டார்கள் என்பதை இடையர்கள் சொல்லக் கேட்டுத் தீராத குற்ற உணர்வுக்கு இரையாகித் துன்பப்பட்டுக் கொண்டிருந்தாள் அவள்.

இரண்டு

அவளது சாபம் பிறகு பலித்தது. பல வருடங்களுக்கு மழையே இல்லை. நதிகளும் குளங்களும் வறண்டன. ஒரு துளி நீர் காணாமல் நிலம் பாலையாயிற்று. அப்பாழுங்கிணறு கூட வற்றிவிட்டது. ஊர் படும் துன்பத்தைக் காணச் சகிக்கவில்லை. முன்பு அவளையும் அவளது ஏழு பிள்ளைகளையும் புக்ககத்திலிருந்து பிறந்தகத்திற்குத் துரத்தியதைவிடக் கொடியதாயிருந்தது இந்தப் பஞ்சம். அவளது சாபத்தின் விளைவு. சினம் தணிந்து அவள் இரக்கம் கொண்டாள். வனத்தில் தென்பட்ட இடையனொருவனை அழைத்து அவனுக்குத் தன் சாபம் குறித்துச் சொன்னாள்.

பிறகு விழித்துக்கொண்டு மளமளவென்று பரிகாரத்தில் இறங்கியது ஊர். ஊர் எல்லையில் அவளுக்கொரு கோயில் கட்டினார்கள். அவளுக்கும் அவளுடைய ஏழு பிள்ளைகளுக்கும் உருக்கள் செய்துவைத்துக் கும்பிட்டார்கள். உலகம் அப்பாழுங் கிணற்றுக்கு அவள் பெயரைச் சூட்டியது. ஒரு புலவன் அவளுடைய கதையைப் பாடல்களாக வடித்தான். ஊர் ஊராகப் போய் அவளுடைய கதையைச் சொல்லிப் பிழைப்பைத் தொடங்கினான், அதைப் படித்த ஒரு நாவிதன். விடியவிடியக் கேட்டு ஓயாமல் அழுது தீர்த்து சாபத்திலிருந்து தப்பியது உலகம். மழை பெய்தது. வருடங்களுக்குள் செழிப்பை மீட்டுக்கொண்டது பூமி. பிறகு ஒவ்வொரு ஊரிலும் அவள் நினைவாக ஒரு கோயிலையும் அதனருகில் ஒரு பாழுங்கிணற்றையும் உருவாக்கி வழிபட்டது உலகம்.

பத்தினிப் பெண்கள் எல்லோருக்கும் அவள் ஒரு தேவதையானாள். பஞ்சத்தையும் பசியையும் பட்டினியையும் தாள

முடியாத துயரங்களையும் சகித்துக்கொள்ள வரம்கொடுக்கும் தேவதை. கொடிய பஞ்சங்களுக்கு நல்லதங்காள் பஞ்சம் எனப் பெயர் சூட்டினார்கள். பாசமுள்ள அண்ணன்மார்களை நல்லானெனவும் அவர்களது பெண்டாட்டிகளை மூளி அலங்காரி எனவும் அழைத்தார்கள். இவை எதையும் அறியாதவளாய்த் தன் பிள்ளைகளோடு கவலைகளற்று வனத்தில் திரிந்து கொண்டிருந்தாள் நல்லதங்காள். பிள்ளைகள் புள்ளிமான்களோடு விளையாடிக் களித்தனர்; பைங்கிளிகளோடு பேசிச் சிரித்தனர்.

மூன்று

யுகங்களாயிற்று.

நல்லதங்காளுக்குக் காடு சலித்தது. மனிதர்களைப் பார்க்க வேண்டுமென்ற ஆசை உண்டாயிற்று அவளுக்கு. எத்தனை யுகங்களுக்குத்தான் கிளிகளோடு பேசிக்கொண்டிருக்க முடியும்? தவிர யுகங்களுக்குப் பிறகு உலகம் எப்படியிருக்கிறதெனப் பார்க்கவும் ஆசை. அவள் கற்பனையில் உலகம் வேறுவிதமாக உருவாகியிருந்தது. தன் வாழ்வு இப்போது யாருக்கும் நம்ப முடியாததாயிருக்குமென நினைத்தாள். முதலில் அவள் அப்பாழுங்கிணற்றையும் ஊர் அவளுக்காகக் கட்டி வைத்த கோயிலையும் பார்க்க விரும்பினாள். பிறகு தாய் வீட்டையும் பார்க்க வேண்டும். யுகங்கள் கழிந்தாலும் சொந்தம் சொந்தந்தானே! ஒரு சாயங்காலத்தில் தன் ஏழு பிள்ளைகளோடு வனத்தைவிட்டு வெளியே வந்தாள். அப்போது அவள் மனத்தில் ஒரு குறையுமில்லை. பதற்றமோ அச்சமோ இன்றி மிகச் சுதந்திரமானவளாகத் தான் வாழ்ந்த ஊரை நோக்கி நடந்தாள்.

அப்பாழுங்கிணற்றை அவளால் பார்க்க முடியவில்லை. அது இருந்த இடத்தில் ஒரு குடியிருப்பு இருந்தது. அதனால் என்ன? பழையனவற்றின் தடயங்களை அவள் பார்க்க வேண்டியதில்லை. ஊர் முற்றாக மாறியிருந்தது. உள்ளுணர்வின் துணையில்லாமலிருந்திருந்தால் அவளால் அதை அடையாளம் கண்டுபிடித்திருக்கக்கூட முடியாதுதான். ஆனால் ஊருக்கு வெளியே கைவிடப்பட்டு உருக்குலைந்து கிடந்த ஒரு துண்டு நிலத்தில் அவள் அக்கோயிலைக் கண்டுபிடித்தாள். கோயிலும் உருக்குலைந்திருந்தது. புதர் மண்டிய கோயிலுக்குள் சிதறிக்கிடந்த அவளுடையதும் அவளுடைய ஏழு பிள்ளைகளுடையதுமான மண் உருக்களை அவள் பார்த்தாள். பிள்ளைகளில் இருவருக்குச் சிரசே இல்லை. பிள்ளைகளை அணைத்துக்கொண்டு அவள் நடுவில் நின்றாள். ஒவ்வோர் உருவத்தையும் எதிரில் நிற்க வைத்துக்கொண்டு

செய்ததைப் போல மிகச் சிரத்தையாக வடித்திருந்தான் குயவன். அவளுடைய உருவில் ஒரு கை இல்லை. அவிழ்ந்து தொங்கும் கூந்தல்; விரிந்தகன்ற கண்களில் நிராதரவின் துக்கம்; இடக்கையின் அணைப்புக்குள் மூன்று பிள்ளைகள். மற்ற நால்வரையும் அணைத்திருந்த வலக்கையைத்தான் காணவில்லை. அவளுக்கு அதைக் காண வேண்டுமென்ற விருப்பமுண்டாயிற்று. அவளும் பிள்ளைகளும் சேர்ந்து புதர்களுக்குள்ளிருந்து அதை மீட்டெடுத்தார்கள். பிள்ளைகள் அதைத் தொட்டுப் பார்த்தார்கள்; ஆசையாக வருடிக்கொடுத்தார்கள். ஒருவன் தன் தாயின் கரத்தோடு உடைந்த அத்துண்டைப் பொருத்திப் பார்த்தான். அச்சில் வார்த்தெடுத்தது போல் கச்சிதமாகப் பொருந்தியது. எனினும் ஒரு சிறு குறை. அதன் பாதம் பெருத்திருந்தது. அறியாமல் செய்த பிழையாயிருக்க முடியாது. வேறெதுவாயிருக்கும் காரணம் என யோசித்தாள். பிறகே அவளுக்கு யுகங்களுக்கு முன்பு தன் தாய் வீட்டின் கதவுகளைத் தட்டித்தட்டித் திறக்கக் கேட்ட போது வலக்கையில் ஏற்பட்ட வலியும் வீக்கமும் நினைவுக்கு வந்தன. வீங்கிய கை பின்பு ஆறிவிட்டது. ஆனால் குயவன் அதை மறக்கவில்லை. அண்ணன் சொல்லியிருப்பானோ? மறுபடியும் பழையனவற்றின் நினைவுகளா? வேண்டாம்!

ஊர் தலைகீழாக மாறியிருந்தது. மிக நாகரிகமான தெருக்கள். அதைவிடவும் நாகரிகமான வீடுகள். ஆனால் கதவுகளின் அமைப்பில் ஒரு மாற்றமும் இல்லை. எல்லாக் கதவுகளுக்கும் தாழ்ப்பாள்கள். அது ஒரு கொண்டாட்டங்களுடைய நாளாயிருக்க வேண்டும். வீதிகளில் தாள முடியாத நெரிசல். எங்கும் புத்தாடைகளால் வனப்பூட்டப்பட்ட உடல்கள். சந்தோஷத்தால் பூரித்த முகங்கள். திசைகளெங்கும் குதூகலத்தின் முழக்கம்; சிரிப்பின் எக்காளம். எவரொருவரின் கண்களிலும் சோகத்தின் நிழல் தென்படவில்லை.

யுகம் முடிந்துவிட்டது. கொடிய துயரங்களின் யுகம். அப்பாழுங் கிணற்றுக்குள் அவளோடு மூழ்கிவிட்டது மனித குலத்தின் துயரம். சாபம் நீங்கிப் பொலிவுபெற்ற ஒரு யுகத்தினுள் அவள்தான் புதிதாக நுழைந்திருக்கிறாள். அவளும் அவளுடைய ஏழு பிள்ளைகளும், நல்லதுதான். உலகம் இனி அவளை நினைக்க வேண்டாம். கதவடைத்து அவர்களைப் பாழுங்கிணற்றுக்குத் துரத்திய அலங்காரியை நினைக்க வேண்டாம். துயரத்தின் ஒரு சின்னமான அந்தப் பாழுங்கிணற்றையும் நினைக்க வேண்டாம். சிதிலமடைந்த அவளுடைய கோயிலுக்கும் உருக்குலைந்து கிடக்கும் அவளுடைய சிற்பங்களுக்கும் இனி ஒரு தேவையுமில்லை. எல்லாம் கதை,

பழங்கதை, அதையுங் கூட இனி யாரும் யாருக்கும் சொல்ல வேண்டியதில்லை.

ராட்டினங்கள் சுழன்றுகொண்டிருந்தன. சுழலும் மரக் குதிரைகளின் மீது சவாரி செய்துகொண்டிருந்தனர் குழந்தைகள். பார்த்துக்கொண்டிருந்த தாய்மார்களின் உடல்களின் பூரிப்பின் துள்ளல். அவளுடைய ஏழு பிள்ளைகளும் அதை ஆச்சரியத்துடன் வேடிக்கை பார்த்தார்கள். ராட்டினத்தில் சவாரி செய்ய அவர்களுக்கும் ஆசை போலிருக்கிறது. பிறந்ததிலிருந்து கானகத்தில் அலைபவர்களாயிற்றே! அண்ணன் இருந்திருந்தால் பொன்தரி கட்டியிருப்பான். "கொளந்தைகளுக்கு ராட்டினத்துல சுத்தணும்னு ஆச போல இருக்குது. உக்கார வெய்யி தாயி!" என்றான் ராட்டினக்காரன். அவள் தயங்கினாள். ஆனால் அவன் அழைப்பை ஏற்றுப் பிள்ளைகள் தொற்றிக்கொண்டார்கள். ராட்டினம் சுழன்றது. அதன் அச்சில் இணைக்கப்பட்ட பிரும்மாண்டமான குடை மெள்ள அசைந்தது. பிள்ளைகள் சிரித்தார்கள். இளையவனின் முகத்தில் லேசான மருட்சி. மூத்தவன் தைரியமூட்டினான். குதிரையின் கடிவாளத்தை இழுத்துப் பிடித்திருந்த பாங்கில் ஒரு வீரன் தென்பட்டான். பால்யத்திலேயே குதிரையேற்றம் பழகியவனாயிற்றே! பிள்ளைகளை அப்பாழுங் கிணற்றுக்குள் ஒவ்வொருவராகத் தூக்கிப் போட்டபோது அவன்தான் தடுத்தான். "நா உங்க எல்லோருக்கும் சோறு போடுவேன். எனக்கு உழைக்க முடியும். தைரியமா இரு அம்மா. இந்தப் பாவத்தச் செய்யாதே!" என அப்போது கதறியவன் அவன்தான்.

"நீயும் வந்து உக்காரு அம்மா" என அழைத்தார்கள் குழந்தைகள். அவள் வெட்கினாள். கண்களில் ஆவல் மின்னியது. அச்சைக் கைப்பற்றி நிறுத்தினான் ராட்டினக்காரன்.

"வா அம்மினி, வந்து உக்காரு"

"நா கொளந்தையில்லையே!"

"ராட்டினத்துல உக்காந்தா எல்லோருமே கொளந்தைங்கதான் அம்மினி!"

மிகத் தயக்கத்துடன் அவள் ஒரு குதிரையின் மேல் ஏறி அமர்ந்தாள். சுமை தாளாமல் குதிரை திணறியது. கழுத்தைத் திருப்பி அவளைப் பரிதாபமாகப் பார்த்தது. அசைவற்று நின்றது ராட்டினம். சுழற்ற முடியாமல் ராட்டினக்காரனும் திணறினான். பிணங்களைப் போலல்லவா கனக்கிறார்கள்! வேடிக்கை பார்க்கத் திரண்டு நின்றவர்களுக்கு விழி பிதுங்கி நின்ற ராட்டினக்காரனைப் பார்க்கச் சிரிப்புத் தாளவில்லை.

"நா எறங்கிக்கிறேனே?" என்றாள் வெட்கத்துடன்.

"வேண்டாம், எனக்குப் போதிய வலுவிருக்கு!"

தோள்களைத் தட்டிக்கொண்டான். அது அவனுக்கு ஒரு சவாலாயிற்று. மூச்சைப் பிடித்து விசையை இழுத்தான். அச்சு நடுங்கியது. அவனுக்குப் புஜங்கள் இறுகின. கண்கள் கூர்ந்தன. நரம்புகள் புடைத்தன. "ஹோவ்!" எனக் கூச்சலிட்டுக் கொண்டே கால்களால் தரையை உதைத்தான். ராட்டினத்தின் மரக்குதிரைகள் பாரம் தாளாமல் கனைத்தன. பிறகு ராட்டினம் பணிந்தது. பிரும்மாண்டமானதொரு பல்லியைப் போல அசைந்தது. பிள்ளைகள் குதூகலமிட்டுத் துள்ளினர். மரக்குதிரையின் முதுகிலமர்ந்து அவளும் தன் பால்யத்தை நோக்கிச் சுழன்றான். விர்ரென்று குடை விரித்துச் சுற்றத் தொடங்கியது ராட்டினம். களி தாளாமல் பிள்ளைகள் ஊளையிட்டார்கள்.

பால்யத்தில் அவளும் இதேபோல் ராட்டினம் சுற்றியிருக்கிறாள். இதனின் மூன்றில் ஒரு பங்கு பெறாத வடிவம். அதற்கே அவளுக்குத் தலை கிறுகிறுத்துப் போய்விடும். வேண்டாமென அழுவாள். அண்ணன்தான் கட்டாயப்படுத்தி ஏற்றிவிடுவான். ராட்டினம் சுற்றத் தொடங்கியதும் அவளுக்கு உற்சாகம் பிறந்துவிடும். அண்ணன் கீழே நின்று அவள் ஒரு பறவையைப் போலச் சிறகு விரித்துப் பறப்பதை வேடிக்கை பார்த்துக் கொண்டிருப்பான். குதிரையிலிருந்து அவள் சிரிப்பாள். சர்ரென்று சுற்றிவந்து தன்னை மோதுவதுபோல் சரிந்து செல்லும் பெட்டிகளைக் கண்டு அண்ணன் பதற்றமடைவான். பிறகு அது பைத்தியமாகிவிட்டது. வனத்தின் மீதும் பட்டாம் பூச்சிகளின் மீதும் கொண்ட பைத்தியத்தைப் போல் ராட்டினத்தின் மீதும் பைத்தியம் கொண்டவளானாள் அவள்.

பிள்ளைகளின் ஆரவாரம் காதைப் பிளந்தது.

யுகங்களாய் வனங்களுக்குள் அலைந்து திரிந்த பிள்ளைகளுக்கு அது தாள முடியாத சந்தோஷம். பிள்ளைகளிடமிருந்து அவற்றின் குழந்தைமையைப் பறித்துக்கொண்டு விட்ட குற்றத்தைத் தான் இழைத்துவிட்டதாக அவளுக்குத் தோன்றியது. கானகத்திற்கு அப்பாழுங்கிணற்றை நோக்கிச் சென்றதற்குப் பதில் ஒரு தாயாக வேறு முடிவை எடுத்திருக்க வேண்டுமோ என யோசித்தாள். கண்காணாத இடத்துக்குப் போய் எப்பாடுபட்டாவது அவர்களை வளர்த்து ஆளாக்கியிருக்கலாம்.

அவர்கள் ராட்டினம் சுற்றுவதைப் பார்க்கப் பெருங்கூட்டம் திரண்டிருந்தது. "இந்தப் புள்ளைங்களப் பாரு. கண்ணுப் பட்டுடுமாட்ட இருக்குது!"

“இதுங்களோட தாய் இன்னைக்கு இதுகளுக்குச் சுத்திப் போடுவா!”

“ஏழும் ஒண்ணக் கண்டாப்பல! ஒரு தாய் வயித்துப் பிள்ளைங்க போல இருக்குது!”

“அதோ, அந்தக் குதிரை மேல உக்காந்திருக்கறாளே, அவதான் தாயா இருக்கும். புள்ளைங்களப் பார், அவள அச்சுப் புடுச்சாப்பல பொறந்திருக்குது!”

“இதுகளப் பாத்தா இந்தப் பக்கத்தச் சேந்ததுகளாத் தெரியல. நெறமுங்கூட இங்கத்த நெறம் இல்ல.”

“அந்தப் புள்ள குதிரைல உக்காந்திருக்கற தினுசப் பாரு? தேசிங்கு ராசாவாட்டம் இருக்கான். மொகத்துல ராஜ கள வீசுது.”

“அவளுமொரு ராணி மாதிரிதானிருக்கா...!”

“வனராணியாயிருக்கும். போட்டிருக்கற உடுப்புகளப் பாரு!”

“அவ ஒடம்புல காட்டு மிருகங்களோட வாசன வீசுது!”

“இல்ல, கிளிகளோட வாசனை!”

“புறாக்களோட வாசன வீசுது. இந்தப் புள்ளைங்ககிட்ட!”

“யாராயிருக்கும்?” அவள் பதற்றமடைந்தாள். தன்னையும் தன் ஏழு பிள்ளைகளையும் ஊர் அடையாளம் கண்டு கொள்ளுமோ?

“புள்ளைங்கள எறக்கிவிடு அம்மினி. ராட்டினம் நின்னு ஒரு நாழியாச்சு. அடுத்த சுத்துக்குச் சனம் காத்திருக்குது.”

மூத்தவனின் உதவியோடு மற்ற பிள்ளைகள் குதிரையிலிருந்து இறங்கினார்கள். அவளை இறக்கிவிடக் கைகளை நீட்டினான் ராட்டினக்காரன். அவற்றைப் புறக்கணித்து அவள் கீழே குதித்தாள். ராட்டினக்காரனுக்கு முகம் சுருங்கியது.

“தீட்டொண்ணும் ஆகாது அம்மினி...! ராட்டினக்காரன் தெய்வத்துக்குச் சமம்! சரி, காசு எடு. புள்ளைங்க ஏழு, நீ யொண்ணு எட்டு. எட்டுப் பேருக்குத் தலைக்கொரு அணான்னா மொத்தமா எட்டணா!”

சொல்லிவிட்டு அடுத்த சுற்றுக்கான ஆட்களைக் கைப்பிடித்துக் குதிரையில் ஏற்றத் தொடங்கினான்.

அவள் கலங்கினாள்.

“எங்கிட்டக் காசொண்ணும் இல்லயே!”

சிரித்தான்.

“ராட்டினக்காரன் தெய்வத்துக்குச் சமம்னு சொன்னதுனால காசு வேண்டாம்னு முடிவு பண்ணீட்டியா அம்மினி? ஆனா ராட்டினக்காரனுக்கும் வயிறிருக்குது. வெறுங்கொடலோட இதச் சுத்த முடியாது அம்மினி. வெளையாடாமக் காசக் குடு. சனம் காத்திருக்குது!”

“இல்லையே! வெளையாட எனக்குத் தெரியாது. வெறுங்கை யோட நா இங்க வந்து நிக்கறேன்...!” அவள் பரிதவித்தாள். முகம் மாறிக் கோபம் கொண்டான் ராட்டினக்காரன். “அப்ப ஏறாம இருந்துருக்கோணும். கொளந்தைகளக் கூட்டிக்கிட்டுப் பிச்சயெடுக்க வந்தியோ? பிச்ச போட எனக்கு வக்கில்ல அம்மினி, உசுரக் குடுத்து அச்சச் சுத்திப் பாத்தா அரும தெரியும். வந்து இந்த விசையப் புடுச்சு ஒரு சுத்துச் சுத்து. சுத்தி முடிச்சாக் கடனுங்கழியும், வா அம்மினி...!”

அவள் தார்பாய்ச்சுக் கட்டிக்கொண்டு குடைக்குக் கீழே போனாள். விசையைப் பற்றியபோது மூத்தவன் வந்து நின்றான்.

“நாஞ் சுத்தறனே அம்மா...!”

“வேண்டாஞ் சாமீ, உனக்கு வலுப் பத்தாது”

பிள்ளை சிரித்தான்.

“யாரு சொன்னா? சோதிச்சுப் பாத்திருக்கறயா நீ? உனக்கு நா இன்னும் கொளந்தைன்னு நெனப்பு, ஒரு வாய்ப்புக் குடு. அப்பிடி வெளிய நின்னு என்னோட பலத்தப் பாரு! உங்களையுந்தான் ராட்டினக்காரரே, விசைக்குப் பக்கத்துல வேற ஆரும் நிக்கக் கூடாது!” எனப் புஜங்களைத் தட்டிக் காட்டினான்.

ராட்டினக்காரனின் முகத்தில் சொல்ல முடியாத ஏளனம். குடையை விட்டு வெளியே வந்து கைகட்டி நின்று வேடிக்கை பார்க்கத் தொடங்கினான். அவளும் குடையை விட்டு வெளியேறினாள். பிள்ளை சிரித்துக்கொண்டே விசையைப் பற்றினான். விசை அவன் கைக்கு அடங்கவில்லை. அவள் பரிதவித்தாள். கண்களில் நீர் முட்டிற்று. ஒரு மரப்பாச்சியைத் தழுவுவது போலப் பிள்ளை ராட்டினத்தின் அச்சைத் தழுவினான். குடையின் ஆரத்தைப் பற்றி விசைத்தடியின் மேல் ஏறி நின்றான். விசை நடுங்கியது. தன் பூப்பாதங்களால் விசையை உதைத்தான். ராட்டினம் சுழலத் தொடங்கியது. குதிரைகளின் மேல் உட்கார்ந்திருந்தவர்கள் திடுக்கிட்டுப் போனார்கள். ராட்டினக் காரனுக்குக் கண்கள் விரிந்தன. ஒரு நீரோடையைப் போலச் சலசலத்துச் சுழன்ற ராட்டினம் பிறகு வேகமெடுத்தது. குழந்தைகள் ஓங்காரமெழுப்பினார்கள். சூழ்ந்து நின்ற முகங்களில் சொல்ல முடியாத கலவரம்.

“நெசந்தானா? நம்ப முடியலையே!”

“பால்குடிகூட மறந்திருக்காதே இந்தப் புள்ளைக்கு!”

“எனக்கென்னமோ அந்தப் பழனியாண்டவஞ் சாயலே தெரியுது. வெறும் பொறப்புக்கு இதெங்க முடியப்போவுது?”

சுழற்சியின் வேகம் தாளாமல் குதிரைகள் மௌனமாயின. குதிரைகளில் உட்கார்ந்திருந்தவர்கள் கண்களை இறுக மூடிக் கொண்டனர். நல்லதங்காளுக்கோ தாளாத பெருமிதம். திகைத்து நின்ற ராட்டினக்காரன் பிறகு சுதாரித்துக்கொண்டான்.

“போதுமப்பனே, கணக்கு நேராயிருச்சு. அடுத்த சுத்துக்கு ஆளு நிக்குது!”

சிரித்தபடி குடையை விட்டு வெளியில் வந்தான் பிள்ளை.

“என்ன கணக்கு ராட்டினக்காரரே?”

“பட்ட கடன் தீந்து போச்சு!”

சொல்லிவிட்டுக் குடையைச் சுழற்ற முற்பட்டான் ராட்டினக்காரன். அவனுக்கு மூச்சிரைத்தது.

“வேணும்னா நா கைகொடுக்கறேனே!” எனப் பிள்ளை முன் வந்தான், “நீங்க கொஞ்சம் ஓய்வெடுங்க ராட்டினக்காரரே!”

ராட்டினக்காரன் வியந்தான்.

“உன்ன மாதிரி எனக்கொரு பிள்ளையிருந்தா” எனப் பெருமூச்சு விட்டபடி விசையைக் கைவிட்டு வெளியே வந்தான்.

“ராட்டினம்... ராட்டினம்...” எனத் தேர்ந்த தொழிற்காரனைப் போல் கூவிக்கொண்டே அச்சில் ஏறி மிதித்தான். அதற்குள் சூட்சுமம் கைகூடிவிட்டதே என அவன் தாய்க்குப் பெருமிதம்.

“பசிக்குதே அம்மா, இங்கு பழங்கள் ஒண்ணும் இல்லையோ?” எனக் கேட்டனர் பிள்ளைகள். அவளுக்கும் தெரியவில்லை. பக்கத்தில் நின்ற ராட்டினக்காரனின் முகத்தில் கருணை ததும்பியது.

“இதோ வர்றேன்!” எனச் சொல்லி நகர்ந்தவன் பலகாரங்களோடு திரும்பினான்.

“கண்ணுகளா சாப்பிடுங்க, எல்லாம் உங்களுக்குத்தான்!”

பிள்ளைகள் ஆசையாய்ச் சாப்பிட்டார்கள்.

“நீயுஞ் சாப்பிடு அம்மினி, பசிக்குமல்ல? சாமமாயிடுச்சு!”

“இருக்கட்டும்!” அவள் மறுத்தாள்.

“கூச்சப்படாமச் சாப்பிடு அம்மினி, மொகம் வாடிக் கெடக்குது உனக்கு!”

பிறகு அவனுடைய தீராத வற்புறுத்தலுக்குப் பணிந்து அவற்றை எடுத்துக் கொண்டாள்.

நான்கு

பிறகு அவள் ராட்டினக்காரியானாள். ராட்டினத்தைச் சுமக்கும் ஒரு வண்டியும் இரண்டு மாடுகளும் அவர்களுக்கிருந்தன. பறவைகளைப் போலத் திருவிழாக்கள் நடக்கும் ஊர்களின் திசைகளையும் பருவங்களையும் தெரிந்து வைத்திருந்தான் ராட்டினக்காரன். அவனுக்கு வீடெனவும் சொந்த ஊரெனவும் எதுவும் இருந்திருக்கவில்லை. சோறு போடும் ராட்டினத்தையும் ஒரு சிறிய உடுக்கையையும் தவிர வேறு சொத்துக்களும் அவனுக்கு இல்லை. பால்யத்திலிருந்து பழகிய தொழிலாம் அது. அதைத் தவிர வேறெதுவும் சொல்லவில்லை; அவளுக்கும் வேறு கேள்விகள் எழவில்லை. திருவிழா முடிந்து புறப்படத் தயாரானபோது அவளையும் அவளுடைய ஏழு பிள்ளைகளையும் தன்னுடனேயே வந்துவிடுமாறு அவளை அவன் அழைத்தான். அவள் முதலில் சினந்தாள்.

“நானொண்ணும் தப்பிதமாக் கேக்குலியே அம்மினி, இந்தப் புள்ளைங்களோட ஒரு ஒறவில்லாம நிக்கறயேன்னு கேட்டேன்!”

அவளுக்கு வேறு போக்கிடமும் இல்லை. வனத்துக்குத் திரும்பிச் செல்வது பற்றிய யோசனையும் இருந்தது. பிள்ளைகளுக்கு அதில் விருப்பமில்லை. உலகம் அவர்களுக்குப் பேரதிசயமாய்த் தென்பட்டது. மனிதர்களேகூட அதிசயமாய்த்தான் தென்பட்டார்கள். யுகங்களுக்கு முன்பு அவள் பார்த்திருந்த மனிதர்களின் சாயல் ராட்டினக்காரன் ஒருவனிடமே இருந்தது. அவளைப் போலவே அவனும் ஒரு புராதன மனிதனாய்த் தென்பட்டான். பறவையைப் போலவே மெலிந்த தேகம்; கைகள் சிறகுகளாய் விரிந்திருந்தன. ரோமம் அடர்ந்த அவனுடைய உடலில் செம்போத்தின் நெடி வீசிற்று.

மிகத் தயங்கியவளாய் அவன் வண்டியில் ஏறிக்கொண்டாள். மூத்தவன் ராட்டினக்காரனுக்குப் பக்கத்தில் உட்கார்ந்து சாட்டையைக் கையில் வாங்கிக்கொண்டான். மற்ற பிள்ளைகள் குதிரைகளை அணைத்துக்கொண்டு அவளருகே படுத்துக் கொண்டனர். விடிந்தபோது வண்டி அடையாளங்காண முடியாத ஒரு புதிய ஊரில் நின்றது. அந்த ஊரில்தான் அவள் ஒரு ராட்டினக்காரியாய் வாழத் தொடங்கினாள். என்னென்ன செய்ய

வேண்டுமென்பதை அவளுக்குச் சொல்லிக் கொடுத்தான் ராட்டினக்காரன். வெகு சீக்கிரத்தில் அவள் கற்றுக்கொண்டாள்.

திருவிழா தொடங்குவதற்கு இரண்டு நாட்கள் முன்னதாகவே போய்ச் சேர வேண்டும். ராட்டினம் அமைக்கும் இடத்தைச் சுத்தப்படுத்தவும் பிள்ளைகள் உறங்குவதற்கான கூடாரம் அமைக்கவும் அவர்களுக்கு ஒருநாள் பிடிக்கும். அவள் அவனுக்காகவும் பிள்ளைகளுக்காகவும் சமைத்து வைத்து விட்டு மாடுகளுக்குப் புல் தேடி காடு கரைகளைச் சுற்றி வருவாள். பிள்ளைகளுக்குக் குதிரைகளைப் பராமரிக்கும் பொறுப்பு. ஒரு திருவிழாவுக்கும் மற்றொரு திருவிழாவுக்குமான இடை நாட்களில் குதிரைகளைக் கழுவி அவற்றுக்குச் சாயம் தீட்ட வேண்டும்; உடைந்த சேனங்களைச் செப்பனிட வேண்டும்; வண்ணம் பூச வேண்டும். பிள்ளைகள் எல்லாவற்றையும் இமைகொட்டாமல் பார்த்துக்கொண்டிருப்பர். பிறகு அண்டையில் உள்ள காடுகளுக்குப் போய்த் தம் பிரியமான குதிரைக் குட்டிகளுக்கும் புல் அறுத்துக்கொண்டு வந்து தின்னச் சொல்லி வற்புறுத்துவர்.

ஐந்து

ஒருநாள் மாலையில் ராட்டினக்காரன் ஊரின் எல்லையிலிருந்த காட்டிலிருந்து பிள்ளைகள் விளையாடுவதற்காக இரண்டு முயல் குட்டிகளைக் கொண்டு வந்தான். பிள்ளைகள் களி தாளாமல் கூச்சலிட்டனர். நாள் முழுவதும் கள் குடித்துக் களித்துக் கிடந்தான் ராட்டினக்காரன். அவள் அவனுக்காக முயல் கறி சமைத்துத் தந்தாள்.

“கொஞ்சம் குடி அம்மினி...!”

“வேண்டா...!” சினம் கொண்டு மறுத்தாள் நல்லதங்காள்.

“இதுல என்ன இருக்குது அம்மினி? நானொண்ணும் தப்பாச் சொல்லீரலியே!”

பிறகு அவன் தன் உடுக்கையை எடுத்துக்கொண்டு கூடாரத்தைவிட்டு வெளியே போய்விட்டான். உடுக்கையை இசைத்தபடி அவன் பாடிக்கொண்டிருந்ததை அவள் கேட்டுக் கொண்டிருந்தாள். பாட்டின் பொருள் அவளுக்குப் புரியவில்லை. ஆனால் அந்த ராகம் மனதைப் பிசைந்தது. கேட்டுக் கண்ணீர் உகுத்தபடி அவள் தூங்கிப்போனாள். கனவில் அவளுக்குப் பழையனவற்றின் நினைவுகள். அவற்றின் சுமை தாளாமல் அவள் பெருங்குரலெடுத்து அழுதாள். உடுக்கையை வீசியெறிந்து விட்டு ஓடி வந்த ராட்டினக்காரன் திகைத்து நின்றான்.

“என்னாச்சு அம்மினி?”

“ஒரு கெனாக் கண்டேன், பழைய கெனா...!”

அருகிலமர்ந்து அவளது கன்னங்களில் வழிந்தோடிய நீரைத் துடைத்துவிட்டான்; மிக ஆறுதலாகச் சிகையை வருடிவிடவும் முற்பட்டான். சினம் கொண்டவளாய் அவள் அவனது கைகளைத் தட்டிவிட்டாள். ராட்டினக்காரன் திகைத்துப் போனான்.

“எதுக்கு அம்மினி இவ்வளவு கோபம்?”

மூத்தவன் ராட்டினக்காரனைப் பிரியாதவனாயிருந்தான். ராட்டினத்தின் நுட்பங்களைப் பிள்ளைக்குச் சொல்லிக் கொடுத்தான் அவன். மிக விரைவில் முழுப் பொறுப்பையும் அவனிடமிருந்து கைமாற்றி வாங்கிக் கொண்டான் பிள்ளை. அவன் ராட்டினம் சுற்றும் நேர்த்தியைக் கண்டு அவள் வியந்து போவாள். ஒவ்வொரு நாளும் வேலை முடித்து அவன் கூடாரத்துக்குத் திரும்பி வரும்வரை அவள் தூங்காமல் காத்திருப்பாள். சாப்பிட்டுவிட்டுப் படுத்தவுடன் அவன் கால்களைப் பிடித்துவிடுவாள். அவள் மனத்தில் அவன்மீது எல்லையற்ற கருணையும் அன்பும் சுரக்கும். “பிள்ளைக்குக் கஷ்டமொண்ணுமில்லையே?” என அவனது பால் வண்ணமுடைய முகத்தைத் தன் கைகளால் வருடியபடி கேட்பாள், “எனக்கென்ன கஷ்டம் அம்மா? என்னோட வாழ்க்கை இப்போ அர்த்தமுள்ளதா மாறியிருக்குது! உனக்காகவும் குழந்தைகளுக்காகவும் என்னால் ஏதாவது செய்ய முடியுதே! உண்மையில் இது எனக்கு வரம்!” எனப் பிள்ளை சிரிப்பான். பிள்ளைகளுக்காகவும் அவளுக்காகவும் புத்தம்புதிய துணிமணிகள் வாங்கிக்கொடுத்தான் ராட்டினக்காரன். பிள்ளைகளின் உடல்களில் செழுமை படரத் தொடங்கியிருந்தது. மெல்ல மெல்ல அவ்வுடல்கள் பூரித்து வளர்ந்தன. மூத்தவன் ஒருவனைத் தவிர மற்றவர்கள் பழைய ஞாபகங்களை இழந்திருந்தார்கள். ஒரு பிள்ளை ராட்டினக்காரனைத் தகப்பனென முறை சொல்லி அழைத்ததைக் கேட்டு அவள் பதறிப்போனாள். தன் உடுக்கையிலிருந்து பல வேடிக்கையான சத்தங்களை எழுப்பி, கதைகள் சொல்லி அவர்களைச் சந்தோஷப்படுத்திக் கொண்டிருந்தான் ராட்டினக்காரன்.

கழைக்கூத்தாடிகள் கூட்டமொன்று அவர்களோடு ஊர் ஊராய்ச் சுற்றிக்கொண்டிருந்தது. பாம்பின் உடலையுடைய பெண், கயிற்றின் மீது நடக்கும் சிறுவன், நெருப்பை விழுங்கும் கிழவன், பற்களால் பாறையைக் கட்டி இழுக்கும் இளைஞன். ஒரே நேரத்தில் நூறு வாழைப்பழங்களையும் ஒருபடி அரிசிச் சோற்றையும் விழுங்கி ஏப்பம்விடும் சாப்பாட்டு ராமன் எனப் பலவிதமான ஆட்கள் அவர்களோடு பயணித்தனர். பிள்ளைகளுக்குச் சாப்பாட்டு ராமனை

மிகப் பிடித்திருந்தது. அவன் அவர்களைத் தன் முதுகிலேற்றி உப்பு மூட்டை சுமப்பான். அதற்காக ராட்டினக்காரன் அவனுக்குப் பலகாரங்களைத் தின்னக்கொடுத்துக் கொண்டிருந்தான். பிள்ளைகளின் குதூகலத்தைப் பார்த்து ஒரு தாயாக அவள் பூரித்துப் போனாள்.

ஒருநாளிரவு, கூடாரத்திற்கு வெளியே தன் உடுக்கையை இசைத்தபடி பாடிக்கொண்டிருந்தான் ராட்டினக்காரன். கதை கேட்கும் ஆவலில் தானும் கூடாரத்திலிருந்து வெளியே வந்தாள் நல்லதங்காள்.

ஆச்சரியம் தாளாதவளாய்த் தன் உடுக்கையிலிருந்து குதூகலிக்கும் புதிய இசையொன்றை எழுப்பி அவள்மீது படரவிட்டான் அவன். அதன் வசீகரம் தாளாமல் அவள் தவித்தாள். யுகம்யுகமாய் உறைந்துகிடந்த தன் இதயம் விம்முவதைக் கண்டு அவள் பதற்றமுற்றாள். அவளது நாளங்கள் புடைத்தன. மூச்சு, கொந்தளிக்கத் தொடங்கியது. வியர்வை ஊற்றெடுத்துப் பெருகியது. தாள முடியாதவளாய் எழுந்து கூடாரத்திற்குள் திரும்பினாள். பிள்ளைகள் ஆழ்ந்த உறக்கத்தில் புரண்டு கிடந்தனர். மிகப் பயந்துபோனவளாய் மூத்தவனை இறுகத் தழுவிக்கொண்டு படுத்தாள். அவள் உடலின் நடுக்கத்தை உணர்ந்த மூத்தவன் விழித்துக்கொண்டான். சிம்னி விளக்கின் மெலிந்த வெளிச்சத்தில் பிள்ளையின் கண்களில் இரக்கம் ததும்பிக்கொண்டிருப்பதைப் பார்த்தாள் தாய். அவற்றை நேராகப் பார்க்க அஞ்சித் தலைகுனிந்தாள். அவளது உடல் குலுங்கிக் கொண்டிருந்தது. பார்த்துக்கொண்டிருந்த பிள்ளை எழுந்து அவள் முகத்தை நிமிர்த்தினான். "அழாதே அம்மா" எனக் கண்களைத் துடைத்து விட்டவன், "எல்லாத்தையும் மறந்துடு அம்மா...! பழையனவற்றின் ஞாபகங்கள் எதுவுமே நம் யாருக்குமே வேண்டாம்...!" எனச் சொல்லி அவளைத் தன் மார்பில் சரித்துக் கொண்டான்.

கூடாரத்திற்கு வெளியே "அம்மினீ... அம்மினீ...!" என அவளை ஓயாது அழைத்துக்கொண்டிருந்தது ராட்டினக்காரனின் உடுக்கை.

ஆறு

ஒரு திருவிழாவில் அவள் தன் பிள்ளைகளோடு சிறிய மிருகக் காட்சிச் சாலைக்குப் போயிருந்தாள். அதிலிருந்த புலி அவளையும் பிள்ளைகளையும் அடையாளம் கண்டு கொண்டது. கூண்டுக்குள்ளிருந்து அவர்களை உற்றுப் பார்த்துக்கொண்டிருந்த புலி தருணம் பார்த்து வெளியில் பாய்ந்து விட்டது. பார்வையாளர்கள்

அலறி ஓடினார்கள். புலி யாரையும் தொந்தரவு செய்யாமல் நேராக அவளிடம் வந்தது. ஒரு நாய்க்குட்டியைப் போல அவள்மீதும் பிள்ளைகள்மீதும் தாவியது. அவர்களது கைகளை நக்கியது. பிள்ளைகள் அதனிடம் விளையாடலானார்கள். இருவர் அதன் முதுகில் அமர்ந்தார்கள். வெகு சந்தோஷமாக வலம் வந்தது புலி. சிதறி ஓடிய கூட்டம் தொலைவில் நின்று வேடிக்கை பார்த்தது. செய்தி கேள்விப்பட்டு ராட்டினக்காரனும் வந்தான். மிரட்சியுடன் வேடிக்கை பார்த்துக் கொண்டிருந்தவன் இரவு கூடாரத்தில் அவளிடம் மிகத் தயக்கத்தோடு அதைப் பற்றிப் பேசினான்.

"நீ யாரு அம்மினி? அந்தப் புலி யாரு?" எனக் கேள்விகளால் துளைத்தெடுத்தான்.

அவள் ஏதோ சொல்லிச் சமாளித்தாள். மிகப் பயந்து போனவனாய்த் தென்பட்டான் அவன்; நான்கைந்து நாட்கள்வரை யாரிடமும் பேசவில்லை; அவளோ பிள்ளைகளோ அருகில் வந்த தருணங்களில் பதற்றத்தோடு விலகினான். அவள் கவலையடைந்தாள். தான் யாரென்பதைச் சொல்லி விடலாமா எனவும் யோசித்தாள். உலகம் நம்புமா என்பது குறித்து அவளுக்குச் சந்தேகமாக இருந்தது. ராட்டினக்காரன் தன்னையும் தன் பிள்ளைகளையும் விட்டுவிட்டுப் போய் விடுவானோ எனக் கவலைப்பட்டாள். மீண்டும் வனத்துக்குத் திரும்ப முடியுமா என்பது குறித்தும் சந்தேகமாக இருந்தது. முன்பு போல் பிள்ளைகள் தொடர்ந்து வருவார்களா? அவர்களிடத்தில் ஏற்பட்டுவரும் மாற்றம் அவளுக்குச் சந்தோஷம் தருவதாகவே இருந்தது. அவர்கள் இந்த உலகைப் புரிந்து கொள்ளவும் அதனோடு போராடவும் கற்றுக்கொண்டிருந்தார்கள்.

பழையனவற்றின் நினைவுகள் கொஞ்சம் கொஞ்சமாக மங்கிக் கொண்டிருந்த தருணத்தில் வந்திருந்தது புலி. மறுநாள் இரவில் கூண்டைவிட்டுத் தப்பி அவர்களுடைய கூடாரத்திற்கே வந்துவிட்டது. அதன் வாசனையை உணர்ந்து அவள் கூடாரத்தை விட்டு வெளியே வந்தாள். புலி அவள்மீது தொற்றியது. மிக ஆதுரமாக அவள் அதை வருடிக்கொடுத்தாள். பின் மிகத் தணிந்த குரலில் திரும்பிப் போய்விடுமாறு அதனிடம் மன்றாடிக் கேட்டுக்கொண்டாள். துக்கத்தோடு அவளிடமிருந்து விடைபெற்றுச் சென்றது புலி.

பிறகொருநாள் திருவிழாக் கூட்டத்தினிடையே அவள் தன் சகோதரனின் தோற்றங்கொண்ட பாட்டுக்காரன் ஒருவனைப் பார்த்தாள். அவளைக் கண்டதும் பாட்டுக்காரன் திகைத்தான். பாட்டு நின்றது. சொல்லிவந்த கதையின் தொடர்ச்சி அறுபடத்

தன் கையிலிருந்த உடுக்கையைக் கீழே வைத்துவிட்டுப் பந்தங்களின் ஒளியில் அவளைக் கூர்ந்து பார்த்தான். அவன் கண்களில் பேராசை மின்னியது. அவனுக்குங்கூட உயிர்த்திருத்தல் ஒரு சாபமாய் இன்னும் நீடித்திருக்கிறதோ? அவளைத் தேடி அலைகிறானோ? மறுஜென்மம் எடுத்து வந்திருக்கிறானோ? மிகப் பதற்றம்கொண்டவளாய்க் கூட்டத்திலிருந்து எழுந்தாள். அவள் எழுந்ததைக் கண்டதும் அவளுடைய ஏழு பிள்ளைகளும் எழுந்தனர். அவளையும் அவள் பாதம் பற்றி வரிசையாய்ப் பின்தொடரும் பிள்ளைகளையும் பார்த்து மூச்சடைத்து நின்றவன் பிறகு வெகு உக்கிரமாய்த் தன் உடுக்கையை இசைத்தான். உடுக்கை "வா... வா...!" என இழைந்தது; "நல்லா, என் தங்கமே..!" எனக் கதறியது; பிறகு, "நல்லா, பத்தினித் தங்கமே! அந்த ராட்டினக்காரனுடன் போகாதே, உலகம் உன்னைப் பழிக்கும்!" என்றொரு பெருத்த ஓலம் அவனது உடுக்கையிலிருந்து எழுந்து அவள் செவிகளைத் துளைத்தது.

அவள் தன் பிள்ளைகளை இழுத்துக்கொண்டு தலை தெறிக்க ஓடினாள்.

கூடாரத்தை அடையப் பாதித் தூரம் இருக்கையில் மழை பிடித்துக் கொண்டது. பெருமழை. அவளுக்கு மூச்சிரைத்தது, மனம் தவித்தது. "கடவுளே, நா என்ன செய்யட்டும்?" என வாய்விட்டு அரற்றியவளாய்த் தன் கூடாரத்திற்கு வந்து நின்றாள். மழையைப் பொருட்படுத்தாதவனாய்க் கூடாரத்திற்கு வெளியே தவித்து நின்றான் ராட்டினக்காரன்.

"என்னாச்சு அம்மினி? இந்த மழைல இப்பிடி ஓடி வராட்டி என்ன?" எனக் குழந்தைகளை அணைத்துக் கொண்டான். "வா அம்மினி, சளி புடுச்சுக்கப் போவுது"

"ராட்டினக்காரா, எனக்கொரு உதவி செய்வியா?"

"என்ன அம்மினி, என்ன வேணுஞ் சொல்லு; இதுல கேள்வியென்ன?"

"எனக்கு இப்பவே இந்த ஊர விட்டுப் போகணும்"

"எங்க அம்மினி, என்னாச்சு உனக்கு? யாரென்ன சொன்னா?"

"எனக்கு இப்பவே இந்த ஊர விட்டுப் போயிரனும் ராட்டினக்காரா"

"எங்க அம்மினி?"

"எங்கயோ! நீ யாரு, நா யாருன்னு தெரியாத ஒரு ஊருக்கு...! கடல் தாண்டி, மல தாண்டி என்னக் கூட்டிக்கிட்டுப் போயிரு

ராட்டினக்காரா!" என அவள் வாய்விட்டுக் கதறி அவன் பாதங்களைப் பற்றினாள்.

பிறகு ஒரு பேச்சுப் பேசாமல் மழையில் நனைந்தபடியே ராட்டினத்தைப் பிரிக்கலானான் ராட்டினக்காரன். மூத்தவன் துணைக்கு வந்தான். அவள் கூடாரத்திலிருந்த சாமான்களை எடுத்து மூட்டை கட்டினாள். பாட்டுக்காரன் மிக வன்மமாகத் தன் உடுக்கையை இசைத்துக் கொண்டிருந்தான். "நல்லா என் பேச்சத் தட்டிப் போகாதே, பழி வந்து சேரும் நல்லா! பிள்ளைகளைக் கொண்டுபோய்ப் பாழுங்கெணத்துல தள்ளீராத நல்லா." சத்தம் நெருங்கி வந்துகொண்டிருந்தது. தன் உடுக்கையை இசைத்தபடி துரத்தி வருகிறான் நல்லான். எல்லாவற்றையும் வாரிச் சுருட்டி வண்டியில் ஏற்றினார்கள். அவளுக்குக் கண்ணீர் பெருகிக் கொண்டிருந்தது. ராட்டினக்காரனின் முகத்திலும் பீதி. உடுக்கையின் சொற்களுக்குப் பொருள் புரியாதவனா அவன்? பிள்ளைகளைக் கைகொடுத்துத் தூக்கி மின்னல் வேகத்தில் வண்டியில் ஏற்றினான். அவள் தாவி ஏறி அவனது தோள்களுக்குப் பின்னே பதுங்கிக்கொண்டாள். சாட்டையைச் சுழற்றி வீசிக் காளைகளை விரட்டினான் ராட்டினக்காரன். காடுகள் தாண்டி, மலைகள் தாண்டி, எதிர்ப்பட்ட ஊர்களைத் தாண்டி விரைந்தன மாடுகள். பாட்டுக்காரனின் உடுக்கடி நெடுந்தொலைவுக்கு விரட்டி வந்தது. ஏழு நாட்கள். சோறு தண்ணி எதுவுமில்லை. ஆளரவமற்ற வனாந்தரங்களில் நிறுத்தி அங்குக் கிடைத்த பழங்களையும் கிழங்குகளையும் சாப்பிட்டுப் பசியாற்றிக் கொண்டார்கள்.

பிறகு அவர்கள் வெகு தொலைவிலுள்ள ஒரு ஊருக்கு வந்து சேர்ந்தார்கள். அங்கே ஒரு நதி இருந்தது. நதியையொட்டி ஒரு மலை இருந்தது. கொண்டாட்டங்களுக்குக் குறைவில்லாத ஒரு நகர் அது. நதிக்கரையில் எண்ணற்ற ராட்டினக்காரர்கள். வணிகர்களும் செல்வந்தர்களும் கூடிக் களித்துக்கிடந்தனர். அது பொருத்தமான இடமாயிருக்கும் என்றான் ராட்டினக்காரன். அவளும் அதற்கு இசைந்தாள். நகரின் ஒதுக்குப் புறத்தில் அவளுக்காகவும் பிள்ளைகளுக்காகவும் மிக அழகிய கூடாரம் ஒன்றை அமைத்தான் அவன். பிறகு ராட்டினம் அமைக்கப் பொருத்தமான இடத்தைத் தேடி மூத்தவனை அழைத்துக் கொண்டு புறப்பட்டான். நள்ளிரவில் இருவரும் திரும்பி வந்தார்கள். மிகக் களைத்துப் போனவனாய்த் தன் வழக்கப்படிக் கூடாரத்திற்கு வெளியே தாளம் பாயை விரித்துப் படுத்தவன் நொடிப் பொழுதில் தூங்கிவிட்டான்.

அந்த நள்ளிரவில் மழை பெய்யத் தொடங்கியது.

மழையின் சத்தத்தைக் கேட்டு விழித்தவளுக்கு ராட்டினக்காரனின் நினைவு. மிகப் பதற்றம் கொண்டவளாய் எழுந்து வெளியே வந்தவள் மழை நீரில் நனைந்து கிடந்தவனைப் பார்த்துத் தாள முடியாத துக்கம் கொண்டாள். "அய்யோ ராட்டினக்காரா, என்ன இது?" எனக் கேட்டுக்கொண்டே ஓடிச் சென்று அவனை எழுப்புவதற்கு முற்பட்டாள். ஒரு சவம் போல் அசைவற்றுக் கிடந்தான் அவன். பிரயாணத்தின் களைப்பும் கள்ளின் போதையுமாயிருக்கலாம். மறு யோசனையின்றி அவனைத் தோள்களில் ஏற்றிக் கூடாரத்திற்குக் கொண்டு வந்தாள். நனைந்த உடலைத் தன் முந்தானையால் துடைத்து விட்டாள். பிறகு எல்லையற்ற கருணையோடு அவன் விழித்தெழுவதற்காகக் காத்திருந்தாள். அதற்கு மூன்று நாட்கள் ஆயின. அதுவரை உணவும் உறக்கமும் இல்லாமல் அவள் அவனருகில் காத்திருந்தாள். மூன்று நாட்களுக்குப் பிறகு மலங்க மலங்க விழித்தபடி எழுந்து உட்கார்ந்தவனுக்கு அவள் தன் விலை மதிப்பில்லாத முத்தமொன்றைக் கொடுத்தாள். இப்படியாக அவள் ராட்டினக்காரியானாள். அவளுடைய ஏழு பிள்ளைகளும் ராட்டினக்காரனின் பிள்ளைகளானார்கள்.

ஏழு

வாழ்க்கை அவளுக்கு மிக எளிமையானதாகத் தென்பட்டது. மூத்தவனின் முகத்தில் மீசை அரும்புவிடத் தொடங்கியிருந்தது. மற்ற பிள்ளைகளும் வளரத் தொடங்கியிருந்தார்கள். யுகம் யுகமாக உறைந்து கிடந்த உடல்கள் இப்போது துளிர் விடத் தொடங்கியிருந்தன. ஒருநாள் தன் கூந்தலில் சில நரைமுடிகள் தென்பட்டதைப் பார்த்து அவள் திடுக்கிட்டுப் போனாள். ஒருவகையில் அது பெரும் நிம்மதி. உயிர்த்திருத்தல் என்னும் சாபத்திலிருந்து விடுதலை கிடைத்திருக்கிறதல்லவா? யுகம்யுகமான ஞாபகங்களிலிருந்துகூட விடுபட்டுக்கொண்டிருந்தாள். நல்லானின் உருவம் நினைவிலிருந்து மங்கிக்கொண்டிருந்தது. புருஷனின் முகத்தை முற்றாக மறந்துவிட்டிருந்தாள். இப்போது அவர்கள் வந்து நின்றால் தன்னால் அடையாளங் காணக் கூட முடியாது என நினைத்தாள். வன உயிர்களின் வாசனை வீசிய அவளது உடலில் ராட்டினக்காரனின் வியர்வை நெடி அடிக்கத் தொடங்கியிருந்தது.

ராட்டினக்காரனுக்கோ இளமை கூடிக்கொண்டிருந்தது. ஒரு வகையில் அவள் அவனுக்கு வரம். சில வாரங்களில் அவள் அவனுக்காகக் கருத்தரித்தாள். ஏழு பிள்ளைகளோடு அதைத் தன் எட்டாவதாக எண்ணி அவளும் மகிழ்ந்திருந்தாள். அது ஒரு பெண்

பிள்ளையாயிருக்க வேண்டுமென்றான் ராட்டினக்காரன். "ஆசைக்கொரு பெண்பிள்ளை வேணுமில்லையா?" பத்து மாதங்களின் கடைசியில் அவர்களுடைய விருப்பம் நிறைவேறியது, பெண்பிள்ளை பிறந்தவுடன் அவன் மிகப் பொறுப்பானவனானான். பிள்ளைகள் எழுவருக்கும் தாளாத சந்தோஷம். ஒருவர் மாற்றி ஒருவர் அதைத் தோளில் சுமந்தார்கள். ராட்டினக்காரன் அதைச் சுமந்துகொண்டு காடுகரையெல்லாம் அலைந்து திரிந்தான்.

சீக்கிரத்திலேயே ஒரு ராட்டினக்காரியாய் வாழவும் பழகிக் கொண்டிருந்தாள் அவள். ஊர்க்காரர்கள் ராட்டினக்காரனை நேசித்தது போலவே அவளையும் நேசிக்கத் தொடங்கியிருந்தார்கள்; திருவிழாவுக்கெனச் செய்த பலகாரங்களை ராட்டினக்காரிக்கும் அவளுடைய ஏழு பிள்ளைகளுக்கும் பிரியமாக அள்ளிக் கொடுத்தார்கள். முந்தானையை விரித்து அவற்றை வாங்கி மடியில் கட்டிக்கொள்ளவும் நன்றி சொல்லி விடைபெற்றுக் கொள்ளவும் பழகியிருந்தாள். ஒவ்வொரு நாளும் அதிகாலையில் தன் கூடாரத்திலிருந்து வெளியேறி யாருடைய தொழுவத்துக்கும் சென்று தன் பெண் குழந்தைக்காக ஒரு ஆழாக்குப் பசும்பால் கேட்டு நிற்பதில்கூட அவளுக்கு வருத்தமேதுமிருக்கவில்லை. நதியோரத்தில் செம்படவர்களின் குடியிருப்பில் அவளுக்காகவும் பிள்ளைகளுக் காகவும் ஒரு சிறிய வீட்டைக் கட்டித் தந்திருந்தான் ராட்டினக்காரன். பிள்ளைகள் விளையாடப் போயிருக்கும் தருணங்களில் இருவரும் குழந்தைகளாய் மாறிவிடுவார்கள். அவள் ஓயாமல் சிரித்துக் கிடப்பாள். சிரித்துச் சிரித்துப் புரையேறிவிடும். எட்டுப் பிள்ளைகள் பெற்றும் கட்டுக்குலையாத தன் ராட்டினக்காரியைக் காணும்பொழுதெல்லாம் அவனுக்குப் பித்தேறும்.

"இன்னொரு பெண்பிள்ளை வேணுமாக்கும் உனக்கு?" எனக் குறும்பாகக் கண் சிமிட்டுவாள் அவள்.

"ஆமா, இன்னும் ஆறு பெண்பிள்ளைகள். ஆணேழு, பெண்ணேழு!"

"தாங்குவமா நாம்?" அவள் சிரிப்பாள்.

விளையாட்டெல்லாம் ஓய்ந்து நிச்சலனமாய் அவள் உறங்குகையில் அவளது முகத்தையே பார்த்துக் கொண்டிருப்பான் ராட்டினக்காரன். ஒருநாள் அவள் விழித்துக்கொண்டாள்.

"என்ன ஆச்சு ராட்டினக்காரா உனக்கு? தூக்கம் வரலியா?"

அவன் பெருமூச்செறிந்தான்.

"ராட்டினக்காரீ, நீ என்கூடக் கடைசி வரையிலும் இருப்பியா?"

“இப்ப எதுக்கு இந்தக் கேள்வி ராட்டினக்காரா? பேசாமத் தூங்கு.”

“நீயோ பிள்ளைகளோ இல்லாம எனக்கு வாழ்க்கையில்லயே ராட்டினக்காரீ, மனசு தவிக்குது...!”

“அதிலென்ன சந்தேகம் ராட்டினக்காரா? இருப்பேன், ஆயுசுள்ளவரையிலும் நா உங்கூட இருப்பேன்!”

சொன்னபடி எவ்வளவோ கஷ்டங்களைக் கடந்து வாழ்ந்து தீர்த்துக் கொண்டிருந்தாள் அவள். ஆனால் யுகங்களுக்குப் பிறகு அப்பஞ்சம் திரும்பி வந்தது. வானம் பொய்த்தது. வற்றி உலர்ந்தது நதி, வறண்டு பாலையாயிற்று நிலம். புற்களும் கருகிப்போயின. தம் மரக்குதிரைகள் பட்டினியால் இளைத்துப் போனதைப் பார்த்து அவளுடைய பிள்ளைகள் கண்ணீர்விட்டு அழுதார்கள். அவள் தவித்துப் போனாள். கொண்டாட்டங்கள் அழித்துபோய்விட்ட அந்நதியின் கரையிலிருந்து ஒவ்வொருவராக வெளியேறிப் போய்க் கொண்டிருந்தனர். அவர்களுடைய ராட்டினம் வெயிலில் உலர்ந்து அச்சு முறிந்து கிடந்தது. நதிக்கரையோரத்தின் உலர்ந்த பூமியைக் கிளறி அவளுடைய பிள்ளைகளுக்காகக் கொஞ்சம் கிழங்குகளைத் தோண்டியெடுத்துக் கொண்டு வருவான் ராட்டினக்காரன். மூத்தவன் வறண்ட மலையின் பாறையிடுக்குகளுக்குள் பதுங்கியிருக்கும் எலிகளையும் எந்தப் பஞ்சத்தையும் தாக்குப் பிடித்து நிற்கும் உடும்புகளையும் பிடித்துக்கொண்டு வருவான். அரைவயிறும் கால்வயிறுமாக உயிரைப் பிடித்து வைத்திருந்தார்கள் எல்லோரும். யுகங்களுக்கு முன்னால் அவள் செய்ததைப் போல ஒருத்தி வற்றிய கிணற்றுக்குள் தன் நான்கு குழந்தைகளோடு வந்து விழுந்து உயிரை மாய்த்துக்கொண்டாள். அவளைத் தேடிக்கொண்டு யாரும் வரவில்லை. வறண்ட கிணற்றுக்குள்ளிருந்து வந்துகொண்டிருந்த, அவ்வுடல்களைத் தின்று பசியாறிக் கொண்டிருந்த மிருகங்களின் ஓயாத உறுமல்களால் ஊரில் அமைதி குலைந்தது. தீராத துயரத்துடன் எல்லாவற்றையும் கண்காணித்துக் கொண்டிருந்தாள் நல்லதங்காள்.

“ராட்டினக்காரா நாம தாக்குப்பிடிப்பமா?”

“நீ மனசு விட்டுடாத ராட்டினக்காரீ, மழ பெய்யும், பஞ்சந் தீரும். என் தோள்களுக்கு இன்னும் வலுவிருக்கு...!”

அன்றிலிருந்து வேலை தேடித் தொலைதூரங்களுக்குப் போய் மண்வெட்டியும் பாறைகளைப் பிளந்தும் கிடைத்த கூலியில் கொஞ்சம் தானியங்களைக் கொண்டுவந்து சேர்த்துக் கொண்டிருந்தான் ராட்டினக்காரன்; தீராத பதற்றத்தோடு இரவுகளில்

விழித்திருந்து அவளை ஓயாது கண்காணித்துக் கொண்டிருந்தான். ஏதாவதொரு காரணம் பற்றி அவள் வீட்டைவிட்டு வெளியே செல்லும்போது பின்தொடர்ந்து சென்றான். அவ்வூரின் அரசனும் சில ஏற்பாடுகளைச் செய்திருந்தான். தண்ணீர்ப் பந்தல்களையும் அன்னச் சத்திரங்களையும் திறந்துவைத்துக் குடிமக்கள் கால் வயிற்றுக் கஞ்சியேனும் குடிப்பதற்கு வழி செய்திருந்தான் அரசன். தன் எட்டுப் பிள்ளைகளோடும் கஞ்சித் தொட்டிக்கு முன்னால் காத்திருக்க நேர்ந்ததைப் பற்றியுங்கூட அவள் கவலைப்படவில்லை. ஒரு தாயாகத் தனது இருப்பு அர்த்தமுள்ளதாகிவிட்ட திருப்தியுடன் அந்தப் பஞ்சத்தை உறுதியாக எதிர்த்தே நின்றாள். அப்படிப் பட்டவளுக்குத்தான் பிறகு ராட்டினக்காரன் சொன்ன ஒரு வார்த்தையின் இம்சை தாளாமல் மீண்டும் அப்பாழுங் கிணற்றைத் தேடிப் போக நேர்ந்தது.

எட்டு

அப்போது பஞ்சம் நீங்கிக் கொண்டாட்டங்கள் திரும்பி யிருந்தன. ராட்டினத்தைச் சுழற்ற மூத்தவனுக்குத் துணையாக மற்றொரு பிள்ளையும் வந்திருந்தான். மற்ற பிள்ளைகள் அச்சிறு பெண்பிள்ளையோடு விளையாடிக் களித்துக்கொண்டிருந்தனர். மழலை கொஞ்ச அவள் ஓடியாடித் திரிந்துகொண்டிருந்ததைப் பார்த்து அவள் பூரித்துக் கிடந்தாள். ராட்டினக்காரனின் உடுக்கை களிதாளாமல் துள்ளிக் கொண்டிருந்தது. இராக்காலங்களில் இரு வரும் நதியின் கரையில் சிறுபிள்ளைகளாய் மாறி விளையாடுவார்கள். கள் வெறி தாளாமல் அவன் பிதற்றுவான்.

"இன்னொரு பெண் பிள்ளை வேணும் ராட்டினக்காரீ..!"

"பேசாம இரு ராட்டினக்காரா, இருக்கிற எட்டுப் பிள்ளைகள் போதாதா நமக்கு? வயசும் கூடிப்போச்சு!"

"போதாது! இன்னும் கணக்கு நேராகலியே!"

"என்ன கணக்கு ராட்டினக்காரா?"

"சொன்னதுனக்கு மறந்து போச்சா? ஆணேழு, பெண்ணேழு, இன்னும் ஆறு மிச்சமிருக்குதே!"

"அய்யோ, என்னால முடியாது ராட்டினக்காரா, எனக்குத் தெம்பில்ல!"

"இதுல கொஞ்சம் குடிச்சுப் பாரு, தெம்பு தானா வரும்?" எனக் கள்ளுள்ள கலயத்தை அவளுக்குத் தருவான்.

அவர்களுக்குள் எப்போதாவது சண்டை வரும். சில தருணங்களில் அவன் அவளைக் கைநீட்டி அடித்துவிடுவான். அவள் கடுங்கோபம் கொள்வாள். கோபம் தீரும்வரை அவனிடம் ஒரு வார்த்தை பேசமாட்டாள். நீ யாரோ என்பது போல முகத்தைத் தூக்கி வைத்துக்கொள்வாள். ராட்டினக்காரனுக்கோ அவளுடைய கோபத்தை ஒரு பொழுதுக்கு மேல் தாங்கிக் கொள்ள முடியாது. கெஞ்சுவான், மன்னிப்புக் கேட்பான். அவளையே சுற்றிச் சுற்றி வந்துகொண்டிருப்பான். அவள் மசியமாட்டாள். பிறகு அவன் கண்ணீர் விடுவான். கள் தன் அறிவை மழுங்கடித்துவிட்டதாய்ச் சொல்லிக் கன்னத்தில் அறைந்துகொண்டு அழுவான். பிள்ளைகள் சமாதானம் செய்து வைக்க முயல்வார்கள். அண்டை வீடுகளில் வசிக்கும் செம்படவப் பெண்களைத் தூது விடுவான்.

"போச்சாதெடு அம்மினி, பாவம் ராட்டினக்காரன் மூணு நாளாப் பச்சத் தண்ணி குடிக்கலெ!" என அவனுக்காகப் பரிந்து பரிந்து பேசச் செம்படவப் பெண்கள் இருந்தார்கள். அவனது தவிப்பைப் பார்த்து அவளுக்குச் சிரிப்புப் பொங்கும். சிரமப்பட்டு அதை மறைத்துக்கொள்வாள். பிறகு ஏதோ ஒரு கணத்தில் சமாதானமுண்டாகி விடும். ஆனால் ஒரு சண்டையின் போது அவள்மீது அவன் பிரயோகித்த ஒரு வசைச் சொல்லின் தீவிரத்தைத் தாள முடியவில்லை அவளுக்கு.

அவனுக்குக் கள் வெறி மீதூறியிருந்த ஒரு தருணம், எதற்காகவோ அவளை வேசி என்றான். அவள் திடுக்கிட்டுப் போனாள். எதிர்த்து மிகப் பலவீனமான ஒரு வசைச் சொல்லால் அவனைத் திருப்பித் தாக்க முயன்றாள். அவன் மீண்டும் அதே வசைச் சொல்லால் அவளை அடித்தான்.

"வேசி, வேசிதானே நீ? யாருக்கோ ஏழப் பெத்துட்டு எட்டாவதா எனக்கொண்ணப் பெத்து வெச்சுருக்கறயே!" எனச் சொல்லிவிட்டுச் சிரிக்கத் தொடங்கினான். அந்தத் தருணத்தில் அவளுக்குத் தன் கழிந்த யுகம் நினைவுக்கு வந்தது. பால்யத்தில் தன் அண்ணனோடு வனத்தில் துள்ளி விளையாடிய தருணங்கள் நினைவுக்கு வந்தன. ஊரே அதிசயிக்கும்படி கோலாகலமாக நடந்த அவளுடைய கல்யாணம் ஞாபகத்துக்கு வந்தது. புகுந்த வீட்டில் புருஷனின் அன்பில் தோய்ந்துகிடந்த காலங்கள் நினைவுக்கு வந்தன. பிறகு அக்கொடிய பஞ்சமும் அப்பாழுங்கிணறும் நினைவுக்கு வந்தன. புனித நீர் தெளித்து நல்லான் அவளை உயிர்ப்பிக்கிறான். அவளையும் குழந்தைகளையும் தன்னோடு அழைக்கிறான். சாபம் அண்ணா இது, வெறும் சாபம்!

பிறகு அவள் எதுவும் பேசவில்லை.

மளமளவென வீட்டை நோக்கி நடந்தாள். வாசலில் பிள்ளைகள் விளையாடிக் கொண்டிருந்தார்கள். தொட்டிலில் எட்டாவதான பெண் குழந்தை. மற்ற குழந்தைகள் மரக்குதிரைகளோடு விளையாடிக் கொண்டிருந்தனர். தலைவிரி கோலமாக வந்து தன் பிள்ளைகளிடம் சொன்னாள்:

"பொறப்படுங்க எல்லோரும்"

பிள்ளைகள் புரியாமல் விழித்தார்கள்.

மூத்தவன் கேட்டான்.

"எங்க அம்மா?"

அவளுக்குக் கண்ணீர் பொங்கிக் கொண்டிருந்தது.

"வனத்துக்கு..."

"வனத்துக்கா பாழுங்கிணத்துக்கா அம்மா?"

அவள் பிள்ளைகளைக் கைப்பிடித்து நின்றாள். மூத்தவன் குழந்தையை எடுத்துக்கொண்டான். எந்தச் சலனமுமில்லாமல் நடந்தார்கள் எல்லோரும். போகும் வழியில் கொடிகளில் தென்பட்ட குன்றிமணிகளைப் பறித்தெடுத்துக் கொண்டான் மூத்தவன். காட்டின் எல்லையிலிருந்து அதைத் தூவிக்கொண்டு நடக்கலானான்.

"இதென்ன காரியம்?"

"இந்தப் பிள்ளைக்குரியவனுக்கு வழி தெரிய வேண்டாமா அம்மா?" எனத் தன் தோளில் உறங்கிக் கொண்டிருந்த குழந்தையைக் காட்டிக் கேட்டான். பிறகு மௌனமாக நடந்தார்கள். வனத்தில் திரிந்துகொண்டிருந்த இடையர்களின் முகங்களில் அவர்களைப் பார்த்ததும் நடுக்கம்.

"கொளந்தைகளைக் கூட்டிக்கிட்டு இங்க எங்க அம்மினி போறே? ராட்டினக்காரன் எதாவது சொன்னானோ?"

அவள் யாருக்கும் பதிலளிக்கவில்லை. வனத்தில் மிகச் சுதந்திரமாகத் தென்பட்ட பறவைகளைப் பார்த்ததும் குழந்தை களுக்குத் தாள முடியாத சந்தோஷம். இரவும் பகலும் இடைவிடாத நடை. மூத்தவன் எல்லோருக்கும் நாவல் பழங்கள் பறித்துக் கொடுத்தான். "உனக்குச் சுட்டபழம் வேணுமா? சுடாதபழம் வேணுமா?" என மர உச்சியிலிருந்து தாயைப் பார்த்துக் கேட்டான்.

"சுட்ட பழமே வேணும்!" எனப் பிள்ளைகள் சத்தமிட்டார்கள். பொலபொலவெனப் பழங்கள் உதிர்ந்தன. பேராசையுடன் பொறுக்கி மடியில் கட்டிக்கொண்டனர் பிள்ளைகள். அவள் சாப்பிட மறுத்தாள்.

கடைசியில் அந்தப் பாழுங்கிணறு தென்பட்டது. தண்ணீர் ததும்பி நின்றது.

"முதலில் நான் குதிக்கட்டுமா அம்மா?" எனக் குழந்தையுடன் சிதைந்த மதிலின் மீது ஏறி நின்றான் மூத்தவன்.

"வேண்டாம், எல்லோரும் ஒண்ணாகவே குதிப்போம்!"

ஒவ்வொருவராக மதிலின் மீது ஏறி நின்றார்கள். அவள் கடைசி; கடைசியானவளாய் ஏறி நின்றாள். தெளிந்து கிடந்த நீர்ப்பரப்பில் அவர்களுடைய உருவங்கள் தென்பட்டன. ஒரு கணம் கண்களை மூடினாள். அந்தத் தருணத்தில் ராட்டினக்காரனின் குரல் கேட்டது.

"அய்யோ என்ன காரியம் செய்யப் பாக்கறே ராட்டினக்காரி? குடி வெறியில தெரியாம ஒரு வார்த்த சொன்னதுக்கு இந்தக் கோபமா? அதுக்காகக் கொளந்தைகள இழுத்துக்கிட்டு நல்லதங்காளாட்டம் இங்க வந்து நிக்கலாமா?"

தாள முடியாதவளாய் அவனை நோக்கித் திரும்பினாள் நல்லதங்காள். பிறகெப்போதும் ராட்டினக்காரனால் அந்தப் பார்வையை மறக்க முடிந்ததில்லை.

வீடென்ப...

வருடங்களுக்கு முன்பு அவனைப் பார்ப்பதற்காக வந்திருந்த சீனு சொன்னதைப் போலப் பாழடைந்து கிடந்தது அவனுடைய அப்பாரய்யனின் வீடு. அவன் சொன்னதைக் காட்டிலும் மோசமானதாக.

சரிந்த கூரையின் வழியே மூர்க்கமாக ஊடுருவியிருந்தது வெயில். காரை பெயர்ந்து விரிசலுற்றுக் கிடந்த சுவர்களில் பல்லிகள் பதுங்கியிருப்பதைக் கண்டான் சின்னு. குண்டுங்குழியுமான தரையில் பெரும்பொதியாய்த் தோக்குருவிப் புழுக்கைகள். கதவைத் திறந்தவுடன் மிரண்டு விர்ரெனச் சத்தமெழுப்பியபடி திசைக்கொன்றாய்ப் பறந்த அச்சிறு பறவைகளின் உடல்களிலிருந்து எழுந்த நெடியின் வீச்சம் தாளாமல் நாசியை இறுகப் பொத்திக் கொண்டாள் மகேஸ்வரி. மிக எச்சரிக்கையுடன் அவனைப் பின்தொடர்ந்து வந்திருந்தவள் மாடக்குழியில் சுருண்டுகிடந்த பாம்பொன்றின் மட்கிய உடலைப் பார்த்ததும் பின்வாங்கினாள். புரியாத வார்த்தையொன்றைச் சொல்லி அரற்றிக்கொண்டே வாசலை நோக்கி ஓடியவளின் சிரசைச் சுற்றி நூலாம்படை படர்ந்திருந்ததைப் பார்த்தான் அவன். காலடியில் கிடந்த ஊஞ் சத்தடியொன்றை எடுத்து அப்பாம்பின் உடலைப் புரட்டியெடுத்துக் கொண்டு வெளியே வந்தான். வெறும் எலும்புக்கூடு. முதிர்ந்த கிளுவை மரங்களுள்ள வேலியில் வீசியபோது உலர்ந்த அவ்வுடல் சிறு சத்தத்துடன் இரண்டாக உடைந்து விழுந்தது.

வாசலில் அடர்ந்து நின்ற புளிய மர நிழலை அண்டியிருந்தாள் மகேஸ்வரி.

அதன் விரிந்த, பெரும் புதராய் மண்டிக்கிடந்த கிளைகளில் கொத்துக்கொத்தாய்ப் பிஞ்சுகள். அண்ணாந்து அதன் ஆகிருதியை நோக்கியவள் உச்சிக்கிளையொன்றிலிருந்து அவளைக் கூர்ந்து பார்த்துக்கொண்டிருந்த பெரிய சிறகுகளைக் கொண்டிருந்த கருப்பு நிறப் பறவையொன்றின் உருண்டையான கண்களைக் கண்டு மிகப் பயந்து போனாள். நீர் தளும்பிநின்ற அவளுடைய கண்களைப் பார்த்ததும் அப்பறவையின் மீது கடுங்கோபம் கொண்டவனானான் சின்னு. முனைகூர்ந்த கருங்கல்லொன்றைத் தேடியெடுத்து

அசைவற்று உட்கார்ந்திருந்த அப்பறவையை நோக்கி வீசினான். நம்பவே முடியாதபடி கிளையிலிருந்து சொத்தென்று அவளது காலடியில் விழுந்தது அப்பறவை. தாளமுடியாதவளாக அவள் அந்த உடலைக் கையிலெடுத்தாள். எடையற்ற அவ்வுடல் உலர்ந்து போயிருந்தது. அவள் கைபட்டதும் சிறகுகள் பொலபொலவென உதிர்ந்து அவளைச் சுற்றிப் படர்ந்திருந்த காற்றில் மிதக்கத் தொடங்கின. அருவருப்புற்றவளாக அவ்வுடலைத் தூர எறிந்துவிட்டு சோர்வுடன் மரத்தடியில் கிடந்த கருங்கல்லின் மீது உட்கார்ந்தாள்.

பீடியொன்றைப் பற்ற வைத்துக்கொண்டு எதிரில் கால்களை மடித்து உட்கார்ந்தான் சின்னு. அவள் அவனது முகத்தைப் பார்க்கும் விருப்பமற்றவளாய்த் தென்பட்டாள். அவளுக்கு ஆறுதலளிக்கும் வார்த்தை ஒன்றைச் சொல்வதற்குக் கூட வக்கற்றவனாய் இருந்தான் அவன். அவளுடைய காலடியில் நான்கைந்து சுளுக்கைகள் ஊர்ந்துகொண்டிருந்ததைப் பார்த்தான். அவை அவளைக் கடித்துவிட்டால் என்ன செய்வது என்னும் கவலை அவனை அரிக்கத் தொடங்கியது. அவற்றைக் குறித்து எச்சரிப்பது அவளது கலவரத்தை அதிகரித்துவிடக் கூடுமோ எனப் பயந்தவனாய் எழுந்தான். "பாத்துக் கோந்துரு, இங்கச் சுளக்க நெறையா இருக்குது. கடிச்சுக் கிடிச்சு வெச்சறப் போவுது" எனப் போகிற போக்கில் சொல்லவும் செய்தான்.

சிறிதும் பதற்றமில்லாதவனாய் உள்ளே நுழைந்து பாழடைந்து போன அவ்வீட்டினுள் புகுந்தான். தூர்ந்து குண்டுங்குழியுமாய்க் கிடந்த தரையில் உடைந்த ஓடுகளின் குவியல், மூலையொன்றில் எழும்பிநின்ற கரையான் புற்றிலிருந்து வயிறு புடைத்த ஓணானொன்று எட்டிப் பார்த்துவிட்டுப் பதுங்கியது. எல்லா இடங்களிலும் மிகச் சுதந்திரமாக ஊர்ந்து கொண்டிருந்த மரப்பல்லிகள் மிகப் பதற்றம் கொண்டவையாய்ப் பழுப்பேறியிருந்த சுவர்களில் தாவி வெகுவேகமாகக் கூரையை நோக்கி நகர்ந்தன. உலர்ந்த மூங்கில்களின் துளைகளுக்குள்ளிருந்து அவை எழுப்பிய பெருமூச்சுகளைக் கேட்டுக்கொண்டு கொஞ்ச நேரம் அசைவற்று நின்றான். பிறகு அரிவாள் முனையால் மூங்கிலொன்றின் உடலை ஒரு தட்டுத் தட்டியதும் அச்சிறு பிராணிகள் சத்தமின்றிப் பதுங்கிக்கொண்டன. சுவரின் பல இடங்கள் காரை பெயர்ந்து விகாரமாய்த் தென்பட்டன. ஆனால் அறுபது எழுபது வருஷப் பழமைகொண்ட அவ்வீட்டின் சுவர்கள் அசைக்க முடியாத உறுதிகொண்டவை. கூரை சரியாமலிருந்திருந்தால் வீடு இவ்வளவு மோசமாக உருக்குலைந்து போயிருக்காது என நினைத்துக் கொண்டவன் மிகக் கவனமாக அவ்வீட்டின் அறைகளை ஒவ்வொன்றாக ஆராயத் தலைப்பட்டான். ஆசாரம்தான் மிக

மோசமாகச் சிதைந்து போயிருந்தது. சுவரையொட்டி மண் தள்ளிய ஒரு வங்கு தென்பட்டது. எலியோ பெருச்சாளியோ அதில் வசித்துக் கொண்டிருக்க வேண்டுமென நினைத்தான். கூரையைத் தாங்கி நின்ற மூங்கில்கள் உறுதி குலையாதவையாகவே தென்பட்டன. ரீப்பர்களில் பல இற்றுப்போயிருந்தன. ஓடுகள் சரிந்ததற்கு அதுதான் காரணமாயிருக்க வேண்டுமென நினைத்தான்.

ஆசாரத்தையும் பெரிய வீட்டையும் பிரிக்கும் கதவைத் தொடத் தயக்கமாக இருந்தது. சித்திர வேலைப்பாடுள்ள அக்கதவின் மீது அப்பாரய்யன் ஒட்டி வைத்திருந்த முருகன் படத்தை அதன் மீது தடிமனாகப் படர்ந்திருந்த புழுதியைக் கைத்துண்டால் துடைத்துவிட்டுப் பார்த்தபோது கிட்டத்தட்ட மெருகு குலையாமல் இருந்ததைக் கண்டான். முப்பது வருடங்களுக்கு முன்பு அவனுடைய அப்பாரய்யன் அதை ஒரு காலண்டரிலிருந்து வெட்டி ஒட்டிய தருணத்தில் ஒரு பாலகனாய் அவன் அவரருகிலிருந்தான். விவரிக்க முடியாத துல்லியத்துடன் அந்தக் கணம் தன் நினைவில் தோன்றவே அவன் பதற்றமடைந்தான். அதற்குச் சில நாள்கள் கழித்து அவன் ஒரு எம்.ஜி.ஆர். படத்தை அந்தக் கதவில் ஒட்டினான். அவனுடைய சித்தப்பா வீட்டிலிருந்த ஒரு புத்தகத்திலிருந்து அவன் அதைக் கத்தரித்துக்கொண்டு வந்திருந்தான். அப்போது அவனது அப்பாரய்யன் வீட்டில் இல்லை. ஆத்தா சேந்து கிணத்துக்குப் போயிருந்தாள். படத்தை ஒட்டுவதற்காக அவன் தன் அப்பாரய்யனின் அறையில் நுழைந்து கோந்துப் பாட்டிலைத் தேடிக்கொண்டிருந்தபோது ஆத்தா வந்துவிட்டிருந்தாள். வாசலில் அவளுடைய செருப்புச் சரசரத்த தருணத்தில் அவன் கோந்துப் பாட்டிலைக் கண்டுபிடித்து ஆள்காட்டி விரலை அதற்குள் தோய்த்தெடுத்துக் கொண்டு ஆசாரத்துக்குத் திரும்பியிருந்தான். மிக நல்லபிள்ளையாய்ச் சுவரில் சாய்ந்து உட்கார்ந்து கொண்டு ஏற்கனவே கத்தரித்து வைத்திருந்த எம்.ஜி.ஆர். படத்தின் பின்பக்கத்தில் தோய்த்து வைத்திருந்த கோந்தைத் தடவினான். ஆத்தா அவனை எட்டிப் பார்த்துவிட்டுப் போனதும் அவன் அதை அந்த முருகன் படத்துக்கு மேல் அரையடி உயரத்தில் ஒட்டிவிட்டான். அது மிகச் சிறிய படம். ஆனால் அவனுடைய அப்பாரய்யன் மிக எளிதாக அதைக் கண்டுபிடித்து விட்டார். அவருக்குத் தாள முடியாத கோபம். அதைக் கிழித்தெடுப்பதற்கு அவர் எவ்வளவோ முயன்றார். அதில் ஓரளவு வெற்றியும் பெற்றார். ஆனால் எம்.ஜி.ஆரின் நெற்றியும் கண்களும் மூக்கின் கீழ்ப்புறமும் மீசையின் ஒரு பகுதியும் கழுத்தும் பிரித்தெடுக்க முடியாத அளவுக்கு உறுதியாக ஒட்டிக்கொண்டிருந்தன. தாத்தாவின் கோபத்துக்குப் பயந்து அவன் பொட்டுச்சாமி கோயிலில் போய்ப் பதுங்கிக் கொண்டான். வெகு நேரம் கழித்து அவனைத் தேடிக்

கொண்டு அங்கு வந்தாள் அவனுடைய ஆத்தா. அந்தப் படத்தின் ஒரு சிறு துண்டு இன்னும் அக்கதவில் ஒட்டிக்கொண்டிருந்தது.

காலத்தின் இருளடர்ந்த புற்றுக்குள் புக எத்தனித்த நினைவுகளின் உடலைச் சுருட்டி இழுத்துக் கொண்டு இப்போது அந்த வீட்டைச் செப்பனிடுவதைப் பற்றி யோசித்தான். பெரும் திட்டுகளாய் மேவிக்கிடக்கும் தோக்குருவிப் புழுக்கைகளையும் இப்புழுதியையும் மண்ணையும் அப்புறப்படுத்துவதே செய்ய வேண்டிய முதல் காரியம். வீட்டின் பாழடைந்த தன்மையையும் அதைச் செப்பனிடுவதற்கு என்ன தேவை என்பதையும் அவன் ஆறேழு மாதங்களுக்கு முன்பே யோசித்து வைத்திருந்தான். கைதியாகத் தன் ஆயுளில் பெரும் பகுதியைக் கழித்தவனுக்குச் சிறை நிர்வாகம் ஒரு கணிசமான தொகையை அவன் செய்த வேலைகளுக்கான ஊதியமாகக் கொடுத்தது. இவ்வீட்டுக்குத் திரும்பும் அவனது யோசனையைக் கேட்ட முதல் தருணத்திலேயே அது பாழடைந்து கிடக்கும் எனச் சொன்னாள் மகேஸ்வரி. யாருடைய உதவியும் கிடைக்காதபோதும் அதைச் செப்பனிட்டுக் கொள்ள முடியும் என்னும் நம்பிக்கையை அவன்தான் அவளுக்கு ஏற்படுத்தினான். பதினான்காண்டுச் சிறைவாசத்தில் பாழடைந்த ஒரு வீட்டைச் செப்பனிடுவதற்குத் தேவைப்படும் எல்லா அனுபவங் களையும் தான் பெற்றிருப்பதாகச் சொல்லித் தன் காய்ப்பேறிய கைகளை அவளுக்குக் காட்டினான். ஒரு மண்வெட்டியையும் கடப்பாரையையும் கூர்ந்த முனையையுடைய அரிவாளையும் வாங்கிக்கொண்டு பாழடைந்த இவ்வீட்டுக்கு வந்தவர்கள் தாங்கள் விட்டுச் சென்ற பொருள்கள் மிகப் பத்திரமாகக் கிடந்ததைப் பார்த்து ஆச்சரியம் கொண்டனர்.

அவன்மீது பயம் கொண்ட இவ்வூர் ஒரு துரும்பையும் தீண்டி யிருக்கவில்லை. புழுதி மண்டிய சமையல்கட்டில் காலத்தின் களிம்பேறிய பாத்திரங்கள் திசைக்கொன்றெனச் சிதறிக் கிடந்தன. பாத்திரங்களில் பல பித்தளையாலும் வெண்கலத்தாலும் ஆனவை. பல்லிகளின் இறந்த உடல்களால் நிரப்பப்பட்ட செம்புக் குடமொன்றில் மட்கிய முட்டைகளின் ஓடுகள். அவர்கள் நீங்கிச் சென்ற காலம் இச்சிறு பிராணிகளுக்குக் கொண்டாட்டத்தைத் தந்திருக்குமென நினைத்தான்.

அவன் போகும்போது பாளைவிடத் தொடங்கியிருந்த தென்னைகளில் ஒன்றுகூட இப்போது உயிரோடில்லை. ஆனால் பெருங்காடாய் அடர்ந்து கிடந்த சங்கம் புதர்களுக்குள் பத்திரமாகப் பதுங்கியிருந்தது அவனுடைய அப்பாரய்யன் வெட்டி வைத்த கிணறு. அவன் தான் கொண்டு வந்திருந்த புத்தம்புதிய அரிவாளைக் கையிலெடுத்துக் கொண்டான். சேலையைச் சுருட்டி இடுப்பில்

செருகிக்கொண்டு அவள் துணைக்கு வந்து நின்றாள். வேலியோரம் பெருமிதம் குலையாமல் நின்றுகொண்டிருந்த பூவரச மரத்திலேறி வலுவான கவை ஒன்றை வெட்டிக்கொண்டு வந்தான். நீர்ப்பரப்பு முழுவதையும் உருத்தெரியாமல் போர்த்தி மூடியிருந்த சங்கம் புதர்களை வெட்டி அப்புறப்படுத்திவிட்டு நிமிர்ந்தபோது மூச்சிரைத்தது. கிணற்று மேட்டில் மண்டியிட்டு உட்கார்ந்து விளிம்பு வரைத் தளும்பிக் கிடந்த நீரை இரு கைகளாலும் அள்ளி அவளுக்குத் தந்தான். தீர்த்தம் போல அவள் அதைத் தன் வாய்க்குள் சரித்துக் கொண்டாள். "கரும்பாட்ட இருக்குது. வருஷமெத்தனையாச்சு? ஒரு துளி ருசி கொறையக்காணாம் பாருங்கொ" என ஆச்சரியம் தாளாதவளாய் நீர்ப்பரப்பில் கை நனைத்தாள். பாசியடர்ந்த நீர்ப்பரப்பைத் தீண்டியதும் உடல் சிலிர்த்தது அவளுக்கு. குளிர்ந்த நீர்ப்பரப்புக்குள் கால்களைத் தொங்கவிட்டுக் கண்களை மூடினான் அவன். திரண்டு வந்த மீன் குஞ்சுகள் அவனது வெடிப்புற்ற பாதங்களை அரிக்கத் தொடங்கின. தீராத ஆச்சரியத்துடன் அவற்றை வேடிக்கை பார்த்துக்கொண்டிருந்தபோது அடியாழத்தி லிருந்து கருநிழலொன்று அசைந்து அசைந்து மேலெழும்பத் தொடங்கியதைக் கண்டு பதற்றத்துடன் எழுந்தான். துடுப்புகளை அசைத்தபடி வந்து நீர்ப்பரப்புக்கு மேலாகப் பிளந்த வாயுடன் தலைதூக்கி நின்றது. அவனுடைய அப்பாரய்யனின் வாளை. அவர்கள் விட்டுச் சென்றவற்றில் இப்பாழடைந்த கிணற்றுக்குள் பதுங்கியிருந்தபடி அவன் திரும்பி வருவதை எதிர்பார்த்துக் காத்திருக்கும் ஓருயிர், கை நிறைய பூளப்பூக்களை உருவி நீர்ப்பரப்பில் தூவினாள் அவள். ஆசையோடு வந்து விழுங்கிப் பிறகு துப்பிவிட்டு ஏமாற்றத்துடன் நீரின் ஆழத்துக்குள் மறைந்தது வாளை. வீட்டின் ஓர் அறையில் வெகு காலமாக அவனுடைய அப்பாரய்யனால் உபயோகப்படுத்தப்பட்டு வந்த கயிற்றுக் கட்டில்கூட அப்படியே கிடந்தது. இற்று விழுந்த அதன் கயிறுகள் மட்டும் பாம்புகளின் இறந்த உடல்களைப் போல வீடெங்கும் ஊர்ந்து கிடந்தன. அநேகமாக விட்டுச் சென்ற எல்லாப் பொருட்களுமே அதனதன் கிடையில் பத்திரமாகவே இருக்க வேண்டுமென நினைத்தான்.

காலத்தின் உருக்குலைவுகளைத் தாங்கி நிற்கிற அவற்றை அவர்களால் பயன்படுத்திக்கொள்ளவும் முடியலாம். ஆனால் இதுபோன்ற கற்பனைகளால் நல்லதாக எதுவுமே நடந்துவிடப் போவதில்லை என்பதை நினைவூட்டிக் கொண்டவன் பிறகு மகேஸ்வரியை அழைத்து வீட்டைச் செப்பனிடுவதைக் குறித்து ஆலோசிக்கத் தொடங்கினான். வீட்டின் உருக்குலைவைக் கண்டு அவள் கலவரமடைந்திருந்தாள். தனியாக அதைச் செய்து முடிப்பது முடியாத காரியம் என்றவள் யாரையாவது உதவிக்கு அழைக்கும்படி

அவனுக்கு யோசனை சொன்னாள். சீனுவைத் தேடிக்கொண்டு ஆற்றின் மறுகரையில் வசிக்கும் அவனுடைய தோட்டத்துக்குப் போனான். வயதான அவனது பெற்றோரின் சுருக்கம் விழுந்த முகங்களில் அவன் மீதான வெறுப்பு பூரான்களைப் போல ஊர்ந்து கிடந்ததைப் பார்த்தவன் அவர்களிடம் எதுவுமே கேட்காமல் திரும்பினான். ஆற்றின் கரையில் தன் அடப்பத்துடன் தனிமையில் உட்கார்ந்திருந்த பொங்கா நாவிதனே ஊரின் வெறுப்பைப் பற்றி அவனுக்குச் சொன்னவன். மூப்புற்று மிக உருக்குலைந்து போயிருந்த நாவிதனால் தன் சுருங்கிய கண்களைக் கொண்டு முதலில் அவனை அடையாளம் காண முடியவில்லை. பிறகு அச்சத்தால் அவனது உடல் பதறத் தொடங்கியது. அவனுடைய அப்பாரய்யன் பிழைத்த பிழைப்பை நினைவுகூர்ந்து வெகு நேரம் அழுதவன் பிறகு தாளமுடியாத துக்கத்துடன் துண்டால் வாயை இறுகப் பொத்திக்கொண்டான். “விதீங்கொ சாமி, விதி” என அவன் விடைபெற்றுக்கொண்ட பிறகுங்கூடத் திரும்பத்திரும்பச் சொல்லிக் கொண்டிருந்தான் அந்த நாவிதன். மிகச் சோர்ந்துபோனவனாகப் பாழடைந்த அவ்வீட்டுக்குத் திரும்பி வந்தவனுக்கு அவள் ஒரு வெண்கலச் செம்பு நிறையக் குளிர்ந்த நீரைக் கொடுத்தாள். அவள் கைபட்ட பாத்திரங்கள் பளபளவென மின்னின. “என்னாச்சு?” எனக் கேட்டவள் பிறகு அவனது பதிலை எதிர்பார்க்காமல் ஒரு மரப்பாச்சியைப் போல விரைப்பாக நகர்ந்து தன் வேலையைப் பார்க்கப் போனாள். புளிய மர நிழலில் மூன்று கல்லடுப்பொன்றைக் கூட்டிச் சமைக்கத் தொடங்கியிருந்தாள். அவன்மீது வெறுப்பும் குரோதமும் கொண்ட அவ்வூரில் வரவேற்பதற்கு யாருமே இருக்க முடியாது என்பது அவளுக்குப் புரிந்திருக்கும் என நினைத்தான். பலரது முகங்கள் மறந்துவிட்டன. நினைவிலிருந்தாலும் அவை பதினைந்து வருடங்களுக்கு முந்தியவையாயிருக்கும். வீங்கிய முகத்துடன் போலீஸ் வண்டியில் தள்ளப்பட்டபோது சூழ்ந்து நின்ற முகங்களில் தென்பட்ட குரோதத்தை வெகு காலம்வரை அவனால் மறக்க முடிந்ததில்லை.

“ஏறடா நாயே, ஒரு அறைல கண்ணாமுழி பிதுங்கீரும்...”

வேடிக்கை பார்ப்பதற்காகத் திரண்டு வந்திருந்தவர்கள் பயந்து சிதறினார்கள். யாரோ ஒருவன் பெருங்குரலெடுத்துச் சிரித்தது அவனுக்குக் கேட்டது. இனி இவ்வூருக்குத் திரும்பாமலிருக்க வேண்டுமென நினைத்துக் கண்களை மூடிக் கொண்டான். அப்பாரய்யன் இறந்தபோது கொள்ளி வைப்பதற்காகப் பரோலில் சென்றுவர அனுமதி கிடைத்தது. ஆனால் அவன் அதை மறந்து விட்டான். சில வருடங்களில் அவன் அம்மா செத்துப் போய்விட்டதாகத் தகவல் வந்தது. சீனு வந்து சொல்லும்வரை

அவனுக்கு அது தெரியவே இல்லை. கேட்டவுடன் அவனது கண்களிலிருந்து நீர் கொப்பளித்தது. அம்மாவின் சாவைவிட அதை அவனுக்குச் சொல்லாமல் மறைத்துவிட்ட உறவினர்களின் புறக்கணிப்பே அவனுக்கு அதிக துக்கத்தைத் தந்தது. பதறாமல் அவன் கன்னங்களில் உருண்டோடிய கண்ணீர்த் துளிகளைப் பார்த்துக் கொண்டிருந்தான் சீனு. தெரிந்தால் அவன் மிக வேதனையடையக்கூடும் என்பதால் யாரும் சொல்லாமலிருந் திருக்கலாம் எனப் பிறகு அவனுக்கு ஆறுதல் சொன்னான். ஆரம்ப வருடங்களில் மாதத்திற்கொரு முறை தவறாமல் வந்து கொண்டிருந்தான். மகேஸ்வரி யாருடனோ தொடர்பு வைத்திருப்பதாகச் சொன்னவனும் அவன்தான். அவன் அமைதியாக அதைக் கேட்டுக்கொண்டிருந்தான். அதை நம்பாமலிருக்கவும் முயன்றான். அதற்காக அவன் கோபங்கொள்வான் என எதிர்பார்த்த சீனுவுக்குத் தன் அமைதி மிகுந்த ஏமாற்றத்தைக் கொடுத்திருக்கலாம் என நினைத்தவன் அடுத்த முறை அவள் வரும்போது அதைப் பற்றிக் கேட்பதாக வாக்குக் கொடுத்தான்.

ஆனால் அவனால் ஒருபோதும் அவளிடம் அதைப்பற்றிக் கேட்க முடிந்ததில்லை.

மகேஸ்வரி மாதம் தவறாமல் வந்து போய்க்கொண்டிருந்தாள். அவளது உடலில் நிகழ்ந்துவந்த மாற்றங்களை அவன் கம்பிகளுக்கப்பாலிருந்து துல்லியமாகக் கண்காணித்து வந்தான். சில தருணங்களில் அவள் மிகத் துவண்டு போனவளாகத் தென்படுவாள். உடல் இளைத்திருக்கும். கண்கள் குழிந்து, மேனி கருத்துக்கிடக்கும். அதுபோன்ற தருணங்களில் அவள் வெகு நேரம் அழுதுகொண்டிருப்பாள். அவனது கேள்விகளுக்கு நீண்ட பெருமூச்சுகளைப் பதிலாக அளிப்பாள். சில தருணங்களில் அவள் உடலில் செழுமைகூடியிருக்கும். ஆறேழு சந்தர்ப்பங்களில் சேர்ந்தாற்போல் இரண்டு மூன்று மாதங்கள் அவள் அவனைப் பார்க்க வராமலிருந்திருக்கிறாள். அப்போதெல்லாம் அவள் கருத்தரித்திருக்கக் கூடுமெனவும் அதை அவனிடமிருந்து மறைப்பதற்காகவே அவனைப் பார்க்க வரவில்லை எனவும் நினைத்துக்கொள்வான். ஆனால் பிறகு அவன் கொஞ்சங்கூட எதிர்பார்த்திராத ஒருநாளில் அவள் வந்துவிடுவாள். அவனால் ஒருபோதும் புரிந்துகொள்ள முடியாத தன் துன்பங்களைப் பற்றித் தனக்கு அனுமதிக்கப்பட்ட மிகக் குறுகிய கால அவகாசத்திற்குள் அவனிடம் சொல்ல முற்படுவாள். பிறகு அநேமாக விடைபெற வேண்டிய கட்டாயம் ஏற்படும் தருணத்தில், ஒவ்வொரு பார்வையாளரின் முதுகுக்குப் பின்னாலும் தடதடவென உருண்டு செல்லும் சிறைக்காவலர்களின் மிரட்டல்களுக்கும் எச்சரிக்கை

களுக்குமிடையே தெளிவற்றதும் கலக்கம் நிரம்பியதுமான குரலில் அவன் விடுதலையாவதற்கு இன்னும் எத்தனை வருடங்கள் எஞ்சி யிருக்கின்றன எனக் கேட்பாள். விடைபெறும் ஒவ்வொரு தருணத்திலும் தவறாமல் அவளிடமிருந்து வரும் இந்தக் கேள்வியை அவனால் ஒருபோதும் பதற்றமின்றி எதிர்கொள்ள முடிந்ததில்லை. தன்னால் பதிலளிக்க முடியாத, புரிந்துகொள்ளவே முடியாத அந்தக் கேள்வியைப் பற்றி அவன் தீவிரமாக யோசித்துக் கொண்டிருக்கும் போது அவள் வெளியேற்றப்பட்டிருப்பாள்.

சில வருடங்களுக்கு முன்பு அவள் சிறைக்கு வந்து அவனைப் பார்ப்பதைத் திடீரென நிறுத்திக் கொண்டாள். ஒருவேளை அவள் தான் தொடர்பு வைத்திருந்த அந்த நபருடன் ஓடிப்போய்விட்டாளோ என அவன் சந்தேகித்தான். அது அவனுக்குத் தாளமுடியாத துயரத்தைத் தந்தது. அவள் வேறுவிதமாக யோசிக்க முடியாது எனத் தீர்மானித்துத் தன்னைத் தானே சமாதானப்படுத்திக் கொள்ள முயன்றான். அவள் மீது வன்மமும் பழியும் பெருகின. விடுதலையானவுடன் எங்கிருந்தாலும் தேடிச்சென்று அவளைப் பழிதீர்க்க வேண்டுமெனத் தீர்மானித்தான். ஆனால் அதற்குப் பல வருடங்கள் ஆகும் என்பது நினைவுக்கு வந்தபோது அவன் மிகவும் சோர்வுற்றான். சிறையிலிருந்து தப்பிச் செல்ல ஏதாவது வழியிருக்கிறதா எனவும் யோசித்தான். நாளெல்லாம் அதற்கான வாய்ப்புகளைக் குறித்தே ஆராய்ந்துகொண்டிருந்தான். தான் அடைக்கப்பட்டிருந்த மூட்டைப்பூச்சிகளும் கரப்பான்பூச்சிகளும் வாழும் கொட்டடியின் கம்பிகளின் உறுதியைச் சோதித்துப் பார்க்கவும் பூட்டின் திறவுகோலைக் கைப்பற்றுவதைக் குறித்தும் பல கற்பனைகள் அவனுக்குத் தோன்றின. சிறை வளாகத்தில் கடினமான வேலைகளை மேற்கொண்டிருக்கும் போது சூழ்ந்திருக்கும் மிக வன்மமான தோற்றம் கொண்ட, கண்ணாடிச்சில்லுகள் பதிக்கப்பட்ட, மின்சாரம் பாய்ச்சப்பட்ட கம்பிகளால் சூழப் பட்டிருக்கும், மதில்களின் உயரத்தைக் கணக்கிட்டு அவற்றைத் தாண்டிக் குதித்து வெளியேறுவதற்கான வழிகளைப் பற்றி ஆக்கிரமித்துக் கொண்டுவிடும் கற்பனைகள் அவனை நிம்மதியிழக்கச் செய்துகொண்டிருந்தன.

அவள் யாருடனாவது படுத்துக்கிடப்பதைப் பற்றிய கனவுகள் அவனை ஓயாமல் அலைக்கழித்துக் கொண்டிருந்தன. அந்த நபரைத் திடகாத்திரமானதொரு மனிதனாக அவன் கற்பனை செய்துகொண்டிருந்தான். திடகாத்திரமான, உயரமான மனிதன். அநேகமாக அவன் தன்னைவிடச் சிவப்பானவனாக இருக்கக் கூடும். மீசை அரும்பத் தொடங்கும் ஒரு இளைஞனாகக்கூட இருக்கலாம். மகேஸ்வரியின் வறண்ட உடலில் காதலின் ஈரத்தைச்

சுரக்க வைப்பதில் அவன் மிகச் சுலபமாக வெற்றி பெற்றவனாக இருப்பான் என நினைத்தான். இரவுகளில் அவனுக்கு அவர்கள் திளைத்துக்கிடப்பது பற்றிய கற்பனைகள் பெருகும். கட்டுங்கடங்காத காமத்துடன் அவள் திடகாத்திரமான அந்த மனிதனின் உடலைத் தழுவிக் கொள்வது போன்ற துண்டு துண்டான சித்திரங்கள் தோன்றும். அப்போது அவனது குறி விறைத்துக் கொள்ளும். அவனது அழுக்கேறிய முரட்டு உடுப்புக்குள் அச்சத்தால் பீடிக்கப்பட்ட ஒரு பறவையைப் போல நடுங்கிக்கொண்டிருக்கும். தன்னை ஒட்டிப் படுத்திருக்கும் மற்ற கைதிகளின் மட்கிய உடல்களுக்கு அந்த நடுக்கம் பரவிவிடாதபடி மிக எச்சரிக்கையாக அவன் அதன் பதற்றத்தைத் தணிக்க முயல்வான். பிறகொரு இரவில் அவனை ஒட்டிப்படுத்திருந்த ஓர் ஆயுள் தண்டனைக் கைதி அவனது நடுக்கத்தின் ரகசியத்தைக் கண்டுபிடித்தான். அந்த மனிதனின் கருணையற்ற உடல் பிறகு எந்தத் தயக்கமும் இல்லாமல் அவன் மேல் கவிந்தது. அவன் இதயத்தின் ஆழத்தில் எதிர்ப்பின் மிகச்சிறிய பொறியொன்று எழுந்து தணிந்தது. காட்டுப் பூனையின் நெடி வீசும் அவனது உடலுக்குக் கீழே ஒரு கோழிக்குஞ்சைப் போலப் பதுங்கியிருந்து மிகத் துக்ககரமான, அருவருப்பூட்டும் அந்த அனுபவத்தைக் கடந்து சென்றான் சின்னு. அந்த மனிதனின் ரோமம் மண்டிய உடலிலிருந்து உதிர்ந்த பேன்கள் அவனது வியர்த்த உடலின் மீது பசியுடன் ஊர்ந்துகொண்டிருந்தன. அவனது தொடையிடுக்குகளில் பெருகி வழிந்துகொண்டிருந்த அந்த மனிதனின் விந்துத்துளிகள் சிதைந்தவையும் உருக்குலைந்தவையுமான பதினைந்து கைதிகளின் உடல்கள் கிடந்த அந்த அறை முழுவதிலும் சகிக்க முடியாத துர்நாற்றத்தைப் பரவவிட்டிருந்தன. துர்நாற்றத்தைத் தாளமுடியாத கைதிகளில் சிலர் புரண்டுபடுத்தனர். புத்தம் புதிதாக அந்த அறைக்கு வந்து சேர்ந்த ஒரு இளைஞன் பயங்கரமாக இருமினான். ஆழ்ந்த உறக்கத்திலிருந்த முதியவனொருவன் மிரட்சியுற்று எழுந்து மலங்க மலங்க விழித்தான். சிறைக்காவலன் லத்தியால் கம்பிகளை உரசி அதன் தடதடக்கும் ஓசையால் எல்லோரையும் எச்சரித்துவிட்டுச் சென்றான்.

அந்த மனிதன் யாரென்பதைக்கூட அவனால் திட்டவட்டமாக அடையாளம் காண முடியவில்லை. பின்னிரவு கடந்து செல்லும் வரை அவன் அதைப்பற்றி யோசித்துக் கொண்டிருந்தான். பிறகு அவனுக்குக் காமத்தின் பூக்களடர்ந்த மகேஸ்வரியின் உடல் நினைவுக்கு வந்தது. அவளது திரண்ட முலைகளையும் பருத்த தொடைகளையும் மயிரடர்ந்த யோனியையும் நினைத்தபடியே தூங்க முயன்றான். அவன் அவளுடைய உடலில் மகரந்தங்களிலிருந்து காமத்தின் விதவிதமான வாசனைகளை மீட்டெடுத்து அவனுடைய

அப்பாரய்யனின் இப்போது பாழடைந்து கிடக்கிற இவ்வீட்டில் பரவவிட்டிருந்தான். அவர்களுடைய முதலாவது புணர்ச்சியின் முடிவில் அவ்வீடு தாழம்பூக்களின் வாசனையால் நிரம்பியிருந்தது. அவன் அவளைத் தன் பக்கம் இழுத்து அவள் தன் கூந்தலில் தாழம்பூக்களைச் சூடியிருக்கிறாளா எனத் தணிந்த கிசுகிசுப்பான குரலில் கேட்டான். இல்லையென மறுத்தவள் அவன் உடலிலிருந்து வீசும் செம்போத்தின் நெடி தனக்குப் போதையூட்டுவதாக அவனது செவிகளுக்குள் கிசுகிசுத்தாள். ஆனால் தாளமுடியாதவாறு பெருகிக்கொண்டிருந்தது தாழையின் வாசனை. ஆசாரத்தில் கயிற்றுக்கட்டிலொன்றில் ஆழ்ந்த உறக்கத்தில் கிடந்த அவனுடைய அம்மா அந்த வாசனையின் தீவிரம் தாளாமல் விழித்துக்கொண்டாள். லாந்தரைத் தூண்டியெடுத்துக்கொண்டு தன் வருகையைக் குறித்து எச்சரிக்கும் விநோதமான சத்தங்களை எழுப்பிக் கொண்டே அவர்களுடைய படுக்கையறைக்கு வந்தவள் கசங்கிய உடைகளுடன் படுத்துக் கொண்டிருந்த தன் மருமகளை எழுப்பி அவள் தன் கூந்தலில் தாழம்பூவைச் சூடியிருக்கிறாளா எனக் கேட்டாள். அவள் பதில் சொல்லிக்கொண்டிருக்கிற போதே நீண்டநாள்களாகப் படுத்த படுக்கையாயிருந்த அவனுடைய அப்பாரய்யனும் எழுந்து வந்திருந்தார். தாழையின் வாசனை தாள முடியாமல்தான் அவர் எழுந்து வந்தாரா என அவரிடம் கேட்டாள் சின்னுவின் அம்மா. அவர் தலையசைத்தார். அவரது உடலின் விறைப்பைப் பார்த்து அவள் பயந்து போயிருந்தாள். அந்த வீட்டில் எங்காவது தாழம்பூ இருக்கக்கூடுமா என எல்லோரும் ஒருவரையொருவர் கேட்டுக் கொண்டார்கள். எவ்வளவோ காலமாக அந்த வீட்டில் வசித்து வந்த அவனுடைய அப்பாரய்யன் அதற்கு வாய்ப்பே இல்லை என்றார். வெட்கத்தால் நடுங்கும் உடலுடன் நின்று கொண்டிருந்த தன் மருமகளின் அருகில் சென்று அவளது கூந்தலை வருடிய அம்மா அந்தப் புதிருக்கு விடை சொன்னாள். “சீக்கிரமே தாழம்பூ வாசனையோட எனக்கொரு பேரன் பொறப்பான்!” எனக் கூவிக்கொண்டே அவள் ஆசாரத்தை நோக்கி ஓடினாள். அவனுடைய அப்பாரய்யன் நன்றிப் பெருக்குடன் அவர்களுடைய குலதெய்வத்தின் பெயரைச் சொல்லிக்கொண்டே வெளியேறினார். மகேஸ்வரி வெட்கத்தின் பழுத்த நிறம் படர்ந்த தன் முகத்தை மூடிக்கொண்டு குப்புறப்படுத்துக் கொண்டாள். அவன் அவளை மலர்த்தவும் கைகளைப் பிரித்து முகத்தைப் பார்க்கவும் முயன்றான். அவள் மிக மூர்க்கமாக மறுத்தாள்.

அதிகாலையில் காவலரின் விசில் சத்தத்தைக் கேட்டு மிகப் பதற்றத்துடன் விழித்தெழுந்தவன் அவனது தொடையிடுக்குகளில் துர்நாற்றம் வீசும் விந்துத்துளிகளைச் சிதறடித்த அந்த மனிதன்

யாரெனப் பார்க்க முயன்றான். அதற்குள் எல்லோரும் கலைந்திருந்தார்கள்.

சில நாள்களுக்குப் பிறகு கைதியான தச்சனொருவனிடம் உதவியாளனாகப் பணிபுரிவதற்கு அனுப்பப்பட்டான் சின்னு. வெறுப்பு மண்டிய அம்மனிதன் அவனையும் மற்ற உதவியாளர் களையும் மிகக்கொடிய வார்த்தைகளால் சபித்துக்கொண்டே இருந்தான். சின்னு அதை ஆட்சேபித்து ஒரு வார்த்தையைச் சொல்லத் துணிந்தபோது அவனது குறுகக் கத்தரிக்கப்பட்ட உச்சந்தலை முடியைப் பற்றி உலுக்கினான் அந்தத் தச்சன். தன் துர்நாற்றம் வீசும் வாய்க்குள்ளிருந்து எச்சிலைக் காறி சீனுவின் முகத்தில் துப்பிவிட்டு முதுகில் அறைந்தான். சின்னு அதற்குப் பிறகு ஒரு வார்த்தை பேசவில்லை. அன்றைய இரவு அந்த மனிதன் வார்டனின் உதவியோடு சின்னுவைத் தான் அடைக்கப்பட்டிருந்த கொட்டடிக்கு மாற்றிக்கொண்டான். பின்னிரவில் அவன் தன் மீது கவிந்தபோது சின்னு மூர்க்கமாக எதிர்த்தான். ஆனால் அவனைவிட அந்த மனிதன் மூர்க்கம் கொண்டவனாக இருந்தான். மிக அருவருப்பான முறையில் அவனது குறி சின்னுவின் புட்டத்தைத் துளைத்தது. அவன் கத்த முற்பட்டான். ஆனால் அது பயனற்ற காரியம் என்பது நினைவுக்கு வந்ததால் மௌனமாக அவனை அனுமதிக்க முடிவுசெய்தான். சின்னுவின் துவண்டு கிடந்த குறி அந்த மனிதனுக்கு ஏமாற்றமளித்திருக்க வேண்டும். ஆத்திரத்துடன் அவனது குறியைப் பற்றி முரட்டுத்தனமாக இழுக்கத் தொடங்கினான். வலி தாளமுடியாததாயிருந்தது. சின்னு ஒரு பெட்டைக் கோழியைப் போல மிகப் பலவீனமான குரலில் கிறீச்சிட்டான். அந்த மனிதன் அதைப் பொருட்படுத்தாமல் சீனுவின் துவண்ட குறியைத் தன் வாயில் கவ்வினான். சின்னு தாழையின் வாசனை வீசும் மகேஸ்வரின் உடலை நினைத்துக்கொள்ள முயன்றான். வேறு யாருடையதோ போன்ற ஓர் உருவம் புகைப்படலமாக மனத்தில் தோன்றியது. பிறகு அவன் தான் புணர்ந்த பெண்கள் ஒவ்வொருவரது நிர்வாணத்தையும் அவசர அவசரமாகக் கற்பனை செய்ய முயன்றான். பெரிய முலைகளையும் பருத்த புட்டங்களையுமுடைய ஒரு உடல் நினைவில் தோன்றியதும் அவன் குறி விறைப்படையத் தொடங்கியது. வருடங்களுக்கு முன்னால் அதுபோன்ற உடலைக்கொண்டிருந்த வேசியொருத்தியுடன் இரவொன்றைக் கழித்திருந்தான் அவன்.

பிறகு அவன் மகேஸ்வரியை நினைக்காமலிருக்கவும் தன் நினைவின் திரைச்சீலையிலிருந்து அவளை முற்றாக அழித்துவிடவும் விரும்பினான். அவனது நினைவுகளில் இருந்த பெண்ணுடல்களுங்கூட ஒவ்வொன்றாக மங்கிக்கொண்டிருந்தன. ஆண் உடல்களின் மீதான

இச்சை ஆள்கொல்லி நோயொன்றின் தீவிரத்துடன் அவன் நரம்புகளில் ஊடுருவிப் பரவத் தொடங்கியது. பிறகு அவன் துர்நாற்றம் வீசும் இரவுகளை நேசிக்கவும் அதற்காக வேட்கையுடன் காத்திருக்கவும் பழகிக் கொண்டான். தன்னை ஒட்டிக் கிடக்கும் புதிய கைதிகளின் உடல்கள் மீது மூர்க்கமாகப் பரவும்போது அவன் தன்னை மிகச் சுதந்திரமான மனிதனாகக் கற்பனை செய்துகொள்ளத் தொடங்கினான். பலவீனமான, எதிர்ப்பதற்குச் சக்தியற்ற உடல்களின் மீது ஆதிக்கத்தைச் செலுத்துவதன் மூலம் தன் காலியான இதயம் மர்மமான விடுதலையுணர்வால் நிரப்பப்படுவதை உணர்ந்தான். சில தருணங்களில் சிறைக் கம்பிகளுக்கு வெளியே எந்த உறவுமில்லாத தன் நிலை அவன் நினைவுக்கு வரும். விடுதலையடையக் கூடுமானால் யாருமே அற்ற உலகில் நிராதரவாக நிற்க வேண்டி வருமோ எனக் கவலையடைவான். சிறை அதிகாரிகளிடம் பேச வாய்க்கும்போது தனது தண்டனைக் காலம் சீக்கிரத்தில் முடிந்துவிடுமோ எனக் கேட்பான். பழக்கப்பட்ட அவ்விடத்திலிருந்து வெளியேறுவது பற்றிய கற்பனைகள் அவனைக் கலக்கமடையச் செய்யும். ஒரு அதிகாரி எப்படியோ அவன் கவலைகளைப் புரிந்து கொண்டான். ஒருநாள் பிற்பகல் சிறை வளாகத்திலிருந்த புங்க மரத்தினடியில் நின்றுகொண்டிருந்த அந்த அதிகாரியோடு அவன் பேச்சுக்கொடுத்தான். அதிலிருந்து தான் விடுதலையாவதற்கு இன்னும் பல வருடங்கள் மீதமிருப்பதைத் தெரிந்துகொண்டபோது அவன் நிம்மதியடைந்தான். மீதியிருந்த வருடங்களில் அவன் பல வேலைகளைக் கற்றுக்கொண்டான். யாருமே அவனைப் பார்ப்பதற்காக வராத அவ்வருடங்களில் அவன் துப்புரவாளனாகவும், தச்சனாகவும், கட்டடப் பணியாளனாகவும், நெசவுத் தொழிலாளியாகவும், விவசாயியாகவும், சமையல்காரனாகவும் பல்வேறு வேலைகளைப் பார்த்தான். பிறகு வார்டனாக நியமிக்கப்பட்டான். கைதிகள் அவனிடம் பணிவாக நடந்துகொள்ளத் தொடங்கினர். காலையில் கூடுதலாக ஒரு கோப்பைத் தேநீர் கிடைத்தது. சில தருணங்களில் சாராயமும் கஞ்சாவும் கிடைத்தன. புதிதாக வரும் தண்டனைக் கைதிகளில் இளம் வயதினராய் இருப்போரை அவன் தன்னுடன் அடைத்து வைக்கும்படி அதிகாரிகளுக்குக் கோரிக்கை வைப்பான். அதிகாரிகள் ஒரு கண் சிமிட்டலுடனும் புன்னகையுடனும் அவனது கோரிக்கையை ஏற்றுக் கொள்வார்கள். புதிய கைதிகளில் அநேகமாக எல்லோருமே முதலில் முரண்டுபிடிப்பார்கள். அவமானங்களுக்கும் குற்ற உணர்வுகளுக்கும் உள்ளானவர்களாய் அவனைச் சபிப்பார்கள். ஆனால் கைதியாயிருக்கும் ஒருவனுக்கு இது தவிர்க்க முடியாதது என்பதை உணரும்போது அநேகமாக எல்லோருமே அமைதியாகிவிடுவார்கள். அவர்களது தொடையிடுக்கில் துர்நாற்றம் வீசும் விந்துத் துளிகளைச்

சிதறடிப்பதும் தன் உடலிலிருக்கும் பேன்களையும் ஈறுகளையும் அவர்களது உடல்களில் பரவவிடுவதுமான செயல்கள் போதையாக மாறியிருந்தது அவனுக்கு. பொறுப்பின்மையின் சுதந்திரத்தைப் பரிபூரணமாக அனுபவிக்கத் தொடங்கியிருந்தவன் தான் ஆயுள் தண்டனை விதிக்கப்பட்டுச் சிறைக்கொட்டடியில் அடைபட்டிருக்கும் ஒரு கைதி என்பதுகூட மறந்து போயிருந்தது.

நான்கைந்து வருடங்களுக்குப் பிறகு அவனுக்காக ஒரு பார்வையாளர் காத்திருப்பதாகத் தகவல் வந்தபோது அவன் தாளமுடியாத அதிர்ச்சிக்குள்ளானான். பார்வையாளர் கூடத்தை அடைவதற்கு முன்பாகவே அவன் கண்கள் கலங்கத் தொடங்கியிருந்தன. மிக மெலிந்து உருக்குலைந்தும் போயிருந்த அவள் உருவம் தென்பட்டதுமே கூக்குரலிட்டுக் கத்தத் தொடங்கினான். அவள் அவனுக்கு ஆறுதல் சொன்னபோது மிக நெகிழ்ந்து போனான். அவ்வளவு நாள்களாக அவனைப் பார்க்க வர முடியாததற்காக அவள் மன்னிப்புக் கேட்டபோது அவன் பதற்றமடைந்தான். அது ஒரு பிரச்சினையே அல்ல எனச் சொல்ல முயன்றான். அவள் ஓயாமல் மன்னிப்புக் கேட்டுக்கொண்டே இருந்தாள். அவள் ஏன் அவ்வளவு உருக்குலைந்து போய்விட்டாள் என அவன் திரும்பத் திரும்ப அவளிடம் கேட்டுக்கொண்டே இருந்தான். அவள் அவனது கண் ரெப்பைகளில் தென்பட்ட வீக்கத்திற்கான காரணத்தைச் சொல்லும்படி அவனை வற்புறுத்திக்கொண்டே இருந்தாள். அதற்குள் நேரம் முடிந்து விட்டதால் அவன் திரும்ப வேண்டியதாயிற்று. அன்று இரவு வெகு நேரம்வரை அவன் விம்மிக்கொண்டிருந்தான். சக கைதிகளில் ஒருவன் அது தனக்குத் தொந்தரவாக இருப்பதாகச் சொல்லவே அவன் மிக மௌனமாகக் கண்ணீர் விட்டபடி அந்த இரவைக் கழித்தான்.

பிறகு அவள் அநேகமாக ஒவ்வொரு மாதமும் அவனைப் பார்ப்பதற்காக வந்துகொண்டிருந்தாள். ஒவ்வொரு முறையும் அவளது உடலில் பொலிவு கூடிக்கொண்டிருப்பதாக அவனுக்குத் தோன்றியது. அவளது இளமை அவனுக்காகக் காத்திருப்பதாகக் கற்பனை செய்துகொள்வது அவனுக்குப் பிடித்திருந்தது. சாராயத்தையும் கஞ்சாவையும் கொஞ்சம் கொஞ்சமாகக் கைவிட முயன்றான். கைதிகளுடன் உடலைப் பரிமாறிக்கொள்வதை மட்டும் அவனால் நிறுத்த முடியாமலிருந்தது. அதுபோன்ற தருணங்களில் அவன் மகேஸ்வரியின் உடலை நினைத்துக் கொள்ள விரும்பினான். ஆனால் அவள் முகம் நினைவில் தோன்றிய உடனேயே அவனுக்குக் குறி தளர்ந்துவிடுகிறது. அருவருப்பின் கொடிய துர்நாற்றம் அவனைச் சூழத் தொடங்கிவிடுகிறது. அவனை அணைத்துக்கொண்டு படுத்திருக்கும் வெப்பமான உடல் ஆற்றாமையுடனும் வெறுப்புடனும்

அவனிடமிருந்து விலகுகிறது. சிறை மீண்டும் அவனுக்குத் தாள முடியாததாகிறது.

பிறகு அவன் தன் விடுதலை பற்றியும் புதிய வாழ்க்கையொன்றின் தொடக்கம் பற்றியும் கனவு காணத் தொடங்கினான். சிறையில் தான் செய்த வேலைகளுக்காகத் தன் கணக்கில் சேர்ந்திருக்கும் தொகை குறித்த ஓயாத மனக்கணக்குகளைப் போட்டுப் பார்ப்பதற்காக அதிக நேரங்களைச் செலவிடத் தொடங்கினான். பெரியதும் கரடுமுரடானதும் அச்சுறுத்துமளவுக்கு உயரமானதுமான மதில் சுவர்களுக்குள் தப்ப முடியாதபடி அடைபட்டுக் கிடக்கும் சிறைக்கொட்டடிகளின் மீது மிக மெதுவாக நகர்ந்து சென்ற நாள்கள் அவனது பொறுமையைச் சோதித்துக் கொண்டிருந்தன. கைதிகளின் சிதைக்கப்பட்ட உடல்களைச் சிறிதும் கருணையின்றி வாட்டும் அனல் காற்று வீசிக்கொண்டிருந்த நாளொன்றின் பிற்பகலில் சிறைக் கண்காணிப்பாளர் அவனை அழைத்தார். வியர்த்து வழியும் முகத்தைக் கைகளால் துடைத்துக்கொண்டு மிகப் பணிவாக அவர் முன்னால் நின்றான் அவன். கண்காணிப்பாளர் கனிவாகப் புன்னகைத்தார். அன்றிலிருந்து சரியாக ஏழாம் நாள் அவன் விடுதலை செய்யப்படவிருப்பதாகச் சொன்னவர் அதற்கு அவன் தன்னைத் தயார்ப்படுத்திக் கொண்டிருக்கிறானா எனக் கேட்டார். கேட்டவன் தாளமுடியாதவனானான். கொட்டடியில் அவனுடன் இருந்த மற்றவர்களிடம் அதைச் சொல்லலாமா வேண்டாமா எனக் குழம்பியவன் அதற்கு விடைகாண முடியாதவனாய் அன்றைய இரவு முழுவதையும் தூக்கமில்லாமல் கழித்தான். இரண்டு நாள்கள் கழித்து அவனைப் பார்ப்பதற்காக வந்த மகேஸ்வரியிடம் அதைச் சொன்னபோது அவள் ஒன்றுமே சொல்லாமல் புன்னகைத்தாள். அவள் முகத்தில் ஒருவிதக் கலவரம் படர்ந்ததாக அவன் நினைத்தான். இருப்பிலிருந்த வார்த்தைகள் தீர்ந்து விட்டதைப் போல மிகச் சுருக்கமாகப் பேசிவிட்டு அவசர அவசரமாகக் கிளம்பிச் சென்றாள். அவள் தன் கையில் திணித்துவிட்டுச் சென்ற மலிவான விலையில் வாங்கப்பட்ட தின்பண்டங்களைச் சகாக்களுக்குக் கொடுத்துவிட்டு அன்றிரவு எதுவும் சாப்பிடாமல் படுத்துக் கொண்டான். அவனை அழைத்துச் செல்வதற்காக அவள் திரும்பி வருவாளா எனச் சந்தேகிக்கவும் அது அவளுடனான கடைசிச் சந்திப்பாக இருக்கும் என நினைப்பதற்கும் அவன் மீதியிருந்த நேரத்தைச் செலவிட்டான். ஆனால் குறிப்பிட்ட நேரத்திற்கு முன்னதாகவே அவள் உருவம் பார்வையாளர் கூடத்தில் பொறுமையற்றதாய் அசைந்து கொண்டிருந்ததைப் பார்த்து அவன் அவளைச் சந்தேகித்ததை நினைத்து வெட்கப்பட்டான். சடங்குகள் முடிந்த பிறகு தன் நெடுங்கால உறவை முடித்துக்கொண்டு சிறிய புழை வாயிலின்

வழியே அவனை வெளியேற்றியது சிறை. ஆறுதலளிப்பதைப் போலவும் நம்பிக்கையூட்டுவது போலவும் சந்தோஷத்தைப் பகிர்ந்து கொள்பவளாகவும் தன் கைகளைப் பற்றிக் கொண்டவளின் கண்கள் ததும்பியிருப்பதை அவன் கவனித்தான். மிகக் களைத்துப் போயிருந்தாள். நிச்சயமின்மையின் கலவரம் அவளது துயரம் தோய்ந்த சரியாகத் தூங்காததன் விளைவாகச் சிவந்துபோயிருந்த அவளது கண்களைச் சுற்றிப் படர்ந்திருந்தது. அவ்வளவுக்குப் பழையதாகத் தென்படாத, விலை குறைவான புடவையொன்றை உடுத்தியிருந்தாள். கூந்தலில் அவள் சூடியிருந்த பூச்சரம் வாடத் தொடங்கியிருந்தது. நெற்றியில் திருநீறும் குங்குமமும் துலங்கின. அவள் ஏதாவதொரு கோயிலுக்குப் போய்விட்டு வந்திருப்பாளென நினைத்தான்.

அவள் உடனடியாக அங்கிருந்து போய்விடும் விருப்பம் கொண்டவளாயிருந்தாள். சிறைச்சாலையின் நெடிதுயர்ந்த மதில்களை அண்ணார்ந்து பார்த்துக் கொண்டிருந்தவனின் தோளைத் தட்டி "சீக்கிரம்" என அவசரப்படுத்தினாள். வெளியே காத்திருத்தலின் வெம்மையிலிருந்தும் கண்காணிக்கப்படுதலின் இறுக்கத்திலிருந்தும் விடுபட வழியற்றவையாய்த் துவண்டு நின்ற எண்ணற்ற உடல்களிலிருந்து வீசிக்கொண்டிருந்த வியர்வை நெடியிலிருந்தும் துயரம் தோய்ந்த குரல்களிலிருந்தும் தப்பும் முனைப்புடன் வேகமாக நடந்தவளைப் பின்தொடர்வது தனக்குச் சிரமமாக இருந்ததைக் குறித்து வெட்கப்பட்டுக் கொண்டே அவன் நடந்தான். வெயில் சுட்டெரித்துக் கொண்டிருந்தது. முதலில் ஏதாவதொரு ஓட்டலுக்குப் போகலாமா எனக் கேட்டவள், உறைந்துபோன காலத்திலிருந்து அப்போது தான் மீண்டு வந்து தன்னிலிருந்து வெகு தூரம் விலகிச் சென்றுவிட்ட நிகழ்காலத்தை எதிர்கொள்ளத் திணறிக் கொண்டிருக்கும் அம்மனிதனின் சம்மதத்தைப் பற்றிக் கவலைப்படாமல் ஒரு ஆட்டோவை வாடகைக்கு அமர்த்தினாள். நகரம் வெகுவாக மாறியிருந்தது. முன்னும் பின்னுமாக விரைந்து சென்ற கார்களையும் பேருந்துகளையும் இருசக்கர வாகனங்களையும் தீராத ஆச்சரியத்துடன் வேடிக்கை பார்த்துக் கொண்டே வந்தான். நகரின் பிரதான சாலையிலிருந்து வெகு தூரம் தள்ளியிருந்த ஒரு நெரிசலான தெருவிலிருந்த ஓட்டலின் முன் அவர்கள் பயணம் செய்த ஆட்டோ நின்றது. ஆட்டோ ஓட்டுநரிடமிருந்து அவள் விடைபெற்றுக் கொண்ட தோரணையைப் பார்த்தபோது அவன் அவளுக்கு ஏற்கனவே அறிமுகமானவனாயிருக்கலாமோ எனச் சந்தேகித்தான். ஓட்டலில் இருந்த பணியாளர்களும் கல்லாவில் உட்கார்ந்திருந்த பருத்த உடலையுடைய ஒரு மனிதனுங்கூட அவளுக்கு அறிமுக

மானவர்களாகத் தென்பட்டார்கள். அவர்களில் சிலரை அவள் அவனுக்கு அறிமுகப்படுத்தவும் முயன்றாள். "எங்க வீட்டுக்காரரு" என்றாள். சிலர் புன்னகைத்தனர். பரட்டைத் தலை இளைஞ னொருவன் அவனது கையைப் பற்றிக் குலுக்கினான். ஒரு நடுத்தர வயதுடைய ஒரு நபர் வெறுமனே தலையசைத்தான். ஒருபோதும் தங்கள் சுதந்திரத்தை இழந்திருக்காத, குற்றச்சாட்டுகளுக்கு ஆட்படுத்தப்பட்டிராத அம்மனிதர்களின் முகங்களை ஏறிடுவதற்கு அவன் திணறினான்.

பிறகு அவள் அவனைச் சாக்கடைகள் பெருகி வழிந்து கொண்டிருந்த குறுகலானதொரு தெருவின் வழியே அழைத்துச் சென்றாள். எதிராகவும் பக்கவாட்டிலும் அவர்களைக் கடந்து சென்றவர்களில் சிலர் அவளைப் பார்த்துப் புன்னகைத்தனர். குறுகலான வாசற்படியைக் கொண்ட ஒரு சிறிய வீட்டின் முன் உட்கார்ந்திருந்த நோயாளியைப் போல் தென்பட்ட வயதான பெண்ணொருத்தி அவர்கள் தன்னைக் கடந்து செல்வதைக் கண்டதும் எச்சிலைக் காறித் துப்பினாள். இருபுறமும் குடிசைகளால் சூழப்பட்ட அந்தப் பாதையின் முடிவில் தென்பட்ட ஒரு அடுக்குமாடிக் குடியிருப்பை அடைந்ததும் அவள் நின்றாள். வழிந்திருந்த வியர்வையை முந்தானையைச் சுருட்டித் துடைத்துக்கொண்டு அதன் குறுகலான படிகளின் வழியே ஏறத் தொடங்கியவள் அவன் பின்தொடர்கிறானா என அடிக்கடி திரும்பிப் பார்த்துக் கொண்டாள்.

கதவைத் திறந்தவுடன் குப்பென்று முகத்திலடித்தது செம் மறியாடுகளின் நனைந்த உடல்களிலிருந்து எழும் வீச்சத்தை நினைவூட்டும் மட்கிய நெடி. வீடென்பது சுமார் பத்துச் சதுர அடி கொண்ட கூடம் மட்டுமே. வருடங்களாய் அவன் அடைபட்டுக் கிடந்த கொட்டடியிலும் சிறியது. சுவரோரம் ஒரு பாயும் இரண்டு அழுக்கடைந்த தலையணைகளும் கிடந்தன. பாயை இழுத்துவிட்டு அவள் அதில் அவனை உட்காரச் சொன்னாள். எண்ணெய்ப் பிசுக்கேறிக் கருத்துக் கிடந்த சுவரில் பழுப்பேறிய தாள்களாலான ஒரு காலண்டரும் சட்டமிடப்பட்ட சிறிய புகைப்படமும் தொங்கிக் கொண்டிருந்தன. வீட்டின் ஒரு மூலையில் சில பாத்திரங்களும் மண்ணெண்ணெய் அடுப்பும் தென்பட்டன. மற்றொரு மூலையில் மூங்கில் கூடையொன்றில் கிட்டத்தட்ட அழுகிப்போன நிலையில் சில மாம்பழங்கள் இருந்ததை அவன் பார்த்தான். ஒன்றைக் கையிலெடுத்தான். "இத வித்துத்தான் பொளைக்கறேன்" எனச் சொல்லிவிட்டு அவள் எழுந்தாள். கதவை ஒருக்களித்து வைத்துவிட்டு உடைமாற்ற முற்பட்டு சேலையைக் களைந்தபோது கதவு தட்டும் சத்தம் கேட்டது. அவள் அதைப் பொருட்படுத்தாமல் உடைமாற்றிக்

கொண்டிருந்தாள். அவன் எழுந்து கதவைத் திறந்தான். யாரோ ஒருவன் தென்பட்டான். “மகேசில்லையா?” எனக் கேட்டான். பதில் தெரியாதவனைப் போல அவனைப் பார்த்துக்கொண்டு நின்றான் சின்னு. அவள் அவசரமாக வந்து நின்றாள். “எங்க வீட்டுக்காரரு” என்றாள். வந்தவன் புன்னகைத்தான். பிறகு அவள் அவனிடம் தணிந்த குரலில் எதையோ சொல்லிக் கொண்டிருந்தாள். அவன் போன பிறகு அவள் கதவைத் தாளிட்டாள். மிகக் களைத்துப் போனவனாக அவன் பாயில் கால்களை நீட்டிப் படுத்தான். அவள் அவனை ஒட்டிப் படுத்துக்கொண்டாள்.

அதிகாலைகளில் அவனுக்கு வெகு நேரம் முன்னதாகவே எழுந்து அவனுக்காகக் கொஞ்சம் சமைத்து வைத்துவிட்டுப் பழக்கூடையைச் சுமந்துகொண்டு புறப்படுவாள். அவனது வருகை அவளது வாழ்க்கையில் எதாவது மாற்றத்தை ஏற்படுத்திவிட முடியும் என்னும் நம்பிக்கையோ வாழ்வின் கதியை மாற்றிக்கொள்ளும் முனைப்போ அற்றவளாகத் தென்பட்டாள். தனிமையில் விடப்படும் அவன் அவள் போன பிறகு கதவைத் திறந்துகொண்டு வெளியே வந்து இரைச்சல் மிகுந்த அந்தத் தெருவில் மிகத் தயக்கத்துடன் காலெடுத்து வைப்பான். அநேகமாக, குடிநீர் லாரியொன்றைச் சூழ்ந்து நின்று பிளாஸ்டிக் குடங்களை உயர்த்திச் சண்டையிட்டுக் கொண்டிருக்கும் பெண்களையோ தெருவை அடைத்து விளையாடிக் கொண்டிருக்கும் குழந்தைகளையோ கடந்து ஒரு பெட்டிக்கடையை அடைவான். ஒரு டீ குடித்துவிட்டு இரண்டு பீடிக்கட்டுகளை வாங்கிக் கொண்டு திரும்புவான். அநேகமாக முன்னிரவு நேரங்களில் காலியாகிவிட்ட பழக்கூடையில் மீந்திருக்கும் பழங்களின் சங்கடமூட்டும் வாடையுடன் திரும்பி வருபவள் பாயைச் சுற்றிலும் இறைந்து கிடக்கும் கரிந்த பீடித் துண்டுகளைப் பார்த்துத் திகைத்துப் போவாள். பிறகு மௌனமாக அவற்றைச் சுத்தம் செய்துவிட்டு சமையல் செய்வதற்குத் தயாராவாள். அவள் அவனுக்கு வெகு ஆச்சரியமான ஒரு மனுஷியாகத் தென்பட்டாள். அவளிடம் எதுவுமே கேட்கவில்லை. அவளை நினைத்தபோது அவனுக்குத் தாளமுடியாத குற்ற உணர்வு ஏற்பட்டது. அவனுக்காகவே அவள் அவன் சிறை வைக்கப்பட்டிருந்த அந்த நகரத்துக்கு வந்திருக்க வேண்டுமென நினைத்தான். அங்கே வாழ்வதற்கு அவளுக்கு ஒரு காரணமும் இல்லாமலிருந்திருக்கலாம். உருக்குலைந்து போயிருந்த அந்த உடலின் நடமாட்டங்களை அவன் வேதனையோடு கண்காணித்தான். சிறையிலிருந்து தனக்கு ஊதியமாக அளிக்கப்பட்ட தொகையை அவளிடம் கொடுத்த போதுகூட அவளது இறுகிய முகத்தில் எந்தச் சலனமும் ஏற்படாததைக் கண்டு அவன் அதிர்ச்சியடைந்தான். அவள் அதை வெகுநேரம்வரை கையில்

வைத்திருந்தாள். இரண்டு மூன்று முறை எண்ணிப் பார்த்துவிட்டுப் பெருமூச்சுடன் தன் பழைய டிரங்க் பெட்டியில் வைத்துப் பூட்டினாள். நம்பிக்கைகளின் ஈரம் வற்றிப்போன அவள் மனம் ஒரு சருகாக அலைந்துகொண்டிருப்பதாக நினைத்தான். காதலின் ஊற்றுக் கண்களை அவளது உலர்ந்து வெடித்துப்போன உடலின் ஆழங்களிலிருந்து மீட்டெடுக்க வேண்டுமென நிச்சயித்தவன் அவள் ஆழ்ந்த உறக்கத்தில் கிடந்த தருணமொன்றில் வேட்கையோடு அவளை அணைத்தான். ஆழ்ந்த உறக்கத்தில் கொடுங்கனவொன்றின் பிடியில் சிக்கிக்கொண்டவளைப் போல நடுக்கம் பரவத் தொடங்கியிருந்த அவளது உடலில் வியர்வைத்துளிகள் அரும்பிய போது அவன் நாசி விடைக்கத் தொடங்கியது. கொட்டடியிலிருந்து ஒரு ஒற்றனைப் போல் பின்தொடர்ந்து வந்திருந்த அக்கொடிய துர்நாற்றம் அவன் அடைத்து வைக்கப்பட்டிருந்த மிகச் சிறிய அவ்வீட்டிற்குள் பரவத் தொடங்கியபோது அவனது குறி விறைப்பை இழந்தது. தண்டிக்கப்பட்ட அவ்வுடல் ஒரு பனிக்கட்டியைப் போல குளிரத் தொடங்கியது. அப்போதுதான் அவனுக்குத் தன் அப்பாரய்யனின் வீடு நினைவுக்கு வந்தது. வருடங்களுக்கு முன்பு அவளோடு கூடியிருந்த தருணத்தில் வீசிய தாழம்பூவின் வாசனையை அவன் நினைத்துக்கொண்டான்.

செண்பக மரங்கள் பூத்துக் குலுங்கும் ஒற்றையடிப் பாதையின் வழியாக மிகத் தனிமையில் நடந்து வந்து கொண்டிருந்தபோது வருடங்களுக்கு முன்பு அப்பாரய்யனின் வீட்டில் வீசிய தாழையின் வாசனையைப் பற்றி அவளிடம் கேட்டான் சின்னு. குழப்பத்துடன் அவள் அவனை நிமிர்ந்து பார்த்தாள். அவனது உடலிலிருந்து வீசிய செம்போத்தின் வாடையை நினைத்துக் கொண்டவளின் வியர்வை அரும்பிய முகத்தில் வெட்கம் ஒரு வண்ணத்துப்பூச்சியைப் போல் படபடத்து விட்டு மறைந்தது. வேலியில் அடர்ந்துகிடந்த கோவைப் பழங்களிலொன்றைப் பறித்து வாயில் போட்டுக்கொண்டு அவள் நடக்கத் தொடங்கினாள். அவளுடைய உடலிலிருந்து வீசிய வியர்வை நெடி தாளமுடியாததாயிருந்தது. வீடு அநேகமாகப் பாழடைந்து போயிருக்கலாமென அப்போதுதான் முதன்முதலாக நினைத்தான். கவலை ஒரு மீன்கொத்தியைப் போல அவனைக் கவ்விக் கொண்டது. பெரும் காடெனக் கண் முன்னால் எழும்பி நின்ற தன் அப்பாரய்யனின் வீட்டைக் கண்டதும் அவன் திகைத்துப் போனான்.

வருடங்களின் அனுபவத்தில் அவனுக்குத் தசைகள் முறுக்கேறியிருந்தன. மூர்க்கமும் வலிமையும் நிரம்பிய ஒரு விலங்கைப் போல அவன் அப்பாழடைந்த வீட்டின் முன் நின்றான். வேட்டியை இழுத்துத் தார்ப்பாய்ச்சு கட்டிக்கொண்டு கூரையின் மீது தாவி ஏறினான். பளு தாங்காமல் அப்பாழடைந்த வீடு முனகியது. தேர்ந்த

தச்சனைப் போல மிகக் கவனமாக மூங்கில்களின் வலுவைச் சோதித்தான். ஓடுகளைப் பிரித்தெடுப்பதில் தென்பட்ட நேர்த்தியைக் கண்டு அவள் வியந்தாள். முந்தானையை இழுத்து மண்டைக்கட்டு கட்டிக்கொண்டு சித்தாளாக நின்றாள். மூன்று கல்லடுப்பில் விறகுகள் எரிந்து புகைவதைக் கண்ட பூவரசமரக் காகம் மிரண்டு 'க்ராவ், க்ராவ்' எனப் பிலாக்கணம் வைத்துக் கொண்டு பறந்தது. பாழடைந்த அவ்வீட்டைக் கடந்து செல்ல நேர்ந்த ஊர்க்காரர்கள் தங்கள் கண்களை நம்பமுடியாதவர்களாய் மற்றவர்களுக்கு அச்செய்தியைச் சொல்லத் தம் பதற்றமான உடல்களைச் சுமந்துகொண்டு ஓடினார்கள். இரவைக் கழிப்பதற்கான ஒரு சிறிய இடத்தைத் தன் அப்பாரய்யனின் பாழடைந்த அவ்வீட்டில் உருவாக்கிவிட்ட திருப்தியுடன் அவன் கீழே இறங்கினான். அதிருஷ்டத்தின் பரிதாபகரமான ரேகைகளையுடைய தன் மெலிந்த கரங்களால் அவனைப் பற்றிச் சாப்பிட வருமாறு அழைத்தாள் மகேஸ்வரி. "இரு ஒரு சொப்புத் தண்ணியூத்திக்கிட்டு வாறேன். மேலெல்லா நசநசத்துக் கெடக்குது" எனச் சொல்லிவிட்டுக் கிணற்றடியை நோக்கிச் சென்றான். பழுத்துதிரத் தொடங்கியிருந்த வெயிலில் வியர்வை ஊற்றெடுத்துப் பெருகிய அவன் முதுகு மின்னியது.

"பொழுதெறங்கற நேரமாச்சு. நா வேணும்னா ஒரு சொப்புக் காய வெச்சுத் தாறனே. கெட தண்ணீல உளுந்து சளிக்கிளிப் புடுச்சுக்கப் போவுது" என அவள் பின்தொடர்ந்து வந்தாள். அதற்குள் கோவணமொன்றைக் கட்டிக்கொண்டு அவன் கிணற்றுக்குள் குதித்திருந்தான். வருடங்களாய்ச் சலனமற்று உறைந்துகிடந்த கிணறு அவனைக் கலவரத்துடன் வரவேற்றது. குதூகலத்துடன் பொங்கிச் சுவர் விளிம்பில் மோதித் திவலைகளாய் உடைந்து சரிந்தது தண்ணீர். தன் உறுதியான கைகளால் நீரை வகுந்து அடியாழத்தை நோக்கி நீந்தினான் அவன். வருடங்களாய்த் தனிமையில் தவித்துக் கிடந்த வாளை மிரட்சியுற்றுப் பதுங்கி அவன் யாரெனத் தெரிந்த பிறகு துடுப்பை அசைத்துக்கொண்டு வந்து உரசிவிட்டுப் போயிற்று. "நீயுந்தே எறங்கு. குளுகுளுன்னு கெடக்குது" எனப் பாம்பேறியில் நின்று அவளை அழைத்தான். "வேண்டா, எனக்குத் தண்ணி காயுது இன்னாரத்துல பச்சத் தண்ணிய ஊத்துனா எனக்குத் தாங்காது" எனச் சொல்லிக்கொண்டே அவள் பின்வாங்கி மறைந்தாள். ஒரு சிறிய அகல்விளக்கை ஏற்றிப் பாழடைந்து கிடந்த அவ்வீட்டில் ஒரு மெலிந்த ஒளியை உருவாக்கினாள். "நீயும் ஒரு சொப்பு ஊத்திக்கிட்டு வந்துரு. தண்ணி சேந்தி வாசல்ல வெச்சுருக்கறெ" என வந்தவன் பாழடைந்து கிடந்த அவ்வீட்டில் மிகச் சிறிய ஒரு உயிராக மாடத்தில் அசைந்துகொண்டிருந்த

அகல்விளக்கின் ஒளியைத் தீராத ஆச்சரியத்துடன் பார்த்துக்கொண்டிருந்த தருணத்தில் அவள் வாசலை நோக்கிப் போயிருந்தாள். உருக்குலைவிலிருந்து மீளத்தொடங்கியிருந்த பாழடைந்த அவ்வீட்டின் கூரையை நிமிர்ந்து பார்த்தவன் நம்பிக்கையின் புதிரான வாக்கியம் ஒன்றைப்பற்றி யோசித்து அதை அவளுக்குச் சொல்வதற்காக வாசலுக்கு வந்தான்.

அதற்குள் அவள் ஆடைகளைக் களைந்திருந்தாள். அவனது ஞாபகங்களிலிருந்து முற்றிலுமாக அழிந்து போயிருந்த பெண்ணுடலின் நிர்வாணம் அவனை அதிர்ச்சிக்குள்ளாக்கியது. அவன் தாளமுடியாதவனான். மூச்சு முட்டிற்று. உடல் நடுங்கியது. தற்செயலாய் அவன் பக்கம் திரும்பியவளின் முகத்தில் வெட்கம் அகல்விளக்கின் மெலிந்த ஒளியாகப் படர்ந்தது. வேட்கை தாளாதவனாய் அவளை நெருங்கி ஒரு இரையைப் போலப் பற்றியிழுத்துக்கொண்டு அவ்வீட்டுக்குள் போனான். அவளுடலில் அரும்பத் தொடங்கியிருந்த வியர்வைத் துளிகளைப் பருகியவனின் உடலில் தூர்ந்து கிடந்த காமத்தின் மதகுகள் திறந்தன. அவனது மூர்க்கத்தைக் கண்டு அவள் நடுங்கினாள். அவளுடலில் இசைவின்மையின் விறைப்புத் தென்பட்டது. தன் மெலிந்த கைகளால் ஈரம் உலர்ந்திராத முலைகளை மறைத்துக்கொண்டாள். அவன் கைகளை விலக்கி அவற்றைப் பற்ற முற்பட்டான். அவள் குப்புறக் கவிழ்ந்து கொண்டாள். விறைத்த குறியால் துளைத்து அவளுடலிலிருந்து வேட்கையின் சுனைகளைத் திறக்க முற்பட்டான். அவள் தாளமுடியாதவளாய் முனகினாள். அப்போதுதான் அவனுக்குச் சிறைக் கொட்டடிக்குள் தன் மீது முதல் முதலாய்க் கவிந்த அக்கைதியின் உடல் நினைவுக்கு வந்தது. அவன் அதைப் பொருட்படுத்தாமலிருக்க முயன்றான். குடலைப் பிடுங்கும் துர்நாற்றத்தால் உருக்குலைவுகளிலிருந்து மீளத் தொடங்கியிருந்த அவனுடைய அப்பாரய்யனின் அவ்வீடு நிரம்பிக்கொண்டிருந்தது. விறைத்த காம்புகளையுடைய முலைகளைப் பற்றியிருந்த அவன் கைகள் நடுங்கத் தொடங்கின. அவன் குறி சுருங்கத் தொடங்கியது.

அப்போதுதான் அவளுடலில் காமத்தின் மொக்குகள் அவிழத் தொடங்கியிருந்தன. ஒரு மரப்பல்லியைப் போல அவனை இறுகத் தழுவிக்கொண்டிருந்தாள் அவள். அவனது உடலில் தென்பட்ட தளர்வு நம்ப முடியாததாயிருந்தது. தாள முடியாத அவமானத்துடன் அவளிடமிருந்து விலகி தன் நிர்வாணத்தை மறைத்துக்கொள்ள முயன்றுகொண்டிருந்தவனின் முன் விரிந்து கிடந்த அவ்வுடல் விம்மிக்கொண்டிருந்தது. துரத்தப்பட்டவனைப் போல பாழடைந்த அவ்வீட்டிலிருந்து அவன் வெளியேறினான். திறந்த கதவின் வழியே நுழைந்திருந்த காற்று அகல்விளக்கின் மெலிந்த சுடரைப் பதற்ற

மடையச் செய்திருந்தது. உருக்குலைவிலிருந்து மீட்டெடுக்கப்பட்ட அவ்வீட்டை இருளுக்குள் மூழ்கடித்துவிட விரும்பியவனைப் போல நடுங்கும் அச்சுடரின் மீது தன் சுவாசத்தின் வெம்மையை வீசி அணைத்தான். அவளது விம்மல்களைப் பொருட்படுத்தாமல் வெளியேறியவன் பீடியொன்றைப் பற்றவைத்து அவளது நிர்வாணத்தின் வாசனையூட்டப்பட்ட தன் நுரையீரல்களை மட்டரகமான புகையிலைத் தூள்களின் கரிந்த புகையால் நிரப்பினான். இவ்வுடல் பாழடைந்து விட்டது. மீட்டெடுக்கப்பட முடியாத அளவுக்கு உருக்குலைந்து விட்டது. எடையற்றதாகவும் உயிர் பிடுங்கப்பட்டதாகவும் மாறிவிட்ட அவ்வுடல் இனி அவனுக்குச் சுமை. குற்றங்களற்ற பால்யத்தையும் களிப்பின் ஆழங்களில் மூழ்கித் திளைத்திருந்த வாலிபத்தையும் இனி அவனால் நினைவுகூர முடியாது. கடந்து வந்த பெண்ணுடல்களின் வாசனைகள் அற்றுப்போன அவன் மனத்தில் எஞ்சியிருப்பது கொடிய துர்நாற்றம் மட்டுமே. கைக்கெட்டும் தொலைவில் விரிந்து கிடக்கும் நிர்வாணத்தின் மடல்களிலிருந்து பெருகும் தாழையின் வாசனையை அவனது தண்டிக்கப்பட்ட புலன்களால் இனி ஒருபோதும் உணர முடியாது. தொழுநோயாளியின் தழும்புகளைப் போல அவனது தொடையிடுக்குகளில் உலர்ந்து கிடக்கும் விந்துத்துளிகளிலிருந்து தீராமல் பெருகிக்கொண்டிருக்கும் துர்நாற்றத்தின் சாபம் பீடித்த கொட்டடியிலிருந்து அவனுக்கு விடுதலை இல்லை. பிறகு அவன் வருடங்களாய்த் தன் மீது கவிந்த கைதிகளின் உடல்களையும் அவற்றின் மூர்க்கமான அசைவுகளையும் நினைவுகூர்ந்தான். பிறகு நம்பவே முடியாதபடி அவன் குறி விறைக்கத் தொடங்கியது. காமம் ஒரு கொடிய விலங்காக மாறிப் பாழடைந்த அவ்வீட்டுக்குள் அவனை ஒரு இரைபோல பற்றி இழுத்துச் சென்றது. அப்பாரய்யனின் வீட்டில் தன்னால் மீட்டெடுக்கப்பட்டிருந்த அந்த மிகச்சிறிய இடத்தை அவன் பதினைந்து மட்கிய உடல்களின் நெடி சூழ்ந்த கொட்டடியாகக் கற்பனை செய்துகொண்டான். அதிருஷ்டத்தின் இறந்த உடல்களால் போர்த்தி மூடப்பட்டிருந்த அவளது நிர்வாணத்தின் மீது ஒரு மிருகம் போல கவிந்தான். கொடிய கனவொன்றின் கொட்டடிக்குள் மீளமுடியாதபடி அகப்பட்டுக் கிடந்தவள் திடுக்கிட்டு விழித்தாள். செம்போத்தின் நெடி வீசும் உலோகத்தாலானது போன்ற அவ்வுடலின் மூர்க்கமான அசைவுகளுக்கு வெட்கத்தின் ஆடைகள் களையப்பட்ட தன் உடலைத் திறந்து வைத்தாள்.

சிகரெட் துண்டுகளும் உள்ளாடைகளும்

கடும் குளிராயிருந்த டிசம்பர் மாதத்தின் ஒரு சாயங்கால நேரத்தில் அவன் வந்து நின்றான். வெகு தொலைவிலிருந்து தூக்கத்தையும் ஓய்வையும் இழந்து, குறைந்தபட்சம் இரண்டு இரவுகள் தொடர்ந்து பயணம் செய்து வந்திருப்பவனாகத் தோற்றமளித்தான். அவனது அழுக்கேறிய உடைகளிலிருந்தும் களைத்துப்போன உடலிலிருந்தும் மட்கிய வியர்வை நெடி வீசிக் கொண்டிருந்தது. மங்கிக் கொண்டிருந்த சாயங்கால வெளிச்சத்தில், கதவுச் சட்டத்திற்கு வெளியே நீள் சதுரமாகத் தென்பட்ட வெளியில், பிரமை அல்லது கற்பனை எனச் சொல்லும்படியான தெளிவற்ற தோற்றத்தில் அவனது நெடிய உருவம் அசைவற்றதாக நின்றுகொண்டிருந்தது. நான் அவனிடம் ஏதாவது பேச விரும்பினேன்; அவனது வருகையால் ஏற்பட்ட பதற்றத்தின் விளைவாகக்கூட இருக்கலாம். ஆனால் அவன் என்னை அவ்வளவாகப் பொருட்படுத்தவில்லை. கதவைத் திறந்து வரவேற்கும் முறையில் எதையோ முனகிக் கொண்டிருந்த என்னைக் கிட்டத்தட்ட அப்புறப்படுத்தும் முறையில் தன் நீண்ட உறுதியான இடது கரத்தால் விலக்கிவிட்டு, 'சாரு... சாரு...' என மிக அந்தரங்கமான தொனியில் அழைத்துக்கொண்டே நேராக உள்ளறையை நோக்கி நடந்தான். தனது வலக்கை விரலிடுக்கில் புகைந்து கொண்டிருந்த, மிகமிக மட்டரகமான புகையிலையினால் தயாரிக்கப்பட்ட, இன்னும் பாதியளவுக்கு மேல் எஞ்சியிருந்த சிகரெட் துண்டைத் துப்புரவாகப் பெருக்கப்பட்டிருந்த எங்கள் வீட்டின் நடுக்கூடத்தில் சுண்டியெறிந்துவிட்டுப் போனான். அவனுடைய அந்தச் செய்கை மிகமிக மோசமான வன்முறையாகவும் எங்கள்மீது அவன் கொண்டிருந்த வரம்பற்ற அதிகாரத்தின் குறியீடாகவும் தென்பட்டது. நான் உடனடியாக எனது ஆட்சேபணையை வெளிப்படுத்தவும் எதிர்த்துக் கூச்சலிடவும் அந்தக் கணமே அவனை அங்கிருந்து வெளியேற்றிவிடுவதற்கும் கூட விரும்பினேன். ஆனால் அதன் பின்விளைவுகள் பற்றிய கவன உணர்வுடன் எங்கள் மூவருக்குமிடையே நிலவி வரும் மிகப் புதிரானதும் அசௌகரியமானதுமான உறவும், நாங்கள்

ஒவ்வொருவரும் மற்ற இருவருடனும் நேரடியாகவும் மறைமுகமாகவும் செய்து கொண்டிருக்கிற ஒப்பந்தங்களும் எச்சரிக்கைப் புள்ளிகளாகப் பிரக்ஞையில் தோன்றி என்னைச் செயலற்றவனாக்கியிருந்தன.

எனக்குப் பக்கத்தில் கிடந்த, இணைப்புகள் தேய்ந்து போன என் மூதாதையர்களுக்குரிய பழைய மர நாற்காலியில் வீசியெறியப்பட்டதுபோல உட்கார்ந்து கொண்டேன். அறையின் விசாலத்துக்குப் பொருத்தமற்ற பலவீனமான மெழுகுச் சுடரை லேசாக நடுங்கச் செய்த அந்த நிழல்களுக்கு உயிருள்ளவை போன்ற ஒரு மாயத் தோற்றத்தை ஏற்படுத்தியிருந்தமையால் என் பதற்றம் அதிகரிக்கத் தொடங்கியது. இரண்டு சிறிய அறைகளையும் ஒரு கூடத்தையும் கொண்ட இந்த வீட்டில் எனது எந்தவொரு இயக்கமும் தன்னிச்சையானதாக இருக்க முடியாது எனச் சோர்வுடன் ஒப்புக்கொண்டேன்.

மின்சாரம் எப்பொழுது மீள வரும் என்பதைப் பற்றிய நிச்சயமின்மை எனது சோர்வை மேலும் தீவிரப்படுத்தியது. சோர்விலிருந்து விடுபடுவதற்கான பலவந்தமான முயற்சியாக, ஏற்கனவே பலமுறை முயன்று பிறகு கைவிடப்பட்டு விட்டவையான எங்களுடைய கடந்தகால வாழ்வையும் அதன் எல்லா நிகழ்வுகளையும், அவை எங்களுடைய வாழ்வில் இதுவரை ஏற்படுத்தியுள்ளவையும் இனி ஏற்படுத்தவுள்ளவையுமான பாதிப்புகளைப் பற்றிய எனது யோசனைகளைத் தொடர முற்பட்டேன். யோசிப்பதற்கான தொடக்கக்கட்ட முயற்சியாக வெறுமனே கண்களை மூடிக்கொண்டேன். இமைகளின் இருண்ட உட்சுவர்களில் விழிக்கோளங்களை உரசி உருட்டியபடியே இந்த மர நாற்காலியில் ஒரு நோயாளியைப் போல மிகவும் அசௌகரிய மான நிலையில் சரிந்து உட்கார்ந்திருந்தேன். வறையறுக்க முடியாத குழப்பமான கடந்த காலத்திற்கும் தீர்மானிக்க முடியாத எதிர்காலத்திற்குமிடையே நசுக்கப்பட்டு மூச்சுத் திணறிக் கிடக்கும் எங்களுடைய நிகழ்காலத்தின் இயக்கமற்ற தருணங்களில் இதுவுமொன்று. இயக்கமின்மையின் மூலம் சோர்வா? அச்சமா?

இரண்டும்தான் தாஸ். ஒன்றுக்கு மற்றொன்று மூலம். சோர்வுக்கு அச்சமும், அச்சத்துக்குச் சோர்வும். நெருக்கடிகளிலிருந்து விடுபடுவதற்கு இரண்டே இரண்டு வழிகள்தாம் உள்ளன. ஒன்று நெருக்கடிகளின் மூல வேர்களைத் தேடி அவற்றை அழிப்பது, அல்லது அவற்றைப் பற்றிச் சிந்திக்காமல் இருப்பது. முதலாவது வழி உனக்குச் சாத்தியமில்லை. தாஸ், நீயும் மூலத்தின் ஒரு பகுதியாயிருக்கிறாய். ஆனால் சிந்திப்பதை நிறுத்துவதற்கு ஓர் அருமையான வழியுண்டு. சிந்தனையின் கண்ணிகளைத் துண்டிக்கும் ஆற்றல் பெற்றதாக்கும் ஆல்கஹால்! ஆனால் எனக்கென்னவோ

குடித்தால்தான் மூளையே வேலை செய்யத் தொடங்குகிறது. தாஸ், மனித மூளை மற்றுமொரு புதிர்...

வேண்டாம். அமைதியின்மையை உருவாக்கும் அமைதியற்றவனின் குரல். அமைதியைப் பதற்றம் என நிறுவும் நுட்பமான மூளையைப் பக்கத்தில் வைத்துக்கொண்டிருக்கும் விஷப் பரீட்சைகள் இனி வேண்டாம். பதற்றத்தை உள்ளீடாகக் கொண்டதெனினும் சோர்வுற்ற மனம் அமைதியையே விரும்புகிறது. உள்ளீட்டை மறுத்துத் தோற்றத்தின் மேல் நம்பிக்கை வைப்பது மட்டும் கைகூடிவிட்டால்...?

ஆனால் கடவுளே, சாரு எங்கே? 'சாரு, சாரு' என அழைத்தபடி அவன் எங்களுடைய படுக்கையறையினுள் நுழைந்திருக்கிறானே! கலைந்த ஆடைகளுடன் அவள் இன்னும் தூங்கிக் கொண்டிருந்தால்? அலுவலகத்திலிருந்து திரும்பியவுடன் இப்படித் தூங்குகிற அவளுடைய வழக்கத்தை என்னால் ஒருபோதும் சகித்துக்கொள்ள முடிந்ததில்லை. அவளுடைய கண்கள் தூக்கத்திலும் எச்சரிக்கையாயிருப்பவை போன்ற பாவனையுடன் பாதி திறந்திருக்கும். அசைவற்று நின்றுகொண்டிருக்கும் அவளுடைய விழிக்கோளங்கள் பிரேதத்தை நினைவூட்டுபவை. பாதி திறந்த அந்தக் கண்களைப் பொருட்படுத்தாவிடில், ஒழுங்கு குலைந்த ஆடைகளினூடாகத் தென்படும் அவளுடைய வெற்றுடல் பாலுறவுக்கான வெளிப்படையான அழைப்பாகத் தோற்றமளிக்கும். ஒரே சமயத்தில் காமத்தையும் அருவருப்பையும் மூளச் செய்யும் அவளுடைய தோற்றத்தை எதிர்கொள்ளத் திராணியற்றவனாக அவ்வறையை விட்டு வெளியேற, கூடத்தில் கிடக்கும் இப்புராதனமான மர நாற்காலியில் உட்கார்ந்துகொண்டு தீராத பதற்றத்துடன் படுக்கையறையினுள்ளிருந்து வரும் அவளுடைய இயக்கங்களின் ஒழுங்கற்ற சத்தங்களைக் கூர்மையாகக் கவனித்துக் கொண்டிருப்பேன். சில தருணங்களில் வசைகளையும் மறுப்பையும் பொருட்படுத்தாமல் அவளைப் புணர்ந்ததற்குக்கூட அவளுடைய ஒழுங்கு குலைந்த அந்தத் தோற்றமே காரணம்.

பிறகு அவள் தனது மரத்துப்போன உடலைச் சுமந்தபடி எழுந்து வந்து ஒரு வார்த்தையும் பேசாமல் தேநீர் தயாரித்துக் கொடுத்துவிட்டுக் குளியலறைக்குள் நுழைந்துவிடுவாள். பிறகு அவளிடமிருந்து சாதகமான சமிக்ஞை வரும்வரை நான் எங்களுடைய படுக்கையறையினுள் நுழையமாட்டேன். இது எங்களுக்கிடையே நிலவிவரும் மிக ரகசியமான ஒப்பந்தம். இந்த ஒப்பந்தத்தைப் பொருட்படுத்தாமல், அதற்கும் எனக்கும் எந்தத் தொடர்பும் இல்லை, அது என்னைக் கட்டுப்படுத்தவும் செய்யாது எனத் திட்டவட்டமாக அறிவிப்பது போல, துப்புரவாகப்

பெருக்கப்பட்டிருந்த கூடத்தின் மையப்பகுதியில் பாதி கருகிய சிகரெட் துண்டைச் சுண்டியெறிந்துவிட்டு எங்களுடைய படுக்கையறையினுள் நுழைந்திருக்கிறான் அவன். போகும் பொழுது, 'சாரு, சாரு' எனக் கூப்பிட்டுக்கொண்டு போனது தனது நாகரிக மேன்மையைப் பறைசாற்றிக் கொள்வதற்கான தம்பட்டம். ஒரு வேளை உறக்கத்திலிருந்து விழித்தெழுந்து குளியலறைக்குப் போயிருப்பாளோ? தனது வழக்கத்தை அனுசரித்துத் தேநீர் தயாரித்துக் கொடுத்துவிட்டுக் கூடப் போயிருக்கலாம்தான். பதற்றம் காரணமாக நிகழ்வுகளைத் தொடர்ச்சியாகவும் துல்லியமாகவும் நினைவூட்டிக்கொள்வதிலிருந்து பிறழ்ந்து போயிருக்குமோ எனது மூளை? நாற்காலியிலிருந்து கைக்கெட்டும் தொலைவிலிருந்தது ஒரு தேநீர்க் கோப்பை. சற்று ஆசுவாசம் கொண்டவனாக அதைக் கை நீட்டி எடுத்தேன். கோப்பையின் குளிர்ந்த அடிப்பாகத்தில் சிறிதளவு எஞ்சியிருந்தது தேநீர். சட்டென எனது மூளை நரம்புகளில் பரவியது சுய அருவருப்பின் கொடிய வேதனை.

உனது சந்தேகம் உன்னைக் கொன்றுகொண்டிருக்கிறது தாஸ்! அது ஒரு நோய். குணப்படுத்தப்பட முடியாத, இன்னமும் மருந்து கண்டுபிடிக்கப்படாத பெரு வியாதி. அது உன்னை அணுஅணுவாகத் தின்று கொண்டிருக்கிறது. உனக்காக அனுதாபப்படுவதைத் தவிர வேறு வழியில்லை.

சாரு இன்னும் குளியலறையினுள்தான் இருக்கிறாளா என்பதை யூகிக்க முடியவில்லை. ஒருவேளை இப்போது அவள் உடை மாற்றிக்கொண்டிருக்கலாம். அவனது தற்போதைய வருகை பற்றிய எதிர்பார்ப்பு என்னைப் போலவே அவளுக்கும் கூட இருந்திருக்க வாய்ப்பில்லையாதலால் திடீரென ஓர் அந்நியன் தனது படுக்கையறைக்குள் பிரவேசிக்கும் நிகழ்வு அவளுக்கு அதிர்ச்சியை ஏற்படுத்தியிருக்கலாம். அதிர்ச்சிக்கும் அவன் யாரென அறிந்து கொண்டதற்குப் பின்பு உருவாகும் ஆசுவாசத்திற்கும் இடைப்பட்ட தருணத்தில் தன்னிச்சையானதொரு செயலாகக் கூச்சலிடவும் வாய்ப்பிருக்கிறது.

ஆனால் மயானம் போல அமைதியாக இருந்தது படுக்கையறை. அறையின் வாயிலில் தொங்கும் திரைச்சீலை சற்று முன்பு, அவன் நுழைந்த தருணத்தில் உருவான படபடப்பிலிருந்து விடுபட்டு அசைவற்றிருந்தது. ஒருவேளை அவன் இப்பொழுது, இந்தத் தருணத்தில், இங்கு வந்திருக்கவே இல்லையோ? எல்லாம் பதற்றமுற்ற, நோயுற்ற மனதின் கற்பனையோ? முன்னர் எப்போதோ நிகழ்ந்தவைகளின் குழம்பிய நினைவோ? பீதியில் எனக்கு மேனி நடுங்கத் தொடங்கியது; குப்பென வியர்த்தது. ஆனால், அதோ நடுக்கூடத்தில் இப்போதும் புகைந்தபடி உருண்டு கிடக்கிறது பாதி

கருகிய நிலையிலான ஒரு சிகரெட் துண்டு. எனது மன ஆரோக்கியத்திற்கான தடயம். ஓசைப்படாமல் எழுந்து சென்று அதை, அதன் நுனியில் கனன்று கொண்டிருந்த சிறு பொறியைத் தேய்த்து அணைத்து எடுத்துக்கொண்டேன். சாரு அவனது வருகை குறித்துச் சந்தோஷப்படமாட்டாளெனக் கற்பனை செய்து கொள்வதற்கு முயன்றேன். குறிப்பாக எங்கள் இருவருக்கு மிடையேயான உறவில் ஓரளவுக்குச் சுமுகத் தன்மை படரத் தொடங்கியிருக்கும் ஒரு தருணத்தில். இந்தச் சுமுகத் தன்மையை அவள் வெறுக்கவில்லை என நம்புவதற்கான தடயங்கள் எங்களுடைய அன்றாட வாழ்வில் கூடிக்கொண்டிருந்தன. தற்போதைய அவனது வருகை இச்சுமுகத் தன்மையைக் குலைத்துவிடக் கூடும். அவனிடம் அதற்கான முனைப்பு இல்லாத போதுங்கூட. அவன் எங்கள் மீது கொண்டிருக்கும் அதிகாரத்தைப் பிரயோகிக்கவில்லையென்றாலும் இப்பொழுது நாங்கள் எங்களுடைய கசப்பான இறந்த காலத்தை நோக்கித் திரும்புவது தவிர்க்க முடியாதது. இறந்த காலத்திற்குரியவையென நாங்கள் நம்பிவரும் நெருக்கடிகள் முற்றாக இறந்துவிடவில்லையென்பதையும் அவை எங்களுடைய படுக்கைக்குக் கீழே மூர்ச்சையுற்றுக் கிடக்கின்றன என்பதையும் நாங்களிருவருமே மறந்துவிடவில்லைதான். மூர்ச்சையுற்றுக் கிடக்கும் இறந்த காலத்தின் செயலற்ற உடல்களின் மீது நாங்கள் நிர்வாணமாகப் படுத்துக் கொண்டிருக்கிறோம். ஒருவர் மீது மற்றொருவர் தீராத அன்பும் காதலும் நம்பிக்கையும் கொண் டிருப்பதாகக் கிசுகிசுப்பான குரல்களில் சொல்லிக்கொள்கிறோம். அவற்றை நிரூபித்துக் காட்டுவதற்கு முற்பட்டவர்களைப் போல ஒருவரையொருவர் தழுவிக் கொள்கிறோம்; முத்தமிடுகிறோம்; புணர்கிறோம். புணர்ச்சிக்கும் புணர்ச்சிக்குப் பிந்தைய உறக்கத்திற்கும் இடைப்பட்ட தருணங்களில் புணர்ச்சியின் பரிசாக எங்களுக்குக் கிடைக்கவிருக்கிற குழந்தையைப் பற்றிய ஆசைகளைப் பகிர்ந்து கொள்கிறோம். உறங்கும்பொழுதோ எங்களுடைய கனவுகளில் இறந்த சிசுக்களைக் காண்கிறோம். பிறகு பீதியுற்றவர்களாய் விழித்துக் கொள்கிறோம். பீதியூட்டும் அந்தக் கனவுகளையுங்கூடப் பகிர்ந்து கொள்கிறோம். பிறகு மறுபடியும் நாங்கள் புணரத் தொடங்குகிறோம். தீராத புணர்ச்சியின் விளைவாக எங்களுடைய கர்ப்பம் கரைந்து வழியும் வாசனையை உணர்கிறோம். இது எங்களைக் கலவரப் படுத்துவதற்குப் பதிலாக சந்தோஷத்தையே தருகிறது. இந்தச் சந்தோஷம் குறித்த சுய அருவருப்பிலிருந்தும் குற்ற உணர்விலிருந்தும் எங்களை மீட்டுக்கொள்வதற்காக மீண்டும் கனவு காண்கிறோம்; பீதியடைகிறோம்; புணர்கிறோம். இவற்றைச் சகித்துக்கொள்ள முடியாமல் எங்களுடைய இறந்த காலம் விழித்துக்கொள்கிறது. கூச்சலிடவும் முற்படுகிறது. அது போன்ற தருணங்களில்

எங்களுடைய புணர்ச்சி ஓசை மிகுந்ததாக இருக்கும். இறந்த காலத்தின் கூச்சலைக் காட்டிலும் ஓசை மிகுந்ததாக...

படுக்கையறையிலிருந்து ஏதோ சத்தம் வந்தது. மிக மெல்லிய சத்தம்; ஒரு கணம் கூட நீடிக்கவில்லை. இன்னதெனத் துல்லியமாகப் புரிந்துகொள்ளவும் முடியவில்லை. ஒரு முனகல்; சிசு அல்லது பெண்ணிற்குரியதாக இருக்கலாம். கருப்பையிலிருந்து வெளியே இழுக்கப்படும் தருணத்தில் தொண்டைக்குழியிலிருந்து வெளிப்படும் சிசுவின் முதல் சத்தம். வெளியே இழுத்துப் போடப்பட்ட பிறகு அது உரத்த அழுகையாக வெடிக்கிறது. புணர்ச்சியின் தொடக்கக் கணங்களில் விரகம் தரும் வேதனையில் பெண்களின் தொண்டைக் குழியிலிருந்தும் இதே போன்ற முனகல்கள் பீறிடுகின்றன. குறிப்பாகக் கள்ளத்தனமான புணர்ச்சிகளின்போது. எனக்கேற்பட்டது அதிர்ச்சியா பயமா என்பது விளங்கவில்லை. ஆனால் எனது மூதாதையர்களுக்குரிய மர நாற்காலியிலிருந்து இழுத்து வீசப்பட்டது போல அவசரமாக எழுந்தேன். மிகப் பதற்றம் கொண்டவனாக எங்களுடைய படுக்கையறையை நோக்கிச் சில அடிகள் துள்ளிச் சென்றிருந்தேன். ஆனால் கடவுளே, என்ன காரியம் செய்யத் துணிந்திருக்கிறேன். எனது செயல் எவ்வளவு அபத்தமானது, அநாகரிகமானது, குரூரமானது?

நீ ஒரு சந்தேகப் பேர்வழி தாஸ். நீ கொண்டிருப்பது காதல் அல்ல, பொஸஸிவ்னெஸ். நீ எனது சுய அடையாளங்களை மறுக்கிறாய்; எனது ஆளுமையைக் கொச்சையாகப் புரிந்து கொண்டிருக்கிறாய்; என்னை வேவு பார்க்கிறாய். வெட்கமாக இல்லை உனக்கு? என்னுடைய அலுவலகத்திற்கு வெளியே உள்ள ஷாப்பிங் காம்ப்ளக்ஸில் மணிக்கணக்காக உட்கார்ந்து கொண்டிருக்கிறாய். பொய் சொல்லாதே! எல்லாவற்றுக்கும் என்னிடம் ஆதாரங்கள் இருக்கின்றன. நான் அலுவலகத்திற்குப் போய்த் திரும்பும் எல்லாப் பாதைகளிலும் என்னைக் கண் காணிப்பதற்காக உன்னுடைய ஒற்றர்கள் அலைந்து கொண்டிருக் கிறார்கள். இதற்காக எனது அலுவலகச் சகாக்கள் சிலரை நீ சிநேகம் பிடித்துக்கொண்டிருக்கிறாய். உனக்காக வேவு பார்க்கச் சொல்லி அவர்களைக் கேட்டுக்கொண்டிருப்பாயென நினைக்கிறேன். பழிவாங்கப்பட்ட, துரோகமிழைக்கப்பட்ட கணவன் என்னும் சித்திரத்தை உருவாக்க முயல்கிறாய். எனது அலுவலக சகா ஒருவனிடம் கண்ணீர் விட்டு அழுதாயாமே? ஆபாசமாக இருக்கிறது தாஸ். உனது இவ்வகைப்பட்ட மிரட்டலுக்கும் வன்முறைக்கும் நான் பணிவேன் என நினைக்காதே. ஒன்றைத் திட்டவட்டமாகப் புரிந்துகொள். திருமணத்திற்கு வெளியே பாலுறவு கொள்வதற்கு விருப்பம் கொண்டுவிட்ட ஒரு பெண்ணால் எல்லாவிதமான

கண்காணிப்புகளையும் மீறி தனது இச்சையை நிறைவேற்றிக்கொள்ள முடியும் தாஸ்!

தாஸ்... தாஸ்... தாஸ்...

உனக்கு அவளைப் புரிந்துகொள்ள முடியாமலிருப்பது பரிதாபம் தாஸ். நீ அவளைக் காதலித்திருக்கிறாய்; அவளைப் புணர்ந்திருக்கிறாய்; அவளோடு ஒரே கூரையின் கீழ் வசித்துக் கொண்டிருக்கிறாய். தாஸ், நம்பிக்கையே மனித வாழ்வின் ஆதாரம். நீ உனது மனைவியை நம்புவதற்குப் பிறருடைய அபிப்பிராயங்களைச் சார்ந்திருக்கிறாய். உனக்கு ஒருபோதும் நிம்மதி கிடைக்கப் போவதில்லை. தாஸ் எந்தச் சூழ்நிலையிலும் மனைவியின் மேல் சந்தேகம் கொள்ளாத ஒருவனால் மட்டுமே லட்சியக் கணவனாக விளங்க முடியும். நீ ஒரு ஐடியல் ஹஸ்பெண்ட், இல்லையா தாஸ்?

ஐடியல் ஹஸ்பெண்ட், லட்சியக் கணவன், லட்சியக் கணவன்...

... ஆகவே தாஸ், இப்பொழுது உனக்குக் கேட்டதாகச் சொல்கிறாயே ஒரு சத்தம், முனகல் அதைப் பொருட்படுத்தாதே. உனது படுக்கையறைக்குள் நானும் உனது மனைவியும் கள்ளப் புணர்ச்சியில் ஈடுபட்டிருப்போமெனவும், திடீரென உள்ளே நுழைந்து கையும் களவுமாகப் பிடித்துவிடலாமெனவும் அபத்தமாகக் கற்பனை செய்து கொள்ளாதே. உனக்குக் கேட்டது முத்தத்தின் சத்தமல்ல, புணர்ச்சியின் சத்தமுமல்ல. சிசுவின் முனகல். ஹ ஹா ஹா... நல்ல கற்பனை. தாஸ், சிசு புணர்ச்சியின்பத்திற்குத் தடை. மலட்டுத் தனத்தைப் பேரதிருஷ்டம் எனக் கொண்டாடிக்கொண்டிருக்கிறது உனது காமம். சொல்லப்போனால் உனக்கு எந்தச் சத்தமும் கேட்கவில்லை. உட்புறமாகத் தாளிடப்பட்டிருக்கிறது உனது வீடு. இங்கே உன்னையும் உனது மனைவியையும் தவிர வேறு யாருமில்லை. உனது மனைவி குளித்துக்கொண்டிருக்கிறாள். எல்லாவற்றையும் நம்பு. நம்பிக்கையே வாழ்வின் ஆதாரம். டிசம்பர் மாதத்தின் முன்னிரவுக் குளிரைத் தாங்கிக்கொள்ள முடியாமல் நீ உனது மூதாதையர்களுக்குரிய மர நாற்காலியில் முடங்கிக் கிடக்கிறாய். நீ ஒரு சோம்பேறி. சோம்பேறித்தனம் பெரிய குற்றமல்ல. நீ சோம்பலை விரும்புகிறாய்; ரசிக்கிறாய். விரும்பு. ரசித்தபடியே கண்களை மூடிக்கொண்டு தூங்கு. நீ ஒரு லட்சியக் கணவன். புணர்ச்சியை முடித்துக்கொண்டு வந்து உன்னைத் துயிலெழுப்பி விடுவாள் உனது இல்லத்தரசி. மறுபடியும் உனக்கு ஒரு கோப்பைத் தேநீர் கிடைக்கலாம். அற்புதமானது இது. ஆனால் ஸாரி, ஸாரி மை டியர் பிரண்ட். குளியலை முடித்துக்கொண்டு வந்து எனத் தவறுதலாகச் சொல்லிவிட்டேன். மன்னித்துக்கொள் லட்சியக் கணவனே...!

மனைவியின் லட்சியம், லட்சியக் கணவன், ஐடியல் ஹஸ்பெண்ட்...!

கடவுளே இங்கே கொடிய துர்நாற்றம் வீசிக்கொண்டிருக்கிறது. கருப்பையின் வாயிலில் பெருகும் நிணத்தின் நெடி. தாஸ் நீ அதை அனுபவித்திருக்கிறாயா? அது உனது நினைவுகளைக் குழப்பிவிட்டுவிடும்; மனப்பிறழ்வை உருவாக்கிவிடும். பீதியையும் அதீதக் கற்பனையையும் தூண்டிவிடக்கூடியது பிறவியின் நெடி. பிரசவத்தின்போது கணவன் அருகிலிருப்பது ஆரோக்கியமானது எனச் சொல்கிறது நவீன மருத்துவம். தாஸ், அது கொடிய வேதனையாயிருக்கும். அவளது அடிவயிற்றிலிருந்து தன்னிச்சையான கேவல்கள் எழும். அவற்றைக் கட்டுப்படுத்திக் கொள்ளும் பொருட்டு அவள் தனது உதடுகளைக் கடித்துக்கொள்வாள். தாங்க முடியாத விரகத்தின் விளைவாக இதேபோல உதடுகளைக் கடித்துக்கொள்ளும் பெண்களைப் பற்றி நீ கேள்விப்பட்டிருக்கக்கூடும் தாஸ். கடிப்பட்ட உதடுகளிலிருந்து குருதி பெருகி வழியும்! அதைப் பார்த்திருக்கிறாயா நீ? குறைந்தபட்சம் உன்னால் கற்பனையாவது செய்ய முடிந்திருக்கிறதா? அவளது முழு உடலும் துடித்துப் புரளும்; கரங்கள் படுக்கையைப் பிராண்டும். மிக வன்மம் கொண்டவளாகக் கால்களால் காற்றை உதைப்பாள். அந்தத் தருணத்தில் அவளுக்குத் தன்னுடைய கணவனையோ கள்ளக் காதலனையோ தழுவிக் கொள்வதற்கான வாய்ப்புக் கிடைக்குமானால்? அது ஒரு வன்மமான புணர்ச்சியை நினைவூட்டக்கூடியது தாஸ்! வெளிப்படும் சத்தங்களுக்குள்கூடப் பெரிய வேறுபாடுகள் இருக்காது. புணர்ச் சிக்கும் ஜனனத்திற்குமிடையே அவ்வளவு பிணைப்பு இருக்கிறது.

புணர்ச்சிக்கும் புகைபிடித்தலுக்கும்கூடப் பிணைப்பு இருக்கிறது!.

ஹி ஈஸ் மை ஐடியல் ஹஸ்பெண்ட்... ஹி ஹி.!

கண்களை இறுக மூடிக்கொண்டேன். எவ்வளவோ நாட்களுக்கப்புறம் புகைபிடிக்க வேண்டுமென்ற விருப்பம் உண்டாயிற்று எனக்கு. ஆனால் என்னிடம் சிகரெட் இல்லை. எனது உள்ளங்கையிலிருக்கும் ஒரு துண்டு சிகரெட்டைத் தவிர. ஒரு முனை கருகியதும் மறுமுனை எச்சில் படுத்தப்பட்டதுமான அந்தத் துண்டுதான் எனது சந்தேகத்திற்கான ஒரே ஆதாரம்; மன ஆரோக்கியத்திற்கான தடயம். புகைபிடிக்க வேண்டுமென்ற தற்காலிக இச்சைக்கு அதைப் பலியிட முடியாது. தவிர சுண்டியெறியப்பட்ட சிகரெட் துண்டுகள் ஆரோக்கியத்திற்கு ஏற்றவையல்ல. தெருப் பொறுக்கிகளே சுண்டியெறியப்பட்ட சிகரெட் துண்டுகளைப் புகைக்கிறார்கள். விளைவோ கேன்ஸரும் சயரோகமும்.

புகைபிடிப்பதனால் என்ன நன்மை எனக் கேட்டால், புகைபிடிப்பவர்கள் யாருக்கும் பதில் சொல்லத் தெரியாது தாஸ். ஆனால் அழகான பெண்கள் புகைபிடிக்காத ஆண்களின் உதடுகளையே முத்தமிடுவதற்கு விரும்புகிறார்கள். ஓரங்களில் கருத்த தடயங்களைக் கொண்ட, நிகோடின் நாற்றம் வீசும் ஆணின் உதடுகளை முத்தமிடுவதற்கு எந்தப் பெண்ணுமே விரும்புவதில்லை. ஆனால் கிட்டதட்ட எல்லா ஆண்களுக்குமே முத்தங்கள் கிடைக்கின்றன; பெரும்பாலானவர்கள் புகைபிடிப்பவர்களாகவும் இருக்கிறார்கள். புகைபிடித்தலுக்கும் புணர்தலுக்கும் ஒரு தொடர்பும் இல்லை. அது ஒரு பயாலஜிக்கல் நீட். நன்மை, தீமை, ஒழுக்கம், ஒழுக்கக்கேடு போன்ற தரப்படுத்தல்களால் அதைத் தவிர்த்துவிட முடியாது. தீமைகள் குறித்த எச்சரிக்கைகள் எத்தனை இருக்கின்றன. அவற்றைப் பொருட்படுத்தியிருக்கிறதா உலகம்? புணர்தலாலும் தீமைகள் உண்டென்கிறது உலகம். புணர்தலை எப்படி விலக்க முடியாதோ அப்படிப் புகைபிடித்தலையும் விலக்க முடியாது. பேரின்பத்திற்குப் பெண், சிற்றின்பத்திற்கு சிகரெட். புகை பிடிக்காதவன் லட்சியக் கணவனென்றால் புணராதவனை என்ன சொல்லி அழைப்பது? லட்சியக் கணவனும் லட்சிய மனைவியும் இணையும் பொழுது லட்சியக் குடும்பம் உருவாகிறதாமே? குடும்பத்தின் லட்சியம் என்னவாம்?

புணர்தலோ? வேசிகளிடத்திலும் கிடைக்குமே புணர்ச்சியின்பம்?

அது பாவம். மகா பாவம். ஒழுக்கக்கேடானது. ஒழுக்கக் கேட்டிலிருந்து பெறப்படும் இன்பம் எதிர்காலத்தின் கொடிய துயரங்களுக்கான விதையாயிருக்கும். பால்வினை நோய்கள், குஷ்டம், இன்னமும் மருந்து கண்டுபிடிக்கப்படாத எய்ட்ஸ். சிகரெட் பிடித்தால் சயரோகம், வேசியைப் புணர்ந்தால் எய்ட்ஸ். சிகரெட் ஸ்மோக்கிங் ஈஸ் இன்ஜுரியஸ் டு ஹெல்த். எய்ட்ஸைத் தடுக்க ஆணுறை, சயரோகத்தைத் தடுக்க சிகரெட்டுக்கு பில்டர். ஹ ஹ ஹா...

இல்லறத்தின் லட்சியம் புணர்தலன்று. குழந்தை பெறுதலே புணர்ச்சியின் நோக்கம். வம்சவிருத்தி மானுடக் கடமை, பிரம்ம காரியம். ஒரு லட்சியக் காதலன் மனைவியின் மீது காமுறமாட்டான், அது காதலாகும் தாஸ். லவ் ஈஸ் எ டிவைன் ஃபோர்ஸ், லஸ்ட் ஈஸ் ஆன் ஈவில் ஃபோர்ஸ். தாஸ் உங்களுக்குத் தெரியுமா? கடவுள் காதலைப் படைத்தார், சாத்தான் காமத்தைப் படைத்தான். விலக்கப்பட்ட கனியைப் புசித்ததனால் வந்த வினை. மனித இருதயம் கடவுளின் சுவாசத்தால் நிரம்பியிருக்கிறது. வயிறோ சாத்தானின் விலக்கப்பட்ட கனியினால் நிரம்பியிருக்கிறது. அதனால்தான் நம்மால் கடவுளையும் நிராகரிக்க முடியவில்லை,

சாத்தானையும் விலக்க முடியவில்லை. கடவுள் ஆதாமையும் ஏவாளையும் மட்டும்தான் படைத்தார். காயீனும் ஆபெலும் பாவத்தின் சம்பளங்களாக்கும் தாஸ். பாவத்தின் சம்பளம் மரணம். காயீன் ஏபெலைக் கொன்றான். பிறகு தொடர்ந்து கொண்டே யிருக்கின்றன காதலும் காமமும், புணர்ச்சியும் ஜனனமும், பாவமும் மரணமும். சந்தேகம்கூடக் கொடிய பாவம்தான் தாஸ். நீங்கள் கடவுளைச் சரணடையுங்கள். உங்களுடைய பாவங்கள் மன்னிக்கப்படும். ஆமென்.

ஆமென்... ஆமென்...

நீயும் பாவம் செய்தவளாயிருக்கிறாய் சாரு. விலக்கப்பட்ட மரத்தின் கனியைப் புசிக்கும்படி தூண்டுகிறாய்.

உனக்குத் தாழ்வுமனப்பான்மை தாஸ்.

உனது முத்தங்களுக்காக நான் சிகரெட்டுகளை விலையாகத் தந்திருக்கிறேன். ஆனால் நீ என்னை நம்பவில்லை. நிகோடினின் போதை உனது முத்தங்களின் மயக்கத்திற்கு இணையாக மாட்டா என்பதை உன்னால் புரிந்துகொள்ள முடியவில்லை. உனக்குத் தெரியாமல் ரகசியமாகப் புகைபிடித்துவிட்டுச் சூயிங்கம் மென்ற உதடுகளுடன் வீடு திரும்புகிறேனெனச் சந்தேகப்பட்டுக் கொண்டிருக்கிறாய். காதலின் அடையாளமான முத்தமும்கூட கடவுளின் பரிசுதான் சாரு. அதை நீ கொச்சைப்படுத்தினாய். என்னை வேவு பார்ப்பதற்கு முத்தங்களைப் பயன்படுத்தினாய். புகைபிடித்தல் எனது சுதந்திரம் என என்னைப் பொருட்படுத்தாமலிருக்க உனக்கு ஏன் முடியவில்லை சாரு?

தாஸ் நிகோடினின் துர்நாற்றம் முத்தத்தின் போதைக்குத் தடை. உதடுகளைக் களங்கப்படுத்துகிறது சிகரெட்.

ஆனால் களங்கத்தின் காரணி சிகரெட் மட்டுமில்லை. எச்சில்படுத்தப்பட்ட உதடுகள் தரும் முத்தம் காமத்தைத் தூண்டும், காதலை அல்ல.

இட் ஈஸ் நத்திங் பட் பொஸஸிவ்னெஸ்.

பொஸஸிவ்னெஸமே பொஸஸிவ்னெஸ். உனது முத்தங்கள் எனக்கு மட்டுமானவையாக இருக்க வேண்டும் சாரு. உனது முத்தங்களும், உனது காதலும், உனது காமமும் உனது முழு ஆகிருதியும். இதை உனக்குப் புரிந்துகொள்ள முடியவில்லையென்றால் உனக்குக் காதலின் உக்கிரத்தைப் புரிந்துகொள்ள முடியவில்லை யென்றுதான் அர்த்தம்.

உனக்கு மனித உறவுகளின் தாத்பரியம் புரியவில்லை தாஸ். ஆண் பெண் உறவை செக்சுக்கு அப்பால் உன்னால் புரிந்து கொள்ள முடியவில்லை. இது உனது மன ஊனத்தின் விளைவு. நோயுற்ற மனதின் திரிதலான வெளிப்பாடு.

நீ அவன் மீது கொண்டிருப்பது காமம் அல்ல, இல்லையா சாரு?

காதலும் காமமும் வெவ்வேறானவை தாஸ்.

நீ அவன்மீது கொண்டிருப்பது காதலா? காமமா?

காதலையும் உன்னால் புரிந்துகொள்ள முடியவில்லை, காமத்தையும் உன்னால் புரிந்துகொள்ள முடியவில்லை.

ஒன்றுக்கும் மேற்பட்ட பெண்களைப் புணர்வதற்கான உரிமையைப் பெற்றிருக்கிறார்களே ஆண்கள்? அதை என்ன பெயரிட்டு அழைப்பது தாஸ்? யூ ஆர் அ க்ரூயல் மேல்ஷாவனிஸ்ட்....

பிறகு எனக்குப் பேச ஒன்றுமில்லாமல் போயிற்று. சந்தேகம் உனது பிறவிக்குணம் என எனது கண்களை நேராகப் பார்த்துச் சொல்லிவிட்டுப் படுக்கையறைக்குள் நுழைந்து கதவை அறைந்து சாத்திக்கொண்டாள் சாரு. சுழலும் மின்விசிறியிலிருந்து பரவியிருந்த வெப்பக்காற்று எங்களது படுக்கையறைக் கதவின் மீது தொங்கும் திரைச்சீலையை உலுக்கிக் கலவரப்படுத்தியிருந்தது. அறைந்து சாத்தப்பட்ட கதவின் பளபளப்பான வெளிப்பரப்பின் மீது படபடக்கும் திரைச்சீலையின் துல்லியமான சத்தம். உள்ளிருந்து கேட்டது. ஒரு உரத்த தேம்பல். பிடுங்கியெடுக்கப்பட்ட சிசுவின் முதல் அழுகை இப்பொழுது நிகழ்ந்தது போலவே அப்பொழுதும் எனது மூதாதையர்களுக்குரிய இந்த மர நாற்காலியில் தூக்கி வீசப்பட்டது போல உட்கார்ந்து கொண்டேன். சில கணங்கள் மட்டும் நீடித்துப் பின் அடங்கிவிட்து அவளுடைய தேம்பல். அழுததற்காக வெட்கமடைந்திருப்பாள். அல்லது அந்த அழுகையேகூட ஒரு பழிவாங்கும் நடவடிக்கையாயிருக்கும்.

அது வெப்பம் மிகுந்த ஒரு கோடைக்காலத்தின் பின்னிரவு. நிலவத் தொடங்கியிருந்த குரூரமான அமைதி மயானத்தில் இருப்பதான கற்பனையைத் தோற்றுவித்திருந்தது. பளபளப்பான தரையும் சித்திரச் சட்டங்கள் மாட்டப்பட்ட சுவர்களும் கதவுகளும் கூடத்திலிருந்த மேசையும் தொலைக்காட்சிப் பெட்டியும் அலமாரியும் அந்தக் கற்பனைக்குப் பொருந்திப் போகாததாலோ என்னவோ ஏதோவொரு மருத்துவமனையில் மார்ச்சுவரிக்கு வெளியே எனக்குரிய சவத்தைப் பெற்றுக்கொள்வதற்காகக் காத்திருப்பது போன்ற பிரமை தோன்றிற்று. இயற்கை மரணமா, கொலையா, தற்கொலையா என்பதைத் தீர்மானிப்பதற்காகப் போஸ்ட்மார்ட்டம் நடத்திக்கொண்டிருக்கிறார்கள் மருந்துவர்கள். காமமும் காதலும் பொதிந்த உடலின் மீது கத்திகள் விளையாடிக்கொண்டிருக்கின்றன.

கல்யாண தேதியிலிருந்து ஏழாண்டுகளுக்குள் நடக்கிற எந்தப் பெண்ணின் மரணமும் சந்தேகத்திற்குரியதாகும் தாஸ். கொலையோ தற்கொலையோ அதற்குக் கணவனே பொறுப்பாளி. பிறகு கைது

நடவடிக்கைகள். போஸ்ட்மார்ட்டம் முடிந்ததும் கைகளைக் கழுவிக்கொண்டு வந்து யூனிபார்மை மாற்றிக்கொண்டு விடுவார்கள் மருத்துவர்கள். வெள்ளைக் கோட்டுக்குப் பதிலாகக் காக்கிச் சட்டை; ஸ்டெதஸ்கோப்புக்குப் பதிலாகக் கைவிலங்கு; அனுதாபத்திற்குப் பதிலாக விசாரணை. பிறகு தீர்ப்புகள், தண்டனைகள்... லட்சியக் கணவனாமே லட்சியக் கணவன்... ஹெஹ்ஹே...!

இதேபோல் அப்போதும் புகைபிடிக்க வேண்டுமென்ற விருப்பம் தீவிரமாக மூண்டது எனக்கு. புகைபிடிப்பதை அடியோடு விட்டொழித்திருந்ததால் அப்போது என்னிடம் சிகரெட்டுகள் இருந்திருக்கவில்லை. இப்போதாவது எனது உள்ளங்கைக்குள் இருக்கிறது பாதி கருகியதொரு சிகரெட் துண்டு. அப்போது, அந்த நள்ளிரவில் இது என் கைகளுக்குக் கிடைத்திருக்குமானால் தடயமென்றோ சாட்சியமென்றோ பார்க்காமல் கொளுத்திக் கொண்டிருந்திருப்பேன். வேகமாகச் சுழன்றுகொண்டிருந்த மின்விசிறியையோ அணைக்காமல் நான் வீட்டை விட்டு வெளியில் வந்தேன். அப்போது நேரம் என்னவாக இருந்ததென்று எனக்குத் தெரிந்திருக்கவில்லை. தெரிந்துகொள்ளும் விருப்பமும் எனக்கு இருந்திருக்குமா என்பது சந்தேகம்தான். தன்னிச்சையாக நடந்த எனது கால்கள் தெருமுனையிலிருந்த பூட்டப்பட்டிருந்த பலசரக்குக் கடையின் முன்பாக வந்து நின்றன. சிகரெட் வாங்க வேண்டுமென்பதற்காகவே நான் அங்கு வந்து நின்றிருக்கக்கூடுமென யூகித்தேன். பூட்டப்பட்டிருந்த பலசரக்குக் கடை என்னைப் பதற்றத்திற்குள்ளாக்கியிருந்தது. அந்தத் தருணத்தில்தான் எனக்கு அதற்குமுன் நான் ஒரு போதும் சென்றிராத பேருந்து நிலையத்திற்குச் செல்ல வேண்டுமென்ற விருப்பமுண்டாயிற்று. பேருந்து நிலையங்களில் உள்ள கடைகள் பூட்டப்படுவதில்லை. அங்கே நிச்சயமாக சிகரெட்டுகள் கிடைக்கும். எங்கள் குடியிருப்பிலிருந்து பேருந்து நிலையம் எவ்வளவு தூரத்திலிருக்கிறது என்பது திட்டவட்டமாக எனக்குத் தெரியாது. செல்லும் பாதை பற்றிய விவரங்களும் என்னிடம் இல்லை. வேகமாக அதே சமயம் திட்டமிடப்படாமல் வளர்ந்து வரும் எங்களுடைய நகரின் பல பாதைகள் மிகவும் குறுகலானவை; நீளம் குறைந்தவை. வெளியேறும் வழியற்ற பல குறுக்குச் சந்துகளையும் சீரமைக்கப்படாத பள்ளங்களையும் கட்டாந்தரைகளையும் கடந்துதான் எங்கள் குடியிருப்பை அடைந்துகொண்டிருந்தோம். பயணங்களுக்குப் பெரும்பாலும் ஆட்டோ ரிக்ஷாக்களையே நம்பியிருக்கிற எனக்கு, அந்த நள்ளிரவு நேரத்தில் சிகரெட் வாங்குவதற்காகப் பேருந்து நிலையத்திற்குப் போவதென்பது ஒரு திட்டவட்டமான சாகசச் செயலாகத் தோன்றியது.

சாகசச் செயலல்ல, பழிவாங்கும் நடவடிக்கை.

பழிக்குக் கருவி சிகரெட். உனக்கு செக்ஸென்றால் எனக்கு சிகரெட். செக்ஸுக்கு இணையாகுமோ சிகரெட்?

எனது பழிக்கு ஒத்துழைப்பதுபோலத் திடீரென இருள் சூழ்ந்தது. பவர் கட். மின்வாரியத்தின் பொறுப்பின்மைக்கு மானசீகமான நன்றி. நகரின் கடைக்கோடியில் தன்னந்தனியாய்ப் பதுங்கியிருக்கும் எங்கள் குடியிருப்பும் இரண்டு சிறிய அறைகளையும் அவற்றைவிடச் சற்றே அகன்ற கூடத்தையும் கொண்டுள்ள எங்களுடைய வீடும் இன்னேரம் இருளின் பிடிக்குள் வந்திருக்கும். சாரு, உனக்கு இருளில் தனித்திருக்க முடியாது. கூடத்திலுள்ள சுவிட்ச் பாக்ஸின் மேலிருக்கிறது ஒரு மெழுகுவர்த்தியும் தீப்பெட்டியும். பாட்டரி பழுதுபட்ட எமர்ஜென்சி லாம்ப் இன்னும் சரிசெய்யப்படவில்லை. இருளைத் தடவிக் கூடத்திற்கு வந்து மெழுகுவர்த்தியையும் தீப்பெட்டியையும் எடுப்பதற்கு உன்னால் முடியாது. என் தேவதையே, வெளிச்சம்தான் உனது பலம். இருள் அல்ல.

அது ஒரு சைக்கலாஜிக்கல் ப்ராபளம் தாஸ். இருள் சூழ்ந்த மறு கணத்தில் அந்தக் கற்பனை தோன்றி விடுகிறது. இருளின் எல்லைகளற்ற வெளி நம்பவே முடியாதபடி அசையத் தொடங்குகிறது. பிறகு இருளின் பேருரு அணுக்களாகப் பிரிந்து, ஒவ்வோர் அணுவும் ஒரு புழுவாகிறது. என் கனவின் வெளியெங்கும் புழுக்கள். பிறகு அவை ஒன்றையொன்று தழுவி ஒளியின் பெருந்தூண்களாக எழும்பி நிற்கின்றன. கண்களைப் பறிக்கும் ஒளி வெள்ளத்தில் மூழ்கத் தொடங்குகிறது எனதுடல். தாஸ், சொன்னால் நம்பமாட்டாய். தொலைந்துபோன இருள் எனக்குள் தவிப்பை மூளச்செய்கிறது. ஒளியின் ஆழம் காண முடியாத பள்ளத்தாக்குக்குள் இருளைத் தேடத் தொடங்குகிறேன் நான். பிறகு அந்தப் பள்ளத்தாக்கின் ஆழத்திலிருந்து எழுந்து வருவான் இருளின் வடிவம் கொண்ட ஓர் ஆண்மகன். நெடுநெடுவென்று நம்பவே முடியாத ஆகிருதி. அவனது புஜங்களிலும் தோள்களிலும் மார்பிலும் கை, கால்களிலும் கற்றை கற்றையாய் ரோமம். சொல்ல எனக்கு வெட்கமாக இருக்கிறது தாஸ், அவன் முழு நிர்வாணமாயிருப்பான். அச்சத்தாலா வெட்கத்தாலா என எனக்குச் சொல்லத் தெரியவில்லை. நான் கண்களை மூடிக்கொள்வேன். ஆனால் மனமல்லவா பார்த்துக் கொண்டிருப்பது? அவனோ இமைக்காத விழிகளால் வெறித்துப் பார்த்தபடி என்னை நோக்கி வருவான். தனது வலிய கரங்களால் என்னைப் புரட்டிப்போடுவான். அவனது தீண்டல் என்னை மூர்ச்சையுறச் செய்வது போலிருக்கும் தாஸ். விழிகள் செருகும் எனக்கு. பிறகு அவன் தனது தடித்த உதடுகளால் என்னை முத்தமிடத் தொடங்குவான். முத்தமிட்டவாறே எனது ஆடைகளை ஒவ்வொன்றாகக் களையத் தொடங்குவான். தாஸ் அதிர்ச்சி

யடையாதே. அவனது செய்கைகளைத் தடுப்பதற்கு ஏதும் செய்யாதவளாயிருப்பேன் எனவும் நினைக்காதே. அவற்றைத் துல்லியமாக விவரிக்க முடியவில்லை அவ்வளவுதான். எனது முயற்சிகளை அவன் வெகு சுலபமாக முறியடித்துவிடுவான். எனது ஆடைகளைக் கிழித்தெறிவான்; நிர்வாணப்படுத்தி ஒரு மிருகம் போல என்னைப் புணரத் தொடங்குவான். எதிர்ப்பைத் தெரிவிக்கவோ போரிடவோ அந்தத் தருணத்தில் எனது உடல் ஒத்துழைக்காது. தாஸ் நான் முற்றாக என்னை இழந்திருப்பேன். தாள முடியாத வேதனை மூளும். எனது குறியிலிருந்து ரத்தமும் நிணமும் பெருகும். கடவுளே, அதை யாராலும் ஒருபோதும் முழுமையாகப் புரிந்துகொள்ள முடியாது. தாஸ் தயவுசெய்து இரவுகளில் என்னைத் தனியாக விட்டுவிட்டுப் போய்விடாதே. என்னைப் பழி தீர்த்துக்கொள்வதற்கு ஒருபோதும் இரவு நேரங்களைத் தேர்ந்தெடுக்காதே.

... கவலைப்படுவதற்கு ஒன்றுமில்லை தாஸ். உங்களுடைய படுக்கையறையில் ஒரு எமர்ஜென்ஸி லாம்ப் வைத்துக் கொள்ளுங்கள். ஸ்விட்ச் பாக்ஸின் மேல் ஒரு தீப்பெட்டியும் மெழுகுவர்த்தியும் எப்போதும் இருக்கட்டும். முடிந்தவரை இரவு நேரங்களில் உங்களுடைய மனைவியைத் தனியே விட்டுவிட்டு எங்கேயும் போய்விடாதிருக்க முயலுங்கள். சாப்பாட்டுக்கு முன்பும் பின்பும் இந்தக் காப்சூல்களைத் தலா ஒன்று வீதம் எடுத்துக்கொள்ளச் சொல்லுங்கள். காலப்போக்கில் சரியாகிவிடும். ஆல் த பெஸ்ட் ஹி... ஹி... ஹி.

தாங்க் யூ, தாங்க் யூ வெரி மச்!

ஒரு ரகசியமான ஆலோசனை தாஸ். நீங்கள் இதைத் தவறாகப் புரிந்துகொள்ளக் கூடாது. மனநல மருத்துவம் இதைவிட மோசமானவையெனக் கருதத்தக்கப் பல ஆலோசனைகளை அனுமதித்திருக்கிறது. ஒருமுறை, புரிந்துகொள்கிறீர்களல்லவா? ஒரே ஒருமுறை புரிந்துகொள்கிறீர்களல்லவா? ஒரே ஒருமுறை உங்கள் மனைவியை முழு இருளில் தவிக்கவிடுங்கள். அருகில், மிக அருகில் நீங்கள் ஒளிந்துகொள்ள வேண்டும். நீங்கள் ஒளிந்துகொண்டிருப்பது உங்கள் மனைவிக்குத் தெரியவே கூடாது. கவனம். அப்பொழுது அந்தக் கற்பனை தோன்றிய சிறிது நேரத்திற்குள்ளாகவே அச்சத்தால் நடுங்கத் தொடங்கிவிடுவார் உங்கள் மனைவி. அதாவது அவர் நம்மிடம் சொன்னதெல்லாம் உண்மையாக இருக்கும்பட்சத்தில், ஹிஹி... கோபித்துக்கொள்ளாதீர்கள். சில வகையான மன நோய்களின் தாக்குதலுக்குள்ளானவர்கள் இப்படியெல்லாம் கற்பனை செய்துகொள்வது வழக்கம்தான். அப்படியிருக்கும் பட்சத்தில் கூட இந்த வகையான தெரபி அதைக் குணப்படுத்தி விடுவதற்கு வாய்ப்பிருக்கிறது. நீங்கள் செய்ய வேண்டியதெல்லாம் இதுதான்.

இருளில் நீங்கள் ஒரு மிருகம் போலப் பதுங்கிப் பதுங்கி அருகில் செல்லுங்கள். அதாவது அவர் தனது கற்பனையில் நிகழ்வதாகச் சொல்கிறாரே, அதேபோல. ஒரு முக்கியமான விஷயம் தாஸ் அந்தத் தருணத்தில் நீங்கள் முழு நிர்வாணமாக இருக்க வேண்டும். ஹி... ஹி... முன்பே சொன்னேனே. இது ஒரு தெரபியென்று. அச்சத்தின் விளைவாக உங்கள் மனைவி கூச்சலிடத் தொடங்குவார். ஒருவேளை அவர் கூச்சலிடலாம். தன்னைத் தற்காத்துக் கொள்ளும் பொருட்டு உங்களைத் தாக்கவும் கூட முற்படலாம். திடுக்கிடாதீர்கள். அதற்கான வாய்ப்புகள் மிகக் குறைவு. நீங்கள் ஒரு விஷயத்தை மறந்துவிடக் கூடாது. ஒருமுறைகூட உங்கள் மனைவி அந்த இருள் மனிதனைத் தாக்குவதற்கு முற்பட்டதாகக் கூறவில்லை. பொதுவாக அதற்கு மேல் அவர் எதையும் சொல்வதில்லை. பலமுறை வற்புறுத்திக் கேட்டும்கூட மறுத்துவிட்டார். அது நினைத்துப் பார்க்க முடியாத அளவுக்குக் கொடிய வேதனையை அளிக்கும் அனுபவமாக அல்லது வெட்கப்படும்படியான கற்பனையாக இருக்கலாம். ஹி... ஹி... நாங்கள் முன்பே சொன்னது போல மனநோயில் பல வகைகள் இருக்கின்றன. நாங்கள் சொல்ல விரும்புவது இதுதான். தயவுசெய்து பின்வாங்கி விடாதீர்கள். உங்கள் செயலில் ஒரு தீவிரம் இருக்க வேண்டும். வன்முறையின் சாயல் தென்பட வேண்டும். கவனம், நீங்கள் உங்களை எங்களில் ஒருவராகக் கற்பனை செய்து கொள்ளுங்கள். எந்தச் சூழ்நிலையிலும் உணர்ச்சிவசப்பட்டுவிடக் கூடாது. நீங்கள் உங்களுடைய சொந்த மனைவியைப் பலாத்காரம் செய்கிறீர்கள். வேடிக்கையாக இல்லை? ஹ... ஹ... ஹா. ஆல் த பெஸ்ட்!

சட்டென யார் மீதோ மோதிக்கொண்டேன். எனது மண்டையும் மற்றொரு மண்டையும் நேருக்கு நேர் மோதிக் கொண்டன. சுதாரித்துக்கொள்ள முடியாமல் அப்படியே சரிந்து நடு ரோட்டில் மண்டியிட்டேன். என் கண்களுக்கெதிரே தென்பட்டது இருளின் வடிவம் கொண்ட ஓர் ஆணின் உருவம். நெடுநெடுவென நம்பவே முடியாத ஆகிருதி. பற்றிய கைகளில் சொரசொரக்கும் அடர்ந்த ரோமம். குப்பென்று உடல் முழுவதும் வியர்த்துவிட்டது எனக்கு.

ஸாரி சார்... வெரி ஸாரி.

மிஸ்டர் இருளிலும் பார்த்து நடக்கத் தெரிய வேண்டும். அல்லாவிட்டால் இருளில் நடப்பதைத் தவிர்க்க வேண்டும்.

மறுபடியும் ஒருமுறை வருத்தம் தெரிவித்துவிட்டுக் கைகளைப் பிடுங்கிக்கொண்டு ஓட்டம் பிடித்தான் அவன். பயந்திருப்பான். கோழை. ஆகிருதிக்குச் சம்பந்தமில்லாத கோழைத்தனம். அவனுடைய படுக்கையறையினுள்ளும் இருக்கக் கூடும். ஒரு எமர்ஜென்ஸி லாம்ப். தாஸ், இருளில் நடக்கும்போது யாராவது நம்மீது வந்து மோதுவதைத் தவிர்ப்பதற்கு ஒரு அற்புதமான

வழியுண்டாக்கும். அந்தத் தருணங்களில் நம்முடைய உதடுகளுக் கிடையில் சிகரெட் புகைந்துகொண்டிருக்குமானால்? ஹெட் லைட் மாதிரி ஒரு சிவப்பு நிற எச்சரிக்கைப் புள்ளி. ஹ... ஹ... ஹா...

உனது குழம்பிய கனவுகளில் உழலும் பிம்பங்களை என் மீது திணிக்க முயலாதே. ஈருடல் ஓருயிர் என்பன போன்ற ரொமாண்டிசிசங்களுக்கு என் மனதில் துளியும் இடமில்லை தாஸ். நாம் வெவ்வேறானவர்கள். வெவ்வேறு உடல்களையும் வெவ்வேறு மனங்களையும் கொண்டவர்கள். நமது விருப்பங்கள் வெவ்வேறு. கனவுகள் வெவ்வேறு. நமது தேவைகள், வெறுப்புகள், பயங்கள்...

வெவ்வேறு... வெவ்வேறு...

திரும்பும்பொழுது எனது உதடுகளுக்கிடையிலும் ஒளிர்ந்து கொண்டிருக்கும் ஒரு எச்சரிக்கைப் புள்ளி. எதிர்த்து வரும் எவரும் என் மீது மோதிக் கீழே தள்ளிவிட முடியாது. அது எனக்கொரு பாதுகாப்புக் கவசம். ஒரு தற்காலிக டேஞ்சர் லைட்... ஆனால் அது உனக்கொரு டேஞ்சராக்கும் சாரு. உன்னை எச்சரிப்பதற்கான சிவப்புப் புள்ளி. லட்சியக் கணவனாமே? ஏமாளித்தனத்தின் மற்றொரு பெயர் என்று நினைத்துக்கொண்டிருக்கிறாய்.

முற்றிலும் எதிர்பாராதவிதமாக மழை பிடித்துக்கொண்டது. நாடகத்தில் தனக்குமொரு பங்குண்டு எனச் சொல்கிறது மழை. எனது விரலிடுக்குகளில் சிகரெட் புகைந்து கொண்டிருப்பதான கற்பனையில், மழை அதை அணைத்துவிடக் கூடும் என்ற எச்சரிக்கை உணர்வுடன் விரல்களைக் குவித்து முதுகுக்குப் பின்னால் மறைப்பாகப் பிடித்துக் கொண்டேன். வெறும் தூறல் அல்ல, பெருமழை என்பதற்கான எச்சரிக்கை போலப் பளீரென மின்னிற்று வானம். கூடவே பெருத்த இடியோசை. நல்லவேளையாக நான் அப்பொழுது நகரின் பிரதான சாலையொன்றில் நடந்து கொண்டிருந்தேன். சற்றுத் தொலைவில் தென்பட்டது தனது தலையில் சிறிய கூரையையும் சிறிதளவு பெட்ரோமாக்ஸ் விளக்கொளியையும் கொண்ட பெட்டிக்கடை. அதன் முன்னால் ஆட்கள் குழுமியிருப்பது தெரிந்தது. புகலிடம் தேடுவதற்காகச் சாலையின் இருண்ட பகுதிகளிலிருந்து ஒரு சிலர் அந்தக் கூரையை நோக்கி ஓடி வருவதை நான் பார்த்தேன். நள்ளிரவில் கொட்டும் மழையில் சாலையிருளுக்குள் அலைபவன் நான் மட்டுமல்ல. எனக்கு முன்னால் எண்ணற்றோர் கடந்து போயிருக்கிறார்கள்; பலர் பின்தொடர்ந்து வருகிறார்கள். இந்தத் தனிமை ஒரு கற்பனை. மழை கற்பனைகளை அழிக்கிறது: பின்னிரவு நேரங்களில் தனிமையில் அலைந்து திரியும் மனிதர்களை அடையாளம் காட்டுகிறது. ஆனால் மற்ற பலரைப் போல நான் அரக்கப் பறக்க ஓடவில்லை. இந்த மழையை ரசிக்கிறவனைப் போன்ற பாவனையுடன் மெதுவாக நடந்தேன். ஓடுவது எனது மனதின் பதற்றத்தை அம்பலமாக்கிவிடக்

கூடும் என நான் பயந்திருக்கலாம். மழையை எதிர்த்து நடப்பது ஒரு சாகசம் தாஸ். பெரு நெருப்பை ஒத்தது பெருமழை. கடவுளர்கள் உலகை அழிப்பதற்கு மழையையே ஆயுதமாகத் தேர்ந்தெடுக்கிறார்கள். ஆசீர்வதிக்கப்பட்ட உயிர்களுக்கு மாத்திரமே அடைக்கலம் கிடைக்கிறது. ஆசீர்வதிக்கப்பட்டவர்கள் அதிகம் பேர் இல்லை. எல்லோரும் நோவா அல்ல. நோவாவுக்குப் பிறகு மனிதன் மழையைக் கண்டு அஞ்சத் தொடங்கிவிட்டான். மழை நம்மைப் பதற்றம் கொள்ளச் செய்கிறது. பயமுறுத்துகிறது. புகலிடம் தேடி ஓடச் செய்கிறது.

சுமார் பத்துச் சதுர அடிக்கும் குறைவான பரப்புக் கொண்ட அந்தச் சிறிய இடத்தில் குறைந்தபட்சம் இரண்டு டஜன் மனிதர்களாவது முண்டிக்கொண்டிருப்பார்கள். மழைச்சாரல் பாதியளவுக்கு மேல் அவர்களை நனைத்திருந்தது. எல்லோருமே ஓணான்களைப் போலக் கூரையடைப்புக்குக் கீழே கழுத்தை நீட்டி, மழையிலிருந்து தத்தம் சிரசுகளைப் பாதுகாத்துக் கொண்டிருப்பதான கற்பனையில் மூழ்கியிருந்தனர். எண்ணற்ற ஆண்களின் அந்தக் கூட்டத்தினிடையே, கிட்டத்தட்ட ஆணைப் போலவே தோற்றமளிக்கும் ஒரு பெண்ணும் முண்டிக்கொண்டிருந்தாள். எதனாலோ அவள் எனது கவனத்தை ஈர்ப்பவளாயிருந்தாள். ஒளியும் நிழல்களும் மாறி மாறி அவள் மேல் விழுந்து கொண்டிருந்தன. எனது பார்வையைச் சந்திக்க நேரும் ஒவ்வொரு தருணத்திலும் அவள் சிரித்தாள். அந்தச் சிரிப்பு என்னை நோக்கியதா அல்லது கூட்டத்தில் முண்டியடித்துக் கொண்டிருக்கும் வேறு யாரையாவது நோக்கியதா என்பதை என்னால் தீர்மானிக்க முடியவில்லை. அதை உறுதிப்படுத்திக் கொள்ளும் பொருட்டு அவளைத் தெளிவாகப் பார்க்க முற்பட்டேன். ஆனால் நம்ப முடியாத அளவுக்கு நெரிசல் அதிகமாக இருந்ததாலும், மேலும் அதிகமான நிழல்கள் அவள் மீது கவிந்து, துல்லியமாகப் பார்க்க முடியாதவாறு அவளது உருவத்தைக் குழப்பியிருந்ததாலும் அவளது முகத்தில் தென்பட்டது சிரிப்பா அழுகையா என்கிற சந்தேகமும் தோன்றியது. எனக்கு நிழல்களின் அடர்த்தி கூடக்கூட அதற்கு நேர் விகிதத்தில் சோபையும் அழகும் கூடியதாகத் தோற்றமளிக்கத் தொடங்கியது அவளுடைய முகம். அந்தத் தருணத்தில் பைத்தியக்காரனைப் போலத் தென்பட்ட ஒருவன் கூரையடைப்புக்குள்ளிருந்து திடீரென வெளியே வந்து நடனமாடத் தொடங்கினான். எல்லோரது கவனமும் உடனடியாக அவன் மேல் குவிந்தது. ஆனால் கொஞ்சமும் எதிர்பாராத வகையில் ஆணைப் போல் தோற்றமளித்த அந்தப் பெண் கூரையடைப்புக் குள்ளிருந்து வெளியில் வந்து தானும் நடனமாடத் தொடங்கினாள். அவளைத் தொடர்ந்து மற்ற மனிதர்கள் எல்லோரும் கூரையைவிட்டு வெளியில் வந்து மழையில் சொட்டச் சொட்ட நனைந்தபடியும் சேற்றில் விழுந்து புரண்டபடியும் கூத்தாடத் தொடங்கினார்கள்.

உண்மையில் அங்கே என்ன நடந்து கொண்டிருக்கிறது என்பதை என்னால் துல்லியமாகப் புரிந்துகொள்ள முடியவில்லை. புகைபிடிக்க வேண்டுமென்ற விருப்பம் மீண்டும் தீவிரமாக என்னைப் பற்றிக்கொண்டது. மிகச் சிரமப்பட்டு என்னை விடுவித்துக்கொண்டு பெட்டிக்கடைக்காரரிடம் போய் ஒரு பாக்கெட் சிகரெட் வேண்டுமெனச் சொல்லிவிட்டு பர்ஸை எடுப்பதற்காக எனது சட்டைப் பாக்கெட்டைத் தேட முற்பட்டபொழுதுதான் எனது சட்டை பல துண்டுகளாகக் கிழிக்கப்பட்டிருப்பதை என்னால் அறிந்துகொள்ள முடிந்தது. பர்ஸைக் காணவில்லை. மழையில் கூத்தாடிக்கொண்டிருக்கும் மனிதர்களில் யாராவது ஒருவன்தான் எனது பர்ஸைத் திருடியிருக்க வேண்டுமெனவும் அவர்களை விசாரிக்கும்படியும் யோசனை சொன்னான் அந்தப் பெட்டிக் கடைக்காரன். அவனது யோசனையை ஏற்றுக் கொண்டுவிட்ட பாவனையுடன் நான் அவர்களது ஆட்டத்தைக் கூர்ந்து கவனிக்கத் தொடங்கினேன். மழையின் தாளகதிக்கேற்றவாறு பிசிறில்லாமல் ஆடிக்கொண்டிருந்தது கூட்டம். ஒவ்வொரு குதிகாலிலும் நம்பவே முடியாத அளவுக்கு வேகமான சுழற்சி. எல்லா உடல்களும் ஒன்றோடொன்று பிரிக்கவியலாதவாறு ஒட்டிக்கொண்டு விட்டதாகத் தோன்றியது. சீரற்ற ஏற்றத்தாழ்வான வளர்ச்சியைக் கொண்ட பல கால்களும் உயர்ந்து தணியும் எண்ணற்ற கரங்களும் ஒரே உடலின் பல்வேறு பகுதிகளாகத் தோற்றமளித்தன. பிறகு மிகக் களைத்துப் போனவனைப் போலத் தென்பட்ட ஒருவன் அவர்களிலிருந்து தனியே பிரிந்துவந்து ஒரு தரம் சுழன்றாடிவிட்டு கழைக்கூத்தாடியைப் போலக் குட்டிக்கரணம் அடிக்கத் தொடங் கினான். யாரோ பலமாகக் கைதட்டினார்கள். மற்றொருவனோ இடையறாது விசிலடித்தான். குட்டிக்கரணம் அடித்துக் கொண்டிருந்தவன் உற்சாக மிகுதியால் புதிதாக எதையோ செய்ய முற்பட்டு அப்படியே தலைகுப்புறச் சரிந்துவிட்டான். தொலை விலெங்கோ நாய்களின் ஊளைச் சத்தம் கேட்டது. தொடர்ந்து சைரன்கள் அலறின. இதைக் கண்டு பீதியுற்றவர்களைப் போலப் பலரும் கூட்டத்திலிருந்து பிய்த்துக்கொண்டு தலைதெறிக்கும் வேகத்தில் ஓடி மறைந்தார்கள்.

கொட்டும் மழை. எதையும் பொருட்படுத்தாது சுழன்றாடிக் கொண்டிருக்கும் அம்மனுஷி. பெட்டிக்கடைக்காரனையும் என்னையும் தவிர அங்கு வேறு யாரும் தென்படவில்லை. நாய்களின் குரைப்புச் சத்தமும் சைரன்களின் ஒலியும் இடைவிடாது கேட்டுக் கொண்டிருந்தன. முற்றாக நனைந்திருந்தபடியால் கிட்டத்தட்ட நிர்வாணமாகத் தோற்றமளித்தாள் அவள். போதையூட்டும் கவர்ச்சி. குலுங்கிச் சுழலும் அவளுடைய அவயவங்கள். எனது காமத்தை அதன் உச்ச அளவை நோக்கிச் செலுத்திக்கொண்டிருந்தன. மிக விரைவில் நான் எனது சுயகட்டுப்பாட்டை இழந்துவிடப் போகிறேன்

என நினைத்துக் கொண்டேன். பாவனை மாறாமல் தன்னுடன் நடனமாட வருமாறு என்னைப் பார்த்துச் சைகை செய்தாள் அவள். அது புணர்ச்சிக்கானதொரு அழைப்பைப் போலத் தோற்றமளித்ததால் பெட்டிக்கடைக்காரனின் இருப்பு காரணமாகத் தயங்கி நின்று கொண்டிருந்தேன் நான். என்னை அவளோடு சேர்ந்து நடனமாடுமாறு பணித்தான் பெட்டிக்கடைக்காரன். ஒரு மிரட்டலின் தொனியைப் பெற்றிருந்த அவனது கட்டளையை ஏற்று நான் அவளுடன் சேர்ந்து நடனமாடுவதற்கான எனது சம்மதத்தைத் தெரிவித்தேன். அதைக் கேட்டு உரக்கச் சிரித்தான் அவன். நான் சிரித்துக்கொண்டே அவளை நோக்கி ஓடினேன்.

கொட்டும் மழை. நனைந்த ஆடைகளுடன் நடனமாடிக் கொண்டிருப்பவளான அவளும் கிழிந்த ஆடைகளுடன் கிட்டத்தட்ட நிர்வாணமாக இருக்கும் நானும். பெருகும் மழை வெள்ளத்தினுள் சுழலும் பாதங்களின் லயம் குன்றாத தாளம். எனது முழு உடலும் அதன் அணு ஒவ்வொன்றும் கொந்தளித்துக் கொண்டிருந்தது. இருள் முற்றாகக் கவிந்திருந்தபோதிலும் குறி தப்பாமல் பாய்ந்து ஒரு மிருகம் போல அவளை எனது கைப்பிடிக்குள் கொண்டு வந்திருந்தேன். வெற்று முனகலொன்று அவளிடமிருந்து வெளிப்பட்டது. பெண் அல்லது சிசு. புணர்ச்சியின் அடையாளம் அல்லது பிறவியின் தடயம்.

தாங்க முடியாத அதிர்ச்சிக்குள்ளானேன் நான்.

யாருடைய கட்டளைக்கோ கீழ்ப்படிந்ததைப் போலத் திடீரெனச் சுத்தமாக நின்றுவிட்டது மழை. செயலற்று நின்றேன் நான். எனது செயலின்மையைச் சாதகமாக்கிக்கொண்டு எனது பிடியிலிருந்து தப்பிப் போயிருந்தாள் அவள். இருளின் எல்லைகளற்ற வெளி. எல்லாச் சத்தங்களையும் விழுங்கிவிட்டு இருளுக்குள் பதுங்கியிருந்தது நிசப்தம். கைக்கெட்டும் தூரத்திற்குள்ளேயே அவள் பதுங்கியிருப்பாளென யூகித்தேன். ஆனால் அவளது பதுங்கலுக்கான காரணத்தை என்னால் யூகிக்க முடியவில்லை. விளையாட்டு அல்லது தந்திரம். தாக்குதலுக்கான அல்லது தப்பித்தலுக்கான தருணத்தை எதிர்நோக்கிக் காத்திருக்கக் கூடும். சுவாசமோ அசைவோ அற்றவளாக அந்தத் தருணத்தை எதிர்பார்த்துக் கொண்டிருப்பாள் போலிருக்கிறது. ஆனால் தேங்கியிருக்கும் மழை வெள்ளம் அவளது எந்தவொரு சிறு அசைவையும் சத்தமெழுப்பிக் காட்டிக் கொடுத்துவிடுமென்பது நிச்சயம். சவாலான தருணம் அது. எனது செவிகளும் கண்களும் கூர்ந்தன. இருளின் அடர்ந்த பரப்பை வெறித்துக் கொண்டு வெகுநேரம்வரை அசைவற்றவனாய்க் கிடந்தேன். வெகுநேரத்திற்குப் பின்பு அசையத் தொடங்கியது இருள். மறுகணம் நிகழத் தொடங்கியது இருளின் பெருவெடிப்பு. என்னைச் சுற்றிலும் இருளுக்குரிய கருமை நிறத்தில் நெளிந்து

கொண்டிருந்தன புழுக்கள். புழுக்களா அல்லது பெருவெள்ளமா? பெருவெள்ளம் எழுப்பும் பேரோசையே அது. எனது செவிப்பறைகள் அதிர்ந்தன. கேட்கும் திறனிழந்து செவிடனானேன் நான். செவிடன், அந்தகன். கைக்கெட்டும் தொலைவில் விரகத்தின் தணியாத விம்மல்களுடன் காத்திருக்கிறது அவ்வேதனையைத் தீர்க்கும் பெண்ணுடல்.

பெருவெள்ளத்துக்குள்ளிருந்து துள்ளியெழுந்து, இருளின் வடிவெடுத்து வந்து நின்றாள் அவள். தன் நனைந்த ஆடைகளைக் கழற்றியெறிந்தாள். என்னை நோக்கிக் குரூரமாய்ப் புன்னகைத்தபடி கனவில் வருவதுபோல நகர்ந்து வந்து கொண்டிருந்தாள். அச்சத்தாலோ வெட்கத்தாலோ கண்களை மூடிக்கொள்ள முயன்றேன். அவளோ இமைக்காத விழிகளுடன் என்னை நோக்கி வந்தாள். சேற்றுக்குள் உருண்டு கிடந்த என் தேகத்தைப் புரட்டினாள். நிக்கோடினின் கருத்த தடயங்களையுடைய எனது தடித்த உதடுகளை ஒரு இரையாகப் பற்றியிழுத்துக் கவ்வினாள். சாரு, நான் அவளைத் தடுப்பதற்கு எந்த முயற்சியும் செய்யாதவனாயிருந்திருப்பேன் என்று நினைத்துக் கொள்ளாதே. அவளிடமிருந்து என்னைத் தற்காத்துக் கொள்ளும் முயற்சியாக அவளை இறுகத் தழுவி மூச்சுத் திணறச் செய்ய முற்பட்டிருந்தேன். ஆனால் தழுவிய கணத்தில் பெருகிற்று அவளது ஆகிருதி. தன் வலிய கரங்களால் அவளும் என்னைத் தழுவினாள். கடவுளே, மூச்சுத் திணறிற்றெனக்கு. தழுவியவளின் மேனியின் ரோமத்தின் அடர்த்தி; முத்தமிட்ட உதடுகளில் நிகோடினின் துர்நாற்றம் எனது மறுப்பு போராட்டமாயிற்று. நான் தப்ப முற்பட்டேன். உதறி விடுவித்துக் கொள்ள முயன்றேன். அபயம் கோரி கூச்சலிடவும் விரும்பினேன்.

சாரு நான் உன்னிடம் மன்னிப்புக் கேட்க விரும்பினேன். சேறு படிந்த உடலுடனும் கிழிந்த உடைகளுடனும் தளர்ந்த குறியுடனும் வீடு திரும்பியிருந்த நான் உனக்கு முன்னால் ஒரு குற்றவாளியாக நிற்பதற்கு விரும்பியிருந்தேன். என் உள்ளத்தில் உன்மீது நேரடியாகவும் மறைமுகமாகவும் நான் செலுத்தியிருந்த வன்முறைகளையும் உனக்கும் எனக்கும் இடையேயான உறவின் சிதைவுக்குக் காரணமான எனது மனதின் கோணல்களையும் ஒப்புக்கொண்டுவிட வேண்டுமென்ற வேட்கை நிரம்பியிருந்தது. இன்னமும் திறந்து கிடந்த கதவுக்குள் பதற்றம் நிரம்பியவனாய் உள்ளே நுழைந்திருந்த அந்தக் கணத்தில் கனவு அல்லது பிரமை எனத் தோன்றும்படியாக நமது படுக்கையறையின் உள்ளிருந்து ஓடிவந்து கொண்டிருந்த அவனது ரோமம் மிகுந்த உடலை நான் பார்க்க நேராமலிருந்திருந்தால்? என்னைக் கண்டு அப்படி இகழ்ச்சியாகச் சிரிப்பதை மட்டுமாவது அவனால் கட்டுப்படுத்திக் கொள்ள முடிந்திருந்தால்?

எதிர்பார்ப்புகளும் நடப்புகளும் வெவ்வேறானவைகளாக்கும், தாஸ். இரண்டும் இரண்டு வெவ்வேறு விதிகளால் தீர்மானிக்கப் படுகின்றன.

பிரமை அல்லது கனவு...

சாரு என்னிடம் அப்போது ஒரு தடயமும் இல்லை. இப்போது கிடைத்திருக்கிறதே பாதி கருகியதொரு சிகரெட் துண்டு. அதுவோ அதையொத்த வேறு தடயங்களோ அப்போது எனக்குக் கிடைத்திருக்கவில்லை. நடைமுறை விதிகளை அனுசரித்து அப்போது அவனைத் தடுத்து நிறுத்தியிருப்பதற்கோ, அவன்மீது வன்முறையைப் பிரயோகித்து ஒப்புதல் வாக்குமூலங்களைப் பெற்றுக் கொண்டிருப்ப தற்கோ எனக்குப் போதிய வலிமை இருந்திருக்கவில்லை. எனது இருப்பைச் சற்றும் பொருட்படுத்தாமல் இகழ்ந்து சிரித்துவிட்டு வெளியேறிப் போய்க் கொண்டிருந்த அவனது ரோமம் மண்டிய உடலைச் செயலற்றவனாக நின்று பார்த்துக் கொண்டிருந்தேன்.

கனவு அல்லது பிரமை, கற்பனை அல்லது பொய். இவ் வகைப்பட்டவையாக்கும், தாஸ் உனது குற்றச்சாட்டுகள். நீ பேச வேண்டியது ஒரு மனநோய் மருத்துவரிடமேயல்லாது மனைவி யிடமல்ல. பொய்யான குற்றச்சாட்டுகளைச் சுமத்தி அவற்றை ஒப்புக்கொள்ளுமாறு மன்றாடுகிறாய். நான் அவற்றைப் பொருட்படுத்தாதபோதிலும், மன்னித்துவிட்டதாகப் பிதற்றுகிறாய். கோபமல்ல, உன் மேல் இரக்கமே ஏற்படுகிறது எனக்கு. ஏதாவதொரு சர்ச்சுக்குப் போ. அல்லது ஒரு மட்டரகமான மதுவிடுதிக்கு. முற்றிய மனநோயாளிகளுக்கான புகலிடங்கள் அவைகள்தாம்.

தேவாலயம் அல்லது மதுவிடுதி; பாதிரி அல்லது குடிகாரன்.

தாஸ், தேவைகளே நடைமுறைகளைத் தீர்மானிக்கின்றன. நடைமுறைவாதிகள் ஒருபோதும் கனவுகளையும் லட்சியங்களையும் பொருட்படுத்துவதில்லை. நடைமுறைவாதிகளின் வெற்றிக்குப் பின்னாலுள்ள ரகசியம் இதுதான். தாஸ் இதுவரை எந்த லட்சியவாதி வெற்றிபெற்றிருக்கிறான் சொல்? அல்லது எந்த லட்சியம் வெற்றிபெற்றிருக்கிறது? வெற்றிபெற்றிருப்பதான மயக்கங்களே தோற்றுவிக்கப்பட்டிருக்கின்றன. ஆனால் நமக்குக் கனவுகளும் லட்சியங்களும் தேவைப்படுகின்றன. இல்லாவிட்டால் குற்ற உணர்வுகளிலிருந்தும் தாழ்வுமனப்பான்மையிலிருந்தும் நம்மால் விடுபடவே முடியாமல் போயிருந்திருக்கும் தாஸ். அதனால்தான் நாம் லட்சியவாதிகளையும் கவிஞர்களையும் ஆன்மீகவாதிகளையும் கொண்டாடுகிறோம். அவர்கள் நம்மீது தம்முடைய கனவுகளைத் திணிக்கிறார்கள். அவர்களது மொழி நமக்குப் போதை. தாஸ் நாம் சூட்டும் புகழ்மாலைகள் அவர்களுக்குப் போதை. போதைக் கெதிராகப் போதை. கனவுக்கெதிராகக் கனவு. இது ஒரு வகையான தந்திரம், ஏமாற்று. இதைப் புரிந்துகொள்ளும்போது அவர்கள்

இவ்வுலகைத் துறக்கிறார்கள். மற்றொரு லட்சியவாதி உருவாகிறான். அவர்கள் தங்கள் மூதாதையர்களை நிராகரிக்கிறார்கள். தங்களது புதிய கனவுகளையும் லட்சியங்களையும் நம்மீது திணிக்கிறார்கள். நமக்குக் கிடைக்கிறது தடையற்ற போதை. அதிலிருந்து நம்மால் ஒருபோதும் விடுபட முடிவதில்லை. தாஸ், நாம் பதற்றமடைகிறோம். உள்ளீடற்ற கோபங்களுக்கு இரையாகிக் காரணமற்ற வன்முறைகளில் ஈடுபடுகிறோம். அடிப்படைகளற்ற வெற்றிகளும் நம்ப முடியாத தோல்விகளும் நமக்களிக்கப்பட்ட வாழ்வின் வெற்றுத்தாள்களை நிரப்புகின்றன. எந்தக் கவிஞனும் லட்சியவாதியும் இந்த வெற்றுத்தாள்களைப் பொருட்படுத்துவதில்லை. அவன் இவற்றை இகழ்ந்து சிரிக்கிறான். கிழித்தெறிகிறான். கிழித்தெறிந்தவற்றைப் பொறுக்கியெடுத்துப் புதிதாக ஒன்றைச் சமைக்கிறான் மற்றொருவன். நான் லீனியர், கொலாஜ், சர்ரியலிஸம், எக்ஸிஸ்டென்ஸியலிஸம்... கலைக்கெதிராகக் கலை, தத்துவத்திற்கெதிராகத் தத்துவம் தாஸ், இது ஒரு பழிவாங்கும் நடவடிக்கை. ஒருவரையொருவர் பழிவாங்கிக் கொள்கிறோம். நம்மைக் கவிஞர்களும், கவிஞர்களை நாமும், சாத்தியமற்ற கனவுகளுக்கும் தவிர்க்க முடியாத நடைமுறைகளுக்கு மிடையே சிக்கி வதைபட்டுக் கொண்டிருக்கிறோம். புகைபிடிக்கிறோம். குடிக்கிறோம், கள்ளப் புணர்ச்சிகளில் ஈடுபடுகிறோம், பிறகு பிரார்த்தனை செய்கிறோம். கவிதைகளைப் படிக்கிறோம், தத்துவங்களை மேற்கோள் காட்டுகிறோம். முரண்பாடுகளைக் கற்பனையாகச் சமன்செய்யும் முயற்சிகளே இவை. ஒன்று கவிஞர்களையும் லட்சியவாதிகளையும் முற்றாக இவ்வுலகிலிருந்து அப்புறப்படுத்திவிட வேண்டும். அல்லது இவ்வுலகை அவர்களுடையதாக்கிவிட வேண்டும். ஆனால் கனவு தாஸ், வெறும் கனவு. வழக்கத்தைவிட அதிகமாகக் குடித்துவிட்டேனென்று நினைக்கிறேன். இன்னும் கொஞ்சம் சோடா ஊற்று, இட் ஈஸ் த ஹாட்டஸ்ட் பிராண்ட் ஆப் த விஸ்கிஸ்.

அப்படியானால் வாழ்க்கைக்கெதிராக, வாழ்க்கையோ...?

தாஸ், நடைமுறைவாதி எப்போதும் விழித்திருக்க வேண்டியவன். விழித்திருப்பவன் கனவு காண முற்படுவது ஆபத்தானது. வெற்றிகரமான நடைமுறையாளனுக்கும் லட்சியக் கணவனுக்கு மிடையே நீ போராடிக் கொண்டிருக்கிறாய். நீ உனது மனைவியைச் சந்தேகப்படுகிறாய்; கண்காணிக்கிறாய். இவையெல்லாம் கணவனாயிருக்கிற ஒவ்வொருவருக்கும் சமூகம் வழங்கியுள்ள உரிமை. யாரும் இதற்காக வெட்கப்படுவதுமில்லை. ஆனால் நீயோ குற்ற உணர்வுக்குள்ளாகி வதைபட்டுக் கொண்டிருக்கிறாய் தாஸ். ஒன்று உனக்கு அவனது நாசியைப் பெயர்க்க முடிந்திருக்க வேண்டும். அல்லது அவனோடு கைகுலுக்கிக் கொள்ள முடிந்திருக்க வேண்டும். ஆனால் நீ வெறுமனே கண்ணீர் விட்டுக் கொண்டிருக்கிறாய்.

ஒப்புதல் வாக்குமூலங்கள் கொடுத்துக் கொண்டிருக்கிறாய்; நள்ளிரவு நேரங்களில் பூட்டிய அறைக்குள் உனது மனைவியின் முன்னால் வெறும் உள்ளாடைகளுடன் உட்கார்ந்து மன்னிப்புக்கோரி முழந்தாளிட்டுக் கொண்டிருக்கிறாயாமே? உனது தேவையென்ன, தாஸ்? காதல்? காமம்? கனவை ஒரு தோளிலும், நடைமுறையை ஒரு தோளிலும் சுமந்துகொண்டிருக்கிறாய் நண்பா. ஒரு தோளில் கடவுளை, மற்றொரு தோளில் சாத்தானை. ஒன்றின் எடையை மற்றொன்று மிஞ்சிவிடாதபடி பார்த்துக்கொள்ளும் சாமர்த்தியமும் உனக்கில்லை. பாலன்ஸை இழந்து தடுமாறிக்கொண்டிருக்கிறார்கள் உனது கடவுளும் சாத்தானும். நீயோ தனிமைப்பட்டுப் போயிருக்கிறாய்.

தனிமைப்படுத்தப்படுதல் ஒரு குரூரமான தண்டனை.

உன்னைப் பீடித்திருப்பது எய்ட்ஸ் தாஸ். இதற்கு மருந்தே இல்லை. வருங்கால மருத்துவ உலகம் எய்ட்ஸுக்கு மருந்து கண்டுபிடித்துவிடலாம். ஆனால் சந்தேகத்திற்கு மருந்தே இல்லை. அது ஆட்கொல்லி நோய். ஆட்கொல்லி நோயாளிகளை யாரும் தீண்டுவதில்லை. அவர்களுக்குத் தனி அறை, தனிச் சாப்பாடு, தண்ணீர் செம்பும் படுக்கையும் அவர்களுக்குத் தனித்தனியானவை.

ஆனால் தாஸ், தனிமையை விரும்பாதவனை, அதை ஏற்றுக் கொள்ள மறுப்பவனை, ஒருபோதும் இந்த உலகம் தனிமைப்படுத்துவ தில்லை. நீ புகைபிடிக்கிறாயா? மது அருந்துகிறாயா? வீடு திரும்பும்போது துர்நாற்றத்தை மறைக்க, மறக்காமல் சூயிங்கம் போட்டுக்கொள்ள வேண்டும். முறையற்ற கள்ளப் புணர்ச்சிகளில் ஈடுபடுகிறாயா? ஆணுறை போட்டுக்கொள்ள மறந்துவிடாதே. சட்டபூர்வமான எச்சரிக்கைகள் இவை. சட்டப்படி நடப்பவனுக்குத் தனிமையின் குரூரமான தண்டனைகளில்லை. உனது மனைவியின் படுக்கையறைக்குள்ளும் கிடக்கலாம். உனக்குச் சம்பந்தமில்லாத பிராண்டுகளின் கருகிய சிகரெட் துண்டுகளும் பயன்படுத்தப்பட்ட ஆணுறைகளும், அவற்றைப் பொருட்படுத்தாதே. கோபத்தைத் தாளிடப்பட்ட அறைக்குள்ளும், அன்பைப் பொது இடங்களிலும் வெளிப்படுத்தத் தெரிந்துகொள். உனது தோல்விகளையும், ஏமாற்றங்களையும் ரகசியமாகப் பராமரிக்கக் கற்றுக்கொள். இவைகளும் சட்டபூர்வமானவைகள்தாம் தாஸ். எல்லோராலும் உருவாக்கப்பட்டு ஒவ்வொருவராலும் பின்பற்றப்பட்டு வருகிற சட்டங்கள். இவற்றை நிராகரிக்கும்போது நீ தனிமைப்படுத்தப் படுகிறாய். ஆட்கொல்லி நோயாளிகளோடு சேர்க்கப்பட்டுத் தீண்டப்படாதவனாகிறாய். பிறகு உனக்காக ஒதுக்கப்படும் தனி அறைக்குள் புகுந்து காற்றுப்புக முடியாதவாறு கதவைத் தாளிட்டுக்கொண்டுவிட வேண்டியதுதான். மனிதனின் கண்டுபிடிப்புகளிலேயே கதவைப் போல முக்கியமானது வேறொன்று

இருக்க முடியாது தாஸ். பொறியியலாளர்களே அவற்றின் பிரும்மாக்கள். திட்டவட்டமான பயன்பாட்டு நோக்கங்களுக்காகவே அவர்கள் கதவுகளை உருவாக்கினார்கள். புறவுலகின் அபாயங்களிலிருந்து தற்காத்துக்கொள்வது முக்கிய நோக்கம். திருடர்களாலும் மிருகங்களாலும் கள்ளப்புணர்ச்சி செய்பவர்களாலும் நமது உடைமைகள் சேதப்படுத்தப்படலாம். அதனால்தான் ஒவ்வொரு கதவும் பூட்டப்படுகிறது. பூட்டப்பட்ட ஒவ்வொரு கதவின் முன்பாகவும் தொங்குகிறது திருடர்கள் ஜாக்கிரதை என்னும் எச்சரிக்கைப் பலகை. கதவுகளைப் பூட்டுவதற்கும் திறப்பதற்கும் கூடப் பல ஆலோசனைகள் உண்டு தாஸ். பூட்டிய பிறகு பூட்டை இழுத்துப் பார்த்துக்கொள்ளத் தவறக் கூடாது. பூட்டுகளிலும் உண்டு போலிகள். தட்டுவது யார் என்பதைப் பற்றிய நிச்சயமில்லாமல் கதவைத் திறப்பது ஆபத்தானது தாஸ். அறிமுகமானவர்களானாலும் வரையறைகள் உண்டு; யார் யாரை எந்தெந்த நேரத்தில் எவ்வளவு தூரம் வரை உள்ளேவர அனுமதிக்கலாம் என்பவைகூட முன்பே திட்டமிடப்பட்டிருப்பவை தாஸ். பொறியியலாளர்களின் அபாரமான மூளைக்கு நமது வீடுகளே சான்றுகள். வரவேற்பறைகள், கூடங்கள், சமையலறைகள், புழக்கடைகள், படுக்கையறைகள். ஒவ்வொன்றின் வாயிலிலும் கதவுகள். கதவுக்குள் கதவுகள். கதவுகளில்லாமல் குடும்பங்களில்லை. படுக்கையறைகளை வடிவமைக்க வெறும் பொறியியல் அறிவு மட்டும் போதாது தாஸ். தேர்ந்த கலாஞானம் அவசியம். காமத்தைத் தூண்டும் கலை நுட்பத்தை அறிந்தவனே படுக்கையறைகளை வடிவமைக்கிறான். புணர்தலின் நுட்பங்களை அறிந்த நம் சிற்பிகள் காமத்தைக் கற்களில் செதுக்கினார்கள்; தச்சர்கள் கட்டில்களில் செதுக்கினார்கள்; கவிகளோ காற்றில் மகரந்தத் துகள்களை மிதிக்கவிட்டார்கள். ஆனாலும் தாஸ் பூட்டிய அறைகளே புணர்தலுக்கேற்றவை. கதவைத் தட்டுபவர்களுக்கும் கூட காலம் பற்றிய விழிப்பு அவசியம். தட்டும் நேரம் புணர்தலின் காலமாகவும் இருக்கலாம். அப்போது ஓசைப்படுத்தாமல் வெளியேறிச் சென்றுவிட வேண்டும். புணர்பவர் கள்ளக்காதலர் என்றால் கதவைத் தள்ளிக்கொண்டு முன்னறிவிப்பின்றிப் பிரவேசிக்கும் உரிமை யாருக்கும் உண்டு.

நீயோ கதவுகளைப் பூட்டிக்கொள்ள மறந்துவிடுகிறாய். அல்லது திறந்துவைத்துவிட்டு உள்ளே பிரவேசிப்பவர்களைப் பற்றிய பிரக்ஞையற்றவனாயிருக்கிறாய். பூட்டிய அறைகள் பற்றிய எச்சரிக்கையுணர்வோ உனக்கு முற்றாக இல்லை. செயலில் இறங்கத் தெரியாமல் வெறுமனே பிதற்றிக் கொண்டிருக்கிறாய் தாஸ். கதவை விரியத் திறந்துகொண்டு உள்ளே போ, உனக்குக் கிடைக்கும் நிர்வாணத்தின் ஒரு தரிசனம்.

வெறும் ஒற்றை முனகலல்ல; சற்றே உரத்த தொனி கொண்ட சத்தம். விரகத்தின் கரை மீறிய வேதனையின் விளிம்பில் வெடித்துச் சிதறும் விம்மல்கள். உச்சத்தை எட்டியதன் அடையாளம். இல்லாவிட்டால் யோனியின் குறுகலான சுவர்களுக்கிடையே நசுங்கும் சிசுவின் முதல் குரல். வேண்டாம், ஆபத்தோடு விளையாடும் இந்த அபத்தம். பூட்டிய அறைக்குள்ளிருந்தல்ல, என்னிடமிருந்தே வருகின்றன இந்தச் சத்தங்கள். வெறும் விக்கல்கள்? உடலின் தாகத்தை உணர்த்தும் ஒரு சமிக்ஞை? இல்லை, மரணத்தின் முன்னறிவிப்பே இச்சத்தங்கள். புணர்ச்சியின் தடயமோ பிறப்பின் அடையாளமோ அல்ல. தனது மூதாதையர்களுக்குரிய இணைப்புகள் தேய்ந்துபோன மர நாற்காலியில், சுவாசத்தின் அறுந்த இழைகளோடு போராடிக் கொண்டிருக்கும் ஒரு உயிர் மரணத்திற்கெதிராக எழுப்பும் கண்டனமாகவும் இவற்றை எடுத்துக்கொள்ளலாம்.

வாழ்க்கைக்கெதிராக வாழ்க்கையென்றால் மரணத்துக்கெதிராக மரணம்தான் தாஸ்.

தற்கொலைகள் கடவுளின் சித்தத்திற்குட்பட்டவையல்ல. மரணத்தைக் கடவுளின் கைகளில் ஒப்படைக்க விரும்பாத சுயமரியாதையுடைய மனிதனின் தேர்வு. தற்கொலைகள் கடவுளின் இருத்தலுக்கெதிரான சவால். கடவுளைக் கொலை செய்ய மனிதன் மேற்கொண்டுவரும் இடையறாத முயற்சி. இதுவரையிலுமான எல்லா மரணங்களுமே தற்கொலைகள்தான் என்றான் ஒரு கவிஞன் தாஸ், தெரியுமா உனக்கு?

ஹெ ஹெ ஹே...!

கவிஞர்கள் தத்துவவாதிகளாகும்போது உண்மை பேசத் தொடங்கிவிடுகிறார்கள். உண்மையை ஏற்றுக்கொள்ளத் தொடங்கி விடுகிறார்கள். ஆனால் பாதி உண்மை. முழுமையான உண்மை மிகக் குரூரமானதாக்கும் தாஸ். கவிதை அவர்களது ஆன்மாவில் பாய்ச்சிய அன்பின் விந்துத்துளிகள் செய்த கைங்கரியம். அல்லா விட்டால் தத்துவ தரிசனம் ஈவிரக்கமற்றதாயிருந்திருக்கும்; இதுவரையிலுமான எல்லா மரணங்களுமே தற்கொலைகள் என்பதற்குப் பதில் கொலைகள் என நிறுவுவதற்குத் தனது வாழ்நாட்களைச் செலவிட்டுக் கொண்டிருந்திருப்பான் அவன். மேற்குலகின் எண்ணற்ற தத்துவவாதிகளின் வரிசையில் நமது கவிஞனுக்கும் ஓரிடம் அளிக்கப்பட்டிருந்திருக்கும். அன்பு உண்மையை நிராகரிக்கிறது தாஸ். கடவுளை உன்னதத்தின் ஒரு வடிவமாகப் பார்க்கும் பேதமைகூட அன்பின் விளைவுதான். ஒரு கற்பிதத்துக்குக் கடவுளைப் பணியச் செய்து தனக்குப் பாதுகாப்புத் தேடிக்கொள்ள விழையும் வீண் முயற்சி. கடவுள் மனிதன் மேல் கொண்டிருப்பது அன்பல்ல, பழி; ஆதிப்பகைமையின் தீராத விளைவு. படைப்புச் செயலைத் தன்னிடமிருந்து பறித்துக்

கொண்டுவிட்ட மனிதனை அன்பின் வடிவமான நமது கடவுளர்களால் ஒருபோதும் மன்னிக்க முடிந்ததில்லை. அதனால் தான் படைப்புச் செயலுக்கு ஆதாரமான புணர்ச்சியைப் பாவகாரியமாகச் சித்தரிக்கின்றன கடவுளர் தத்துவங்கள். பாவத்தின் சம்பளம் மரணம்; படைப்புச் செயலைத் தன் பொறுப்பில் வைத்துக்கொள்ள மனிதன் தரும் விலை. மனிதனால் படைப்புச் செயலை, அதற்கு ஆதாரமான புணர்ச்சியை ஒருபோதும் கைவிட முடிந்ததில்லை. ஆனால் கடவுளின் பழிக்குப் புணர்ச்சி ஒரு கருவி. புணர்ச்சியை முன்வைத்து நாம் ஒருவரையொருவர் சந்தேகிக்கிறோம்; ஒருவரோடொருவர் சண்டையிட்டுக் கொள்கிறோம்; ஒருவருக்கொருவர் போட்டியாளர்களாகிறோம்; மற்ற மனிதன் நரகமாகிறான்; ஒருவரை மற்றொருவர் அழிக்க முயல்கிறோம். படைப்புச் செயலை மட்டுமல்ல. கடவுளின் காரியமான அழிவையும் தன் கைகளில் எடுத்துக்கொண்டான் மனிதன். விளைவோ பேரழிவு. கொலைபுரிதல் மனிதனுக்கு ஆறாவது அறிவாயிற்று தாஸ். நமது கடவுளர்கள் கைகொட்டிச் சிரிக்கிறார்கள். அந்தச் சிரிப்புச் சத்தம் நமக்குக் கேட்பதில்லை. கடவுளுக்கும் மனிதனுக்கும் அன்பு மற்றுமொரு ஆயுதமாகிறது. நாம் நிராகரிக்கப்படுகிறோம்; அவமானப்படுத்தப்படுகிறோம்; வலி தாளாமல் தற்கொலையை நாடுகிறோம். கொலையும் தற்கொலையும் மரணத்தின் இரு பக்கங்கள் தாஸ்.

ஹெ ஹ் ஹே...!

உட்புறமாகத் தாளிடப்பட்ட அறைக்குள் நிர்வாணமாக உறங்கிக் கொண்டிருக்கிறது எனது நரகம். எனது கடவுளோ கைகொட்டிச் சிரித்துக் கொண்டிருக்கிறான். என் முன்பாக வைக்கப்பட்டிருக்கின்றன மரணத்தின் இரு வழிகள். கொலை அல்லது தற்கொலை நாணயத்தின் இருவேறு பக்கங்கள். முழுமை பெறாத தத்துவ தரிசனம் முன்வைக்கும் அரைகுறை உண்மை. அல்லது நடைமுறை சார்ந்த ஒரு தீர்க்கமான முடிவு. தனது மூதாதையர்களுக்குரிய மர நாற்காலியில் சுவாசத்தின் கடைசித் துளிகளை மிதக்க விட்டுவிட்டுப் பாதி திறந்த விழிகளுடன் பிரேதமாய் உறைந்து கிடக்கும் ஒரு இரங்கத்தக்க மனிதன் அல்லது தனது படுக்கையறையினுள் மனைவியையும் அவளது கள்ளக் காதலனையும் கொலை செய்துவிட்டு ரத்தம் தோய்ந்த கரங்களை உயர்த்திச் சரணடையக் காத்திருக்கிற சுயமரியாதையுள்ள கணவன். சந்தேகப் பேர்வழி. குரூரமான மனநோயாளி.

எனது மர நாற்காலியின் தேய்ந்துபோன இணைப்புகளிலிருந்து சத்தமெதுவும் எழுந்துவிடாதபடி மிகக் கவனமாக எழுந்து நின்றேன். திடீரென ஓங்கியெழுந்து பின்பு தணிந்தது மெழுகுச்சுடர். தனது பதுங்குகுழியிலிருந்து வெளிப்பட்டு முழுக் கூடத்தையும்

ஆக்கிரமித்துக் கொண்டது இருள். கணத்துக்கும் குறைவான நேரம் எனது விழித்திரையில் நீடித்திருந்த வெளிச்சத்தின் கடைசிக் கீற்று பிறகு ஒரு கரப்பானைப் போலத் தப்பியோடி தானும் இருளுக்குள் பதுங்கிக் கொண்டது. இருளின் பெருவெளிக்குள் அந்தகனைப் போல மெழுகுவர்த்தி இருந்த இடம் நோக்கி நகர்ந்தேன். எனது கைப்பிடிக்குள்ளிருந்து தன்னிச்சையாக நழுவி இருளுக்குள் சிதறியது பாதி கருகிய சிகரெட் துண்டு. எனது சந்தேகத்திற்கான ஒற்றை ஆதாரம்; மன ஆரோக்கியத்தின் தடயம். பதற்றம்கொண்டு கைகளை வீசினேன். இன்னதென யூகிக்கவியலாத ஒரு கனமான பொருளின் மீது மோதிற்று என் மண்டை. உலோகம் அல்லது கண்ணாடியாலான ஒரு பொருள் பேரோசையுடன் கீழே விழுந்து நொறுங்கியது. சரிந்து பிரார்த்தனை செய்பவனைப் போலத் தரையில் மண்டியிட்டேன். எனது பிரக்ஞையின் இணைப்புக் கண்ணிகள் தளரத் தொடங்கின. கண்கள் செருகத் தொடங்கின. செயலின்மையின் மீள முடியாத சதுப்புக் குழிக்குள் மூழ்கத் தொடங்கியது எனது மூளை.

தூங்குவதற்கு முயல்கிறேனா என்ன?

சாரு, உறங்குவது போலப் பாசாங்கு செய்து கொண்டிருக்கிறாய் நீ. உனது நாசித் துவாரங்களிலிருந்து பெருகும் சத்தங்கள் பொய்யானவை. பாதி திறந்த உனது விழிகள் நமது படுக்கையறைக் கதவின் பளபளப்பான உட்பரப்பை எச்சரிக்கையுடன் கவனித்துக் கொண்டிருக்கின்றன. எனது மூதாதையர்களுடைய இம்மர நாற்காலியிலிருந்து எழும் சத்தங்களைத் துல்லியமாகக் கண்காணித்துக் கொண்டிருக்கிறது உனது மூளை. இங்கே கூடத்தில் என்ன நடந்துகொண்டிருக்கிறது என்பதைத் தெளிவாக யூகித்திருப்பாய். தாக்குதலுக்கானவையும் தற்காத்துக் கொள்வதற்கானவையுமான ஆயுதங்களை எப்போதும் பராமரித்து வருபவள் நீ. உறக்கமல்ல, பதுங்கல் உன்னுடையது. தாக்குதலுக்கும் தப்பியோடுவதற்குமான பதுங்கல். தப்பியோடுவதற்கும் பாய்ச்சலின் நுட்பங்கள் தெரிந்திருக்க வேண்டும் சாரு.

நான் உன்னிடம் எதுவும் கேட்கப் போவதில்லை. என்னை ஏமாற்றிவிட்டுத் தப்பியோடுவது சுலபமானது. ஒற்றை ஆதாரமாய் என்னிடம் எஞ்சியிருந்த பாதி கருகிய சிகரெட் துண்டு. இப்போது இருளின் மூடிய உள்ளங்கைகளுக்குள் போகும்போது அதைத் தனது கைப்பிடிக்குள் கொண்டுபோய் விடுவான் இருளின் வடிவம் கொண்டவன். நீ எனது கேள்விகளைப் பொருட்படுத்தப் போவதில்லை. சாரு, கனவை ஒரு தோளிலும் நடைமுறையை ஒரு தோளிலும் சுமந்து கொண்டிருப்பவள் நீ. ஒரு தோளில் கடவுளை, மற்றொரு தோளில் சாத்தானை. ஒன்றின் எடையை மற்றொன்று மிஞ்சிவிட முடியாதபடி பார்த்துக் கொள்ளும் சாமர்த்தியம் உனக்கிருக்கிறது. நீ ஒருபோதும் பாலன்ஸை இழப்பதில்லை. உனது

கடவுளுக்கும் சாத்தானுக்கும் தடுமாற்றத்தின் துன்பங்களில்லை. ஒருவரின் இருப்பை மற்றவர் அறிந்துகொள்வதற்கான விருப்பம்கூட இல்லாமல் அவரவருக்கும் உரிய இடத்தை அவரவரும் தக்கவைத்துக் கொண்டிருக்கிறார்கள். நமக்கிடையேயான உரையாடல்கள் இனி ஒருபோதும் தொடர முடியாது சாரு. எனக்கும் பிடிபடும் வாழ்வின் சூட்சுமம். கடவுளையும் சாத்தானையும் சமரசப்படுத்தும் வித்தை எனக்கும் கைகூடிவிட்டால், அவரவருக்குமுரிய இடங்களை அவரவருக்கும் பகிர்ந்தளித்துவிட முடியுமானால்?

துரோகத்திற்கெதிராகத் துரோகமாக்கும்? முத்தமிட மறுக்கும் உதடுகளைப் பழிவாங்க நிகோடினின் துர்நாற்றம், இல்லையா... தாஸ்? ஹ... ஹ... ஹாாா. உனக்குப் புகைபிடிக்காமலும் இருக்க முடியாது. சந்தேகப்படாமலும் இருக்க முடியாது. ஆனால் இரண்டையும் விட்டொழித்துவிடுவதாகச் சத்தியம் செய்து தந்திருக்கிறாய். லட்சியக் கணவன் என்ற பெருமையைச் சுமக்க முடியாமல் தடுமாறிக் கொண்டிருக்கிறாய்.

தாஸ் சார், கங்கிராட்ஸ். புகைபிடிப்பதை விட்டுவிட்டீர் களாமே? இல்லத்தரசியின் நிபந்தனையா? இல்லை சுய முடிவா? முத்தங்களுக்காக ஆண்கள் எவ்வளவு சத்தியமும் செய்வார்கள். ஹ... ஹ... ஹாாா. எனது கணவரும்கூட இப்படித்தான் சத்தியம் செய்து கொடுத்தார். எனக்குச் சந்தேகம்தான். தொடர்ந்த கண்காணிப்பில் ஒருநாள் கையும் களவுமாகப் பிடித்துவிட்டேன். பாத்ரூமில் பாதி கருகியதொரு சிகரெட் துண்டு. அவரது திருட்டுத் தனத்திற்கான ஆதாரம். சார் நீங்கள் சாருவை ஏமாற்றாமலிருந்தால் சரிதான். நிஜமானதொரு ஐய்டியல் ஹஸ்பெண்ட் இல்லையா...? ஆல் தி பெஸ்ட்....!

ஆல் தி பெஸ்ட், ஆல் தி பெஸ்ட்....!

ஹிஹிஹி.

சந்தேகத்திற்கு எதிராகச் சந்தேகமோ?

சந்தேகமே அறிதலின் ஆரம்பம். புலனாய்வாளர்களுக்கும் மருத்துவர்களுக்கும் அதுவே பற்றுக்கோடு. தீராத சந்தேகங்களே மகத்தான கண்டுபிடிப்புகளுக்குப் பாதையமைக்கின்றன. சந்தேகத்தை அடிப்படையாகக் கொண்ட இடையறாத கண்காணிப்புகளின் மூலமாகவே லட்சியங்கள் பாதுகாக்கப்படுகின்றன. இல்லாவிட்டால் லட்சியவாதிகள் கொண்ட லட்சியங்களிலிருந்து பிறழ்ந்து போய்விடுவார்கள். சிதைந்த நுரையீரல்களும் நிக்கோடின் துர்நாற்றம் படிந்த உதடுகளும் லட்சியக் கணவர்களுக்குரிய அடையாளங் களில்லை என்பதை லட்சியக் கணவர்கள் ஒருபோதும் உணர்ந்து கொள்வதில்லை. இனி ஒருபோதும் புகைபிடிக்க மாட்டேன் என்று சத்தியம் செய்துகொடுப்பார்கள். ஆனால் ரகசியமாகப் புகைபிடித்து விட்டு சூயிங்கம் மென்ற வாய்களுடன் வீடு திரும்புவார்கள்.

அவர்களால் முத்தங்களையும் இழக்க முடியாது. சிகரெட்டுகளையும் இழக்க முடியாது.

ஆனால் முத்தங்களுக்காகப் பொய் சொல்லும் இயல்புடையவர்களாக்கும் லட்சியக் கணவர்கள். அவர்களைக் கண்காணிக்க வேண்டும். அவர்களது நுரையீரல்களையும் உதடுகளையும் பாதுகாப்பது லட்சிய மனைவிகளுக்குரிய கடமை. புகைபிடிக்கும் லட்சியக் கணவர்களைக் கையும் களவுமாகப் பிடிப்பதற்கு முத்தங்களே பொறி. இதற்கு மிகுந்த சாமர்த்தியமும் நடிப்புத்திறனும் வேண்டும். வீடு திரும்பியதும், குளியலறைக்குப் போய் முகம் கைகால்கள் கழுவுகிற சாக்கில் தமது உதடுகளில் படிந்திருக்கும் நிகோடினின் துர்நாற்றத்தை அகற்றிவிட்டு வருவதற்கான சிறு வாய்ப்பையும் லட்சியக் கணவர்களுக்கு அளித்துவிடக் கூடாது. வீட்டுக்குள் நுழையும்போதே லட்சிய மனைவி தனது உதடுகளில் புன்னகையும் விழிகளில் காதலும் பெருகி வழியுமாறு பார்த்துக் கொள்ள வேண்டும். சந்தேகத்திற்கு இடமளிக்காமல் நெருங்கி, சட்டைப் பித்தான்களைக் கழற்றவும் காதல் ரசம் சொட்டச் சொட்டப் பேசவும் மிக லாவகமாகத் தனது அணைப்பிற்குள் கொண்டுவரவும் சுவாசத்தை நுகரவும் தெரிந்திருக்க வேண்டும். நுகர்வின் மூலம் வித்தியாசமான வாடை எதையும் உணர முடியாத பட்சத்தில் அதீதமான காதலுணர்வுக்கு இரையாவது போலவும் உணர்ச்சிகள் குமிழியிடுவது போன்ற பாவனையிலும் முற்றிலும் கட்டுப்பாடற்ற விதத்தில் அன்பைப் பரிமாறிக்கொள்ள முனையும் தோற்றத்திலும் நிகோடினின் நாற்றம் படிந்த உதடுகளை அழுத்தமாக முத்தமிடுவதற்கு ஒரு லட்சிய மனைவிக்குத் தெரிந்திருக்க வேண்டும்.

ஹெ ஹ் ஹே...!

அதிக அன்பு வேசிகளுக்குரியது தாஸ். அதிக அன்பும் அதிகக் கோபமும் உணர்வுகளின் அதீதமான வெளிப்பாடுகளும் வேசிகளுக்குரியவை. வேசிகளுக்கும் வாடிக்கையாளர்களுக்குமிடையேயான உறவும் கணவனுக்கும் மனைவிக்குமிடையேயான உறவும் வெவ்வேறானவைகளல்ல தாஸ். குடும்ப அமைப்பும் விபச்சார விடுதிகளும்கூட வெவ்வேறானவைகளல்ல. இரண்டுமே செக்ஸுவல் தேவைகளைப் பூர்த்தி செய்துகொள்ள சமூகம் அனுமதித்திருக்கிற ஏற்பாடுகள். வெளிப்படையாகத் தெரிய வந்திருக்கிற சில வேறுபாடுகள் அந்தந்த அமைப்புகளின் நிர்வாகம் சார்ந்தவைகளேயல்லாமல் சாராம்சம் சார்ந்தவைகளல்ல.

ரணப்படுத்தப்பட்டதொரு மனதில் கூக்குரல். ஆரோக்கியமானவையென்ற மயக்கத்திலிருக்கும் மூடிய மனங்களுக்கு எரிச்சல். எரிச்சலல்ல வலி; தாங்க முடியாத வேதனை. ரணப்படுத்தப்பட்ட மனம் எல்லா மனங்களையும் ரணப்படுத்தித் தனது ரணத்தின் இருப்புக்கு அர்த்தம் தேடிக்கொள்கிறது.

எதிர்ப்பின் சிறு பொறியொன்று எனக்குள் எழுந்து சாம்பலாய் உதிர்ந்தது. கிறீச்சிட்டு நின்றது நானும் நண்பனும் பயணம் செய்துகொண்டிருந்த ஆட்டோ. வன்மம் கொண்டவனாக எங்களை நோக்கித் திரும்பியிருந்தான் நடுத்தர வயதைக் கடந்தவனான டிரைவர். அவனது பருத்த தேகத்தையும் துருத்திய பல்வரிசையையும் முகத்துக்கு வெளியே நீண்ட தாடைகளையும் ரோமங்களற்ற முன் கையையும் கொண்டு அவன் தனது மனைவியின் அதீதமான காமத்துக்கு ஈடுகொடுக்க முடியாதவன், அது சம்பந்தமான தாழ்வு மனப்பான்மைக்கும் குற்ற உணர்வுக்குள்ளாகி வதைப்பட்டுக் கொண்டிருப்பவன் என யூகிப்பதற்குப் போதிய காரணங்கள் இருக்கின்றன என்று அவன் போன பிறகு சொன்னான் எனது நண்பன். அவன் இதைச் சொல்லி முடித்ததும் தாங்க முடியாத சுய அருவருப்புக்காளானேன் நான். அவனை அந்த இடத்திலேயே விட்டுவிட்டு ஓடிவிட வேண்டுமென்ற எண்ணமும் தோன்றிற்று. ஆனால் நண்பன் உரத்த தொனியில் சிரித்துக்கொண்டிருந்தான். எங்களை இறங்கிக் கொள்ளுமாறு மிகுந்த பணிவுடன் கேட்டுக் கொண்டிருந்தான் ஆட்டோ டிரைவர். ஒரு நேரடியான வன்முறைக்கான தயார் நிலையாகவும் அவனது பணிவு எங்களுக்குத் தென்பட்டது. நாங்கள் இறங்க வேண்டிய இடம் இன்னும் வெகு தொலைவுக்கப்பால் உள்ளது என்பதைச் சுட்டிக்காட்ட முயன்றபோது அது தனக்குத் தெரியுமென்றான். தொடர்ந்து ஒரே ஆட்டோவில் பயணம் செய்வது இரு தரப்பினருக்குமே ஆரோக்கியமானதாக இருக்காது எனத் தான் கருதுவதாகவும் சொன்னான். வெகு சிரமப்பட்டுத் தன் உணர்ச்சிகளைக் கட்டுப்படுத்திக் கொண்டிருக்கிறான் என்பது தெரிந்தது. அது வரையிலுமான பயணத்திற்கு நாங்கள் கணக்கிட்டுக்கொடுத்த சொற்பத் தொகையை, வேண்டா வெறுப்பாக வாங்கிப் பாக்கெட்டில் போட்டுக் கொண்டு தலைதெறிக்கும் வேகத்தில் தனது வாகனத்தைச் செலுத்தி மறைந்தான். வேறொரு ஆட்டோவை அமர்த்திக் கொள்ளும் எனது யோசனையைப் புறக்கணித்துவிட்டு நடக்கத் தொடங்கினான் நண்பன். மனிதாபிமானமற்றவன். குறைந்தபட்ச நாகரிகத்தையும்கூடப் பின்பற்றத் தெரியாதவன் என அந்த ஆட்டோ டிரைவரின் மீது வசைமாறிப் பொழிந்தபடி நானும் அவனுடன் நடக்கத் தொடங்கினேன். எனது வசைச் சொற்களில் எதிர்மறையாகப் பயன்படுத்தப்பட்ட அந்த இரண்டு வார்த்தைகளையும் தான் வெறுப்பதாகவும் இனி ஒருபோதும் அவற்றைத் தன் முன்னால் உச்சரிக்கத் துணிய வேண்டாமெனவும் மிகக் கடுமையான குரலில் எச்சரித்துவிட்டு நடையின் வேகத்தைத் துரிதப்படுத்தினான் நண்பன். நான் அந்த இடத்திலேயே அசைவற்று நின்று சில வினாடிகள்வரை அவனைப் பார்த்துக் கொண்டிருந்தேன். அவனது கால்கள் பின்னின. ஆனால் நடையின் வேகம் தணியவில்லை. ஒருவித

எச்சரிக்கையுணர்வுடன் நடையின் வேகத்தைக் கூட்டியவன் பிறகு ஓடத் தொடங்கினான். தனித்துவிடப்பட்டதனால் உருவான அச்சத்தின் விளைவாகவோ என்னவோ நானும் அவனைப் பின்பற்றி ஓடத் தொடங்கினேன். பிடித்துவிடுவேன் என நம்பிய தருணத்தில் அவன் நின்றுவிட்டான். மூச்சிரைக்கத் துரத்திக்கொண்டு வரும் என்னைத் திரும்பிப் பார்த்து உரக்கச் சிரித்தான். இருமவும் செய்தான். தொடர்ந்து சில கணங்கள் இருமித் தீர்த்து, களைப் புற்றவனைப் போல நடுரோட்டில் கால்களை நீட்டி மல்லாந்து படுத்துக்கொண்டான். நானும் அவனருகே சென்று உட்கார்ந்து கொண்டேன். சட்டையைக் கழற்றி வீசிவிட்டு விரலிடுக்கில் புகைந்துகொண்டிருந்த சிகரெட்டை நுனிவரை உறிஞ்சிவிட்டு எஞ் சியிருந்த அடிநுனியைக் காற்றில் செங்குத்தாகச் சுண்டிவிட்டான். சில அடிகள் மேல்நோக்கிப் பாய்ந்த சிகரெட் துண்டு அதே செங்குத்துக் கோணத்தில் அவனது மார்பைக் குறி வைத்து இறங்கியது. அதன் நுனியில் கனன்ற நெருப்பைக் கண்டு பதறி அவனை அப்புறப்படுத்த முனைவதற்குள் மிக லாவகமாகப் புரண்டு அதிலிருந்து தப்பித்துக் கொண்டான். விழுந்து நொறுங்கிய சிகரெட் துண்டிலிருந்து சிதறிய நெருப்புத் துணுக்குகள் தார்ச்சாலையின் மேலாகச் சிறிது தூரம் வரை பறந்துசென்று மறைந்து போயின. மீண்டும் சிரிப்புப் பீறிட்டது அவனுக்கு. ஆனால் ஓயாமல் பெருகிய இருமல் அவனது சிரிப்பைத் தடைசெய்தது.

அவனுடனான உறவு குறித்து முதல்முறையாக எனக்கு அச்சம் மூண்டது. வெகுநேரம்வரை எதுவும் பேசாமல் உட்கார்ந்து கொண்டிருந்தேன். தனது வலதுகைச் சுட்டுவிரலை உயர்த்தி நட்சத்திரங்களை எண்ணிக் கொண்டிருந்தான் அவன்.

தாஸ் ஏதாவதொரு ஆட்டோவைப் பிடித்துப் பேசாமல் வீடுபோய்ச் சேர். சுய பாதுகாப்புக்கு ஆபத்து நேரும்போது வார்த்தைகளின் தளுக்கு விளையாட்டை யாராலும் ரசித்துக் கொண்டிருக்க முடியாது. எல்லா விளையாட்டுகளுமே ஏதாவதொரு தருணத்தில் ஆபத்தானதாகிவிடுகிறது.

உரக்கச் சிரித்து எழுந்து கைகளை உதறிக்கொண்டு ஓட்டமெடுத்தான். சில அடிகளைக் கடந்தபின் சரிந்து தலைகுப்புற விழுந்தான்.

எனது உடல் முழுவதிலுமிருந்து துர்நாற்றம் வீசிக் கொண் டிருந்தது. அவனுடைய இரு கடைவாய்களிலிருந்தும் வழிந்திருந்த இறந்த செல்களையுடைய குருதியும் நொதித்துப்போன ஆல்கஹாலும் புளித்த உமிழ்நீரும் எனது மார்புப் பள்ளத்தினூடாகக் கீழிறங்கி வயிற்றில் தேங்கியது. சாலையை ஒட்டியிருந்த குண்டும் குழியுமான பிளாட்பாரத்தில் அவனைக் கிடத்திவிட்டு ஏதாவதொரு ஆட்டோ அல்லது காரைப் பிடிக்கும் எண்ணத்துடன் சாலையின் இரு

முனைகளையும் கவனித்துக் கொண்டிருந்தேன். போக்குவரத்து நெரிசலற்ற நெடுஞ்சாலையில் கண்மூடித்தனமான வேகத்தில் எதிரெதிராக விரைந்து கொண்டிருந்த வாகனங்களில் எதுவும் என்னைப் பொருட்படுத்தவில்லை.

ஆனால் இதை நீ மனிதாபிமானம் எனச் சொல்லிக்கொள்ள விரும்புகிறாயாக்கும்?

இது ஒருவகையான ஒப்பந்தம் தாஸ். சுயபாதுகாப்பை முன்னிட்டு ஒருவர் மற்றவரோடு செய்துகொள்ளும் ஒப்பந்தம். இப்பொழுது நீ எனக்குச் செய்துகொண்டிருப்பவைகளை நாளையே கூட நான் உனக்குத் திருப்பிச் செய்ய நேரலாம். ஏதாவது காரணத்தைச் சொல்லி நான் மறுக்க நேர்ந்தால் மனிதாபிமான மற்றவனென்றோ நன்றி கெட்டவனென்றோ உனது மொழிக்கிடங்கின் தரத்திற்கேற்றவாறு எதையாவது சொல்லி என்னைக் குற்றம் சாட்டுவாய். என்னை நிரூபித்துக் கொள்ளும் பொருட்டு நானும்கூட உனக்கு உதவும் ஒரு தருணத்தை எதிர்பார்த்துக் காத்திருப்பேன். பரஸ்பர நலன்களைக் காப்பாற்றிக் கொள்ளும் பொருட்டே நாம் இதைப் போன்ற வார்த்தைகளுக்குக் கீழ்ப்படிந்து கொண்டிருக்கிறோம். சுயநலத்துடன் தொடர்புபடுத்தாமல் மனிதாபிமானத்தை, சுய பாதுகாப்புடன் தொடர்புபடுத்தாமல் நாகரிகத்தை நம்மால் விளக்கி விட முடியும் என உன்னால் நம்ப முடிகிறதா? தாஸ், சுயநலமும் சுயபாதுகாப்பும் இயற்கையான உயிரியல் செயல்பாடுகள். மிருகங்களுக்கும்கூட இதே உணர்வுகள் உண்டு. மனிதனே மேம்பட்ட மிருகம்தான், இல்லையா தாஸ்? வேறுபாடுகளைச் சுட்டிக்காட்ட வேண்டுமென்றால் மனிதன் உணர்வுபூர்வமானவன் எனச் சொல்லலாம். உணர்வுபூர்வமானவன், தந்திரமானவன், பிறப்பும் இறப்பும் மனிதனுக்கும் மிருகத்துக்கும் பொது. பிறப்பும் இறப்பும் புணர்ச்சியும். ஆனால் மிருகங்கள் வம்சவிருத்தியை முன்னிட்டே, புணர்கின்றன. புணர்ச்சிக்காகவே புணர்ச்சி என்பது மனிதனுக்கு மட்டும்தான் தாஸ். மிருகங்கள் குடிப்பதில்லை. புகைபிடிப்பதில்லை. நிகோடினின் துர்நாற்றத்தை மறைக்கச் சூயிங்கம் மென்ற வாயுடன் எந்த மிருகமும் தனது வீட்டுக்குத் திரும்புவதில்லை. திருட்டுத் தனத்தைக் கண்டுபிடிக்கத் தனது இணையை முத்தமிட வேண்டிய நிர்ப்பந்தம் எந்த மிருகத்திற்கும் இல்லை தாஸ்.

நீ என்னை மிருகம் எனக் குற்றம் சாட்டினாய். மிருகம், காமுகன், மனநோயாளி...!

ஏற்கனவே நான் உனது அணைப்புக்குள் வந்திருந்தேன். சாரு, உனது விழிகளில் காதலும் காமமும் பெருகிவழியுமாறு பார்த்துக்கொள்வதில் வெற்றிபெற்றிருந்தாய். எனது சட்டைப் பட்டன்களை ஒவ்வொன்றாகக் கழட்டிக்கொண்டே காதல் ரசம் சொட்டச் சொட்டப் பேசிக்கொண்டிருந்தாய். எனது சுவாசத்தி

லிருந்தும் உதடுகளிலிருந்தும் நிகோடினின் துர்நாற்றத்தை உறுதிப்படுத்திக்கொள்ள முடியாமல் போனபோது மிக லாவகமாக உன்னை விடுவித்துக்கொள்ளும் முயற்சியில் ஈடுபடத் தொடங்கினாய். உனது கருவிழிகளுக்குள் ஏமாற்றத்தின் கொடிய மிருகங்கள் நடமாடுவதை நான் கவனித்தேன். வசீகரமான உனது முகப் பரப்பெங்கும் வன்மத்தின் மிக ரகசியமான துடிப்புகள். ஆனால் ஒரு கணம் ஏமாந்துவிட்டாய். அதீதமான காமத்துக்கும் குமிழியிடும் உணர்ச்சிகளுக்கும் இரையாகிக் கொண்டிருக்கிறேனென்று நினைத்தாய். லாவகமாக என்னிடமிருந்து விடுவித்துக்கொள்ளும் உனது முயற்சியைத் தொடர்ந்தாய். செல்லமாக முனகுவது போன்ற பாவனையில் எனது செவிகளில் எதையோ கிசுகிசுக்கவும்கூடச் செய்தாய் இல்லையா சாரு? ஆனால் உனது உதடுகளைக் கவ்விக் கொண்ட அந்தக் கணத்திலேயே உனக்கு எனது வன்மம் புரிந்து போயிருக்க வேண்டும். நீ பதற்றமடையத் தொடங்கினாய். பதற்றத்தை வெளிக்காட்டிக் கொள்ளாமல் விடுவித்துக்கொள்ளும் உனது முயற்சியைத் தீவிரப்படுத்தினாய். ஆனால் எனது பிடி இறுகியிருந்தது. உனது முயற்சியில் உன்னால் கொஞ்சம்கூட வெற்றிபெற முடியவில்லை. நான் சிரிக்கத் தொடங்கியதும் உனக்கு எல்லாம் தெளிவாக விளங்கிவிட்டது சாரு. கைகால்களை உதறத் தொடங்கினாய். நான் உனது உள்ளாடைகளைக் கிழித்தெரிய முற்பட்டதும், நீ என்னை உனது கூரிய நகங்களால் பிராண்டினாய். எனது தோள்பட்டையைக் கடித்துக் காயப்படுத்தவும் உனக்கு முடிந்திருந்தது. பதிலுக்கு நானும் உனது உதடுகளைக் கடித்தேன். அதீதக் காமம் கொண்டவனைப் போல எனது நகங்களால் உனது மென்மையான மார்பகங்களைப் பற்றிப் பிசைந்தேன். கடித்தேன். அவற்றின் காம்புகளிலிருந்து குருதி கசியத் தொடங்கியிருந்தது. வலி தாளாமல் நீ கூச்சலிடத் தொடங்கினாய், கதறினாய், என்மீது சட்டபூர்வமான நடவடிக்கை மேற்கொள்ளப் போவதாக விம்மல்களூடே எச்சரித்தாய். பிறகும் வெகுநேரம்வரை உன்னால் உடைகளைத் திரும்ப அணிந்துகொள்ள முடியவில்லை. இதே மர நாற்காலியில், வெறும் உள்ளாடைகளுடன் உட்கார்ந்தபடி நான் நிதானமாகப் புகைபிடித்துக் கொண்டிருந்தேன். சாரு எனது நுரையீரல்களிலிருந்து வெளிவந்த நிகோடினின் துர்நாற்றம் மிகுந்த சிகரெட் புகை உன்னை முற்றுகையிட்டு விளையாடிக் கொண்டிருந்ததை நான் பார்த்துக்கொண்டிருந்தேன்.

பின்னர் ஒப்புதல் வாக்குமூலங்களும் மன்னிப்புக் கோரல்களும்.

சாரு அந்தத் தருணத்தில் நாமிருவரும் அதீதமாக உணர்ச்சி வசப்பட்டு விட்டதாகவும் முற்றிலும் சுயகட்டுப்பாடற்ற முறையில் நடந்து கொண்டு விட்டதாகவும் நமக்கு நாமே பரஸ்பரம் சமாதானம் சொல்லிக் கொண்டோம். அப்படியொரு பொய்யான சமாதானம்

நமக்கிடையே ஏற்படாதிருந்திருந்தால், அந்த நிகழ்வை ஈவிரக்கமற்ற முறையில் நமக்குப் பரிசீலிக்கச் சாத்தியப்பட்டிருந்தால்?

ஒரு சைக்காலஜிஸ்ட்டால்கூட உன்னை மன்னிக்க முடியாமல் போய்விடலாம் தாஸ். குணப்படுத்தலுக்கு அப்பாற்பட்ட மனநோயாளி என்று வெகு சுலபமாக முடிவு செய்து விடுவான். உனது கூக்குரல்களைக் காதில் போட்டுக் கொள்ளாமல் பூட்டிய வீட்டுக்குள் உன்னை அடைத்துப் போடுமாறு யோசனை சொல்லிவிடுவான். சைன்டிஸ்ட்டுகளுக்கும் டாக்டர்களுக்கும் தர்க்கத்துக்கு அப்பாற்பட்ட நிகழ்வுகளை ஒப்புக்கொள்ள முடியாது தாஸ்.

ஆனால் கவிஞர்களுக்கு?

கவிஞர்களை உலகம் ஒருபோதும் பொருட்படுத்தியதில்லை. கவிஞர்களையும் மனநோயாளிகளையும் வெவ்வேறானவர்களாகக் கருதுவதுமில்லை. மனநோயாளிகளைப் போலவே கவிஞர்களும் தனிமைப்படுத்தப்பட்டிருக்கிறவர்கள்தான் தாஸ்.

காதல் எப்பொழுது முடிவடைகிறதோ அப்பொழுது வெறுப்பு மூளத் தொடங்குகிறது.

காதல் நாணயத்தின் மற்றொரு பக்கமே வெறுப்பு.

காதலின் துன்பத்தைச் சகித்துக்கொள்ள முடியாமல் எண்பத்து மூன்று வயதில் வீட்டைவிட்டு வெளியேறி, ரயில்வே ஸ்டேஷனின் குளிர் மிகுந்த ஓய்வறையில் மரணத்தைத் தழுவிய உலகின் மகத்தான மனிதனின் ஒப்புதல் வாக்குமூலங்களாக்கும் இவைகள். வலிப்பு நோயாளியான மற்றொரு மகத்தான மனிதனோ காதலை யுத்தத்துக்கு ஒப்பிட்டான். யுத்தம் தாஸ். இதில் சமரசங்களுக்குத் துளியும் இடமில்லை. தீர்மானகரமான வெற்றி அல்லது நிச்சயமான தோல்வி. இரண்டில் ஒன்றை எட்டும்வரை அதன் தீவிரம் குறையப் போவதில்லை.

ஹ... ஹ... ஹாாா...

தீர்மானிக்கும் தருணம் இது. வெற்றி அல்லது தோல்வி இரண்டில் ஒன்றை நிச்சயித்தாக வேண்டும். இந்தத் தருணத்தை நான் ஒருபோதும் கோட்டைவிடப் போவதில்லை. சாரு, இரண்டிலொன்று. எங்களிருவரில் யாராவது ஒருவன் தீர்மானிக்கும் வாய்ப்பு எனது கைகளுக்கு வந்திருக்கிறது. ஊசலாட்டங்களுக்கு இனி ஒருபோதும் இடமளிக்கப் போவதில்லை. மூடிய கதவை உதைத்துத் திறந்து உங்களிருவருக்கும் உங்களது சொந்த உடல்களின் நிர்வாணத்தைக் காட்டப்போகிறேன். என்ன வேண்டுமானாலும் நடந்துகொள்ளட்டும். கொலை அல்லது தற்கொலை. எந்தக் கவிஞனும் தத்துவவாதியும் என்னை இதிலிருந்து பின்வாங்கச் செய்ய முடியாது. எனது கவிஞனும் தத்துவவாதியும் மித மிஞ்சிய

ஆல்கஹாலுக்கு இரையாகிவிட்டார்கள். அவர்களது மூளையின் செல்களும் இரைப்பையும் குடல்களும் கெட்டுப் போய்விட்டன. அனாதைப் பிணமாய் கார்ப்பரேஷன்காரர்கள் அவனைக் கொண்டுபோய் கடலில் வீசிவிட்டு வந்துவிட்டார்கள். ஆல்கஹாலின் அரிப்புக்குள்ளான அவனது உள்ளூறுப்புகள் இப்போது கண்ணாடிக் குடுவைகளில் பாதுகாக்கப்படுகின்றன. மருத்துவம் பயிலும் மாணவர்களுக்கு ஒரு ஸ்டடி மெட்டீரியலாகும் கவிஞனின் உடல். ஆல்கஹாலின் தீமையை உணர்த்த, செல்லரித்த பகுதிகளை நுண்ணோக்கி மூலம் போட்டோ எடுத்துத் தெருமுனைகளில் மாட்டிவைப்பார்கள். ஆல்கஹாலின் தீமையையும் கவிதையின் தீமையையும்.

தாஸ், நண்பர் என்று சொல்கிறீர்கள். ஆனால் அவரது உடலைப் பெற்றுக்கொள்ள மறுக்கிறீர்கள். இதை எங்களால் புரிந்துகொள்ள முடியவில்லை. தவிர இது ஒரு சட்டப் பிரச்சினை. எங்களது மருத்துவமனையில் அனாதைப் பிணங்களை அடக்கம் செய்வதற்கு எந்த ஏற்பாடும் இல்லை. நாங்கள் அரசாங்கத்தின் உதவியை நாட வேண்டியிருக்கும். இந்தப் படிவங்களில் நீங்கள் சில கையெழுத்துகளைப் போட வேண்டியிருக்கும். இதில் தயங்குவதற்கு ஒன்றுமில்லை. சில சடங்குகளை நிறைவேற்ற வேண்டியிருக்கிறது. அவ்வளவுதான். ஆனால் நல்ல வேளையாக போஸ்ட் மார்ட்டம் ரிப்போர்ட்டில் உங்களுக்கு எதிராக எதுவுமில்லை. அந்த நடுநிசியில் நீங்கள் அவரது உடலுடன் வந்து நின்றபோது உங்களைப் பார்க்க எப்படியிருந்தது தெரியுமா? நிச்சயமாக அது ஒரு கொலையாகவே இருக்க வேண்டுமென்று நினைத்தோம். உங்களது நண்பர் தனது குடல் பாகங்களை அவ்வளவு மோசமாக அழுகிப் போவதற்கு அனுமதிக்காமல் இருந்திருந்தால்? மித மிஞ்சிய போதையில் அவரது மூளையின் ரத்தக் குழாய்களில் வெடிப்பு ஏற்படாமலிருந்திருந்தால்?

அனுதாபத்துக்குப் பதிலாக விசாரணை, ஸ்டெதஸ்கோப்புக்குப் பதிலாகக் கைவிலங்கு. எனி ஹேவ் யூ ஆர் சேவ்டு. தப்பினீர்கள் தாஸ். ஆல் த பெஸ்ட்..!

ஆல் த பெஸ்ட்... ஆல் த பெஸ்ட்!

மூடிய கதவுகளுக்குள் பின்னிக் கிடக்கும் இரு நிர்வாண உடல்கள் பற்றிய கற்பனை தரும் குரூரமான சந்தோஷத்தில் கண்களை மூடிக் கொண்டிருந்தேன் நான். சுவிட்சு பாக்ஸுக்கு மேலே இருக்கின்றன தீப்பெட்டியும் மெழுகுவர்த்தியும்; படுக்கையறைக்குள்ளிருக்கிறது எமர்ஜென்ஸி லாம்ப். இருளில் தட்டுத் தடுமாறி எழுந்து எனது தலைக்கு நேர் மேலாக இருந்த சுவிட்ச் பாக்ஸிலிருந்த மெழுகுவர்த்தியை எடுத்துக் கொளுத்திக் கையில் பிடித்துக் கொண்டேன். சற்று நேரத்திற்கு முன்னால் கீழே

விழுந்து நொறுங்கியிருந்தது கண்ணாடிக் குடுவை. உடைந்த கண்ணாடிச் சில்லுகள் ஒரு அரண் போலக் கூடம் முழுக்க இறைந்து கிடந்தன. அவற்றைப் பொருட்படுத்தாமல் தாண்டிக் கொண்டு நடக்க முற்பட்டபோது எனது உள்ளங்காலைக் குத்திக் கிழித்தது கூர்மையான கண்ணாடித் துண்டொன்று. எனது தொண்டைக் குழியிலிருந்து தன்னிச்சையாகப் பீறிட்டெழுந்தது ஒரு உரத்த சத்தம்.

பெண் அல்லது சிசு; வேதனை அல்லது விரகம்; புணர்ச்சியின் அடையாளம் அல்லது பிறவியின் தடயம். வேண்டாம்! அபத்தமான இந்த விளையாட்டுகளை இத்தோடு நிறுத்திக் கொள்ளலாமே. தருக்கங்களின் கோரைப்பற்களுக்கிடையே சிக்கிக்கொள்ள வேண்டாம். நடைமுறையின் கைப்பிடியிலிருக்கும் ஊன்றுகோலின் ஒரு நுனிபோதும் எனக்கு. உடைந்த கண்ணாடிச் சில்லுகளின் கூரிய சிதறல்களுக்கிடையே எரியும் மெழுகுவர்த்தியுடன் நின்றுகொண்டு மூளையின் செல்லரித்த பாகங்களிலிருந்து வழியும் உபயோகமற்ற எண்ணங்களை முற்றாகத் துடைத்தெறிந்துவிட்டு ஒரே பாய்ச்சலாகப் பாய்ந்து கதவைத் தள்ளித் திறந்தால்?

தாஸ் கதவைத் திற, கதவைத் திற!

சட்டென்று எனது கையிலிருந்து நழுவிக் கீழே விழுந்து அணைந்தது மெழுகுவர்த்தி. அதே கணத்தில் பளீரெனப் பற்றிக் கொண்டது குழல் விளக்கின் பிரகாசம். குதிகாலின் வலியைப் பொருட்படுத்தாமல் ஒரே வீச்சில் பாய்ந்து கதவைத் தள்ளினேன்.

கடவுளே...!

கட்டிலின் மீது ஆழ்ந்த உறக்கத்தில் கிடந்தது ஒரு பச்சிளம் குழந்தை. பிறந்து சில கணங்களே ஆன சிசு. அதன் மேனியிலிருந்து வீசிக் கொண்டிருந்த உதிரத்தின் வாடை அந்த அறை முழுக்கப் பரவிக் கிடந்தது. இன்னும் அறுத்து வீசப்பட்டிருக்காத தொப்புள் கொடி துவண்ட ஆண்குறியைப் போல அதன் வயிற்றின்மேல் கிடந்தது. மிருதுவான சருமத்தில் அங்கங்கே விரல்கள் பதிந்ததன் கன்றிய அடையாளங்கள். ஜனனத்திற்கு உதவிய மருத்துவரின் விரல் அடையாளங்களாயிருக்கலாம்.

எங்கே சாரு?

தாஸ் என்பவனும்
தாஸ் என்பவனும்

இரண்டு வருடங்களுக்கு முன்புவரை மஞ்சு குறிப்பிட்ட அதே அடையாளங்களுடன் தாஸ் என்னும் பெயருடைய ஒருவன் அவள் குறிப்பிட்ட அதே முகவரியில் இருந்து வந்திருக்கிறான். பிறகு திடீரென்று காணாமல் போய்விட்டான். அவன் குடியிருந்துவந்த சிறிய வீட்டில் தற்போது குடியிருந்துவரும் மலையாளிக்கு அவனைப் பற்றி எதுவும் தெரியவில்லை. பக்கத்து வீட்டைச் சேர்ந்த ஒரு வயதான பெண்மணிக்கு மாத்திரம் தாஸின் ஞாபகங்கள் இருந்தன. தாஸின்மேல் ஒரு அபரிமிதமான மரியாதையும் அன்பும் கொண்டிருந்தாள். தாஸ் என்பவன் தனது குறிப்பிட்ட சில பண்பு களுக்காக அந்தத் தெருவாசிகளின் நன்மதிப்பைப் பெற்றிருந்தான்; குறிப்பிட்ட வேலையென்று எதுவும் இல்லை. ஒரு ஓவியன் என்று தன்னைச் சொல்லிக்கொண்ட அவன் அவ்வப்போது விளம்பர போர்டுகள் எழுதிப் பிழைத்து வந்தான். அவனது சிறிய அறையில் அரைகுறையாக விடப்பட்ட பல ஓவியங்கள், பின்னால் அவன் காணாமல்போன பிறகு கண்டெடுக்கப்பட்டன. தனி ஆள், நண்பர்களோ உறவினர்களோ அவனைத் தேடிக்கொண்டு வந்ததாய் ஞாபகமில்லை. இடையில் என்ன நடந்ததோ, இரண்டு வருடங்களுக்கு முன்பு திடீரென்று விளம்பர போர்டுகள் எழுதுவதை அடியோடு விட்டுவிட்டு மூன்று மாதங்கள்வரை வீட்டுக்குள்ளேயே முடங்கிக் கிடந்தான். அந்த வயதான பெண்மணி உட்பட யாரிடமும் ஒரு வார்த்தை பேசவில்லை. பிறகு, அந்த வருடத்தின் கோடையில் அதாவது எனக்கும் மஞ்சுவுக்கும் மணமான இரண்டாம் மாதம் தாஸ் என்பவன் காணாமல் போய் விட்டான். ஒரு மாதத்திற்குப் பின்னர் அவன் குடியிருந்த வீட்டின் பூட்டு உடைக்கப்பட்டது. இதைத் தவிர அவனைப் பற்றிய மேல் விவரங்களோ அவனது தற்போதைய இருப்பிடமோ தெரியவில்லை. தாஸ் ஒரு புதிர், அந்த வயதான பெண்மணிக்கும் அந்தத் தெருவாசிகளுக்கும் எனக்கும். எனக்கு வெறும் புதிர் மாத்திரமன்று. தலைக்கு மேலே தொங்கும் கத்தி; கழுத்துக்குச் சுருக்குக் கயிறு. வாழ்வா சாவா என்ற கேள்வியை தாஸ் என்பவனின் இருப்பு எனக்கு ஏற்படுத்தியிருக்கிறது.

'தாஸ் உங்களுக்கு என்ன வேணும்...?'
'நண்பன்...' என்று சொல்லிவிட்டு வந்தேன்.

பூத்துக் குலுங்கும் வாதநாராயண மரங்களின் கரிய நிழல்களை மிதித்துக்கொண்டு நான் நடந்தேன். உலர்ந்த வாதநாராயண பூக்கள் என் கால்களுக்குக் கீழே மிதிபட்டு முணுமுணுத்தன. பக்கத்து வீடுகளில் புகை படிந்த ஜன்னல்கள் சத்தமின்றித் திறந்துகொண்டன. முதுகில் கண்களை உணர்ந்து நான் நிமிர்ந்தபோது பதற்றத்துடன் மூடிக்கொண்டன. பதற்றமான ஜன்னல் கம்பிகளுக்குப் பின்னே பதற்றமான முகங்கள். பதற்றம் மட்டுமல்ல. அச்சமும். காணாமல் போகிறவன் அச்சத்தையும் பதற்றத்தையும் விதைத்துவிட்டுப் போகிறான். விதை முளைத்துச் செடியாகிறது, பூக்கிறது, காய்க்கிறது, பழுக்கிறது, இற்று விழுகிறது. இற்று விழுந்தவை மீண்டும் ஒன்றுக்குப் பத்தாய் முளைத்துக் காடாகிறது. பதற்றத்தின் காடு. நான் போனபிறகு பதற்றமும் அச்சமும் கொண்ட கால்கள் அந்த வீட்டை நோக்கி விரைவனவாயிருக்கும். கேள்விகளால் துளைத்தெடுக்கப் படுவாள் என்னுடன் பேசிய அந்த வயதான பெண்மணி.

தாஸ் நீ எங்கிருக்கிறாய்? எனக்கு உன்னைப் பார்க்க வேண்டும். எதற்கு? கடவுளுக்கே தெரியாது. தாஸ் நீ எனக்கு நண்பனல்ல, விரோதி, எனது போட்டியாளன். ஏற்கனவே பந்தயத்தில் என்னைத் தோற்கடித்தவன் நீ. முதல் சந்திப்பிலேயே எனது தோல்வியை உன்னிடம் ஒப்புக்கொள்ளத் தயாராயிருக்கிறேன் தாஸ். உனது கைகளைக் குலுக்கிவிட்டு ஒரு வார்த்தைகூடப் பேசாமல், திரும்பிப் பார்க்காமல் போய் விடுவேன் தாஸ். எனக்கு வேறெதுவும் வேண்டாம். எனக்குக் கனவுகள் இல்லை.

தாஸ் எனது கனவுகள் எப்படிப்பட்டவையென்பது உனக்குத் தெரியுமா? இல்லை ஒருபோதும் உன்னால் அவற்றைப் புரிந்துகொள்ள முடியாது. புரிந்துகொள்ளவும் வேண்டாம். விரோதியின் கனவுகளைப் புரிந்துகொண்டவன் இல்லை. நமது சந்திப்பின்போது நிச்சயம் அவற்றைப் பற்றி உனக்குச் சொல்லமாட்டேன் தாஸ். ஆனால் தாஸ் நீ எனது கனவின் சிறகுகளைப் பொசுக்கியவன். படபடவென்று கால்களை அடித்துக்கொண்டு குற்றுயிராய் மல்லார்ந்து துடித்துக் கொண்டிருக்கிறது என் கனவு. அதன் மரண ஓலம் உனக்குக் கேட்கிறதா தாஸ்? உனக்கு எனது பொசுங்கிய இடது கையைக் காட்டுவேன் தாஸ். உனது வயதான சிநேகிதியுடன் பேசும்போது எனது இடது கையை பேண்ட் பாக்கெட்டுக்குள் நுழைத்துக் கொண்டேன். சற்றுக் கவனம் பிசகி அதை வெளியே எடுத்திருந்தால் அவள் பீதியுற்று அலறிக் கூச்சலிட்டிருப்பாள். எலும்புகள் துருத்திக்கொண்டிருக்கும் எனது மொண்ணையான கையைப் பார்ப்பதற்கு நானே விரும்பியதில்லை தாஸ். அது எனக்குப் பீதியூட்டுகிறது. எனக்கு அந்தத் தருணத்தை மறுபடியும் நினைக்க வேண்டாம்.

அந்தத் தருணம் எப்படிப்பட்டது?

இரண்டு வருடங்களுக்கு முன்பு முதன்முதலில் உன்னைப் பற்றிக் கேள்விப்பட்டபோது நான் சிரித்தேன். ஒரு எச்சரிக்கை

போலத் தணிந்த குரலில் உன்னைப்பற்றிச் சொன்ன என் நண்பன் நான் சிரிப்பதைப் பார்த்து அதிர்ந்து போய்விட்டான். மமதை அல்லது மிதமிஞ்சிய தன்னம்பிக்கை எப்படி வேண்டுமானாலும் அதை எடுத்துக்கொள்... யார் அந்த தாஸ்? ஹஹ்ஹா.... கேவலம் விளம்பர போர்டுகள் எழுதி வயிற்றைக் கழுவிக் கொண்டிருப்பவன் இல்லையா? நல்ல வேடிக்கை! ஹஹ்ஹா, என் படிப்பு, என் வேலை, என் சாதுர்யம், என் பணம், என் அந்தஸ்து, என் பெர்சனாலிட்டி... மடையனே, இன்னொருமுறை தாஸ் என்னும் பெயரை என் முன்னால் உச்சரிக்காதே.

திசைகளதிரச் சிரித்தேன். ஒரு சவால் போல மேசையைத் தட்டி ஓசையெழுப்பினேன். தாஸ் அப்போது இதே தெருவில் நீ இருந்திருந்தால் உனக்கு நிச்சயம் எனது சிரிப்புச் சத்தம் கேட்டிருக்கும். கொண்டாட்டங்களில் மூழ்கியிருந்த எனது நண்பர்கள் பீதியுற்று முகம் வெளிறி, சவங்களைப் போலாகி விட்டனர். அதற்குப் பின்னர் எவரும் எந்தச் சந்தர்ப்பத்திலும் என் காதுபட உன் பெயரை உச்சரித்ததில்லை தாஸ். ஆனால் நிச்சயதார்த்தத்தின் போது மஞ்சு காபிக் கோப்பையை எங்கள் முன்பாக நீட்டிய அந்தத் தருணத்தில் நான் பதற்றமுற்றேன். அந்தக் கணத்தில் அவளது முகத்தில் தென்பட்ட ஏளனத்தையும் குரோதத்தையும் உன்னால் கற்பனை செய்யக்கூட முடியாது தாஸ். குனிந்து என் பாதங்களைத் தொட்டபோது நான் சட்டென்று எனது கால்களைப் பின்னுக்கிழுத்துக் கொண்டேன் தெரியுமா தாஸ்? எனினும் மண இரவில் என் முதல் முத்தத்தை எந்தவிதமான எதிர்ப்புமின்றி ஏற்றுக்கொண்டபோது, பிறகு ஒரு அனிச்சைச் செயல்போல அவளது கரங்கள் என்னைத் தழுவியபோது, தாஸ் நான் உன்னைத் தோற்கடித்துவிட்டதாக நம்பத் தொடங்கியது அந்தத் தருணத்தில்தான்.

நான் அப்போதும் உரக்கச் சிரிக்க விரும்பினேன்.

ஆனால் வயலின் தந்திகளாய் எனது நாளங்கள் அதிரத் தொடங்கியிருந்த கணம் அது. முதல் முத்தம் ஏற்படுத்திய பரவசத்தில் நான் உன்னை மறந்தேன். தழுவிப் புணர்ந்து, உச்சம் பெற்று மயங்கிக் கண்மூடிப் பரவசம் கொண்டிருந்த அந்தத் தருணத்தில் என் செவி யருகே கேட்டது தாஸ் தாஸ் என்னும் மந்திரம் போன்ற முணுமுணுப்பு.

பூ வாசனையும், வியர்வை நெடியும் கூடிப் புணர்ந்த காற்றின் லாகிரி, கண்களைத் திறக்க முடியவில்லை என்னால். தாஸ் தாஸ் தாஸ் என்னும் முணுமுணுப்பு உச்சம் வெற்று நாராசமாய் என் செவிப்பறைகளைத் துளையிட்டது. தந்திகள் அறுந்து சுருண்டது என் வயலின், நான் கனவு காண்கிறேனா என்ன? என்னெதிரில் ஒரு ஆவியைப் போல மண்டியிட்டமர்ந்து கொண்டிருந்தாள் மஞ்சு. நம்பவே முடியாதபடி வேகமாக அசைந்துகொண்டிருந்த அவளது வெளிறிய உதடுகளிலிருந்து தாஸ் தாஸ் தாஸ் என்னும் ஓயாத முனகல். வியர்வை கோத்த முகத்தில் துயரத்தின் சதுரங்கம்.

கலைந்து தொங்கும் நீண்ட கூந்தல் அவளது நகக்குறி பதிந்த மதர்த்த மார்பகங்களைப் போர்த்தி மூடியிருந்தது. உடலோடு ஒட்டிப்பிறந்த ஒரு கருப்பு ஆடையைப் போல காற்றில் அலைந்து கொண்டிருந்தது அவள் கூந்தல். இரு கைகளையும் கொண்டு நாபியை மறைத்திருந்தாள். ஒருவித நடன பாவனையுடன் அதிர்ந்து குலுங்கிக்கொண்டிருந்தது அவள் மேனி. பேயாட்டமாய் நடனம். எங்கோ மனவெளியில் ஒலித்துக் கொண்டிருக்கிறது உடுக்கையொலி.

தாஸ் அக்கணத்தில் வற்றிவிட்டது எனது குருதி. சற்று நேரம் பிரேதமாய் உறைந்துகிடந்தேன். பின்பு எனது நாளங்கள் புடைத்தெழுந்தன. மேனி கொதித்துக் குருதி தலைக்கேறிற்று. ஒரு அனிச்சைச் செயல் போலப் பாய்ந்து அவள் கூந்தலைப் பற்றினேன். நிறுத்து நிறுத்து என்று அல்லது அதையொத்த வேறு வார்த்தைகளைச் சொல்லிக் கத்தியபடியே வெறித்தனமாக அவளை உலுக்கினேன். எனது கரங்களிலிருந்து ஒரு நாகத்தைப் போல வெகு லாவகமாக நழுவினாள். மஞ்சு, அடைக்கலம் கோருவது போல தாஸ் தாஸ் தாஸ் என்று உரத்த குரலில் கூக்குரலிட்டுக் கத்தத் தொடங்கினாள். எனது கோபம் உச்சம் பெற்றது. முற்றாக நிதானமிழந்து வெறித்தனமாக அவளைத் தாக்கத் தொடங்கினேன். கூந்தலை வளைத்துப் பிடித்து அவளது முதுகிலும் கன்னத்திலும் மாறி மாறி அறைந்து கீழே தள்ளினேன். அப்போதுகூட அவள் தளரவில்லை. நொடிக்குள் துள்ளியெழுந்தாள். எனது தாக்குதலுக்கான எதிரடி போல முன்னிலும் தீவிரமாக தாஸ் தாஸ் தாஸ் என்று கூச்சலிட்டாள்.

இது எவ்வளவு நேரம் நீடித்ததோ, நான் களைப்புற்றேன். சோர்ந்து தலைக்குப்புற விழுந்தேன். அவள் கேவிக்கொண்டிருந்தாள். அவளது மேனியெங்கும் விளாறு விளாறாய் ரத்தம் புடைத்திருந்தது. இரு கடைவாய்களிலிருந்து ரத்தம் வழிந்து படுக்கையிலும் அறையெங்கிலும் தெறித்திருந்தது. அடிபட்டு வீழ்ந்த நிலையிலும் அவளது நடன பாவம் மாறவில்லை. குலுங்கிக்கொண்டிருந்து அவளது மேனி. குலுங்களினூடாகவும் தாஸ் தாஸ் தாஸ்.

தாஸ் அநேகமாக அந்தத் தருணத்தில்தான் எனது தோல்வியை முதன்முதலாக உணரத் தொடங்கினேன் என்று நினைக்கிறேன். அதே சமயம் அவளுக்குச் சுய உணர்வுண்டாக்கி, அவளது நடவடிக்கைகளை முற்றாக நிறுத்துவதற்கு இன்னும் ஏதாவது வழியிருக்கிறதா என்று யோசிக்க முற்பட்டேன். ஆனால் அந்தச் சந்தர்ப்பத்தில் எனது மனத்தில் என்ன உணர்வு ஏற்பட்டதோ திடீரென்று நான் அழத் தொடங்கிவிட்டேன். உண்மையில் அழுவதற்கான சிறு விருப்பமும் இல்லாத போதிலும் தன்னிச்சையாக எனது அடிவயிற்றிலிருந்து கேவல் எழுந்தது. சுயக்கட்டுப்பாட்டை அறவே இழந்தவனாய் நான் கூக்குரலிட்டுக் கதறத் தொடங்கி விட்டேன். எனக்குப் போட்டியாக மஞ்சுவின் குரலும் உயர்ந்தது. தாஸ் தாஸ் தாஸ் என்னும் கூக்குரல் எனது கதறலுக்கு மேலாக

எழுந்தது. நான் விட்டுக்கொடுக்காமல் இன்னும் தீவிரமாகக் கதறத் தொடங்கினேன். எனது கதறலும் அவளது கூக்குரலும் அறையின் சுவர்களில் மோதியெழுப்பிய எதிரொலியும் சேர்த்து அந்தச் சூழலையே பயங்கரமானதாக்கிற்று. நானோ அவளோ விட்டுக் கொடுக்கப் போவதில்லை. யாராவது ஒருவர் தோற்க வேண்டும்.

தாஸ் அது ஒரு சவாலாயிற்று. நீயா நானா? ஆனால் தாஸ் இம்முறையும் நான் தோற்றுப் போனேன். என்னால் தொடர்ந்து கத்த முடியவில்லை. எனது குரல் உடைந்து கரகரக்கத் தொடங்கியது. வாயிலிருந்து குருதி வழிந்து என் மார்பை நனைத்தது. கடைசியில், தாஸ் எனது தொண்டையிலிருந்து வெறும் காற்று மட்டுமே வெளிப்படலாயிற்று. ஆனால் மஞ்சு மட்டும் முன்னைவிடத் தீவிரமாகக் கத்திக்கொண்டிருந்தாள். தாஸ் தாஸ் தாஸ்... கடவுளே என்னைக் கைவிட்டுவிடாதே, தாஸ் நான் எனது கடவுளைத் தஞ் சமடைந்தேன். வேறெதுவும் வேண்டாம். கதறியழுவதற்கு மட்டுமான பலத்தைக் கொடு எனக்கு. ஆனால் தாஸ் எனது கடவுள் என்னைக் கைவிட்டு விட்டார்.

பயங்கரமான அந்தத் தருணம். அப்போதுதான் வந்தது தாஸ். எல்லாவற்றையும் போல இதுவும் முற்றிலும் தன்னிச்சையாகத்தான் நடந்தது தாஸ். கடவுளால் கைவிடப்பட்ட ஒவ்வொரு மனிதனும் இதுபோன்ற சந்தர்ப்பத்தில் என்ன செய்வானோ அதையே நானும் செய்தேன். தாஸ் எனக்குக் கண்கள் இருண்டன. தலை குப்புற வீழ்ந்துகிடக்கும் எனக்கு அது வாழ்வின் இறுதி நிமிடங்கள் என்று தோன்றியது. நான் இறந்து கொண்டிருக்கிறேன். எனது சுவாசம் அடங்கிக் கொண்டிருக்கிறது. ஆனால் எப்படிப்பட்ட மரணம்? தாஸ் தாஸ் என்று என்னைச் சுற்றிலும் மந்திரம் போல எனது விரோதியின், போட்டியாளனின் பெயர் ஒலித்துக் கொண்டிருக்க, அதைக் கேட்டபடி... கடவுளே, இதை அனுமதிக்க முடியாது. எப்படியும் சுவாசத்தின் இழை அறுபடும் முன்பாக இதைத் தடுத்தாக வேண்டும். அதற்குப் பின்னர்தான் அது நடந்தது. தாஸ் ஒருவேளை எனக்குப் பைத்தியம் பிடித்திருக்கலாம். கேள் இதை.

மண இரவுக்காகப் போடப்பட்டிருந்த பெரிய கட்டிலில் தலைமாட்டிலிருந்த அலமாரியில் புத்தம் புதிதான ஒரு மெழுகுவர்த்தியும் தீப்பெட்டியும் வைக்கப்பட்டிருந்தன. அவை அங்கே எதற்காக வைக்கப்பட்டிருந்தன என்பது எனக்குத் தெரியாது. மின் தடையேற்படும் பட்சத்தில் தம்பதிகளின் அவசரத் தேவைக்கு எதற்கும் இருக்கட்டுமென்று அவற்றை அங்கே வைத்திருப்பார்கள் போலும். ஆனால் அந்தக் கணம்வரை நான் அதைக் கவனிக்கவில்லை. எனது பார்வையின் முதல் வீச்சிலேயே அது அப்போது என் கண்களுக்குக் கிடைத்தது. அதுதான் பின்பு நடந்த எல்லாவற்றுக்கும் காரணம் என்று சொல்ல முடியும். வேறொரு பொருளை நான் பார்க்க நேர்ந்திருந்தால், வேறு மாதிரியாக நடந்திருக்கக் கூடும். தாஸ் மனத்தில் எந்தத் திட்டமும் இன்றி நான்

அந்த மெழுகுவர்த்தியினருகே தவழ்ந்து சென்றேன். எதற்கென்று தெரியாமலேயே, அதைக் கொளுத்தி என் முன்பு வைத்துக் கொண்டேன். நின்று நிதானமாகப் பற்றியெறியத் தொடங்கிய மெழுகுச் சுடரையே சற்று நேரம் பார்த்துக் கொண்டிருந்தேன். மஞ்சு இப்போது முன்னிலும் உக்கிரம் கொண்டவளாய் இரு கைகளையும் கொண்டு தரையை மாறி மாறி அறைந்தபடி தாஸ் தாஸ் தாஸ் என்று வன்மமாகக் கூச்சலிட்டபடி பேயாட்டம் ஆடிக் கொண்டிருந்தாள். சுழன்றாடியது அவள் கூந்தல், மெழுகுச் சுடரில் அவளது நிழல் விஸ்வரூபமெடுத்துச் சுவரிலும் கூரையிலும் மடங்கி நின்று ஆடிற்று. எரியும் மெழுகுச் சுடரையும் அவளையும் அவளது நிழலையும் நிசப்தமாக வெறித்துக் கொண்டும், தாஸ் தாஸ் தாஸ் என்ற அவளது கூச்சலைக் கேட்டுக் கொண்டும் அசைவின்றி உட்கார்ந் திருந்தேன். இப்படி எவ்வளவு நேரமோ? கடைசியில் எதற்கென்று தெரியவில்லை. நான் புன்னகைத்தேன் எனது மனக்கண்களில் எனது சொந்த முகத்தைப் பார்த்தேன். தாஸ் முன்னெப்போதும் அவ்வளவு தெளிவாக, சாந்தமாக என் முகத்தை நான் பார்த்ததில்லை.

பின்பு, ஓங்கியெறியும் மெழுகுச் சுடர் மீது நிதானமாக எனது இடது ஆட்காட்டி விரலை நீட்டிப் பிடித்தேன். அந்தக் கணத்தில் சுடர் நடுங்கி விலகியது; அலைபாய்ந்தது. பின்பு தயக்கத்துடன் முத்தமிட்டது. சுரீர் என்று எனது நாளங்களில் விஷம் போலேறிற்று. தகிப்பு. பின்பு சடசடவென்று விரல் முழுக்கப் பற்றித் திகுதிகுவென எரியத் தொடங்கியது. விரலின் தசை வெந்து வெடித்து நிணம் பொங்கியது. அதே சமயம் எனது அடிவயிற்றிலிருந்து ஒரு கேவல் எழுந்தது. நொடிக்குள் உரத்த கூச்சலாய் வெடித்துக் கிளம்பியது. அறையே அதிர்ந்து குலுங்கியது. சுவர்கள் விரிசலுற்றன. தாஸ் அப்போது எனக்கேற்பட்ட பரவசத்தை உன்னால் ஒருபோதும் புரிந்துகொள்ள முடியாது. கத்திக்கொண்டே நான் எனது மற்றொரு விரலையும் நெருப்புச் சுடருக்குக் கொடுத்தேன். பிறகு எனது இன்னொரு விரலையும், குப்பென்று தீ பரவி எனது இடது கரத்தைப் பொசுக்கத் தொடங்கியது. மஞ்சு எப்போதோ தனது கூக்குரலை நிறுத்தியிருந்தாள். ஸ்தம்பிதம் கொண்டு செய்வதறியாது திறந்த விழிகளுடன் சவமாக உறைந்து நின்ற அவளைப் பார்த்தபோது எனக்குச் சிரிப்புப் பொங்கியது. வெடித்துத் திசைகளெல்லாம் அதிர வன்மமாகச் சிரிக்கத் தொடங்கியிருந்தேன். சிரித்துக் கொண்டிருக்கிற போதே பிரக்ஞை தப்பியது எனக்கு.

தாஸ் பிறகென்ன நடந்ததோ அது முக்கியமல்ல. அந்தக் கணத்தில்தான் உன்னைச் சந்திக்க வேண்டுமென்ற வெறி உண்டாயிற்று எனக்கு. நான் உன்னைத் தேடத் தொடங்கினேன். ஆனால் நீ அவசரப்பட்டு விட்டாய்! ஓடிப் போய்விட்டாய்! நீ ஒரு மடையன். பைத்தியக்காரனே, உனக்குப் புரியவில்லை. தாஸ் நீ எங்கிருக்கிறாய்? எனக்கு உன்னைப் பார்க்க வேண்டும் தாஸ்.

●